डॉ. बाबासाहेब आंबेडकर यांच्या अलौकिक जीवनावरील कादंबरी

प्रबुद्ध

भा. द. खेर

मेहता पब्लिशिंग हाऊस

✆ +91 020-24476924 / 24460313
Email : production@mehtapublishinghouse.com
Website : www.mehtapublishinghouse.com

- *या पुस्तकातील लेखकाची मते, घटना, वर्णने ही त्या लेखकाची असून, त्याच्याशी प्रकाशक सहमत असतीलच असे नाही.*

PRABUDDHA by B.D. KHER

प्रबुद्ध : भा.द. खेर / कादंबरी

Email : author@mehtapublishinghouse.com

प्रकाशक : सुनील अनिल मेहता, मेहता पब्लिशिंग हाऊस,
१९४१, सदाशिव पेठ, माडीवाले कॉलनी, पुणे – ४११ ०३०.

मुद्रक : रेप्रो प्रेस इंडिया लि., मराठे उद्योग भवन, अप्पासाहेब मराठे मार्ग, प्रभादेवी, मुंबई – ४०००२५.

मुखपृष्ठ : मेहता पब्लिशिंग हाऊस

प्रकाशनकाल : १ जानेवारी, १९८९ / पुनर्मुद्रण : सप्टेंबर, २०१७

किंमत : ₹ ४५०

P Book ISBN 9788171610006
E Book ISBN 9789386745996
E Books available on : play.google.com/store/books
www.amazon.in
https://books.apple.com

हे तो आपुलकीचे समर्पण

या विज्ञान युगातही ज्या स्वबांधवांना
सहानुभूतीने का होईना, पण
पददलित म्हणून संबोधले जाते,
त्या निजबांधवांना बंधुभावाने समर्पण-
त्या सहृदय सुहृदांना आपुलकीचा ओंजळभर
ओलावा मिळावा म्हणून!
अथांग प्रेमसागरातील केवळ
एक बिंदू प्राशन करता यावा म्हणून!

पुरस्कार

डॉ. बाबासाहेब आंबेडकरांचे झुंझार जीवन, त्यांची ज्ञानार्जनाची तळमळ व त्यासाठी केलेले कष्ट, सामाजिक विषमतेविरुद्ध आयुष्यभर केलेला लढा, यांचे स्मरण करून देण्याची गरज आहे. श्री. भा. द. खेर यांनी 'प्रबुद्ध' या कादंबरीच्या माध्यमातून हे कार्य केले आहे. श्री. खेर चरित्रात्मक कादंबरीच्या क्षेत्रात अनुभवी आहेत. महापुरुषांच्या व्यक्तिमत्त्वाचा धागा नेमका पकडून त्यांच्या जीवनातील योग्य ते प्रसंग निवडून, ते चरित्र उभे करतात. चरित्रामध्ये कल्पनेस वाव नसतो; पण चरित्रात्मक कादंबरी सत्यापासून दूर न जाता प्रसंगचित्रण करते, म्हणून सामान्य वाचकांपर्यंत पोहोचण्यासाठी कादंबरीचा उपयोग होतो. हे तिचे शैक्षणिक महत्त्व आहे.

भारतीय समाजरचनेच्या दृष्टीने स्वातंत्र्याइतके समतेला महत्त्व आहे, हे डॉ. आंबेडकरांनी सतत सांगितले व त्यासाठी दोष पत्करून सतत संघर्ष केला. स्वातंत्र्यलढ्यात शौर्याला, त्यागाला, बलिदानाला महत्त्व होते. समतेच्या संघर्षात त्यागाला महत्त्व आहे. तसेच निंदा, उपहास, विरोध यांनाही सामोरे जावे लागते. बाबासाहेब हे या सामाजिक समतेसाठी केलेल्या युद्धाचे बिनीचे सेनापती होते. बाबासाहेबांची या कादंबरीत आलेली संभाषणे, विचार ही त्या त्या प्रसंगी त्यांची मनःस्थिती काय होती, याचे वर्णन करणारी आहेत. ती पुरावा म्हणून उद्धृत करणे योग्य ठरणार नाही. श्री. खेरांनी उगीच बोचकारे न काढता सर्व निवेदन केले आहे.

सामान्य माणसाला महापुरुषांच्या जीवनात व मनात डोकावून पाहण्याची संधी अशा कादंबरीने मिळते. म्हणून मराठी वाचक या पुस्तकाचे स्वागतच करतील, अशी मी आशा करतो. हा संदर्भग्रंथ नव्हे, कल्पकतेच्या चौकटीत बसविलेले व्यक्तिचित्र व जीवनचित्र आहे, हे मात्र लक्षात ठेवले पाहिजे. डॉ. बाबासाहेबांच्या जीवनावरील कादंबरी श्री. भा. द. खेर मराठी वाचकांच्या हाती देत आहेत, याबद्दल त्यांचे अभिनंदन.

नवी दिल्ली
दि. १७-१०-८८

पी. व्ही. नरसिंह राव
(विदेश मंत्री - भारत)

प्रबुद्धाचे दर्शन होण्यापूर्वी

डॉ. बाबासाहेब आंबेडकर नावाच्या युगपुरुषावर कादंबरी लिहिण्याचा संकल्प मी एकवीस वर्षांपूर्वीच सोडला होता. १९६७ मध्ये आमची स्वा. सावरकरांवरील 'यज्ञ' ही कादंबरी प्रसिद्ध झाली आणि त्या कादंबरीला अमाप यश मिळालं. त्या वेळी माझे जुने मित्र श्री. शंकरराव खरात यांनी सपत्नीक 'केसरी' कार्यालयात येऊन माझं हार्दिक अभिनंदन केलं. 'यज्ञ' ही कादंबरी त्या पती-पत्नीना फार आवडली होती. त्या वेळी मी शंकररावांना एकदम बोलून गेलो, ''आता आपण दोघांनी बाबासाहेबांच्या लोकोत्तर जीवनचरित्रावर कादंबरी लिहायला काय हरकत आहे?''

त्या वेळी ते मला एवढंच म्हणाल्याचं आठवतं, ''चरित्रात्मक कादंबरीच्या फॉर्मवर तुमची चांगली पकड आलेली आहे. तुम्हालाच बाबासाहेबांवर कादंबरी लिहिणं चांगलं जमेल.''

शंकरराव खरात हे बाबासाहेबांचे सांगाती! या अत्यंत सभ्य आणि सरळमार्गी सहृदय साहित्यकारानं मला नकार दिला त्याबद्दल मी काहीसा नाराजही झाल्याचं मला स्मरतं. पण नंतर मी विविध कामांत आणि विशेषतः नंतरच्या परदेशी दौऱ्यात गुंतून पडलो. बाबासाहेबांच्या जीवनावर कादंबरी लिहिण्याचा संकल्प आणि माझी ती नाराजी बासनात पडून राहिली; मन मात्र त्या कल्पनेला पुरतं चिकटून राहिलेलं होतं.

प्रस्तुत कादंबरी प्रत्यक्ष लिहिण्यापूर्वी माझ्यासमोर मुख्यतः भाषेचा प्रश्न होता. नागरी भाषेशिवाय मला अन्य कोणतीही बोली भाषा अवगत नाही. त्या दृष्टीनं मी विचार करत होतो. परंतु प्रत्यक्ष वाचनाला जेव्हा प्रारंभ केला तेव्हा माझ्या असं ध्यानात आलं की, बाबासाहेबांची बोली भाषा किंवा ग्रांथिक भाषा ही प्रमाण बोलीपेक्षाही प्रकर्षानं प्रगत होती. पत्रकार या नात्यानं त्यांच्या पत्रकारसभांनाही उपस्थित राहण्याचं भाग्य मला लाभलेलं होतं. त्यांच्या प्रमाणभाषेचं परिमाण हे अत्यंत उच्च दर्जाचं होतं. वैदिक वाङ्मयाचा आणि पुराणसाहित्याचा प्रगाढ अभ्यास त्यांच्या घरात चालत असे. त्यामुळे त्यांच्या भाषेला एक आगळाच डौल आलेला होता. त्यामुळे कादंबरीच्या भाषेबाबत मी निर्धास्त बनलो.

तेव्हापासून एक गोष्ट मी मनाशी पक्की केली आहे, ती ही की, नागरी भाषा,

ग्रामीण भाषा, प्रादेशिक भाषा, बोली भाषा हे भेदाभेद व्यर्थ होत. साहित्यकाराला त्याच्या साहित्यकृतीत जे सांगायचं असेल ते वाचकांपर्यंत पोचलं पाहिजे, हाच त्याच्या लेखनाचा खरा हेतू असतो. तेव्हा त्या दृष्टीनं प्रमाणभाषेचं गमक ठेवायलाच हवं! वाचकाला दुर्बोध होईल असं लेखन करून त्याच्या आकलनशक्तीशी असहकार करण्यात काही अर्थ नाही. त्यामुळे वाचकाचं सावज साहित्यकाराच्या हातातून सुटण्याचाच अधिक संभव! शिवाय मराठीतील अनगड भाषेवर अन्य भाषेचा साज चढवायचा असेल, तर तेही काम अवघड होऊन बसण्याचीच अधिक शक्यता! म्हणून मी माझ्यापुरती तरी प्रमाणभाषेचीच कास धरण्याचं निश्‍चित केलेलं आहे.

कादंबरी लिहिण्यापूर्वीच माझ्या कित्येक कादंबऱ्यांची नावं ठरलेली असतात. डॉ. आंबेडकरांवरील प्रस्तुत कादंबरी लिहिण्यापूर्वीच या माझ्या कादंबरीचं ‘प्रबुद्ध’ हे नाव पक्कं केलेलं होतं. माझ्या नेहमीच्या प्रथेप्रमाणे यशवंतरावजी चव्हाण यांना ते नाव कळवलं होतं. कादंबरीचं नाव अत्यंत अन्वर्थक असून, ते मला अतिशय आवडलेलं आहे, असं त्यांनी मला पत्रातून कळवलं, समक्ष भेटीतही सांगितलं. ते सांगताना यशवंतरावजी हसत म्हणाले, “कादंबरीचं नाव कळलं, आता कादंबरीची वाट बघायला हवी!” त्यांच्या त्या बोलण्यानंही माझ्या हातून या कादंबरीचं लेखन लवकर झालं नाही. कादंबरीच्या भाषेविषयीचे विचारही मी त्यांना बोलून दाखवले होते.

६ ऑगस्ट १९८४ रोजी यशवंतरावजींच्या शुभहस्ते माझ्या ‘हिरोशिमा’ या कादंबरीचं लो. टिळक मंदिरात मोठ्या थाटात प्रकाशन झालं. त्या कादंबरीला प्रस्तावनाही त्यांचीच! या कादंबरीच्या प्रकाशनानंतर मी आजारी पडलो. आठ वर्षांच्या या कादंबरीच्या प्रदीर्घ काळाच्या लेखनामुळे मला कमालीचा थकवा आला होता. मी अंथरूण धरलं होतं. जेव्हा चार पावलं टाकण्याची शक्ती अंगात आली, तेव्हा माझा धाकटा भाऊ गजानन यानं मला ‘प्रबुद्ध’ ही कादंबरी लिहिण्यासाठी पुन्हा एकदा प्रवृत्त केलं. एवढंच नव्हे, तर खैरमोडे यांनी लिहिलेल्या आंबेडकरांच्या चरित्रग्रंथातल्या गोष्टीही सांगायला प्रारंभ केला. चांगदेवराव यांनी लिहिलेले हे चरित्रग्रंथ म्हणजे एक अमोल ठेवा आहे. गजाननने या चरित्रग्रंथातील गोष्टी फुलवून सांगितल्या. त्या अलौकिक कथांनी माझ्या अंतःकरणाचा ठाव घेतला. धनंजय कीर प्रभृती अनेक मान्यवर चरित्रकारांचे ग्रंथही मग मी मनापासून वाचले, अभ्यासले आणि अंतःकरणाच्या तळाशी दीर्घ काल दडून बसलेली कादंबरीलेखनाची कल्पना पुन्हा उफाळून पृष्ठभागावर आली. या कादंबरीचं प्रत्यक्ष लेखन सुरू झालं. ११-११-१९८५ या दिवशी आणि लेखनसीमा गाठली मंगळवार दिनांक ९-६-१९८७ या दिवशी !

आपले सध्याचे परराष्ट्रमंत्री सन्माननीय पी. व्ही. नरसिंह राव यांच्या परमावधीच्या

कार्यबाहुल्याची कल्पना सर्वांना आहेच. ते स्वतः एक थोर साहित्यिक आहेत. माझ्या 'हिरोशिमा' या कादंबरीवर त्यांचा अपार लोभ जडल्यामुळे मी त्यांना 'प्रबुद्ध' या कादंबरीला प्रस्तावना लिहिण्याची विनंती केली. अतिशय कार्यमग्न असताना माझी विनंती तत्काळ मान्य करून त्यांनी आवर्जून कादंबरीला छोटी का होईना; पण प्रस्तावना लिहिली. त्यांचे आभार मानायला माझ्याजवळ शब्द नाहीत. निरंतर मी त्यांचा ऋणी राहीन, एवढंच म्हणतो.

साहेबांचे स्वीय कार्यवाह मित्रवर्य श्री. रा. के खांडेकर हे फार पूर्वीपासून मला या ना त्या बाबतीत साहाय्य करत आलेले आहेत. मी त्यांचा मनःपूर्वक आभारी आहे.

वाचकांचा विनम्र

भा. द. खेर

आनंदनगर सिंहगड रोड,
पुणे- ४११ ०५१

भाग पहिला

ज्ञानार्जन

अंगाऱ्याचा करंडा

तो प्रकार पाहून भीमाबाई चकित झाल्या! तो छोटा जमाव आपल्या अंगावर का चालून येतो आहे, हे त्यांना कळेना.

त्या जमावातला एक माणूस हातवारे करून ओरडत होता, ''हट जाव, हट जाव! हुसकून लावा त्यांना! घाट विटाळला त्यांनी... दंड घ्या त्यांच्याकडून! पिटून काढा त्यांना!''

रागानं बेभान झालेले हे शब्द एकमेकात गुंतून जात होते. त्यामुळे कसलाच अर्थबोध होत नव्हता.

भीमाबाई गोंधळून बघत होत्या.

धुणं धुताना त्यांनी काही वेळापूर्वी तिकडे बघितलं होतं. त्या वेळी नदीकाठावर गुरंढोरं पाणी पीत होती. पाणी प्यायल्यावर तोंडं वर करून हुंदाडत होती. त्या वेळी त्यांच्या गळ्यांतल्या घंटांचा होणारा आवाज कानावर पडत होता. एका गाईच्या शेपटाला हात लावून एक माणूस त्या गोमातेचं दर्शन घेत होता. त्या माणसाचा हात कपाळावर असतानाच त्या गोमातेनं बदबदा शेण सांडलं. एक बाई ते शेण गोळा करण्यासाठी लगबगीनं धावून आली. ते शेण घेण्यासाठी दुसऱ्या बाजूनं दुसरी एक बाई धावली.

ती बाई पहिल्या बाईला रागानं म्हणाली, ''आली लगालगा धावत शेण गोळा करायला!''

पहिली बाई अजिजीनं म्हणाली, ''काय करणार, माई! मिळालेलं पोटाला पुरत नाही; जळणाला कसं पुरणार?''

दुसरी बाई उद्धटपणानं म्हणाली, ''जाळून राखच करणार ना या गवऱ्यांची!

त्यापरीस आमच्या घरचं सारवण तरी होईल! गवऱ्या जाळून पोटच जाळणार ना?''

''नका हो असं बोलू! प्रत्येकालाच पोट असतं, माई!''

तिनं म्हटलेल्या माई या शब्दाचाच जणू त्या दुसऱ्या बाईला विटाळ झाला होता. ती फणकाऱ्यानं म्हणाली, ''मला माई म्हणू नकोस आणि त्या शेणालाही विटाळ करू नकोस! आठवडा झाला.... ओसरी सारवायची राह्यलीय. चल, हो दूर... शिवू नकोस!''

''नाही शिवत, माई... नाही शिवत. आमच्या गावकऱ्यांचा तुम्हाला विटाळ होतो; पण त्या घाटावरल्या बायांचा नाही होत! त्याही बाया आमच्याच जातीतल्या आहेत... महार... पण लष्करातल्या आहेत ना त्या!''

''लष्करातल्या?''

''होय, माई... लष्करातल्या! त्यांच्यापुढे तुम्ही काय बोलणार? गावातल्या महार माणसांना तुम्ही दटावणार! बरोबरच आहे ते!''

काही अंतरावर चार-पाच ब्राह्मण हवा खात बसले होते. त्यांच्या कानावर हे बोलणं गेलं. अंगात वीज संचारल्याप्रमाणे ते ताडकन उठले, आणि त्या दोन बायांजवळ आले. त्या महार बाईला त्यांनी दुरूनच विचारलं, ''खरंय तुझं बोलणं येसा?''

''आम्ही खोटं बोलत नसतो कधी देवा!''

''खरंच?'' असं ओरडून ते चौघं जण घाटाकडे धावत सुटले.

भीमाबाईंच्या कानावर हे बोलणं उडत उडत आलं होतं, पण आठवडे बाजारातल्या संमिश्र गोंगाटाप्रमाणे!

त्या चार जणांचं चाळीस लोकांच्या जमावात रूपांतर झालं. महार सोडून गावातले सारेच लोक त्या जमावात सामील झाले.

रिकामटेकड्या गावगुंडांचा तो जमाव भीमाबाईंसमोर येऊन उभा ठाकला. तरीदेखील भीमाबाई त्यांच्यासमोर निर्भयपणानं उभ्या ठाकल्या होत्या. पाय रोवून कुणासमोरही धीटपणानं उभं राहण्याचा त्यांचा जात्याच स्वभाव होता. तो जमाव आपल्या दिशेनं येत आहे, हे पाहून त्या आश्चर्यचकित झाल्या होत्या ही गोष्ट खरी; परंतु त्या मुळीच भेदरल्या नव्हत्या.

लहानपणापासूनच त्यांचा स्वभाव खोडकर, हेकेखोर, दंगेखोर आणि भांडखोर होता. सत्याचा प्रतिवाद करताना त्यांनी कधीच कसूर केली नव्हती. सत्य कोणतं, असत्य कोणतं आणि बेगडी सत्य कोणतं यांतील नेमका भेदाभेद जाणण्याची त्यांना समज होती. तेवढं उपजत शिक्षण त्यांना मिळालं होतं. त्यांचे वडील सुभेदार मेजर मुरबाडकर हे मुरबाडचे तालेवार गृहस्थ. हत्तीघोडे झुलावेत एवढं घरचं वैभव. मुखात चांदीचा चमचा घेऊन भीमाबाई जन्मलेल्या आणि भल्या भल्या उच्चकुळस्थ

कुटुंबीयांनी हेवा करावा अशा ऐषारामात वाढलेल्या! आता समोर उभ्या ठाकलेल्या त्या उच्चवर्णीय जमावाची भीती त्यांना काय म्हणून वाटावी? त्या जमावानं केलेल्या दटावणीला त्या भीक थोड्याच घालणार होत्या?

त्या जमावातला एक आडदांड उच्चवर्णीय पुढे आला आणि शिवाशिवीच्या भीतीनं योग्य अंतर ठेवून त्यानं भीमाबाईंना दरडावून विचारलं, "तुम्ही कोण आहात?"

त्या आडदांडाची नजर रोखून भीमाबाईंनी सहजपणानं उत्तर दिलं, "माणूस!"

तो फूत्कारला, "ते मला कळतंय."

"मग कशाला विचारलंत?"

"मला तुमची जात हवीय!"

"माझ्या जातीशी तुमचा काय संबंध? सोयरीक का करायची आहे?"

"सरळ उत्तर द्या!"

"वाकड्या प्रश्नाला सरळ उत्तर कसं देणार?"

"तुम्ही महारांच्या बाया आहात ना?"

"होय. महार माणसांच्या!"

"तुम्ही या घाटावर कशाला धुवायला आलात?"

"सारी माणसं या घाटावर येतात म्हणून! सारी गुरंढोरं इथं पाणी प्यायला येतात म्हणून!"

"हा घाट विटाळलात तुम्ही!"

"गुरांच्या येण्यानं घाट विटाळत नाही; माणसांच्या येण्यानं तो विटाळतो वाटतं?"

"उगाच भरकटून बोलू नका. आपली पायरी पाहून बोला! तुम्हाला दंड भरावा लागेल या गोष्टीचा!"

भीमाबाईंनी उपहासाच्या स्वरात विचारलं, "दंड भरून विटाळ जातो वाटतं?"

"आम्ही ते बघून घेऊ!"

"आम्हालाही बघता येईलच की!"

"जीभ काढून तुम्ही फार चरचर बोलताहात! कुठं शिकलात असं बोलायला?"

"लष्करात! आम्ही लष्करातली माणसं आहोत!"

"म्हणून काय झालं?"

भीमाबाईंनी त्या माणसाकडे एक जळजळीत कटाक्ष टाकला आणि त्यांनी ओरडून विचारलं, "काय झालं? लष्करी खाक्या तुम्हाला माहीत नाही वाटतं? या शिवाशिवीच्या गप्पा लष्कराबाहेर बसून करा! आम्हाला तुम्ही शिवत नाही; आम्ही तुम्हाला जोहार केला नाही, रामराम केला नाही तर तुम्ही आम्हाला टाचेखाली दडपून टाकत होता..."

“तीच लायकी आहे तुमची!”

“बाहेर! पण लष्करात नाही! लष्करात आम्हा सुभेदारांकडे मान वर करून नुसतं बघण्याची तुमची ताकद होत नाही! तिथे नाही विटाळ तुमच्या आड येत?”

“लष्कराच्या गोष्टी लष्करात! इथं नाहीत!”

“नाही कशा? आम्ही लष्करात असलो काय किंवा बाहेर असलो काय... आम्ही तुमच्याच हाडामासाचे आहोत... तुमचेच सगेसोयरे आहोत! तुम्ही आमच्याशी असं वागावं हा न्याय नाही!”

तो माणूस उसळून म्हणाला, “तुम्ही आम्हाला न्याय शिकवता... महारडे लोक?”

भीमाबाई ठासून म्हणाल्या, “तुम्ही आमचा खुशाल उद्धार करा. महारडे म्हणून! पण त्या मोगली राज्यात तुमची वाचा कुठे बसली होती?”

“मोगली राज्य? त्याचा काय संबंध इथे?”

“संबंध आहे म्हणूनच बोलते आहे. मोगली राज्यात शेतकऱ्यांकडून कर वसूल करण्यासाठी मोगलांचे अधिकारी येत. एखाद्या अधिकाऱ्याला एखाद्या शेतकऱ्याच्या तोंडात थुंकण्याची लहर लागली तर तो अधिकारी दरडावून त्या शेतकऱ्याला त्याचं तोंड उघडायला सांगे. तो शेतकरी तोंड उघडायचा आणि तो मोगल अधिकारी खुशाल त्याच्या तोंडात थुंकायचा. कशाला उगाच गप्पा मारता मोठेपणाच्या आणि कशाला मानता आम्हाला हीन दर्जाचे? मोठ्या लोकांचे पाय चाटायचे आणि छोट्या लोकांना पायदळी तुडवायचं! मोठ्यांची थुंकी झेलायची आणि छोट्यांच्यावर थुंकायचं!”

त्या छोट्या समूहातून दुसरा एक जाडाभरडा माणूस पुढे आला आणि म्हणाला, “या लोकांना चौदावं रत्न दाखवल्याशिवाय हे लोक वठणीवर येणार नाहीत.”

“दाखवून तर बघा!”

मग तो पहिला धटिंगण काहीशा समजुतीच्या स्वरात म्हणाला, “तुम्ही त्या पलीकडच्या घाटावर धुणं घेऊन का जात नाही?”

“आम्हीही तुम्हाला तेच म्हणतो! तुम्ही त्या घाटावर का जात नाही?”

“तो तुमचा घाट आहे!”

“आणि हा आमचा घाट का नाही? का असू नये? निर्जीव घाटाला कसला आला आहे विटाळ? आणि तोही माणसांचा? माणसं ही इथूनतिथून सारखीच!”

“तुम्ही तिकडे गेलंच पाहिजे!”

“आम्ही आमची धुणी इथंच धुणार!”

“चला रे परत! उद्या यांना आपला हिसका दाखवू!”

“चला गंगूबाई, राहिलेली धुणी आपण इथंच धुऊ! याच आपल्या घाटावर!”

सारा संतप्त जमाव निघून गेल्यावर गंगूबाई भीमाबाईंना म्हणाली, “फारच धिटकुली बाई तू! आम्हाला नसतं हे असलं बोलणं जमलं!”

“अगं, आपण लष्करातल्या आहोत! धीटपणा नसेल तर लष्करात जायचं कशाला? या काळात माणसानं जशास तसंच वागायला हवं!”

“पण उद्या भलतंसलतं काही झालं तर?”

“एक गोष्ट लक्षात ठेव, गंगूबाई! भ्यायलं की संपलं! ठामपणानं उभं राहिलं की, समोरचं माणूस नमतं! मात्र आपली बाजू सत्याची असायला हवी! लहानपणापासून मला बाळकडूच आहे हे! माझ्या वडिलांकडून मिळालेलं!”

आणि ती गोष्ट खरीच होती.

भीमाबाईंच्या वडिलांचा दराराच होता तसा! सुभेदार मेजर मुरबाडकर ही असामी साधीसुधी नव्हती. रामजी आणि भीमाबाई यांचा विवाहसोहळा मुरबाडला साजरा झाला, त्या वेळेची आठवण भलेभले सांगत आणि ती सांगताना रंगात येऊन म्हणत, “अरे, सोडा तुमचे ते राजेरजवाडे! हा लष्करातला महार माणूस, पण भरजरी शालू आणि पैठण्या नेसून सोन्यानं मढलेल्या यांच्या बाया लग्नमंडपात वावरायच्या. लहान मुलींच्या पायांत सोन्याचे तोडे असत. आहात कुठे? या लोकांचं सणासुदीचं जेवण कसं व्हायचं माहीत आहे? पेशवाईत असतील हातसव्वा हात केळीची पानं! पण चांदीच्या ताटात जेवल्याशिवाय यांचा सण कधी सुना गेला नाही बाप्पा!”

कुण्या एकाच्या रसवंतीत रंगलेलं मुरबाडकरांचं हे वैभव खोटं खचित नव्हतं. दागदागिन्यांच्या जोडीला या श्रीमंती थाटाला साजेल असा पशुपक्ष्यांचा सरंजामही त्यांच्या घरात नांदत होता. हरणं, ससे यांची बिजलीसारखी चमकदार धावपळ त्यांच्या प्रचंड वाड्यातून चाललेली असे. गाई-म्हशींच्या दुधाचा पूर वाड्यातून वाहायचा. रपेट मारायला खरारा केलेले उमदे घोडे सज्ज असत, तर खिलारी बैलांच्या अनेक जोड्या छपरी गाड्यांना जोडण्यासाठी वाट बघत असत. सुभेदार मेजर याच घोड्यांवरून किंवा गाडीत बसून आपल्या कुळांकडे जात. बरोबर नोकरचाकरांचा लवाजमा असायचा. वानरांचा चीत्कार मधूनच गडबडीतून ऐकू यायचा. देशी-विदेशी पैदाशीची कुत्री त्या वानरांच्या अंगावर भुंकत तेव्हा त्यांचा जो चीत्कार व्हायचा, तो ऐकून सोप्यातल्या पिंजऱ्यात असलेल्या साळुंक्या आणि काकाकुवा हेही ओरडायला लागत. त्या वेळी ‘गप्प बसा, गप्प बसा’ असा बोबडा उच्च स्वर तिथल्याच पिंजऱ्यातला पोपट काढायचा आणि ती सारी गंमत बघून वाड्यातली लहान मुलं टाळ्या पिटून नाचायला लागायची.

आपल्या माहेरच्या वाड्यातलं हे सारं वातावरण भीमाबाईंना आठवलं. त्यांचे नेत्र चमकले.

भीमाबाई म्हणाल्या, “गंगूबाई, तू म्हणतेस तसं धैर्य माझ्या अंगात का आलं? अगं, लहानपणी माझे बाबा माझ्याकडून रामायण, पांडवप्रताप यांसारखे धर्मग्रंथ

वाचून घ्यायचे. एवढंच नव्हे, तर त्या ग्रंथांवर निरूपणही करायला सांगायचे. मग सांग, का धैर्य येणार नाही अंगात?''

गंगूबाई म्हणाली, ''तुमची बहीण होण्याचं भाग्य मला मिळालं असतं तर....''

गंगूबाईचं बोलणं पुरतं व्हायच्या आतच भीमाबाई म्हणाल्या, ''हे काहीच नाही.... आमच्या मुरबाडच्या वाड्यासमोर एक घंटा टांगलेली असे.''

''ती कशाला?''

''सांगते कशाला ते! पहाट झाली की, आमचे नोकर ती घंटा वाजवायचे. तो घंटानाद ऐकून घरातल्या सर्व माणसांनी उठलं पाहिजे, अशी त्यांची आज्ञा असे. स्नान उरकून आम्हाला सामुदायिक प्रार्थनेला जावं लागे. या कार्यक्रमात कुणी कुचराई केली तर लगेच त्याला शिक्षा व्हायची.''

गंगूबाईंनी कुतूहलानं विचारलं, ''गावातल्या साऱ्याच महार मंडळींवर ही सक्ती असायची का?''

''हो, तर! प्रथम प्रथम त्या बाकीच्या महारांनी कुरकुर केली. मग एके दिवशी बाबा गरजले, ''काय रे, महारवाड्याचा ब्राह्मणवाडा करायचा आहे की नाही?'' आमच्या बाबांची गर्जना ऐकून सारी महार मंडळी घंटेबरोबर उठू लागली. एवढंच नव्हे, तर गावातली ब्राह्मण मंडळीही आमच्या त्या कार्यक्रमात सामील झाली.''

भीमाबाईंच्या जीवनाला वळण लावणाऱ्या बालपणच्या या सुखद आठवणी सांगितल्यानंतर त्या धुमसूम म्हणाल्या, ''आणि हे दटावताहेत, की या घाटावर धुणी धुऊ नका म्हणून! कोण लागून गेले आहेत हे! अरे, आमच्याप्रमाणे तुमचे पठणपाठही झालेले नाहीत! सांगता कुणाला?''

मग त्या नदीघाटाच्या सभोवार बघत भीमाबाई उद्वेगानं एवढंच म्हणाल्या, ''गंगूबाई, इथलं सारं बदललं असलं तरी घाटाचा घाट तोच दिसतोय गं! जुनापुराणा.... जीर्णशीर्ण झालेला!.... परंतु बदल घडवून आणण्याची इच्छा नसणारा!''

यावर गंगूबाई काहीच बोलली नाही. पण भीमाबाईचं म्हणणं खरंच होतं. कित्येक तपं लोटली, पण रावळपिंडीच्या नदीचा हा घाट होता तसाच होता. बदल हा सृष्टीचा धर्म आहे असं म्हणतात; परंतु हा धर्म त्या घाटाच्या गावीही नव्हता. पंजाबचा इतिहास बदलला होता. भूगोल बदलला होता. निसर्ग बदलला होता. ऋतुमान बदललं होतं. शिशिर ऋतूत निष्पर्ण होणारे वृक्ष वसंत ऋतूत पर्णफुलांनी बहरत होते. स्नानाच्या वेळेला अंगावरची वस्त्रं उतरून ठेवावीत त्याप्रमाणे शिशिर ऋतूत फर, देवदार हे सूचीपर्ण; आणि ओक, अक्रोड हे गगनचुंबी वृक्ष आपल्या अंगावरचा पर्णसंभार पुन्हा आपल्या अंगाभोवती लपेटून घेत. नदीकाठी शिसवी आणि बाभूळ या वृक्षांचं दाट जंगल सदैव खडा पहारा देत उभं असायचं. जांद, करील, बकीन ही झुडपं त्या वृक्षांमधून कधी बाहेर डोकावत असत किंवा खाली

माना घालून लपत असत. परंतु या झाडाझुडपांमध्येही बदल होत असे.

सारा निसर्गच बदलप्रिय असतो; परंतु बदलला नव्हता तो रावळपिंडीच्या नदीचा घाट! तो घाट आपली पुराणी परंपरा पुरती पकडून होता. त्या घाटाला डावंउजवं करण्याची सवय लागली होती. त्या घाटाच्या ठिकाणी तरतमभाव होता. सोवळंओवळं, शिवाशीव या परंपरागत कल्पना त्या घाटाच्या दगडादगडावर कोरल्या गेल्या होत्या. घाटाच्या निखळलेल्या फरसबंदीच्या फटींतून त्या कल्पना जणू खोलवर झिरपल्या होत्या. झिजलेल्या दगडांप्रमाणेच जीर्ण झालेल्या त्या कल्पना बदलाव्यात, असं त्या घाटाला कधीच वाटलं नव्हतं.

आता संध्याछाया ओसंडून यायला लागल्या होत्या. मावळतीची किरणं वृक्षवल्लरींच्या जाळ्यातून घुसून उगवतीकडे झिरपत होती. नदीकाठचे उंच वृक्ष अधिकच उंच भासत होते. पूर्व दिशेला त्यांच्या दूरवर पसरलेल्या छाया हवं असलेलं काहीतरी आणायला निघालेल्या वाटत होत्या. त्या दिवशी पंजाबातला लोहडी हा सण होता. नदीच्या काठावर काही अंतरावर एक धुनी पेटवलेली दिसत होती. त्या पेटलेल्या धुनीत काहीतरी टाकलं जात होतं. पण ते दुरून दिसत नव्हतं. काही मुली जलाशयात दिवे सोडत होत्या; परंतु अद्याप पुरता अंधार न पडल्यामुळे त्या दिव्यांच्या ज्योतींचं तेज मंद वाटत होतं.

धुण्याचं ओझं घेऊन भीमाबाई घरी जायला निघाल्या. त्यांच्या पाठीमागच्या टेपाडावर सहा-सात संन्यासी बसले होते. आतापर्यंत ते त्यांना दिसले नव्हते. ते संन्यासी एकदम त्यांना सामोरे आले. त्यांच्यापैकी एक जण तर त्यांच्या अगदी जवळ आला. भीमाबाई चमकून थबकल्या.

त्या वृद्ध गोसाव्यानं मराठीत विचारलं, ''भीमा, तू इथे कशी आलीस?''

भीमाबाई काहीशा धास्तावल्या. एखाद्या अनोळखी गोसाव्यानं आपल्याला एकेरी हाक मारावी, हे त्यांना खटकलं.

तो वृद्ध गोसावी पुढे म्हणाला, ''भिऊ नकोस, भीमा! मी तुझा थोरला दीर आहे. संन्यास घेतला आहे मी! तुला कदाचित माहीत नसेल. या आमच्या संन्याशांच्या झुंडीबरोबर हिंडतो आहे. इथे आलो म्हणूनच तुझी भेट झाली. पण तू इथे कशी?''

आपल्या पूर्वाश्रमीच्या दिराच्या या भराभर बोलण्यानं भीमाबाई हरखून गेल्या. त्यांनी आपल्या डोईवरचा पदर सावरला आणि खाली वाकून आपल्या थोरल्या दिराला नमस्कार केला. त्या जमावासमोर ताठ मानेनं बोलणाऱ्या भीमाबाई आपल्या थोरल्या दिरासमोर गाईपेक्षाही गरीब झाल्या.

त्यांचा वृद्ध दीर म्हणाला, ''मघाशी घडलेला प्रकार आम्ही बघितला. माणसासारखी माणसं असं का वागतात कळत नाही!''

भीमाबाई नम्र भावानं म्हणाल्या, ''जे आपल्यासारख्या थोरांना कळत नाही ते आमच्यासारख्या साध्यासुध्यांना कसं काय समजणार?''

आणि हे संभाषण पुढे फारसं वाढू न देता भीमाबाई पुढे म्हणाल्या, ''मी घरच्यांना सांगून पाठवते. आपल्या सर्वांचे पाय आमच्या घराला लागू देत. नाही म्हणू नये.''

त्यांच्यापैकी दुसरा एक संन्यासी म्हणाला, ''आम्ही त्या पेटलेल्या धुनीत धान्य टाकून येतो. त्या धुनीत टाकायला आमच्याजवळ रेवड्या नाहीत. आजच्या लोहडीच्या सणाला धान्याबरोबर रेवड्याही टाकाव्या लागतात. त्यांनी आम्हाला टाकू दिल्या तर टाकू! नाहीतर तुम्हाला घाट वर्ज्य, त्याप्रमाणे आम्हाला लोहडीचा सण वर्ज्य!''

भीमाबाई मनापासून हसल्या आणि झपाझप पावलं टाकत घरी निघून गेल्या. अंधार चांगलाच पडला होता, पण अजून तारे चमकायला लागले नव्हते.

* * *

सुभेदार रामजी त्या सात संन्याशांना घेऊन घरी आले, तेव्हा रात्र बरीच पुढारली होती. तारे चांगलेच चमकायला लागले होते.

भीमाबाई दारातच त्यांची वाट बघत उभ्या होत्या. त्या संन्याशांना त्यांनी दाराबाहेरच थांबवलं आणि म्हटलं, ''मी आपल्या पायांवर दूध घालते आणि ओवाळते हं!''

त्यांच्यापैकी दोघे-तिघे एकदम म्हणाले, ''छे, छे! आम्ही गृहस्थी थोडेच आहोत? आम्हाला ओवाळून घेता येणार नाही! ज्यांना घरात घ्यायचं असतं त्यांनाच ओवाळायचं असतं!''

हे सांगताना त्या तिघांचा आवाज एकरूप झाला नाही. जणू एकरूपता हा संन्यासी धर्मच नव्हता.

मग भीमाबाई म्हणाल्या, ''घरात तर या....''

''छे, छे! एकदा घर सोडलेल्यांनी पुन्हा घरात यायचं नसतं! आम्ही इथेच अंगणात बसणार. बैठकही टाकू नका. आमच्याजवळ आपापली मृगाजिनं आहेत.''

भीमाबाईंचा थोरला दीर हसत म्हणाला, ''शय्या भूमितलं दिशोपि वसनम्....''

भीमाबाईंनी आत जाऊन पाणी आणलं आणि त्यांच्यासमोर पाण्याची कळशी ठेवत त्या म्हणाल्या, ''थोड्याच वेळात जेवण तयार करते....''

''छे, छे! आम्हाला तुमचं जेवण नाही घेता येणार!''

''का? आमच्या हातचं तुम्हाला चालणार नाही?''

''तसं नाही माईसाहेब! आम्ही जातपात मानत नाही. गृहस्थी आणि संन्यासी या दोनच जाती आम्ही मानतो. संन्यासी गृहस्थींच्या हातचं खात नाही. समतानंदभाई,

तुम्हीच सांगा यांना नीट समजावून.''

समतानंद सांगायला लागले तेव्हा भीमाबाईंना आपल्या पूर्वाश्रमीच्या दिराचं नाव समतानंद आहे, असं समजलं.

समतानंद सांगायला लागले, ''आम्ही हंस या प्रकारचे संन्यासी... एका गावात एक रात्र काढतो. अकरा महिने आम्ही एक वेळ भिक्षा मागतो आणि एक महिना उपोषण करतो. आज आमच्या उपोषणाचा शेवटचा दिवस आहे. म्हणून म्हटलं जेवण करू नका... वाटल्यास फळं आणि मिठाई आमच्यासमोर आणून ठेवा.''

अर्ध्या तासात सुभेदार रामजींनी त्यांच्यासमोर फळं आणि मेवामिठाई आणून ठेवली.

भीमाबाईंना वाटलं, ती मंडळी आता फलाहार करतील!

त्यांनी त्या फळांना आणि मेवामिठाईला नुसता स्पर्श केला आणि म्हटलं, ''हे आता सर्वांना वाटा- निरिच्छ लोकांचा प्रसाद म्हणून!''

तो प्रकार पाहून भीमाबाई हिरमुसल्या. आपल्या दिराकडे बघून काकुळतीनं म्हणाल्या, ''आत तरी या आणि एकदा आपल्या घरातल्या मुलाबाळांना बघा!''

समतानंद गरगरीत आवाजात म्हणाले, ''नाही, बेटा... घरात आता नाही येता येणार! एकदा घराचे पाश तोडले ते नाही पुन्हा जोडता येणार! नात्यागोत्यांच्या जाळ्यातून बाहेर पडलो तो कायमचाच. आता घराचा उंबरठा ओलांडून आत नाही येता येणार!''

प्रश्नार्थक नजरेनं भीमाबाईंनी विचारलं, ''का तोडलीत ही प्रेमाची नातीगोती?''

समतानंद म्हणाले, ''का तोडली ते काय सांगू.... कशाला सांगू? एवढंच सांगतो की, आपल्या घराण्यातल्या तीन पिढ्यांत तीन पुरुष संन्यासी बनले.''

''असं? हे ह्यांनी मला कधी सांगितलं नव्हतं!''

''रामजीबुवा कशाला सांगेल? गृहस्थी माणसं संन्याशाच्या गोष्टी सांगणार थोड्याच! आपल्या घराण्यातल्या तिघांनी घोर तपश्चर्या केली आणि एकच वर मागून घेतला.... आणि परमेश्वरानं तो वर दिला आहे.''

''वर? तो कोणता?''

''तोच तुला सांगायचा होता म्हणून इथे आलो... पण आधी आम्हाला धुनी पेटवायला हवी!''

त्यांनी धुनी पेटवली तेव्हा भीमाबाईंनी त्यांना विचारलं, ''का?... घाटावरच्या त्या धुनीत धान्य-रेवड्या टाकता आल्या नाहीत वाटतं?''

समतानंदांनी नकारार्थी मान हलवली तेव्हा भीमाबाईंनी पुन्हा विचारलं, ''धुनीला विटाळ होणार होता?''

''छे, छे! अग्नीला कसला विटाळ! पण त्या गृहस्थी सणात आम्हा संन्याशांना

ते भाग कसा घेऊ देणार?''

''मला वेडीला वाटलं, अग्नीला विटाळ...''

''छे गं! अग्नीला विटाळ झाला असता तर त्या अग्नीनं सीताशुद्धी थोडीच केली असती? अग्नी नाही कधी विटाळत, भीमा! प्रातःकाळची सोन्याची किरणं धरणीमातेवर चराचरांवर पडतात. विटाळ करतात का गं कुणाला ती? आकाशातून धरित्रीवर देवाचं पाणी पडतं. पवित्रच असतं ते!''

भीमाबाई एकदम मध्येच बोलून गेल्या, ''पण त्या पाण्याला माणसाचा स्पर्श झाला म्हणजे तेच पवित्र पाणी अपवित्र बनतं. विटाळ होतो त्या पाण्याचा!''

''याचा अर्थ परमेश्वराचा स्पर्श पवित्र असतो आणि माणसाचा स्पर्श अपवित्र असतो!''

''माणूस कधीच त्या देवत्वाकडे जाणार नाही का, भावजी?''

''जायला हवा... उद्या-परवा जाईलही!''

''कठीण आहे... त्या देवालाही शिवता येत नाही आम्हाला! विटाळतो तो देव!''

''अगं भीमा, विटाळतो तो माणसांचा देव! माणूस एक आहे थोडाच! तो भेदभावात गुरफटलेला आहे. हा ब्राह्मण, तो क्षत्रिय, हा वैश्य, तो अस्पृश्य....''

समतानंदांनी धुनी ढोसून प्रज्वलित केली. धूर जाऊन जाळ झाला. हवा मोकळी झाली. चांदण्यांची चमक अधिक चमकदार वाटू लागली.

धुनीकडे बघत भीमाबाई हसत म्हणाल्या, ''तुंबलेल्या धुराचा असा जाळ व्हायला हवा. जातीजातीत गुरफटलेला आपला समाज असाच मोकळा व्हायला हवा, तेजस्वी व्हायला हवा! मी विचारते, भावोजी....''

''विचार, पण भावोजी म्हणू नकोस. मला आता जुन्यात गुंतवून ठेवू नकोस...''

''त्याचसाठी विचारते, आपण मांसभक्षक आहोत म्हणून ही ब्राह्मण मंडळी आपल्याला बाजूला सारतात का?''

''असं कसं होईल? पूर्वी यज्ञयागात बोकड, बैल, गाई, कालवडी यांचा हवन म्हणून बळी देत असत आणि ते मांस सारे लोक प्रसाद म्हणून खात असत. हा प्रसाद खाण्याचा पहिला मान ब्राह्मणांचा असे. ते जाऊ दे. आपण आता थोडं भजन करू... संत तुलसीदासांचं स्तवन करू....''

त्या सर्व संन्याशांनी श्रीतुलसीरामायणातला मंगलचरणाचा एक दोहा म्हणायला प्रारंभ केला-

मुद-मंगल-मय संतसमाजू ।
जो जग जंगम तीर थराजू ।

वीणा वाजायला लागली. सर्वांचे सूर त्यात मिसळले. सुरातला भेदभाव

नाहीसा झाला. चांदण्यांच्या मंद प्रकाशानं सारं वातावरण भारावलं होतं. स्तब्ध उभ्या असलेल्या निसर्गानंही त्या भजनाला मूकपणानं साथ दिली होती.

समतानंद डोळे मिटून बोलत होते- "संत तुलसीदासांनी या दोह्यात म्हटलं आहे, संतसमाज हा जगातील जंगम म्हणजे चालता-बोलता आनंदमंगलमय, तीर्थराज प्रयाग होय. संतसमाजरूप प्रयागात रामभक्ती हाच गंगाप्रवाह असून, ब्रह्मविचार हीच त्यातली सरस्वतीची धार होय...."

सारंगीचा षड्जाचा सूर छेडला गेला आणि पुन्हा सारं शांत झालं.

मग गाभाऱ्यातून धीरगंभीर गर्जना व्हावी त्याप्रमाणे समतानंद बोलले, "मुली, तुला काही विचारायचं असेल तर आत्ताच विचार. तुझ्या बोलण्यावर थोडं प्रवचन करीन आणि मग रात्री आमचं नेहमीचं भजन सुरू होईल."

थोडा वेळ ते थांबले. आपल्या भगव्या वस्त्रांवरून त्यांनी हात फिरवला. डोळे मिटून घेतले आणि म्हणाले, "पण मुली, एक गोष्ट लक्षात ठेव. संन्याशानं विश्वाच्या मुळाशी असलेल्या गोष्टी बोलायच्या असतात. तेव्हा त्या दृष्टीनं प्रश्न विचार."

"तसाच प्रश्न विचारणार आहे..."

आपल्या मनाशी त्यांनी आपला प्रश्न जुळवला आणि विचारलं, "आमच्या घरात तास न् तास गणपतीची पूजा चालते, स्तोत्रपठण होतं. आध्यात्मिक विचारांची चर्चा चालते; आणि तरीदेखील आम्हाला हीन दर्जाचं लेखलं जातं. गुराढोरांपेक्षाही कमी लेखलं जातं! का? कशासाठी? कुणी केले हे चातुर्वर्ण्य निर्माण?"

हे सांगताना भीमाबाईंचा आवाज कातर झाला. घाटावरच्या प्रसंगानं त्यांच्या अंतःकरणाला जखम केली होती, हे स्पष्ट भासत होतं.

मग या प्रश्नावर समतानंदांचं प्रवचन सुरू झालं, 'आर्यावर्तात काही क्षत्रिय राजांनी दुसऱ्या क्षत्रिय राजांविरुद्ध लढण्यासाठी ब्राह्मणांची मदत घेतली. त्या क्षत्रियांचा पाडाव झाल्यानंतर ब्राह्मण वरचढ बनले. प्रस्थापित झालेल्या आपल्या या श्रेष्ठत्वाला त्यांनी धार्मिक स्वरूप दिलं आणि त्यांनी चातुर्वर्ण्य निर्माण केले. 'चातुर्वर्ण्य मया सृष्टं' हा भगवद्गीतेचा आधारही त्यांनी घेतला. यज्ञयागात देवांना आवाहन करून उपस्थित करण्यासाठी लागणारे मंत्र फक्त ब्राह्मणांनाच माहीत आहेत. म्हणून मंत्राधीन देव ब्राह्मणांच्याच ताब्यात आहेत, अशी लोकांची कल्पना करून देण्यात आली. यज्ञक्रिया आणि पौरोहित्य या गोष्टी फक्त ब्राह्मणांकडेच राहाव्यात, आणि त्यांचं वर्चस्व अबाधित राहावं यासाठी ही सारी लटपट होती. समाजात बलदंड असणारे क्षत्रिय आपल्या ताब्यात राहावेत यासाठी आपण देव आहोत, असं सांगायलाही ब्राह्मण चुकले नाहीत. अशा तऱ्हेनं चार्तुवण्य ब्राह्मणांनीच पक्कं केलं. त्यातूनच पुढे प्रत्येक वर्णात शेकडो जाती निर्माण झाल्या.'

समतानंद बोलायचे थांबले तेव्हा भीमाबाईंनी शंका विचारली, ''जेव्हा फक्त वर्ण होते तेव्हा वर्ण बदलता येत होते का?''

''क्षत्रिय असलेल्या विश्वामित्राला ब्रह्मर्षी होता नाही का आलं? पुराणकाळी अशी खूप उदाहरणं घडलेली आहेत.''

भीमाबाईंनी विचारलं, ''ब्राह्मण वर्ण हा तरी सर्वोच्च वर्ण मानला जात होता का?''

समतानंदांनी हसत उत्तर दिलं, ''तीदेखील एक सोय होती. व्यास महर्षी हे ब्राह्मण. ऋषींचा ऋषी शुकाचार्य हा त्यांचा मुलगा. पण व्यास महर्षींनी विवाह केल्याचा पत्ता कुठे लागत नाही. बरं, व्यासांची आई सत्यवती. ही एका कोळ्याची मुलगी. पराशर मुनी हे व्यासांचे वडील. कोळ्याच्या कुमारिकेपासून पराशर मुनींना झालेला हा पुत्र. त्याला ब्राह्मण्य कसं मिळालं? पुढे या व्यासांपासूनच कौरव-पांडवांची उत्पत्ती झाली. व्यास ब्राह्मण ते ब्राह्मणच राहिले आणि कौरव-पांडव क्षत्रिय ठरले. असे हे ब्राह्मण आणि क्षत्रिय!''

भीमाबाईंनी उद्वेगानं विचारलं, ''पण आपल्या चतुर्थ वर्णाचा छळ असाच होत राहणार आहे का?''

''वर्ण कुठला? जात म्हण! खालची, हलक्या दर्जाची जात म्हण... हळूहळू हे कमी होत जाईल.''

''त्या आशेवरच जगायचं ना?''

समतानंद म्हणाले, ''हळूहळू हा बदल होईल. पेशवाईत अस्पृश्य जातींचे फार हाल होत होते. महाराच्या सावलीचासुद्धा ब्राह्मणांना विटाळ व्हायचा. म्हणून ब्राह्मण दुरून येताना दिसला की, तो ब्राह्मण निघून जाईपर्यंत महाराला रस्त्यात पालथं पडून राहावं लागे. महाराच्या पाऊलखुणांनी ब्राह्मणांची पवित्र पावलं अपवित्र होऊ नयेत यासाठीही महारांवर एक दंडक होता. काटेरी झडूप पाठीला अडकवून महारांना हिंडावं लागे. त्यामुळे त्यांच्या पाऊलखुणा आपोआपच झाडल्या जात... अशा कितीतरी गोष्टी आहेत... या तुझ्या रामजीबुवाला विचार....''

''अरेरे! अजूनही तेच आहे. आज दुपारी घाटावर....''

तिचं बोलणं पुरतं व्हायच्या आतच समतानंद म्हणाले, ''हाडीमासी रुतलेल्या अशा गोष्टी माणसाच्या अंगातून लवकर बाहेर पडत नाहीत. एक ना एक दिवस त्या खुळचट कल्पनांना बाहेर पडावंच लागणार आहे...''

''येईल असा दिवस?''

''नक्कीच! तुला मी त्या वराबद्दल सांगितलं...''

''खरंच की! आपल्या घराण्यातल्या तीन संन्यासी-पुरुषांनी कोणता वर मागितला होता? मिळाला का तो त्यांना?''

समतानंदांनी विझत चाललेल्या धुनीकडे एकाग्रतेनं बघितलं. धुनीत आणखी काष्ठं टाकली. मग पुन्हा प्रज्वलित झालेल्या त्या ज्वालांच्या साक्षीनं सांगितलं, "आपल्या घराण्यातल्या तिघा संन्याशांनी एकच वर मागितला होता, आमच्या घराण्यात असा एक महापुरुष निर्माण कर की, जो आमच्या कुळाचा डंका सर्वत्र पसरवील. जो आमच्या जातभाईंची आणि धर्माची हीनावस्था नष्ट करील. जो आमच्या जातीवरचा आणि धर्मावरचा कलंक साफ पुसून टाकून खऱ्या सत्य धर्माचं स्वरूप जगाला दाखवील."

"देवानं दिला तो वर?"

समतानंदांनी वर दिल्याप्रमाणे आपला हात पालथा धरला. म्हणाले, "होय. देवानं तो वर दिलेला आहे आम्हाला! आपल्या कुळातल्या पहिल्या संन्याशापासून तिसऱ्या पिढीत म्हणजे सध्याच्या पिढीत असा कुलदीपक महापुरुष निर्माण होणार आहे. त्या कुलदीपकाकडून हिंदू धर्मावरचा हा कलंक साफ धुतला जाणार आहे."

भीमाबाई जिवाचा कान करून ऐकत होत्या.

समतानंद शेवटी म्हणाले, "आपल्या चालू पिढीत आता रामजी हाच फक्त कुटुंबवत्सल आहे. तेव्हा तुझ्याच पोटी असा कुलदीपक निर्माण होणार आहे. नक्कीच! नाहीतर ध्यानीमनी नसताना तुझी अकल्पित भेट कशी झाली असती?"

भीमाबाई अवाक होऊन बसल्या होत्या. हरखून गेल्या होत्या. गगनातला आनंद काय असतो याची जाणीव त्यांना होत होती.

"मी संन्यासी. मला तुझी ओटी भरता येत नाही. ही उदी तुझ्या कपाळी लावतो. देवानं दिलेला वर कधी खोटा होत नसतो."

असं म्हणून त्यांनी तिच्या कपाळी त्या धुनीतली उदी लावली.

भीमाबाईंनी उठून आळीपाळीनं त्या साती संन्याशांना वाकून नमस्कार केला. साऱ्यांनी त्यांना आशीर्वाद दिला.

पुन्हा आपल्या जागेवर येऊन भीमाबाई बसणार तोच समतानंद म्हणाले, "तुम्ही आता घरात जाऊन स्वस्थ चित्तानं जेवणखाण करा. आम्ही आता भजन करणार!"

त्यांचं भजन सुरूही झालं- 'परअकाजु लगि तनु परिहरहि!...'

टाळ-वीणा यांचा नाद घुमायला लागला. परमानंदांनी ध्रुपद म्हटलं होतं आणि नंतर इतर सहा जणांना म्हणायला सोडलं होतं. वातावरणात घुमायला लागलेल्या त्या नादब्रह्मानं समतानंदांची ब्रह्मानंदी टाळी लागली. संत तुलसीदासांच्या त्या दोह्याच्या पाठोपाठ त्याचा शब्दार्थ त्यांच्या मनात धावू लागला. आकाशातून धरणीवर पडणाऱ्या गारा शेताचा नाश करून स्वतःही विरघळून जातात. म्हणजे दुसऱ्या गोष्टींचा विनाश करण्यासाठी त्या गारा स्वतःचं शरीर नष्ट करतात. क्रुद्ध

झालेला नाग तरी दुसरं काय करतो? परंतु जे दुसऱ्यांना मारून स्वतःही मरून जातात, त्यांना तुलसीदासानं वंदन केलेलं आहे. आपल्याला हीन कुळातले मानणाऱ्या लोकांनाही आपण वंदन केलं पाहिजे. केव्हा ना केव्हातरी आपला विनाश टाळण्यासाठी तरी ते शुद्धीवर येतील आणि आपल्याला हीन लेखणार नाहीत....

दोहा पुन्हा ध्रुवपदावर आला तेव्हा समतानंद जागृतीवर आले आणि म्हणू लागले- "परअकाजु लगि तनु परिहरहि।"

घरात मुलाबाळांची जेवणं करणाऱ्या भीमाबाईंना भजनाचा आवाज ऐकू येत होता. तो आवाज गोड वाटत होता. तरी त्या दोह्याचा अर्थ कळत नव्हता. त्यांचं तिकडे लक्षच नव्हतं. देवानं दिलेला वर त्यांच्या मनीमानसी घोळत होता. आपल्याच पोटी कुलदीपक...

रात्री झोपायची वेळ झाली तेव्हा त्या रामजीपंतांना म्हणाल्या, "माझ्या पोटी कुलदीपक जन्माला येणार आहे, लक्षात ठेवा!"

रामजीपंत थट्टेनं म्हणाले, "म्हणजे माझ्या पोटी नाही वाटतं?"

एरवी भीमाबाईंचा स्वभाव थट्टेखोर, फटकळ! रामजीपंतांच्या बोलण्यावर त्यांनी तसंच काहीतरी फटकळ उत्तर दिलं असतं. परंतु कुलदीपकाला जन्म देणारी ही भावी माता एकदम सोज्ज्वळ बनली होती.

भीमाबाई एवढंच म्हणाल्या, "असं कसं होईल? आपल्या दोघांच्याही पोटी कुलदीपक जन्माला येणार आहे आणि तो...."

रामजीपंतांनी त्यांना पुढे बोलू दिलं नाही. त्यांना पुढलं बोलणं माहीत होतं. त्यांनी आपल्या पत्नीचे इवलेसे गोंडस, मऊ हात आपल्या राकट हातांत धरले. तेजस्वी भेदक नेत्रांनी, रेखीव भिवयांची, विशाल भालप्रदेशाची, कुरळ्या कुंतलांची आणि कमनीय बांध्याची आपली ही गौरवर्ण पत्नी आपण जणू पहिल्या रात्री बघत आहोत, असा भास त्यांना झाला.

रामजीपंतांनी त्यांच्या तेजस्वी नेत्रांत रोखून बघितलं आणि ते पुटपुटले, "देवानं तुला काय वर दिलाय सांगू?"

भीमाबाईंनी तोंड वळवलं आणि म्हटलं, "काही नको सांगायला. माझ्या मनात कोरून ठेवलाय तो!"

रामजीपंतांच्या हातांतून आपले चिमुकले हात सोडवून त्या झटकन दूर झाल्या. कारण भजनाचा आवाज त्यांच्या कानांवर पडत होता आणि त्याहीपेक्षा पेटलेल्या धुनीचा प्रकाश त्यांच्या खोलीत येत होता. त्या लाजणारच!

दुपारचा प्रसंग त्या पार विसरून गेल्या होत्या.

भीमाबाईंना रात्रभर तसलीच स्वप्नं पडत होती. आपल्या पोटी कुलदीपक...

सकाळी त्या ठिकाणी कुणीच नव्हतं. ऐहिकाचे पाश तोडलेले साती संन्यासी

निघून गेले होते. त्यांचा निरोप न घेता! बंधनाच्या पलीकडे गेलेल्या संन्याशांना बंधनातले निरोप थोडेच घेता येणार होते?

धुनी शांत झाली होती. धुनीची पसरट रक्षा तिथे सांडलेली होती. भीमाबाईंना तो पवित्र अंगारा वाटला. तो त्यांनी करंड्यात गोळा करून ठेवला.

जणू कुलदीपकाचं भाकीत त्यांनी त्या करंड्यात बंदिस्त करून ठेवलं होतं. सुयोग्य वेळी ते भाकीत त्या करंड्यातून बाहेर पडणार होतं.

❑

नागानं दिलेला कौल

त्या दिवशी दत्तजयंती होती. सातारच्या अजिंक्य किल्ल्यावर ऊन सांडत होतं. पण त्या उन्हाला ताव नव्हता. ऐन माथ्यावर आलेल्या मार्गशीर्षातल्या सूर्याची किरणं पूर्वेकडच्या डोंगर-खोऱ्यात घुसत होती, पण एखाद्या अजस्त्र अजगरानं समोर आलेलं भक्ष्य गिळावं त्याप्रमाणे ती सूर्यकिरणं गिळली जात होती.

खालच्या खोऱ्यात शिपायांची गोळीबाराची कवायत चालली होती. सुभेदार रामजीपंत उंच कड्यावरून इकडेतिकडे फिरत होते आणि कवायतीची पाहणी करत होते.

वारं सुटलं होतं. गोळीबाराचे दबके आवाज दऱ्याखोऱ्यांतून घुमत होते. चमत्कारिक प्रतिध्वनी उमटत होता. रामजीपंतांना तो प्रतिध्वनी कर्णकटू वाटत होता. कोणत्याही गोष्टीचा अतिरेक झाला म्हणजे ती गोष्ट नकोशी वाटते. हौशीनं लष्करात गेलेल्या सुभेदार रामजीपंतांचं तसंच झालं असावं. परंतु केवळ कर्तव्य म्हणून आपला लष्करी पेशा त्यांना चालवायलाच हवा होता. वरिष्ठांच्या आज्ञाही मानायला हव्या होत्या.

त्या दिवशी गोळीबाराची कवायत आटोपती घ्यायचा हुकूम त्यांना झालेला होता. कारण या कवायतीनंतर हवेत कबूतरं टिपण्याची शर्यत होणार होती. त्या शर्यतीत हिंदी शिपायांबरोबर इंग्रज अधिकारीही भाग घेणार होते. त्या शर्यतीची मोठी धमाल उडणार होती. हवेतल्या हवेत कबूतरं टिपण्याचा देखणा सोहळा लवकरच सुरू होणार होता. गोळीबाराची कवायत थांबविण्याचा इशारा कर्नल नॉल्स हे लांबूनच रामजीपंतांना देणार होते.

परंतु तो इशारा येण्यापूर्वीच सुभेदार रामजीपंतांनी गोळीबाराची कवायत थांबवली.

त्यांना कबूतरांवरील निशाणबाजीत कसलाच रस नव्हता. डोंगरखोऱ्यातली निसर्गशोभा बघत ते त्या उंच कड्यावरच उभे राहिले.

खालच्या खोऱ्यात ऊन-सावल्यांचा खेळ थंडावला होता. अंगाखांद्यांवरून पानं गळून गेलेले वृक्ष निर्जीव सांगाड्यांप्रमाणे दिसत होते. त्या सांगाड्यांवर केविलवाणी उन्हं पडली होती. आधीच गारठून गेलेल्या त्या निसर्ग जीवनात उडत्या कबुतरांची जीवनं संपून जाणार होती. त्या खेळाची तयारी खालच्या खोऱ्यात चाललेली दिसत होती.

सुभेदार रामजीपंत शून्य दृष्टीनं इकडेतिकडे बघत होते; आणि बघता बघता एकदम चमकले.

काही अंतरावर त्यांना एक प्रचंड नाग दिसला. फणा उभारून तो त्यांच्या दिशेनं चालून येत होता. त्या नागाच्या फण्यावर असलेला दहाचा आकडा त्यांना स्पष्ट दिसत होता.

म्हणजे फूत्कार टाकत येणारा हा नाग भयंकर विषारी असला पाहिजे!

हा विचार मनात येताच सुभेदार रामजीपंतांचा हात अभावितपणानं कंबरेच्या तलवारीकडे गेला.

परंतु एकदम ते चपापले. त्यांना आपल्या थोरल्या भावानं सांगितलेलं भविष्य आठवलं. त्या भविष्याचा जप त्यांच्या मनात अखंडपणानं चाललेला होता.

त्यांच्या घराण्याची कीर्ती त्रिखंडांत गाजवणारा लोकोत्तर पुरुष त्यांच्या पोटी जन्माला येणार होता ना!

त्या विचारासरशी ते ठामपणानं आपल्या जागी खिळून उभे राहिले.

त्यांच्या मनात विचार आला, 'या विषारी नागाचे आपल्याला तलवारीनं सहज तुकडे तुकडे करता येतील; पण त्यानं आपलं काय केलंय? अपराध्याला शासन करणं हाच आपला क्षात्रधर्म आहे ना? शिवाय आपल्या पोटी पराक्रमी पुरुष जन्माला येणार आहे, हे आपल्या थोरल्या भावाचं भविष्य खरं ठरणार असेल, तर हा नाग आपल्याला काही करणार नाही. ते भविष्य खोटं ठरणार असेल तर हा नाग आपल्याला चावेल. मरून जाऊ आपण! तेरा मुलं आपल्याला झाली. यापुढे जगून करायचंय काय?'

तो नाग झपाझप सळसळत त्यांच्या दिशेनं येत होता. रामजीपंत जागच्या जागी निश्चलपणानं उभे होते.

एकदम त्यांच्या कानावर आरोळी आली- "ओ! शूट दॅट बगर! शूट इट.... शूट इट! गोळी घाला त्याला!"

रामजीपंतांची तंद्री भंग पावली. त्यांनी आरोळीच्या दिशेनं बघितलं.

कर्नल नॉल्स धावतपळत येत होते. आपली बंदूक रोखून ओरडत होते- "शूट

इट... शूट इट!''

हात वर करून रामजीपंतांनी त्यांना रोखलं. कर्नल नॉल्स जागच्या जागी बघत राहिले.

एवढ्यात तो नाग फूत्कार टाकत रामजीपंतांच्या अगदी जवळ आला. त्याच्या फण्यावरचा दहाचा आकडा आता अधिक स्पष्ट दिसत होता. त्याच्या अंगावरचे लांब केसही दिसत होते.

तो नाग जेव्हा त्यांच्या पायाजवळ आला तेव्हा त्यानं आपला फणा मिटला. रामजीपंत हात जोडून शांतपणानं उभे होते. डोळे मिटून क्षणभर त्यांनी प्रार्थना केली. जेव्हा त्यांनी डोळे उघडले तेव्हा तो नाग त्यांच्या दृष्टीसमोरून नाहीसा झाला होता.

तेवढ्यात कर्नल नॉल्स आले आणि त्यांनी बंदूक रोखली. रामजीपंतांनी वर बघितलं.

त्यांच्या डोक्यावर एका प्रचंड वटवृक्षाची फांदी आली होती. त्या फांदीला विळखा घालून त्या नागानं रामजीपंतांच्या डोईवर आपला फणा उभारला होता.

कर्नल नॉल्स बार काढण्याच्या बेतात होते, पण रामजीपंतांनी त्यांना आवरलं.

कर्नलसाहेब ओरडले, ''मरायचंय काय, रामजी?''

अगदी शांतपणानं रामजीपंत म्हणाले, ''मला मारायचं असतं तर आधीच हा नाग मला चावला असता. माझ्या डोक्यावर फडा उभारून तो कशाला या फांदीवर बसला असता?''

''त्याच्या मनातलं जाणलंस वाटतं तू?''

''कर्नलसाहेब, त्याच्या कृतीवरून त्याचं मन नाही वाटतं कळत? शिवाय हा नाग... आम्ही शुभशकुन समजतो हा!''

रामजीपंतांच्या मनात आपल्या भावाचं भाकीत पुन्हा तरळून गेलं. आपल्या भावाच्या त्या भाकिताला या नागराजानं अनुकूल कौल दिला, असं त्यांना वाटलं.

रामजीपंत या गुंजनात गुंतले असतानाच कर्नल नॉल्स त्यांना म्हणत होते, ''रामजी, तुम्ही लोक म्हणजे फारच भाविक... भाबडे! शकुन-अपशकुन मानणारे! आपल्याला मारणाऱ्यांना आपण आधीच मारून टाकायला नको का?''

''ते बरोबर आहे, कर्नलसाहेब! आपल्याला मारणाऱ्यांना आपण आधी मारावं हे ठीक! पण हा नाग तर मला मारायला निघाला नव्हता ना? मग त्याला कशाला मारायचं?''

''शत्रू सांगून कधी मारत असतो का? शत्रू दिसला की आपणच त्याला आधी मारून टाकावं हे बरं नाही का?''

रामजीपंत म्हणाले, ''म्हणजे आधीच शत्रू मानून आपल्या एखाद्या मित्रालाही मारल्यासारखं ते होईल! निदान आमची तरी ही नीती नाही!''

बोलण्याच्या या गडबडीत तो नाग केव्हाच निघून गेला होता... त्या विराट वटवृक्षाच्या बुंध्याशी असलेल्या एका बिळात तो भुजंग बघता बघता नाहीसा झाला होता.

त्या बिळाच्या दिशेनं बघत कर्नलसाहेब हसत हसत म्हणाले, "रामजी, तुमच्या नीतीविषयी तू बोललास हे ठीक झालं! पण अठराशे सत्तावनच्या बंडात तुम्हीच आम्हाला शत्रू मानून ठार केलंत ना? आम्ही तुमचं काय शत्रुत्व केलं होतं म्हणून तुम्ही आम्हाला मारलंत?"

'तुम्ही आमच्या देशाचं स्वातंत्र्य गिळून टाकलंत, आम्हाला गुलाम बनवलं. तरीदेखील आम्ही तुम्हाला शत्रू मानायचं नव्हतं? तुमचा काटा काढायचा नव्हता?' असं कर्नलसाहेबांना सांगण्याचा मोह क्षणभर रामजीपंतांना झाला. पण त्यांनी आपलं मन आवरलं. एक तर ती बोलायची वेळ नव्हती आणि बोलूनही काही उपयोग नव्हता.

रामजीपंतही सहजगत्या हसून म्हणाले, "तो जुना जमाना संपला साहेब! आम्ही अफगाण वॉरमध्ये तुम्हाला विजय मिळवून दिला ना? झालं तर! जुन्या गोष्टी उगाच कशाला उकरून काढायच्या?"

कर्नलसाहेबांनी संमतिदर्शक मान हलवली. नुकताच घडलेला इतिहास ते विसरले नव्हते.

हिंदुस्थानातलं इंग्रज सरकार आणि अफगाण सरकार यांच्या दरम्यान १८७८ मध्ये युद्ध जुंपलं होतं. ते दोन वर्षं चाललं. या युद्धात १८८० मध्ये जय मिळाला तो प्रामुख्यानं महार पलटणींच्या मदतीनं! सातारा, बेळगाव, पुणं, इंदूर, महू या देशांच्या वेगवेगळ्या भागांतून कंदहारला सैनिकांच्या पलटणी आणि युद्धसामग्री पाठवली जायची. युद्धावर पाठविण्यापूर्वी भरती झालेल्या सैनिकांना अनुभवी अधिकाऱ्यांकडून शिक्षण दिलं जायचं. रामजी सुभेदारांची नेमणूक याच कामावर झालेली होती. नॉर्मल स्कूलचंही काम ते बघत असत. रामजीपंतांच्या हाताखाली तयार झालेले शेकडो सैनिक कंदहारला युद्धावर पाठविले गेले होते. त्यामुळे भल्या भल्या इंग्रज अधिकाऱ्यांना रामजीपंतांची योग्यता माहीत होती.

म्हणून कर्नल नॉल्स म्हणाले, "रामजी, तुझी कामगिरी मला माहीत का नाही? अरे, तुम्ही महार एके काळी इथले राज्यकर्ते होता... मला माहीत आहे तुमचा इतिहास!"

रामजीपंत एकदम बोलून गेले, "आमची महार पलटण बरखास्त करण्याचा मनसुबा सरसेनापती लॉर्ड किचनेर यांनी म्हणूनच रचलेला दिसतोय!"

रामजीपंतांच्या आवाजातली नाराजी कर्नलसाहेबांनी तेव्हाच ओळखली.

कर्नल नॉल्स काहीशा रुष्ट स्वरात म्हणाले, "ओ... डॅम इट! किचनेर एकटे

थोडाच निर्णय करू शकणार आहेत? डोन्ट वरी!''

''पण साहेब, आमचे लोक फार अस्वस्थ झाले आहेत. गुरखा, जाट, रजपूत, शीख, मराठे यांच्या मात्र स्वतंत्र पलटणी रचण्यात येणार आणि आम्ही पराक्रम गाजवला.... त्याची आम्हाला बक्षिसी काय... तर आमची महार पलटण रद्द करणार... आणि आम्हाला पेन्शनीत काढणार! खासा न्याय!''

''अरे अजून काय झालंय? नुसता विचार चाललाय. अर्धंकच्चं मांस कशाला खातोस? शिजू दे तर पुरतं! मग पाहू!''

कर्नलसाहेबांच्या बोलण्याकडे रामजीपंतांचं फारसं लक्ष नव्हतं. ते आपल्याच विचारात गढून गेले होते.

मग आपल्या मनातला विचार नीट जुळवून ते म्हणाले, ''तुमचं काय ठरणार असेल ते ठरो, पण आम्ही मात्र जागे झालो आहोत. आमच्या सुभेदार दुलभ्या महारानं हिंदुस्थानातल्या अस्पृश्य मिलिटरीवाल्यांना एकत्र करण्याचा प्रयत्न चालवला आहे!''

हे बोलताना रामजीपंतांच्या गौरवर्ण मोहक मुखावर जो निर्धार प्रगट झाला होता, तो कर्नल नॉल्स यांच्या दृष्टीतून सुटला नव्हता. इतर अस्पृश्य जातींपेक्षा महार हे बुद्धिमान आणि ईर्षावान आहेत, असं त्यांनी कुठेतरी वाचलं होतं, त्याची प्रचीती त्यांना आली. या भूमीचे हे मूळचे पुत्र आहेत, ही आठवण ते विसरलेले नाहीत. महार जमातीचा प्राचीन उज्ज्वल वारसा अद्याप त्यांच्या मनावर रेंगाळतो आहे, या गोष्टीची जाणीव त्यांना झाली.

कर्नलसाहेबांना अशा गोष्टी बोलायला वेळ नव्हता. ते एवढंच म्हणाले, ''हे बघ, आम्ही रामजीला मानतो... बाकीच्यांचं हवं आहे कशाला?''

सुभेदार रामजीपंतांना ते खरोखरच मानत होते. आपुलकीच्या प्रेमानं त्यांना अरेतुरे करत होते. अर्ध्याकच्च्या मराठीतून बोलताना आदरार्थी बहुवचनाचा पत्ता त्यांना कधीच लागला नव्हता.

चाललेला विषय संपवून कर्नलसाहेब म्हणाले, ''ते जाऊ दे... आपण नंतर बघून घेऊ. आत्ता मी आलोय ते तुला घेऊन जाण्यासाठी!''

रामजीपंतांनी प्रश्नार्थक मुद्रेनं बघितलं तेव्हा कर्नलसाहेब म्हणाले, ''आज माझ्या मुलीची एंगेजमेंट झाली. त्या निमित्तानं नेमबाजीच्या शर्यती ठेवल्यात खालच्या खोऱ्यात! माझे भावी जावई अट्टल नेमबाज आहेत. आपल्या आर्मीतच कॅप्टन आहेत. हवेतली कबूतरं नेमकी टिपतात... तुला आज आलं पाहिजे त्यांचं कौशल्य बघायला...''

रामजीपंतांनी उद्वेगानं विचारलं, ''गरीब बिचारे पक्षी मारण्याचं कौशल्य बघायला?''

''मेलेल्या पक्ष्यांचे पैसे मालकांना देऊन टाकू म्हणजे झालं!''

रामजींनी विचारलं, ‘‘पैसे देऊन जिवाचं मोल करता येतं वाटतं, साहेब?’’

‘‘अरे रामजी, करायचं म्हटलं तर वाट्टेल ते करता येतं!’’

रामजीपंत गभीरपणानं म्हणाले, ‘‘तुम्हाला माहीत आहे... मी अशा शर्यतीत भाग घेत नाही!’’

कर्नलसाहेबांना ते माहीत होतं. क्रिकेट, हॉकी, फूटबॉल आणि कुस्त्या हे खेळ पलटणीत खेळले जात! कुस्ती सोडून बाकीच्या खेळात युरोपियन अधिकारीही हिंदी सैनिकांबरोबर भाग घेत असत. क्रिकेट आणि हॉकी या खेळांत रामजीपंतांनीही प्रावीण्य मिळवलं होतं. निशाणबाजीतही त्यांनी बक्षिसं मिळविली होती; परंतु हवेतली कबूतरं टिपण्याच्या निशाणबाजीत त्यांनी कधीच भाग घेतला नव्हता. ही गोष्ट कर्नलसाहेबांना माहीत असल्यामुळे त्यांनी रामजीपंतांना तो खेळ फक्त बघायला बोलावलं.

रामजीपंत म्हणाले, ‘‘मी इथूनच खेळ बघतो.’’

स्वच्छंदी पाखरांचा जीव घेणारा तो खेळ बघायलाही त्यांना नकोसा वाटायचा. त्यातही ते नाताळचे दिवस. त्या दिवसांत इंग्रज अधिकाऱ्यांचा जल्लोष सुरू असायचा. त्याला ताळतंत्र नसायचं. त्या दिवसांत युक्रेन, सैबेरिया आणि आशिया-युरोप या भागांतल्या जीवघेण्या थंडीकडे पाठ करून असंख्य पक्षिकुलं हिंदुस्थानातल्या या सूर्यभूमीत येत. हिमालयाच्या पल्याड असलेल्या त्यांच्या बर्फमय जन्मभूमीतून सूर्यप्रकाशाचा वेध घेत ते नाना प्रकारचे पक्षी इथं आनंदानं विसावत असत. चित्रविचित्र पक्ष्यांचं कूजन आणि प्रेमालाप सुरू झाले म्हणजे ते खोरं आनंदात नाचायला लागायचं. त्या गुलाबी थंडीत सारा निसर्गच उन्मत्त होऊन जायचा. निसर्गाच्या त्या नंदनवनात त्यांच्या प्रमत्त प्रणयक्रीडाही चालायच्या. निसर्गदेवानं आपल्याला आंदण दिलेलं हे जणू आनंदवनभुवन आहे, असंच प्रत्येक प्राणिमात्राला वाटायचं.

परंतु असल्या उदात्त भावना इंग्रजांच्या मनात कुठून डोकावणार? त्यांच्या स्वच्छंदी खेळात निरागस प्राण्यांचा जीव गेला तरी त्याची फिकीर त्यांना थोडीच असणार?

समोरच्या उतारावरून झपाझप जात असलेली कर्नल नॉल्स यांची पाठमोरी आकृती रामजीपंतांना दिसत होती. निरपराध पक्ष्यांची कत्तल आता लवकरच सुरू होणार होती.

रामजीपंतांना रामकथेची जन्मकहाणी आठवली-

वाल्मीकीमुनी आपल्या भारद्वाज नावाच्या एका शिष्याबरोबर तमसा नदीवर स्नानाला चालले होते. वाटेतल्या एका वृक्षावर क्रौंच पक्ष्यांचं एक जोडपं रतिरंगात दंग असलेलं दिसलं. एवढ्यात एका निषादानं एका बाजूनं बाण मारला आणि त्या

जोडप्यातल्या नरपक्ष्याला खाली पाडलं. आपल्या जोडीदाराची ती विद्ध अवस्था पाहून त्याची मादी आक्रोश करायला लागली. ते दृश्य बघितल्यानंतर वाल्मीकींचं अंतःकरण द्रवलं. त्या निषादाचा त्यांना मनस्वी संताप आला. वाल्मीकींच्या मुखातून शापवाणी बाहेर पडली, ''हे निषादा, तू या जगात फार वर्षं जगणार नाहीस. कारण काममोहित क्रौंच नराचा तू वध केला आहेस!''

रामजीपंतांना हा प्रसंग आठवला. त्यांना वाटलं, आपण रामायण-महाभारत वाचलं आहे खरं, पण पक्षिकुलाचा वध करणाऱ्या या इंग्रजांना आपण शाप थोडाच देऊ शकणार आहोत?

आपल्या या तोकड्या सामर्थ्याबद्दल त्यांना विषाद वाटला आणि हसूही आलं. उन्मत्त निषादाला शाप देण्यासाठी एक ना एक दिवस वाल्मीकी जन्माला येतच असतो, या विचारानं त्यांनी आपल्या मनाचं समाधान करून घेतलं.

खालच्या खोऱ्यात कबूतरं टिपण्याच्या खेळाची तयारी चाललेली दिसत होती. ऐन माथ्यावरचा सूर्य पश्चिमेकडे कलला होता आणि उन्हाचा ताव आणखी कमी झाला होता. पानगळीमुळे कृश झालेल्या वृक्षांच्या खिडक्यांतून उन्हं उत्तरेकडे जात होती आणि जाळीदार किरणांत तो जीवघेणा खेळ सुरू होण्याच्या बेतात होता.

रामजीपंतांना त्या कड्यावरून सारं काही दिसत होतं. नको तो खेळ त्यांना पाहावा लागणार होता.

खेळात भाग घेणारे मोजके गोरे-काळे स्पर्धक ओळीनं उभे होते. समोरच्या उंचवट्यावर कर्नल नॉल्स उभे होते. त्यांची भूमिका परीक्षकाची होती.

शिटी वाजली आणि दोनदोनच्या रांगांनी एकापाठोपाठ एक असे स्पर्धक उभे राहिले. सर्वांत अग्रभागी कर्नल नॉल्स यांची मुलगी मार्लिन आणि त्यांचे भावी जामात मॉर्गन या दोघांची जोडी उभी होती. आडव्या बाजूला हातांत कबूतरं घेऊन माणसं उभी होती.

कबूतरांचा चित्रविचित्र आवाज फक्त कानावर येत होता. बाकी सारं स्थिर चित्राप्रमाणे शांत होतं.

शिकारीचा जंग सुरू झाला-

कबूतरं हवेत उडायला लागली. मार्लिननं मॉर्गनला बंदूक भरून दिली. भावी जोडीदाराला प्रेमाची साथ देण्याचा तो प्रकार होता. हवेत उडणाऱ्या कबूतरांची रत्नमाला दुपारच्या उन्हात चमचमत होती. आपले पंख पसरून उन्हाची ऊब घेणाऱ्या त्या स्वच्छंदी पाखरांना आपल्या अखेरीची कल्पनाही नव्हती.

एवढ्यात फटाफट बार उडायला लागले. हवेत उडणाऱ्या रत्नमालेतली रत्नं टिपली जाऊ लागली. विद्ध होऊन धरणीवर पडलेले पक्षी रामजीपंतांना दुरूनही दिसत होते. कोसळल्यानंतर पुन्हा उडण्यासाठी त्यांच्या पंखांची केविलवाणी धडपडही

त्यांना दिसत होती. आता ते पक्षी हवेत उडण्याऐवजी धरणीवर कायमचे विसावले जाणार आहेत, हेही त्यांना कळत होतं. पक्षी टिपल्यानंतर उठणाऱ्या आनंदाच्या आरोळ्याही त्यांच्या कानावर पडत होत्या.

हवेतले पक्षी मारण्याची ही शर्यत चांगली तास-दीड तास चालली होती. जमिनीवर असंख्य पक्षी मरून पडले होते. केवळ कबूतरंच नव्हती, तर त्या मोसमात आश्रयासाठी आलेल्या विविध पक्ष्यांचीही सरसहा कत्तल झाली होती.

शर्यत आटोपली तेव्हा कर्नल नॉल्स यांच्या हस्ते बक्षीससमारंभही पार पडला. मॉर्गन यांना सर्वांत जास्त बक्षिसं मिळाली. त्या वेळी 'ओ डार्लिंग' असं म्हणून मार्लिननं त्यांना भर ग्राउंडवर मिठी मारली तेव्हा साऱ्या हिंदी स्पर्धकांनी पश्चिम क्षितिजावर टेकलेल्या सूर्यावर नजर स्थिर केली.

शर्यतीच्या नावाखाली पाहुण्या पक्ष्यांची कत्तल करण्याचा तो समारंभ संपला तेव्हा दिवस मावळला होता.

त्यानंतरच्या कार्यक्रमाची रामजीपंतांना चांगली कल्पना होती.

मारलेल्या पक्ष्यांतून शेलके पक्षी गोऱ्या लोकांसाठी निवडले जाणार होते. कोणत्या पक्ष्याचं मांस लुसलुशीत असतं, कोणत्या पक्ष्याच्या मांसाला विशिष्ट चव असते, ही गोष्ट या इंग्रज लोकांना चांगली माहीत होती. रात्रीच्या वेळी खानसाम्यांना ते काम होतं. मार्लिन-मॉर्गन यांच्या एंगेजमेन्टनिमित्त रात्री बडी रसोई पकवली जाणार होती. मद्य-मांसाच्या त्या मेजवानीत नाचरंग झडणार होते. दत्तजयंतीची ती पौर्णिमेची रात्र नाना रंगाढंगात रंगणार होती.

दूरदेशांतून आलेल्या टील, वॅगटेल, नाइटिंगेल अशांसारख्या पाहुण्या पक्षिकुलांच्या कत्तलीबद्दल त्या जल्लोषात कुणाला विषाद वाटणार होता?

दूरच्या उंचवट्यावरून हा खेळ पाहताना रामजीपंत मनाशी म्हणत होते, 'किती क्रूरपणा भरला आहे माणसात!'

जणू या विचाराकडे त्यांनी पाठ फिरवली आणि पूर्व क्षितिजाकडे बघितलं. पौर्णिमेचं हसरं चंद्रबिंब नुकतंच क्षितिजावर येऊन विसावलं होतं.

त्यांना तो शुभशकुन वाटला. नागानं दिलेला कौल त्यांच्या मनात उजळला होता.

* * *

शर्यतीतली कत्तल रामजींच्या मनाआड झाली होती. नागानं नुकताच दिलेला कौल त्यांच्या मनात घोळत होता. अजिंक्यताऱ्याच्या उताऱ्यावरून त्यांची पावलं झपझप पडत होती.

तेवढ्यात झपझप पावलं टाकत त्यांच्या मागून कुणीतरी येत असल्याचा त्यांना

भास झाला. त्यांनी मागे वळून बघितलं. दुलभ्या सुभेदार त्यांच्या मागून येत होता.

थोडं थांबून ते म्हणाले, ''चल दुलभ्या! घरीच चालला आहेस ना?''

''होय. घरीच चाललो आहे... पण काहीतरी करावं लागेल आपल्याला!''

दुलभ्याच्या बोलण्याचा रोख त्यांना समजला नाही. रामजीपंत त्याच्याकडे नुसते बघत राहिले.

आता उगवतीवर पौर्णिमेच्या चंद्राचं बिंब नाचायला लागलं होतं. हरिण-शावकाच्या भोवती त्या चंद्रबिंबाच्या कडा बघता बघता तेजाळत चालल्या होत्या. त्या प्रकाशात रामजीपंतांना दुलभ्याची मुद्रा स्पष्ट दिसत होती. त्याच्या मुद्रेवरचा उमदा आणि बोलका भाव त्या प्रकाशातही त्यांना जाणवत होता.

दुलभ्याच्या वरील बोलण्यावर रामजीपंतांनी विचारलं, ''काय रे करावं लागेल? कशासाठी म्हणतोस?''

''आपल्या महार पलटणी म्हणे काढून टाकणार आहेत! का?... का म्हणून?''

''अरे, मघाशी मी कर्नलसाहेबांना तेच म्हटलं!''

''आमच्या महार पलटणीतले सैनिक पराक्रमात कुठे कमी पडले आहेत का?''

रामजीपंत एकदम म्हणाले, ''मुळीच नाही! मराठी वीरांसारखाच आपल्या महार वीरांनाही पेशवाईत शौर्यासाठी उत्तम रुमालचा अधिकार आणि मान मिळालेला आहे.''

''उत्तम रुमाल म्हणजे...''

''फार मोठा पराक्रम गाजविणाऱ्या वीरांना उत्तम रुमाल अशी बहुमानाची पदवी देण्याचा प्रघात असे. तो बहुमान आपल्या पराक्रमी महारांनी मिळविलेला आहे.''

''पण उत्तम रुमाल म्हणजे नेमकं काय?''

रामजीपंत सांगू लागले, ''ज्या वीरांनी रणांगणावर शौर्य गाजवलं असेल अशांनाच हा बहुमानाचा अधिकार मिळायचा. त्या शूर वीराच्या भोवती लोक उभे राहत असत आणि त्याचा जयजयकार करून त्याच्या डोक्यावर मोर्चेलाप्रमाणे पांढरे रुमाल उडवीत असत. हा फार मोठा बहुमान समजला जायचा. शूर वीरांना पेशव्यांकडून कंठी, कडी, तोडे अशीही मोठी बक्षिसं मिळत.''

''आणि तरीही आमच्या महार पलटणी बरखास्त करणार काय?''

''अरे दुलभ्या,हे काहीच नाही! पेशवाईच्या उत्तर काळात आपला दरारा केवढा होता माहीत आहे? सांगतो तुला! ऐकण्यासारखी गोष्ट आहे.''

सांगताना रामजीपंत थांबले. मनात त्या गोष्टीची जुळवाजुळव केल्यासारखं केलं. मग चालताना सांगायला लागले, ''खर्ड्याच्या लढाईच्या वेळची गोष्ट. त्या लढाईत शिदनाक महाराचं पथक होतं. हा तासगावाकडील कळंबी गावचा वतनदार होता. शाहूमहाराज सुटून आल्यावर याचा आजा त्यांच्या फार उपयोगी पडला.

म्हणून महाराजांनी त्याला कळंबी गावाचं वतन दिलं होतं. शिदनाक आपल्या पथकासह खर्ड्याच्या लढाईसाठी आला होता. त्याचा तळ इतर ब्राह्मण-मराठे सरदारांच्या तळाशेजारीच पडला होता.''

''ब्राह्मणांनी काही हरकत घेतली नाही का?''

''घेतली ना! तेच तर सांगतोय. सरदार मंडळींत त्याबद्दल थोडी चुळबूळ सुरू झाली... ही गोष्ट माधवराव पेशव्यांच्या कानापर्यंत जाऊन पोचली.''

''मग पेशव्यांनी शिदनाक महाराचा तळ दूर केला का?''

''श्रीमंत पेशव्यांच्या शेजारी हिरोजी पाटणकर या नावाचे एक म्हातारे मराठे सरदार बसले होते. तेच गर्जून म्हणाले की, ही काय जेवणाची पंगत आहे... विटाळ चांडाळ मानायला? आहे काय हे?''

''यावर श्रीमंत काही बोलले का?''

''त्यांनी सरळ फर्मावलं की,शिदनाक महाराचा तळ आहे तिथेच राहील... त्याच्या शौर्याचं किती महत्त्व होतं पाहा!''

''पेशवे गुणग्राहक होते म्हणायचे! नाहीतर हे इंग्रज! निघाले आमच्या महार पलटणी बरखास्त करायला!''

''एक गोष्ट मात्र कबूल करावी लागेल हं, दुलभ्या! पेशवे गुणग्राहक होते; पण केव्हा? वेळप्रसंग पडेल तेव्हा! पेशव्यांच्याच काळात! माहीत आहे ना तुला?''

दुलभ्यानं होकारार्थी मान हलवली.

दुलभ्यानं विचारलं, ''आपल्या महारांनी मुकाट्यानं ते का सहन केलं?''

''आपल्यात तरी एकी कुठे होती? आपल्यातही पाचपन्नास जाती होत्या. आपापसात भांडणं होती. आपल्यातल्या जातिभेदामुळेच आपलीही शक्ती पार खच्ची झालेली होती. मग आपण कुठला विरोध करणार?''

''असंच चाललं होतं पेशवाईत?''

''छे, छे! पेशवे तसे शहाणे.. प्रसंगावधानी! त्यांच्यावर वेळप्रसंग आला म्हणजे शिवाशिवी ते बाजूला ठेवत असत; आणि आपल्या महार वीरांच्या गुणांचं ते कौतुक करत असत. वसईच्या मोहिमेच्या वेळी असंच झालं. त्या वेळी तुकनाक महारानं मांडवीकडचा मोर्चा उत्तम लढवला आणि यश मिळवून दिलं. म्हणून त्याच्या या कर्तबगारीबद्दल पेशव्यांनी त्याचा गौरव केला. त्याला कंठी, कडी, तोडे दिले. पेशवे तसे चतुर होते... कामापुरते मामा होते.''

चकित होऊन दुलभ्या हे सारं ऐकत होता. रामजीपंतांविषयी त्याचं मन आदरानं काठोकाठ भरून गेलं होतं. तो मनात म्हणत होता, 'वेद, पुराणं, अध्यात्म या विषयांप्रमाणे यांचं इतिहासाचंही केवढं प्रगाढ परिशीलन आहे!' स्वतः दुलभ्या हा अतिशय हुशार होता; पण त्याच्या हुशारीला व्यासंगाची जोड नव्हती. तो तडफदार

होता; पण त्याच्या तडफदारपणाला विवेकाची साथ नव्हती. रामजीपंतांच्या स्वभावाची घडण व्यासंगी होती, विवेकी होती.

पुन्हा मूळपदावर येऊन दुलभ्या म्हणाला, ''अफगाणिस्तानच्या लढाईच्या वेळी इंग्रजांना आपली गरज होती. त्या वेळी आपल्याला त्यांनी उचलून धरलं... पण आता आपल्याला ते कायमची रजा देणार आहेत. आपण काहीतरी केलं पाहिजे.''

यावर रामजी काहीतरी बोलणार एवढ्यात त्यांना कसला तरी आरडाओरडा ऐकू आला. त्यांनी समोर बघितलं. शेताच्या कडेला दत्ताचं पडकं देऊळ होतं. दत्तजयंतीच्या निमित्तानं तिथं गर्दी जमली होती. त्या जमावात दंगल उसळलेली दिसत होती. माणसं हातवारे करून एकमेकांवर धावून जात होती. ते दृश्य उत्सवाचं खचित नव्हतं. काहीतरी गडबड गोंधळ होता खास! बाजारात संमिश्र स्वरूपाचे आवाज ऐकू यावेत, तसे आवाज ऐकू येत होते.

रामजीपंत आणि दुलभ्या यांनी भराभर पावलं उचलली आणि ते त्या देवळाजवळ आले.

भलताच प्रसंग तिथं उद्‌भवला होता.

एका माणसाभोवती गर्दी जमली होती. दुरूनच लोक त्याच्याशी बोलत होते.

रामजीपंतांना बघताच हातवारे करून बोलणारा एक माणूस पळत सुटला; आणि त्याच्याकडे बघून काहीजण ओरडले- ''पळाला... विनायक देव पळाला... पळून गेला... पळून गेला...''

रामजीपंतांना काहीच उलगडा झाला नाही. विनायक देव त्यांच्या ओळखीचा होता, पण त्यांना बघून तो का पळून गेला हे त्यांना कळलं नाही.

कपाळावर हात दाबून तिथे उभ्या असलेल्या मलक्या महाराला त्यांनी तेव्हाच ओळखलं. त्यांच्या समोर उभ्या असलेल्या डॉक्टरांनाही त्यांनी ओळखलं.

रामजीपंतांनी डॉक्टरांना विचारलं, ''काय गडबड आहे, डॉक्टरसाहेब?''

मलक्याकडे बघत डॉक्टर म्हणाले, ''विनायक देवनी याच्या कपाळावर पायातली खडावा फेकून मारली. खोक पडलीय त्याला!''

''यानं काय केलं होतं?''

''आज दत्तजयंती. यानं देऊळ विटाळलं म्हणून...''

रामजीपंत मध्येच म्हणाले, ''फेकून मारलेली खडावा नाही का विटाळली?''

मलक्याच्या कपाळातून रक्त ठिबकत होतं. त्याची पैरण लालीलाल झाली होती.

रामजीपंतांनी डॉक्टरांना विचारलं, ''मग तुम्ही याच्यावर औषधपाणी न करता नुसते उभे का?''

आपली ओशाळवाणी नजर खाली करून डॉक्टर देशपांडे पुटपुटले, ''आयोडिनचा बोळा त्याला दिला होता.''

"लांबूनच ना? बघा.. बघा.. तुमचं ते आयडेन विटाळलं असेल. ती विटाळलेली खडावा आणि तुमचा तो आयोडिनचा बोळा आता बुडवून टाका गंगेत! आणि या मलक्यालाही! त्याला गंगेत बुडवून टाकलंत म्हणजे पुढच्या जन्मी तरी तो शुद्ध होईल!"

रामजीपंत मानभावीपणानं बोलत असले तरी शांतपणानं बोलत होते.

मग काहीशा कडवटपणानं ते देशपांडे डॉक्टरांना म्हणाले, "आम्हीही महारच आहोत. पण तुम्ही आम्हाला शिवून औषधपाणी करता! कारण आम्ही लष्करात आहोत ना!"

दुलभ्या बोलून गेला, "आपण इंग्रजांच्या लष्करात आहोत ना? इंग्रजांचे पाय चाटताना यांचा धर्म बुडत नाही! त्यांच्याशी केलेली शिवाशीव बाधत नाही. हे सारे घरच्या म्हातारीचे काळ आहेत!"

रामजीपंतांना नमस्कार करून डॉक्टर निघून गेले. पुष्कळ लोकांनी हळूहळू काढता पाय घेतला होता. दत्ताचं देऊळ ओस पडलं. पौर्णिमेचा चंद्र तेजाळून वर वर येत होता.

दुलभ्यानं मलक्याला धरलं आणि म्हटलं, "चल..."

रामजीपंतांनी मलक्याला सारं काही विचारून घेतलं. मलक्यानं घडलेला सारा प्रकार सांगितला.

दत्तजन्माचं कीर्तन ऐन रंगात आलं होतं. भागवतातल्या कथेप्रमाणे दत्तानं एकंदर चोवीस गुरू केले. प्रत्येक गुरूकडून दत्तानं एकेक गुण घेतला. 'जो जो जयाचा घेतला गुण । तो तो म्यां केला गुरू जाण ॥' या दत्तवचनावर कीर्तनाचा पूर्वरंग नटला. विनायक देव सांगत होते. 'जे असती मुक्त । ते कोठेही न होती सक्त।' या वचनावर भर देऊन विनायक देवांनी पुढे सांगितलं, "अशा मुक्त माहात्म्यांची अवस्था कशी असते माहीत आहे? पाण्यातून कमलपत्र बाहेर पडतं ते अगदी निर्लेप अशा अवस्थेत! प्रपंचात राहूनही मुक्त असणाऱ्या अशा महापुरुषांच्या दृष्टीनं सारंच शिव असतं. त्याच्या ठायी काहीच अशिव संभवत नाही."

मग आपल्या चोवीस गुरूंकडून दत्तात्रयानं एकेक गुण कसा आत्मसात केला हेही सांगितलं.

कीर्तनाच्या उत्तर रंगात विनायक देवांनी अभंग-गजर सुरू केला. 'तीन शिर सहा हात । तया माझे दंडवत ।'

या अभंग-गजरानं देवळाच्या भोवतालचा सारा परिसर दुमदुमून गेला.

विनायक देव उभेच होते. दत्तजन्माचा प्रसाद वाटला जात होता. प्रसादासाठी मलक्या महारानं हात पुढे केला. त्याच वेळी विनायक देवांचं त्याच्याकडे लक्ष गेलं. ते पाहून त्यांचं पित्त उसळलं.

चार पावलं पुढे होऊन ते ओरडले, ''देऊ नका त्या महाराला प्रसाद! देवळात विटाळ कालवला त्या चांडाळानं!''

ते ऐकून प्रसादासाठी पुढे केलेला हात मलक्यानं ओशाळून मागे घेतला. हात मागे घेताना एवढंच म्हणाला, ''विनायक देव, मी चांडाळ नाही, महार आहे.''

विनायक देव आणखी ओरडून म्हणाले, ''महार असशील तर जा मसणात!''

धीर करून मलक्या म्हणाला, ''प्रत्येकालाच मसणात जायचं आहे, देवा! मला प्रसाद द्या. मी जातो माघारी!''

''देवाचा प्रसाद माणसाला मिळत असतो! महाराला नाही!''

''महार असलो तरी माणूस आहे मी! द्या मला प्रसाद. मी चाललो!''

''हा घे प्रसाद.'' असं म्हणून विनायक देवांनी शेजारीच ठेवलेली खडाव मलक्याच्या दिशेनं भिरकावली आणि ते ओरडत सुटले, ''हाकून द्या त्या महाराला. विटाळ कालवला देवळात! मारा... मारा...''

अंगात वात झाल्याप्रमाणे विनायक देव ओरडत होते आणि जागच्या जागी हातवारे करत होते.

काही लोक मलक्याच्या दिशेनं धावलेही! परंतु विनायक देवांनी फेकलेली खडावा मलक्याच्या कपाळाला लागली होती आणि कोचेतून भळाभळ रक्त वाहायला लागलं होतं. त्यामुळे त्याच्या अंगावर धावून जाणारी माणसं जागच्या जागी थबकली होती. त्या गोंधळात कुणीतरी डॉक्टरांना बोलावून आणलं होतं. देशपांडे डॉक्टरांनी आयोडीनचा बोळा दुरूनच त्याच्या अंगावर फेकला होता. मलक्याची पैरण लाल झाली होती. मलक्यानं आयोडीनचा बोळा कपाळावर दाबून धरला होता. एवढ्यात रामजीपंत आणि दुलभ्या तिथे आले होते. त्यांना बघून विनायक देव पळून गेले होते.

ही सारी हकीगत ऐकून रामजीपंत मलक्याला म्हणाले, ''तू कशाला देवळात गेलास, मलक्या?''

दुलभ्या मध्येच म्हणाला, ''का? त्यानं देवळात जायला नको होतं? देवळातला देव महारांचा नसतो का?''

रामजीपंत म्हणाले, ''अरे, देवळातला देव त्या देवळातल्या मालकाचा असतो. दुसऱ्याच्या देवळात आपण कशाला म्हणून जायचं?''

मलक्या म्हणाला, ''दुसऱ्याच्या देवळात नाही गेलो, रामजीपंत! माझ्याच देवळात मी गेलो.''

त्याच्याकडे चकित नजरेनं बघत रामजीपंत म्हणाले, ''तुझं देऊळ, मलक्या? मग विनायक देव....''

''लाटेगंगाराम. आयत्या बिळावर नागोबा.''

''काय बोलतोस, मलक्या? इतके दिवस नाही असं बोललास? मग आताच....''

"आताच कळलं हे मला. ते सांगायला दोनदा घरी येऊन गेलो. पण भेट झाली नाही! खूप खूप सांगायचं होतं..."

"मग आता सांग."

मलक्या सांगू लागला, "आज मला पायातलं फेकून मारलं तसं माझ्या बापालाही मारलं होतं. या विनायक देवाच्या बापानं! शंकर देवानं!"

"काय म्हणून?"

"या शेतातले आंबे चोरले म्हणून. हातातल्या दांडक्यानं माझ्या बापाची कवटीच फोडली होती. कुणीतरी जखमेत पाणकणीस भरलं म्हणून निभावलं. तरी माझा बाप दोन महिने भुईवर आडवा होता."

"अरेरे! हातातलं दांडकं मारलं म्हणजे शिवाशीव झाली की! ते चाललं वाटतं?"

मलक्या म्हणाला, "चाललं कसलं? माझा बाप धरणीवर कोसळला तशी त्यानं तिकडे आंघोळ केली आणि विटाळ फेडला!"

"बरोबरच आहे! देवाला विटाळ हा होणारच!"

मलक्या हेटाळणीच्या स्वरात म्हणाला, "अहो, कसले देव... हे फक्त आडनावाचे देव! विनायकचा बाप शंकर. आडनाव देव. पण पुढे त्यांच्या नावालाच देव हे आडनाव चिकटलं आणि हे झाले विनायक देव... त्यांचे बाप झाले शंकर देव."

रामजीपंत हसत म्हणाले, "त्यांच्या नावाला देव हे आडनाव चिकटलं, पण देवपण मात्र चिकटलं नाही."

आणि मग दुलभ्याकडे बघत रामजीपंत पुढे म्हणाले, "अरे, या विनायक देवानं दत्तदेवाच्या चोवीस गुरूंची नावं कीर्तनात सांगितली. दत्तदेवानं पृथ्वीला पहिला गुरू मानलं. का? त्या गुरूकडून दत्तानं क्षमा आणि परोपकार हे गुण घेतले; आणि हे बाप-लेक दुसऱ्यांची डोकी फोडतात! चोरले असतील याच्या बापानं आंबे... शिरला असेल हा दुसऱ्याच्या देवळात... पण मलक्या किंवा त्याचा बाप महार असला तरी माणूसच आहे ना? दुसऱ्याच्या शेतात शिरलेल्या जनावरांनाही असं कधी मारत नाहीत!"

मलक्या निर्धारानं म्हणाला, "आम्ही काहीच गुन्हा केला नाही. माझ्या बापानं दुसऱ्याच्या शेतातले आंबे चोरले नाहीत. मीही दुसऱ्याच्या देवळात शिरलो नाही!"

रामजीपंतांनी ओरडूनच विचारलं, "काय सांगतो आहेस मघापासून तू हे?"

मलक्यानं सारा वृत्तान्त कथन केला.

मलक्याच्या घराची उत्तरेकडची भेंड्याची भलीभक्कम भिंत चार दिवसांपूर्वीच एकदम कोसळली होती. मलक्याला किंवा त्याच्या बापालाही त्यांच्या वडिलोपार्जित घराचं आयुष्य माहीत नव्हतं. निदान दोनशे वर्षं तरी त्यांचं हे वडिलोपार्जित घर वाऱ्यावादळाला, ऊन-पावसाला तोंड देऊन उभं होतं. घराच्या भिंतींवर लिंपणाचे

थरावर थर बसले होते. काळाला तोंड देऊन त्यांचं हे जुनाट जीर्णशीर्ण झालेलं घर जसं उभं होत, तसंच दारिद्र्य-आपत्तीला तोंड देऊन मलक्याचं घराणं उभं होतं.

पण चार दिवसांपूर्वी या घराची भिंत दिवसाढवळ्या कोसळली. परंपरागत चालत आलेली घराची सावली संपली. परंतु त्यातूनच मलक्याच्या घराण्याचं भाग्य बाहेर पडलं. भिंत कोसळली तेव्हा धुरळ्यानं सारा भाग झाकाळून गेला, घर उघडं पडलं आणि त्यातूनच मलक्याच्या घराला अवचित सावली मिळाली. त्या ढिगाऱ्यात एक छोटी पेटी सापडली. त्या पेटीत पेशवाईतल्या सनदा मिळाल्या. जुन्नरी कागदावर लिहिलेल्या त्या सनदा काळवंडल्या असल्या तरी अक्षरं स्पष्ट दिसत होती. मलक्यानं त्या सनदा गावच्या पाटलाकडून वाचून घेतल्या.

दुलभ्यानं उतावळेपणानं विचारलं, ''कसल्या सनदा?''

मलक्यानं सांगितलं, ''शिवाजी महाराजांची मुलगी सखूबाई, ही निंबाळकरांच्या मुलाला दिली होती. ती एकदा संकटात सापडली. त्या वेळी वाल्हयाच्या आमच्या पूर्वजानं तिला त्या संकटात मदत केली, म्हणून त्याला महाराजांनी साताऱ्याचा दोन एकराचा तुकडा आणि हे दत्ताचं देऊळ बक्षीस दिलं, त्या बक्षीसपत्राच्या सनदा सापडल्या.''

रामजीपंत आश्चर्यानं म्हणाले, 'म्हणजे ही जमीन आणि देऊळ...''

''आमचंच आहे... आमच्याच जमिनीत आम्ही चोर ठरलो... आणि ते चोर साव ठरले... आम्ही चांगले असलो तरी अडाणी होतो ना! म्हणून ही डोकी फोडून घेतली..''

मलक्याला पुढे बोलता येईना. त्याचा कंठ दाटून आला... हुंदके देत तो रडायला लागला.

त्याच्या पाठीवरून हात फिरवत रामजीपंत म्हणाले, ''तू काळजी करू नकोस... आपण पाहू... तू आता घरी चल...

मलक्याला बरोबर घेऊन रामजीपंत जेव्हा घरी गेले, तेव्हा त्यांना आश्चर्याचा धक्काच बसला. त्यांच्या घराच्या ओट्यावर विनायक देव बसलेले दिसले.

रामजीपंतांना बघताच ते उभे राहिले.

खाली मान घालून उभ्या राहिलेल्या विनायक देवांना ते म्हणाले, ''देवा, आत या की!''

''इथेच बोलू!''

''बरोबर आहे, विनायक देव... तुम्ही घरात आलात तर विटाळ होईल ना तुम्हाला... दत्तजयंतीच्या मुहुर्तावर!''

''मी आत अंगणात येतो की!''

''नको... त्यापेक्षा इथेच ओट्यावर बसून बोलू! हं, बोला...''

विनायक देव खजील स्वरात म्हणाले, ‘‘मी मलक्याला मारायला नको होतं.’’

‘‘का बरं? तुम्ही मारलं हे बरोबर केलंत! तुमच्या देवळात तो आला ना... प्रसादासाठी!’’

‘‘आम्ही त्याला देवळाबाहेर येऊन प्रसाद दिला असता!’’

‘‘मी तेच म्हणतो, विनायक देव! तो तुमच्या देवळात शिरला... मग...’’

रामजीपंतांच्या बोलण्याचा रोख विनायक देवांना कळला नाही. ते म्हणाले, ‘‘मलक्यानं खरंच आमच्या देवळात यायला नको होतं. बाहेरच्या बाजूला आम्ही त्याला प्रसाद दिला असता!’’

मग रामजीपंतांनी शांतपणानं विचारलं, ‘‘पण काय हो विनायक देव, हे देऊळ तुमचं आहे का हो?’’

कावऱ्याबावऱ्या मुद्रेनं विनायक देव म्हणाले, ‘‘म्हणजे काय? हे देऊळ आणि त्यालगतचा दोन एकर जमिनीचा तुकडा वाडवडिलांपासून आमच्याच ताब्यात आहे.’’

‘‘तुमच्या ताब्यात असेल, पण तुमचा आहे का तो?.. म्हणजे तुमच्या मालकीचा?’’

‘‘अर्थातच! नाहीतर आम्ही कशाला तो कसतो?.. आणि दत्ताच्या देवळाची देखभाल करतो? ते सारं आमचंच आहे!’’

रामजीपंत समजावणीच्या स्वरात म्हणाले, ‘‘समजा, हे तुमच्या मालकीचं नसेल.. म्हणजे या मलक्याला तसं सिद्ध करता येणार असेल तर...’’

‘‘असं कसं होईल?’’

मग रामजीपंतांनी विनायक देवांना सारी हकीगत खुलासेवार सांगितली. ती ऐकताना विनायक देव फारसे थक्क झालेले दिसत नव्हते. कदाचित त्यांना वडिलोपार्जित लबाडीची कथा माहीतही असेल.

पण रामजीपंतांना त्याच्याशी काही कर्तव्य नव्हतं. ते एवढंच म्हणाले, ‘‘विनायक देव, तुम्ही या मलक्याला मारलंत. हा फौजदारी गुन्हा होतो. त्यासाठी तो तुमच्यावर फौजदारी खटला करणार आहे... आणि त्याची वडिलोपार्जित जमीन-देऊळ तुम्ही लाटलं म्हणून तो तुमच्यावर दिवाणी दावा करणार आहे.’’

ते ऐकून विनायक देव अक्षरशः हबकून गेले. आकाश आपल्याभोवती फिरतं आहे, असा भास त्यांना व्हायला लागला.

नकारार्थी मान हलवत ते काकुळतीनं म्हणाले, ‘‘नाही, नाही! असं होणार नाही आमच्या घराण्याकडून! मलक्याला मी मारलं... त्याबद्दल मी त्याची माफी मागतो... वाटल्यास तुमच्या पाया पडतो!’’

‘‘विनायक देव, तुम्ही देवमाणसं... तुम्ही आमच्या पाया पडणार? आम्हीच

तुमच्यासमोर लोटांगण घालायचं!... आतापर्यंत तेच करीत आलो आहोत आम्ही!''

"हिणवू नका, रामजीबुवा!... मारल्याबद्दल मी खरंच माफी मागतो."

"आणि जमीन... देऊळ..."

"ते आमचंच आहे...."

"आणि नसलं तर?"

समझोता करण्याच्या स्वरात विनायक देव म्हणाले, "आपण त्यातून काही मार्ग काढू..."

"मार्ग?"

"होय. दोन एकरांपैकी एक एकर मी मलक्याला द्यायला तयार आहे...."

"भीक म्हणून? दया म्हणून?"

"नाही... नाही, रामजीबुवा... पण आमच्या तोंडातला घास काढून घेऊ नका!"

"तुम्ही मात्र पिढ्यानुपिढ्या त्यांच्या तोंडातला घास काढून घेतलात..."

"माझ्यावर दया करा... क्षमा करा मला, रामजीबुवा...."

रामजीपंत हसत म्हणाले, "म्हणजे हा खासा न्याय झाला, विनायक देव! तुम्ही त्यांच्यावर दया केली नाही... आणि त्यांनी मात्र तुमच्यावर दया करावी म्हणता!"

"माणसानं क्षमावृत्ती ठेवावी!"

"खरं आहे तुमचं. दत्तानं पृथ्वीचा क्षमाशीलता हा गुण घेतला, असं तुम्हीच तुमच्या कीर्तनात सांगितलंत आणि या मलक्याचं डोकं फोडून तुम्ही त्याला क्षमाच केली की!"

कोणतीच गोष्ट विनायक देवांना नाकबूल करणं शक्य नव्हतं. आजवर त्यांच्या वाडवडिलांनी मलक्याचं घरदार खाल्लं होतं. विनायक देवांना हे सारं माहीत होतं. अगतिक होऊन ते गप्प बसले.

रामजीपंत म्हणाले, "ठीक आहे... हा मलक्या तुम्हाला तुमच्या आजवरच्या अपराधाची क्षमा करील. तो तुमच्यावर फौजदारी करणार नाही. दोन एकर जमिनीतली एक एकर तो तुम्हाला देईल... देवळातल्या दत्ताची पूजा तुम्ही करा; मात्र त्याला देवळात येऊन दर्शन घेऊ द्या! कोणत्याही माणसानं देवाचं दर्शन घ्यायला काही हरकत आहे का? मलक्या माझ्या सांगण्याबाहेर जाणार नाही. आता तुमचं तुम्ही बघा!"

विनायक देव भारावून गेलेले दिसले. त्यांनी बघता बघता रामजीपंतांच्या पायांवर लोटांगण घातलं.

रामजीपंत म्हणाले, "विनायक देव, तुम्ही मला शिवलात. घरी गेल्यावर आंघोळ करा!"

विनायक देव नकारार्थी मान हलवत असतानाच दुलभ्या म्हणाला, ''हे नाही म्हणले तरी घरी गेल्यावर आंघोळ करणारच!''

विनायक देव निघून गेल्यावर दुलभ्या म्हणाला, ''काय माणसं असतात! स्वार्थासाठी ते वाटेल ते करतात. हे इंग्रजच पाहा... अफगाणची लढाई आपण जिंकली. त्यांचं काम झालं... आता आपली महार पलटण ते रद्द करणार!''

''असंच असतं, दुलभ्या! पेशवाईत आपल्याला पाटीलक्या मिळाल्या, वतनं मिळाली. जंजिराच्या मोहिमेत कोंडनाक महारानं पराक्रम गाजवला. पेशव्यांच्या सैन्यात हुलस्वार नावाचं आपल्या महारांचं पथक होतं. राजाराम महाराजांनी सांगितलं होतं, महारांनी बैराटगड जिंकून द्यावा व नागेवाडीची पाटीलकी मिळवावी. आपल्या महारांनी तो गड जिंकून महाराजांच्या हवाली केला आणि नागेवाडीची पाटीलकी परत मिळवली. अशा एक की दोन गोष्टी...''

रामजीपंत बोलत असताना दुलभ्याच्या मनात सारखं येत होतं,'आपले हे रामजीबुवा किती हुशार आहेत, विचारी आहेत. वेदपुराणापासून इतिहासापर्यंत त्यांनी केवढं पठण, वाचन केलं आहे.'

त्या वेळी रामजीपंत म्हणत होते, ''आपला उपयोग संपला तेव्हा पेशवाईत पुन्हा आपल्या गळ्यात मडकं आणि पाठीला बोराटीचा फेस आला.. जग असंच आहे... मराठे-पेशवे हे तर आपलेच होते. इंग्रज हे काही आपले नाहीत. ते दुसरं काय करणार?''

दुलभ्या चमकून म्हणाला, ''पण आपण नक्कीच काहीतरी करणार!''

यावर रामजीपंत काहीही बोलले नाहीत.

बसल्या जागेवरूनच ते चंद्राकडे बघत होते. चंद्राची चमक चांगलीच वाढली होती. त्यांच्या मनात विचार चमकून गेला, 'माणसाच्या धर्मावर चढलेली ही जळमटं झाडून टाकणारा पुरुष आपल्या पोटी जन्माला येणार आहे!'

दुपारी नागानं दिलेला कौल त्यांच्या मनात रुतून बसला होता.

❑

भावी काळाचं शुभचिन्ह

नेहमीप्रमाणे रामजीपंतांनी पहाटे स्नान उरकलं आणि ते देवपूजेला बसले. रोज गीतेतले पाच श्लोक म्हणण्याचा त्यांचा परिपाठ होता. दुसऱ्या अध्यायातला 'नैनं छिन्दन्ति शस्त्राणि...' हा श्लोक म्हणायला त्यांनी प्रारंभ केला. त्यांच्या पाठोपाठ मुलंही श्लोकपठण करू लागली. आत्म्याच्या अमरत्वाचं वर्णन चाललं असताना क्षणभर त्यांचं चित्त एकाग्र झालं. डोळे मिटून घेतले असतानाच ते म्हणाले, "अमर असतो तो आत्मा; शरीर नव्हे! मग त्या मरणाऱ्या शरीरानं आपापसात भांडणं कशाला करायची?"

मुलांना त्यांचं बोलणं कळलं नाही. त्यांना वाटलं, हा एक पूजेचाच भाग आहे.

मग रामजीपंतांनी मुलांबरोबर काही स्तोत्रंही म्हटली; आणि अथर्वशीर्षाचा पाठ सुरू केला... 'रक्तं लंबोदरं शूर्पकर्णकं...' येथवर आल्यावर ते थांबले. त्यांना पहाटे पडलेलं स्वप्न आठवलं. स्वप्नात त्यांना गणपतीनं दर्शन दिलं होतं. त्या लाल लंबोदराचे कान सुपाएवढे मोठे होते. स्वप्नातल्या गणरायानं त्यांना सांगितलं होतं,'तुला माझ्यासारखाच मुलगा होणार आहे. त्याचे कान माझ्यासारखेच...'

रामजीपंतांनी पाठ पुरा केला- 'एकदन्ताय विघ्ननाशने शिवसुताय श्रीवरदमूर्तये नमोनमः।'

पूजापाठ संपवून ते उठले तरी त्या विचारातून ते बाहेर पडले नव्हते. मुलं उठून खेळायला निघून गेली होती. त्यांची पांगळी बहीण मीराबाई तिथेच बसली होती. संत मीराबाईसारखीच भक्तिनिष्ठ, श्रद्धानिष्ठ! तितकीच शांत आणि सुस्वभावी! शरीराचं पांगळेपण तिनं अंतःकरणाच्या भाविकपणानं भारंभार भरून काढलेलं!

आपले सारे प्रातर्विधी उरकून भीमाबाई तिथे आल्या; आणि रामजीपंतांना म्हणाल्या, "झाली ना देवपूजा?"

"तुझी व्हायचीय ना?"

"नंतर करीन मी! पण आधी काही सांगायचंय...."

रामजीपंतांनी हसून विचारलं, "या देवाला का मला?"

"हा देवातला राम काही ऐकत नाही... म्हटलं हा राम तरी..."

"ऐकेल... असंच ना? ऐकण्यासारखं असेल तर हा रामही ऐकतो म्हटलं."

भीमाबाई एकदम म्हणाल्या, "मला किनई दोन-तीन दिवस सारखी स्वप्नं पडताहेत... म्हटलं तर चांगली... म्हटलं तर वेडीवाकडी..."

"अग, वेडंवाकडं काही खाल्लं की अशी स्वप्नं पडतातच!"

काहीशा चिडक्या स्वरात भीमाबाई म्हणाल्या, "तुम्हाला सरळ गोष्टीत वाकडेपणा दिसतो!"

"छे, छे! उलट वाकड्या गोष्टीत सरळपणा पाहणारा माणूस आहे मी! सांग.. सांग... कसली स्वप्नं?"

भीमाबाई सांगू लागल्या, "दोन दिवसांपूर्वी मला स्वप्न पडलं. आपली कुलदेवता भवानीदेवी माझ्या स्वप्नात आली. तिच्या हातात भाला होता, तलवार होती. डोळे वटारून माझ्याकडे बघत होती..."

रामजीपंत बोलून गेले, "मग तूही तिच्याकडे डोळे वटारून बघायचं होतंस. तुला नक्की घाबरली असती ती!"

"अर्धवट ऐकून बोलणं हे तर तुमच्या पाचवीला पूजलेलं आहे ना!"

"मला वाटलं तुझं स्वप्न संपलं, म्हणून बोललो! बरं, सांग पुढे!"

"हे झालं दोन दिवसांपूर्वीचं स्वप्न! आज पहाटे पुन्हा स्वप्न पडलं. आज पहाटे तीच देवी माझ्या स्वप्नात आली. पांढरंशुभ्र पातळ ती नेसली होती. तिच्या ओंजळीत फुलं होती. ती फुलं तिनं माझ्या अंगावर फेकली. पण एकही फूल माझ्या अंगावर पडलं नाही."

"बरोबरच आहे! स्वप्नातल्या देवीची फुलंही आपल्याला शिवत नाहीत!"

"झालं तुमचं भलतंच बोलणं सुरू! एवढी देवपूजा करता आणि देवाला नावं ठेवता!"

"स्वप्नातल्या देवांना नावं ठेवतो."

"देव इथूनतिथून सारखाच! देवाला नावं ठेवल्यामुळेच माझ्या दोन मुली देवाघरी निघून गेल्या."

हे बोलताना भीमाबाईंचा स्वर रडवेला झाला. त्यांनी डोळ्यांना पदर लावला.

मग त्याच रडवेल्या स्वरात त्या म्हणाल्या, "तुम्हाला वेळकाळ नाही.

तुम्ही देवाची थट्टा करता! कशाला मग करता दोन दोन तास पूजा आणि ते स्तोत्रपाठ! खोटी देवपूजा.. सारी लबाडी! देव सारं ओळखतो बरं! तुम्ही देवाकडे बऱ्या भावानं बघितलं नाही, तर देव तरी तुमच्याकडे कशाला चांगलेपणानं बघेल? माझंच नशीब खोटं आहे!''

असं म्हणून त्या आतल्या बाजूला निघून गेल्या.

आपली भावजय चिडून आत निघून गेली, हे मीराबाईंनी तेव्हाच ओळखलं. रामजीपंतांना त्या म्हणाल्या, ''कशाला असं बोललास?''

''थट्टेनं बोललो!''

''ज्यांना थट्टा कळत नाही, सहन होत नाही त्यांची कशाला थट्टा करायची?''

''एवढी थट्टा कळत नाही?''

''नसेल कळत... असतो एकेकाचा स्वभाव! तिला मुरबाडला पाठवून द्यायचंय का?''

मीराबाईंच्या बोलण्यातला भावार्थ रामजीपंतांना समजला. भीमाबाईंना मस्तकशुळाची व्यथा होती. त्यांच्या दोन मुली गेल्यापासून त्या अंथरुणाला खिळल्या होत्या. कधी कधी मस्तकशूळ असह्य व्हायचा आणि या दुखण्यात आपण आता जगत नाही, असं त्यांना वाटायचं. मरणाची धास्ती त्यांना वाटायची नाही. कारण त्यांना तेरा मुलं झाली होती आणि भरल्या संसारातून त्या निघून गेल्या असत्या तरी चाललं असतं. परंतु त्यांच्या पोटी कुलदीपक जन्माला येणार आहे, हे त्यांच्या थोरल्या दिरानं केलेलं भविष्य खोटं ठरलं असतं. ते त्यांना नको होतं.

मस्तकशुळाची व्यथा सहनशक्तीच्या पलीकडे गेली म्हणजे भीमाबाई आपलं डोकं भिंतीवर थडाथडा आपटून घेत. रामजीपंतांनी खूप औषधोपचार केले; पण ती व्यथा काही केल्या दूर झाली नाही. तो आजार सहन झाला नाही म्हणजे भीमाबाई अंथरुण धरत. त्यांच्या अंथरुणाजवळ मुलं केविलवाणी बसून राहत. ते दृश्य रामजीपंतांना बघवत नसे. मग रामजीपंत भीमाबाईंना आणि मुलांना मुरबाडला पाठवून देत असत. त्यामुळे रामजीपंतांना स्वस्थता लाभली तरी मनाला शांतपणा मात्र लाभायचा नाही. त्यांच्या मनात पुनःपुन्हा विचार यायचा की, भीमाबाईला मुरबाडला नेऊन ठेवलं तर आपल्या पोटी...

हा विचार त्यांच्या मनात आताही आला तेव्हा मीराबाई बोलत होत्या, ''अरे, स्वतः ती फटकळ असली तरी दुसऱ्यानं केलेली थट्टा तिला नाही सहन होत... त्याला काय करायचं?.. तिला तुझी थट्टा कळली म्हणजे लागेल नेहमीप्रमाणे हसायला आणि जाईल सारं विसरून!''

मीराबाईंनीच हाक मारली, ''भीमाबाई, ए भीमाबाई...''

भीमाबाई रागातच येऊन म्हणाल्या, ''का? आणखी काही राहिलंय का सांगायचं?''

रामजीपंत गंभीरपणानं म्हणाले, ''माझं नाही राहिलं काही सांगायचं. तू स्वप्नं सांगितलंस... पण पुढे काय करायचं ते नाही सांगितलंस? तुझ्या सांगण्याबाहेर मी कधीच नसतो.''

आता मात्र त्यांचा थट्टेतला सूर समजून भीमाबाई हसल्या आणि म्हणाल्या, ''खरं वाटेल कुणाला!... तुम्ही माझ्या सांगण्याच्या बाहेर नाही ना? मग सांगते आपली कुलस्वामिनी माझ्या स्वप्नात सारखी येते आहे. कित्येक वर्षं झाली... आपण आपल्या कुलदैवताच्या दर्शनाला गेलो नाही, तिची पूजाअर्चा केली नाही, म्हणून ती आपल्यावर रागावलेली दिसते. आपण तिच्या दर्शनाला गेलो म्हणजे आपली भवानीदेवी आपल्यावर संतुष्ट होईल. मुलाबाळांना सुखी ठेवील....''

''आणि आपल्या पोटी कुलदीपक देईल, असंच ना?''

याही वयात भीमाबाई लाजून गोऱ्यामोऱ्या झाल्या.

त्यांनी आर्ततेनं विचारलं, ''मग जायचं ना?''

त्यांच्या प्रश्नाला उत्तर न देता रामजीपंत म्हणाले, ''मलाही आज पहाटे स्वप्न पडलं.''

मीराबाईंनी विचारलं, ''कसलं रे?''

''मला गणपतीबाप्पानं दर्शन दिलं आणि सांगितलं की, तुला माझ्यासारखाच मुलगा होणार आहे... लंबोदर... लांब कान...''

अंगावर शहारे आल्यासारखं करून भीमाबाई म्हणाल्या, ''नको रे बाबा ते रूप... लांब कान तर नकोच नको!''

यावर रामजीपंत काही टाकून बोलणार एवढ्यात मीराबाईंनी विचारलं, ''तुला कसा हवा आहे मुलगा?''

भीमाबाई आनंदून म्हणाल्या, ''मला आपल्या देवीसारखा मुलगा हवा आहे. देवीप्रमाणे त्याच्या हातात पुढे भाला आणि तलवार असायला हवी!... तो शूर निघायला हवा... यांच्याप्रमाणे सैन्यात मोठा अधिकारी... पण त्यासाठी कुलदेवतेच्या दर्शनाला जायचं ना?''

मीराबाई रामजीपंतांकडे बघून काहीशा करड्या स्वरात म्हणाल्या, ''आताच जाऊ नकोस... पण जायचं मात्र म्हण!''

एवढ्यात दुलभ्या आला आणि त्यांचं बोलणं तेढ्यावरच थांबलं.

पहाटेचं स्वप्न मात्र त्या दोघांच्याही मनात तरळत होतं.

* * *

बाहेर पडल्यावर रामजीपंतांनी दुलभ्याला विचारलं, ''आपल्याला विनायक देवांकडे जायचं आहे ना?''

"होय... वकिलाला विचारून ते सारे कागदपत्रं तयार करून ठेवणार आहेत... मलक्याला जमीन देण्याबद्दल!"

"खरं तर सारी जमीन मलक्याची! इनामी जमीन आहे ती! पण मलक्या काय करणार? शेकडो वर्षांची वहिवाट विनायक देवांच्या ब्राह्मण-कुळाची! ते देतील ते पदरात पाडून घ्यायचं! विनायक देव तिरप्यात शिरले नाहीत म्हणजे मिळवली!"

दुलभ्या म्हणाला, "असं कसं होईल? त्या दिवशी त्यांनी तुम्हाला शब्द दिला आहे!"

"दिलेला शब्द पाळला तर!"

यावर दुलभ्या काही बोलणार एवढ्यात आपलं तोंड उजवीकडे वळवून रामजीपंत थबकले. त्यांनी पायांतलं पायताण काढलं आणि डोळे मिटून गणपतीच्या मूर्तीसमोर हात जोडले.

मग चालताना दुलभ्याला म्हणाले, "मला आता मुलगा होणार आहे ना, त्याचे कान या गणपतीच्या कानांप्रमाणे लांब असणार आहेत."

दुलभ्या गमतीनं म्हणाला, "मुलगा चांगला नाही दिसणार, सुभेदार!"

रामजीपंत गंभीरपणानं म्हणाले, "दिसण्याशी काय घेऊन बसला आहेस, दुलभ्या! गणपतीची बुद्धी त्याला मिळाली म्हणजे झालं!"

"गणपतीची बुद्धी? ती काय करायचीय आपल्याला? आपल्या पोटी शूर शिपाई जन्माला यायला हवा.. तलवार गाजवणारा!"

"नकोय मला दुलभ्या, तसा मुलगा!"

"का? आपली महार रेजिमेन्ट रद्द करणार आहेत म्हणून? आपण तसं होऊ देणार नाही!"

"त्यासाठी नाही रे!... या तलवारीपेक्षा धर्माची तलवार सर्वश्रेष्ठ आहे.... मला माझ्या थोरल्या भावानं भविष्य सांगितलंय... माझ्या पोटी कुलदीपक जन्माला येणार आहे... तो कुळाची कीर्ती जगभर गाजवणार आहे... जुनाट झालेल्या आपल्या धर्माची जळमटं झटकून टाकणार आहे... धर्माला तेज आणणार आहे... आज पहाटे मला स्वप्न पडलं... गणपतीसारखा मुलगा माझ्या पोटी येणार आहे... गणपतीसारखे लांब कान..."

जणू ते स्वत:शीच बोलत होते. गणपतीसारखा मुलगा आपल्या पोटी येणार असल्याचं स्वप्न त्यांना समोर दिसत होतं.

विनायक देवांचं घर जवळ आलं तेव्हा रामजीपंतांनी दुलभ्याला विचारलं, "विनायक देव आपल्याला घरात घेतील ना?"

"कुणास ठाऊक!"

"घरात घेणार नसतील तर आपण परत जाऊ. माणसानं माणसाशी माणसासारखं

वागलं नाही, तर आपल्याला ते सहन होणार नाही. त्यांच्या दाराबाहेर उभं राहून कशाला बातचीत करायची?''

पण तो प्रसंगच आला नाही.

विनायक देवांच्या दाराशीच त्यांचा गडी उभा होता. त्यानं विनायक देवांचा निरोप दिला. तो म्हणाला, ''देवांनी सांगितलं आहे की, आम्ही आमची वडिलोपार्जित जमीन देणार नाही. त्यांच्या वकिलानं कायदा बघितला आहे!''

परतीच्या रस्त्याला लागल्यावर दुलभ्या म्हणाला, ''ठीक आहे... आपणही आता त्यांना कायदा दाखवू!''

रामजीपंत उद्वेगानं म्हणाले, ''कायद्याचं मग बघता येईल रे! पण त्या दिवशी दिलेला शब्द विनायक देवांनी पाळला नाही!''

''आपण त्यांना कोर्टात खेचू!''

''दुलभ्या, त्याचं नाही मला महत्त्व वाटत. ही ब्राह्मण मंडळी... दिलेला शब्द न पाळणाऱ्यांना ब्राह्मण म्हणायचं का रे? हरिश्चंद्रानं स्वप्नात दिलेला शब्द पाळला... आणि हे विनायक देव... ब्राह्मण... मला हेच सहन होत नाही.''

यावर दुलभ्या काहीही बोलला नाही.

रामजीपंतच एकदम म्हणाले, ''माझ्या पोटी येणारा मुलगा हे सारं बघून घेईल... धर्मावरची जळमटं...''

* * *

तिन्हीसांज झाली होती. भीमाबाईंनी देवघरात दिवा लावला. रामजीपंतांचं नित्याप्रमाणे स्तोत्रपठण सुरू झालं. प्रथम त्यांनी गणपतिस्तोत्र म्हटलं. विद्येचा झेंडा त्रिखंडात फडकावणारा लोकविलक्षण पुत्र आपल्या पोटी येणार आहे, या विचारानं तर त्यांना झपाटलं होतं. गणपतिस्तोत्र म्हणताना हा विचार त्यांना मनावेगळा करता आला नव्हता. मग बुद्धिमंतांत वरिष्ठ अशा हनुमंताचं स्तोत्रपठण त्यांनी सुरू केलं... 'भूतप्रेत समंधादि रोगव्याधी समस्त ही' हे म्हणताना त्यांच्या मुद्रेवर अकल्पितपणानं रागाची छटा उमटली.

हात जोडून जवळच उभ्या असलेल्या भीमाबाईंना ते एकदम म्हणाले, ''हनुमंताच्या या स्तोत्रामुळे भुतंखेतं, समंध पळून जातील; पण भुतासारखी माणसं मात्र प्रत्यक्ष त्या हनुमंताला पळवून लावतील.''

रामजीपंतांचं बोलणं न कळल्यामुळे भीमाबाईंनी विचारलं, ''काय झालं एवढं?... कशामुळे भुतांची एवढी आठवण झाली?''

''त्या विनायक देवामुळे! यांना माणसं का म्हणायचं?''

भीमाबाई म्हणाल्या, ''अहो, चांगले ब्राह्मण आहेत ते! गुरू!''

"होय... दावणीला बांधायचं गुरू..."

"ब्राह्मणांविषयी असं बोलू नाही."

"होय. तुझं म्हणणं बरोबर आहे... ब्रह्म जाणतो त्या ब्राह्मणाविषयी! ज्या ब्राह्मणात माणुसकी आहे त्या ब्राह्मणाविषयी! दिलेला शब्द जो पाळतो त्या ब्राह्मणाविषयी असं बोलू नाही, हे खरं आहे... पण...."

"पण काय?"

मग रामजीपंतांनी विनायक देवाची सारी कहाणी सांगितली.

तरीही भीमाबाई म्हणाल्या, "जो करतो तो भरतो. आपल्याला काय करायचंय? तुम्हाला ही सवयच आहे. दुसऱ्याची दुखणी उगाच आपल्या अंगावर घ्यायची!"

"आज दुसऱ्याची वाटणारी दुखणी उद्या आपली दुखणी होतील. साऱ्यांचीच! साऱ्या धर्मालाच कीड लागली आहे... आपल्या पोटी येणारा मुलगा..."

"आपला एक मुलगा जगाला थोडाच पुरणार आहे?"

"थोरल्या दिरानं सांगितलेलं भविष्य विसरलीस वाटतं?"

"कशी विसरेन... पण वाटतं, आपल्या पोटी येणाऱ्या पोरग्याला ही समाजातली घाणच काढावी लागणार आहे का?"

"त्याचसाठी तर त्याचा जन्म असेल... मोठ्या माणसांनी, लोकोत्तर पुरुषांनी आजवर हेच केलेलं आहे.. आपलाही मुलगा तेच करील."

मग आपला हात भीमाबाईंच्या हाताजवळ नेऊन रामजीपंत म्हणाले, "मला तुझा हात बघायचाय... बघू बरं!"

दूर सरून भीमाबाई म्हणाल्या, "माझा हात आजवर कधी बघितला नाही का? एवढी तेरा पोरं झाली...."

"पण मला काही बघायचंय..."

"भरल्या घरात हे कसलं वागणं?"

असं म्हणताना भीमाबाई लाजल्या; आणि आत निघून गेल्या.

दुलभ्या आला तरी रामजीपंत त्याच विचारात गढले होते.

दुलभ्यानं उभ्याउभ्याच विचारलं, "विनायक देवाचा समाचार घ्यायला जायचंय ना?"

आपल्याच विचारात गढल्याप्रमाणे रामजीपंत म्हणाले, "अरे, आपण कोण समाचार घेणार? असल्या दुष्टांचा समाचार घ्यायला श्री समर्थ आहेत. तुला माहीत आहे दुलभ्या, द्वापारयुगात सिंदुरासुराला मारण्यासाठी गणपतीनं तिसरा अवतार घेतला. आता या कलियुगात गणेशाचा धूम्रकेतू या नावाचा अवतार होणार आहे. त्या अवतारात गणेश अश्वावर आरूढ होईल, आणि पापी लोकांना ठार मारून सत्ययुगाची स्थापना करील. तू कशाला उगाच विनायक देवांची काळजी करतोस?..."

दुलभ्या रामजीपंतांकडे एकटक बघत होता.

रामजीपंतच पुढे म्हणाले, "तू काळजी करू नकोस, दुलभ्या... माझ्याच पोटी एका मुलाचा जन्म होणार आहे. तो हे सारं सारं बदलून टाकणार आहे.... आपल्या महारांना चांगले दिवस येणार आहेत."

चकित होऊन दुलभ्या त्यांच्याकडे नुसता बघत होता. रामजीपंतांना तेरा अपत्यं झाली होती. आणखी एका अपत्याची ते मार्गप्रतीक्षा करीत होते. दुलभ्यानं अनेक पुराणकथा ऐकल्या होत्या. पुराणातली वांगी पुराणातच ठेवायची असतात, हे त्याला माहीत होतं; पण रामजीपंतांच्या तोंडून तो नवं पुराण ऐकत होता. रामजीपंतांच्या श्रद्धेवर निदान त्या क्षणी तरी घाव घालणं त्याला शक्य नव्हतं.

तो काही बोलणार एवढ्यात रामजीपंत म्हणाले, "असा अविश्वासाने माझ्याकडे पाहू नकोस... आपल्या समाजात एकटाच मलक्या आहे का रे? एकट्या मलक्यावरच अन्याय होतो आहे, असं समजतोस काय तू? असे एक की दोन... मलक्यासारखे हजारो लोक आपल्या समाजात आहेत... ते अन्यायाच्या टाचेखाली तुडवले जाताहेत... दुलभ्या, समाजातल्या या दुखण्यावर मुळापासूनच घाव घालायला हवा! एकट्या मलक्याचं गाऱ्हाणं दूर करून काय होणार आहे?"

"पण त्या दिवशी विनायक देवांनी शब्द दिला होता... त्यांनी दिलेला शब्द पाळायला नको होता का?"

"होय.. होय... अगदी खरं आहे तुझं म्हणणं! पण या काळात खरेपणा संपला आहे आणि खोटेपणाला प्रतिष्ठा आलेली आहे!"

दुलभ्या एकदम बोलून गेला, "ती प्रतिष्ठा आपण मुकाट्यानं सहन करायची?"

रामजीपंत गंभीर मुद्रा करून म्हणाले, "प्रत्येक गोष्टीची वेळ यावी लागते... तुला सांगितलं ना... माझ्या पोटी येणारा मुलगा सारं पाहून घेईल!"

दुलभ्यानं रामजीपंतांकडे विश्वासानंही पाहिलं नाही, आणि अविश्वासानंही पाहिलं नाही. त्यानं शिताफीनं विषय बदलला.

दुलभ्या म्हणाला, "सुभेदार, वेळच्या वेळी गोष्टी होतीलही! त्याचं आता कशाला हवं! मलक्याच्या आयुष्याची पाटी केव्हा पुसली जाईल तेव्हा जाईल... पण..."

रामजीपंत मध्येच म्हणाले, "माझ्या पोटी पोरगा जन्माला येणार आहे. तो हे सारं निपटून टाकील!"

त्यांचं बोलणं विचारात न घेता दुलभ्या म्हणाला, "ते ठीक आहे, सुभेदार! पण आपल्याला आपल्या महार रेजिमेन्टचा विचार मात्र आत्तापासूनच करायला हवा!"

"तो तर आपण करणारच आहोत. पण दुलभ्या, ते काम साधं नाही... मलक्याची जमीन विनायक देवाच्या घरानं घशाखाली घातली, त्याचप्रमाणे आपली सारी जमीन या गोऱ्या लोकांनी टाचेखाली घातली आहे. आपल्याला लढायचं

आहे... परक्या लोकांशी आणि घरच्या लोकांशीही! आपण लढू... लढायलाच हवं! पण माझ्या पोटी येणारा कुलदीपक हे सारं सारं करील. विश्वास ठेव, दुलभ्या!... या परमेश्वरानं माझी जबान विटाळलेली नाही... लक्षात ठेव!''

रामजीपंतांचा विश्वास लटका पाडणं दुलभ्याला शक्य नव्हतं. त्यांचं व्यक्तिमत्व श्रद्धानिष्ठ होतं.

दुलभ्या त्यांच्या घराबाहेर पडला.

जेवणखाण झाल्यावर रामजीपंत बराच वेळ आकडेमोड करत बसले. मधूनच त्यांच्या मुद्रेवर आनंद उमटत होता.

सारी निजानीज झाल्यावर भीमाबाई त्यांच्याजवळ आल्या, आणि कंदिलाच्या प्रकाशात उजळलेल्या त्यांच्या मुद्रेकडे बघत म्हणाल्या, ''आता निजावं... किती वेळ जागत बसणार?''

रामजीपंत आनंदून म्हणाले, ''सारं गणित आता सुटलं आहे... हे बघ...''

समोरच्या कागदावर केलेली आकडेमोड दाखवीत ते भीमाबाईंना म्हणाले, ''हे १८९० साल आहे, नाही का?.... आणि हा जून महिना! हे बघ...''

भीमाबाई म्हणाल्या, ''मला बापडीला काय कळतंय?''

''मी सांगतो ना समजावून! तुझा हात बघू... पण नको. मी बघितलंय सारं माझ्या हातावरून! हा फार मोठा शुभदायक महायोग आहे... पण तो साधला पाहिजे. आपण तो साधू... साधायचा ना?''

भीमाबाई गोऱ्यामोऱ्या झाल्या, पण बोलल्या मात्र काहीच नाहीत.

रामजीपंतच म्हणाले, ''हे बघ... हे सूर्य आणि चंद्र.. यांची इतर ग्रहांबरोबर युती होते आहे. हा महायोग आपण साधायला हवा. या शुभप्रसंगी एखादी स्त्री गरोदर राहिली तर तिच्या पोटी फार पराक्रमी आणि भाग्यवंत मूल जन्माला येईल. त्रिखंडात त्या मुलाची कीर्ती होईल. मग आपण साधायचा ना तो मूहूर्त?''

असं म्हणून रामजीपंतांनी भीमाबाईंचा हात आपल्या हातात घेतला, आणि तो कुरवाळला. भीमाबाईंनीही आपला हात त्यांच्या हातात तसाच ठेवला.

मग जणू आपल्याशीच बोलावं त्याप्रमाणे रामजीपंत बोलायला लागले, ''पुत्रप्राप्तीचा हा महायोग साधण्यासाठी आपल्याला उपासतापास करावे लागतील, जपतप करावं लागेल. करायचं ना?''

आपला हात त्यांच्याच हातात ठेवून, पण त्यांच्या डोळ्याला डोळा न भिडवता भीमाबाई म्हणाल्या, ''मी आपल्या शब्दाबाहेर का आहे?''

रामजीपंत आनंदून म्हणाले, ''या महायोगावर जन्म होणाऱ्या मुलाला काही ग्रह पीडा करणारे आहेत. त्यासाठी मला अनुष्ठानं करावी लागतील, जपजाप्य करावं लागेल. त्या ग्रहांची शांती करावी लागेल; आणखी काही करावं लागलं तरी मी ते

करीन... पण जगात सर्वत्र डंका वाजवणाऱ्या पुत्रानं आपल्या पोटी जन्म घेतला पाहिजे!''

खाली मान घालून भीमाबाई म्हणाल्या, ''घेईल... जे तुमचं ते माझं!''

असं म्हणून भीमाबाईंनी आपला हात त्यांच्या हातातून सोडवून घेतला, आणि रामजीपंतांकडे एकदाच बघितलं. जणू नव्या युगाची नांदी म्हणणारी बोलकी नजर परस्परात गुंतली.

भावी काळाचं ते शुभचिन्ह होतं, असं दोघांनाही वाटलं.

रामजीपंत मनात म्हणत होते- 'शूर्प कर्णकम्...'

❑

कुलदीपक! कुलदीपक!

१८९१ सालचा जून महिना चांगलाच तापला होता. उन्हाळी वाऱ्यांचा तापदायक स्पर्श अंगाला झोंबत होता. त्या वाऱ्यांच्या वावटळी गरगर फिरायला लागल्या म्हणजे संतप्त भुतांचे तांडे गिरकी नृत्य करत आहेत असा भास व्हायचा. उरात धडकी भरायची. संध्याकाळी अंधारात बुडून गेली तरी दिवसाचा ताप कमी व्हायचा नाही. सूर्य सृष्टीआड झाला तरी किरणांची धग मागे ठेवून जायचा.

त्या वेळी रामजीपंत महूला होते. महू तापलं होतं. पण रामजीपंतांच्या घरात मात्र शितळाई होती. त्यांचं घर थंड हवेचं शांत ठिकाण बनलं होतं. कारण १४ एप्रिलला त्यांच्या घरी त्यांच्या कुलदीपकानं सुरेख मूहूर्त साधून जन्म घेतला होता. रामजीपंतांनी ज्योतिषी गणित मांडून त्या गणिताचं अचूक उत्तर काढलं होतं. १८९० सालच्या जून महिन्यातल्या पहिल्या आठवड्यात महायोगाची सुरुवात झाली होती. त्या वेळी रामजीपंतांनी शेवटचं अनुष्ठान केलं होतं. मुलाच्या जन्माचा तिथिनिश्चय त्यांनी आपल्या मनाशी पक्का केला होता. त्याप्रमाणे १४ एप्रिल १८९१ या दिवशी भीमाबाई प्रसूत होऊन त्यांना पुत्ररत्न झालं. सोमवार हा आठवड्याचा पहिला दिवस. त्या दिवशी पहिल्या प्रहरी मुलाचा जन्म झाला. रामजीपंत हरखून गेले. आपल्या पोटी जन्मलेला हा कुलदीपक हिंदू धर्माच्या पुनरुज्जीवनाचा उषःकाल आहे, ही खूणगाठ त्यांनी मनोमन बांधली, आणि आपल्या मुलाचं नाव त्यांनी भीमराव ठेवलं. त्यातही त्यांचं गणित होतं. हा आपला मुलगा भीमपराक्रम करणार हेदेखील त्यांनी त्याची पत्रिका मांडून पक्कं केलं होतं.

त्यांचं घर शांत झालं. शीतल बनलं. हे त्यांचं चौदावं अपत्य! आपलं हे अपत्य बुरसटलेल्या समाजाला चौदावं रत्न दाखवल्याशिवाय राहणार नाही, अशी त्यांची

खात्री पटली. त्यांच्या आनंदाला पारावार उरला नाही.

त्यांच्या घराबाहेरचं वातावरण मात्र तापलेलंच होतं.

अशा वातावरणात दुलभ्या त्यांच्या घरी तावातावानं आला. त्याचं मन संतप्त झालं होतं. रामजीपंतांना बघताच तो इंग्रजांवर हवं तसं तोंडसुख घेणार होता. आल्याबरोबर म्हणणार होता, "हे इंग्रजांचं भूत आपण गाडून टाकलं पाहिजे!"

परंतु रामजीपंतांना त्यानं बघितलं आणि त्यालाच आपल्या मनातलं भूत काही वेळ गाडून टाकावं लागलं.

रामजीपंतांनी नुकतीच कबीर पंथाची दीक्षा घेतली होती. ती दीक्षा घेण्यापूर्वी रोज त्यांची पूजा-प्रार्थना चालत असे. घटपटादी चर्चेप्रमाणे रोज त्यांच्या घरी रामानंद पंथ आणि कबीर पंथ या दोन पंथांविषयी चर्चा चाले. या चर्चेत ज्या पंथाचं पारडं हलकं असायचं, त्या पारड्यात वजन टाकून ते वर उचलायचं काम रामजीपंत करत असत. त्यामुळे आज ते रामानंद पंथाच्या बाजूचे वाटले, तर उद्या ते कबीर पंथाची बाजू घेत. म्हणजे वादपटुत्वाशिवाय त्या चर्चेत दुसरं काहीही नसे. दुलभ्याला ही गोष्ट पक्की माहीत होती.

म्हणून त्या दिवशी संध्याकाळी त्यानं रामजीपंतांना कबीर पंथाची बंदगी करताना बघितलं तेव्हा त्याला आश्चर्य वाटलं. वादविवादात त्यांची बुद्धिमत्ता पारखून निघायची, पण एखाद्या पंथाची ते दीक्षा घेतील, असं मात्र कुणाला वाटायचं नाही.

कबीर पंथाची जरी त्यांनी दीक्षा घेतली होती तरी त्यातही थोडी कसूर होती. कबीर पंथाच्या पद्धतीप्रमाणे दिवसातून पाच वेळा बंदगी करावी लागे. पण रामजीपंत दिवसातून दोनदाच प्रार्थना करत. एकदा सकाळी आणि दुसऱ्यांदा संध्याकाळी- ऐन तिन्हीसांजेच्या वेळी! ही दीक्षा घेतल्यानंतर त्यांनी मांसाहार पुरता वर्ज्य केला होता. क्वचितप्रसंगी मद्यपान करणाऱ्या रामजीपंतांनी तेही पुरतं वर्ज्य केलं होतं. घरात दोन चुली मांडल्या गेल्या. एक मांसान्न पकवण्याची आणि दुसरी शाकाहार तयार करण्याची! ज्या दिवशी घरात मांसान्न शिजायचं, तेव्हा दुसऱ्या चुलीवर रामजीपंतांचा स्वयंपाक सोवळ्यानं पकवला जायचा. त्यांचं सोवळं कडक होतं. त्यांचा रोजचा सोवळ्याचा स्वयंपाक होईपर्यंत त्या भागात कुणालाच शिरकाव नसे.

दुलभ्याला हे सारं माहीत असल्यामुळे रामजीपंतांचं संध्याकालीन आन्हिक पार पडेपर्यंत त्याला थांबावंच लागलं. रावळपिंडीला घडलेली हकिगत त्यांच्या कानावर घालण्यासाठी त्याला दम खावा लागला.

संध्याकाळच्या आन्हिकात रामजीपंत गीतेतला एखाद-दुसरा श्लोक घेत असत आणि त्यावर निरूपण करत असत.

त्याही दिवशी त्यांनी दुसऱ्या अध्यायातला- 'नैनं छिन्दन्ति शस्त्राणि, नैनं दहति

पावकः ।’ हा श्लोक निरूपणासाठी घेतला होता. श्लोक म्हणताना त्यांचा आवाज धीरगंभीर व्हायचा, पण तो आवाज अतिशय मधुर वाटायचा. ऐकणारे दहा-वीस लोकच असायचे; पण आपल्या अंगावर अमृतसिंचन चाललं आहे, असं त्या ऐकणारांना वाटायचं. दुलभ्यालाही तेच वाटलं. त्यांचं निरूपण ऐकताना तो मनाशी म्हणत होता, ‘अमृताची गोडी कुणी अनुभवली आहे! पण हे बोलताहेत ते मात्र अमृतासारखं असावं खास!’

रामजीपंत सांगत होते, “गीतेतल्या या श्लोकात आत्म्याचं वर्णन आहे. माणसाच्या ठिकाणी असलेल्या आत्म्याला शस्त्र काटू शकत नाही किंवा अग्नी जाळू शकत नाही... आत्मा हा अमरच असतो. चिरंजीव असतो. जातं ते माणसाचं शरीर आणि राहतो तो आत्मा!”

एकानं शंका विचारली, “माणसाचं शरीर जातं हे खरं आणि आत्मा अमर असतो हेही खरं! आत्मा अविकार्य असतो ना? मग माणसाच्या संचिताचं गाठोडं कोणत्या खुंटीवर टांगलं जातं?”

रामजीपंतांनी शांतपणानं सांगितलं, “शरीर आणि आत्मा यांच्याशिवाय जीव नावाचा एक घटक असतो. पूर्वसंचित, क्रियमाण, पाप-पुण्य हे त्या जीवाला चिकटतं.. त्याप्रमाणे पुढील जन्मात त्याचं फळ मिळतं!”

“म्हणजे माणसाला पुनर्जन्म हमखास असतोच का?”

“तसंच काही नाही. कर्मानुसार पुनर्जन्म येतो. अशा स्थितीत पुनरपि जननं पुनरपि मरणम् हे रहाटगाडगं चालूच असतं...”

“यातून मुक्ती कुणालाच मिळत नाही का?”

“काही जीवांना मुक्ती मिळते... म्हणूनच शंकराचार्यांनी सांगितलं आहे की, जन्म-मरणाचं हे रहाटगाडगं चुकवायचं असेल तर ‘भज गोविन्दम् भज गोविन्दम्...”

काही वेळ त्यांनी शंकराचार्यांचं ते भजन म्हटलं.

भजन म्हणताना त्यांनी डोळे मिटून घेतले होते. भजन म्हणण्यात ते तल्लीन झाले होते. जन्म-मरणाच्या फेऱ्यातून मुक्त होण्याच्या पायरीपर्यंत जाऊन ते पोचले आहेत, असंच जणू वाटत होतं.

त्यांना खालच्या पातळीवर आणलं ते दुलभ्याच्या प्रश्नानं!

त्यानं प्रश्न केला, “असं जर आहे तर माणूस वाकडं का वागतो?”

“अरे, जो तो आपल्या पूर्वकर्मानुसार वागत असतो. त्याच्या दृष्टीनं त्याचं वागणं सरळच असतं.”

“मग त्याचं या जन्मातलं कर्म पुढच्या जन्मी त्याला भोवणारच! या चक्रातून तो मुक्त कसा होणार?”

“त्याच्या मनावरचा भ्रम दूर झाल्यावर! त्याचसाठी त्यानं ‘भज गोविन्दम्’

म्हटलं पाहिजे... या चक्रातून मुक्त होण्यासाठी!''

मग एकदम त्यांची कापूरआरती सुरू झाली. लोकांनी त्यांच्या ओंजळीत पेटलेला कापूर टाकला आणि तो त्यांनी आपल्या तोंडात टाकून स्वाहा केला.

त्यांनी सर्वांना तोंड भरून आशीर्वाद दिला. आशीर्वाद देताना त्यांच्या मुखावरचं तेज वेगळंच वाटत होतं. त्यांचा नुकताच जन्मलेला मुलगा बहुधा तिथे असायचा नाही; परंतु डोळे मिटून रामजीपंत त्यालाही आशीर्वाद द्यायचे. म्हणायचे, ''भिवा, तू खूप खूप शिकणार आहेस. मोठा पंडित होणार आहेस. तू मोठी कीर्ती मिळव आणि आपल्या कुळाचं नाव जगात गाजव.''

त्यांनी डोळे उघडले तेव्हा त्यांना तिथे उभा असलेला दुलभ्याच दिसला. बाकी सारी माणसं निघून गेली होती.

* * *

''बस, दुलभ्या... उभा का?''

''आरतीसाठी उभा होतो. बसणारच आहे.''

असं म्हणून दुलभ्या बसला. रामजीपंतांनी बसताना त्याला विचारलं, ''काय खबरबात आहे? काय झालं रावळपिंडीला?''

''जे व्हायचं होतं तेच झालं! दुसरं काय होणार?''

मग दुलभ्यानं सारी हकिगत सांगितली.

लॉर्ड किचनेर हे सरसेनापती म्हणून हिंदुस्थानात आले तेव्हा हिंदी लष्कराची पुनर्रचना करण्याची कल्पना त्यांनी काढली. १८९१ सालापार्यंत लष्करी पलटणीत सर्व जाती-धर्मांचे लोक होते. खासगी आयुष्यात ते आपापल्या जाती-धर्माप्रमाणे वागत; पण लष्करी नोकरीत वावरताना तो भेदभाव ठेवला जात नसे. कित्येक महार-चांभार लष्करात काम करायचे. त्यांच्यावरही लष्करातली विविध कामं सोपविली जायची. रणांगणावर जखमी झालेल्या सैनिकांना छावणीत आणून सेवा-शुश्रूषा पथकाच्या हवाली करण्याचं काम प्रामुख्यानं महारांकडे असे. शत्रूच्या गोळ्या चुकवून आणि स्वतःचे प्राण संकटात टाकून पलटणीतल्या महारांना 'धुली बेरर्स'चं हे काम करावं लागे. रणांगणावर पडलेल्या जखमी सैनिकांना झोळीत टाकून छावणीत आणण्याचं काम दुसऱ्या कुणाकडूनही होत नसे. ते काम करायला आपणहून कुणी पुढे जात नसे. गेली कित्येक वर्षं महार मंडळी हे काम करत होती. त्या कामात वाकबगार झाली होती.

पण हिंदी पलटणींची पुनर्रचना जातीय पायावर करण्याची योजना लॉर्ड किचनेरनं आखली. वस्तुतः ब्रिटिश सरकारचा आणि खुद्द हिंदुस्थान सरकारचा लॉर्डसाहेबांच्या या नव्या योजनेला विरोध होता.

रामजीपंतांनी विचारले, ''हा एवढा विरोध असताना लॉर्ड किचनेर पुढे जायला धजले तरी कसे?''

दुलभ्या म्हणाला, ''अहो, टाइम्स ऑफ इंडिया या सरकारी पत्रानंदेखील किचनेरसाहेबांच्या या योजनेवर चांगलेच ताशेरे झाडले होते.''

''मग?''

''पण किचनेरसाहेब महा एककल्ली! त्यांनी आपली योजना पुढे रेटण्याचा निर्धारच केला आहे. आपले गॅटेकरसाहेब आहेत ना! लष्करातले मोठे अधिकारी...''

''होय.. त्यांचं काय?''

''किचनेरसाहेबांनी त्यांनाच पाहणी अधिकारी नेमलं. त्यांना किचनेर साहेबांची योजना फार आवडली. गॅटेकरसाहेबांनी दौरे काढले, खूप लोकांच्या साक्षी घेतल्या; आणि मग गुरखा, जाट, रजपूत, शीख, पंजाबी, मराठे अशा जातीवार पलटणी रचण्याचा आता घाट घातला आहे.''

रामजीपंतांनी विचारलं, ''त्यात महार पलटण नाही वाटतं?''

''कदाचित मराठी पलटणीत आपला समावेश होणार असेल.''

रामजीपंत कळवळून म्हणाले, ''हा अन्याय नाही का रे, दुलभ्या? आपण कुठे कमी पडलो होतो आपल्या कामात? 'धूली बेरर्स' हे तर आपलं हातखंडा काम! फार अवघड आणि जिवावरची कामं आपण केली. लष्करी सेवेत आपल्याला काही दर्जा असायचा. त्यामुळे खासगी आयुष्यात भेदाभेद राह्यचा नाही. शिवाशीव हा प्रकार व्हायचा नाही.''

थोडा वेळ थांबून रामजीपंत पुढे म्हणाले, ''शेवटी प्रत्यक्ष व्यवहारात पैसाच सारं काम करतो. आपला दर्जासुद्धा आजवर पैशावर अवलंबून होता. विनायक देव आपल्यापुढे नमतो आणि मलक्याचं डोकं फोडतो, याचा अर्थ काय? आपली महार पलटण काढून टाकली तर काय होईल रे?... अरे, पण मीच सारखं बोलतो आहे. रावळपिंडीला काय झालं ते सांग की!''

मग दुलभ्यानं रावळपिंडीची हकीगत सांगितली.

अफगाण युद्धातलं उरलंसुरलं खरकटं काढण्यासाठी लॉर्ड किचनेर तिथे जाणार होते. जून महिन्याच्या ऐन कहरात रावळपिंडीला ते आपल्या जातवार लष्करी तुकड्यांबद्दल विचारविनिमय करणार होते. त्या वेळी दुलभ्यानं साऱ्या हिंदुस्थानातील अस्पृश्य लष्करी लोकांना एकत्र केलं होतं. सरकारशी झगडण्याचा निर्धार त्यानं केलेला होता. त्या कामासाठी अनेक महार सुभेदार, सुभेदार मेजर, तलवारबहाद्दर एकत्र येऊन सरकारशी झगडणार होते.

या साऱ्या चळवळ्या मंडळींना लॉर्ड किचनेर यांनी रावळपिंडीला बोलावून घेतलं होतं.

पण या मंडळींची आणि किचनेरसाहेबांची भेट ठरवूनही झाली नाही.

ही भेट झाली नाही याला कारणही अगदीच क्षुल्लक घडलं होतं.

रामजीपंतांनी दुलभ्याला विचारलं, "म्हणजे तुमची आणि किचनेरसाहेबांची भेटच झाली नाही की काय?"

"नाही झाली!"

"त्यांनी भेट देण्याचं कबूल केलं होतं ना?"

"होतं ना?"

"मग?"

"आमची भेट दुपारी चार वाजता ठरली होती. कर्नल नॉल्स त्यांच्या बंगल्यात जाऊन बसणार होते; पण त्या दिवशी सकाळपासूनच लूचं तुफान सुरू झालं. जायच्या वेळेपर्यंत आमच्या बराकीतून आम्हाला तोंडही बाहेर काढता येईना."

"मला कल्पना आहे लूच्या वादळाची!"

दुलभ्या पुढे सांगायला लागला, "आम्ही रात्री आठ वाजता किचनेरसाहेबांच्या बंगल्यावर गेलो."

"त्याच दिवशी ना?"

"होय तर!... आम्ही गेलो तेव्हा नाचरंग भरला होता. दारूच्या बाटल्या फोडल्या जात होत्या. त्यांचे फूत्कार बाहेर ऐकू येत होते."

"त्या स्थितीत भेट दिली का मग?"

"भेट कसली? नॉल्ससाहेब बाहेर आले आणि त्यांनी सांगितलं की, किचनेरसाहेब फार भडकले आहेत. तुम्ही इंडियन काळे लोक... तुम्हाला वेळकाळ कळत नाही. मग वेळ ठरवण्याचं कारण काय? आलात वेळेवर?"

"अहो... पण लू...."

"लू असो... नाहीतर धरणीकंप असो... आम्ही दिलेली वेळ पाळतो.... म्हणून तर आम्ही तुमच्यावर राज्य करतो. तुम्ही कोणत्याच गोष्टीला लायक नाही!... नॉल्ससाहेबांचं हे आपलं 'नालायक' पुराण ऐकावं लागलं. आम्ही हात हालवीत परत आलो. आमचं म्हणणंही कुणी ऐकून घेतलं नाही. आता आपली महार-पलटण..."

"रद्द होणार असंच ना?"

ते सारं ऐकून रामजीपंत संतप्त झालेले दिसले. बराच वेळ ते काहीच बोलले नाहीत. ते विचारमग्न झालेले दिसले.

मग एकदम म्हणाले, "आपण आता एक गोष्ट करू..."

पुन्हा काही वेळ ते थांबले. मग म्हणाले, "आता पुण्याला जाऊन टिळकांना भेटायला हवं!"

“बाळ गंगाधर टिळक?”

“होय... का?”

सांगावं का नाही या विचारात दुलभ्या पडला. मग मनाचा हिय्या करून तो म्हणाला, “तुम्हाला माहीत आहे, रामजीपंत?... महारांनी इंग्रजांना मदत केली म्हणून पेशवाई बुडाली, असा टिळकांचा पक्का समज झालेला आहे. त्यामुळे टिळकांचा महारांवर फार राग आहे. त्यांनी इंग्रजांना बजावून सांगितलं की, तुम्ही आमच्यावर राज्य करा; पण हीन जातीतील लोकांना तुमच्या नोकरीत ठेवू नका. तुम्ही अस्पृश्यांना नोकरीत ठेवलंत तर आमचा धर्म भ्रष्ट होतो तेव्हा...”

दुलभ्याचं बोलणं पुरं व्हायच्या आत रामजीपंत उसळून म्हणाले, “हे साफ खोटं आहे! आपल्याच काही लोकांनी त्या महापुरुषावर हे कुभांड रचलं आहे.”

“पण बरेच लोक बोलतात....”

“खोटं बोलतात! त्या महापुरुषानं खालपासून वरपर्यंत सारा समाज ढवळून काढला आहे. तेल्यातांबोळ्यात, शेतकरी वर्गात आणि अस्पृश्य समाजात त्यांनी केवढी जागृती केली आहे! गणेशोत्सव आणि शिवाजी उत्सव हे त्यांनी कशासाठी सुरू केले? सारा समाज त्या निमित्तानं एकत्र यावा म्हणूनच ना?... तू ऐकलं असशील तसं टिळक कधीच करणार नाहीत!”

दुलभ्या एकटक बघत होता. मन लावून त्यांचं ऐकत होता.

रामजीपंत म्हणाले, “दुसराही एक मोठा माणूस आहे. सल्ल्यासाठी त्याच्याकडेही जायला हरकत नाही!”

“कोण?”

“बडोद्याचे सयाजीराव महाराज!”

“पण तेही आपल्यावर रुष्ट आहेत म्हणे!”

“तोही आपला समज खोटा आहे. माझ्या कानावर सारं आलेलं आहे. १८९० सालची गोष्ट... सयाजीराव महाराज मुंबईला आले होते. त्या वेळी त्यांना खडी ताजीम देण्यात आली. गायकवाड महाराजांनी सर्वांशी प्रेमानं हस्तांदोलन केलं. नंतर त्यांना कळलं की, आपण एका चांभाराशी हात मिळवला होता. त्याबद्दल त्यांना अतिशय राग आला. हलक्या जातीतल्या लोकांना नोकरीत ठेवू नये, असा लकडा त्यांनी गोऱ्या लोकांकडे लावला होता.”

“होय... हेदेखील साऱ्या लोकांना माहीत झालेलं आहे.”

रामजीपंत काहीशा विषादानं म्हणाले, “दुलभ्या, बाकीच्यांचं सोडून दे... पण तू एवढा हुशार, चलाख माणूस! अशा खोट्या गोष्टींवर तुझा विश्वास कसा बसला? हे दोन्ही लोक मोठे विचारवंत! टिळक तर नेहमी म्हणतात, परमेश्वर जर अस्पृश्यता मानत असेल, तर त्या परमेश्वराला मी कधीच मानणार नाही! त्या

मोठ्या माणसाचे केवढे प्रगल्भ विचार! आणि त्यांच्याविषयी तुम्ही खोटेनाटे प्रवाद पसरवता... ते काही नाही. टिळकांना जाऊन तुम्ही भेटा... आणि वेळ पडली तर सयाजी महाराजांनाही! कोण कोणत्या उपयोगी पडतो त्याचा नेम नसतो.''

दुलभ्या म्हणाला, ''तुमचं सारं कबूल आहे; पण एक गोष्ट तुम्ही कबूल केली पाहिजे- आपल्यावर आलेलं हे विघ्न निवारण करण्यासाठी आमच्याबरोबर टिळकांकडे तुम्ही आलं पाहिजे!''

ठाम निर्धारानं रामजीपंत म्हणाले, ''मी येणार नाही तुमच्याबरोबर! माझ्या घरीच आता विघ्नहर्ता आलेला आहे.''

रामजीपंत एकदम उठले आणि म्हणाले, ''दुलभ्या, ऊठ, तुला दाखवतो... भिवाचे कान! अगदी गणपतीसारखे आहेत. हा आमच्या घरचा विघ्नहर्ता आपल्यावरची सारी विघ्नं दूर करणार आहे.''

दुलभ्या हसून म्हणाला, ''पण केव्हा? तो मोठा होईल तेव्हाच ना? तोपर्यंत आपण खातेऱ्यात गेलेले असू!''

यावर रामजीपंत काही बोलले नाहीत. दुलभ्याही गप्प बसला. एका श्रद्धाळू पित्याचा विश्वास त्याला खोटा पाडायचा नव्हता.

आपल्या महार पलटणीचं काय होणार या काळजीनं दुलभ्या त्यांच्या घरातून बाहेर पडला.

❑

नियतीचा संकेत

दापोलीचा उन्हाळा जीवघेणा असायचा. आकाशातून रणरणतं ऊन शिगोशीग सांडायचं. अंगातून घामाच्या धारा वाहायला लागल्या म्हणजे जीव नकोसा व्हायचा. महारवाड्याच्या मध्यभागी एक प्रचंड वटवृक्ष होता. दुपारच्या वेळी त्या सावलीत माना टाकून गुरंढोरं शांतपणानं बसलेली असायची.

परंतु त्या रणरणत्या उन्हात ऐन दुपारच्या वेळी मुलं सूरपारंब्या खेळायला येत तेव्हा त्या गुराढोरांना पांगावं लागे. मोठ्या मुलांच्या आधी प्रथम सात वर्षांचा भिवा बाहेर पडायचा.

त्याची आत्या मीराबाई त्याला हटकायची, ‘‘अरे, जीव जाईल या उन्हात! असल्या उन्हात कशाला खेळायला जातोस?’’

वयाच्या मानानं भिवाला जास्त समज होती. तो म्हणायचा, ‘‘मीराआत्या, तू उन्हाची काळजी करू नकोस. आपल्या या झोपडीपेक्षा त्या वडाच्या झाडाखाली बघ किती चांगली सावली आहे! त्या सावलीत गुरं बघ कशी झोपलीत!’’

‘‘पण तुम्ही आता त्यांना हुसकून लावणार!’’

‘‘आत्तापर्यंत त्यांनी सावलीत मजा केली. आता आम्ही मजा करणार. जातील गुरं पाणी प्यायला... या उन्हात तहान नसेल का त्यांना लागली, मीराआत्या!’’

‘‘बघ कसा गुलाम बोलतोय.. मतलबाचं!’’

आत्या आणि भाचा यांच्यातला हा ठरलेला संवाद असे. त्या वेळी भीमाबाई बहुतेक झोपलेल्या असत. नाहीतर मायलेकात खडं भांडण हमखास उभं राह्यचं. आत्याबाईंच्या रागावण्यातही प्रेमाची शितळाई असायची. त्यामुळे आत्याबाईला सांगूनसवरून भिवा बाहेर पडायचा.

भिवाचे खेळगडी भिवापेक्षा वयानं मोठे असायचे; पण सर्वांत लहान असलेल्या भिवाची त्यांच्यावर दादागिरी चालायची. खो खो, विटीदांडू, चेंडू, लगोऱ्या, फूटबॉल, क्रिकेट, सूरपारंब्या हे खेळ चालायचे. मिळतील ती साधनं घेऊन हे खेळ खेळले जायचे. झाडाच्या फळीची क्रिकेटची बॅट व्हायची, चिंध्यांचा चेंडू व्हायचा, फूटबॉल करण्यासाठी चिंध्यांत झाडाझुडपांचा पाला ठिच्चून भरला जायचा, दगडविटांच्या लगोऱ्या बनायच्या, विटीदांडू घरच्या घरी वाकस लावून तयार व्हायचा. खो खो किंवा सूरपारंब्या या खेळांना काहीच सामान लागायचं नाही. वटवृक्षाच्या पारंब्यांवर सूरपारंब्यांचा खेळ व्हायचा आणि खालच्या सावलीत खो खो खेळला जायचा.

कोणत्याही खेळात एकाचीच ठराविक हार-जीत थोडीच होत असते? परंतु या मुलांच्या खेळात मात्र नेहमी भिवाचीच जीत असे. ही त्याची जीत त्या खेळातल्या प्रावीण्यापेक्षा त्याच्या मुखातून बाहेर पडणाऱ्या मुक्ताफळांवर अवलंबून असे.

'तू हरलास' असं जर त्याला कुणी म्हटलं तर तो त्या मुलांवर शिव्यांचा वर्षाव करायचा, त्या मुलांना बडवायचा आणि थोराड मुलांना लांबून दगड फेकून मारायचा. मग ही भांडणं वडीलधाऱ्या मंडळींपर्यंत पोचत आणि लहान मुलांची भांडणं वडील माणसं आपल्या अंगावर घेऊन भांडत. त्यातही शिव्या देण्यात भिवाचाच पुढाकार असे.

तो दिवस उलटला म्हणजे मुलं पुन्हा एक होत. वडील मंडळींच्या भांडणगाठींची संख्या मात्र वाढत असे.

या नित्याच्या भांडणातून वडील मुलांनीच एक सामोपचाराचा मार्ग काढला होता. कोणताही खेळ खेळताना हारजितीवरून भांडण उभं राहिलं म्हणजे ती मुलं भिवाची जीत कबूल करत असत आणि तो खेळ सोडून दुसऱ्या खेळाकडे वळत असत.

परंतु एवढ्यावरच भिवाचं समाधान व्हायचं नाही. खेळ बदलताना तो त्यांना म्हणायचा, ''माझी हार झालेली नाही, हे तुम्ही आधी कबूल करा! मग दुसरा खेळ सुरू करू!''

सारी मुलं मोठ्यांदा ओरडायची, ''तुझी जीत झाली. आमची हार झाली. आम्हाला कबूल आहे तुझी जीत!''

मग भिवा आनंदून म्हणायचा, ''ठीक आहे. आता दुसरा कोणता खेळ खेळायचा?''

इतर मुलं म्हणायची, ''तेही तूच ठरव. जशी प्रत्येक खेळात तुझी जीत, त्याचप्रमाणे कोणता खेळ खेळायचा ही निवडही तुझीच!''

मग दुसरा खेळ सुरू व्हायचा.

त्या दिवशी प्रथम सूरपारंब्यांचा खेळ सुरू झाला. माकडांप्रमाणे मुलं या

फांदीवरून त्या फांदीवर उड्या मारायला लागली.

त्या वडाच्या जवळच सुभेदार मेजर देवळेकरांचं घर होतं. त्यांच्यासमोरच रामजीपंतांचं झोपडीवजा घर होतं. परंतु नंतर रामजीपंतांनी देशपांडे नावाच्या एका ब्राह्मणाचं कौलारू मोकळं घर भाड्यानं घेतलं. ते घर या वटवृक्षापासून थोड्या अंतरावर होतं.

सूरपारंब्यांचा खेळ सुरू झाला. काठीला शिवण्यासाठी काही मुलांनी पारंब्यांवरून भराभर खाली उड्या झोकल्या. भिवानंही डहाळीला लोंबकळत उडी झोकली. ती नेमकी देवळेकरांच्या छपरावर!

छपरावर आवाज झाल्यावर देवळेकरांची दुपारची वामकुक्षी मोडली. ते आतूनच ओरडले, "भिव्या, पुन्हा छपरावर उडी मारलीस तर तंगडी मोडून टाकीन!"

यावर कुणी काहीच बोललं नाही. ती रोजचीच दमदाटी होती. त्यामुळे त्या दमदाटीला मुळीच भीक न घातला मुलांच्या सूरपारंब्या पुन्हा सुरू झाल्या.

पुन्हा देवळेकरांच्या छपरावर कुणीतरी उडी मारली.

आता मात्र देवळेकर संतापून बाहेर आले आणि ओरडले, "भिव्या, तुला पटकी कशी होत नाही! म्हणजे तुझ्या या कटकटीतून आम्ही मोकळे तरी होऊ!"

भिवानं ठामपणानं त्यांना उत्तर दिलं, "जो बोलतो त्यालाच पटकी होईल!"

वास्तविक पटकी म्हणजे नेमकं काय हे त्या मुलाला माहीतही नव्हतं. प्रत्येक शिवीला तीच शिवी द्यायची असते, एवढंच त्याला माहीत होतं.

देवळेकर उसळून म्हणाले, "मला उलटून बोलतोस! तुझं थोबाड रंगवीन!"

भिवा तेवढ्याच निर्भीडपणानं म्हणाला, "माझ्यावर खोटा आळ घेतोस? मी उडी मारली आहे होय तुझ्या छपरावर? मी तुझ्या थोबाडीत मारीन!"

बाकीची मोठी मुलं भिवाकडे धावली. एकानं त्याच्या तोंडावर हात ठेवला आणि म्हटलं, "वडील माणसांना असं बोलू नाही, भिवा!"

आपल्या तोंडावरचा हात झुगारून देऊन भिवा बेभानपणानं ओरडला, "वडील माणसांनी खोटं बोललेलं चालतं वाटतं?"

देवळेकर पाय रोवून तिथेच उभे होते. त्यांच्याकडे काकुळतीनं बघत मुलं म्हणाली, "बाबा, आम्ही आता सूरपारंब्या नाही खेळत! विटीदांडू खेळतो."

घराचं दार देवळेकर बंद करत होते. एवढ्यात भिवा ओरडून म्हणालाच, "उद्या आम्ही खेळणारच सूरपारंब्या! माझ्यावर आळ घेतोस काय?"

आता विटीदांडूचा खेळ सुरू झाला. काही वेळ गेल्यानंतर भिवानं जी विटी मारली ती देवळेकरांच्या तावदानी खिडकीवर जाऊन आदळली. काचा फुटल्याचा मोठा आवाज आला आणि देवळेकर घराचं दार उघडून तीरासारखे बाहेर आले. मोठ्यांदा ओरडले, "मरत का नाहीस, भिव्या!"

"तूच मर की!"

गल्लीतल्या देवळेकरांना भिव्या अरे-जारे करायचा. त्याबद्दल कुणीतरी त्याला विचारलं तर म्हणायचा, "माझ्या बाबांचा हा फार राग राग करतो. इथे आम्हाला घर बांधू देत नाही!"

देवळेकर आपल्या वडिलांना पाण्यात पाहतात हे त्याही वयात त्याला कळत होतं. त्यामुळे त्यांच्याशी तो बेगुमानपणानं वागायचा.

'तूच मर की!' असं भिवानं म्हणताच देवळेकर रागानं बेभान झाले आणि त्याच्या अंगावर धावून गेले. भिवा जागच्या जागी खिळून उभा होता.

देवळेकर धावून आले आणि त्याच्या डोक्यावर अतिशय जोरानं थपडा मारून म्हणाले, "तूच मर.... मर आता तूच!"

भिवाच्या डोक्यात आधीच खवडे झाले होते. ते ठणकतही होते. दोन थपडांच्या मारानं भिवा कळवळून खाली आडवा पडला.

मुलांनी भिवाला घरी उचलून नेलं. वेदना होत असतानाच त्याच्या तोंडातून शिव्यांची लाखोली चालली होती.

त्याला घरी नेल्यावर मीराआत्या ओरडून म्हणाल्या, "हे मारणं की काय पोराला! अशा अघोरी मारानं मरून जाईल माझं पोर!"

मीराआत्याच्या कुशीत शिरताना हुंदके देत भिवा म्हणत होता, "तोच आता मरून जाईल! मला मारतो काय?"

मीराआत्यांनी भिवाला शांत केलं.

तेवढ्यात भीमाबाई आल्या आणि त्यांनीही देवळेकरांना शिव्याशाप द्यायला सुरुवात केली. म्हणाल्या, "आत्ता जाते आणि त्याच्या अंगाची चांगली सालटी काढते!"

आपल्या वहिनीचा तापट स्वभाव नणंदेला चांगला माहीत होता.

मीरावन्स एवढंच म्हणाल्या, "तू कशाला जातेस? रात्री रामजी आला म्हणजे सारं बघून घेईल!"

मग देवळेकरांचा राग त्यांनी भिवावर काढला. मीराआत्यापासून त्यांनी त्याला ओढून घेतलं आणि पाठीत दोन धपके घातले.

"कशाला जातोस मरायला त्यांच्या घराकडे?" असं म्हणून त्या भिवाला मारत सुटल्या.

रडताना भिवा म्हणतच होता, "मला नाही मरायचं, बय. तोच मरेल!"

मीराआत्या म्हणाल्या, "कशाला मारतेस त्याला उगीच! आणि भरल्या घरात ही मरणाची भाषा कशाला करतेस, बाई!"

डोकं धरून भीमाबाई निघून गेल्या.

आपल्या आत्याच्या कुशीत शिरून भिवा बराच वेळ हुंदके देत होता.

* * *

त्या दिवशी रामजीपंतांना घरी यायला बराच उशीर झाला. मुलांचं जेवणखाण झालं होतं. भिवाची भावंडं झोपी गेली होती, पण भिवा जागाच होता. आपल्या वडिलांच्या पोटावर पालथं पडून झोपायची त्याची सवय अजूनही गेली नव्हती.

रामजीपंत आले तेव्हा भिवा पेंगायला लागला होता.

आल्याबरोबर रामजीपंतांनी त्याला जवळ घेतलं आणि म्हटलं, "भिवा, आपली आरती व्हायचीय अजून! एवढ्यात झोप आली?"

मीराआत्या म्हणाल्या, "दहा वाजायला आलेत म्हटलं! तुझ्यासाठी पोर जागं राहिलंय."

मग रामजीपंतांनी भराभर आरती उरकली. पेटलेला कापूर जिभेवर टाकला. तो गट्ट केला. मग स्तोत्रं म्हटली. थोडं गीतापठण केलं.

नंतर मीराआत्याकडे बघत म्हणाले, "आज त्या जमादार तिवरेकराला कबीर पंथाची दीक्षा दिली."

"अरे, दीक्षा देणं सोपं आहे, पण तो करील का सारं?"

मीराआत्याच्या या प्रश्नावर रामजीपंत म्हणाले, "मी त्याला तेच बजावलंय... मी तुला दीक्षा दिलीय. पण पंथानं सांगितल्याप्रमाणे आचरण ठेवलं पाहिजे. मांसाशन सोडलं पाहिजे. दारूच्या थेंबालाही स्पर्श करता कामा नये. घरचे लोक खातपीत असतील तर तुझी चूल वेगळी मांडायला हवी!"

"म्हणजे आपल्याप्रमाणे!"

"होय... होय... प्राण हा अन्नमय असतो. म्हणून आपला आहार-विहार युक्त ठेवला पाहिजे, असं गीतेनंच सांगितलं आहे, नाही का? हळूहळू माणसानं आपली नाठाळ इंद्रिय जिंकली पाहिजेत, असं मी त्याला बजावून सांगितलं आहे. याउप्पर...."

"तू जळता कापूर सहज गिळून टाकतोस. हे त्याला जमणार आहे का?"

"अगं ते कर्मकांड झालं... ते एक वेळ नाही केलं तरी चालेल; परंतु बाकीच्या गोष्टी हळूहळू करायला हव्यात. जळता कापूर खाणं हा साधनेतला देहदंडाचा प्रकार झाला!"

रामजीपंत बोलत असताना भिवा मन देऊन ऐकत होता. मधूनच डोळे मिटून पेंगत होता.

रामजीपंतांनी भिवाकडे बघून विचारलं, 'आज देवघरात बसून अभंग, भजनं, दोहे म्हटलंत का? का मी घरी नव्हतो म्हणून चाट मारलीत?"

यावर भिवा काही उत्तर देणार तोच मीराआत्या म्हणाल्या, "आज भलतीच

भजनं झाली... मारहाणीचे अभंग झाले. शिव्यांच्या ओव्याही झाल्या.''

रामजीपंतांनी आपल्या प्रेमळ पांगळ्या बहिणीकडे प्रश्नार्थक मुद्रेनं बघितलं.

भिवा एकदम रडायला लागला. हुंदके देत देत म्हणाला, ''बाबा, तुम्ही बयला मारा पाहू आधी!''

''का रे?''

एवढ्यात भीमाबाईंनी पुढे येऊन दुपारचा सारा प्रकार त्यांच्या कानावर घातला. मग संतापून म्हणाल्या, ''छळवाद मांडला आहे या देवळेकरांनी!''

''मग त्यांच्यावरचा राग भिवावर कशासाठी काढला?'

मीराआत्या मध्येच म्हणाल्या, ''गाईसारखं माझं गरीब पोर! हैवानासारखं त्याला डोक्यावर मारणं शोभलं का देवळेकरांना! किती कळवळला बघ त्याचा जीव!''

मग दुपारची आठवण होऊन भिवा पुन्हा कळवळून रडायला लागला.

रामजीपंतांनी भिवाला जवळ घेतलं. त्याला ते थोपटू लागले. त्यांचा संताप अनावर झाला होता. तिरीमिरीत येऊन वागण्याचा त्यांचा स्वभाव नव्हता. परंतु त्या दिवशीचा प्रकार त्यांना सहन झाला नाही.

त्यांनी भिवाला झटक्यात दूर केलं आणि एकदम आपल्या दुपेट्याला हात घातला.

मीराआत्या म्हणाली, ''अरे, कुठं चाललास एवढ्या रात्रीचा?''

''त्या देवळेकरांची हजेरी घेऊन येतो. गुरासारखं मारतो की काय माझ्या पोराला?''

''अरे, ही वेळ का जाण्याची? पोर झोपेला आलंय... तुझ्यासाठी ताटकळत बसलंय.''

दुपेट्याला घातलेला हात रामजीपंतांनी मागे घेतला. भीमाबाईंकडे बघत म्हणाले,''मला जेवायचं नाही.''

''नाही कसं? जेवलं पाहिजे.''

मीराआत्या म्हणाली, ''त्याच्या भुकेची जागा रागानं घेतलीय... देवळेकरांवरच्या!... हाच सांगतो नाही का ग आपल्याला... माणसानं राग ताब्यात ठेवावा म्हणून!... पण याला कोण सांगणार?''

भीमाबाई हसत म्हणाल्या, ''मी सांगते ना! चला हो जेवायला... दोन घास खाऊन घ्या!''

कसेतरी दोन घास खाऊन रामजीपंतांनी भिवाला आपल्या पोटावर पालथं निजवलं. क्षणात भिवा झोपी गेला. गणपतीसारख्या त्याच्या लांबलचक कानांवर दोन्ही हात फिरवत रामजीपंत भीमाबाईंना म्हणाले, ''पोर किती निष्पाप आहे... सारं

सारं विसरून झोपी गेलं.''

''सारीच मुलं निष्पाप असतात.''

''तसं नाही ग! हे आपलं पोर जगावेगळं आहे.''

मग त्याच्या कानांवरून हात फिरवत ते पुढे म्हणाले, ''अगं, कान कशाला... त्याचं पोट बघ कसं गणपतीसारखं आहे. त्याच्या हातावरच्या रेषा तू बघितल्या आहेस का नाहीस? हा भिवा किती भाग्यवंत आहे! आपल्या पोटी तो आला यात धन्यता मान. तो फार मोठा अन् कीर्तिवंत होणार आहे. सध्या तो कृष्णासारख्या खोड्या करतो... त्या आपण निमूटपणानं सहन केल्या पाहिजेत. त्याच्या अंगाला हात लावणं बरं नाही!''

भीमाबाई समजुतीच्या स्वरात म्हणाल्या, ''मला कळत का नाही ते? मी त्याची दावेदारीण थोडीच आहे? आई आहे ना मी त्याची! पण खरं सांगू? त्या देवळेकराचा राग मी त्या पोरावर काढला.''

''उद्या सकाळी मी देवळेकराचा समाचार घेणारच आहे. इथली जागाही ते आपल्याला मिळू देत नाहीत. मी इथे राह्यला नकोय त्यांना! त्यांचा दिमाख कमी होईल ना!... पण लक्षात ठेवा म्हणावं.. मी त्यांच्या नाकावर टिच्चून इथली जागा मिळवणार आहे!''

''पण मी म्हणते लोकांना नको तिथं आपण कशाला राह्यचं?''

''त्यांच्या बापजाद्यांची का जागा आहे ही? मीही हट्टाला पेटूनच ही जागा मिळवतो का नाही ते बघ!''

''इथे हट्टाला पेटाल, पण माझा हट्ट काही पुरवणार नाही!''

''कसला हट्ट?''

''मुरबाडला जाऊन आपण कुळदैवताचं ऋण फेडलं पाहिजे... भिवाला खवडे झाल्यापासून माझ्या मनात...''

भीमाबाईंचं बोलणं पुरतं व्हायच्या आत रामजीपंत म्हणाले, ''ते नंतर बघता येईल.. आधी जागेचं बघायला हवं!''

त्यांच्या निर्धारापुढे भीमाबाई काही बोलल्या नाहीत. त्यांच्या मनात दाटलेला राग त्यांनी आवरला.

पोटावर गाढ झोपलेल्या भिवाला उचलून बिछान्यावर ठेवणार एवढ्यात रामजीपंत ओरडलेच, ''अगं, तापानं फणफणलाय भिवा!''

भीमाबाईंनी उठून त्याला पोटाशी धरलं. घाबऱ्याघाबऱ्या स्वरात म्हणाल्या, ''खरंच की! अरे देवा!''

भिवा झोपेतच अस्पष्ट बडबडत होता, ''मी नाही मरणार... तूच मर... बये, मला नको गं मारूस!''

त्या दोघांच्या अंतःकरणाचा ठाव सुटला. त्यांना वेड्यागत झालं.

रात्रभर ते दांपत्य काळजी करत जागंच होतं. मीराआत्याही भिवाच्या बिछान्याजवळ बसून जप करत होत्या.

* * *

सकाळी उठल्याबरोबर रामजीपंतांनी आपलं नित्याचं आन्हिक पुरं केलं. मग त्यांनी बाहेर जाण्याचा पोशाख केला. त्यांचे कपडे साधे असत, पण डोईला मात्र सफेद दुपेटा बांधत. पण त्यांच्या उंचनिंच, गोऱ्यापान, धिप्पाड शरीरयष्टीला हा पोशाख खुलून दिसायचा. बाहेर जाताना ते आपल्या बहिणीला विचारून जात. मीराआत्या त्यांच्याकडे निरखून बघत होत्या. मनात म्हणत होत्या, "खरोखर दृष्ट लागण्यासारखा आपला हा भाऊ आहे! त्याला चार सुखाचे दिवस यायला हवेत!"

रामजीपंत बाहेर जायला निघणार एवढ्यात मीराआत्या म्हणाल्या, "हरकत नसेल तर नेहमीप्रमाणे विचारून बाहेर पड!"

विचारात गढून गेलेले रामजीपंत चमकून म्हणाले, "कसा विसरून गेलो बघ या रागाच्या भरात!"

"रागाच्या भरात? कसला रे राग?"

"त्या देवळेकराला फटकारून येतो... आपल्या भिवाला मारतो काय?"

मीराआत्या काहीशा खालच्या आवाजात म्हणाल्या, "जरा बेतानं बोल... आधीच काय... ती मंडळी आपल्याला इथून हुसकून लावायच्या बेतात आहेत."

"मी बरा हुसकून जाईन? त्यांना दाखवायला माझा हात समर्थ आहे म्हटलं!"

रामजीपंत त्या तिरीमिरीतच बाहेर पडले आणि देवळेकरांच्या घरी हजर झाले. देवळेकर नुकतेच उठले होते आणि चहा पीत बसले होते.

बाहेरच्या अंगणात रामजीपंतांना बघताच सुभेदार मेजर देवळेकर म्हणाले, "या... या... रामजी सुभेदार!'

देवळेकरांकडे नाराजीनं बघत रामजीपंत उद्गारले, "कशाला या? काल तुम्ही आमच्या भिवाला मारलंत... आज मलाही..."

"तुम्हाला मारायला वेड लागलं नाही मला!"

"आणि भिवाला मारायला?"

"त्यालाही मारायला वेड लागलं नव्हतं.... त्याच लायकीचा मुलगा आहे तुमचा!"

"देवळेकर, त्याची लायकी कुठे दिसली तुम्हाला?"

"मोठ्या माणसांना शिव्याशाप देण्यात!"

"तो तर बोलूनचालून लहान मुलगा... तुम्हीही त्याला शिव्या दिल्यात! पटकी

होईल म्हणालात... त्याच्या मरणावर तुम्ही टपलेले आहात...''

''करणार काय मग? आमच्या घराची तुमच्या कार्ट्यानं नासधूस केली तरी आम्ही गप्प बसावं?''

''गप्प कसे बसाल तुम्ही? तुम्ही त्याला शिव्याशाप दिलेच की! पण देवळेकर, लक्षात ठेवा, कावळ्याच्या शापानं गुरंढोरं मरत नसतात!''

''मग कशाला इथे एवढे तरतरा आलात?''

''तुम्हाला बजावून सांगायला! सांगून ठेवतो देवळेकर, तुम्हाला! याद राखा, भिवाला हात लावलात तर! आमच्या घराण्याचा तो कुलदीपक आहे!''

''मग घरी राखून ठेवा त्याला! म्हणे कुलदीपक! बाकीची मुलंबाळं कुलांगार असतात वाटतं!''

रामजीपंत निर्धारानं म्हणाले, ''वेळ येईल तेव्हा काय ते दाखवीन तुम्हाला! तुमच्या वरचढपणाचा नक्षा एक ना एक दिवस उतरवीन तेव्हाच राहीन!''

देवळेकर छद्मीपणानं म्हणाले, ''तशी वेळ आम्ही येऊच देणार नाही! आज ना उद्या तुम्हाला इथून जावंच लागेल. आमच्या शेजारी तुम्हाला जागा देऊ नये, असा अर्जच आम्ही कलेक्टरकडे गुदरला आहे. तुम्ही इथे कसे राहता बघू!''

''ठीक आहे... देवळेकर, तुमच्या नाकावर टिच्चून आम्ही इथेच राहणार, हे सांगून ठेवतो; आणि यापुढे माझ्या भिवाला हात तर लावा... त्याचा काय परिणाम तुम्हाला भोगावा लागेल तेही बघा!''

''दिसेलच काय ते!''

देवळेकरांचे हे शब्द रामजीपंतांनी ऐकलेही नाहीत. त्यांनी घरचा रस्ता धरला.

रामजीपंतांनी दापोलीत देवळेकरांच्या संगतीत राहू नये, असाच नियतीचा संकेत होता की काय कुणास ठाऊक!

❑

हट्टीपणाची हद्द!

थॉमस गिलीगन या इंग्रज कलेक्टरला बाजरीची भाकरी आणि वांग्याची भाजी भारी आवडायची. तालुक्याच्या ठिकाणी त्यांचा मुक्काम डाक बंगल्यात असायचा. पाटील-मामलेदारांना त्यांची सरबराई फारशी करावी लागत नसे. ज्याप्रमाणे विंचवाचं बिऱ्हाड पाठीवर असतं, त्याप्रमाणे या कलेक्टरसाहेबांची ही खाद्यसामग्री ट्रंकेत भरून ठेवलेली असे. बाजरीची भाकरी आणि वांग्याची भाजी असली म्हणजे त्यांच्या खानसाम्याला काही बघावं लागत नसे. त्या ट्रंकेची किल्ली मात्र साहेबांजवळच असे. भाजी पकवण्याची वेळ आली म्हणजे आपल्या ट्रंकेतून गिलीगनसाहेब खानसाम्याला मोजून वांगी देत असत. त्यांच्या लेखी पैशाच्या हिशेबापेक्षाही वांग्याचा हिशेब अधिक महत्त्वाचा असे. भटारखान्यात गेल्यावर खानसामा तिथल्या एखाद्या नोकराला हसून म्हणायचा, ''यांच्या मेमसाब नाहीत म्हणून! नाहीतर या वांग्यांवरून त्यांचं भांडणच जुंपलं असतं. एखाद्या किडक्या वांग्याचाही या साहेबानं मेमसाहेबांना हिशेब मागितला असता!''

दापोलीचे कुलकर्णी मामलेदार तर नेहमीच म्हणायचे, ''एक वेळ हे कलेक्टरसाहेब शेदोनशे रुपये कुणालाही सहज काढून देतील, पण वांगी मात्र देणार नाहीत. बाजरीच्या पिठाचं तर नावच काढू नका!''

त्या काळी कलेक्टरसाहेबांना कुणीही पोतंभर वांगी मोफत दिली असती; पण कुणाचंही काही मोफत घ्यायचं नाही, हा तर गिलीगनसाहेबांचा कटाक्ष असे. एवढंच नव्हे, तर वांगी विकत घेताना त्यांचं काट्याकडे काटेकोरपणानं लक्ष असे. विशिष्ट आकाराची वांगी शेरात किती बसतात, हेही त्यांना माहीत होतं. एखादं वांगं कमी आलं तर शिपायाला दटावून हे साहेब म्हणायचे, ''राम्या, तुझं लक्ष नव्हतं

काट्याकडे! एक वांगं कमी आलं बघ!''

त्या दिवशी दुपारी रामजीपंतांना बघताच कलेक्टरसाहेबांनी त्यांना बसायला खुर्ची दिली.

खुर्चीवर बसल्यानंतर रामजीपंतांनी आपल्याजवळची पिशवी टेबलावर ठेवली.

गिलीगनसाहेब म्हणाले, ''वांगी असतील, मि. रामजीपंत!''

रामजीपंतांनी हसून मान हलवली.

मग भीतियुक्त मुद्रा करून गिलीगनसाहेब म्हणाले, ''ओ नो! भीषण शैतान आहे तो!''

रामजीपंतांना त्यांचं बोलणं कळलं नाही.

अंगावर शहारे आल्यासारखे दाखवून आणि आपले दोन्ही खांदे उडवून गिलीगनसाहेब म्हणाले, ''नको नको रे बाबा ती वांगी आणि ती बाजरीची भाकरी! अंगावर सगळीकडे बॉइल्स उठले... गळवं... त्या वांग्याएवढी! ठेव तुझी पिशवी तशीच!''

काय करावं ते रामजीपंतांना सुचेना. त्यांनी जागच्या जागीच पिशवीची चाळवाचाळव केली आणि टेबलावरून पिशवी उचलून ठेवणार तोच गिलीगनसाहेबांनी आपल्याकडे पिशवी ओढली आणि म्हणाले, ''ओके, ओके! खूप दिवस झाले... वांग्याची भाजी खाल्ली नाही. आता गळवंही दबली आहेत... हे बघ... तेव्हा तुझी ही वांगी घेतो... बरं, काय दाम देऊ याचे?''

''साहेब, घरची आहेत ही वांगी! पैसे कशाला?''

''रामजीपंत, तू छूट बोलतोस... तुला घर नाही, तर वांगी कुठली रे घरची? घरासाठी तर तू अर्ज केला आहेस ना? जागेसाठीच तू इथे आला आहेस ना? मुकाट्यानं पैसे घे आणि घाल खिशात!''

असं म्हणून गिलीगनसाहेब बराच वेळ हसत सुटले.

त्यांचं हसणं ओसरल्यानंतर त्यांनी दिलेले वांग्याचे पैसे रामजीपंतांनी मुकाट्यानं खिशात टाकले.

त्या वेळी गिलीगनसाहेब हसून म्हणत होते, ''नाऊ टू बिझीनेस... तुमच्या कामाकडे आता पाहू!''

एव्हाना कारकुनानं त्यांच्या टेबलावर फाईल आणून ठेवली होती. ती फाईल उघडून त्यांनी रामजीपंतांचा अर्ज बाहेर काढला. त्या अर्जाबरोबर आणखीही दोन-तीन कागद त्यांनी बाहेर काढले.

रामजीपंतांच्या अर्जाकडे बघून गिलीगनसाहेब म्हणाले, ''हा तुमचा जागेसाठी केलेला अर्ज!''

''येस, सर...''

"या तुमच्या अर्जात वावगं काही दिसत नाही. पण मि. रामजीपंत, तुमच्याविरुद्ध बऱ्याच तक्रारी आहेत...."

"मला त्याची कल्पना आहे, साहेब..."

"असणारच! बूट घालणारालाच बुटाची बोच कळते!"

"मी कधी खोटं बोलत नाही, साहेब... पण त्या साऱ्या तक्रारी खोडसाळ आहेत!"

"ते मी बघतो. पण तुझा धाकटा मुलगा रे केवढा आहे?"

"भिवा ना? असेल पाच-सात वर्षांचा!"

"त्याच्याविषयी फार तक्रारी आहेत! तो म्हणे मोठ्या माणसांना मारतो, शिव्या देतो, त्यांच्या घराची खराबी करतो!"

"साहेब, देवळेकरांचं हे म्हणणं खरं वाटतं तुम्हाला? उलट देवळेकरांनी या माझ्या पोराच्या डोक्यावर जोरानं टपला मारल्या. भिवाच्या डोक्याला फोड झालेले आहेत. त्यांच्या मारानं पोर कळवळलं आणि त्यानं देवळेकरांना शिव्या घातल्या... काय चूक आहे पोराची?"

"एवढ्यावरूनच देवळेकर तुमच्याविरुद्ध अर्ज करतात?"

"हे वरवरचं कारण झालं, साहेब!"

"असं? मग आतलं कारण?"

"मी आणि देवळेकर... आम्ही दोघंही एकाच पंथाचे! आमच्या कबीर पंथातले लोक देवळेकरांना मान देत नाहीत आणि मला मान देतात. हाच माझा अपराध!"

"ओ! असूया... स्पर्धा... डॅम इट! मी करतो काय करायचं ते! साऱ्या गोष्टी माझ्या लक्षात आल्या!"

"मला दापोलीला घर बांधायची फार इच्छा आहे."

"पण तिथेच घर बांधायचा तुझा एवढा हट्ट कशासाठी आहे? एकी नाही तिथे राह्यचा हट्ट कशासाठी?"

"एकी आहे कुठे? सगळीकडेच भांडणं, हेवेदावे. पण तिथे आमच्या लष्करी सेवेतल्या पेन्शनरांची तीन-चारशे घरं आहेत. मुलांना शिकण्यासाठी मराठी-इंग्रजी शाळा आहेत. माझ्या मित्रांचीही तिथं घरं आहेत, आम्हाला एकत्र राह्यला मिळालं तर फार बरं होईल!"

कलेक्टरसाहेबांना सारी परिस्थिती माहीत होती. परंतु त्यांनी मुद्दामहून रामजीपंतांना एक खोचक प्रश्न विचारला, "तुमचे सारे लोक एकत्र राहतात?"

नकारार्थी मान हलवत रामजीपंत म्हणाले, "आम्ही चांभार, महार तसे म्हणायला एकत्र राहतो; पण आमच्यातही भेदाभेद पाळले जातात. परंतु त्यापेक्षा आपल्या दर्जाबद्दल प्रत्येक जण जागरूक असतो. म्हणजे सुभेदार मेजर हा साध्या सुभेदारापासून

फटकून राहतो. तलवारबहाद्दर आणि सरदार ही मंडळी जमादार, हवालदार यांना जवळ करत नाहीत. दिसायला आम्ही एकत्र आहोत, पण रोजच्या वागण्यात मात्र विभक्त आहोत.''

"मग मी विचारतो रामजी, अशा लोकात तुम्ही कशाला राहता?''

"मग कुठे राहू?''

"गावात का राहत नाही?''

"कुठे? गावात? कोण राहू देईल? आम्ही गावकुसाच्या बाहेर राह्यचं हाच आमचा हजारो वर्षांचा रिवाज. आम्ही गावाबाहेरच उकिरड्यावर उघड्यावाघड्यावर राह्यला हवं. राह्यला कुडाच्या झोपड्या मिळाल्या तर आम्ही आमचं भाग्य मानायला हवं. आमच्या अंगावर बोटभर चिंधी असता कामा नये. खपाटीला गेलेल्या टिचभर पोटात मोठ्या लोकांनी उकिरड्यावर टाकलेले, कुजलेले अन्नाचे कण भरायचे; गावातले रस्ते झाडायचे, संडास साफ करायचे, मेलेली ढोरं ओढायची आणि त्यांचे जोडे करून द्यायचे; आणि ही मंडळी आम्हाला जोड्यापाशी उभं करत नाहीत. माणसाची विष्ठा खाणाऱ्या गाईसारख्या गुरांना जवळ करतात आणि आम्हाला लाथा मारतात. मुंग्यांना साखर खाऊ घालतात आणि आमच्या पोटात काटे भरतात... हजारो वर्षं असंच चाललं आहे आमचं जीवन... आणि तुम्ही म्हणता, गावात आम्ही त्यांच्याजवळ राह्यला जावं म्हणून!''

रामजीपंत चमकून बोलायचे थांबले. त्यांना वाटलं, आपल्या ज्ञातिबांधवांसमोर आपण जसं प्रवचन करतो तसंच आपण या कलेक्टरसाहेबांसमोर केलेलं आहे.

परंतु कलेक्टरसाहेब त्यांच्याकडे आश्चर्यचकित होऊन बघत होते. रामजीपंतांच्या बोलण्यातून त्यांना व्यासंग दिसत होता. त्यांनी केलेलं चिंतन भासत होतं. हे बोलताना त्यांची गौरवर्ण तेजस्वी मुद्रा अधिक उजळून निघालेली दिसत होती. त्यांच्या मुद्रेवरचा करार दिसत होता. त्यांनी केलेलं अध्ययन प्रतीत होत होतं.

गिलीगनसाहेब हरखून जाऊन म्हणाले, "मि. रामजीपंत, आणखी बोल... आणखी काहीतरी सांग. तू फार चांगलं बोलतोस.''

रामजीपंतांना थोडा धीर येऊन ते म्हणाले,"साहेब, बोललो ते सारं खरं आहे. पण आमचे लोकही पाहा तसेच आहेत. आमचे लोक दारू पितात आणि जेव्हा शुद्धीवर असतात तेव्हा ब्रह्मज्ञान ऐकतात. पण ते ऐकून पुन्हा दारू पिण्याचं मात्र सोडत नाहीत!''

"हां हां, रामजी! ते व्यसन त्यांनी सोडलं पाहिजे!''

"मी त्यांना तेच शिकवतोय... मोठ्या लोकांच्या दयेवर जगायची आता लाज वाटते... कंटाळा आला आहे. कुठपर्यंत चालणार हे?''

रामजीपंतांच्या मनात जातीय विषाची चूळ टाकण्याच्या इराद्यानं गिलीगनसाहेब

कळवळ्यानं म्हणाले,"आम्ही मात्र तुम्हाला जवळ केलं, पण तुमचेच लोक तुम्हाला गुरांपेक्षाही दूर फेकून देत आहेत."

साहेबाचं बोलणं फारसं मनावर न घेता रामजीपंत म्हणाले, "मी माझ्यापरीनं आमच्या लोकांना सुधारण्याचा खूप प्रयत्न करतो आहे. पण आमच्यातलेच हे लोक आम्हाला पाण्यात बघतात आणि आम्हाला राह्यला जागा मिळू न देण्याची खटपट करतात. आमच्या धाकट्या भिवाला वाटेल तसे शिव्याशाप देतात. त्याच्या मरणाची भाषा करतात!"

"फार वाईट... फार वाईट! पण तू काळजी करू नकोस, रामजीपंत! मी तुला आत्ताच परवानगीचं पत्र लिहून देतो!"

परवानगीचं पत्र तयार होत असताना रामजीपंतांच्या मनात भिवाच्या मोठेपणाचे विचार चालले होते.

ते पत्र हाती पडताच त्यांना अपरंपार आनंद झाला. देवळेकरांच्या नाकावर टिच्चून ते आता ठरलेल्या ठिकाणी घर बांधू शकणार होते.

गिलीगनसाहेबांचा निरोप घेताना रामजीपंतांनी त्यांचे मनःपूर्वक आभार मानले. म्हणाले, "आपण नसता तर हे घडलं नसतं!"

"ते खरं मानून चालायला हरकत नाही. परंतु तुमचेच लोक तुमचे वैरी आहेत. तुमच्या हाडामांसाचे! ही परिस्थिती बदलली पाहिजे! माणूसच माणसाला शिवत नाही. एक माणूस घरातलं अन्न खातो, तर दुसरा माणूस उकिरड्यावरचं खरकटं खातो, हा न्याय नाही!"

दुहीची ही बीजं पेरणारा साहेब वरवर का होईना तसं बोलला होता खरा! रामजीपंतांचं त्याच्या बोलण्याकडे लक्षही नव्हतं. त्यांच्या श्रद्धेप्रमाणे दुहीची ही बीजं नष्ट करणारा, हिंदू धर्मावरचा हा कलंक नष्ट करणारा, हिंदू धर्मावरची जळमटं झाडून टाकणारा अवतार त्यांच्याच पोटी जन्मला होता.

उकिरड्याच्या घाणीत शेकडो वर्षं किड्यामुंग्यांप्रमाणे पिचत पडलेल्या बांधवांचा उद्धार करण्यासाठी भिवाचा अवतार आपल्या पोटी झालेला आहे, ही खूणगाठ त्यांनी मनाशी पक्की बांधून ठेवली होती. साहेबाशी बोलतानाही आपल्या भावाच्या त्या भाकिताचा त्यांना विसर पडला नव्हता.

* * *

रामजीपंत आनंदाच्या भरात घरी आले ते गर्जतच! त्यांचं कुठेच लक्ष नव्हतं. आनंदाच्या भरात ते ओरडून सांगत होते,"आता साऱ्यांच्या नाकावर टिच्चून इथे घर बांधतो! या म्हणावं!"

परंतु त्यांच्या घरासमोर वेगळाच प्रकार दिसला.

त्यांच्या घरासमोर भांडण जुंपलं होतं. देवळेकरांसह साऱ्या विरोधी लोकांना एक गोष्ट कळून चुकली होती. रामजीपंतांना घर बांधायला परवानगी मिळणार, ही गोष्ट ते धरून चालले होते. त्यामुळे ते कलेक्टरला भेटायला गेल्याबरोबर इकडे देवळेकरांनी मुलांच्या खेळांवरून कुरापत काढली होती.

मुलं जेव्हा बाहेर खेळायला आली तेव्हा देवळेकर घराबाहेर पडले आणि रामजीपंतांच्या घरासमोर येऊन ओरडले, ''या तुमच्या भिव्याला आवरा! एक क्षणभर झोपू देत असेल तर शपथ!''

मीराआत्या खुरडत बाहेरच्या बाजूला आल्या आणि समजुतीच्या स्वरात म्हणाल्या, ''आत्ता येईल रामजी... सांगते हं त्याला!''

''रामजी काय करणार? त्याला आपला मुलगा देवाचा अवतार वाटतो!''

मीराआत्या पुन्हा शांतपणानं म्हणाल्या, ''वाटणारच! भिवा आहेच तसा!''

देवळेकर उसळून म्हणाले,''देवळीत ठेवा त्याला मग! सैतान लेकाचा! पटकी होऊन मरून नाही जात लवकर!''

आता मात्र भीमाबाई महिषासुरमर्दिनीचा अवतार घेऊन बाहेर आल्या आणि म्हणाल्या, ''का रे माझ्या पोरावर उठलास एवढा! तुझंच पटकी यायचं वय झालंय.''

मग संग्राम उभा राहिला. धुमश्चक्री सुरू झाली. भिवाचे भाऊ बाळाराम आणि आनंदराव हातात काठ्या घेऊन आले. भिवानं हातात दगड घेतले. भीमाबाईंनी ओचापदर खोवला. भिवा दगडांबरोबर शिव्याही फेकत होता. मीराआत्या दोन्ही हात वर करून सर्वांना शांत करण्याचा प्रयत्न करत होत्या; पण कुणीच कुणाचं ऐकत नव्हतं. 'सटवी', 'सैतान', 'आग लागो!', 'निःसंतान होवो', 'पटकी लागो' अशा कित्येक शेलक्या शिव्यांचा भडिमार चालला होता. बाजारात चाललेल्या कोलाहलाप्रमाणे त्या शिव्या एकमेकीत मिसळून जात होत्या. कोण कुणाला नेमकी कोणती शिवी देतो आहे, हे समजत नव्हतं. एखाद्या पाठ केलेल्या धड्याप्रमाणे भिवा धडाधड शिव्या देत होता.

घर बांधण्याची परवानगी घेऊन रामजीपंत जेव्हा आनंदाच्या बेहोषीत घरी आले, तेव्हा त्यांच्या घरासमोर चाललेल्या गोंधळाची परिस्थिती अशी होती.

रामजीपंतांना घर बांधण्याची परवानगी मिळालेली आहे, ही गोष्ट देवळेकरांच्या तेव्हाच ध्यानात आली. त्यांनी रामजीपंतांकडे एक जळजळीत कटाक्ष टाकला. भिवाकडे तिरस्कारानं बघितलं आणि ते घरात निघून गेले.

समरांगण शांत झालं.

घरात गेल्याबरोबर रामजीपंत मीराआत्यांना म्हणाले,''ही बघ घर बांधण्याची परवानगी घेऊन आलो कलेक्टरसाहेबांकडून!''

यावर मीराआत्या काही बोलणार एवढ्यात भीमाबाई आतून आल्या आणि तावातावानं म्हणाल्या, "नाही बांधायचं मला इथे घर! हा देवळेकर माझ्या पोराच्या मरणाची भाषा रोज बोलतो. माझा भिवा वर नाही आला बळी द्यायला!"

"म्हणे तुझा भिवा! माझा नाही वाटतं तो! अग, तुला नेहमी सांगतो ना मी- कावळ्यांच्या शापानं गाई मरत नाहीत म्हणून! आपला भिवा फार मोठा होणार आहे... त्रिखंडात कीर्ती गाजवणारा!"

भीमाबाई उद्वेगानं म्हणाल्या, "पण कावळेही मेले मरत नाहीत... फार आयुष्य असतं ना त्यांना!"

"अग, असू दे! लोकांचं आयुष्य आपण कशाला कमी करायचं?"

"आणि त्यांची कावकावही कमी होणार नाही. म्हणून या कावळ्यांपासून आपण दूर जायला हवं! म्हणून मी म्हणते, इथे घर बांधायचं नाही!"

रामजीपंत जरा घुश्शानंच म्हणाले, "म्हणूनच मी म्हणतो, इथेच घर बांधायचं!"

"मी नाही बांधू देणार!"

"शहाणीच आहेस तू! त्याच्या नाकावर टिच्चून मी एवढी परवानगी आणली ते घर बांधायचं नाही म्हणून?"

आपल्या कपाळावर फडाफड हात मारत भीमाबाई म्हणाल्या, "नाही बांधायचं घर... नाही बांधायचं घर!"

मीराआत्या म्हणाल्या, "रामजी, सोडून दे हा हट्ट! तिचं डोकं भडकलं म्हणजे... तिचा मस्तकशूळ नको उठवूस!"

भीमाबाई भडकून म्हणाल्या, "काय उठवायचा राहिलाय. मी कशाला थांबते इथे! निघून जाईन मी माहेरी!"

"हो, आता जाशीलच! आता मोठ्या मानानं माहेरी जाशील... पण मीच मिळवून दिला आहे ना तो मान तुला!"

यावर भीमाबाई हसून म्हणाल्या, "होय.. होय... म्हणूनच मी जाणार आहे. इथे घर बांधून तो मान आता मला खाली व्हायला नकोय."

ही मानपानाची भाषा दोघांनाही चांगली माहीत होती. या वेळी दोघांनाही त्यांच्या लग्नाच्या वेळेचा प्रसंग आठवला.

त्या वेळी रामजीपंत सकपाळ हे सैन्यात नोकरीला होते. त्यांच्या काळी सैन्यात सक्तीच्या शिक्षणाची व्यवस्था असे. त्यामुळे सैन्यात प्रवेश केल्यापासून त्यांना चांगलं शिक्षण मिळालं होतं. रामजीपंत ज्या सैन्यपथकात होते त्याच पथकात सुभेदार मेजर धर्माजी मुरबाडकर हेही होते. दोन्ही महार कुटुंब कोकणातली असल्यामुळे धर्माजी आणि रामजी यांचं चांगलं सूत जमलं. रामजींचा महत्त्वाकांक्षी स्वभाव आणि त्यांचं आकर्षक व्यक्तिमत्व धर्माजींच्या डोळ्यांत चांगलं भरलं होतं. आपली भीमा

या रामजीला शोभून दिसेल, असं त्यांच्या मनानं घेतलं. त्या वेळी मुरबाडकर कुटुंब पनवेलला जाऊन स्थायिक झालं होतं. मुरबाडकर कुटुंबातील सातही भाऊ सुभेदार मेजर या हुद्द्यावर असल्यामुळे हे कुटुंब फार सधन होतं.

भीमाची सोयरीक रामजीशी करण्याचे विचार जेव्हा धर्माजींच्या मनात घोळायला लागले, तेव्हा त्यांचे इतर भाऊ त्यांना म्हणाले, ''धर्माजी, भीमा तुझी मुलगी असली तरी आमची ती पुतणी आहे. आपल्या तोलामोलाच्या माणसांशीच आपली सोयरीक व्हायला हवी! आहे हा रामजी तोलामोलाचा?''

निर्धारपूर्वक धर्माजी म्हणाले, ''अरे, आपली भीमा तेरा वर्षांची! रामजी वीस वर्षांचा! आपली भीमा जशी गोरी, चुणचुणीत आहे, तसाच रामजीही आहे. जोडा खरोखरच लक्ष्मीनारायणाचा आहे!''

एक भाऊ मानभावीपणानं म्हणाला, ''होय... होय.. तुझं बरोबर आहे. आपली भीमा लक्ष्मी आणि रामजी म्हणजे दरिद्री नारायण! छान शोभेल बरं जोडा!''

पण धर्माजींचा थोरला मुलगा गोविंदा मध्ये पडून म्हणाला, ''बाबांचा विचार बरोबर आहे. भीमाला रामजीच योग्य नवरा आहे... श्रीमंती काय केव्हाही येईल; आणि आपल्या भीमाच्या पायात लक्ष्मी असेल तर तिच्या पायाबरोबर ती रामजीकडे जाईलच की!''

आणि गोविंदाचं म्हणणं खरं ठरलं होतं.

भीमा आणि रामजी यांचं लग्न लागलं होतं. मुरबाडकर मंडळींनी नाराजीनंच या लग्नात भाग घेतला होता. लग्न झाल्यानंतर भीमाची आईच फक्त तिची विचारपूस करायची. इतर मंडळींचा रुसवा कायम होता.

भीमानं माहेर पुरतं वर्ज्य केलं.

माहेरी तिनं सांगावा पाठवला, 'दागदागिने वाळत घालण्याएवढी मी श्रीमंत होईन, तेव्हाच माहेरी पाऊल टाकीन!'

भीमाच्या पावलाबरोबर श्रीमंतीनंही तिच्या सासरी पाऊल टाकलं होतं. तिचं माहेरी जाणं मानानं सुरू झालं होतं.

म्हणून आता त्यांनी सांगितलं होतं, ''चालू लागेन मी माहेरी!''

त्यांना डिवचण्याच्या हेतूनं रामजीपंत म्हणाले, ''बरोबरच आहे. दागिने वाळत घालण्याएवढी तू श्रीमंत झालीस... तू मानानं माहेरी जाणारच! नवऱ्याचा अपमान करून!''

भीमाबाई उसळून म्हणाल्या, ''मी नाही तुमचा अपमान केला! पण तुम्ही मात्र आपल्या आंबवड्याच्या भवानी देवीचा अपमान करताहात!''

''भवानी देवी? मी नाही समजलो!''

''नाहीच समजणार! इतके दिवस मी कानीकपाळी ओरडते आहे! आपल्या

भिवाला खवडे झालेत. ते बरे होत नाहीत, म्हणून भवानीला जाऊन येऊ.. तुम्हाला परोपरीनं सांगून ते पटत नाही! आपल्या भिवासाठीही तुम्ही हे ऐकायला तयार होत नाही!''

मधेच मीराआत्या म्हणाल्या, ''खरंय तिचं म्हणणं! आणि हे पहा रामजी, भवानीची पालखी ठेवण्याचा मान आपला! वर्षाकाठी भवानीच्या उत्सवात गावकरी लोक आपल्याला केवढा मान देतात. पालखीच्या मिरवणुकीत आपला पुढाकार असतो. आपली भवानी नवसाला पावते. मला वाटतं, भिवाला घेऊन तुम्ही एकदा आंबवड्याला जाऊन यावं...''

''वन्स, ते जाणार नाहीत. त्या देवळेकऱ्याच्या डोक्यावर त्यांना मिऱ्या वाटायच्या आहेत ना?''

''हो... वाटणारच आहे त्याच्या डोक्यावर मिऱ्या! इथे घर बांधून!''

''बांधा खुशाल घर! मी मात्र माहेरी निघून जाणार! भिवाला घेऊन!''

दोघेही हट्टाला पेटले होते.

त्या रात्री लवकरच भीमाबाईंनी मुलांना जेवूखाऊ घातलं आणि झोपवलं. सामानाची बांधाबांध केली. बैलगाडी ठरवली.

पहाटे सारं सामान आणि मुलाबाळांना घेऊन बैलगाडीनं त्यांनी मुरबाडचा रस्ता धरला.

रामजीपंतही कमी हट्टी नव्हते. बैलगाडी मुरबाडला जायला निघाली तेव्हा ते एक चकार शब्दही बोलले नाहीत.

* * *

तीन-चार दिवसांत सुंभही जळला होता आणि पीळही जळला होता. रामजीपंत पुन्हा अंतर्मुख झाले होते. भीमाबाईंशी बोलताना त्यांच्या तोंडातून बाणाप्रमाणे शब्द सुटून गेले होते. भीमाबाई रागारागानं माहेरी निघून गेल्या होत्या. मग रामजीपंतांना वाटायला लागलं की, आपलं बोलणं फारसं बरोबर नव्हतं. भीमाबाई आपल्याला योग्य तेच सांगत होती. इथे राहण्याच्या आपल्या हट्टापासून ती आपल्याला परावृत्त करत होती. ते तिचं सांगणं योग्यच होतं. आपल्या भिवाच्या भल्यासाठीच तिचं हे बोलणं होतं. त्यासाठीच त्याला घेऊन ती रागानं माहेरी निघून गेली होती.

रामजीपंतांच्या मनाची अशा तऱ्हेनं कोंडी झाली होती खरी, पण त्यांना मार्ग सापडत नव्हता. आपल्या कुलदीपकासाठी त्यांचं मन आतल्या आत तुटत होतं.

त्यांच्या मनाची ही कोंडी फोडली ती मीराआत्यांनी!

भीमाबाई मुरबाडला गेल्या त्याला तीन दिवस उलटून गेले होते. चौथ्या दिवशी रामजीपंतांचं सकाळचं आन्हिक उरकल्यानंतर मीराबाई रामजीपंतांना म्हणाल्या,

“तीन दिवस झाले... घर कसं खायला उठल्यासारखं वाटतंय.”

यावर रामजीपंत काहीही बोलले नाहीत. त्यांनाही तेच वाटत होतं.

मीराआत्या पुढे म्हणाल्या, “तुझं शहाणपण पाहून तुला लोक चतुर सुभेदार म्हणतात. कित्येक लोक तुला महंत म्हणतात, ब्रह्मज्ञानी म्हणतात. पण भीमाला बोलताना तुझं ब्रह्मज्ञान कुठे गेलं होतं? चतुराई कुठे गेली होती? त्या देवळेकरावरचा राग तू भीमावर काढलास!”

आता मात्र रामजीपंतांना वाचा फुटली, “आपल्या भिवाला त्यानं मारलं.”

“आता बोलते मी, रामजी... आपला भिवा काय कमी आहे? देवळेकरांनी त्याला मारलं तेव्हा भिवानं काय केलं माहीत आहे तुला? त्या दिवशी त्यानं देवळेकरांच्या मुलांना यथेच्छ बडवलं. काळोख पडल्यावर देवळेकरांच्या शेळ्यांची दावी सोडली आणि त्यांना लांब पिटाळून दिलं. खुराड्यातल्या त्यांच्या कोंबड्या लपवून ठेवल्या. त्यांच्या घरावर दगडही फेकले... बोल आता... आपला भिवा कमी का आहे!”

“अगं, पण मोठ्या माणसांनी लहान मुलासारखं वागायचं असतं का?”

“लहान मुलांनी कहार केल्यावर मोठी माणसं तरी काय करणार, रामजी? काही मोठी माणसं देवळेकरांसारखी असतात; काही मोठी माणसं पिंपरीकरांसारखी असतात.”

“पिंपरीकरांसारखी?”

मीराआत्या हसून म्हणाल्या, “होय... होय... पिंपरीकरांसारखी! तिथेही भिवानं असाच एक उद्योग केला...”

“मला नाही समजला त्याचा उद्योग!”

“आम्ही कशाला सांगतोय तुला...”

मीराआत्यांना तो प्रसंग आठवला.

एकदा मुलांनी छोट्या भिवाला पैजेवर घातलं. भिवाच्या शेजारीच पिंपरीकरांचं कुटुंब राहत होतं. रामजीबुवांचे ते नातेवाईक होते. त्यांच्या घरात भिवाचं भारी कौतुक व्हायचं. पिंपरीकरांच्या पत्नीला कोंबड्या पाळण्याचा नाद होता. भिवा त्यांच्या खुराडातून अंडी पळवून आणायचा.

एके दिवशी त्याचा मित्र म्हणाला, “भिवा, अंडी कुणीही पळवून आणील. सोप्पं काम आहे ते! पण तुला कोंबडीची पिलं पळवून आणता येतील का?”

“हात्तेच्या. उद्या आणतो.”

दुसऱ्याच दिवशी भिवानं ते काम फत्ते केलं. पिंपरीकरांच्या पत्नीची दुपारची वामकुक्षी चालली होती. भिवानं कोंबडीची दोन पिलं पकडली आणि धावत धावत आपल्या सवंगड्यांना ती दाखवत म्हणाला, “ही घ्या दोन पिल्लं!”

"अरे, खरंच की रे तू पिल्लं आणलीस! आता या पिल्लांचं काय करायचं?"

"आपण ही पिल्लं भाजून खाऊ!"

मग भिवानंच काटक्या गोळा केल्या. मुलांनी झगरं तयार केलं आणि त्या झगऱ्यात भाजून काढलेली पिल्लं मुलांनी खाऊन टाकली.

हा सारा प्रसंग सांगून मीराआत्या रामजीकडे बघून म्हणाल्या, "तू मारे कबीर पंथाची दीक्षा घेतलीस... महंत झालास. तुला हे मांस-मच्छर चालत नाही. अंड्यालाही तू शिवत नाहीस... आणि हा आपला भिवा बघ!"

कौतुकभरल्या स्वरात रामजीपंत म्हणाले, "तो त्याच्याच मार्गानं जाणार... आपला कुलदीपक आहे ना तो?"

मीराआत्यांनी भिवाची दुसरी खोडी सांगितली.

पिंपरीकरांच्याच घरची गोष्ट.

पिंपरीकरांच्या पत्नीनं अंडी उबवण्यासाठी त्या अंड्यांवर कोंबडी बसवली होती. ती अंडी पळविण्याचं काम त्याच्या मित्रांनी भिवाकडे सोपवलं.

दुपारच्या वेळी भिवा पिंपरीकरबाईकडे आला आणि त्यानं विचारलं, "शिंक्यावर काय ठेवलं आहेस ग, बाई?"

"अंड्यावर कोंबडी बसवली आहे, भिवा... अंडी उबवण्यासाठी!"

"किती दिवस झाले बाई?"

"चांगले दहा एक दिवस झाले की!"

भिवानं काळजीच्या स्वरात विचारलं, "कोंबडीनं काही केलं आहे का? बघितलंस का तू?"

"नाही रे बाबा!"

"अग बघ मग लवकर! नाहीतर सारी अंडी नासून जातील!"

पिंपरीकरबाईंनी अंड्यांची टोपली शिक्यावरून खाली उतरवली.

त्या अंड्यांकडे बघून भिवा म्हणाला, "बघ, या कोंबडीनं काही केलंय का? अंडी जशीच्या तशीच आहेत. ही कोंबडी पिल्लं थोडीच घालणार आहे?"

"होय रे होय, आता काय करायचं रे, भिवा?"

माहीतगाराच्या थाटात भिवा म्हणाला, "दुसरी कोंबडी बसवायची या अंड्यांवर! नाहीतर सारीच अंडी नासून जातील!"

बाई म्हणाली, "आता दुसरी कोंबडी बसवते या अंड्यांवर!"

त्या अंड्यांवरून बाईनं त्या पहिल्या कोंबडीला दूर केलं; आणि ती पुढल्या तरतुदीला लागणार एवढ्यात भिवा म्हणाला, "या अंड्यांवर आता दुसरी कोंबडी बसवू नकोस. या अंड्यांवर एक कोंबडी बसली होती ही गोष्टी त्या नव्या कोंबडीला आवडणार नाही. मग सारीच अंडी नासून जातील."

“मग रे, भिवा? आता काय करायचं?”

“दुसरं काही करायचं नाही. ही अंडी आता एक-दोन दिवसात नासून जातील. फुकट कशाला घालवायची ही अंडी? म्हणून बुवांना खायला ही सात-आठ अंडी ठेव. बाकीची अंडी मला देऊन टाक. आम्ही मुलं मुलं खाऊन टाकू! अंडी अशी नासवून कशी चालतील?”

बाईनं भिवाच्या सांगण्याप्रमाणे केलं. सारी मुलं वडाच्या झाडाखाली बसली आणि त्या अंड्यांचा फन्ना केला.

मीराआत्यांकडून ही कथा ऐकताच रामजीपंतांचे करारी, तेजस्वी नेत्र लुकलुकले. जणू आपल्याशीच म्हणाले, “मीरा, मला शिंक्यावर ठेवलेल्या अंड्यांवरून गोकुळाची आठवण झाली बघ! खोड्याळ कृष्णकन्हैय्या शिंक्यावर ठेवलेलं दही-दूध असाच फस्त करून टाकायचा. कुणाला ऐकायचा म्हणून नाही. गोकुळातल्या गवळणी यशोदेकडे गाऱ्हाणी घेऊन यायच्या. म्हणायच्या, यशोदे, ‘हा तुझा खट्याळ कान्हा कुणाला ऐकत नाही ग! याचा असला धिंगाणा आम्ही कुठवर सहन करायचा?’ बरं, यशोदा त्याला मारायला गेली तर तक्रारी घेऊन येणाऱ्या त्या गवळणीच्याच मागे जाऊन तो लपायचा. मग त्या गवळणी हसून कान्ह्याला उराशी घेऊन म्हणायच्या, ‘नको गं यशोदे, याला मारूस! वयच आहे त्याचं खोड्या करण्याचं!’ तसाच आहे बघ आपला भिवा!’

मीराआत्या एकदम बोलून गेल्या, “आणि या भिवाला तू खुशाल जाऊ दिलंस मुरबाडला! तुला काही वाटलं नाही! जा आता तिकडे! घेऊन ये त्याला!”

रामजीपंतांनी तोंड फिरवलं. एक दबका हुंदका त्यांच्या कंठातून बाहेर पडला.

मुरबाडला जाऊन भीमाबाईंना घेऊन येण्याचा निश्चय त्यांनी केला तेव्हाच त्यांचं मन शांत झालं.

त्या रात्री त्यांना चित्रविचित्र स्वप्नं पडत होती. एका स्वप्नाचा दुसऱ्या स्वप्नाशी संबंध नव्हता.

त्यांनी बिछान्यावर अंग टाकलं तेव्हापासून अवताराच्या कल्पनेशी त्यांचं मन खेळत होतं. आपला भिवा हा आपल्या पोटी आलेला अवतार...

तशाच प्रकारची स्वप्नं त्यांना पडत होती, पण एकही स्वप्नं त्यांच्या आठवणीत राहिलं नव्हतं आणि त्या अंधुक आठवणीतूनच पहाटे त्यांना पुरती जाग आली.

सकाळी सारं आटोपून ते मुरबाडला गेलेदेखील!

* * *

रामजीपंत मुरबाडला गेले तेव्हा भिवा धावत आला आणि त्यांना चिकटून बसला.

मुरबाडकर रामजीपंतांकडे बघून हसत म्हणाले, "तीन दिवस झाले गुलामाला चांगली झोप लागली नाही."

रामजीपंतांनी आपल्या सासऱ्याकडे प्रश्नार्थक मुद्रेनं बघितलं तेव्हा मुरबाडकर म्हणाले, "अहो, त्याची प्रकृती उत्तम आहे. डोक्याचे फोडही कोरडे पडत चाललेत. परंतु त्याला चांगली झोप म्हणून नाही. तुम्ही त्याला पोटावर पालथं पडून झोपायची सवय लावली आहे ना!"

रामजीपंत हसले. परंतु त्या रात्री त्यांनी त्याला आपल्या पोटावर झोपवलं. त्याचे गणपतीसारखे कान चाचपून पाहिले. भिवा झोपला तरी ते त्याच्या पाठीवरून बराच वेळ हात फिरवत राहिले.

मुरबाडकरांनी भीमाबाईंना हाक मारली आणि म्हणाले, "भीमा, याला आता गादीवर झोपव."

रामजीपंत म्हणाले, "नको... नको.. झोपू दे इथेच. तुमचं आवरून या."

भीमाबाई घरात गेल्यानंतर मुरबाडकरांनी विचारलं, "आता भिवाला शाळेत घालायला हवं ना?"

"आता दापोलीला गेल्यावर त्याला घालणारच शाळेत!"

"आणि दापोलीतलं मुलांचं शिक्षण पुरं झाल्यावर तुम्ही काय करणार?"

"पण मी दापोलीतच घर बांधणार आहे."

"ते बांधा हो! पण मुलांच्या उच्च शिक्षणाचं काय करणार? त्यांना उच्च शिक्षण देणार ना?"

रामजीपंत निर्धारानं म्हणाले, "होय, भिवाला तर नक्कीच उच्च शिक्षण देणार, त्याला मोठा करणार!"

"मी तेच म्हणतो. उच्च शिक्षण जर त्याला द्यायचं असेल तर दापोलीपासून त्याला दूर ठेवावं लागणार! आहे तुमची तशी तयारी?"

रामजीपंत काहीच बोलले नाहीत.

ती संधी साधून मुरबाडकर म्हणाले, "माझा तर तुम्हाला सरळ सल्ला आहे... ज्या ठिकाणी तुम्हाला मुलांचं प्राथमिक आणि उच्च शिक्षण पूर्ण करता येईल, असंच ठिकाण निवडा! दापोलीला घर बांधायची कल्पना सोडून द्या!"

तरीही रामजीपंत गप्पच बसले होते.

आता मुरबाडकरांची भीड पुरती चेपली होती.

आपला मुद्दा अधिक स्पष्ट करण्याच्या हेतूनं ते म्हणाले, "शिवाय दापोलीतले आपापसातले हेवेदावे, मत्सर, वैर आपल्याला हवं आहे कशाला? तुम्हाला जे ब्रह्मज्ञान झालेलं आहे, परमार्थाचा जो अर्थ तुम्हाला कळलेला आहे, त्याची गंधवार्ताही त्यांना नाही. हवा आहे कशाला अशा नाकर्त्या लोकांचा संसर्ग! तुमचं

ज्ञान त्यामुळे मलिन होईल.''

''त्या देवळेकराला मी धडा शिकवणार होतो. आपल्या भिवाच्या जिवावर उठला आहे तो!''

''दुर्जनांचा संपर्क टाळायचा, का त्यांच्या जवळ जायचं? आपल्या पांढऱ्याशुभ्र कपड्यांवर त्यांनी उडवलेले काळे डाग आपल्याला नकोत. आपल्या अंगावरचे कपडे किंवा आपल्याजवळचं ज्ञान आपल्याला मलिन करून घ्यायचं नाही... या आपल्या भिवासाठी, तुमच्या कुलदीपकासाठी!''

बराच वेळ कुणी काहीच बोललं नाही!

मग एकदम मुरबाडकर म्हणाले, ''तुम्हाला विचारणं बरं दिसणार नाही; पण काय हो रामजीपंत, तुमच्या पन्नास रुपयांच्या पेन्शनीत तुमचा खर्च भागतो का? मग घर कुठून बांधणार? मला विचाराल तर काही दिवस तुम्हाला नोकरी करावी लागेल. आपल्या ओळखी आहेत खूप! आपण करू खटपट!''

रामजीपंत काही बोलले नाहीत. मौन हीच जणू त्यांची मूक संमती होती.

* * *

मुंबईत नोकरी मिळविण्यासाठी त्यांनी निरनिराळ्या युरोपियन कंपन्यांतून खटपट सुरू केली. अर्जही केले.

एका लष्करी अधिकाऱ्याकडून उत्तरही आलं.

सातारा येथील सार्वजनिक बांधकाम खात्यात स्टोअरकीपरची नोकरी आहे, असं त्यांना समजलं.

लगेच त्यांनी अर्ज केला. त्यांना ती नोकरी मिळाली.

दापोलीचं घर मनातून उतरलं.

साताऱ्याला आल्यावर लष्करातील महारवाड्याच्या समोरच एका विस्तीर्ण जागेवर त्यांनी झोपडीवजा एक घर बांधलं. त्यानंतर लवकरच त्यांनी एक बंगला भाड्यानं घेतला.

मुलांच्या शिक्षणाची सोय झाली.

कुलदीपकाच्या शिक्षणाचा मार्ग मोकळा झाला.

पण भीमाबाईंना हा बंगला लाभला का?

माणसाला अज्ञात असलेली भवितव्यता मोठी विचित्र असते! जितकी विचित्र तितकीच कठोर!

❑

आडनाव बदलले, पण...

त्या दिवशी रविवार होता.

रामजीपंत आपली पूजाअर्चा उरकून देवघरातून बाहेर आले होते. नोव्हेंबर महिन्यातली थंडी अंगाला चांगलीच चाटून जात होती. सकाळचं ऊन पाठीवर घेऊन भिवा बाहेरच्या ओट्यावर बसला होता. शेणकाल्यानं सारवलेला ओटा हिरवागार दिसत होता. भिवाला ओट्यावर बसायला फार आवडायचं. सातारला आल्यावर रामजीपंतांनी महारवाड्याच्या समोरच्या विस्तीर्ण जागेवर झोपडीवजा घर तयार करून घेतलं होतं. लष्कर भागातल्या या झोपडीवजा घरात राह्यला भिवाला अतिशय आवडायचं. रामजीपंतांनी जेव्हा बंगला भाड्यानं घेतला तेव्हा भिवा नाराजीनं म्हणायचा, "मला नाही आवडत हा बंगला! झोपडीत किती मजा होती!"

झोपडीच्या समोरच्या मोकळ्या जागेत त्याला मनमुराद हुंदडायला मिळालं होतं म्हणूनही असेल, पण त्याला पहिलं झोपडीवजा घर अतिशय आवडत असावं. या नव्या बंगल्याच्या चार भिंतींत त्याला आखडल्यासारखं व्हायचं. म्हणून बंगल्याच्या बाहेरच्या बाजूला तो या सारवलेल्या ओट्यावर येऊन ऊन खात बसायचा. समोरच्या अजिंक्यताऱ्याकडे एकटक बघत बसणं, हा जणू त्याला छंद लागला होता.

त्याची थोरली बहीण गंगा त्याला म्हणाली, "भिवा, उद्या तुझी शाळा सुरू होणार. तुझे केस कापून देते. चल लवकर!"

भिवानं आश्चर्यानं विचारलं, "तू कापणार केस?"

"मग दुसरं कोण?"

"अग, महूला तो जगन्नाथ न्हावी नव्हता का येत माझे केस कापायला घरी?"

त्याला समजेल अशाच तऱ्हेनं जणू गंगा म्हणाली, "भिवाजी, ते विसरा आता!"

"काय?"

"अरे, तिथे आपले बाबा सुभेदार होते लष्करात! जगन्नाथ न्हाव्याची आपल्याला नाही म्हणण्याची काय टाप होती! त्याचाच वस्तरा घेऊन आपण त्याची मान कापली असती!"

"मग आपण इथेही कापू या न्हावीदादाची मान! आत्ताच इथून गेला तो! त्याला हाक मारली असती मी!"

"तो आला नसता!"

"का? आला नसता तर मी त्याला शिव्या दिल्या असत्या. दगड मारले असते!"

"तरीही तो आला नसता..."

"माझे केस तू नाही कापायचे. त्या न्हावीदादानंच कापले पाहिजेत."

"भिवा, माझ्याशी तू उगाच हुज्जत घालू नकोस हं! मीच तुझे केस कापते."

"तो का नाही कापणार हे का नाही सांगत तू?"

गंगा उद्वेगानं म्हणाली, "आपण महार आहोत म्हणून! आपल्याला ते शिवत नाहीत. विटाळ होतो त्यांना!"

भिवाचं मन कुठंतरी दुखावलं, पण नेमकं काय ते त्याला कळलं नाही. आपल्या बहिणीसमोर तो मान खाली घालून मुकाट्यानं हजामत करायला बसला.

केस कापताना त्याचे केस ओढले जात होते. त्या वेळी तो मान हलवत होता. ओरडून बहिणीला वाटेल ते बोलत होता.

गंगा त्याला खडसावून म्हणत होती, "तू मान हलवलीस तर असंच होणार. मान नीट एकसारखी ठेव."

"पण ताई, न्हावीदादा चांगली करील ग हजामत. तो का शिवत नाही आपल्याला?"

"त्याला विटाळ होतो आपला."

"पण मघाशी तो त्या गाईला शिवला की ग! गाईचं शेपूट धरून त्यानं तिला नमस्कारही केला मागच्या बाजूनं, असं का ग?"

"अरे, तोंडानं गाय वाटेल ती घाण खाते. आपण टाकलेली घाणसुद्धा! शेपटाच्या बाजूनं ती पवित्र असते."

"गाय घाण खाते... पण तिला त्या न्हावीदादानं नमस्कार केला. आपण कुठे ग घाण खातो? आपले बाबा तर मांसदेखील खात नाहीत. मग आपल्याला का गं शिवत नाहीत ते? परवा तर या न्हावीदादानं त्या समोरच्या म्हशीचेदेखील केस कापले. मग आपले का ग नाही?"

"एकदा सांगितलं ना तुला? पुन्हापुन्हा काय विचारतोस?"

त्याचे केस कापले जात असताना तो पुन्हापुन्हा म्हणत होता, "तुला नाही नीट कापता येत केस! तू न्हावी आहेस का? मग कशाला कापतेस केस?"

"न्हावी कापत नाही म्हणून!"

भिवानं आपल्या बहिणीला विचारलं, "आपल्या देवघरातल्या त्या देवांच्या तसबिरी तू बघितल्यास का?"

त्यानं विषय बदललेला बघून बहिणीला हायसं वाटलं. तिनं विचारलं, "कोणत्या रे म्हणतोस तसबिरी?"

"दत्त आणि शंकर."

"त्यांचं काय?"

"त्यांचे केस केवढे मोठे वाढले आहेत. बघितलंस का तू?"

आणि थोडा वेळ थांबून भिवानं विचारलं, "न्हावीदादा त्यांचेही केस कापत नव्हता? त्या देवांना शिवत नव्हता?"

पुन्हा हरदासाची कथा मूळपदावर आली होती.

त्याच्या या प्रश्नाला त्याची बहीण गंगा काय उत्तर देणार होती?

भिवाची प्रश्नांची सरबत्ती चालूच होती, "न्हावीदादा देवापेक्षा मोठा असतो? म्हणून तो देवाला शिवत नाही?"

गंगा गप्पच होती.

भिवाचे केस कापून झाले होते. तो उठला आणि टाळी वाजवत उड्या मारत म्हणाला, "माझी ताई हरली... माझी ताई हरली... सांग, हरलीस का नाही ते! दे मला उत्तर. नाहीतर हरलीस म्हण!"

आतल्या बाजूला रामजीपंत आणि भीमाबाई आपल्या लाडक्या लेकाचं सारं बोलणं ऐकत होते.

भीमाबाई लटक्या रागानं म्हणाल्या, "नाही नाही ते प्रश्न विचारून भंडावून सोडतो नुसता!"

रामजीपंतांनी विचारलं, "काय हो चुकलं आहे त्याचं?"

"अहो, लहान मुलाच्या तोंडी असले प्रश्न शोभतात का कधी? त्याचं वय..."

"ज्ञान वयावर अवलंबून नसतं. ज्ञानेश्वरांना लहान वयात जे कळलं ते अनेकांना तीन तीन जन्म झाले तरी कळत नाही."

भ्यायल्यासारखी मुद्रा करून भीमाबाई म्हणाल्या, "मला तर बाई भीती वाटते. अकाली पिकलेलं फळ झाडावरून लवकर गळून पडतं. बाबा आम्हाला सांगायचे..."

रामजीपंत कातावून म्हणाले, "वेडी कुठली! भलतंसलतं काही बोलू नकोस!"

"नाही बोलत. पण फळाची काळजी झाडालाच असते. मला माझ्या पोराची काळजी आहेच की! माझ्या पोटचा हा नंदादीप..."

त्यांना पुढे बोलवेना. त्यांनी डोळ्यांना पदर लावला.

एवढ्यात भिवा पुढे येऊन म्हणाला, "बाबा, आपली ताई हरली ना? तिला कुठे माझ्या प्रश्नाचं उत्तर देता आलं?"

त्याला कुरवाळून रामजीपंत म्हणाले, "खरंच, आपली गंगा तुझ्यापुढे हरली. तू मोठाच आहेस तिच्यापुढे!"

मग त्यांच्याजवळून बाजूला होत भिवानं विचारलं, "बाबा, तुम्ही गोरेगावला जाता ना? कशाला?"

"तिथं खूप काम चाललं आहे. त्या लोकांना पैसे वाटायला जातो."

"पैसे घेताना तुम्हाल शिवतात ते लोक?"

"होय. नाहीतर पैसे कसे घेणार?"

"पैसे घेताना त्यांना तुमचा विटाळ होत नाही?"

भिवाच्या बोलण्याचा रोख रामजीपंतांना तेव्हाच समजला. ते एकदम म्हणाले, "अरे, पैशाला शिवाशीव नसते. पैसे पोटासाठी असतात ना? शिवाशीव डोक्यात असते."

रामजीपंतांचं बोलणं भिवाला नेमकं कळलं किंवा नाही कुणास ठाऊक! आपल्या बहिणीवर मिळविलेल्या विजयातच तो धुंद होता.

भीमाबाई म्हणाल्या, "हा उद्या शाळेत जाणार! तिथे हा असंच करणार की काय?"

घोडामैदान जवळच होतं.

* * *

१८९६ च्या नोव्हेंबर महिन्यात थंडी चांगलीच कडाडली होती. रामजीपंतांनी भिवाला शाळेत घालण्याचा मुहूर्त बघून ठेवला होता.

रामजीपंत नेहमीप्रमाणे पहाटे पाच वाजता उठले. त्यांनी बंदगी केली. पूजापाठ म्हटला. गीतेच्या अध्यायाचं पठण केलं. मग ते भिवाला उठवायला गेले.

भीमाबाई म्हणाल्या, "आज जरा जास्तच थंडी पडली आहे. कशाला उठवता त्याला? उद्यापासून जाईल शाळेत!"

"वा ग वा! मग मुहूर्त कशाला काढून ठेवलाय..."

यावर भीमाबाई काही बोलणार एवढ्यात भिवा ताडकन उठला आणि म्हणाला, "आजपासूनच मी शाळेत जाणार! आज फक्त बाबांबरोबर जाणार! उद्यापासून एकटा!"

रामजीपंतांनी स्वतः त्याला अभ्यंगस्नान घातलं. नवे कपडे त्याच्या अंगात घातले. मग रामजीपंत त्याला म्हणाले, "देवघरात चल. गणपतीची आणि सरस्वतीची

पूजा कर. गणपती तुला चांगली बुद्धी देईल आणि सरस्वती उत्तम विद्या देईल.''

भिवानं नुसती मान हलवली.

पूजन झाल्यानंतर रामजीपंतांनी त्याच्या मस्तकावर हात ठेवून त्याला आशीर्वाद दिला, ''भिवा, तू फार फार शिकून मोठा पंडित होणार आहेस. तुला मोठी कीर्ती मिळणार आहे. आपल्या कुळाचं नाव तू गाजवणार आहेस...''

मग ते बराच वेळ जणू स्वतःशीच कुजबुजत राहिले, 'कुलदीपक... कुलदीपक...'

भिवाला या गोष्टी नवीन नव्हत्या. परंतु विद्याप्राप्तीच्या प्रवासाचं प्रस्थान त्यानं ठेवलं होतं. त्या पार्श्वभूमीवर त्यांचा आशीर्वाद त्याच्या मनात घुमत राहिला. 'तू मोठा पंडित होणार आहेस, तुला मोठी कीर्ती मिळणार आहे.' या आशीर्वादाचा त्यानं एवढाच अर्थ घेतला की, आपल्याला फार मोठं व्हायचं आहे आणि त्यासाठी आज आपण शाळेत जात आहोत!

रामजीपंतांनी भिवाची वर्गशिक्षकाबरोबर ओळख करून देताना सद्‌गदित स्वरात म्हटलं, ''मुलगा जरा हूड आहे. सांभाळून घ्या त्याला!''

वर्गशिक्षक आंबेडकर म्हणाले, ''तुम्ही काळजी करू नका... माझं नाव आहे आंबेडकर.. तुमचं नाव आंबावडेकर.. आपल्या नावात थोडीफार तफावत आहे.''

रामजीपंत काहीशा विषादानं म्हणाले, ''होय, होय... थोडीफार काय... चांगलीच तफावत आहे. तुम्ही ब्राह्मण... आम्ही महार...''

आपल्या बोलण्यात काहीतरी गफलत झाली आहे. अशा आविर्भावात आंबेडकर मास्तर घाईघाईनं म्हणाले, ''छे, छे! तसं मुळीच नाही. माझ्या बोलण्याचा अर्थ एवढाच होता की, आंबेडकर आणि आंबावडेकर या नावात अगदी थोडा फरक आहे. रामजीपंत, तसं पाहिलं तर तुम्ही खरे ब्राह्मण आहात... आम्ही केवळ नावाचे ब्राह्मण!''

आंबेडकरांचं हे बोलणं केवळ तोंडदेखलं नव्हतं. त्यांना रामजीपंतांचा अधिकार माहीत होता. त्यांचा व्यासंग माहीत होता.

रामजीपंतांचं घराणं नाथपंथी होतं. धार्मिक आणि पारमार्थिक ग्रंथांचा त्यांचा व्यासंग दांडगा होता. रामायण, महाभारत, पांडवप्रताप या पुराणग्रंथांचं त्यांनी चांगलं परिशीलन केलं होतं. त्यांनी ज्ञानेश्वरी चांगली अभ्यासली होती. कबीरपंथाची दीक्षा घेतल्यापासून त्यांचं भजन-पूजन आणि स्तोत्रपठण चांगलंच वाढलं होतं. प्रत्येक आध्यात्मिक विषयात त्यांना चांगली गती होती. त्यावर मनन-चिंतनाची पुटं चढल्यामुळे त्यांच्या ठायी एक शक्तिशाली रसायन तयार झालेलं होतं.

या गोष्टी आंबेडकर मास्तरांना चांगल्या माहीत असल्यामुळे ते म्हणाले होते, ''आम्ही केवळ नावाचे ब्राह्मण!''

आंबेडकर मास्तरांनी भिवाला जवळ घेतलं. त्यानं अंगात घातलेला स्वच्छ

सदरा, नेसलेलं स्वच्छ धोतर आणि डोईवरची मखमलीची टोपी हा त्याचा पोशाख बघून आंबेडकर मास्तर म्हणाले, ''आमच्यात तरी पोशाखाची एवढी टापटीप दिसते का?''

एवढ्यात डोकं खाजविण्यासाठी भिवानं टोपी काढली. त्याच्या डोईवरचा घेरा बघून आंबेडकर मास्तर म्हणाले, ''आता याला ब्राह्मण म्हणायचं नाही, तर काय?''

रामजीपंत हसून म्हणाले, ''याच्याशी एवढी सलगी करू नका हं, मास्तर! तुमचे लोक उगाच बिघडतील!''

''उगाचच बिघडतील ना? मग बिघडू द्या की! मी चांगला समर्थ आहे त्यांची हजेरी घ्यायला!''

भिवाला आंबेडकर मास्तरांच्या हवाली करून रामजीपंत घरी आले.

घरी आल्याबरोबर मीराआत्याला म्हणाले, ''अग, आंबेडकर मास्तरांना आपला भिवा फार आवडला.''

मीराआत्यांनी आश्चर्यानं विचारलं, ''आंबेडकर?''

''होय, होय. ते आंबेडकर आणि आपण आंबावडेकर. पण ते ब्राह्मण आहेत.''

तेवढ्यात तिथे येऊन भीमाबाईंनी विचारलं, ''मास्तर ब्राह्मण असून आपला भिवा त्यांना आवडला?''

मोठ्यांदा हसून रामजीपंत म्हणाले, ''आपला भिवा आहेच तसा!''

* * *

शाळेत जायला लागल्यापासून पाचव्याच दिवशी भिवानं या आंबेडकर मास्तरांना विचारलं, ''मास्तर, मी पुढे येऊन बसू?''

आंबेडकर मास्तरांनी नकारार्थी मान हलवली.

''का नको?''

या त्याच्या प्रश्नावर वर्गातली मुलं माना मुरडून भिवाकडे बघायला लागली.

भिवाचा पुन्हा तोच प्रश्न, ''का बसू नको पुढे?''

''मी सांगतो म्हणून!''

''पण तुम्ही असं का सांगता? सांगा की!''

मागच्या बाजूला बसलेला एक मुलगा भिवाला वेडावून म्हणाला, ''तू महार आहेस म्हणून....''

''मग तू कोण आहेस? माझ्या पुढे तू का बसलास?''

''मी मराठा आहे म्हणून!''

''मग मी का बसायचं नाही पुढे?''

"तू महार आहेस म्हणून! तू मागेच बसायचं!"

भिवा चिरडीला येऊन शिव्या द्यायला लागला. मारायला लागला.

तो मराठ्याचा मुलगा भर वर्गात पळायला लागला. तरी भिवानं त्याला एक थप्पड लगावलीच!

तो मुलगा मोठ्यांदा ओरडला, "मास्तर, हा मला शिवला पहा... महाराचा मुलगा!"

भिवा दटावणीच्या स्वरात म्हणाला, "शिवलो म्हणून काय झालं? मी कोण आहे? माझे कपडे किती चांगले आहेत पाहा... आणि त्याचे किती मळकट! उलट त्याला शिवल्यामुळे माझेच कपडे मळकट होतील."

आंबेडकर मास्तरांनी त्याची कशी तरी समजूत काढली. मग भिवाला म्हणाले, "तू वर्गात आता दंगा करू नकोस. मधल्या सुट्टीत मला येऊन भेट."

मधल्या सुट्टीत भिवा त्यांना जाऊन भेटला. पुन्हा त्याचे तेच प्रश्न सुरू झाले.

त्या प्रश्नांना बगल देऊन मास्तरांनी त्याला विचारलं, "तू आता मधल्या सुट्टीतला डबा खाऊन घे पाहू! मग मी तुला सारं सांगतो."

भिवा म्हणाला, "मी काही खायला आणलं नाही. मधल्या सुट्टीत मी रोज घरी जातो खायला..."

"अरे भिवा, तुझं घर किती लांब आहे...."

"पण घरी जायला मजा येते. जाताना वाटेत आम्ही चिंचा पाडतो... खेळत खेळत घरी जातो... मग पाडलेल्या चिंचांबरोबर भाकरी खातो."

मास्तर कळवळ्यानं म्हणाले, "आता मधल्या सुट्टीत घरी नाही जायचं. मी तुझ्यासाठी रोज भाजी-भाकरी आणत जाईन. आज ही घे भाजी-भाकरी!"

असं म्हणून मास्तरांनी त्याला स्पर्श होणार नाही अशा बेतानं त्याच्या चिमुकल्या ओंजळीत कोरभर भाकरी आणि भाजी वरून टाकली.

भिवा कातावून म्हणाला, "मला नको तुमची भाजी-भाकरी! तुम्हीही मला शिवत नाही त्या मुलांप्रमाणे! आम्हाला कुणीच का हो शिवत नाही.. का ... का?"

बोलताना भिवाचा आवाज चढत चालला होता आणि कातर होत गेला होता. त्याच्या मनावरही कात्री फिरत गेली होती.

आंबेडकर मास्तरांनी त्याला शांत केलं.

म्हणाले, "माझ्या मनात काही नाही रे! पण मी तुला शिवलो आहे हे जर त्यांनी बघितलं तर सारा गाव मला फाडून खाईल... मला वाळीत टाकतील ते! माझी इथून हकालपट्टी करतील!"

"काही हरकत नाही. तुम्ही आमच्या घरी येऊन राहा! बाबा काही म्हणणार नाहीत!"

''अरे, केवढं आभाळाएवढं मन आहे तुझं!''

''म्हणजे मोठं ना? मग मला तुम्ही शिवा की! तुम्हाला माझा विटाळ नाही ना होणार! तुम्ही मला शिवलात म्हणजेच मी तुमची भाकरी खाईन! तोपर्यंत खाणार नाही!''

भिवा फुरगटून बसला तेव्हा आंबेडकर मास्तरांनी त्याला जवळ ओढून म्हटलं, ''अरे, माझ्या मुलासारखा तू!''

तिथं कुणीच नव्हतं. सारी चिमणी पाखरं मधल्या सुट्टीत भुर्रदिशी कुठे ना कुठे उडून गेली होती. मास्तरांच्या कुशीत शिरलेला भिवा फक्त तिथे होता. मास्तरांच्या प्रेमळपणानं तो पुरता गुदमरून गेला होता.

त्यांच्या कुशीतून बाहेर पडल्यानंतर म्हणत होता, ''तुम्ही मला जवळ घेतलंत.. मुलं मला शिवत नाहीत. मला शिवलं तर पटकी होते का हो त्यांना? मसणात जातील का हो ते?''

मास्तरांनी त्याच्या चिमुकल्या जिवणीवर हात ठेवून म्हटलं, ''भिवा, असं घाणेरडं बोलायचं नाही हं!''

''ते घाणेरडं वागतात ते चालतं वाटतं? ते घाणेरडं वागतात म्हणून मी घाणेरडं बोलतो. ते असं घाणेरडं वागले नाहीत म्हणजे मीही घाणेरडं बोलणार नाही... कधीच नाही!''

त्या निरागस मुलाचा युक्तिवाद मुळीच खोडून काढता येण्यासारखा नव्हता. मास्तर काही वेळ गप्प बसले.

मग आठवण झाल्यासारखं करून म्हणाले, ''भिवा, ते आपण नंतर बघू! आधी ही भाकरी खा पाहू! इथेच... माझ्यासमोर बसून!''

त्या लहान मुलाच्या नेत्रांत कृतज्ञता दाटून आली होती. निदान मास्तरांना तसं वाटलं.

दोन घास खाल्ल्यानंतर भिवानं विचारलं, ''विश्वामित्र पहिल्यांदा क्षत्रिय होता ना? ब्राह्मण नव्हता तो!''

मास्तरांनी चमकून त्याच्याकडे बघितलं.

भिवा पुढे म्हणाला, ''तो राजर्षी होता... पण खूप खूप तप करून पुढे ब्रह्मर्षी झाला... म्हणजे ब्राह्मणच नाही का?''

मास्तरांनी हरखून नुसती मान हलवली.

भिवानं विचारलं, ''विश्वामित्राला बाह्मण होता आलं तसं सर्वांनाच नाही का हो होता येणार?''

''येईल की! ते जाऊ दे... हे सारं तुला कुणी सांगितलं?''

''माझ्या बाबांनी! रोज काही ना काही असंच सांगतात. पाठ झालंय आमचं!

आमच्या घरातील सर्वांचंच! आमचे बाबा किनई फार मोठे आहेत... म्हणून त्यांना ब्राह्मण होता येईल ना हो?''

भिवा असंच उच्च आणि उदात्त बोलत राहावा, असं मास्तरांना वाटत होतं. पण त्याच्या असल्या प्रश्नांना उत्तरं देणं त्यांना अवघड होतं. त्याच्या असल्या अवघड प्रश्नांना उत्तरं देणं सोपं खासच नव्हतं. कारण त्या प्रश्नांची उत्तरंही अवघड होती.

मास्तर मनात म्हणत होते,'अकाली पिकलेलं हे अमृतफळ आहे. याच्यावर बालपणीच झालेले संस्कार मोठे का आपली ब्राह्मण जात मोठी?'

भिवा विचारतच होता, ''आमच्या बाबांना ब्राह्मण होता येईल का? सांगा ना... सांगा ना लवकर! आम्ही ब्राह्मण झालो म्हणजे सर्व लोक आम्हाला शिवतील. आमचा विटाळ मानणार नाहीत.''

मुळातले वर्णभेद आणि जन्मजात जातिभेद यांतला फरक समजावून सांगणं मास्तरांना शक्य नव्हतं. भिवाच्या प्रश्नाला बगल देऊन त्याला सहज समजेल अशा भाषेत काहीतरी सांगणं मास्तरांना भाग होतं.

ते म्हणाले, ''मी तुझ्यापेक्षा मोठा आहे ना?''

भिवानं मान हलवली.

मास्तर म्हणाले, ''माझं आडनाव आंबेडकर. तुझं आंबावडेकर, होय ना?''

''दापोलीजवळ आमचं आंबावडे हे गाव आहे. त्याच गावावरून आमचं नाव पडलं, असं बाबा सांगतात.''

थक्क होऊन मास्तरांनी विचारलं, ''तुला बाबा शिकवतात तरी काय रोज रोज?''

''माझे बाबा ना? मला एकट्यालाच नाही काही! आम्हा सर्वांना शिकवतात. आमच्याकडून पूजा करून घेतात. रामायणातल्या गोष्टी सांगतात... महाभारतातल्यासुद्धा! गीतेचे श्लोकही आमचे तोंडपाठ आहेत. वर्गात म्हणून दाखवीन हवे तर! पण आमच्या आडनावाचं काय सांगत होता?''

''सांगत होतो की, आजपासून तुझं आंबावडेकर हे आडनाव बदलायचं आणि माझं नाव तू घ्यायचं... आंबेडकर!''

टाळी वाजवून भिवा म्हणाला, ''वा, छान! म्हणजे मी आता ब्राह्मण होणार नाही का?''

''ब्राह्मणांपेक्षाही वरचा! आपणच आता कुणाला शिवायचं नाही!''

भिवाचं मन आनंदानं भारावून गेलं.

आंबेडकर मास्तर पुढे सांगत होते, ''माझं आडनावच तू घ्यायचंस असं नाही, तर रोज रोज मधल्या सुट्टीत मी आणलेली भाजीभाकरी तू खायचीस, कबूल?''

''कबूल! पण तुम्ही माझ्या हातात भाकरी देणार ना? का लांबून टाकणार?''

"भाकरी हातात तर देणारच! पण आपण एकत्र बसून भाकरी खाणार!"

भिवाच्या मुखावरचा ओसंडून जाणारा आनंद एकदम सांडून गेला. त्यानं काळजीच्या स्वरात आंबेडकर मास्तरांना विचारलं, "लोक तुम्हाला वाळीत नाही ना टाकणार? तुम्हाला इथून हाकून नाही ना देणार?"

"खुशाल हाकून देऊ देत. चांगल्या गोष्टीसाठी राम नव्हता का वनवासात गेला?"

"होय.. होय... त्यानं आई-वडिलांचं ऐकलं, म्हणून तो वनवासात गेला आणि त्यानं रावणाला मारून टाकलं! बाबांनी मला सगळं सांगितलं आहे!"

आंबेडकर मास्तर मनात म्हणत होते,'भावी काळात अमृतफळं देणारा हा आम्रवृक्ष असाच बहरू दे... जातिजमातीचा विषवृक्ष मुळासकट उन्मळून पाडू दे.'

मधली सुट्टी संपल्याची घंटा झाल्याबरोबर आंबेडकर मास्तर उठले. चिमणी पाखरं भराभर वर्गात गोळा झाली होती.

मास्तरांनी कॅटलॉग काढला आणि आंबावडेकर या नावाची दुरुस्ती करून तिथे लिहिलं. भिवा रामजी आंबेडकर...

घरी आल्याबरोबर भिवानं आईला सांगितलं, "आपलं नाव मास्तरांनी बदललं. आजपासून आपलं नाव आंबेडकर बरं का!"

भीमाबाई म्हणाल्या, "अरे, असं कसं होईल?"

"झालं आहे. मास्तरांनी केलं आहे. मोठ्या लोकांचं ऐकायला नको का? त्यांनी हजेरी पुस्तकातदेखील लिहून टाकलं आपलं नवं नाव! मास्तरांचं आडनाव आंबेडकर. मास्तर ब्राह्मण आहेत. आपणही आंबेडकर. म्हणजे ब्राह्मण! मजा झाली मोठी! आता न्हावी आमची हजामत करणार!"

आनंदानं भारावून गेलेली त्याची बडबड ऐकून मीराआत्या म्हणाल्या, "चांगलं झालं हो! आता बाबा गोरेगावाहून आले म्हणजे त्यांना सारं सांग बरं!"

त्या रात्री भिवाला तसलंच काहीतरी स्वप्न पडत होतं.

सकाळी त्याच आनंदात तो उठला आणि सारं आटोपून शाळेत गेला.

शाळेत गेल्यावर त्याचा ओसंडणारा आनंद पार ओसरून गेला होता.

* * *

मधल्या सुट्टीत मुलांचा क्रिकेटचा खेळ ऐन रंगात आला होता. चिंध्यांचा चेंडू आणि लिंबाच्या फळकुटाची बॅट. स्टंपांच्या जागी लिंबाचीच एक पिंजलेली फळी! चिंध्यांचा चेंडू उडत नव्हता. तरी फलंदाज भुईसपाट फटके मारत होते. चेंडू फार लांब जात नव्हता. बालखेळाडू मजेत हसत होते, आरडाओरडा करत होते.

एका बाल फलंदाजानं एक चेंडू जोरानं फटकावला तो नेमका भिवाच्या जवळ

येऊन थांबला. त्या खेळात भिवाला कुणी सामील करून घेतलं नव्हतं. दूर बसून तो आशाळभूतपणानं खेळाकडे बघत होता. खेळण्यासाठी त्याचे हात शिवशिवत होते. परंतु महाराच्या मुलाला खेळात सामील करून घेण्याची कुणाची तयारी नव्हती. भिवाजवळ क्रिकेटचा खरा बॉल होता. त्यानं तो मुलांना देऊही केला होता. परंतु भिवाला खेळात सामील करून त्या चेंडूला शिवण्याची कुणाची तयारी नव्हती.

आणि आता त्यांचा चिंध्यांचा चेंडू भिवाजवळ येऊन पडला होता. तो ताडकन उठला, आणि त्यानं यष्टिरक्षकाच्या दिशेनं चेंडू जोरात फेकला; पण तो बराच अलीकडे पडला. फलंदाजांचं धावा काढण्याचं काम चालूच होतं.

मग एकदम आरडाओरडा सुरू झाला. यष्टिरक्षक ओरडत होता, "अरे कुल्या, लवकर फेक चेंडू! अरे इकडे... इकडे!"

परंतु कुलकर्णी जागचा हललादेखील नाही. सारी मुलं ओरडत होती, "शिवू नका कुणी त्या चेंडूला! भिव्या शिवलाय त्याला!"

भिवाही जागेवरून उठून ओरडत होता, "काय रे डुकरांनो, मी चेंडूला शिवलो म्हणून तुमचा चेंडू विटाळला होय? तुमच्यापेक्षा घरी माझ्याजवळ खरा चेंडू आहे!"

कुणीतरी म्हणालं, "ठेव तुझ्याच घरी तो!"

मग काही मुलं त्याच्या दिशेनं ओरडत धावून आली, "आम्हाला डुक्कर म्हणतोस? तूच डुक्करखाऊ आहेस महारड्या!"

"तू गायखाऊ!"

"तू कुत्राखाऊ!"

"आणि तू आणखीन काहीतरी खाऊ!"

"हो, कोल्हाखाऊ... शेणखाऊदेखील!"

मुलांच्या या वेड्याविद्र्या सरबत्तीपुढे भिवा मुळीच घाबरला नाही. त्यानं हातात दगड घेतले आणि मुलांच्या दिशेनं फेकायला सुरुवात केली.

"अरे पळा... पळा... याच्या दगडांचा आपल्याला विटाळ होईल.. आपण आता मास्तरांना जाऊन सांगू!"

माघार घेऊन मुलं पळत सुटली. भिवाचे दगड आपल्याला लागतील म्हणून नव्हे, तर त्या दगडांचा आपल्याला विटाळ होईल म्हणून!

मास्तरांना गाठण्यासाठी भिवा त्या मुलांच्या आधीच धुमाट पळत सुटला.

परंतु शाळेत त्याला आंबेडकर मास्तर दिसले नाहीत.

तो हिरमुसला झाला.

* * *

दुसऱ्या दिवशी आंबेडकर मास्तरांना त्यानं पहिला प्रश्न विचारला, "मास्तर,

काल तुम्ही कुठे गेला होता मधल्या सुट्टीनंतर?''

''का रे, भिवा?''

''काल तुम्ही मला फार हवे होता, पण तुम्ही नव्हता!''

'तुम्ही मला फार हवे होता...' या भिवाच्या बोलण्यानं मास्तरांचं अंतःकरण हेलावलं.

मास्तर म्हणाले, ''अरे, मी समोरच्याच पेपरमिंटच्या दुकानात होतो ना! त्यांचे हिशेबठिशेब लिहून देतो. तेवढेच चार पैसे मिळतात.''

''मास्तर, तुम्हाला घरी पैसे कमी पडतात? आमचे बाबा तिकडे गोरेगावला पैसे वाटण्यासाठी जातात. तुम्हाला ते पैसे देतील.''

''अरे, तसे कसे देतील? त्यासाठी काम करावं लागतं.''

''मग करा की तिकडे जाऊन काम!''

''मग तुम्हाला इथे शिकवणार कोण? तिकडे जाऊन कसं चालेल?... बरं, काल मी तुला कशासाठी हवा होतो?''

भिवानं क्रिकेटच्या खेळाची सारी हकीगत सांगितली. ती सांगून झाल्यानंतर म्हणाला, ''मला त्यांनी खेळायला घेतलं नाही. मी त्यांच्या चिंध्यांच्या चेंडूला शिवलो म्हणून ते त्या चेंडूला शिवलेदेखील नाहीत. माझा क्रिकेटचा खरा चेंडूही त्यांनी घेतला नाही. मला त्यांनी खूप घाणेरड्या शिव्या दिल्या. मग मी त्यांना दगड मारले.''

''भिवा, काल रहिमतुल्ला होता ना इथे? त्याच्याच ताब्यात वर्ग देऊन मी गेलो होतो ना?''

''तो धगुरडा होता, पण मी दगड मारायला लागल्यावर तोही पळून गेला.'' वीरश्रीयुक्त स्वरात भिवा बोलत होता.

मास्तर म्हणाले, ''रहिमतुल्लाला धगुरडा नाही म्हणायचं हं! तो तुमचा मास्तर नाही का?''

''मुळीच नाही. तुम्ही आमचे मास्तर! आणि तो धगुरडा नाही तर काय? आमच्यापेक्षा कितीतरी मोठा! माझा थोरला भाऊ म्हणत होता की, रहिमतुल्ला पंचवीस-तीस वर्षांचा आहे म्हणून! धगुरडा लेकाचा!''

मग मास्तर एवढंच म्हणाले, ''भिवा, तू शहाणा मुलगा आहेस. तू दगड नाही मारायचे. शिव्या नाही द्यायच्या!''

''इतर मुलांनी वेड्यासारखं वागायचं वाटतं!''

''अरे, ते वेडेच असतात. पण तू शहाणा आहेस ना?''

कालचा प्रसंग त्याला मनातून डाचत होत. पण तो काहीही बोलला नाही. त्यानं नुसती मान हलवली.

घरी गेल्यावर मीराआत्याला त्यानं कालचं सारं काही सांगितलं. मीराआत्या म्हणाल्या, "तूच आता त्यांच्यात खेळायला जात जाऊ नकोस..."

भिवानं ताठ मानेनं विचारलं, "का? त्यांच्याप्रमाणे मीही त्यांच्याच शाळेत शिकतो ना? मी त्यांच्यात जाऊन खेळणार! बघू मला काय करतात ते!"

भीमाबाई बाहेर येऊन म्हणाल्या, "हा शाळेत जायला लागल्यापासून याच्या एकेक कटकटीच सुरू झाल्या आहेत! हा केव्हा सुखानं नांदणार आहे, कुणास ठाऊक!"

यावर भिवानं काही बोलण्याऐवजी मीराआत्या त्याची कड घेऊन म्हणाल्या, "त्याला कशाला बोलतेस? त्या मुलांनीदेखील सुखानं नांदायला नको का?"

मग तो विषय बदलण्याच्या हेतूनं भीमाबाई भिवाकडे बघत म्हणाल्या, "हे बघ, गोरेगावाहून त्यांचा निरोप आलाय. तुम्हाला बोलावलंय त्यांनी तिकडे!"

भिवा टाळ्या पिटून नाचायला लागला, "आम्हाला बाबांनी बोलावलंय... आम्ही गोरेगावला आगगाडीत बसून जाणार! आगीनगाडी... झुक् झुक्!"

त्यानं अंगठा आणि तर्जनी तोंडावर उभी धरून झुक्.. झुक् असा आवाज काढला आणि तो इकडून तिकडे पळत सुटला.

भीमाबाई आणि मीराआत्या हसत सुटल्या.

भीमाबाई म्हणाल्या, "आता दोन दिवस मुलांच्या काचातून सुटेन..."

मीराबाई म्हणाल्या, "असं कशाला म्हणतेस? भिवा डोळ्यापुढून गेला म्हणजे तुला मुळीच करमायचं नाही. बघ वाटल्यास..."

यावर भीमाबाई नुसत्या हसल्या.

❑

दरवाजा नसलेला वाडा

सोमवारी शाळेची तपासणी झाली. मधल्या सुट्टीनंतर डेप्युटी अचानक शाळेत आले, आणि नेमके भिवाच्या वर्गावर गेले.

जरीचा रुमाल बांधलेल्या मिसाळ डेप्युटीनं रहिमतुल्लाला विचारलं, ''वर्गात एवढीच मुलं? मास्तर... बाकीची मुलं अजून वर्गात आली नाहीत?''

रहिमतुल्लाची तिरपिट उडाली. कारण तो विद्यार्थ्यांचा दादा होता. रोज त्याच्या ताब्यात वर्ग देऊन आंबेडकर मास्तर समोरच्या पेपरमिंटच्या दुकानात हिशेब लिहिण्यासाठी जात असत.

रहिमतुल्लाची तिरपिट उडालेली पाहून भिवा हळूच वर्गाबाहेर सटकला, आणि आंबेडकर मास्तरांना बोलावण्यासाठी समोरच्या दुकानात गेला.

आंबेडकर मास्तर घाईघाईनं आले, आणि ओशाळगत होऊन म्हणाले, ''पोटात दुखत होतं म्हणून जरा जाऊन आलो...''

मिसाळ डेप्युटी हसून म्हणाले, ''आता बरं वाटतंय ना?..''

''होय... होय...''

''मग मुलांची थोडी चाचणी घेतो.''

तोपर्यंत वर्ग भरला होता. भिवानं मुलांना हाकून वर्गात आणलं होतं. त्या वेळी तो कित्येक मुलांना शिवला होत; पण वर्गात डेप्युटी आल्याचं कळताच त्यांनी शिवाशिवीचा विटाळ मानला नव्हता. डेप्युटींना भिऊन तो विटाळ जणू पळून गेला होता.

आंबेडकर मास्तर डेप्युटींच्या मागच्या खोलीतल्या दारात जाऊन उभे राहिले, आणि चाचणी सुरू झाली.

मिसाळ डेप्युटी म्हणाले, "प्रथम मी तुम्हाला तोंडी हिशेब घालतो. त्याचं उत्तर तोंडीच द्यायचं आहे. कोण देतोय उत्तर? हं.. तू दे पाहू!"

पुढच्या रांगेतला मुलगा उभा राहिला. उत्तर द्यायच्या आधी त्यानं समोर बघितलं. उत्तराची पाटी समोर धरून, आंबेडकर मास्तर मागच्या बाजूला उभे होते. तिकडे बघून त्या मुलानं तोंडी हिशेबाचं बिनचूक उत्तर दिलं.

डेप्युटी खूष झाले. त्यांनी मान वळवून आंबेडकर मास्तरांकडे खुषीचा एक कटाक्ष टाकला. त्या वेळी मास्तरांनी उत्तराची पाटी पायामागे लपवून ठेवली होती.

मिसाळ डेप्युटी मुलांकडे हसून बघत म्हणाले,'आता मी पाटीवरचं गणित सांगतो. ज्याचं आधी गणित सोडवून होईल त्यानं हातात पाटी घेऊन उभं राह्यचं."

त्यांनी गणित सांगितलं.

वर्गात पहिल्याप्रथम उभा राहिला तो भिवा!

डेप्युटींनी त्याला पाटी घेऊन पुढे बोलावलं आणि त्याची पाटी हातात घेऊन म्हणाले, "अगदी बरोबर सोडवलंय या मुलानं गणित! शाब्बास!"

असं म्हणून त्यांनी भिवाच्या हातात पाटी दिली आणि त्याला शाबासकी दिली.

त्यांनी विचारलं, "तुझं नाव काय?"

"भिवा आंबेडकर..."

"आपल्या आंबेडकर मास्तरांचा तू मुलगा का रे? म्हणून हुशार दिसतोस!"

तेवढ्यात आंबेडकर मास्तर पुढे आले आणि काही सांगणार एवढ्यात दोन-तीन मुलं जणू संगनमत करून ओरडली, "भिवा आंबेडकरांचा मुलगा नाही. तो महार आहे... आंबेडकर मास्तर ब्राह्मण आहेत."

भिवा आळीपाळीनं डेप्युटींकडे आणि मास्तरांकडे गोंधळून बघत होता.

आणखी एका मुलानं ओरडून माहिती दिली, "त्याचं खरं नाव आहे आंबावडेकर... ब्राह्मण होण्यासाठी त्यानं आपलं नाव बदललं... आंबेडकर केलं."

मिसाळ डेप्युटी मनात म्हणाले, "असं नाव बदलून का जात बदलता येते?'

जातिजमातीची जळमटं डेप्युटीसाहेबांच्या मनावरही चढली होती.

पण उघड रीतीनं मिसाळ डेप्युटी म्हणाले, "तू हुशार आहेस हं! पुढे माझ्यासमोर येऊन बस पाहू!"

हुशार विद्यार्थी म्हणून भिवा पुढे येऊन बसला. त्यानं डेप्युटींना विचारलं, "मी रोज इथेच बसत जाऊ का?"

मिसाळ डेप्युटीनं उत्तर दिलं, "ते तुझ्या मास्तरांना विचार... या आंबेडकरांना!"

डेप्युटी निघून गेल्यावर मुलांनी एकच गिल्ला केला, "भिवा नाही पुढे बसणार!"

आंबेडकर मास्तर म्हणाले, "का म्हणून नाही?"

देशपांड्यांचा मुलगा म्हणाला, ''तो महार आहे म्हणून!''

आंबेडकर मास्तरांनी विचारलं, ''तो भाकरी खातो. तूदेखील भाकरीच खातोस ना?''

''नाही, मास्तर! तो गाय कापून खातो...''

यावर भिवा भडकून म्हणाला, ''आम्ही घरी कुठलंच मांस खात नाही. आम्ही देवपूजा करतो... आम्ही स्वच्छ कपडे घालतो. नाहीतर तुझे कपडे बघ... घाणेरडे, मळकट...''

गोविंदा देशपांडे म्हणाला, ''मी मळकट कपडे घालत असलो तरी मी ब्राह्मण आहे.. तू महार आहेस. तुला नाही आम्ही शिवणार! तुला नाही आम्ही पुढे बसू देणार!''

''वा रे वा! विश्वामित्रदेखील वसिष्ठाप्रमाणे ब्राह्मण झाला होता. आमच्या बाबांनीच आम्हाला ती गोष्ट सांगितलीय.''

तीन-चार मुलं एकदम ओरडली, ''ठेव तुझ्या घरीच ती गोष्ट! म्हणे बाबांनी ती गोष्ट सांगितलीय.''

भिवा भयंकर संतापला. तो ओरडून म्हणाला, ''माझ्या बाबांच्याबद्दल काही बोलाल तर मारीन मी तुम्हाला!''

''आम्ही तुला शिवू थोडेच देणार आहोत?''

''दगड मारीन मी तुम्हाला!''

आंबेडकर मास्तर सर्वांना गप्प करून म्हणाले, ''तुम्ही सर्व जण एकदम गप्प बसा! नाहीतर मी मारीन एकेकाला!''

''मास्तर तुम्ही त्याचं नाव उगाच बदललंत! त्या म्हारड्याला वाटतं, आपलं नाव बदललं म्हणून आपण ब्राह्मण झालोत!''

गणा शेळके या मुलाच्या तोंडातून हे शब्द बाहेर पडले मात्र- भिवा त्याच्यावर वाघासारखा तुटून पडला. त्या दणकट मुलाची भिवानं कणीक तिंबली. भिवाचा आपल्याला विटाळ होईल म्हणून कुणीच मध्ये पडलं नाही.

मास्तरांनी त्या दोघांना दूर केलं. भिवा फणफणत होता. गणा शेळके रडून म्हणत होता, ''घरी गेल्यावर कपडे बदलून अंगावर पाणी घ्यावं लागेल. मला जास्त कपडे नाहीत!''

आंबेडकर मास्तरांनी शाळा सोडून दिली. भिवा पुन्हा मारामारी करील म्हणून त्याला काही वेळ ठेवून घेतलं.

चिमणी पाखरं पांगली.

सारी मुलं निघून गेल्यावर भिवानं मास्तरांना विचारलं, ''मी उद्यापासून पुढे बसणार.. मागे बसून लक्ष लागत नाही.''

आंबेडकर मास्तर समजावणीच्या स्वरात म्हणाले, "भिवा, वर्गात कुठेही बसलं तरी हुशार मुलं अभ्यासात पुढे येतातच!"

"साऱ्या वर्गात माझंच गणित बरोबर आलं. मग मी पुढं का नाही बसायचं?"

"अरे, तसं आता ठरलंय..."

"काय ठरलंय?"

आंबेडकर मास्तर क्षणभर काय सांगावं या विचारात पडले.

"काय ठरलंय सांगा की!"

"असं ठरलंय पहिल्यापासून.... की.. की... महारांच्या मुलांनी मागे बसायचं म्हणून!"

"का? कुणी ठरवलं? महारांची मुलं हुशार असली तरी? कुणी ठरवलं हे?"

आंबेडकर मास्तर मनाशी म्हणत होते,'या चिमुकल्या मुलाचे हे सारे प्रश्न खरे आहेत! पण या व्यावहारिक जगात या असल्या खऱ्या प्रश्नांनाच खोटी उत्तरं द्यावी लागतात!'

आंबेडकर मास्तर त्याच्याकडे बघत शांतपणानं म्हणाले, "तू आता बाबांकडे जाणार आहेस ना चार दिवस? त्यांनाच विचार!"

भिवानं चिकाटी सोडली नाही.

तो म्हणाला, "बाबा काय सांगणार? तिकडे पैसे वाटताना ते मोठे. पण शाळेत तुम्ही मोठे! तुम्हीच सांगा काय ते!"

आंबेडकर मास्तर घोटाळ्यात पडले. शाळेत भिवाशी वागताना रोजचाच हा प्रसंग होता. रोजच्या रोज उडवाउडवी करणं शक्य नव्हतं. त्याच्या बुद्धीची धार तीक्ष्ण होती. रोज त्या धारेवर उभं राहण्याची मुळीच शक्यता नव्हती.

मास्तरांनी बोलून टाकलं, "भिवा, माझं एक सोड; पण महारांना कुणी शिवत नसतं... म्हणून.. म्हणून..."

भिवा चमकून मास्तरांकडे बघत उभा होता. जगाचा हा व्यवहार त्याला कळला होता; पण त्याचं कारण कळलं नव्हतं. त्याची बालबुद्धी कितीही कुशाग्र असली तरी ही जगरहाटी त्याला आकलन होण्यासारखी नव्हती. सहन होण्यासारखी तर मुळीच नव्हती. त्याच्या वडिलांच्या लष्करी जीवनात हे अपमानाचे, अवहेलनेचे, उपेक्षेचे चटके त्याला मुळीच बसले नव्हते. जातिजमातीतील भेदाभेद जाणण्याचं त्याचं वय नव्हतं. किंबहुना या हिंदू समाजात अठरापगड जाती आहेत, त्यामुळे या समाजाचं सारं जीवन किडूनसडून गेलेलं आहे, या विचाराची त्याला ओळखही झालेली नव्हती. माणूस हा इथूनतिथून सारखाच आहे, हीच शिकवण त्याला घरी मिळालेली होती. समाजाकडे बघण्याच्या संतांच्या समान दृष्टीचं ज्ञान त्याला वडिलांनी दिलं होतं. परस्परांत मिसळून माणसानं माणसासारखं वागलं पाहिजे, हा विचार त्याच्या

बालमनावर पुरेपूर ठसला होता.

त्यामुळे माणसाला माणसाचा विटाळ होतो, हे न पटणारं सत्य ऐकून भिवाला धक्का बसला.

उद्वेगानं म्हणाला, ''तुम्ही तरी मला कशासाठी शिवता? तुमच्यातली भाकरी मला कशासाठी देता?''

''अरे, तू मला मुलासारखा वाटतोस! म्हणून...''

''इतरांना वाटत नाही आणि तुम्हालाच का वाटतो?''

मास्तरांना वाटलं,'एवढ्या बालवयात हे एवढं ज्ञान याला आलं कुठून? हे देवाचं देणं असलं पाहिजे. भिवा फार मोठा होणार यात शंकाच नाही!'

त्यांनी तसं बोलूनही दाखवलं, ''भिवा, तू फार मोठा होणार आहेस रे!''

''होय. पण मला कुणी शिवणार नाही. माझा लोकांना विटाळ होईल!''

आंबेडकर मास्तरांनी भिवाला जवळ घेतलं आणि पाठीवर थोपटलं.

तो त्यांच्या हातातून बाहेर पडला आणि पळत सुटला.

घरी आल्याबरोबर त्यानं दप्तर फेकून दिलं आणि मीराआत्याच्या कुशीत शिरून तो ओक्साबोक्शी रडायला लागला.

त्याच्या रडण्याचा आवेग ओसरल्यावर मीराआत्यांनी विचारलं, ''काय रे झालं, भिवा?''

तो पुन्हा रडायला लागला.

भीमाबाई म्हणाल्या, ''रडायला काय झालं भागूबाईसारखं? काय झालं ते नीट सांग की!''

रडतच भिवानं विचारलं, ''भागूबाईसारखं म्हणजे काय ग, बये?''

''म्हणजे बाईमाणसासारखं! तू बाई आहेस का?''

आपलं रडू आवरून भिवा म्हणाला, ''मी बाई नाही... मी भिवा आहे! मी नाही रडणार!''

त्यानं शाळेतली सारी हकीगत सांगितली.

भीमाबाई म्हणाल्या, ''उद्या तुम्हाला गोरेगावला जायचंय... त्यांना सारं सांग! तुम्ही येणार म्हणून त्यांना निरोप केलाय. ते स्टेशनवर येतील!''

भिवाचं रडू कुठल्या कुठे पळून गेलं. हसत म्हणाला, ''मी नाही कधी रडणार! मी त्यांना शिवून मारीन! मग ते रडायला लागतील!''

त्याचा तो आविर्भाव पाहून मीराआत्या आणि भीमाबाई दोघीही हसायला लागल्या.

* * *

आगगाडीत भिवा खिडकीपाशी बसला होता आणि बाहेर डोकावून बघत होता.

समोरच बसलेल्या आनंदरावानं त्याला सांगितलं, ''भिवा, बाहेर डोकं काढू नकोस.''

''का? काय होतं?''

एवढ्यात भिवाच्या डाव्या डोळ्यात काहीतरी गेलं. तो डोळा चोळायला लागला.

आनंदरावानं त्याचं डोकं धरून डोळ्यात फुंकर मारली आणि त्याच्या डोळ्यातला कोळशाचा कण काढला. भिवाचा डोळा लाल झाला होता. त्याच्या डोळ्यांतून पाणी गळत होतं.

आनंदराव म्हणाला, ''काही वेळ डोळे मिटून बस.''

''नको!''

''भिवा, तू किती रे हटवादी आहेस!''

''हटवादी म्हणजे रे काय?''

''म्हणजे हट्टी! आपलं तेच खरं करणारा!''

यावर काही न बोलता भिवानं त्यालाच विचारलं, ''आपली आगगाडी पळतीय का ही झाडं पळताहेत?''

आनंदरावानं उत्तर दिलं, ''दोन्ही! आगगाडी आणि झाडंदेखील!''

''असं कसं होईल? इंजिन पळतं म्हणून आगगाडी पळते ना? झाडांना इंजिन असतं का?''

मग आनंदरावानं सांगितलं, ''अरे, झाडं कशी पळतील? आपली आगगाडी पळते ना, म्हणून उलट दिशेनं झाडं पळतात, असं आपल्याला वाटतं! डोळे मिटून बस.. म्हणजे आगगाडी उलट दिशेनं पळल्यासारखी आपल्याला वाटते.''

भिवानं काही वेळ डोळे मिटले.

मग डोळे उघडून एकदम म्हणाला, ''खरंच की रे! गाडी उलट पळल्यासारखी वाटते हं!''

भिवा बाहेर बघतच होता. झाडं उलट दिशेनं पळत होती. बाहेर दिसणाऱ्या डोंगर-टेकड्यात चाललेला ऊन-सावल्यांचा पाठशिवणीचा मजेदार खेळ तो बघत होता. त्या डोंगरदऱ्यांतून चरणारी गुरं खेळात मांडून ठेवल्यासारखी दिसत होती. थंडीचे दिवस असल्यामुळे लहान मुलं उन्हात हुंदाडत होती. मधूनच बाजूच्या ओबडधोबड रस्त्यावरून रांगेतनं जाणाऱ्या बैलगाड्या आगगाडीच्या मागे पडून दिसेनाशा होत होत्या. एखाद्या बैलगाडीचे बैल आगगाडीच्या कर्कश शिटीचा आवाज ऐकून उधळले म्हणजे भिवा आनंदरावाला म्हणायचा, ''ती गाडी बघ कशी रस्त्याच्या खड्ड्यात गेली!''

"आपण असतो त्या गाडीत तर!"

"मी नसती गाडी खड्ड्यात जाऊ दिली! मला गाडी चांगली हाकता येते!"

"तुला सर्वच काही येतं रे!"

"येतंच मुळी!"

भिवा पुन्हा बाहेर बघायला लागला. त्यानं आनंदरावला विचारलं, "काय रे, आपली आगगाडी नेहमी सरळच जाते का रे? कुठ्ठे वळत नाही?"

आनंदराव म्हणाला, "असं कसं होईल ? वळल्याशिवाय कशी राहील?"

"नाहीच मुळी वळत! सरळच जाते!"

पाडळीपासून मसूरपर्यंत त्यांचा आगगाडीचा प्रवास कसा झाला ते कळलंही नाही.

मसूर स्टेशनवर उतरल्यावर भिवानं सगळीकडे भिरभिरी बघितलं.

रामजीपंत त्यांना दिसले नाहीत.

हळूहळू प्रवासी निघून गेले आणि फलाटावर शुकशुकाट झाला. तिन्ही मुलं इकडेतिकडे कावऱ्याबावऱ्या नजरेनं बघत उभीच होती.

स्टेशनमास्तरांनी जवळ येऊन विचारलं, "तुमचं नाव काय? कुठे जायचंय तुम्हाला? तुम्हाला कुणी न्यायला येणार आहे का?"

भिवा भांबावून म्हणाला, "आमचे बाबा आम्हाला न्यायला यायचे होते... पण आले नाहीत."

"तुमच्या बाबांचं नाव काय?"

भिवानं नाव सांगितलं. तेव्हा चमकून ते ख्रिश्चन स्टेशनमास्तर चार पावलं मागे सरकले आणि म्हणाले, "म्हणजे तुम्ही महाराची मुलं, होय ना?"

होकारार्थी मान हलवून भिवा म्हणाला, "पण आम्हाला आमच्या बाबांकडे जायचंय... बाबा तर आले नाहीत आम्हाला न्यायला... कसं जायचं गोरेगावला?"

भिवाचं निर्भीड बोलणं, त्याच्या तोंडावरचा तरतरीतपणा आणि अंगावरचे रुबाबदार कपडे पाहून डिसोझा स्टेशनमास्तरांच्या मनात विचार आला की, ही पोरं महाराची असली तरी चांगल्या घरची असावीत!

ते म्हणाले, "मी तुम्हाला बैलगाडी पाहून देतो."

बरेच गाडीवान आले आणि गेल; परंतु महाराच्या पोरांना बैलगाडी द्यायला कुणी तयार होईना.

सूर्य मावळतीआड निघून गेला आणि हळूहळू अंधार पडला. काही दिसेनासं झालं.

स्टेशनमास्तरांनी मग एक युक्ती केली. मुलांची जात न सांगताच त्यांनी एक गाडी ठरवली. मुलं गाडीत बसली. गाडी चालायला लागली. अंधारात गडप झाली.

गाडी उघडीच होती. चांगला अंधार पडल्यावर आकाशातल्या चांदण्या चांगल्या चमकायला लागल्या.

एका चमकणाऱ्या ताऱ्याकडे बघून भिवा म्हणाला, "तो बघितलास का शुक्र? चमचम करतोय तो!"

आनंदराव म्हणाला, "तो शुक्र कुठला? तो पहाटे..."

"नाही... नाही! तो शुक्रच आहे... आणि ते सप्तर्षी बघितलेस का? बाबांनी मला सारं शिकवलंय..."

गाडीवानानं विचारलं, "तुम्ही मोठ्या घरची मुलं दिसता!"

भिवानं होकार भरला.

"नाव काय रे तुमचं?"

नाव सांगून भिवा म्हणाला, "आमचे बाबा कामगारांना पगार वाटतात... मोठे आहेत आमचे बाबा!"

"दुष्काळी कामावर का रे?"

आनंदराव म्हणाला, "होय... होय. गोरेगावच्या भागात दुष्काळी कामं चालली आहेत ना?"

"म्हणजे तुम्ही रामजी महाराची पोरं ना?"

गाडीवानाला दटावून भिवा म्हणाला, "माझ्या बाबांना सारे लोक रामजीपंत म्हणतात. ते लष्करात सुभेदार होते."

भिवाच्या बोलण्याकडे मुळीच लक्ष न देता गाडीवान संतापून ओरडला, "महाराच्या पोरांनो, तुम्ही माझी गाडी विटाळलीत! व्हा गाडीच्या बाहेर!"

एवढं बोलूनच तो थांबला नाही, त्यानं एकेका पोराचं बकोटं धरलं आणि गाडीतून उचलून सर्वांना बाहेर फेकून दिलं.

एवढ्या झपाट्यानं हे काय झालं ते भिवाला कळलंही नाही. अंधारात त्याच्या डोळ्यांसमोर काजवे चमकले. काय झालंय ते समजायला त्याला बराच वेळ लागला.

अंधारातून काजव्यांनी मार्ग दाखवावा त्याप्रमाणे त्याच्यासमोर पहिला विचार आला तो हा, की हे सारं घडलं आहे ते आपण महाराची पोरं आहोत म्हणून!

रात्रीच्या त्या घनदाट अंधारात सभोवतालचं काहीच दिसत नव्हतं. लांब अंतरापर्यंत कुठे दिवाही दिसत नव्हता. रस्त्यावरून चिटपाखरूही फिरकत नव्हतं. आपण कुठे पडलो आहोत, हेही भिवाला धडपणानं समजलं नव्हतं. आकाशातल्या लुकलुकणाऱ्या असंख्य चांदण्यांकडे बघून भिवाला वाटलं की, त्या आपल्याला वाकुल्या दाखवत आहेत.

त्या चांदण्यांनी हजारो वर्षं शिवाशिवीचा हा प्रकार पाहिला होता. माणूसच

माणसाचा विटाळ का मानतो हे त्या चांदण्यांनाही आजवर समजलं नव्हतं. पण ही गोष्ट भिवालाही समजली नव्हती. जातीपातीचा भेदाभेद न करता अंधारात वाट चुकलेल्या सर्व माणसांना वाट दाखवायची, हेच कार्य आजवर त्या तारकांनी केलेलं होतं. पुढेही त्या कार्यात कधी खंड पडणार नव्हता.

परंतु सृष्टीचं हे अगम्य गूढ भिवाला त्या बालवयात थोडंच उलगडण्यासारखं होतं?

त्या घनदाट अंधारात त्याच्या डोळ्यांसमोर चमकणारे काजवे फक्त त्याला दिसत होते.

आजवर तो आई-वडिलांच्या प्रेमळ छत्राखाली वावरला होता. घरच्या कोडकौतुकात त्याचं आजवरचं बालपण गेलं होतं. घराच्या सावलीतून उघड्यावाघड्या जगाच्या उन्हात तो मुळीच वावरलेला नव्हता. घराच्या छत्रातून बाहेर पडल्यावर त्याला एकेक कटू अनुभव यायला लागले होते. ते अनुभव जसे नवे होते तसे ते त्याला धडे देणारेही होते. भिवाची बुद्धी आणि ग्रहणशक्ती फारच तल्लख असल्यामुळे एकेक अनुभवाची गाठ तो आपल्या मनाशी बांधून ठेवत होता. आपले केस न कापणारा न्हावी, आपण त्या दिवशी फेकलेल्या चिंध्यांच्या चेंडूला न शिवता पळून जाणारी मुलं, आपल्याला पुढच्या रांगेत बसू न देणारे मास्तर, आपल्यापासून चमकून चार हात दूर होणारा स्टेशनमास्तर आणि आता आपला विटाळ मानून आपल्याला गाडीतून बाहेर फेकून देणारा हा गाडीवान... या साऱ्या गोष्टींचा अर्थ एकच! आपण जातीनं महार आहोत आणि त्यामुळे लोक आपला विटाळ मानतात!

डोंगराला चिकटून एखादी भीषण दरी असावी आणि कुणीतरी त्या डोंगरावरून या भीषण दरीत आपला कडेलोट केलेला आहे, असं त्याला वाटलं.

वास्तविक अशा तऱ्हेचे विचार येण्याचं त्याचं वय नव्हतं. परंतु वयाचा आणि अशा विचारांचा संबंध नसावा. जन्मोजन्मीचे विचार संचित रूपानं प्रगट होत असावेत!

भिवाला वाटलं, या दरीतून आपल्याला त्या डोंगरावर चढून जाता येईल का?

त्या प्रश्नाचं उत्तर मात्र त्याला त्या क्षणी तरी गवसलं नाही.

अंधार वाढत होता आणि गाडीवानाचे शिव्याशाप चाललेच होते.

आपल्याला गाडीबाहेर फेकून दिल्याच्या धक्क्यातून आता भिवा बराच सावरला होता. त्याला परिस्थितीची कल्पना आलेली होती.

गाडीवानाला तो दरडावून म्हणाला, ''रात्रीच्या वेळी या रानात सोडून देतोस? आम्ही या वेळी कुठे जाणार?''

''जा कुठेही मसणात! माझी गाडी विटाळलीत! पुन्हा तोंड वर करून मला विचारतोस?''

"तुला मुलंबाळं आहेत की नाहीत?"
"मराठ्याची मुलं आहेत ती!"
"त्यांना चार पाय आणि आठ हात आहेत वाटतं?"
"उगाच भलतंसलतं बोलू नकोस!"
"तू भलतंसलतं केलेलं चालतं वाटतं?"

आनंदराव काकुळतीनं म्हणाला, "आम्ही लहान मुलं अशा रात्री कुठे रे जाणार?"

"विचार या तुझ्या शहाण्या भावाला! लहान तोंडी मोठा घास घेणाऱ्या! आणि कुठे फेडू आता हा विटाळ?"

आनंदराव म्हणाला, "कुठेही फेड बाबा विटाळ. पण या वेळी आम्हाला गाडीतून घेऊन जा. हा माझा भाचा झोपलायच बघ!"

गणपत गाडीवाला म्हणाला, "एका अटीवर घेऊन जाईन. तुम्ही मला दुप्पट भाडं दिलं पाहिजे!"

यावर आनंदराव काही बोलणार एवढ्यात भिवा म्हणाला, "दुप्पट पैसे दिले म्हणजे विटाळ होत नाही वाटतं! वा रे वा दुप्पट पैसे घेणारा! ठरल्याप्रमाणेच आम्ही पैसे देऊ!"

गणपत काहीच बोलला नाही, पण आनंदराव घाईघाईनं म्हणाला, "त्याचं नका ऐकू तुम्ही! आम्ही दुप्पट पैसे देऊ!"

"ठरलेले पैसे आधी द्या पाहू! उरलेले मग!"

पैसे दिल्यावर गणपतनं मुलांना गाडीत बसवलं आणि म्हणाला, "मी गाडीच्या पुढे चालतो. तुम्हाला हाकता येते ना गाडी?"

भिवा आनंदून म्हणाला, "येती हाकता तर! महूला मी गाडी चालवत होतो."

त्यांचा पुढचा प्रवास सुरू झाला. महार मुलांचा विटाळ होईल म्हणून गणपत गाडीच्या पुढे चालला होता. बैलही मुकाट्यानं त्याच्या पाठीमागून चालले होते.

काही अंतर चालून गेल्यावर एक छोटा नाला लागला. नाल्याला घोटा बुडेल एवढं पाणी होतं. गाडी वरंगळीपर्यंत आल्यावर गणपतनं धुऱ्या धरून गाडी थांबवली.

मुलांना म्हणाला, "हा इथे नाला आहे. रात्रीच्या भाकरी खाऊन घ्या. पुढे पाणी मिळणार नाही."

गाडी ओढ्याच्या बाजूला घेतल्यावर मुलं खाली उतरली आणि त्यांनी दशम्या सोडल्या.

दोन तुकडे खाऊन झाल्यावर मुलांनी तांब्यात ओढ्याचं पाणी आणलं. भिवानं पाण्याचा पहिला घोट घेतला आणि तो थू थू करून ओरडला, "शेणाची घाण

येतीय या पाण्याला! पिऊ नका हे पाणी! आणि गणपत कुठे गेला?''

त्यांनी त्याला हाक मारली. पण गणपत कुठे तरी गायब झाला होता.

भिवा आनंदरावला म्हणाला, ''आपण इथे मरून जाऊ का रे?''

''वेड्यासारखं बोलू नकोस, भिवा! पाण्याजवळ असं वेडंबिद्रं बोलायचं नसतं.''

त्यांच्या छोट्या भाच्यानं तर गळाच काढला!

एवढ्यात गणपत आला आणि ओरडून म्हणाला, ''रडायला काय झालं? कुणी मेलं का?''

भिवा संतापानं म्हणाला, ''मेलोच असतो आम्ही! हे पाणी आहे का शेण आहे या ओढ्यात!''

गणपत मख्खपणानं म्हणाला, ''इथे एवढं तरी पाणी आहे. पुढे पाणीही मिळणार नाही!''

आनंदरावानं विचारलं, ''तुम्ही कुठे गेला होता भाकरी खायला?''

''समोरच माझ्या साडभाऊचं घर आहे. तिथेच कोरभर भाकरी खाल्ली आणि घोटभर पाणी प्यायलो!''

भिवा म्हणाला, ''आम्हाला नाही का तिकडे न्यायचं?''

''तुम्हाला कसं न्यायचं? तुम्ही....''

''होय. आम्ही महार आहोत म्हणून! आम्हाला हे शेणसड्याचं पाणी चालतं.''

गणपत गाडीवान काही बोलला नाही. त्यानं बैलांसमोरची उरलेली वैरण उचलली. बैलांना पाणी पाजलं आणि गाडी जुंपली.

त्या गुडूप अंधारात गाडी चालली होती; पण वाट सरत नव्हती. चिमुकले प्रवासी थकले होते; पण रात्र चालतच होती. अजून किती अंतर तोडून जायचंय या गोष्टीची मुलांना मुळीच कल्पना नव्हती.

मध्यरात्र झाली तेव्हा गाडीवानही थकला आणि हळूच गाडीत येऊन बसला. त्यानं भिवाच्या हातातला कासरा केव्हा घेतला ते भिवालाही कळलं नाही.

भिवाला जाग आली तेव्हा मध्यरात्र उलटून गेली होती आणि एका टोलनाक्यापाशी गाडी थांबली होती.

गाडीतून उड्या टाकून मुलं त्या टोलनाक्यापाशी गेली. भिवानं तिथल्या माणसाला विचारलं, ''आम्हाला फार तहान लागलीय. पाणी मिळेल का?''

तो माणूस उद्धटपणानं म्हणाला, ''हा समोरचा डोंगर आहे ना! तिथे जा, म्हणजे पाणी मिळेल प्यायला!''

त्या माणसानं या महारांच्या मुलांना ओळखलं होतं की काय कुणास ठाऊक!

मुलं हिरमुसली होऊन गाडीत येऊन बसली. दुरून साजऱ्या दिसणाऱ्या त्या

डोंगरावर चढून जाऊन पाणी पिण्याची इच्छा नव्हती.

थोड्याच वेळात मुलांना गाढ झोप लागली. रस्ता दिसायला लागला तेव्हा गाडी चालायला लागली. कुठेच पाणी मिळण्याची शक्यता नसल्यामुळे मुलांना सकाळची न्याहारीही घेता आली नाही.

दुपारी गोरेगावला गाडी पोचली तेव्हा मुलं भुकेनं व्याकुळ झाली होती. अर्धमेली होऊन गेली होती.

झोपडीवजा घराबाहेर रामजीपंतांना बघताच भिवानं गाडी थांबायच्या आधीच गाडीतून उडी ठोकली आणि तो त्यांना जाऊन बिलगला.

रडवेल्या आवाजात त्यानं विचारलं, ''तुम्ही स्टेशनवर आम्हाला न्यायला का नाही आलात?''

''अरे, मला कळलं नाही. नाहीतर नसतो का आलो?''

''बयनं पत्र पाठवून निरोप दिला होता.''

''मला कळला नाही रे तो निरोप!''

गणपत गाडीवान उभाच होता.

रामजीपंतांनी त्याला विचारलं, ''भाडं द्यायचंय का गाडीचं?''

आनंदरावानं सांगितलं, ''होय. जास्तीचं भाडं द्यायचंय.''

''जास्तीचं?''

भिवा म्हणाला, ''दोन रुपये भाडं ठरलं होतं, पण आपण महार म्हणून दोन रुपये जास्त भाडं घेतलं. ते जास्तीचं भाडं द्यायचंय.''

रामजीपंतांनी विचारलं, ''तुम्ही कबूल केलंय ना? मग देऊन टाका.''

जास्तीचं भाडं घेऊन गाडीवान निघून गेला तेव्हा भिवा म्हणाला, ''बाबा, मी गाडी हाकली!''

''असं? का रे?''

''त्याला विटाळ झाला म्हणून! एकदा तर त्यानं आम्हाला गाडीच्या बाहेरच फेकून दिलं... चेंडूसारखं!''

''मग रे? लागलं का रे तुम्हाला?''

भिवा म्हणाला, ''लागलं नाही फारसं... पण मग त्यानं आमच्याकडून दुप्पट भाडं घेतलं आणि गाडी चालवणार नाही म्हणाला... मग मी गाडी चालवली. पण रात्री तो गाडीत केव्हा येऊन बसला ते मला कळलंही नाही! मग त्याला विटाळ कसा झाला नाही?''

आनंदराव त्याला समजावून सांगताना म्हणाला, ''अरे, आपण त्याला दुप्पट पैसे दिले ना, त्यामुळे त्याचा विटाळ फिटला!''

रामजीपंत हसून म्हणाले, ''ते जाऊ दे सारं! तुम्हाला भूक लागलीय ना,

भाकरी खाऊन घ्या पाहू!''

मुलांनी जवळचीच शिदोरी सोडली. मग खाऊनपिऊन मुलं झोपी गेली ती सूर्य बुडेपर्यंत उठली नाहीत.

* * *

झोपडीत बसून भिवा ते दृश्य बघत होता. मायणीच्या तलावाची दुरुस्ती पूर्ण झाली होती. रामजीपंत पगार वाटत होते. पगार घ्यायला येणाऱ्या मजुरांच्या अंगावर लंगोटी आणि डोईला मुंडासं होतं. कित्येक मजुरणींच्या अंगात चोळ्या नव्हत्या आणि ज्यांच्या अंगात चोळ्या होत्या त्यांची लाज पुरती राखली जात नव्हती.

आपले पगाराचे पैसे घेण्यासाठी एकेक मजूर पुढे यायचा. पगारपत्रकावर त्याचा अंगठा उठवताना त्याच्या हाडांचा सापळा दिसायचा. मग रामजीपंत त्याच्या हातावर पगार ठेवायचे. मजुरणीचा अंगठा उठवताना आपली लाज राखता राखता तिला पुरेवाट व्हायची. पण बापेलोकांचं तिकडे लक्षही नसायचं.

भिवा मध्येच उठून रामजीपंतांजवळ गेला आणि म्हणाला, ''मी घेतो यांचे अंगठे!''

''तुला ते जमायचं नाही. त्यांचा हात धरून अंगठा जोरानं दाबावा लागतो.''

''मी दाबीन जोरात!''

ते काम करताना भिवाला मोठी मजा वाटली. तो प्रत्येक माणसाकडे कुतूहलानं बघत होता आणि प्रत्येक जण त्याच्याकडे कौतुकानं बघत होता.

सारं काम झाल्यावर आवराआवर करण्यासही त्यानं मदत केली. शाईचं पॅड बंद करताना भिवानं रामजीपंतांना विचारलं, ''कशासाठी हे काम चाललंय?''

''यंदा मोठा दुष्काळ पडला आहे ना?''

''दुष्काळ म्हणजे काय?''

''आभाळातून देवाचं पाणी पडलं नाही म्हणजे जमिनीतून धान्य उगवत नाही. मग खायचं काय? म्हणून दुष्काळात ही अशी कामं काढतात.''

''कोण काढतं कामं?''

''गोरं सरकार!''

''कुठं असतं ते?''

''खूप लांब... सातासमुद्रापलीकडे....''

''आभाळापेक्षा खूप लांब?''

''होय.''

''तिथून कशी कामं सांगतात? आणि बाबा, ही कामं केल्यावर धान्य कसं पिकतं?''

"भिवा, काम केल्यावर देव खायला देतो."

भिवाला काही कळलं नाही, पण तो गप्प बसला.

झोपडीत गेल्यावर त्यानं रामजीपंतांना पहिला प्रश्न केला, "बाबा, इतके लोक कुठून आले? सारे लोक महार होते?"

"छे रे! मराठा, कुणबी, साळी, कोष्टी, धोबी, महार सारे सारे होते."

"मग ते तुम्हाला कसे शिवत होते? तुमचा विटाळ झाला नाही त्यांना?"

"अरे, साऱ्यांच्याच पोटांना भूक लागते. पोटाला भूक लागली म्हणजे अन्न मागण्यासाठी हात पुढे येतो. पोटातल्या भुकेला जात नसते, भिवा... भुकेची जात एकच! तिथे कसला आला आहे विटाळ?"

भिवाला हे सारं कळणं शक्य नव्हतं तरी रामजीपंत सांगत होते. त्याला कळो न कळो; पण आपल्या कुलदीपकाला हे सांगणं भाग होतं.

मग भिवानं रामजीपंतांना शाळेतल्या हकीगती सांगितल्या. मीराआत्याच्या कुशीत शिरून आपण कसे रडलो हेही सांगितलं. यापुढे आपण भागूबाईसारखं रडणार नाही, असं आपण बयला कबूल केल्याचंही सांगितलं.

यावर रामजीपंत म्हणाले, "नाहीच रडायचं आपण! कशासाठी रडायचं? आपली चूक असेल तरच रडायचं."

रामजीपंतांचं हे सांगणंही त्याच्या डोक्यावरून जात होतं. पण आपल्या या कुलदीपकाला आपलं हे सारं बोलणं केव्हा ना केव्हा तरी आठवेल, ते त्याला कळेल, अशाच धारणेनं रामजीपंत बोलत होते. विषय बदलण्याच्या हेतूनं मग रामजीपंतांनी त्याला विचारलं, "आईचं कसंय रे? आणि मीराआत्याचं?"

"मीराआत्या मजेत आहे. पण आम्ही इकडे आलो तेव्हा बयचं डोकं फार दुखत होतं."

"नेहमीच तिचं डोकं दुखतं. काय करायचं?"

"बय म्हणते, देवीला जायला हवं."

"आता जाऊ बरं! उद्या आपल्याला माहुलीला जायचं आहे हं! सकाळी लवकर उठायला हवं!"

आनंदरावाकडे बघत भिवा म्हणाला, "मी तर झोपणारच नाही!"

रामजीपंत कौतुकानं हसले.

* * *

माहुलीला गेल्यावर भिवा तिथे चांगलाच रमला. समोरच्या महारवाड्यातले बरेच सोबती त्यानं गोळा केले. त्यांच्यावरही त्यानं हुकमत गाजवायला सुरुवात केली.

एके दिवशी सकाळी रामजीपंत कामावर जायला निघाले, तेव्हा भिवाही बाहेर जाण्यासाठी सज्ज होऊन बसला होता.

रामजीपंतांना त्यानं सांगितलं, ''आज आम्ही मुलं मुलं ओढ्यावर खेळायला जाणार!''

''कुठली रे मुलं?''

''समोरच्या महारवाड्यातली!''

''तुझी ओळख झाली वाटतं त्यांच्याशी?''

''हो... केव्हाच! पण बाबा, महारवाडा का हो म्हणतात?''

''तिथं महार माणसं राहतात म्हणून!''

''पण वाड्याला मोठा दरवाजा असतो ना? मग हा महारवाडा उघडाच आहे.''

''सारे महारवाडे तसेच असतात!''

''का पण? कुणी काही चोरून नेत नाही का?''

''महारांच्याजवळ चोरायला काय असतं?''

''का बरं ? त्यांचे कपडे... त्यांचे जोडे.. त्यांची पांघरुणं.. गाद्या...''

रामजीपंत कळवळ्यानं म्हणाले, ''अरे, त्यांच्याजवळ हे काहीच नसतं.''

''काहीच नसतं? मग काय असतं?''

''फक्त हात-पाय आणि पोट.. पोट वर असतं.''

''आणि बाबा, त्या पोटावरचं डोकं नसतं का त्यांना?''

''असतं, पण ते त्यांचं नसतं. हातपाय आणि पोट एवढंच त्यांच्याजवळ असतं. ते कोण रे चोरून नेणार? म्हणून त्यांच्या वाड्याला दार नसतं. सारा महारवाडा एकच.. इथूनतिथून एकच! गुरांच्याऐवजी तिथं माणसं राहतात एवढंच!''

रामजीपंत भिवापाशी असं बोलायचे तेव्हा त्याच्या मनात एकच विचार असे. आपण एका सुपीक भूमीची मशागत करतो आहोत. चांगल्या विचारांचं बीज त्या भूमीत पेरतो आहोत. वाढत्या वयाबरोबर बरसणारी पर्जन्यवृष्टी झाल्यावर त्या भूमीत सुविचारांचं पीक तरारून उठेल. त्या सुविचारांनी साऱ्या समाजाचं नंदनवन बनेल!

रामजीपंतांच्या मनात हे विचार घोळत असताना भिवा त्यांना विचारत होता, ''मी जाऊ ओढ्यावर खेळायला मुलांबरोबर?''

''जा, पण ओढ्यात उतरायचं नाही हं! आणि आनंदराव इथेच बसू दे.''

ओढ्यावर गेल्यानंतर भिवानं मित्रांना विचारलं, ''इथे काय खेळायचं?''

एका मुलानं सांगितलं, ''या ओढ्यात खूप मासे आणि खेकडे आहेत. तिथे जाऊन आपण ते पकडायचे.''

ओढ्यात उतरून मासे आणि खेकडे पकडण्याचा खेळ सुरू झाला. मुलांच्या हाती मासे काही फारसे लागले नाहीत. मग दलदलीत जमिनीत दडलेले खेकडे

बाहेर काढण्याची मोहीम सुरू झाली. मुलांनी आपल्याबरोबर काटक्या आणल्या होत्या. बिळात त्या काटक्या घालून खेकड्यांना बाहेर काढलं जात होतं.

त्या मुलांकडे बघून भिवा म्हणाला, "अरे, त्या काटक्या हव्या आहेत कशाला? मी हात घालून खेकडे बाहेर काढतो बघ!"

"नांगीत तुझी बोटं सापडतील.. बोटं तुटतील तुझी!"

ते न ऐकता भिवा त्या दलदलीत पालथा पडला आणि भोकात हात घालून भराभर खेकडे बाहेर काढू लागला.

खेकडे बाहेर काढताना तो म्हणत होता, "हे बघ.. नांगी धरली म्हणजे खेकडे काही करत नाहीत."

संध्याकाळपर्यंत हा खेळ चालला होता. भिवानं बरेच खेकडे गोळा करून टोपलीत टाकले होते.

एक मुलगा म्हणाला, "अरे भिवा, तुझी पैरण चिखलात भरून किती खराब झाली बघ!"

"हूं! घरी जाऊन धुता येईल... पण खेकडे तर मिळाले...."

संध्याकाळी भिवाला बघण्यासाठी आनंदराव ओढ्यावर आला. म्हणाला, "किती रे खेळायचं? तुला आणायला बाबांनी पाठवलंय... चल लवकर! कपडे किती घाण झालेत तुझे!"

खेकड्यांची टोपली बरोबर घेऊन भिवा घरी जायला निघाला. तो घरी जाऊन पोचला तेव्हा अगदी दिवेलागणीची वेळ झाली होती.

भिवाचा तो अवतार पाहून रामजीपंत संतापले. म्हणाले, "गाढवासारखा उकिरड्यात लोळलास वाटतं?"

"नाही... मी ओढ्यात पालथं पडून हे बघा खेकडे पकडले... बघा किती आहेत!"

असं म्हणून भिवानं टोपली पुढे केली.

खेकड्यांची ती टोपली पाहून रामजीपंतांचा संताप अनावर झाला. त्यांनी त्याला मारायला सुरुवात केली.

"का... का मारता मला? मी काय केलंय?"

"काय केलंय? तुझे हे कपडे बघ! हे खेकडे कशाला पकडलेस... फेकून दे ही टोपली लांब... त्या उकिरड्यात! पुन्हा पकडशील का खेकडे? सांग.. सांग... कर कबूल!"

रामजीपंतांच्या तोंडाचा पट्टा चालला होता आणि त्याला बडवण्याचा हात चालला होता.

रामजीपंतांनी त्याला बेदम बडवून काढलं होतं; पण भिवानं हूं की चूं केलं नाही.

तो सारखं म्हणत होता, “मारा मला तुम्ही! हवं तेवढं मारा... पण मी रडणार नाही. बयनं मला सांगितलंय.. भागूबाईसारखं रडायचं नाही म्हणून! भागूबाईसारखं म्हणजे बाईसारखं ना हो बाबा! मी नाही तसं रडणार! बय काय म्हणेल मला?

त्याला मारत असताना रामजीपंतांचा हात एकदम थांबला. त्यांनाच रडू फुटलं होतं.

त्यांनी चिखलानं माखलेले भिवाच्या अंगातले कपडे काढून धुतले आणि त्याला स्वतः अंघोळ घातली.

भिवा पुन्हा ताजातवाना झाला.

रामजीपंतांकडे बघत म्हणाला, “हे खेकडे टाकून येतो उकिरड्यावर!”

“भिवा, ते बघितलंस का? एखादा खेकडा टोपलीतून वर यायला लागला म्हणजे खालचे खेकडे त्याचे पाय धरून त्याला खाली ओढतात. माणसं ही खेकड्यासारखीच असतात. वर गेलेल्या माणसाचे पाय खाली ओढणारी! आपल्यातला कुणी वरच्या पदाला चढला की, दुसऱ्या माणसांनी त्याला खाली ओढलंच म्हणून समजावं!”

भिवाला काहीही कळलं नाही.

त्यानं विचारलं, “खेकडे खातात का हो?”

“लोक खातात... पण आपण नाही. मी कबीर पंथाची दीक्षा नाही का घेतली! असलं आपण काही खात नाही.”

भिवानं विचारलं, “समोरच्या महारवाड्यात जाऊन देऊ का? का उकिरड्यावरच टाकू?”

“दे समोर नेऊन!”

हातात खेकड्यांची टोपली घेऊन भिवा उड्या मारत महारवाड्यात गेला. खेकडे बघून मुलं खूष झाली.

त्या रात्री रामजीपंतांना झोप लागली नाही. भिवाला कुशीत घेऊन ते झोपले होते. ते त्याला आंजारत होते, गोंजारत होते.. मधूनच विचारत होते, “फार लागलं का रे तुला, भिवा?”

भिवा म्हणत होता, “हो... लागलं.. पाठीला फार लागलं.. पण मी रडलो नाही... बय काय म्हणेल तिला कळलं तर! आणि बाबा, मी किनई आता खेकडे कधी पकडणार नाही. फार वाईट असतात ते! होय किनई?”

ते ऐकताना रामजीपंतांना हुंदका फुटला. त्यांच्या डोळ्यांतून पाणी गळायला लागलं.

भिवाचा हात त्यांच्या डोळ्यांशी गेला. त्यानं एकदम विचारलं, “बाबा, तुम्ही रडता? लहान मुलं रडतात.. मी नाही रडत! तुम्ही रडता म्हणून बयला सांगेन मी!”

त्याच्या तोंडावर हात ठेवून रामजीपंत म्हणाले, "नाही रे बाबा! मी कशाला रडू? झोप आता!"

दिवसभर दमलेला, भागलेला भिवा शांत झोपी गेला.

आपल्या या गुणी मुलाला आपण इतकं मारायला नको होतं, हा विचार रात्रभर रामजीपंतांना मनावेगळा करता आला नाही.

दुसऱ्या दिवशी सकाळी मुलांना जेव्हा परतीची गाडी करून दिली तेव्हादेखील त्यांना आपल्या मनातला तो विचार काढून टाकता आला नाही.

मुलांना घेऊन जाणारी गाडी दूरवर गेली. गाडी दिसेपर्यंत ते त्या गाडीकडे एकटक बघत जागीच उभे होते. गाडी दृष्टीआड झाली तेव्हा त्यांच्या मनात हाच विचार उफाळून वर आला होता, "भिवाला आपण एवढं मारायला नको होतं!"

* * *

ऐन दुपारची वेळ होती. 'बय, ए बय' असं दारापासून ओरडतच भिवा घरात शिरला. आतल्या खोलीत भीमाबाईंचं अंथरूण पडलं होतं.

भिवाला पाहताच मीराआत्या म्हणाल्या, "भिवा, ओरडू नकोस. बयला झोप लागली असेल."

"मी तिला उठवणार! आम्ही आलो आणि ती झोपली, म्हणजे काय?"

"अरे, तिला बरं नाही."

"काय झालंय तिला?"

"डोकं दुखतंय फार तिचं!"

"नेहमीच दुखतं.. मी तिला उठवणार!"

भिवा थेट भीमाबाईंच्या जवळ गेला. त्या कण्हत होत्या.

"बय, काय होतंय ग तुला?"

"अरे, डोकं फार उठलंय रे.. सहन नाही होत... तुम्ही केव्हा आलात?"

"आत्ताच!"

मग त्याला जवळ घेऊन भीमाबाईंनी विचारलं, "सारं ठीक आहे ना तिकडचं?"

"होय.. आम्ही चार दिवस मजा केली. काल किनई मी खेकडे धरले.. खूप खूप... चिखलानं कपडे खराब झाले. खेकडे घरी घेऊन आलो तर बाबांनी मला खूप खूप मारलं... पण मी नाही रडलो... भागूबाईसारखं रडायचं नाही असं तूच मला सांगितलं आहेस ना? पण रात्री बाबा मला कुशीत घेऊन झोपले.. आणि तेच रडत होते... मी त्यांना सांगितलं, बयला रडणं नाही आवडत... मी नाही रडत!"

त्याची चिवचिव बंद झाली तेव्हा भीमाबाईंनी त्याला उराशी ओढलं आणि त्याचे पटापट पापे घेतले.

नंतर आनंदरावाला जवळ बोलावून भीमाबाई क्षीण आवाजात म्हणाल्या, "तुम्ही गेल्यापासून मला बरं नाही रे ! मस्तकशूळानं बेजार झाले आहे. मला अन्न जात नाही.. प्रकृती हल्लक झाली आहे. उठवत नाही... माझं काही आता खरं दिसत नाही."

"असं बोलू नकोस. आपण औषधपाणी करू."

"काही उपयोग होणार नाही त्या औषधाचा.. गोरेगावला परवाच पत्र पाठवलंय.. उद्या येतीलही!"

दुसऱ्या दिवशी दुपारी रामजीपंत खरोखरच धावत धावत आले.

त्या वेळी भीमाबाईंचा आवाज आत ओढला जात होता. संध्याकाळी उन्हं ओढली जावीत त्याप्रमाणे त्यांचे पंचप्राण ओढले जात होते.

रामजीपंत त्यांच्या जवळ येऊन बसले.

म्हणाले, "तू काळजी का करतेस? औषध आणतो मी."

"काऽ ही उपयोग व्हायचा नाही... भवानीला जायचं राहून गेलं..."

"तू आजारातून उठलीस म्हणजे जाऊन येऊ."

"आता मुलांना घेऊन जा.. माझं कुंकूही बरोबर घेऊन जा.. माझा सांगावा तिला सांगा.. माझ्या भिवावर कृपा कर..."

आणि भिवाला जवळ ओढून म्हणाल्या, "याला तुम्ही सांभाळा..."

हे बोलताना घशात घर् घर् असा आवाज आला, आणि सारं शांत झालं.

साऱ्या मुलांनी रडून रडून आकांत केला. रामजीपंत आणि मीराआत्या यांनाही अश्रू आवरता आले नाहीत.

रडला नाही तो एकटा भिवा!

तो मीराआत्याला विचारत होता, "तुम्ही रडता का? बयला झोप लागलीय ना? मी नाही रडणार! तुम्ही रडलात तर ती उठेल की!"

मीराआत्यांनी त्याला पोटाशी धरून म्हटलं, "भिवा, आपली बय देवाघरी गेली. ती कधी उठणार नाही आता!"

गोंधळून भिवानं विचारलं, "देवाचं घर आभाळात असतं?"

मीराआत्यांनी मान हलवली.

"मग बय मला रोज आभाळात दिसेल की! मी रडलो तर तिला आभाळातून दिसेल ना? रडायचं नाही म्हणून तिनं मला आन घातली आहे."

कित्येक दिवस भिवा वेड्यासारखा आकाशात बघत राह्यचा.

रामजीपंतांना वाटत राहिलं, आपल्या घराचे दरवाजे सताड उघडे पडले आहेत.

❑

पोरके पोर

करकरीत तिन्हीसांजा झाल्या होत्या. मीराआत्या घरात एकट्याच बसल्या होत्या. सुगीचे दिवस सरले म्हणजे शेतातली पाखरं पांगून जातात, असा प्रकार घडला होता. मीराआत्या शरीरानं पांगळ्या होत्या, पण मनानं त्या पांगळ्या नव्हत्या. भीमाबाई गेल्यापासून सर्वांची मनं भिरभिरत होती, तसं त्यांचंही मन भिरभिरत होतं.

भीमाबाई गेल्यापासून भिवाचं मनही भरकटलं होतं. तो शाळेत जायचा; पण मधल्या सुट्टीत आकाशाकडे बघत बसायचा. आकाशातल्या एखाद्या ढगानं एखादी आकृती घेतली म्हणजे वर्गातल्या मुलांना म्हणायचा, ''ते पाहा देवाचं घर! तिथे माझी बय आहे. माझी आई!''

त्याची थट्टा करून मुलं हसायची. मग तो त्यांना मारायला धावायचा. विटाळाला भिऊन मुलं पळून जायची. पळून जाताना त्यानं दिलेल्या शिव्या त्यांना ऐकू यायच्या.

भिवा पुन्हा आकाशाकडे बघायचा. आकाशातलं देवाचं घर आणि त्याची आई कोठल्या कोठे पुसून गेलेली असायची. भिवा हिरमुसला होऊन खाली बघत बसायचा.

भीमाबाई गेल्या तेव्हा सारी मुलं-मुली आली होती. आईचं क्रियाकर्मांतर झालं तेव्हा सारी मुलं आपापल्या घरी निघून गेली होती. गंगा, रमाबाई, मंजुळा आणि तुळसा या नवऱ्याघरी निघून गेल्या होत्या. थोरला मुलगा बाळाराम हा सहकुटुंब नोकरीच्या गावी गेला होता. आनंदराव आणि भिवा हे दोघेच घरी होते. पण त्या दोघांचा पाय घरात फारसा टिकत नसे. लग्न झालेल्या मुली अधूनमधून साताऱ्याला येत; परंतु बोलूनचालून मुली म्हणजे परक्याचं धन. त्या फक्त दोन दिवसांच्या

पाव्हण्या असत. एखाद्या खेळात कायमचा भोज्या असावा, त्याप्रमाणे रामजीपंतांच्या संसाराच्या खेळात मीराआत्या भोज्या म्हणून ठाण मांडून बसलेल्या असत.

त्या दिवशी संध्याकाळी रामजीपंत घरी आले तेव्हा मीराआत्या अशाच एकट्या बसलेल्या होत्या.

आल्याबरोबर रामजीपंत त्यांच्यासमोर जाऊन बसले. बोलले मात्र काहीच नाहीत.

मीराआत्या हलक्या बोलात म्हणाल्या, ''रामजी, तू मुंबईहून परत आल्यापासून मी बघते आहे, तू फार घुमा बनला आहेस.. नुसता घुम्म बसून राहतोस.''

ही बहीणभावंडं एकटी असली आणि काही खास बोलायचं असलं म्हणजे परस्परांना उद्देशून एकेरी बोलायची. 'रामजी आणि मीरा' असा दोघांचा संवाद चालायचा.

मीराआत्याच्या बोलण्यावर रामजीपंत म्हणाले, ''घुम्म बसू नाहीतर काय करू? काय करावं ते काहीच कळत नाही!''

''काय करणार आहेस?''

''लग्न!''

''लग्न? पुन्हा लग्न? कशासाठी रे?''

''घरातली व्यवस्था पाह्यला नको का कुणी? माझ्या पूजापाठाची व्यवस्था बघायला कुणी नको का?''

मीराआत्या घुश्शात म्हणाल्या, ''कुणी नको.. आपल्या आनंदरावचं लग्न करून टाकू. सूनबाई सारी व्यवस्था ठेवील.''

''अग, तिनं किती केलं तरी लहान मुलगी! मोठ्या संसाराचा गाडा तिला हाकता थोडाच येणार आहे?''

''मी आहे ना! बसल्या बसल्या सारं करते का नाही ते बघ!''

''तू करशील गं! पण तुझ्या जोडीला धडधाकट माणूस हवं.''

रामजीपंतांचा लग्न करण्याचा निश्चय त्यांच्या बोलण्यातून स्पष्ट दिसत होता.

आपला पूर्वीचा पवित्रा बदलून मीराआत्या काताबून म्हणाल्या, ''अरे, तुला चौदा मुलं झाली; मग पुन्हा लग्न करायची इच्छा झालीय तुला?''

''छे, ग! त्यासाठी का लग्न करणार आहे मी?''

''पण तुला बजावून सांगते, हे लग्न जयाला जाणार नाही. सोडून दे हा नाद!''

तळमळून मीराआत्या पुढे म्हणाल्या, ''तू हे लग्न केलंस म्हणजे घरात सावत्रपणा शिरेल. तंटेबखेडे होतील. घरातली शांतता उठून जाईल.. आणि आपल्या भिवाचा विचार केला आहेस तू? पोर करपून जाईल!''

भिवाचं नाव काढताच रामजीपंतांचं अंतःकरण गलबललं.

कातर आवाजात ते म्हणाले, "मला भिवाचीच भीती वाटते गं!"

"खरी आहे ती भीती! सोडून दे हा नाद! नाहीतर पोर मोडावेल."

एवढ्यात भिवा आत्याबाईजवळ आला आणि नेहमीच्या सवयीप्रमाणे त्यानं विचारलं, "माझी बय कुठाय?"

मीराआत्यांनी चपापून उत्तर दिलं, "अरे, आपली बय देवाघरी नाही का गेली?"

"होय.. आज मला आभाळात देवाच्या घरी बय दिसली. मुलांना मी सांगितलं. मुलं हसली तेव्हा मी त्यांना मारायला धावलो. मुलं पळून गेली आणि आत्या, आभाळातलं देवाचं घरही कुठेतरी पळून गेलं. असं कसं ग झालं?"

रामजीपंत चमकले.

ते त्याला एवढंच म्हणाले, "चल.. किती उशीर केलास? आपण पाठ करू... देवाची आरती करू!"

या पूजापाठासाठी नवी घरधनीण आणण्याच्या विचारानं ते पुरते धास्तावून गेले.

भिवाची चिमुकली मूर्ती त्यांच्या डोळ्यांसमोर पुनःपुन्हा येत होती, आणि त्यांना भेडसावत होती.

* * *

"मीराआत्या, बाबा कुठे ग गेले आपल्याला सोडून?"

काहीही न सांगता रामजीपंत घरातून निघून गेले होते, त्याला आता आठ दिवस झाले होते. ते गोरेगावला गेले नव्हते, हे भिवाला माहीत होतं. म्हणून तो मीराआत्यांना सारखं विचारायचा.

मीराआत्या त्याला सांगायच्या, "कामाला गेलेत कुठेतरी. येतील लवकरच!"

"कुठे काम निघालंय?"

"मला माहीत नाही रे!"

परंतु त्यांचं कुठे काम निघालंय आणि ते कुठे गेले आहेत ही गोष्ट मीराआत्यांना माहीत होती. जाताना रामजीपंतांनी त्यांना काही सांगितलं नव्हतं, तरी त्यांच्या कामाची मीराआत्यांना पुरेपूर कल्पना होती. रामजीपंत मुंबईला गेले आहेत आणि तिथे जाऊन ते शिरकावळे नावाच्या सेवानिवृत्त जमादाराच्या विधवा बहिणीशी पुनर्विवाह लावणार आहेत, ही खूणगाठ त्यांनी आपल्या मनाशी पक्की बांधली होती. जोतीराव फुल्यांप्रमाणे आपण समाजसुधारणा करणार आहोत, असं रामजीपंतांनी त्यांना सांगितलं होतं. त्यामुळे शिरकावळ्यांची विधवा बहीण जिजाबाई ही आपली नवी वहिनी होणार, हे मीराआत्यांनी जाणलं होतं. घरचा सारा कारभार बघायला

कुणीतरी वडीलधारी माणूस हवं,त्यासाठी आपण पुनर्विवाह करणार आहोत, या आपल्या तर्कशास्त्राच्या चक्रव्यूहातून आपला भाऊ बाहेर पडलेला नाही, ही गोष्ट या बहिणीनं ओळखली होती.

'बाबा कुठे गेलेत?' असं आज सकाळी भिवानं विचारलं, तेव्हा मीराआत्यांनी त्याला चटकन सांगून टाकलं, ''तुला नवी आई आणायला गेलेत ते!''

भिवा चमकून म्हणाला, ''नवी आई? मला नकोय नवी आई! आभाळात देवाच्या घरी आहे माझी आई!''

मीराआत्या काळजीत पडल्या. आता रामजीपंत खरोखरच त्याची नवी आई आणून त्याच्या समोर येऊन उभा राहील, तेव्हा भिवा काय करील?

आपल्या नव्या आईला बघून तो कसं थैमान घालील याचं चित्र मीराआत्यांनी आपल्या डोळ्यांसमोर रेखाटलं होतं.

आणि घडलंही तसंच!

आपल्या नवपरिणीत वधूला घेऊन रामजीपंत जेव्हा मुंबईहून साताऱ्याला आले, तेव्हा भिवा शाळेत गेला होता. संध्याकाळी तो घरी परत आला तेव्हा जिजाबाई नटूनथटून बसली होती. आपल्या सवतीचं भरजरीचं हिरवं लुगडं ती नेसली होती. सवतीचेच सारे दागिने अंगावर घातले होते.

संध्याकाळी भिवा आला. नेहमीप्रमाणे आपलं पाटीदप्तर भिरकावून दिलं; आणि नेहमीच्या सवयीप्रमाणे तो ओरडला, ''बय, मी आलोय गं!'' आपली बय आता देवाघरी निघून गेली आहे हे लक्षात येताच हिरमुसला झाला.

एवढ्यात स्वयंपाकघरातून जिजाबाई बाहेर आली आणि दुसऱ्या खोलीतून रामजीपंत बाहेर आले. त्याच्याकडे बघून म्हणाले, ''ही बघ तुझी नवी बय!''

क्षणभर भिवा गोंधळला. आपल्या आईचे कपडे आणि दागिने या कुठल्यातरी अनोळखी बाईनं अंगावर घातलेले आहेत, हे पाहून त्याचा संताप अनावर झाला.

जिजाबाईकडे तिरस्कारानं बघून भिवा ओरडला, ''ही नाही माझी बय... माझी बय फार चांगली आहे. ती देवाच्या घरी राहते...''

मग तिच्यावर खेकसत म्हणाला, ''माझ्या आईचे कपडे का घातलेस? हे दागिने का घातलेस? माझ्या बयचे आहेत ते! काढून ठेव.. नाहीतर डोकं फोडीन तुझं! दगड मारीन तुला!''

रामजीपंतांनी प्रथम हे सारं हसण्यावारी नेलं.

त्याला जवळ ओढून ते म्हणाले, ''असं करू नाही. ती खरंच तुझी आई आहे.''

रामजीपंतांना हिसडा देऊन तो म्हणाला, ''नाही... नाही... माझी नाही आई ती!''

आणि जिजाबाईंकडे बघत ओरडायला लागला, ''काढ माझ्या बयचे कपडे... काढ ते दागिने... काढ काढ...''

जिजाबाई थक्क होऊन त्याच्याकडे बघत होती.. बघता बघता भिवा तिच्या अंगावर धावला आणि तिला मारायला लागला. त्याचा संताप अनावर झाला होता.

मीराआत्यांनी त्याला जवळ ओढून उराशी घट्ट धरून ठेवलं. त्यांना रडू फुटलं. आनंदराव आणि त्याच्या दोन्ही बहिणी रडायला लागल्या. जिजाबाई आत निघून गेल्या. रामजीपंत नुसते बघत राहिले. ते रडवेले झाले होते.

आपल्या मीराआत्याला रडताना बघून भिवाही रडायला लागला.

काही वेळानं कसलीतरी आठवण होऊन भिवानं रडू आवरलं. डोळे पुसत म्हणाला, "बयनं मला आन घातली होती... रडायचं नाही म्हणून! आता बय काय म्हणेल? चुकलं ग आत्या, माझं! मी नाही पुन्हा रडणार!"

आपले डोळे त्यानं कोरडे केले. पण रामजीपंतांचे डोळे मात्र पाणावले. दाटून आलेल्या कंठानं म्हणाले, "चुकलो का गं मी, मीरा?"

"तरी मी तुला सांगितलं होतं, रामजी..."

"अगं, या पोराला फुलात ठेवण्यासाठी सारं केलं.. या कळीचं फूल फुलावं म्हणून!"

"पण ती कळीच करपून चाललीय बघ!"

"नाही करपू देणार! या कळीला नाही आच लागू देणार! हा कुलदीपक नाही विझू देणार!"

मीराआत्याच्या कुशीत तोंड लपूवन भिवा बसला होता. तो आता बराच शांत झाला होता.

मीराआत्या त्याला म्हणाल्या, "जा भिवा... तोंड धुऊन ये."

भिवा तोंड धुवायला गेला तेव्हा रामजीपंत मीराआत्यांना म्हणाले, "जिजाबाईला घेऊन मी गोरेगावला जातो. ती आता इथे कशी राहणार? चांगल्यासाठी केलं पण झालं भलंतच! तू इथे आहेस... पूजापाठ बघायला.. मी इथून जातो."

मीराआत्यांनी अशा तऱ्हेनं मान हलवली की, तिनं होकार भरला नाही किंवा नकारही भरला नाही.

तिथून उठताना एवढंच म्हणाले, "भिवाला सांभाळ.. तो फक्त तुझंच ऐकतो.. फार फार मोठा होणार आहे आपला भिवा!"

दुसऱ्या दिवशी भिवा शाळेत गेला होता. त्या वेळी रामजीपंत आणि जिजाबाई यांच्या बैलगाडीनं गोरेगावचा रस्ता धरला.

गाडी पुढे पुढे चालली होती आणि रामजीपंतांचं मन भिवाच्या दिशेनं मागे मागे जात होतं.

* * *

शाळेतून आल्याबरोबर भिवानं मीराआत्यांना पहिला प्रश्न केला, ''बाबा कुठे आहेत, आत्या?''

''गोरेगावला गेले.''

''का?''

''तुझ्यावर रागावले.''

''पुन्हा नाही परत येणार?''

मीराआत्या म्हणाल्या, ''तू काल त्यांच्यावर रागावलास ना?''

''त्यांच्यावर नाही काही... त्या बाईवर.. तिनं माझ्या बयचे दागिने घातले, कपडे घातले म्हणून मी तिच्यावर रागावलो... बाबांच्यावर नाही...''

''तू तिच्यावर रागावलास ना? म्हणून बाबा तुझ्यावर रागावले...''

''आत्या, बाबांना कळव... मी त्यांच्यावर रागावलो नाही.. तुम्ही माझ्याकडे या!''

ते बोलणं तेवढ्यावरच राहिलं.

कारण आनंदरावांनी भिवाला आरतीसाठी हाक मारली.

आईच्या निधनानंतर त्यांचा थोरला मुलगा आणि तिन्ही मुली आपापल्या घरी निघून गेल्या होत्या, परंतु भिवा रुळेपर्यंत राहावे म्हणून, आपल्या घरी गेलेल्या मंजुळा आणि तुळसा या पुन्हा सातारला आल्या होत्या. रामजीपंत गोरेगावला निघून गेले होते तरी त्यांचे नित्याचे पूजापाठ साताराच्या घरी चाललेच होते.

हातपाय धुऊन भिवा देवघरात आरतीला येऊन उभा राहिला होता.

आरती सुरू झाली आणि संपली. भिवा जागच्या जागी उभाच होता. आरती चालली असताना त्याची मुळीच तंद्री लागली नव्हती.

आपल्या बाबांचा पूजापाठ आणि आरती त्याच्या कानामनात घुमू लागली.

पूजापाठ संपल्यानंतर रामजीपंत स्तोत्रं म्हणत. स्तोत्रपठण संपल्यानंतर कबीरपंथाच्या भूतदयेचं, लोककल्याण करण्याच्या बुद्धीचं आणि परमेश्वरावरील श्रद्धेचं ते गुणगान गात. ते श्रीराम किंवा श्रीकृष्ण यांच्या दैवी लीला कथन करत. अमंगळ भेदाभेद नाहीसे करण्यासाठी रचलेले एकनाथ-तुकोबांचे अभंग त्याच्या बहिणी गोड गळ्यानं भक्तिभावानं म्हणत असत. आरतीच्या वेळी लोक असोत वा नसो, रामजीपंत जणू संतांच्या मुखातून टाहो फोडून सांगायचे, ''देवाच्या दारी कुणीच उच्चनीच नसतो. सारे सारखेच असतात. कुणी मोठा नाही, कुणी धाकटा नाही. साऱ्या भक्तांवर परमेश्वर सारखंच प्रेम करतो.''

हे सांगून झाल्यावर संत कबिरानं जातिभेदावर कडाडून हल्ला करताना केलेला दोहा सांगत, ''जात पंथ ना पूछ कोई, हरको भजे ओ हरका होई!''

भिवा जोपर्यंत घराच्या छत्राखाली वावरत होता तोपर्यंत कबिरानं दिलेल्या या

अमर संदेशाचा अर्थ त्याला मुळीच आकलन झालेला नव्हता. माणसामाणसातली असमानता त्याला मुळीच कळलेली नव्हती. जातिभेद म्हणजे नेमकं काय, हे त्याला समजलेलं नव्हतं. घरात प्रेमाशिवाय त्याला दुसरं कसलंच दर्शन झालेलं नव्हतं. कसलाच अनुभव आलेला नव्हता.

परंतु शाळेत पाऊल टाकल्यापासून त्याच्या गाठी कटू अनुभव जमा व्हायला लागले होते. जीवनाच्या गणिताची रीत हळूहळू कळायला लागली होती. पूजापाठ आणि आरतीच्या वेळी त्याचे बाबा ज्या शब्दांचा उच्चार करत, त्या शब्दांचा अर्थ त्याच्या मनात हळूहळू उकलायला लागला होता. शब्दांच्या विविध प्रकारच्या अर्थरंगांत ते शब्द रंगायला लागले होते. त्या शब्दांना सुरेल संगीताचा साज चढायला लागला होता.

आता भिवा आरतीला उभा राहिला होता खरा; पण त्याचं मन रंगलं नव्हतं, बहरलं नव्हतं. भक्तिभावाचे अनामिक रोमांच त्याच्या चिमुकल्या देहावर उठले नव्हते.

आरती झाल्यावर भिवानं प्रसादासाठी तुळसासमोर हात पुढे केला.

हातावर प्रसाद पडताच तो त्यानं खाल्ला आणि पुन्हा हात पुढे करून म्हणाला, "बयच्या वाटणीचा मला प्रसाद दे."

तुळसानं आणखी प्रसाद त्याच्या हातावर ठेवला. तेव्हा म्हणाला, "बय देवाघरी गेलीय ना? तिच्या वाटणीचा आणखी प्रसाद दे."

तुळसा रागावून म्हणाली, "तू फारच करतोस हं, भिवा! किती प्रसाद द्यायचा!"

"बयला आणखी प्रसाद हवाय." असं म्हणून भिवा हटूनच बसला.

क्षणभर तुळसाला वाईट वाटलं. बयची त्याला अशा तऱ्हेनं आठवण यावी, ही गोष्ट तिला बरी वाटली नाही.

परंतु भिवाचा प्रसादाचा हट्ट चालूच होता. त्यामुळे तुळसानं त्याला मारलं.

'बय ग.. बय ग...' असा तो दोन-तीन वेळा मोठ्यांदा ओरडला; आणि सर्वांचा डोळा चुकवून घराबाहेर निघून गेला.

प्रथम कुणाला काळजी वाटली नाही. कुठेतरी जवळपास तो गेला असेल आणि आपसूक घरी येईल, असंच सर्वांना वाटलं.

तिन्हीसांज टळून गेली तरी भिवा आला नाही, तेव्हा सर्वांनाच काळजी वाटायला लागली. सर्व ओळखीची ठिकाणं हुडकून झाली, तेव्हा मात्र सारीच मंडळी घाबरली. मीराआत्यांच्या तोंडचं तर पाणीच पळालं. तुळसाला त्या म्हणाल्यादेखील, "कशाला एवढ्यातेवढ्यावरून त्याचं मन मोडायचं? मला प्रसाद दिला नसतास तरी चाललं असतं."

"मला काय कल्पना होती... तो असं करील म्हणून! काय गं करायचं आता?"

मीराआत्या म्हणाल्या, ''मी ही अशी.. मी तरी काय सांगू?.. रामजी काय म्हणेल? पोराला माझ्या ताब्यात देऊन गेला.. आणि...''

''काय गं करायचं.. काहीच सुचत नाही...''

''आनंदराव, ओळखीची सारी ठिकाणं बघितलीस का?''

सुन्नपणानं आनंदरावानं नुसती मान हलवली.

तुळसाबाई म्हणाली, ''एक करतेस, मीराआत्या?''

''अग, भिवासाठी वाटेल ते करीन.''

''अंगणात येऊन तू त्याला हाक मार.. तुझ्या हाकेनं तो नक्कीच येईल!''

आणि ते खरंच झालं.

मीराआत्या खुरडत अंगणात आल्या, आणि ओरडल्या, ''भिवा रे... लवकर ये बरं!''

घरासमोरच्या पिंपळावरून भिवानं उडी मारली ती मीराआत्यांच्या जवळच! हसत म्हणाला, ''कशाला एवढ्या जोरानं हाका मारतेस.. मी पिंपळावरच होतो की या!''

मीराआत्या त्याला जवळ घेऊन म्हणाल्या, ''पिंपळावरचा मुंजा माझा!''

सगळे जण हसायला लागले. त्यांना हायसं वाटलं होतं.

सर्वांकडे रागानं बघत भिवा म्हणत होता, ''कशी जिरवली तुमची! अशीच जिरवायला हवी!''

भिवा पाय आपटत घरात निघून गेला. मीराआत्या आत येऊन मिनतवारीनं म्हणाल्या, ''भिवा, माझी नको रे अशी जिरवूस! मी काय केलंय तुझं?''

''तू नाही ग! पण ही बघ ना.. मला बयच्या वाटणीचा प्रसाद दिला नाही!''

मीराआत्या लटकं रागावून तुळसाकडे बघून म्हणाल्या, ''हे बघ, उद्यापासून भिवाला बयच्या वाटणीचा प्रसाद द्यायचा बरं का! आणि माझ्याही वाटणीचा त्यालाच दे.''

भिवा खुदकन हसला.

मीराआत्या मनात म्हणाल्या, ''आईविना पोरकं पोर!''

❑

तहानभूक मारली पाहिजे!

१९०२ मध्ये उन्हाळ्याचे दिवस पाऊसकाळात घुसले होते. उन्हाळा सरत आल्यावर घराच्या सावलीतून बाहेर पडून मुलं शाळेच्या छत्राखाली गेली म्हणजे त्या वेळी आकाशात ढग डोकवायला लागत. मग लवकरच त्या ढगांची जुळणी होऊन आकाशातून पर्जन्याची बरसात व्हायला लागे. मग सारी धरित्री शांत होऊन जात असे.

पण या वर्षी मुलं शाळेत जायला लागली तरी उन्हाचा ताव कमी होत नव्हता किंवा आकाशात ढगाचा ढलपाही दिसत नव्हता.

परंतु मुलांचा मधल्या सुट्टीतला क्रिकेटचा खेळ मात्र खंडत नव्हता.

त्या दिवशी अर्धी सुट्टी होती. मधली सुट्टी झाल्यानंतर घरी जायच्या ऐवजी भर उन्हात मुलांचं क्रिकेट सुरू झालं.

आपल्याला त्या खेळात स्थान नाही, हे भिवा आता समजून चुकला होता. एका ठराविक झाडाखाली बसून केवळ बघ्याची भूमिका त्याला पत्करावी लागली होती. त्या दिवशीही तो आसुसल्या नजरेनं खेळ बघत बसला होता. डोक्यावरच्या झाडाच्या चाळणीतून त्याच्या अंगावर ऊन गळत होतं. पण भिवा थंडपणानं खेळ बघत बसला होता.

खेळ संपल्यानंतर मुलांनी आवराआवर सुरू केली तेव्हा भिवा तिथून उठून चालायला लागला.

त्याला कमालीची तहान लागली होती. घरी जाताना वाटेत बन्सीचं कापडाचं दुकान होतं. भीमाबाई तिथेच कापड घेत असे. गोरेगावला जाताना भिवाला नवे कपडे शिवले होते. ते कापड भीमाबाईंनी याच दुकानातून विकत घेतलं होतं. पण

या दुकानाबाहेरच उभं राहून आपल्या बयनं कापडाची निवड केली होती, ही गोष्ट भिवा विसरला नव्हता. शेजारीच गणपत शिंप्याचं दुकान होतं. तिथेच त्यांचे कपडे शिवले होते. कपडे शिवताना अंगावरून त्यांचं माप कधीच घेतलं जात नसे. त्यांचे कपडे अंदाजानं शिवले जात. त्यामुळे कपडे कधी ढगळ होत तर कधी टाचके होत. मग त्या कपड्यात कधी दुरुस्ती होत नसे. कपडे ढगळ झाले तर ते तसेच वापरले जात. टाचके झाले तर ते कपडे उसवून भीमाबाईला घरी शिवावे लागत. माप न घेता शिवलेले महार लोकांचे कपडे अंगाबरोबर होणं, हा योगायोग असायचा.

त्या दिवशी कपडे शिवल्यानंतर भिवाला तहान लागली म्हणून त्यानं गणपत शिंप्याला पाणी मागितलं होतं. त्या गटाराच्या तोंडाशी असलेल्या ओट्याखाली त्यानं भिवाला उभं राह्यला सांगितलं होतं. मग वरून त्याच्या चिमुकल्या ओंजळीत पाणी ओतलं होतं.

भिवाची तहान भागली नव्हती, म्हणून भिवानं आणखी पाणी मागितलं होतं. त्या वेळी त्याच्या समोर तपेली पालथी करून गणपत शिंप्यानं म्हटलं होतं, ''घरी जाऊन आता पाणी पी. गाय आता रानातून येईल. तिला नको का रे पाणी पाजायला?''

तेवढ्यात शिंप्याची गाय आली होती. बन्सीच्या दुकानावरून गाय येत असताना बन्सीच्या बायकोनं तिला थांबवून गोग्रास दिला होता.

गाय आली तेव्हा गणपत शिंप्यानं ओरडून मुलाला सांगितलं होतं, ''तांबू आली रे! तिला पाणी दाखवा!''

तांबूच्या तोंडात गेलेला गोग्रास भिवानं बघितला होता. खरं म्हणजे त्याला त्या वेळी भूक लागली होती. पण भीमाबाईंनी त्याला एकदा सांगितलं होतं की, फार भूक लागली असली म्हणजे पाणी पिऊन भूक मारावी! पण भूक मारण्यासाठी त्याला पुरतं पाणीही मिळालं नव्हतं.

ही गोष्टही भिवा विसरला नव्हता. त्या दोन्ही ठिकाणी आपली तहान शमवणं त्याला शक्य नव्हतं.

घरी जाताना एक भलीमोठी विहीर लागायची. सहा बाजूंनी त्या विहिरीला रहाट लावून पाणी काढण्याची सोय केलेली होती. ती सोय फक्त इतर अठरापगड जातींसाठी केलेली होती. महार मंडळींना तिथे पाणी भरता येत नव्हतं. त्या विहिरीजवळच गुरांना पाणी पिण्याची सोय केलेली होती; पण महार हे त्या गुरांपेक्षा खालच्या दर्जाचे मानले जात होते.

त्या दिवशी घरी जाताना भिवाला भलतीच तहान लागली होती. सरळ मार्गानं तहानभूक भागली नाही, म्हणजेच माणूस वाट वाकडी करून जातो. भिवाची तहान जेव्हा अनावर झाली, तेव्हा त्याचे पाय साहजिकच त्या विहिरीकडे वळले. त्या वेळी

समोरच्या एका घरातली बाई तिथं पाणी भरत होती. तिनं पोहरा तिथेच ठेवला होता. बाकी तिथे कुणीच पाणी भरत नव्हतं. इतर लोकांनी तहानेची तरतूद सकाळीच करून ठेवली होती.

भिवा सरळ गेला आणि त्यानं विहिरीतून पोहरा भरून काढला. तो तोंडाला पाणी लावणार एवढ्यात पोहऱ्याची मालकीण आली आणि कैदाशिणीसारखी ओरडायला लागली, "विहीर विटाळली या म्हारड्याच्या पोरट्यानं!"

हातातलं पाणी पोहऱ्यातच टाकून भिवा बाजूला झाला.

एवढ्यात त्या बाईनं सारा गाव गोळा केला.

बिळातून उंदीर बाहेर पडावेत त्याप्रमाणे घरादारांच्या बिळांतून माणसं नावाचे प्राणी बाहेर पडले आणि विहिरीजवळ गोळा झाले.

तहानलेला भिवा ठाण मांडून जागीच उभा होता.

एवढ्यात क्रिकेट खेळणारी मुलंही तिथे आली आणि भिवाला बघून थांबली.

देशपांडे गरजले, "इथे कशाला मरायला पाणी प्यायला आलास? महाराचा ना पोरटा तू?"

भिवा तितक्याच तोऱ्यात म्हणाला, "तुम्ही भटुरगे तसा मी महारडा... तहान लागली म्हणजे तुम्ही पाणीच पिता ना?"

"थांबा तुम्ही... गोविंदराव.. महारड्याचं पोर चुरूचुरू बोलतंय. त्याला इंगा दाखवतो."

"तू काय इंगा दाखवणारा कुणबटा!"

"तुझ्या जिभेला काही हाड? महारडं ते महारडं आणि गावखुरी नांदेना."

"काय रे वाणगटा.. तुझं काय देणं लागतो मी?"

सारीच जमा झालेली मंडळी भिवाकडे संतापानं बघत होती. त्याला धोपटण्यासाठी त्यांचे हात शिवशिवत होते; पण विटाळाच्या भीतीनं ते जागच्या जागी दबले होते.

शेवटी गणपत शिंपी पुढे आला आणि साळसूदपणानं म्हणाला, "अरे भिवा, तुला तहान लागली होती तर माझ्या दारी का रे नाही आलास? मी दिलं असतं तुला पाणी!"

त्याला वेडावल्यासारखं करून भिवा म्हणाला, "तुझ्या गाईचं पाणी पिऊन झालं का रे? तिचं पाणी पिऊन झाल्यानंतर उरलंसुरलं मला दे!"

भिवानं विहीर विटाळल्याबद्दल तर सारे संतापले होतेच, पण त्यानं एकेरीवर येऊन भटुरगा, कुणबट, वाणगट अशी जी भाषा केली होती, त्यामुळे सगळ्यांच्या संतापाचा पारा शिगेला जाऊन पोचला होता. आपण त्याला उद्देशून 'महारडे' हा अपशब्द वापरला होता, ही गोष्ट त्यांच्या गावीही नव्हती. कारण तसं बोलण्याचा तो जणू त्यांचा जन्मसिद्ध हक्क होता.

सारी मंडळी भिवावर संतापून उठली खरी, पण आत्तापर्यंत त्यांचे हवेतच हातवारे चालले होते. 'पिटून काढलं पाहिजे पोरट्याला!', 'चटका दिला पाहिजे त्याच्या जिभेला!', 'तंगडं मोडलं पाहिजे त्याचं!' असे प्रलाप सुरू झाले होते.

त्या गर्दीतून कुणीतरी त्याला विचारलं, "येशील का पुन्हा इथे तंगडं घालायला?"

भिवा निर्भयपणानं म्हणाला, "अशी तहान लागली तर येईनच! मी अजून पाणी प्यायलो नाही... मला थोडं पाणी पिऊ दे!"

"घरी जाऊन मर जा! पाणी पी नाहीतर मूत पी!"

"तुम्ही पिता वाटतं? मी हे देवाचं पाणी पितो!"

"महाराच्या कार्ट्या.. हे देवाचं पाणी विटाळून टाकलंस की!"

"देवाचं पाणी कधी विटाळत नाही... बाबांनीच सांगितलंय मला!"

लोकांना वाटलं, आता याच्या बोलण्याची हद्द झाली.

संतप्त झालेली काही मुलं आणि माणसं आपल्या अंगावर केव्हा तुटून पडली हे भिवाला कळलंही नाही. निष्पाप कोकरावर लांडग्यांनी अचानक झडप घालावी, असं दृश्य होतं ते! भावी काळात या कोकराचं रूपांतर नरकेसरीत होणार आहे, या गोष्टीची कुणालाच कल्पना नव्हती. कारण कुणालाच अदृष्टाची दृष्टी नव्हती.

त्यांचं मारणं चालूच होतं. मारून त्यांचे हात थकले तेव्हा भिवा ताठपणानं उभा राहिला. लोकांना वाटलं, मारानं तो मरगळला असेल.

परंतु तो पूर्वीच्या जोषात उभा होता. पाठीवर त्याची पैरण फाटली होती.

"आता नाही येणार पुन्हा हा पाणी प्यायला इथे! चांगली हड्डी नरम झालीय."

यावर भिवा ओरडून म्हणाला, "येईन... पुन्हा येईन इथे पाणी प्यायला! इथे... इथेच! पाणी काय तुझ्या बापाचं आहे?"

"अजून याची हड्डी नरम व्हायला हवी!" असं संतापानं बोलून एका माणसानं जवळच्याच चिंचेच्या झाडाचा फोक तोडून घेतला आणि भिवाच्या पाठीवर सपासप तडाखे मारले.

मग मात्र भिवा कळवळला आणि उभ्याचा आडवा झाला. त्याची पाठ हिरवीनिळी झाली. पण तो रडला मात्र मुळीच नाही. 'भागूबाईसारखं रडायचं नाही' ही बयच्या सांगण्याची सय त्याला त्याही क्षणी आली.

पोरगा आडवा झाला तरी फोकानं मारून त्याला दरडावण्याचं काम चाललंच होतं.

या अशा मारानं भिवा आता निपचित झाला असता, परंतु एवढ्यात आनंदराव तिथे आला.

भुईसपाट झालेल्या भिवाला त्यानं बघितलं मात्र! तो धावतच त्याच्याजवळ गेला आणि भिवाला त्यानं उठवलं. तो चिमुकला पहाड पुन्हा उभा राहिला.

आनंदरावानं त्या लोकांना विचारलं, ''काय केलं होतं एवढं आमच्या भिवानं?''

''काय केलं नव्हतं ते विचार! या आमच्या विहिरीला शिवला... विहीर विटाळली.. पुन्हा इथेच येऊन पाणी पिणार म्हणाला!''

''माहीत नसेल त्याला ही तुमची विहीर आहे म्हणून!''

त्या लोकांच्यापैकी कुणी बोलायच्या आधीच भिवा म्हणाला, ''मला माहीत होतं... पण...''

भिवाचं बोलणं पुरं व्हायच्या आत आनंदराव अजिजीनं म्हणाला, ''लहान पोरगा आहे. त्याला कळत नाही...''

''गाढवासारखं बोलायचं कळतं वाटतं?''

भिवा मध्येच म्हणाला, ''गाढव बोलतं वाटतं? तुमची गाढवं बोलत असतील.''

त्याच्या तोंडावर हात ठेवून आनंदराव म्हणाला, ''लहान भावासाठी मी तुमची माफी मागतो. तो आता पुन्हा इथे येणार नाही.''

आणि भिवाला काही बोलू द्यायच्या आत आनंदराव म्हणाला, ''भिवा, बाबा आलेत आपले. चल लवकर!''

विटाळलेल्या विहिरीची शुद्धी कशी करायची, त्यासाठी काय खर्च येईल याची चर्चा करत लोक हळूहळू पांगले.

भिवाही आनंदरावबरोबर चालायला लागला.

भिवानं विचारलं, ''बाबांबरोबर जिजाबाई आलीय का?''

त्याच्या प्रश्नाला उत्तर न देता आनंदराव म्हणाला, ''अरे, तुझी पैरण फाटलीय.. आणि तुझ्या पाठीवर काळेनिळे डाग उठलेत! अरेरे!! किती दुष्ट लोक आहेत... बैलांनादेखील एवढं मारत नाहीत!''

''पण महार माणसांना मारतात!''

''दुखतीय कारे पाठ?''

''फार दुखतीय... पण मी रडलो नाही!''

''घरी गेल्यावर मी आधी खूप पाणी पिणार आहे... फार तहान लागलीय रे मला! मला त्यांनी मुळीच पाणी पिऊ दिलं नाही!... पण बाबांबरोबर जिजाबाई आलीय का रे?''

घर अगदी जवळ आलं होतं. आनंदराव काहीच बोलला नाही.

* * *

घरी आल्याबरोबर रामजीपंतांनी भिवाचा अवतार बघितला आणि त्यांना धक्काच बसला.

त्याला जवळ घेऊन म्हणाले, ''अरे, हे काय? तुझा शर्ट फाटला! बापरे...

पाठीवर हे वळ कसले?''

आनंदरावानं घडलेला सारा प्रकार सांगितला.

रामजीपंत भिवाला म्हणाले, ''कशाला गेलास तिथे पाणी प्यायला?''

''फार तहान लागली होती म्हणून!''

''हे बघ भिवा.. तहानभूक मारायला शिकलं पाहिजे आपण! आणि नको तिथे आपण कधी जायचं नसतं! लक्षात ठेव हे!''

भिवा गप्प बसलेला बघून रामजीपंत जिजाबाईला म्हणाले, ''अग बघतेस काय? त्यांनी याला किती मारलंय बघ! वळ उठलेत बघ याच्या पाठीवर... तेलपाणी कर जा त्याला! मारकी गुरंसुद्धा पोरांना शिंग लावत नाहीत!''

जिजाबाई जागेवरच उभी होती. रामजीपंतांच्या बरोबर ती कुठेतरी बाहेर जायला निघाली होती. तिच्या अंगाखांद्यावर भिवाच्या बयचे दागिने होते. त्याला घाबरूनच ती गुपचूप उभी होती.

तिच्याकडे बघून भिवा एवढंच बोलला, ''तुम्ही बाहेर जा.. मीराआत्या आहे तेल लावायला!''

त्याची पाठ आता चांगलीच ठणकायला लागली होती. परंतु त्याही स्थितीत त्यानं विचारलं, ''बाबा, तुम्ही फुलांची रोपं आणलीत का लावायला?''

''नाही रे जमलं.. पुढल्या खेपेस आणीन हं! नक्की....''

आणि भिवाच्या पैरणीच्या खिशातून डोकावणाऱ्या काही रोपांकडे बघून रामजीपंतांनी विचारलं, ''अरे हे काय? तुझ्या खिशात कसलीतरी रोपं दिसताहेत.''

भिवाच्या लक्षातही नव्हतं. त्यानं चटदिशी खिशातून रोपं बाहेर काढली. रोपं पार होरपळून गेली होती.

त्या रोपांकडे बघत भिवा खट्टूपणानं म्हणाला, ''शाळेच्या माळ्याला विचारून रोपं आणली होती... पण आता ही लागणार नाहीत. ही लागली असती तर आपल्या देवांना किती फुलं झाली असती!''

मग शांत होऊन भिवा म्हणाला, ''आपण दुसरी रोपं आणायची ना, बाबा?''

रामजीपंतांनी मान हलवली आणि मीराआत्याकडे बघत म्हणाले, ''मी जाऊन येतो.... याच्याकडे बघ!''

रामजीपंत आणि जिजाबाई निघून गेल्यानंतर मीराआत्यांनी भिवाला कडकडून मिठी मारली आणि त्या ओक्साबोक्शी रडायला लागल्या.

''मीराआत्या, तू रडतेस? माझ्या पाठीला तुझे हात लागले ना.. मलासुद्धा रडावंसं वाटलं... पण मी नाही रडलो, पण तू...''

पाठीवर उठणाऱ्या वळांपेक्षा मनावर उठणारे वळ खरोखरच रडू आणणारे असतात, असं मीराआत्या त्याला सांगणार होत्या. पण करपलेल्या वेलीवर आणखी

आगपाखड करण्यात काही अर्थ नव्हता. म्हणून त्या एवढेच म्हणाल्या, ''मला फार टाकून बोलला रे, रामजी!''

''मारलं नाही ना?''

''अरे, असं बोलण्यापेक्षा मारलं असतं तरी चाललं असतं.''

''काय झालं, आत्या?''

''अरे, मी जिजाबाईला सांगितलं की, भिवाच्या देखत त्याच्या बयचे दागिने अंगावर घालू नकोस; भिवा चिडेल.. पण रामजीच उसळून मला म्हणाला, भिवाची बय गेली. आता सारे दागिने जिजाबाईचेच आहेत आणि तीच आता भिवाची बय आहे.. तू त्याच्या मनात भलतंच भरवून देऊ नकोस... मला चालणार नाही ते! आणि भिवानं आता दंगा केला तर मी त्याला चोपून काढीन.... कुठे रे गेली त्याची माया? तुला बघायचं सोडून ते दोघे कसे रे बाहेर गेले?.. तू बोलू नकोस बरं भिवा, काही... उगाच तुला चोप मिळेल...''

''मी नाही बोलणार... कधीच नाही बोलणार... मला खूप मिळालाय चोप... मला नकोय आता मार!''

त्याला जवळ घेऊन मीराआत्या खूप रडल्या. आईविना हे पोर बघवत नाही असंही मनात पुनःपुन्हा म्हणत होत्या.

मग त्यांनी आनंदरावला हाक मारली; आणि भिवाची पाठ शेकून काढली. त्याला आराम वाटला. रामजीपंत आणि जिजाबाई घरी यायच्या आत भिवाला चांगली झोप लागली होती. रात्री त्यांनी त्याला उठवलं नाही.

* * *

सकाळी भिवा उशिरा उठला. तेव्हा आकाशात ढग दाटून आले होते. साऱ्या ऑक्टोबर महिन्यात ऊन चांगलंच तापलं होतं. आकाशात अधूनमधून ढग जमा व्हायचे; पण वारा सुटल्यानंतर ते पांगून जायचे. दुपारच्या वेळी पुन्हा उष्मा वाढायचा. अजिंक्यताऱ्याचा डोंगर तापून निघायचा आणि सातारा गावझळ्यांनी बेजार व्हायचं.

नोव्हेंबर महिन्यात मात्र आकाशातले ढग स्थिर व्हायला लागले. त्या दिवशी भिवा उशिरा उठला तरी त्याला वाटलं, पहाट अजून संपलेली नाही.

उठल्याबरोबर मीराआत्यांनी त्याला विचारलं, ''बरं वाटतंय ना तुला?''

मानेनंच त्यानं होकार भरून विचारलं, ''आत्या, बाबा कुठे ग गेले?''

''गेले गावाला!''

''इतक्या लवकर?''

''अरे लवकरच कुठून? आठ वाजून गेले!''

''जाताना बाबांनी मला का नाही उठवलं?''

"तू चांगला झोपला होतास म्हणून!"

"म्हणूनच उठवायचं! माझ्याशी न बोलता बाबा का निघून गेले?"

मीराआत्यांना त्याच्या प्रश्नाचं उत्तर देणं शक्य नव्हतं. जिजाबाई आल्यापासून त्यांची आपल्यावरची माया पातळ झालेली आहे, ते आपला राग राग करू लागले आहेत, असं का मीराआत्या त्याला सांगणार होत्या? काल रात्री उशिरानं घरी आल्यावर रामजीपंतांनी त्याची फारशी चौकशी केली नव्हती आणि आज सकाळी गावाला जाताना 'भिवाकडे लक्ष ठेव' एवढंच त्यांनी कोरड्या आवाजात सांगितलं होतं. मीराआत्या हे का त्याला सांगणार होत्या?"

पण त्याला काही सांगण्याचा प्रश्नच आला नाही. कारण त्याच वेळी आनंदराव शाळेत जायला निघाला होता. त्यानं भिवाला विचारलं, "मी ही छत्री घेऊन जाऊ ना शाळेत? का तुला ठेवून देऊ छत्री?"

मधेच मीराआत्यांनी भिवाला विचारलं, "तू आज कशाला जातोस शाळेत? लागलंय रे तुला फार!"

ती गोष्ट खरी होती. तरी भिवा निश्चयपूर्वक म्हणाला, "आज तर मी शाळेत जाणारच! मुलांना वाटेल माझी हड्डी चांगली नरम झाली म्हणून मी शाळेत गेलो नाही... त्यांना आनंद वाटेल... आत्या, मी शाळेत जाणारच आज..."

पुन्हा आनंदरावानं विचारलं, "छत्री ठेवू का मग?"

"तूच छत्री ने. पाऊस पडला तर मी तसाच येईन! मजा वाटेल... माझी पाटीपुस्तकं आणि टोपी तू घेऊन जा."

आनंदराव शाळेत निघून गेल्यावर पाऊस पडायला आरंभ झाला आणि बघता बघता तुंबलेलं आकाश मोकळं व्हायला सुरुवात झाली. आकाशाला गळती लागली.

मीराआत्यांची नजर चुकवून भिवा शाळेत जायला बाहेर पडला. झाडांचे शेंडे ओघळत होते. रस्ते ओढ्यासारखे वाहत होते. वृक्षांच्या आश्रयाला आलेली पाखरं पंख झटकत होती. रानाला निघालेली गुरं झाडांच्या छत्राखाली विसावली होती. सारा निसर्ग निःस्तब्ध झाला होता आणि पर्जन्यवृष्टीची लय वाढली होती.

परंतु भिवाला या गोष्टीची मुळीच क्षिती नव्हती. अंगावर पर्जन्याच्या धारा घेत तो शाळेच्या वाटेनं रमतगमत चालला होता.

भिवा शाळेत जाऊन पोचला तेव्हा त्याला सचैल स्नान झालं होतं. तो ओलाचिंब होऊन गेला होता.

पेंडसे मास्तरांनी त्याला बघितलं आणि हळहळून ते म्हणाले, "अरे, छत्री का रे नाही आणलीस?"

"एकच छत्री होती. ती भावानं नेली, म्हणून मी भिजलो. पण शाळा नाही चुकवली."

मग पेंडसे मास्तरांनी आनंदरावाला बोलावून विचारलं, "तुझ्या अंगावर दोन सदरे आहेत का रे? दोन असतील तर भिवाला एक दे."

आनंदरावच्या अंगात एकच सदरा होता.

मग पेंडसे मास्तरांनी आपल्या मुलाला बोलावून घेतलं आणि म्हटलं, "या भिवाचा अवतार बघ! पावसात चिंब झालाय बघ. याला आपल्या घरी घेऊन जा. याला गरम पाणी दे आंघोळीला आणि लंगोटी लावायला दे. त्याचं धोतर आणि सदरा वाळत टाकायला सांग. संध्याकाळी याला शाळेत घेऊन ये."

भिवा सारा दिवस लंगोटी घालून शाळेच्या अवतीभवती भटकत होता. शीळ घालून पक्ष्यांना खिजवत होता. पावसानंतरच्या उन्हात बुळबुळीत झालेली झाडांची खोडं चढून वर जात होता आणि घसरत खाली येत होता. आकाश निरभ्र झालं होतं आणि सुस्नात सृष्टीचं स्वरूप सुंदर दिसत होतं.

शाळा सुटण्याच्या वेळी पेंडसे मास्तरांनी भिवाला वर्गात बोलावून घेतलं. नुसती लंगोटी घालून वर्गात बसण्याची भिवाला लाज वाटायला लागली.

पेंडसे मास्तर म्हणाले, "अरे, वर्गात तर सारी मुलंच आहेत. लाज कसली वाटते तुला?"

भिवाच्या अंगावर फक्त लंगोटी होती. त्याचं सारं अंग उघडं होतं. क्षणभर त्याला वाटलं, आपण आज शाळेत नसतो आलो तर बरं झालं असतं!

पेंडसे मास्तर त्याला म्हणाले, "आता माझ्या घरी चल. तुझे कपडे वाळले असतील. ते कपडे घाल आणि घरी जा!"

सारी मुलं त्याच्याकडे बघत होती. त्याच्या पाठीवरचे वळ पुरते बुजले नव्हते. मेलेल्या सापासारखं विळविळीत झाल्यासारखे दिसत होते. काही मुलांना वाटत होतं, काल याला चांगली अद्दल घडली. या पोराचा माज आता चांगला उतरला असेल. यापुढे कुणाच्या वाटेला हा जाणार नाही.

वर्गाच्या बाहेर पडल्यावर सागडे या नावाचे एक ब्राह्मण मास्तर थबकून त्याला म्हणाले, "अरे भिवा, असा उघडावाघडा कशाला शाळेत आलास? तू महाराचा मुलगा! तुला शिक्षण घेऊन करायचंय काय?"

सागडे मास्तरांनी त्याला हा प्रश्न या ना त्या तऱ्हेनं पाच-सहा वेळा विचारला होता. या त्याच्या स्थितीत त्यांनी तोच प्रश्न विचारल्यावर भिवा संतापला.

त्या मास्तरांना तोडून तो म्हणाला, "हे जर असं पुन्हा बोललात तर याद राखा! शिक्षण घेऊन काय करायचं ते मी ठरवीन! तुम्ही तरी काय मास्तरच झालात ना? मी शिकून तुमच्यापेक्षाही मोठा होईन! पुन्हा असं बोललात तर माझ्याशी गाठ आहे."

पेंडसे मास्तरांना बाजूला घेऊन सागडे मास्तर हळूच म्हणाले, "तुम्ही याला लाडावून ठेवलं आहे. याला घरी नेऊन शिवाशिवी करता आणि याच्या तोंडाला हे

कुत्रं बांधलं आहे! महार असल्यामुळे याच्या अंगावर हातही टाकता येत नाही!''

पेंडसे मास्तर म्हणाले, ''नकाच टाकू त्याच्या अंगावर हात! कुत्र्याचं कशाला नाव काढता? हा सिंहासारखा होणार आहे हे लक्षात ठेवा! याच्या वडिलांनी मला याच्याबद्दल खूप खूप सांगितलं आहे.''

पेंडसे मास्तरांच्या मुलाबरोबर भिवा पुढे निघून गेला, तेव्हा पेंडसे मास्तर मागे रेंगाळले. सागडे मास्तरांना म्हणाले, ''तुम्ही याच्या भावाला संस्कृत शिकवायचं नाकारलंत वाटतं?''

सागडेशास्त्री म्हणाले, ''महाराच्या मुलाला मी संस्कृत कसं शिकवणार, सांगा? संस्कृतच्या गुरुकिल्लीनंच वेदविद्येचं भांडार खुलं होतं; आणि अतिशूद्रांनी वेदाध्ययन करणं म्हणजे महाभयंकर पातक! हे अघोर पातक करणाऱ्या शूद्रांच्या कानांत शिशाचा तप्तरस ओतून त्यांना ठार करावं किंवा त्यांची जीभ छाटून टाकावी, अशी धर्माज्ञा आहे. मी त्याला कसं शिकवणार संस्कृत?''

''त्याच्या वडिलांनी वेदाध्ययन केलेलं आहे. मग त्यांना तुमच्या धर्माची ही आज्ञा कोणतं शासन करणार आहे?''

सागडेशास्त्री म्हणाले, ''आपला धर्म तरी एवढा प्रबळ कुठे राहिला आहे?''

पेंडसे मास्तर एकदम म्हणाले, ''मग अशा दुबळ्या धर्माची आज्ञा मानायचं कारणच काय?''

या प्रश्नाचं उत्तर सागडेशास्त्रींना देता आलं नाही. त्या प्रश्नाला बगल देऊन ते म्हणाले, ''आनंदरावानं संस्कृतऐवजी पर्शियन भाषा घ्यायचं ठरवलं आहे.''

''काय करणार तो? तुम्ही संस्कृत शिकवायला तयार नाही. आज संस्कृतऐवजी त्यानं परकीय भाषा घेतली. तुम्ही त्यांना जवळ करत नाही म्हणून उद्या ते परधर्मही स्वीकारतील!''

''उद्याचं कुणी पाहिलंय? आपण आजचं बघावं.''

''शास्त्रीबुवा, आजचं जर बघायचं असेल तर उद्याचं बघायलाच हवं.''

त्या दोघांचं बोलणं तिथंच खुंटलं.

त्या दिवशी रात्री भिवा तापानं फणफणला. पावसात भिजल्यामुळे आणि दिवसभर उघडावाघडा हिंडल्यामुळे त्याच्या अंगात ताप भरला होता.

मीराआत्या काळजीत पडल्या. रात्रभर त्यांच्या नेत्रांची निरांजनं त्याच्याकडे बघताना तेवत होती.

दुसऱ्या दिवशी त्यांनी रामजीपंतांना पत्र टाकून बोलावलं आणि त्यांच्या वाटेकडे मीराआत्यांचे डोळे लागले.

* * *

चार दिवसांत भिवाचा ताप निघाला, पण त्याला बघण्यासाठी रामजीपंत काही आले नाहीत. भिवा पुनःपुन्हा मीराआत्यांना विचारत होता, "आत्या, बाबा का ग नाही आले?"

मीराआत्या एवढंच म्हणायच्या, "कामामुळे नसतील आले. तुला आता बरं वाटायला लागलं आहे ना?"

भिवाला आता बरं वाटायला लागलं होतं ही गोष्ट खरी, पण आपण आजारी असताना आपले बाबा का आले नव्हते, ही गोष्ट त्याच्या बालमनाला खटकत होती. आपली बय गेल्यापासून आपले बाबा आपल्याला दुरावले आहेत, असं उगाचच त्याला वाटायला लागलं. तो दुखण्यातून खडखडीत बरा झाला आणि शाळेत जायला लागला तरी त्याची ही भावना कमी झालेली नव्हती. जिजाबाईनं बाबांना आपल्यापासून तोडलं आहे, असं त्याच्या मनानं पक्क घेतलं होतं.

आपली बय देवाघरी निघून गेली आणि बाबा आपल्यापासून दुरावले, त्यामुळे आपण आता पोरके झालो आहोत, असं त्याला वाटायला लागलं. बाबांच्यावर अवलंबून राहण्यात काही अर्थ नाही; आपण आपल्या पायावर उभं राहिलं पाहिजे, असा त्यानं निर्धार केला.

एकदा एका शेतकऱ्याकडे गेला आणि त्याला विनवून तो म्हणाला, "मला तुमच्या शेतावर काही मजुरीचं काम देता का? तुमची गुरंसुद्धा राखीन!"

"अरे, तू रामजीचा मुलगा ना? मग शाळा शिकायची सोडून हे काय करतोस?"

त्याला त्या शेतकऱ्याकडे काम मिळालं नाही.

गावात जाऊन पेठेत तो हमाली काम करायला लागला. पण लहान मुलगा म्हणून त्याला कुणीही हमालीची कामं सांगितली नाहीत. एकदा एका दुकानदारानं आपल्या दुकानासमोरचा रस्ता त्याच्याकडून झाडून घेतला आणि लांबूनच त्याच्या अंगावर चार पैसे फेकले. घरी येऊन त्यानं मीराआत्यांसमोर आपली मिळकत ठेवली तेव्हा कपाळाला हात लावून त्या म्हणाल्या, "हा भिकारधंदा तुला कुणी करायला सांगितला? नीट शाळा शीक..."

"कष्ट करून शाळा शिकणार आहे. बाबा आता आपल्याला पैसे पाठवणार नाहीत."

"तुला कुणी सांगितलं?"

"मी आजारी असताना आले नाहीत. पैसे कशाला पाठवतील ते? काम करूनच मला शिकलं पाहिजे. पण कामही कुणी देत नाही!"

बराच वेळ तो उदासवाणा बसून राहिला. लोक आपल्याला काम का देत नाहीत? आपल्याला कुणी जवळ का करत नाही?

उदासीनतेच्या घनदाट अंधारातून एकच उत्तर उजेडात आलं. आपण महार आहोत म्हणून! मग पाठोपाठ साऱ्या प्रश्नांची उत्तरं त्याला भराभर मिळाली. भूतकाळातल्या आणि भविष्यकाळातल्या प्रश्नांची उत्तरंदेखील त्याच्या मनासमोर भराभर उलगडत गेली.

शाळेत आपल्याला मागच्या बाजूला वेगळं बसवण्यात का येतं, वर्गात बसण्यासाठी गोणपाटाचं फटकूर आपल्याला घरून का न्यावं लागतं, शिक्षक आपल्या वह्या-पुस्तकांना का शिवत नाहीत, विटाळ होइल म्हणून आपल्याला प्रश्न विचारण्याचं ते का टाळतात, मुलं आपल्याला क्रिकेट खेळायला का घेत नाहीत, दुकानाबाहेर उभं राहून माप न घेता आपल्याला कपडे का शिवावे लागतात, पाणी प्यायचं असेल तर दुरून आपल्या ओंजळीत पाणी का टाकतात, न्हावी आपली हजामत का करत नाही, गावकुसाच्या बाहेर आपल्याला महारवाड्यात का राहावं लागतं, त्या दिवशी आपली गाडी का विटाळली आणि आपण गावातली विहीर विटाळली म्हणून आपल्याला लोकांनी बेदम का मारलं, असे कितीतरी प्रश्न त्याच्या मनात उभे राहिले. पाठीवरील वळाच्या वेदना अद्याप पुरत्या शमल्या नव्हत्या. जणू त्या वेदनांच्या खोल खोल गाभाऱ्यातून तेच उत्तर आलं. तू महार आहेस म्हणून!

ते उत्तर खोटं खासच नव्हतं. त्या उत्तराचा खरेपणा जेव्हा त्याला प्रतीत झाला, तेव्हा त्याचं मन हबकून गेलं. आई नसल्यामुळे तो आधार तुटला होता. बाबा असूनही नसल्यासारखे झाले होते. आपल्या सभोवतालच्या जगाच्या सीमारेषा रुंदावत असून, या विशाल जगात आपण एकटे पडलो आहोत, असं त्याला वाटायला लागलं. स्वतःच्या वयाची मर्यादा ओलांडून तो मोठा झाला. त्याचं कोवळं मन एकदम निब्बर झालं. यापुढील आपल्या जीवनाचा प्रवास आपल्याला एकट्यानं करायचा आहे, कुणाच्या सोबतीविना करायचा आहे, कोणत्याच आयुधाची साथसंगत न करता, आयुष्याची ही लढाई जिंकायची आहे, असा प्रखर निर्धार त्याच्या मनात उभा राहिला.

एकदा निर्धार झाला म्हणजे मन वयाचा कधी विचार करत नाही.

स्वावलंबी बनून भिवा एकाकी पावलं टाकणार होता. मनात एवढी प्रबळ इच्छा झाल्यानंतर भिवाला मार्गही सापडण्यासारखा होता.

साताऱ्यातली कित्येक मोठी मुलं मुंबईला गिरणीत काम करून पैसे कमवीत होती.

आपल्या वयाचा विचार न करता भिवानं नोकरीसाठी मुंबईला जायचं ठरवलं. महार म्हणून इथं आपल्याला दूर ठेवतात, आपला विटाळ मानतात; पण मुंबईला गेल्यानंतर आपली ही दुरवस्था दूर होईल, असंच जणू त्यानं गृहीत धरलं होतं. या वयात आपल्याला गिरणीत नोकरी मिळेल, असंही तो धरून चालला होता.

मुंबईच्या विशाल विश्वात जाण्याचं स्वप्न तो रंगवत होता.

त्याच्यापुढे मुंबईला जाण्याच्या भाड्याचाच काय तो प्रश्न होता. त्याच्याजवळ पैसे कुठून असणार?

पण तोही प्रश्न एका तऱ्हेनं सोडविण्याचा बेत त्यानं पक्का केला होता.

* * *

मीराआत्यांना ताबडतोब झोप लागली; पण भिवाला मात्र काही केल्या झोप लागेना. आपल्या आत्याजवळ तो झोपला होता, पण त्याचं लक्ष आत्याच्या कमरेला खोचलेल्या पिशवीकडे होतं. त्या पिशवीत आत्याबाईंचे पैसे असत, हे त्याला माहीत होतं. ती पिशवी लांबवून त्या पिशवीतले पैसे तो घेणार होता आणि मुंबईला जाऊन गिरणीत नोकरी करणार होता.

त्याचा थरथरता हात पिशवीजवळ गेला, त्याच वेळी मीराआत्यांनी कुशी बदलली. त्याच्या हाताला पिशवी लागली नाही. मीराआत्यांच्या बदललेल्या कुशीच्या बाजूला जाऊन तो झोपला तेव्हा त्यांना जाग आली.

मीराआत्यांनी त्याला विचारलं, "काय रे, भिवा? तू या बाजूला येऊन झोपलास? आनंदा कुठे आहे?"

"आहे की! मला झोप येत नाही म्हणून..."

त्याचं बोलणं पुरं व्हायच्या आतच मीराआत्यांचा तेवढ्यात डोळा लागला. तरी भिवाला बराच वेळ थांबावं लागलं.

बऱ्याच वेळानंतर भिवानं आत्याबाईंच्या कमरेची पिशवी काढली. मोठ्या आतुरतेनं त्यानं पिशवीत हात घातला.

आत फक्त अर्धा आणा सापडला.

एवढ्यात मुंबईपर्यंतचा प्रवास होणं शक्यच नव्हतं.

खट्टू होऊन त्यानं पिशवीत पैसे घातले आणि पिशवी मीराआत्यांच्या कमरेला खोचून दिली.

त्याचं विचारचक्र पुन्हा सुरू झालं.

मुंबईला जाऊन नोकरी करणं आता शक्य नाही. आपण इथेच राह्यला हवं! इथे राह्यचं म्हणजे शाळेत जाऊन अभ्यास करायला हवा!

पण आपले बाबा?

ते इथे येवोत न येवोत; त्यांच्या सांगण्याप्रमाणे आपण वागायला हवं आणि अभ्यास करायला हवा!

रामजीपंतांनी त्याला सांगितलं होतं, खूप अभ्यास करून तुला खूप मोठं व्हायचंय!

आपल्या बाबांच्या या सांगण्याप्रमाणे तो आता यापुढे वागणार होता आणि झटून अभ्यास करणार होता. मुंबईला जाणं आज तरी त्याच्या हातात नव्हतं.

यांप्रमाणे वागण्याचा त्याचा मनाचा निर्धार जेव्हा पक्का झाला, तेव्हा त्याचा डोळा लागला.

त्या वेळी पहाटेचा पहिला प्रहर झाला होता. कोंबडा आरवला होता.

जणू भिवाचं बालपण संपलं होतं आणि त्याच्या आयुष्याच्या पहाटे भावी कालाच्या रूपानं कोंबडा आरवला होता.

❑

भावी जीवनाची गंगोत्री

१९०४ सालचा नोव्हेंबर महिना कसा उगवला आणि कसा संपला हे भिवाला कळलंही नाही. आनंदराव इंग्रजी पाचवीची परीक्षा पास झाला होता आणि भिवा चौथीची! जणू जादूची कांडी फिरली होती आणि बघता बघता दोन वर्षं कशी निघून गेली होती, हे भिवाला मुळीच समजलंही नव्हतं.

या दोन वर्षांच्या कालावधीत दुष्काळी कामं संपली होती, तेव्हा रामजीपंतांची नोकरीही संपली होती. त्यामुळे ते साताऱ्याला परतले होते. रामजीपंत साताऱ्याला येऊन स्थायिक झाले आणि भिवाचं भरकटलेलं मन पुन्हा स्थिरावलं. जिजाबाई घरात आल्यापासून तो आपल्या वडिलांपासून मनानं दुरावला होता; पण रामजीपंत घरी आल्यापासून त्यांची मनं पुन्हा सांधली गेली होती. जिजाबाई आपल्यापरीनं त्याचं कोडकौतुक करायची; पण आता कोडकौतुक करून घ्यायची त्याला फारशी गरज उरली नव्हती. आपली आई गेली आणि तिच्याबरोबरच आपले लाड संपले, असं समजण्याचा समजूतदारपणा त्याच्या अंगी आला होता.

रामजीपंतांनी मात्र गेल्या दोन वर्षांत त्याच्याकडे मन लावून लक्ष पुरवलं होतं. आपल्या मुलानं संस्कृत भाषेतली पंडिती संपादन करावी, अशी त्यांची उत्कट इच्छा होती. पण देवभाषेतली ती पंडिती हस्तगत करण्याच्या आड त्यांचं महारपण आलं होतं. भिवाचं इंग्रजी चांगलं व्हावं यासाठी त्यांनी तर्खडकरांची भाषांतर पाठमाला त्याच्याकडून तोंडपाठ करून घेतली होती. त्यानंतर ते भिवाला नेहमी सांगायचे, "हावर्डची पुस्तकं तोंडपाठ करून टाक म्हणजे, इंग्रजी कुठे अडायचं नाही." भिवानं तीही पुस्तकं तोंडपाठ करून टाकली होती; पण आपल्याला संस्कृत शिकायला मिळालं नाही याबद्दल त्याला विषाद वाटायचा.

आपल्या मनातलं हे शल्य जेव्हा तो रामजीपंतांना बोलून दाखवायचा, तेव्हा ते त्याला म्हणायचे, ''तू पर्शियन भाषेत चांगली प्रगती कर म्हणजे झालं!''

भिवा म्हणायचा, ''पर्शियन भाषेत मी चांगले मार्क मिळवीनच, पण संस्कृतमध्येही मी चांगले मार्क मिळविले असते. पर्शियनपेक्षाही संस्कृत भाषा मोठी आहे.''

भिवाचं बोलणं पटलं असूनही रामजीपंतांनी त्याला मुद्दामच विचारलं, ''कशावरून म्हणतोस... संस्कृत भाषा श्रेष्ठ आहे म्हणून?''

भिवा सहजगत्या म्हणाला, ''रामायण-महाभारतासारखी महाकाव्यं संस्कृत भाषेत आहेत. नाटकंही आहेत. शिवाय काव्यमीमांसा, अलंकारशास्त्र, तर्कशास्त्र, गणित हे सारं संस्कृत भाषेत आहे. आपल्या तत्त्वज्ञानाचा पायाच संस्कृत साहित्यात आहे. संस्कृत वाङ्मयात सर्व काही आहे. पर्शियन साहित्यात यातलं काहीच नाही. म्हणून संस्कृत सर्वश्रेष्ठ आहे.''

त्याचं बोलणं ऐकून रामजीपंतांना अचंबा वाटला. हे एवढं ज्ञान या लहान वयात यानं कुठून मिळवलं?

त्यांनी भिवाला तसं विचारलं तेव्हा तो म्हणाला, ''पेंडसे मास्तरांनी मला सारं सांगितलं आहे.''

''पण सागडेशास्त्री तर तुला शिकवायला तयार नाहीत!''

''आता कशाला त्यांचं नाव काढता? माझं नाव आता या शाळेतून काढा म्हणजे झालं. मुंबईला गेल्यावर मला पुस्तकं द्या. मी स्वतःहून संस्कृत शिकणार आहे.''

भिवाचं कौतुक करीतच ते शाळेत गेले. त्यांना बघितल्यावर पेंडसेमास्तर आणि सागडेशास्त्री पुढे आले.

त्यांना बघून रामजीपंत म्हणाले, ''या दोघांची नावं शाळेतून काढायची आहेत.''

पेंडसेमास्तरांनी विचारलं, ''का बरं?''

सागडेशास्त्रीही म्हणाले, ''असं का करता? मुलं तर फार हुशार आहेत.''

रामजीपंत मानभावीपणानं म्हणाले, ''हुशार आहेत हो! पण हुशार मुलांना इथे देवभाषा शिकवली जात नाही! त्यांच्या जिभेनं ती भाषा विटाळते ना!''

या बोलण्याला उत्तर दिलं पेंडसेमास्तरांनी! ते म्हणाले, ''रामजीबुवा, हीच जर अडचण असेल तर मी शिकवतो संस्कृत!''

या बोलण्यावर सागडेशास्त्री खजील झाले. ते गप्प बसले.

रामजीपंत मग हसून म्हणाले, ''आम्ही आता इथलं बिऱ्हाड मोडून मुंबईला जाणार आहोत... भिवा तिथे संस्कृत स्वतःच शिकेल. त्याची तो सोय लावून घेईल.''

मग त्यांना सल्ला देण्याच्या आविर्भावात सागडेशास्त्री म्हणाले, ''हो, भिवा

फार हुशार आहे. सुभेदार, तुम्ही काय वाटेल ते करा. पोटाला चिमटा घ्या, पण या मुलाचं शिक्षण पार पाडा. हा तुमचा मुलगा फार मोठा होणार आहे... फार मोठा...''

रामजीपंत म्हणाले, ''तुमच्या आशीर्वादानं भिवा मोठाच होणार!''

शाळेतून मुलांची नावं काढल्यानंतर रामजीपंत मुलांना घेऊन घरी आले. सर्व घराला आता मुंबईला जाण्याचे वेध लागले होते.

रामजीपंतांची पाठ वळताच पेंडसेमास्तर सागडेशास्त्रींना म्हणाले, ''भिवा फार हुशार आहे. म्हणूनच मी तुम्हाला सांगत होतो की, त्याला संस्कृत शिकवा म्हणून! पण तुमच्या देवभाषेला विटाळ होतो ना! शास्त्रीबुवा, भाषा कधी विटाळते का हो? अहो, विटाळतो तो देव कसला आणि विटाळते ती भाषा कसली? आता तो स्वतःच शिकणार आहे ती भाषा! देवभाषा तो शिकेल आणि विटाळ मात्र तुमच्याजवळ राहील!''

सागडेशास्त्री एक शब्दही बोलले नाहीत. पेंडसे मास्तरांचं बोलणं त्यांना कदाचित कळलंही असेल, पण ते बोलणं वळण्याची वेळ आता निघून गेली होती.

त्याच वेळी भिवा कुतूहलानं घरी रामजीपंतांना विचारत होता, ''बाबा, मुंबई कशी हो असेल? का इथल्यासारखीच? तिथे मला संस्कृत शिकायला मिळेल का? नाहीतर मी स्वतःच थोडं थोडं शिकेन!''

रामजीपंत म्हणाले, ''बघू या तिथे गेल्यावर काय काय होतं ते! कोणतीही विद्या शिकायला मिळाली तरी चालेल. विद्याधनामुळेच माणसं मोठी होतात. तुला मोठं व्हायचं आहे ना?''

भिवानं नुसती मान हलवली.

* * *

एल्फिन्स्टन हायस्कूलमधला इंग्रजी पाचवीचा वर्ग भरण्याची वेळ होत आली होती. मुलं वर्गात येऊन बसायला लागली होती. भिवा मागच्या बाकावर येऊन बसला. इथंही त्याला मागच्याच बाकावर बसावं लागे. गाव बदललं होतं, पण रीत बदलली नव्हती.

भिवा वर्गात येऊन बसला आणि वर्गात शिक्षक आले नव्हते हे बघून मोठ्या आवाजात एखाद्या स्तोत्राप्रमाणे म्हणायला लागला, 'विद्येनेच मनुष्या आले श्रेष्ठत्व या जगामाजी... न दिसे एकही वस्तू विद्येनेही असाध्य आहे जी...'

हे म्हणताना शिक्षक वर्गात केव्हा आले ते त्याला कळलंही नाही. सारी मुलं गप्प बसली तेव्हा तो भानावर आला.

त्या वेळी शिक्षक विचारत होते, ''कोण म्हणत होतं रे कविता?''

सारे विद्यार्थी भिवाकडे बघत होते, पण कुणीच बोललं नाही.

भिवा ओशाळून म्हणाला, ''मी म्हणत होतो सर.. पुन्हा म्हणणार नाही.''

''का?''

''वर्गात म्हणणार नाही.''

शिक्षक ठासून म्हणाले, ''उलट वर्गातच म्हणायला पाहिजे ही कविता!''

भिवाला हायसं वाटलं. आपल्या चमकदार नजरेनं तो शिक्षकांकडे बघतच होता.

शिक्षकांनी विचारलं, ''कुणाची आहे ही कविता?''

भिवानं ते सांगितलं.

भिवा पुढे म्हणाला, ''माझे वडील ही कविता घरात नेहमी म्हणतात.''

''तरीच!''

एवढंच ते शिक्षक बोलले आणि भूमितीचा तास सुरू झाला

त्या शिक्षकांचं नाव होतं नारायण मल्हार जोशी. १९०९ सालच्या अखेरीस सर्व्हन्ट्स ऑफ इंडिया सोसायटीला येऊन मिळण्यापूर्वी ते या एल्फिन्स्टन हायस्कूलमध्ये शिक्षक होते. समाजसेवक व कामगारपुढारी ही बिरुदं त्यांना त्या वेळी मिळायची होती. नाना मास्तर या नावानं ते विद्यार्थ्यांमध्ये अतिशय लोकप्रिय झालेले होते.

त्या दिवशी नाना मास्तरांचा गणिताचा तास सुरू झाला. त्यांनी एक गणित घातलं आणि विचारलं, ''कोण सोडवणार हे गणित?''

शेवटच्या बाकावर बसलेल्या भिवानं हात वर केला.

नाना मास्तर त्याच्याकडे कौतुकानं बघून म्हणाले, ''अरे, तू पुढच्या बाकावर येऊन बस पाहू!''

ते ऐकून भिवा हरखून गेला. तो पुढच्या बाकावर येऊन बसला.

नाना मास्तरांनी वर्गावर दृष्टी फिरवून पुन्हा विचारलं, ''येतंय का कुणाला सोडवता?''

मुलं हात चोळत जाग्यावर बसून राहिली. भिवाचा हात वरच होता.

त्याच्याकडे बघून नाना मास्तर म्हणाले, ''तू ये पाहू फळ्यापाशी आणि गणित सोडवून दाखव.''

भिवा जागचा उठला तेव्हा सारा वर्ग चुळबूळ करायला लागाला. कुजबूज करायला लागला. प्रत्येकाला काही बोलायचं आहे असं दिसत होतं.

नाना मास्तरांनी विचारलं, ''काय रे झालं?''

काही मुलं आपापसात कुजबुजल्याप्रमाणे म्हणाली, ''सर, त्याला फळ्याला शिवू देऊ नका...''

''का रे बाबांनो?''

"सर, तो महार जातीचा आहे म्हणून..."

"म्हणून काय झालं? तोही विद्यार्थीच आहे ना? तो महार असला तरी फळ्यावर लिहिल्याशिवाय त्याला विद्या कशी येणार? आणि तुम्हाला कुठे येतंय ते गणित?"

"पण.. सर... पण... सर..."

नाना मास्तरांनी दरडावून विचारलं, "अरे, पण काय? सरळ काय ते सांगा की!"

एका विद्यार्थ्यानं जरा धीटपणा दाखवला. त्यानं सांगितलं, "सर, त्या फळ्याच्या मागे आमचे डबे आहेत. आमच्या खाण्याच्या डब्यांना विटाळ होईल."

नाना मास्तरांनी करड्या स्वरात सांगितलं, "मग तुम्ही तुमचे फराळाचे डबे घेऊन दुसरीकडे ठेवा.. पण हा मुलगा फळ्यापाशी येऊन गणित सोडवणारच."

मुलांनी एकदम आपल्या डब्यांवर झडप घातली. कुणीही कुणाचे डबे उचलले. पण विटाळापासून आपले डबे वाचले म्हणून साऱ्या मुलांना आनंद वाटला. फळ्याजवळ जाऊन आपल्याला ते गणित सोडवता आलं नाही याबद्दल मात्र कुणालाही खंत वाटली नाही.

फळ्यामागचे सारे डबे काढून झाल्यानंतर भिवा शांतपणानं फळ्याजवळ गेला आणि त्यानं फळ्यावर लगेच ते गणित सोडवून दाखवलं.

नाना मास्तरांनी त्याची पाठ थोपटली तेव्हा वर्गातली मुलं आपापसात कुजबुजली, "सरांना विटाळ झाला."

गणिताचा अभ्यास संपल्यानंतर नाना मास्तर मुलांना काही ना काहीतरी अवांतर ज्ञान देत असत.

त्या दिवशी विद्यार्थ्यांना उद्देशून ते म्हणाले, "आकाशातून पाऊस पडतो. तो सर्व माणसांवर सारखाच पडतो ना? का कुणाचा विटाळ मानून तो त्याच्या अंगावर पडत नाही? नदी वाहते ती सर्वांना सारखंच पाणी देण्यासाठी वाहते ना? चंद्रसूर्याचा प्रकाश कधी विटाळतो का रे? विस्तव तुमची भाकरी भाजतो आणि या भिवाची भाकरी भाजत नाही असं थोडंच आहे? आपण सर्वच एका देवाची लेकरं आहोत. मी, तुम्ही सारे, हा भिवा... उद्यापासून तुम्ही त्याला जवळ घेतलं पाहिजे. घ्याल का नाही ते सांगा?"

एवढ्यात तास संपल्याची घंटा झाली. एकदम मुलांचा गिल्ला सुरू झाला.

एकाही मुलानं नाना मास्तरांच्या म्हणण्याला होकार भरला नव्हता, ही गोष्ट फक्त भिवाच्या लक्षात आली होती.

घरी जाताना भिवा मनाशी घोकत होता, 'जे तिथे तेच इथे! सातारा आणि मुंबई सारखीच!'

परळला डबक चाळीतल्या आपल्या घरी भिवा आला तरी त्याच्या मनातला खट्टूपणा मुळीच मावळला नव्हता. घर म्हणजे एकच खोली. त्या एका खोलीतच सारे व्यवहार व्हायचे. ती खोली धुरकट असायची. संसारोपयोगी भांडीकुंडी आणि सामानसुमान यांनी खोली टिच्चून भरलेली असे. त्या सामानसुमानाची बडदास्त ठेवून माणसांना वावरावं लागे. कोपऱ्यातल्या माळ्यावर सरपण ठेवलेलं असे. दुसऱ्या कोपऱ्यात चूल मांडलेली असे. त्या खोलीत माणसांपेक्षा सामानच उठून दिसे.

त्या दिवशी भिवा खोलीत आला तेव्हा नेहमीचीच खोली आणखी उदासवाणी वाटायला लागली. त्या खोलीवर सर्वत्र अवकळा पसरल्यासारखं वाटायला लागलं.

एवढ्यात मालू दाभोळकर आला आणि म्हणाला, "खेळायला येतोस ना? आपल्याला चांगला सराव केलाच पाहिजे. रविवारी कोळीवाड्याशी आपली मॅच आहे."

विमनस्क स्वरात भिवा म्हणाला, "मी नाही खेळणार मॅच!"

त्याच्याकडे आश्चर्यानं बघत मालू म्हणाला, "तुझी तब्येत बरी नाही का?"

"बरी आहे की!"

"मग तुला काय झालंय मॅच न खेळायला?"

"अरे, प्रत्येक मॅचच्या वेळेला भांडणं होतात, मारामाऱ्या होतात. मला आता कंटाळा आलाय या गोष्टींचा!"

"मी आणि आनंदराव आहोत ना तुझ्या डाव्याउजव्या हाताला. मारामाऱ्या करायला. प्रतिपक्षाला पिटून काढायला!"

"तेच मला नको झालंय. प्रत्येक बाबतीत भांडणतंटा.. मारामाऱ्या... वैमनस्य... त्यापेक्षा.."

"अरे, तू जर खेळणार नाहीस तर तुझ्यासारखी बॅटिंग कोण करणार? कोळीवाडा टीम चांगली आहे. तुझ्या जिवावर आम्ही मॅच ठरवली आणि आता तू म्हणतोस खेळणार नाही म्हणून! मार खाऊ ना आपण! मग ती मंडळी शिरजोर होतील की!"

भिवा शांतपणानं म्हणाला, "मालू, तुला एक विचारू? शिरजोर लोकांना आपण कमजोर करणार आणि कमजोर लोकांना शिरजोर कधी रे करणार?"

मालू दाभोळकरला त्याचं बोलणं समजलं नाही.

भिवा पुढे म्हणाला, "मालू, आपल्या शेजारचे लंगोटीवाले आपल्याशी मिसळू इच्छितात, पण आपण त्यांना दूर ठेवतो. आपलेच ज्ञातिबांधव आहेत ना ते? पण आपण धोतरवाले म्हणून आपण त्यांना आपल्यामध्ये मिसळू देत नाही. गरीब-श्रीमंत, श्रेष्ठ-कनिष्ठ, जातपात हे भेदाभेद केव्हा संपणार आहेत रे?"

भिवाचं म्हणणं अगदी खरं होतं. डबक चाळीत राह्यला आल्यापासून त्यानं क्रिकेट, हॉकी, फूटबॉल हे खेळ सुरू केले होते. संघ बनवून तो स्वतः त्या संघाचा कॅप्टन बनला होता. वरळी, सातरस्ता, परळ, कोळीवाडा या भागातल्या इतर जातींच्या मुलांबरोबर त्यांचे सामने व्हायचे; कुसपटं काढून मारामाऱ्या व्हायच्या. भिवाचा संघ बलवान असायचा. मारामाऱ्या करण्यात तर तो वरचढ असायचा.

परंतु या सामन्यात त्यांच्याच जातिबांधवांना प्रवेश करण्यास मज्जाव असे. त्या भागात वास्तव्य करणाऱ्या महार कुटुंबात दोन तट पडले होते. पलटणीतून सेवानिवृत्त झालेली महार कुटुंबं आणि बिनपलटणवाली महार कुटुंबं! पलटणीतल्या कुटुंबांचं राहणीमान वरच्या दर्जाचं असे. ती मंडळी घरी धोतरं वापरत. बिनपलटणवाले घरात लंगोटी लावून वावरत. मात्र याच खालच्या दर्जाच्या महार कुटुंबांची ज्ञातिपंचायत होती. धोतरवाल्या महार कुटुंबांना या ज्ञातिपंचायतीत प्रवेश नसे. याउलट धोतरवाल्या कुटुंबांच्या खेळात किंवा सणसमारंभात लंगोटीवाल्यांना प्रवेश नसे.

'हे भेदाभेद केव्हा संपणार आहेत रे?' असं भिवानं निक्षून विचारलं तेव्हा मालू म्हणाला, "ते आपल्याला काय करायचं आहे?"

भिवा त्याला वेडावून म्हणाला, "वा रे वा! म्हणे आपल्याला काय करायचं आहे? आपल्याला कुणी असं वागवलं म्हणजे कळतं! गाईला शिवणारे लोक जेव्हा आपल्याला शिवत नाहीत तेव्हा कळेल. इतर जातीची मुलं जेव्हा आपल्याला खेळायला घेत नाहीत तेव्हा कळेल... साताराची गोष्ट सांगतो. एकदा दुपारी शाळेत असताना फार तहान लागली. मास्तरांनी माळ्याला नळ सोडून द्यायला सांगितलं. मी खाली वाकून वर तोंड केलं आणि उलटं तोंड करून पाणी प्यायलो. आपल्याच धर्मातले लोक आपल्याला गुरांपेक्षाही कमी लेखतात. आपणही आपल्या लंगोटीवाल्यांशी तसंच वागतो."

मग भिवानं वर्गात घडलेली आजचीच गोष्ट सांगितली.

मालू म्हणाला, "भिवा, तू उगाच नसता विचार करतोस. आपण लहान मुलं काय करणार?"

यावर भिवा फक्त एवढंच म्हणाला, "आत्ताच मी काही बोलत नाही. पण मी रविवारची मॅच मात्र खेळणार नाही."

त्या दिवशी रात्री रामजींनी नेहमीप्रमाणे पूजापाठ केला. आरती केली. भिवा नेहमीप्रमाणे आरतीला उभा राहिला. प्रसादवाटप झालं.

नेहमीप्रमाणे रामजीपंतांनी मुलांना सुविचार सांगितले. त्याही वेळी भिवा काही बोलला नाही.

रामजीपंत रोज शाळेतली हकिगत विचारत. त्या परिपाठाप्रमाणे त्यांनी भिवाला विचारलं, "आज शाळेत विशेष काही घडलं का?"

भिवा रोज भडाभड बोलायचा, पण त्या दिवशी त्यानं शांतपणानं घडलेली हकीगत सांगितली. शेवटी उद्वेगानं म्हणाला, ''काय केलं म्हणजे आपलं हे महारपण संपेल? आपला विटाळ संपेल?''

रामजीपंतांनी सहज सांगितलं, ''जेव्हा जातीच्या बळावरचा कमीअधिकपणा संपेल तेव्हा!''

''तो केव्हा संपेल?''

''सहजपणानं संपणार नाही. देवाच्या मनात येईल तेव्हा संपेल.''

''तुम्ही असं म्हणता. बय असंच म्हणायची. देवाला हे करणं अवघड आहे का?''

''देवाला अवघड काहीच नसतं. कौरव-पांडवांचं युद्ध झालं तेव्हा कृष्णदेवाच्या हातात सुदर्शनचक्र होतंच की! पण युद्ध झालंच! ते त्यानं थांबवलं नाही. देवाच्या मनात जे असतं तेच शेवटी होतं.''

रामजीपंत भिवाला नेहमी असंच काहीतरी सांगायचे. परंतु त्याचं प्रश्न विचारणं संपायचं नाही.

आताही त्यानं विचारलंच, ''माणसाच्या अंतःकरणात देव नसतो का?''

''तुला तुकारामाचा तो अभंग मी सांगितला आहे ना?''

रामजीपंतांनी तो अभंग सुरात म्हणायला सुरुवातही केली-

देव घ्या कोणी देव घ्या कोणी ।
आइता आला घर पुसोनि ।।
देव न लगे देव न लगे ।
सांठवणेचे रुधले जागे ।।
देव मंदला देव मंदला ।
भाव बुडाला काय करू ।।
देव घ्या फुका देव घ्या फुका ।
न लगे रुका मोल काही ।।
दुबळा तुका भावहीन ।
उधारा देव घेतला ऋण ।।

शेवटचा चरण म्हणताना रामजीपंतांचा आवाज आर्त झाला. भावबुद्धीशिवाय आपल्याजवळ दुसरं काहीही नाही, असं तुकारामाप्रमाणे त्यांनाही वाटायला लागलं.

ते भिवाला म्हणाले, ''आज देवाची अशीच अवस्था झालीय. देव आयता घरी चालून आला तरी लोकांना तो नको आहे. अंतःकरणात त्याला जागाच नाही. कारण

ती जागा भरून गेली पंचविषयांनी! फुकट जरी देव मिळाला तरी तो घ्यायची कुणाची तयारी नाही.''

भिवा म्हणाला, ''म्हणूनच देव माणसावर संकटं घालतो. देव जर त्यांनी अंतःकरणात नेऊन ठेवला असता तर माणसावर संकटं ओढवली नसती!''

''छे रे भिवा, तसं नाही. देव कधीच माणसाच्या अंगावर संकटं घालत नाही. तो दयाळू आहे.''

''मग माणसावर संकटं का येतात?''

''भिवा, माणसंच माणसाचा घात करतात. एकमेकांना कमी लेखतात. जातीजातीतील हेवेदावे, वैमनस्य, भेदाभेद माणसंच निर्माण करतात. जातीपाती देवानं नाही निर्माण केल्या. त्या आपल्या करंट्या माणसानं निर्माण केल्या आणि आपल्या पायावर धोंडा पाडून घेतला. हे जातिभेद निर्माण झाले नसते तर माणूसच देव बनला असता आणि देवाला काही करायची गरजच पडली नसती.''

त्या छोट्या खोलीत रामजीपंतांचा आवाज घुमत होता; आणि त्याचा प्रतिध्वनी भिवाच्या मनात उमटत होता. आज आपलं वय वाढलं आहे, असं त्याचं त्यालाच वाटायला लागलं होतं.

त्या वेळी त्याच्याकडे निरखून बघत रामजीपंत म्हणाले, ''भिवा, तुलाच हे देवाचं काम करायचं आहे. तुझ्या थोरल्या काकांनीच हे भविष्य वर्तवलं आहे. तुझी पत्रिका काही मी केलेली नाही. पण तुझ्या संन्यासी काकाचं भविष्य मात्र खरंच ठरणार आहे. तुझ्या बयला नेहमी तसंच वाटायचं... मलाही तसंच वाटतंय.. तू हे देवकार्य करणारच!''

त्यांच्या बोलण्यात निर्धार दिसत होता. आपल्या बोलण्याची त्यांना निश्चिती वाटत होती.

भिवा काहीही बोलला नाही.

जेवण झाल्यावर त्यानं गोधडीवर अंग टाकलं. खोलीत धुरकट वास येत होता. उशागती असलेल्या कोनाड्यात झालेली कोळिष्टकं होती तशीच होती. खालून वर जाणारा कोळी पुन्हा घसरून खाली येत होता, पण जाळ्यातून वर जाण्याचा प्रयत्न काही केल्या सोडत नव्हता. पायाशी बांधलेली बकरी धापा टाकल्यासारखा आवाज करत होती.

भिवाला मुळीच झोप लागली नाही. आपल्यावर या लहान वयात कुणीतरी देवकार्य लादल्याचा भास होत होता. कोळिष्टकांप्रमाणे धर्मावर साचलेली जळमटं झाडून टाकण्याचं काम आपल्याला जागं राहून करायचं आहे, असं त्याच्या मनानं पक्कं घेतलं होतं. आपण आपली जबाबदारी पार पाडली पाहिजे, त्यासाठी वाट्याला

येतील ते भोग बिनतक्रार भोगले पाहिजेत, ही खूणगाठ त्यानं मनाशी बांधून ठेवली. आपल्या लहान वयाचा विचारही त्याच्या मनाला त्या वेळी शिवला नाही. आपल्या संन्यासी काकांनी सांगितल्याप्रमाणे हे कार्य आपल्याच हातून व्हायचं असेल तर ते होईलही, असा विचार त्याच्या मनात स्थिर झाला.

गोधडीवर पडल्यापासून त्यानं डोळे मिटून घेतले होते. पण डोळे मिटून घेतले म्हणजे झोप थोडीच येत असते?

रात्रीचे दोन वाजले तेव्हा रामजींनी भिवाला अभ्यासासाठी उठवलं आणि ते स्वतः झोपी गेले.

भिवा उठला. त्यानं तोंड धुतलं; आणि समईच्या उजेडात या कुशीवरून त्या कुशीवर पडल्या पडल्या त्यानं पुस्तक वाचायला सुरुवात केली. त्याची झोपाळलेली दृष्टी पुस्तकावरून फिरत होती, पण मन मात्र देवकार्याभोवती भिरभिरत होतं. आजवर त्या मनानं अपमानाचं, अवहेलनेचं, उपेक्षेचं आणि निंदानालस्तीचं प्रचंड ओझं सहन केलं होतं. त्या ओझ्याखाली त्याचं बालमन दबून गेलं होतं, पण दुसरं एक कणखर मन उसळी घेऊन वर आलं होतं.

त्या दिवशी जुना भिवा कालाच्या ओघात अंतर्धान पावला होता आणि नवा भीम जन्माला आला होता. जणू देवकार्य करण्यासाठी!

* * *

शाळा सुटल्यानंतर भीम चर्नी रोडवरच्या बागेत जाऊन बसायचा. त्या उद्यानात प्रवेश केल्यावर पश्चिमेकडे तोंड करून बाक ठेवलेले असत. कोपऱ्यावरच्या एका ठराविक बाकावर जाऊन तो बसायचा. हातात अवांतर वाचनाचं पुस्तक असायचं. पश्चिम दिशेला सूर्य क्षितिजाआड निघून गेला म्हणजे पुस्तकातली अक्षरं दिशेनाशी व्हायची. मग भीम उठायचा आणि घरच्या दिशेनं चालू लागायचा.

नेमक्या त्याच बाकावर एक व्यक्ती येऊन वाचत बसायची. चार-पाच दिवस गेले, तरी त्या व्यक्तीला भीमाचं नाव माहीत नव्हतं आणि भीमला त्या व्यक्तीचं नाव माहीत नव्हतं. चार-पाच दिवसांनी भीमला कळलं की, आपल्याजवळ बसणारी व्यक्ती म्हणजे विल्सन हायस्कूलचे हेडमास्तर आहेत आणि त्यांचं नाव आहे कृष्णाजी अर्जुन केळुस्कर! त्यांची ओळख झाल्यावर त्याला भारी आनंद झाला. आपल्याला ते कोणत्याही दृष्टीनं कमी लेखत नाहीत, हे पाहून तर त्याला फार बरं वाटलं.

केळुस्करांनी त्याची माहिती विचारून घेतली. आपली सारी माहिती सांगितल्यानंतर भीम म्हणाला, ''तुम्ही आता माझ्यापासून दूर जाणार का?''

''का रे बाबा?''

"मी महार आहे म्हणून!"

"तुझ्यात आणि माझ्यात काही फरक वाटतो का?"

"मला नाही वाटत, पण इतर सगळ्यांना वाटतो."

"सगळ्यांचं आपण बघू... मला मात्र काही फरक वाटत नाही."

भीम पुन्हा म्हणाला, "फरक वाटत असेल तर मी उद्यापासून दुसऱ्या बाकावर जाऊन बसेन."

केळुस्कर हसत म्हणाले, "भीम, चार-पाच दिवस झाले आपण शेजारी बसतो. माझ्यात काही फरक झाला का रे? मी लंगडा, पांगळा, आंधळा झालो का रे?"

भीमनं नकारार्थी मान हलवली.

"झालंच तर मग! ते काही नाही. उद्यापासून तू इथेच माझ्याजवळ बसायला हवंस! मी तुला उद्या एक पुस्तक देणार आहे."

"कोणतं?"

"ते तुला उद्याच कळेल."

कृतज्ञतेनं ओसंडणारा भाव भीमच्या मुखावर उमटला, पण तो भाव अंधारानं लपेटला होता.

दुसऱ्या दिवशी केळुस्कर बागेत आले नाहीत. तिसऱ्याही दिवशी आले नाहीत. तेव्हा भीम मनातल्या मनात काय समजायचं ते समजला. केळुस्कर कितीही बोलले तरी आपल्याला शिवायला ते धजणार नाहीत, अशीच त्यानं आपल्या मनाची समजूत करून घेतली.

चौथ्या दिवशी ते आले तेव्हा तो म्हणालादेखील, "मला वाटलं, तुम्ही आता माझ्याकडे येणार नाही."

"का बरं?"

"मी.. मी महार आहे म्हणून!"

"वेडा कुठला! मी जातपात मानत नाही.. मी बुद्धाचं चरित्र लिहिलं आहे. ते तुला देण्यासाठी आणलं आहे. ते वाच महणजे कळेल."

केळुस्करांनी लिहिलेलं बुद्धचरित्र भीमनं हातात घेतलं. तो त्या पुस्तकाकडे कुतूहलानं बघत होता आणि केळुस्कर त्याच्याकडे बघत होते.

त्या वेळी त्यानं शुभ्र धोतर परिधान केलं होतं. धोतराचा काचा मारला होता. अंगात तपकिरी रंगाचा कोट घातला होता. पायांत मालवणी वहाणा होत्या. त्याच्या डोईवर टोपी नव्हती. त्याचं गोरंपान देखणं रूप डोळ्यांत भरण्यासारखं होतं. केळुस्करांचं लक्ष गेलं ते त्याच्या कुरळ्या कुंतलांकडे! त्यांना वाटलं, हा वयाच्या मानानं काहीसा थोराड दिसतो आहे!

त्याच्या रुबाबदार देहयष्टीकडे बघून केळुस्कर म्हणाले, "हे बुद्धचरित्र वाच.

किती दिवस लागतील वाचायला?''

''दोन दिवस.''

''दोन दिवसांत होईल वाचून?''

भीमनं होकारार्थी मान हलवली तेव्हा केळुस्कर हसत म्हणाले, ''तुला शाळेचा अभ्यास फारसा दिसत नाही!''

भीमनं सांगितलं, ''परीक्षेपुरता अभ्यास करतो आणि पास होतो. अवांतर वाचन बरंच करतो.''

भीमनं ते बुद्धचरित्र खरोखरच दोन दिवसांत वाचून काढलं.

तिसऱ्या दिवशी तो लवकरच बागेत येऊन केळुस्करांची वाट बघत बसला. ते दिसताच त्यांना म्हणाला, ''एक दिवसात वाचून काढलं हे पुस्तक!''

''कसं वाटलं?''

''बुद्ध फार मोठा वाटला.''

''म्हणजे नेमकं काय?''

''हिंदू धर्मात आणि बौद्ध धर्मात खूप फरक वाटला.''

''कसा काय?''

भीम म्हणाला, ''हिंदू धर्म देव मानतो. बौद्ध धर्म ईश्वर मानत नाही. पण मी विचारतो, देव मानायला काय हरकत आहे?''

''हे बघ भीम, देवानं काही केलं नाही. देव मानायलाही हरकत नाही; पण देव एकदा मानला म्हणजे हजार देव आले. म्हणजेच फाटाफूट आली.''

''पण माझे बाबा म्हणतात, देव माणसाचं काहीच वाकडं करत नाही. माणूसच माणसाला संकटात लोटतो.''

''खरं आहे त्यांचं म्हणणं! पण देव म्हणजे तरी काय रे? सर्वगुणसंपन्न अशी शक्ती! जी कुणाला कमी-अधिक लेखत नाही, कुणाचं वाईटसाईट करत नाही. असा मनुष्यरूपी देव खुशाल माना की! सिद्धार्थ प्रथम माणूसच होता. पण पुढे भगवान बुद्धदेव झाला! प्रत्येक माणसाला शेवटी देवच व्हायचं असतं.''

भीमनं विचारलं, ''म्हणजे प्रत्येक माणसाचा आत्मा हा परमात्मा असतो का?''

''हे बघ, तू आत्म्याचं नावच काढू नकोस. कारण हिंदू धर्माप्रमाणे आत्मा हा अमर असतो. इथूनच पुनर्जन्माची कल्पना निघते. पुनर्जन्म ही माणसाला फसविण्याची एक बाब बनते. तिथूनच जातीपाती कायम केल्या जातात. कनिष्ठ जातींच्या माणसांना वरिष्ठ जातींचे लोक उपदेश करतात, की या वेळी तुम्ही खालच्या जातीत जन्माला आलात. तुम्ही मनात समाधान ठेवा. पुण्य जोडा. पुढचा जन्म तुम्हाला वरिष्ठ जातीत येईल.''

"म्हणजे जातिसंस्था टिकविण्याची ही युक्ती आहे? लबाडी आहे वरच्या जातींची?"

केळुस्कर सर ठामपणानं म्हणाले, "दुसरं काय म्हणायचं? म्हणून बौद्ध धर्म ईश्वर मानत नाही, आत्मा मानत नाही किंवा चातुर्वर्ण्य आणि जातिव्यवस्थाही मानत नाही."

भीमला ते ऐकताना वाटलं की, आपण काहीतरी नवीन ऐकतो आहोत, आपल्या अंतःकरणात कसलातरी नवा प्रकाश फाकतो आहे, आपलं मन कसल्यातरी अनामिक भावनांनी फुलून उठतं आहे!

तो म्हणाला, "सर, रोज मला असं काहीतरी सांगत जा."

केळुस्कर म्हणाले, "सांगत जाईनच... पण तुला वाचायला पुस्तकंही देत जाईन."

त्या दिवशी भीम आनंदानं भरून पावला. आपल्याला जे हवं आहे ते दारी चालून येत आहे, असं त्याला वाटलं. आपण आनंदानं न्हाऊन निघत आहोत, असा भास त्याला झाला.

त्या दिवशी मावळत्या सूर्याच्या साक्षीनं बुद्धदेव नकळत त्याच्या अंतःकरणात प्रवेश करून दडून बसला.

घरी जाताना मनाशी तो म्हणत होता, 'बाबांनी सांगितलेलं देवकार्य असंच असेल तर ते आपण करायलाच हवं!'

* * *

सत्कार समारंभ बघताना रामजीपंतांच्या डोळ्यांत आनंदाश्रू उभे राहिले होते. मन आनंदात डुंबून गेलं होतं. डबक चाळीत एक मंडप उभारला होता. भीम मॅट्रिक परीक्षा पास झाला म्हणून या मंडपात त्याचा सत्कार करण्यात येणार होता. समाजसुधारक सीताराम केशव बोले हे या समारंभाचे अध्यक्ष होते. या सभेत केळुस्कर हेही त्याच्या अभिनंदनपर चार शब्द बोलणार होते. सारी डबक चाळ भीमचं कौतुक करण्यासाठी हजर होती. इतर ज्ञातिबांधवही या सत्कारसभेला आलेले होते.

भरलेल्या मंडपाकडे रामजीपंतांनी डोळे भरून बघितलं. त्यांच्या आनंदाला पारावार उरला नाही.

अध्यक्षांची मूर्ती त्यांना अंधुकशी दिसत होती. बोले यांचे शब्द त्यांच्या कानांवर पडायला लागले, "मॅट्रिकची परीक्षा फार कठीण असते. त्या परीक्षेत एकच अस्पृश्य जातीतला मुलगा पास झाला."

भीमाकडे बघून बोले पुढे म्हणाले, "तो मुलगा म्हणजे हा आपला भीम... अस्पृश्य जातीतील लोकांना या गोष्टीचा आनंद होणं आणि अभिमान वाटणं अगदी

स्वाभाविक आहे. पण आम्हा सर्वांनाच या गोष्टीचा फार आनंद वाटतो. भीमला ७५० पैकी २८२ मार्कस् मिळाले. कुणाला ही टक्केवारी कमी वाटेल. पण भीम हा केवळ पुस्तकातला किडा नाही. तो खेळाडू आहे. त्याचं अवांतर वाचन खूप आहे. म्हणून तुमच्या वतीनं मी त्याचं मनःपूर्वक अभिनंदन करतो.''

साऱ्यांनी टाळ्या वाजवल्या. भीम शांत बसला होता. रामजीपंतांनीही टाळ्या वाजवल्या नाहीत. त्यांचे नेत्र मात्र आनंदाश्रूंनी चमकत होते. त्यांना भीमाबाईंची आठवण होत होती. ती आज असती तर...

त्याच वेळी केळुस्करांचं बोलणं कानांवर यायला लागलं, ''मुलाचे पाय पाळण्यात दिसतात तसे भीमाचे पाय दिसले आहेत. मॅट्रिकच्या परीक्षेत त्याचे गुण दिसले आहेत, पण त्याची इतर कामांतली टक्केवारी जगाला अजून दिसायची आहे. भल्याभल्यांना लाजवील असं चौफेर वाचन त्यानं केलेलं आहे. त्याच्या भावी जीवनाची ही केवळ गंगोत्री आहे.''

त्या सत्कार समारंभात भीमाच्या गळ्यात खूप हार पडले. धोतर-कोट-टोपी या पोशाखातली त्याची चिमुकली मूर्ती त्या मंडपात उठून दिसत होती. सोळा वर्षांचा तो मुलगा या समारंभानं मुळीच फुलून गेलेला दिसला नाही. तो मनात म्हणत होता,'ही यशाची पहिली पायरी आहे... अजून खूप पायऱ्या चढून जायच्या आहेत.'

आपल्या समोरच बसलेल्या बाबांकडे बघून तो मनात म्हणत होता,'आज माझी बय हवी होती. ती आनंदानं नाचली असती.'

समारंभ संपल्यावर केळुस्कर रामजीपंतांना म्हणाले, ''तुमचा भीम फार हुशार आहे. बुद्धिमान आहे. याला कॉलेजातलं शिक्षण तुम्ही द्यायला हवं!''

रामजीपंत म्हणाले, ''तुमचं म्हणणं मला कबूल आहे. पण मला फक्त पन्नास रुपये पेन्शन मिळतं. एवढ्यात कुटुंबाचा कसातरी निर्वाह करतो. तेव्हा याच्या पुढल्या शिक्षणाला पैसा कुठून आणणार?''

केळुस्कर म्हणाले, ''माझीही परिस्थिती अडचणीची आहे. पण त्याला उच्च शिक्षण द्यायचा मी निर्धार केला आहे. श्रीमंत सयाजीराव गायकवाड यांच्याकडून काही मदत मिळविण्याची मी खटपट करतो. मग तर तुम्ही याला कॉलेजात पाठवाल ना?''

रामजीपंतांचं अंतःकरण भरून आलं. केळुस्करांना त्यांनी होकार भरला.

घरी आल्यावर भीमानं गळ्यातले हार देवघरात नेऊन ठेवले, आणि तो सगळ्यांच्या पाया पडला.

मग म्हणाला, ''बय असती तर तिनं हे हार पेटीत ठेवून दिले असते.''

जिजाबाई म्हणाली, ''हे हार ठेवण्यासाठी मी माझी पेटी रिकामी करणार आहे.''

एवढ्यात आनंदरावानं त्याच्या हातात पोषाख दिला.

भीमनं हसत विचारलं, "इथल्या शिंप्यानंही माझं माप लांबूनच घेतलं वाटतं?"

"छे, छे! मापासाठी मी तुझे कपडे दिले होते. तुझा रिझल्ट लागायच्या आधीच!"

आनंदरावांकडे कृतज्ञतेनं बघून भीम म्हणाला, "शिक्षण सोडून तू नोकरी धरलीस म्हणून मला मॅट्रिकपर्यंत तरी शिक्षण घेता आलं!"

आनंदराव म्हणाला, "तू कॉलेजशिक्षणही घ्यायला हवंस!"

भीम काही बोलायच्या आतच रामजीपंत म्हणाले, "केळुस्करांनी त्याच्या शिक्षणाची व्यवस्था करायचं ठरवलंय."

भीमनं नवा पोशाख घातल्यानंतर त्याला सर्वांनी ओवाळलं. त्याच्या बहिणीही आलेल्या होत्या. त्यांनी आळीपाळीनं त्याच्या तोंडात नको इतके पेढे कोंबले.

डबक चाळीतली खोली आनंदात नाचत होती.

त्या रात्री गोधडीवर अंग टाकल्यापासून भीम मात्र बयच्या आठवणीनं व्याकुळ झाला होता.

❑

पाठीवरचा हात

डबक चाळीच्या समोरच्या मोकळ्या जागेत कीर्तनाची जय्यत तयारी झालेली होती. सर्व मंडळी जगन्नाथबुवांची चाळीच्या बाहेरच्या दाराशी वाट बघत उभी होती.

भीम आनंदरावाला म्हणाला, ''बुवा विसरले की काय?''

''छे! विसरतील कसे? आज दुसरीकडे कीर्तनाची सुपारी कुठून असणार?''

आनंदरावाचं हे म्हणणं खरं होतं. कारण रामनवमी, गोकुळाष्टमी, आषाढी-कार्तिकी एकादशी किंवा अन्य एकादशीच्या दिवशी जगन्नाथबुवांची कीर्तनं लागलेली असत. ही पहिल्या पंगतीची कीर्तनं झाली म्हणजे इतर कीर्तनांची सुपारी घ्यायला जगन्नाथबुवा मोकळे असत. वरिष्ठ वर्गातील लोकांच्या जेवणावळीच्या पंगती उठल्या म्हणजे कनिष्ठ वर्गातील मंडळींना उष्ट्या पत्रावळी चिवडायला मुभा असे. अशातलाच हा प्रकार होता. डबक चाळीत आल्यापासून वेगवेगळे कार्यक्रम घडवून आणण्यात भीमचा पुढाकार असे. गोकुळाष्टमीचा उत्सव मोठ्या थाटात साजरा व्हायचा. त्या वेळी स्वतः बसवलेलं 'शारदा' नाटक भीम सादर करायचा. एकदा शेक्सपिअरच्या 'किंग लियर' या नाटकावरून त्यानं 'शहाणी मुलगी' हे प्रहसन लिहून सादर केलं होतं. तेव्हापासून वडील मंडळींनी या शहाण्या मुलावर अशा कार्यक्रमांची जबाबदारी टाकलेली होती. त्याच्या संन्यासी काकानं त्याच्याविषयी वर्तवलेलं भविष्य भीमाच्या कानांवर वारंवार पडलेलं होतं. त्यामुळे एखादा संन्यासी वेषातला कथाकीर्तनकार आला म्हणजे त्याचं कथाकीर्तन तो आवर्जून ठरवत असे. कित्येक वेळा कीर्तनात तबल्याची साथही करत असे. परंतु असे संन्यासी कीर्तनकार वारंवार कुठून मिळणार? म्हणून मोठ्या प्रयासानं जगन्नाथबुवांचं वर्षासन त्यानं सुरू केलं होतं. कीर्तनाची अकरा रुपये बिदागी त्यांच्या पदरात पडली आणि कुठेही

शिवाशीव झाली नाही म्हणजे जगन्नाथबुवा आनंदानं डबक चाळीत कीर्तनाला उभे राहत असत.

त्या दिवशी मात्र सगळ्यांचे डोळे त्यांच्या वाटेकडे लागले होते. त्यांना उशीर होत चालला होता.

डबक चाळीतलं कीर्तन दिवसाउजेडी होत असे. कारण मग कीर्तनाच्या वेळी दिव्यांचा प्रश्न यायचा नाही. दिवस मावळायच्या आत आरती आटोपून कीर्तनकार आपल्या घरची वाट धरत असे. डबक चाळीला कीर्तन परवडलं तरी कीर्तनाच्या वेळी लागणारा दिव्यांचा खर्च मात्र परवडत नसे.

जगन्नाथबुवा समोरून येताना दिसले तेव्हा सर्वांचा जीव भांड्यात पडला.

पांढराशुभ्र पायघोळ अंगरखा घातलेली आणि डोईवर पगडी ठेवलेली त्यांची रुबाबदार मूर्ती येताना दिसली तेव्हा रामजीपंत आणि भीम हे दोघे पुढे झाले.

रामजीपंतांनी आश्चर्यानं विचारलं, "हे काय? चालतच आलात? साथीदार कुठे आहेत?"

जगन्नाथबुवा म्हणाले, "आज थोडा घोटाळा झाला. पेटीवाला येतोय... पण तब्बलजी काही आला नाही. तेव्हा..."

भीम एकदम म्हणाला, "मी तबल्याची साथ केली तर चालेल का?"

त्याच्याकडे आश्चर्यानं बघत जगन्नाथबुवा म्हणाले, "तू करणार साथ?"

मान हलवीत भीम म्हणाला, "माझ्या साथीचा विटाळ होणार नसेल तर!"

"अरे, शब्दाचा, स्वराचा कधी विटाळ होत नाही. शब्द-स्वर थेट आकाशाला जाऊन भिडतो... आजच्या कीर्तनात तेच सांगणार आहे. चल... लवकर सुरू करू कीर्तन!"

जगन्नाथबुवांच्या हातातल्या चिपळ्या खुळखुळायला लागल्या. पेटीतून सूर निघायला लागले. भीमनं डग्गा घुमवला आणि तबल्यावर थाप मारली. 'जय जय रामकृष्ण हरी' हे भजन सुरू झालं तेव्हा कीर्तनाचं वातावरण उभं राहिलं.

जगन्नाथबुवा खड्या सुरात म्हणाले, "साऱ्यांनी भजन म्हणायला हवं. शूद्र आणि स्त्रिया यांनाही नामसंकीर्तनाचा आणि कीर्तनश्रवणाचा अधिकार आहे."

काही लोकांनी भजनात भाग घ्यायला प्रारंभ केला. टाळ वाजवून बुवांचा मागचा साथीदारही तालसुरात म्हणायला लागला-'जय जय रामकृण हरी' पेटी-तबल्याची साथसंगत घुमायला लागली.

हातातल्या चिपळ्या वर करून बुवा तारसुरात सांगत होते, "म्हणा... म्हणा... साऱ्यांनी भजन म्हटलं पाहिजे. वेदांचं पठण ब्राह्मणांखेरीज कुणी करू नये, पण हरिसंकीर्तन स्त्री-शूद्रांसह कुणीही करावं. नामसंकीर्तन ही सर्वांचीच कामधेनू आहे. तिचं अमृतदोहन कुणीही करावं... म्हणून जोरानं म्हणा... जय जय रामकृष्ण हरी!"

मग टाळ जोरात खणाणले. तबला-पेटीचा ताल-सूर भजनातून बाहेर पडला आणि कीर्तनाच्या रंगी श्रोते तल्लीन होऊन गेले.

नंतर एकदम शांतता पसरली आणि बुवांचं निरूपण सुरू झालं. पूर्वरंगासाठी त्यांनी तुकारामाचा एक अभंग घेतला होता. मागच्या साथीदाराला आणि तबलापेटीवाल्यांना इशारा देऊन बुवा म्हणायला लागले- 'ठेविले अनंते तैसेचि राहावे। चित्ती असो द्यावे समाधान।'

रामायण-महाभारत-पुराणं यांमधील उदाहरणं देऊन जगन्नाथबुवांनी निष्कर्ष काढला. 'माणसाचं सुख शेवटी कशात आहे? परमेश्वरानं त्याला ज्या स्थितीत ठेवलं आहे त्या स्थितीत समाधान मानण्यात त्याचं सुख सामावलेलं आहे. समाधान आणि वैराग्य हाच त्याच्या सुखाचा पाया आहे.''

पूर्वरंग संपल्यानंतर बुवा पुन्हा मूळपदावर आले-'ठेविले अनंते तैसेचि रहावे। चित्ती असो द्यावे समाधान।' त्यानंतर 'जय जय रामकृष्ण हरी' चा गजर झाला आणि पूर्वरंग संपला.

उत्तररंग सुरू करतानाही बुवांनी हरिकीर्तनाचं गुणगान चालूच ठेवलं होतं- समर्थांनीच सांगितलं आहे की, टाळ-मृदंग हरिकीर्तन। संगीत नृत्य तानमान। नाना कथानुसंधान। तुटोंची नेदावे।।... संत नामदेव हरिकीर्तन कसं करत असत? सुंभाचा करदोटा। रकट्याची लंगोटी। नामा वाळवंटी। कीर्तन करी।।'

दोन्ही हात इशाऱ्यादाखल बंद केल्यानंतर साथसंगत थांबली. बुवा सांगू लागले. 'प्रल्हाद, अजामिळ, वाल्या कोळी, गजेन्द्र, बिभीषण यांच्यासारखे भक्त कीर्तनामुळेच तरून गेले. त्यांच्या पापराशी जळून गेल्या आणि ते सर्वसुखाला पात्र झाले, असा दाखला साधुसंतांनीच दिलेला आहे. तेव्हा तुम्हा लोकांना काळजी करण्याचं कारण नाही. आहे त्या स्थितीत सुख माना, नामसंकीर्तन करा. म्हणजे वाल्या कोळ्याप्रमाणे तुम्हीही तरून जाल.'

मग वाल्या कोळ्याचं आख्यान लावलं. पुन्हा ते मूळपदावर आले आणि 'हेचि दान दे गा देवा' या अभंगानं त्यांनी आपलं कीर्तन संपवलं.

आरतीचं तबक फिरवण्यापूर्वी त्यांनी आपल्या साथीदाराला सांगितलं, ''आरतीत पैसे टाकताना तबकाला स्पर्श करू नका म्हणावं.. आणि प्रसाद लांबूनच हातावर टाक.''

रामजीपंतांनी बंदे अकरा रुपये जगन्नाथबुवांसमोर ठेवले. रुपये मोजून ते त्यांनी अंगरख्याच्या आतल्या खिशात टाकले.

एवढ्यात भीमनं बुवांना विचारलं, ''कीर्तनामुळे वाल्या कोळी तरून गेला असं तुम्ही सांगितलंत... होय ना?''

''बरोबर बोललास!''

''पण बुवा, तुम्ही नाही बरोबर बोललात!''

"मी? मी रे काय पदरचं सांगितलं थोडंच?"

"म्हटलं, वाल्या कोळी प्रथम चोर-दरोडेखोर होता. तसे आम्ही थोडेच आहोत? आम्ही कीर्तनश्रवणानं कसे काय तरून जाणार?"

"अरे, तुम्ही हे आहात ना? म्हणजे अंत्यज... म्हणून..."

"मग आम्ही कीर्तनानं तरून जाण्याचा प्रश्न येतोच कुठे?"

"तसं नाही रे! मी कीर्तनात सांगितल्याप्रमाणे देवानं ज्या स्थितीत तुम्हाला ठेवलं आहे त्या स्थितीत तुम्ही सुखसमाधानानं राहिलं पाहिजे... मग या जन्मी, नाहीतर पुढील जन्मी तुम्ही नक्कीच तरून जाल. म्हणून या जन्मी कीर्तनश्रवणाचं पुण्य तुम्ही जोडलं पाहिजे!"

भीम परखडपणानं म्हणाला, "बुवा, पुढचा जन्म पाहिलाय कुणी? खरं तर हे तुमचं सोयीचं बोलणं झालं!"

"तुझ्यापुढे बोलण्याची मुळीच सोय नाही. मला आता काम आहे. मी जातो!"

असं म्हणून पाय आपटत जगन्नाथबुवा निघून गेले.

भीम त्यांच्या पाठमोऱ्या आकृतीकडे नुसता बघत उभा राहिला. बुवांना बोलण्यात आपण काही गैर केलं आहे, असं त्याला मुळीच वाटलं नाही.

रामजीपंत भीमकडे कौतुकानं बघत उभे होते. धर्मावरची जळमटं झटकून टाकण्याचं त्याचं कार्य सुरू झालं आहे, असं त्यांना वाटायला लागलं.

भविष्यकाळातील कार्याची ती केवळ चुणूक होती.

* * *

कॉलेजमधून आल्यावर रामजीपंत भीमला पहिला प्रश्न विचारायचे, "आज कॉलेजात काय झालं?"

भीम हसत सांगायचा, "अभ्यासाशिवाय सारं काही!"

"तुला जेवणाचा डबा वेळेवर मिळतो ना? कुठे जेवतोस?"

"खरंच... सांगायचं राहिलंच! आमचे पर्शियनचे प्रोफेसर इराणी आहेत ना, त्यांनी त्यांची खोली अभ्यासासाठी दिलीय मला! तिथंच जेवतो."

"अरे वा! चांगले दिसतात तुझे इराणी प्रोफेसर!"

"हो... शिकवतातही चांगलं... त्यांचं माझ्यावर फार प्रेम आहे, पण त्यांच्या पर्शियनवर मात्र माझं प्रेम नाही!"

"ते खरं आहे. तुझं प्रेम आहे संस्कृतवर... पण काय करणार? संस्कृतच्या शिक्षकांनी तुझ्यावर प्रेम केलं नाही!"

"पण मी संस्कृत शिकून दाखवणार आहे... स्वतःच शिकणार आहे. संस्कृत ग्रंथ तर मला शिकवायचं नाकारणार नाहीत ना?"

"बरं, बाकीचे प्रोफेसर कसे काय आहेत?"

"प्राचार्य कॉव्हर्नटन, प्रो. ॲण्डर्सन असे नामांकित शिक्षक आहेत. पण मला मात्र त्यांची शिकवण्याची पद्धत आवडत नाही. त्यांचं शिकवणं अंतःकरणाला जाऊन भिडत नाही. प्रा. मुल्लरांचं तर माझ्यावर फार प्रेम आहे. त्यांनी मला हवी ती पुस्तकं देऊ केली आहेत; एवढंच नव्हे, तर त्यांचा पोशाखही देऊ केला आहे. पण मला त्यांचा पोशाख अंगावर चढवावासा वाटत नाही..."

काही वेळ थांबून भीम पुढे म्हणाला, "एकदा वाटतं की, त्यांचा पोशाख घालावा."

"का रे?"

"आमच्या कॉलेजात बडे बापके बेटे आहेत. ते सुटाबुटात वावरतात. माझ्या धोतराकडे बघून हसतात. त्यांच्याबरोबर मला क्रिकेट, टेनिस, हॉकी, बॅडमिंटन खेळता येत नाही. म्हणून वाटतं, प्रो. मुल्लर यांचा पोशाख अंगावर चढवावा आणि या श्रीमंत पोरांत मिसळून खेळ खेळावेत."

रामजीपंत गंभीरपणानं म्हणाले, "काय अडलंय त्यांच्याबरोबर खेळण्याचं? उसनी श्रीमंती हवी आहे कशाला?"

"नाहीच मी त्यांच्यात मिसळणार. पोशाखाची उसनी श्रीमंती आणली तरी खाण्यापिण्याची श्रीमंती कुठून आणू? ही श्रीमंतांची पोरं खाण्यापिण्याची वाटेल ती चैनबाजी करतात. त्याबद्दल मला काही म्हणायचं नाही. श्रीमंतांनी त्यांना हवं ते खावं...पण बाकीच्यांचा कमीपणा करू नाही."

"म्हणजे रे काय?"

"मी प्रोफेसर इराणींच्या खोलीत बसून रोज बाजरीची भाकरी आणि बोंबिलाची चटणी खातो ना, त्याची चेष्टा ही श्रीमंत मुलं करतात. त्याचं वाईट वाटतं."

"ते जाऊ दे.. पण शिवाशिवीचे प्रकार तर कॉलेजात नाहीत ना?"

"नाहीत कसे? आहेत तर! मला त्यांचं पाणी नाही प्यायला मिळत! असे प्रकार कमी आहेत हे खरं. पण गरीब-श्रीमंत हे प्रकार जास्त आहेत. काही झालं तरी शेवटी आपण पायापाशीच!"

हे बोलताना भीमाचं मन व्यथित झालेलं दिसलं. ती गोष्ट रामजीपंतांच्याही ध्यानात आली.

विषय बदलण्याच्या हेतूनं ते म्हणाले, "तुझी बुद्धी तर कुणी खालच्या पातळीवर नेऊ शकत नाही ना? झालं तर मग! कष्टी कशाला होतोस?"

"माणसानंच माणसाला किती कमीपणा आणला आहे पाहा! त्याचं वाईट वाटतं!"

"चांगल्या माणसांकडे आपण नेहमी पाहावं... गुरुवर्य केळुस्कर आणि सर नारायणराव चंदावरकर यांनी बडोद्याच्या महाराजांकडे मध्यस्थी केली नसती तर तुला त्यांची शिष्यवृत्तीही मिळाली नसती. तुझं कॉलेजचं शिक्षणही झालं नसतं. मग

कशाला भेटले असते हे लोक? त्यांनी कशाला केला असता तुझा कमीपणा?''

''ते खरं आहे. सयाजीराव महाराजांची ती कृपाच म्हटली पाहिजे... मला उच्च शिक्षण मिळतं आहे.''

रामजीपंत म्हणाले, ''महाराजांनी खरोखरच आपला शब्द पाळला. अस्पृश्य वर्गातील एखादा लायक विद्यार्थी असेल तर त्याच्या उच्च शिक्षणासाठी आपण मदत करू, असा शब्द महाराजांनी केळुस्करांना दिला होता. तुझ्या बाबतीत त्यांनी दिलेला शब्द तंतोतंत पाळला. 'बोले तैसा चाले त्याची वंदावी पाउले' म्हणतात ते खोटं नाही, भिवा!''

यावर भीम जे काय बोलला त्याची रामजीपंतांना कल्पनाही नव्हती.

चाललेला विषय सोडून भीम एकदम हसत म्हणाला, ''तुम्ही बोलल्याप्रमाणे चालला नाहीत म्हणून तुमची पावलं वंदायला नकोत.''

त्याच्या बोलण्याचा काहीच बोध न झाल्यामुळे रामजीपंत त्याच्याकडे प्रश्नार्थक मुद्रेनं बघत राहिले.

भीम म्हणाला, ''माझ्या लग्नात तुम्ही पहिल्या दोन मुलींच्या वडिलांना दिलेला शब्द मोडलात आणि तिसऱ्या मुलीशी माझं लग्न लावलंत.. म्हणजे पहिल्या दोन ठिकाणी दिलेला शब्द तुम्ही मोडलात!''

चाललेल्या बोलण्याचा सांधा बदलला होता ही गोष्ट खरी! परंतु भीम जे बोलला होता ते खरं होतं.

आनंदरावाचं लग्न झाल्यानंतर रामजीपंतांनी काही दिवसांनी भीमाच्या लग्नाचा घाट घातला. भीम दिसायला देखणा, गोरा आणि तरतरीत! या आपल्या कुलदीपकाला चांगली मुलगी मिळाली पाहिजे, अशी खूणगाठ रामजीपंतांनी आपल्या मनाशी मारून ठेवली होती. त्या दृष्टीनं त्यांनी वधूसंशोधन सुरू केलं होतं. एक मुलगी त्यांना आवडली. ती त्यांनी भीमसाठी निवडली. काही दिवसांनी दुसरी एक मुलगी त्यांना आवडली. पहिली मुलगी नापसंत करून ही दुसरी मुलगी त्यांनी पसंत केली. आणखी काही दिवस गेल्यावर तिसरी मुलगी त्यांच्या नजरेत भरली. कारण ती मुलगी पहिल्या दोन मुलींपेक्षा सुंदर होती. त्या मुलीचे वडील दापोलीला मोलमजुरी करून आपल्या कुटुंबाचं पालनपोषण करीत असत. भिकू वलांगकर यांनी आपल्या मातृविहीन तीन मुलींचा आणि एका मुलाचा कष्ट उपसून प्रतिपाळ केला. दाभोळ बंदरापासून माशाच्या टोपल्या धावतपळत मार्केटयार्डपर्यंत आणण्याचं कष्टदायक काम करत असतानाच भिकूला हृदयरोग जडला आणि त्यातच त्याचा अंत झाला. सावलीतला संसार रणरणत्या उन्हात आला. मुलं उघड्यावर आली. मुलांचा चुलता आणि मामा हे दोघे मुंबईला भायखळा मार्केटजवळच्या चाळीत राहत असत. चुलता लाकडाच्या वखारीत काम करत होता. गोविंदपूरकर मामा हे हवालदार पेन्शनर होते.

भिकू वलांगकराची मुलगी रामीबाई ही आंबेडकरांच्या घरात येऊन रमाबाई झाली त्या वेळी ती नऊ वर्षांची असेल तर भीम चौदा वर्षांचा असेल.

हे लग्नही भायखळ्याच्या भर बाजारात साजरं झालं. तिथल्या एका छपरात एका बाजूला मुलीची माणसं उतरली. दुसऱ्या बाजूला मुलाची माणसं जमली. पायाखाली गटाराचं पाणी वाहत होतं. तिथल्या चबुतऱ्याचा बोहल्यासारखा उपयोग झाला. हा विवाहसोहळा मोठ्या आनंदात आणि उत्साहात पार पडला. वाजंत्र्यांच्या गजरात सोनपावलांनी सून रामजीपंतांच्या घरात आली. सकाळच्या प्रहरी भायखळ्याच्या बाजारात कोळणी येण्यापूर्वीच वऱ्हाड घरी परतलं. रमाबाईला बघायला बय आज घरात नाही, याचा विषाद सर्वांनाच वाटला. भीमला बयची फारच आठवण झाली.

हा विवाह होण्यापूर्वी दोन वाङ्‌निश्चय रामजीपंतांनी मोडल्यामुळे जातपंचायतीत त्यांना दंड भरावा लागला होता. म्हणून मोडलेल्या शब्दाची भीमनं त्यांना आठवण करून दिली होती.

त्यावर रामजीपंत म्हणाले, ''मी दोघांना दिलेला शब्द मोडला म्हणून आपल्या जातपंचायतीला चांगला पाच रुपये दंड भरला होता. आहेस कुठे?''

भीमनं विचारलं, ''दंड भरला म्हणजे मोडलेला शब्द परत येतो वाटतं?''

यावर काही उत्तर न देता रामजीपंत त्याच्याकडे प्रेमळपणानं बघत म्हणाले, ''तसं नाही रे! पण मी हे का केलं? तुला चांगली जोडीदारीण करायची होती म्हणून! तुझ्या हातून फार मोठं कार्य होणार आहे... तुला तशीच चांगली सोबतीण हवी! म्हणून मी हे सारं केलं. बरं, ते जाऊ दे! तुला उच्च शिक्षणाची संधी मिळाली आहे. चांगला उपयोग करून घे त्या संधीचा!''

वडिलांच्या प्रेमळपणानं भीमाचं मन हेलावलं.

* * *

१९१२ सालचा ऑक्टोबर महिना सरत आला होता. ऐन दुपारच्या वेळी रामजीपंत उठले आणि डोईवर मुंडासं चढवून धाकट्या मुलीकडे गेले.

मुलीनं विचारलं, ''एवढ्या उन्हाचे आलात?''

डोईवरचा घाम मुंडाशानं पुसत रामजीपंत म्हणाले, ''काय करणार? भिवाचं फर्मान सुटलं पुस्तकं पाहिजेत म्हणून! महिनाअखेरीला पैसे कुठून असणार? म्हणून आलो. त्याच्या पुस्तकांसाठी तीन-चार रुपयांची गरज भागव.''

मुलगी काकुळतीनं म्हणाली, ''नाहीत हो माझ्यापाशी पैसे. आत्ताच हवेत का? त्याला म्हणावं नंतर घे की पुस्तकं!''

''तसं नाही म्हणणार त्याला! आगगाडीला पैसे देतो तर चालत जाऊन ते पैसे वाचवतो आणि पुस्तकं घेतो. मग कोणत्या तोंडानं त्याला नाही म्हणणार?''

मुलीनं विचारलं, "अभ्यासाची पुस्तकं हवीत का त्याला?"

नकारार्थी मान हलवत रामजीपंत म्हणाले, "नाही ग! ती पुस्तकं आहेत सारी! दुसरीच पुस्तकं हवीत.. त्याला नाही म्हणायचं नाही असं मी ठरवलंय... अभ्यासाबद्दल मात्र मी त्याला आज सांगणार आहे. बी.ए. ची परीक्षा जवळ आलीय..."

रामजीपंत मग भीमच्या पुस्तकांसाठी थोरल्या मुलीकडे पैसे मागायला गेले.

ती मुलगी म्हणाली, "माझ्याजवळ एवढे पैसे नाहीत; पण मी हा दागिना देते."

"चालेल. पेन्शन आल्यावर पैसे आणून देतो."

"मला माहीत आहे ते! हा दागिना घेऊन जा आणि भिवाच्या पुस्तकांची गरज भागवा."

रामजीपंत लगेच तिथून निघाले. ठरलेल्या मारवाड्याकडे मुलीचा दागिना गहाण टाकला आणि पैसे घेऊन घरी आले.

आता डबक चाळीतून त्यांनी आपलं बिऱ्हाड बदललेलं होतं. पोयबावडी भागात सरकारनं इंप्रुव्हमेन्ट चाळी बांधायचं ठरवल्याबरोबर रामजीपंतांनी थेट जाऊन गव्हर्नरची गाठ घेतली होती; आणि अस्पृश्य वर्गासाठी चाळी खुल्या ठेवण्याची विनंती केली होती. त्यांचा हा अर्ज सरकारनं मंजूर केला होता आणि १ नंबरच्या चाळीत त्यांना समोरासमोर अशा दोन खोल्या दिल्या होत्या. रामजीपंतांच्या या प्रयत्नांमुळे स्पृश्यांबरोबर अस्पृश्य लोकही त्या चाळीतून राह्यला लागले होते. समोरासमोर मिळालेल्या खोल्यांपैकी एका खोलीत भीम अभ्यास करत असे. दुसरी खोली सर्वांसाठी उठण्या-बसण्याची होती.

रामजीपंत आले तेव्हा भीम आपल्या खोलीत वाचत बसला होता. त्याच्या जवळ जाऊन ते म्हणाले, "तुला पुस्तकांसाठी पैसे हवे आहेत ना? हे घे."

असं म्हणून रामजीपंतांनी त्याच्या हातावर पाच रुपये ठेवले.

पुस्तकातून डोकं काढून भीमनं त्यांच्याकडे मोठ्या कृतज्ञतेनं बघितलं. रामजीपंत खोलीतून बाहेर जायला लागले तेव्हा भीम त्यांना म्हणाला, "आत्ता हे पैसे पुरतील, पण पुढच्या महिन्यातही एवढे पैसे लागतील मला पुस्तकांसाठी!"

"अरे, पुढच्या महिन्यात तुझी परीक्षा आहे ना? तेव्हा बी. ए. चा अभ्यास नको का करायला? अभ्यासाला लाग आता!"

भीम चिडून म्हणाला, "मी कधीही नापास झालो नाही. फक्त आजारीपणामुळे माझं एक वर्ष वाया गेलं. दर वर्षी मी बिनबोभाटपणानं पास होतो. तेवढं नाही का पुरे होत? मग आणखी अभ्यास करायला कशाला सांगता?"

"अरे, तू फार हुशार आहेस म्हणून सांगतो. चांगला अभ्यास केलास तर पहिल्या वर्गात पास होशील. निदान दुसऱ्या वर्गात तर नक्कीच! म्हणून म्हणतो."

भीमानं बेफिकिरीनं उत्तर दिलं, ''मला पुस्तकातला किडा नाही व्हायचं! अभ्यासाशिवाय करण्याच्या खूप गोष्टी आहेत.''

रामजीपंतांचं मन क्षणभर नाराज झालं. परंतु भीमच्या दृष्टीनं त्याचं म्हणणं खरंच होतं. आपल्या भावी जीवनाची मुहूर्तमेढ रोवण्यासाठी मनाचे सारे कप्पे खोलून त्याचं अवांतर वाचन चाललं होतं. जणू त्याला आपल्या भावी जीवनसंग्रामचा दृष्टान्त झालेला होता आणि त्या संग्रामाला तोंड देण्याची सिद्धता तो करत होता, त्या संग्रामाला लागणारी बौद्धिक सामग्री गोळा करत होता. आपल्या जन्मजात बुद्धिवैभवाची जणू त्याला जाण झाली होती. त्या साक्षात्कारावर आपल्या भावी आयुष्याची उत्तुंग इमारत उभारण्याची त्याची सिद्धता चालली होती. एखादा धुरंधर योद्धा संभाव्य लढ्यासाठी आवश्यक त्या आयुधांची जुळवाजुळव करतो तशी त्याची जाणीवपूर्वक जुळवाजुळव चालली होती. आपल्या वडिलांची आपुलकीची भावना त्याला कळत नव्हती असं थोडंच आहे! परंतु त्या वेळी तरी रामजीपंतांना प्रतिसाद देणं त्याला शक्य नव्हतं.

भीमाची बी.ए. ची परीक्षा ऐन तोंडावर आली होती. त्या वेळी देशाची परिस्थिती किती गंभीर बनली होती! देशात जोतिबा फुले, अस्पृश्य समाजातील शिवराम जानबा कांबळे, अस्पृश्योद्धारक नेते कर्मवीर विठ्ठल रामजी शिंदे यांनी अस्पृश्योद्धाराची चळवळ स्थिरपद केली होती. विठ्ठल रामजींनी तर सातासमुद्रापल्याड विलायतेला जाऊन समाजशास्त्राचा आणि विविध धर्मांचा तौलनिक अभ्यासही केला होता. सर नारायणराव चंदावरकर यांनी दलितोद्धारासाठी एक संस्था स्थापन केली होती. नामदार गोपाळ कृष्ण गोखले यांची 'सर्व्हंट्स ऑफ इंडिया सोसायटी' या कार्यात रस घेत होती. एवढंच नव्हे, तर त्या सोसायटीचं सभासद व्हायचं असेल तर सभासदाला अस्पृश्यता न पाळण्याची प्रतिज्ञा घ्यावी लागे.

परंतु राजकारणाच्या रणधुमाळीत ही चळवळ झाकोळून गेली होती. परकीय राजवटीनं उग्र स्वरूप धारण केलं होतं. मतस्वातंत्र्याची गळचेपी होत होती. इंग्रजी राज्यकारभाराचा कठोर वरवंटा देशभर फिरत होता. देशभक्तांना देशद्रोही मानलं जात होतं. लोकमान्य टिळकांची मंडालेला रवानगी झाली होती, तर सावरकर बंधूंना अंदमानात पाठवण्यात आलं होतं. महाराष्ट्रातील निर्भीड वर्तमानपत्रांचे संपादक कारागृहाच्या गजाआड गेले होते. कित्येक क्रांतिकारक देशभक्त फासावर लटकले होते, तर काही देशभक्त काळ्या पाण्यावर खितपत पडले होते. दडपशाहीमुळे देशात असंतोष वाढत होता, तर असंतोषामुळे सरकारची दडपशाही वाढत होती. साऱ्या देशाचाच तुरूंग बनला होता.

देशातील या घटनांचं, भीमचं मन एका बाजूनं परिशीलन करत होतं तर दुसऱ्या बाजूनं त्याला आपलं मन अभ्यासात गुंतवून ठेवावं लागत होतं. त्याही

विद्यार्थिवयात त्याच्या मनाची एक खात्री होऊन चुकली होती. सामाजिक परिस्थिती पाहून त्याला वाटायचं की, समाजातील अस्पृश्यता हाकलून दिल्याशिवाय जाणार नाही किंवा राजकीय परिस्थिती पाहून त्याला वाटायचं की, या देशातून इंग्रजांना हाकलून दिल्याशिवाय ते चालते होणार नाहीत. सामाजिक किंवा राजकीय सत्ता तिच्या नरडीला नख लावल्याशिवाय कधीच संपुष्टात येत नसते, याबद्दल भीमची खात्री होऊन चुकली होती.

अशाच विदीर्ण मनःस्थितीत १९१२च्या नोव्हेंबर महिन्यात भीम बी.ए.च्या परीक्षेला बसला.

१९१३ सालच्या प्रारंभी एके दिवशी रामजीपंत पाच रुपयांचे पेढे घेऊन आले आणि ज्याला त्याला पेढे वाटत सुटले.

मीराआत्यांनी विचारलं, "कसले आहेत पेढे?"

"अग, आपला भिवा बी.ए. झाला. कुठाय तो?"

आनंदातिशयानं त्यांना धड बोलवतही नव्हतं.

एवढ्यात भीम समोरून येताना दिसला. रामजीपंत गडबडीनं म्हणाले, "ये... ये... लवकर ये.... तू बी.ए. झालास!"

त्यांच्या पायावर डोकं ठेवून भीम म्हणाला, "मी सांगितलं नव्हतं तुम्हाला मी पास होईन म्हणून!"

त्याचं बोलणं न ऐकताच रामजीपंत त्याला हाताला धरून देवघरात गेले. देवासमोर पेढे ठेवून म्हणाले, "देवा, तू माझी इच्छा पूर्ण केलीस. आता मी तुला एकच मागणं मागतो. तुझी करुणा भाकून सांगतो की, तू माझ्या भिवाला सुखी ठेव... त्याला मोठं कर..."

भीम हसून म्हणाला, "बाबा, तुम्ही लोकांना आधी पेढे वाटलेत. मग देवापुढे ठेवलेत. देव रागावणार नाही का तुमच्यावर?"

सद्‌गदित स्वरात रामजीपंत म्हणाले, "आनंदाच्या भरात माझ्या लक्षात नाही आलं ते! माझ्या भिवासाठी देव मला समजून घेईल!"

त्या क्षणी भीमला देवापेक्षाही रामजीपंत मोठे वाटले.

* * *

त्या तारेतला मजकूर भीमनं पुनःपुन्हा वाचला. काही वेळानं तारेतली अक्षरं त्याला दिसेनाशी झाली. त्या तारेवर त्याचे अश्रू सांडायला लागले.

बडोद्याला येऊन त्याला फक्त अकरा दिवस झाले होते; आणि अकराव्या दिवशीच त्याच्या हातात ती तार पडली होती.

तारेत लिहिलं होतं- 'रामजीपंत इल. स्टार्ट इमिजिएटली- आनंदराव'

भीम ताबडतोब बडोद्याहून मुंबईला जायला निघाला.

गाडीत पाऊल टाकल्यापासून भीमला अकरा दिवसांपूर्वी घडलेल्या साऱ्या गोष्टी आठवायला लागल्या.

भीम बी.ए. ची परीक्षा पास झाल्यानंतर रामजीपंतांच्या आनंदाला पारावार राहिला नव्हता. त्या आनंदाच्या भरात त्यांनी पेढे देऊन साऱ्यांचं तोंड गोड केलं. आता त्याला कुठेतरी सरकारी नोकरीत चिकटवून दिलं म्हणजे तो आपल्या कुटुंबाचे पांग फेडील, या हेतूनं ते म्हणाले होते, ''भीम, तू बी.ए. झालास... मला किती आनंद झाला आहे म्हणून सांगू?''

भीम हसून म्हणाला, ''बाबा, खरं तर तुम्हीच बी.ए. झालात... मी अभ्यास करावा म्हणून तुम्ही माझ्यावर जागता पहारा ठेवलात... एवढं तुम्ही केलंत, पण मला दुसरा वर्ग काही मिळाला नाही.''

''न मिळू दे! मी आता तुझ्या नोकरीसाठी गव्हर्नरसाहेबांकडे जाणार आहे. माझ्या विनंतीला ते नक्की मान देतील.''

नकारार्थी मान हलवत भीम म्हणाला, ''नको... नको... माझं उच्च शिक्षण पार पाडण्यासाठी बडोद्याच्या महाराजांनी मला मदत केली. त्यांचं ऋण मला फेडायला हवं! बडोद्याला जाऊन नोकरी करावी म्हणतो.''

''तू त्यांचं ऋण मानायला हवंस हे खरं! पण संस्थानी नोकरी म्हणजे अळवावरचं पाणी!... शिवाय आपण अस्पृश्य! गुजराती भागात अस्पृश्य अधिकारी कसा काय खपणार? तुझा अधिकार ते चालू देणार नाहीत. कटकट होईल तुला!''

''पण बाबा, मी आता शिकलेला आहे.''

''शिकलेला असलास तरी अस्पृश्य वर्गातला आहेस. ते तुला खपवून घेणार नाहीत.''

''कसे खपवून घेणार नाहीत ते मी बघणारच आहे.''

''भिवा, जी गोष्ट ठरलेली आहे तिची प्रचीती कशाला बघायला हवी? काळा रंग कधी गोरा होत नाही त्याप्रमाणे अस्पृश्य कधी स्पृश्य होत नाही!''

''पण बाबा, ही परिस्थिती बदलायची आहे.. आज ना उद्या.. तुम्हीच सांगितलं आहे ना मला?''

''होय... होय... पण जी परिस्थिती बदलायची ती आज नाही; उद्या केव्हातरी! आधी आपलं घर उभं केलं पाहिजे. आपण उभं राहिलं पाहिजे... मग समाजाला उभं केलं पाहिजे. शेकडो वर्षांचे संस्कार तडकाफडकी कधी बदलता येत नसतात, भिवा!''

''पण त्या दिशेनं कधीतरी सुरुवात तर करायला हवी ना?''

''तू बडोद्याला नोकरीसाठी जाऊ नकोस.. तुला त्रास होईल... अपमान होईल तुझा... मला ते सहन होणार नाही. भिवा, माझं ऐकणार नाहीस का तू?''

भीमनं नकारार्थी मान हलवली. तेव्हा रामजीपंत उद्वेगानं बोलायला लागले, "तुझ्यावर माझी केवढी मदार होती! माझा भिवा शिकून मोठा होईल म्हणून माझ्या जिवाची मी बाजी लावली. तुला काही कमी पडू दिलं नाही. कर्ज काढून मागशील ती पुस्तकं आणून दिली. आनंदरावचं शिक्षण थांबवून त्याला नोकरी करायला लावली. अरे, काय केलं नाही तुझ्यासाठी? तुझ्या आईला मरतेवेळी तसं वचन दिलं होतं. ते मी तंतोतंत पाळलं. तुझ्या मोठेपणाच्या वाटेकडे डोळे लावून बसलो होतो... आणि आता तू..."

मनात साचलेल्या रागामुळे त्यांच्या तोंडातून पुढे शब्द फुटेना. ते कसंबसं एवढंच म्हणाले, "तू तुझं मन बदलणार नाहीस का?"

भीम ठामपणानं म्हणाला, "मी बडोद्याला नोकरीला जाणार!"

या कडाक्याच्या वादविवादानंतर ते दोघेही तिथून उठले. त्या दोघांची मनं विषण्ण झाली होती. त्या दिवशी ते दोघेही जेवले नाहीत. त्यांनी परस्परांशी अबोला धरला.

दुसऱ्या दिवशी भीमानं त्यांच्याशी बोलण्याचा प्रयत्न केला, पण त्याचे प्रेमळ बाबा त्याच्याशी बोलले नाहीत.

घरातल्या सगळ्या मंडळींनी भीमाला सांगितलं, "तू बाबांचं ऐकत का नाहीस? तुला ते इथे चांगली नोकरी मिळवून देतील. कशाला उगाच जातोस बडोद्याला?"

पण भीमनं आपला निर्धार सोडला नाही. बडोद्याच्या महाराजांना पत्र लिहून भीम त्यांच्या नोकरीवर रुजू झाला.

१९१३ सालच्या जानेवारीच्या तिसऱ्या आठवड्यात भीम बडोदे सरकारच्या सैन्यात लेफ्टनंट म्हणून नोकरीवर रुजू झाला. परंतु रामजीपंतांनी कयास बांधल्याप्रमाणेच त्याला अनुभव आला. नोकरीवर रुजू झाल्यावर आपली खाण्यापिण्याची आणि राहण्याची सारी व्यवस्था केली जाईल, असं त्याला वाटलं होतं; पण प्रत्यक्षात त्याची कसलीही व्यवस्था लागलेली नव्हती. दोन-तीन दिवस तर त्याला तिथल्या महारवाड्यातच राहावं लागलं होतं. रामजीपंतांनी भाकीत केल्याप्रमाणे तो एवढा शिकूनही अस्पृश्याचा स्पृश्य बनला नव्हता. एवढं शिकूनही आपली परिस्थिती, आपला समाजातला दर्जा बदलत नाही, हे ध्यानात आल्यावर त्याला अतिशय वाईट वाटलं. आपल्या प्रेमळ पित्याला दुखवून मग आपण काय मिळवलं, असाही विचार त्याच्या मनात आला. यावच्चंद्रदिवाकरौ आपण अशाच दलितावस्थेत राहणार आहोत का, या विचारानं तर त्याचं मन व्याकूळ झालं.

परंतु कुणाच्याही जीवनात ऊन-सावलीचा खेळ चाललेलाच असतो.

चार दिवसांनंतर भीमला पंडित आत्माराम या नावाचे एक गृहस्थ भेटले. संस्थानातील अस्पृश्यांच्या शाळांचे ते इन्स्पेक्टर होते. ते आर्यसमाजिस्ट असल्यामुळे त्यांनी भीमची मुद्दाम ओळख करून घेतली.

त्यांची ओळख झाल्याबरोबर भीमनं त्यांना पहिला प्रश्न विचारला, "इथेही स्पृश्य आणि अस्पृश्य यांच्या शाळांमध्ये भिंती उभ्या आहेत वाटतं?"

पंडित आत्माराम न बोलता नुसते हसले.

मग त्यांनी विचारलं, "तुम्ही राहता कुठे?"

"महारवाड्यात!"

"एवढा मोठा मनुष्य महारवाड्यात राहतो!"

"मोठेपणाचा आणि महारवाड्याचा संबंध असू शकत नाही वाटतं? महारवाड्यातील महार ही शेवटी माणसंच आहेत ना? मी माणूसच असल्यामुळे दुसरीकडे सोय होईपर्यंत तिथे राहिलो."

"बरं, ते जाऊ दे! आता तुम्ही आमच्या आर्यसमाजाच्या कचेरीत राह्यला या. मात्र तिथून तुमचं ऑफिस दीड-दोन मैल लांब पडेल... आणि तुम्हाला जेवायची सोय दुसरीकडे करावी लागेल."

ते मान्य करण्याशिवाय भीमला गत्यंतर नव्हतं. महारवाड्यातील एका सुशिक्षित माणसाकडे त्यांची जेवायची व्यवस्था झाली.

काही झालं तरी रामजीपंतांनी सांगितल्याप्रमाणे 'तिथे अस्पृश्य माणूस खपवून घेतला जाणार नाही' असाच अनुभव भीमला आला होता.

* * *

केव्हा एकदा मुंबई येते आणि बाबांना जाऊन भेटतो, असं भीमाला झालं होतं. पण मनोवेगानं आगगाडी पळते थोडीच?

सुरत स्टेशन आलं तेव्हा तो खाली उतरला. वडिलांना आवडणारी सुरतेची बर्फी त्याला घ्यायची होती. ती बर्फी दिल्यावर त्यांचा आपल्यावरचा राग जाईल, असं त्याला वाटलं. त्यांच्या हातात बर्फी देऊन तो त्यांना म्हणणार होता, "बाबा, तुमच्या सांगण्याप्रमाणे मी बडोद्याची नोकरी सोडलीय." मग ते आपल्यावर खूष होतील. आपण त्या देवमाणसाला उगाच दुखावलं, असाही विचार त्याच्या मनात येऊन गेला.

सुरत स्टेशनवर बर्फी घेण्याच्या गडबडीत गाडी निघून गेली. पुढच्या गाडीपर्यंत त्याला थांबावं लागलं. त्याचं उतावीळ मन क्षणभरही थांबायला तयार नव्हतं. पण करणार काय? युगासारख्या वाटणाऱ्या त्या क्षणात नाही नाही त्या कल्पना त्याच्या मनात येऊन गेल्या... आपले बाबा आपल्याला भेटणार की नाही?

दुसऱ्या दिवशी फार उशिरानं गाडी मुंबईला पोचली.

घरी आल्यावर दारातच गंगाबाई आणि आनंदराव भेटले. त्यांचे चिंताग्रस्त चेहरे बघून भीमानं विचारलं, "कसं आहे ग बाबांचं?"

तो त्यांच्या खोलीत जायला लागला तेव्हा गंगाबाई म्हणाली, ‘‘पाय धुऊन खोलीत जा. तुझ्यासाठीच बाबा थांबलेत!’’

पाय धुताना त्यानं विचारलं, ‘‘केव्हा गं आजारी पडले?’’

‘‘तू बडोद्याला गेलास त्याच्या दुसऱ्याच दिवशी!’’

‘‘मग मला का नाही कळवलं लगेच?’’

‘‘त्यांनीच सांगितलं भिवाला कळवू नका म्हणून! त्याच्या नव्या नोकरीत माझी ही काळजी नको!’’

‘‘अरेरे!’’ असं म्हणून भीम धावत त्यांच्या जवळ गेला. रामजीपंतांची प्रकृती अत्यवस्थ झालेली दिसली. सारी मंडळी त्यांच्या अंथरुणाशेजारी चिंताग्रस्त होऊन बसली होती.

भीमाचा आवाज कानावर पडताच रामजीपंतांनी भीमकडे डोळे उघडून बघितलं. पुन्हा डोळे मिटून ते त्याच्या पाठीवरून आपला थरथरता हात फिरवू लागले.

कंठ दाटून आलेल्या स्वरात भीम त्यांच्या कानाजवळ तोंड नेऊन म्हणाला, ‘‘मी बडोद्याची नोकरी सोडून आलोय, बाबा... आता मी तुमच्याजवळ राहणार आहे... सारं काही तुमचं ऐकणार आहे!’’

रामजीपंतांचं शरीर थंड पडत चाललं होतं. एकेक अवयव आखडत चालला होता. त्यांना भीमचं हे बोलणं कळलं किंवा नाही हे भीमला अखेर कळलं नाहीच.

त्यांनी मान टाकली आणि भीमच्या पाठीवरचा हात एकदम खाली गळून पडला. सारं संपलं होतं.

भीमनं हंबरडा फोडला... धाय मोकलून तो रडला... ‘‘बाबा, बाबा... खरंच मी नोकरी सोडून येणार होतो... मग का हो गेलात तुम्ही !’’ असा आक्रोश त्यानं मांडला. पण त्याच्या बाबांना तो ऐकू गेला नाही.

भीमाच्या पाठीवर शाबासकीचा हात मारणारा त्याचा प्रेमळ पिता कायमचा निघून गेला होता आणि आपण आपल्या अशा प्रेमळ पित्याचं ऐकलं नाही, हे शल्य भीमच्या अंतःकरणात कायमचं टोचत राहिलं.

पिता निघून गेलेलं जग या पुत्राला फार मोठं वाटायला लागलं. आपण या विशाल जगात एकाकी आहोत आणि आपला जीवनसंग्राम आपल्याला एकट्यानंच पार पाडायचा आहे, ही भावना त्याच्या मनात पक्की झाली.

भिवा किंवा भीम आता लहान राहिला नव्हता. पित्याचं आभाळाएवढं छत्र गेल्यामुळे भीमरावालाच आता भीमपराक्रम करायचा होता.

❑

अस्पृश्या! तुझे नाव दुर्दैव!

त्या दिवशी दुपारी मलबार हिलकडे जाताना भीमरावांना उघड्या जगाची जाणीव होत होती. मार्च महिन्यातला मुंबईतला उष्मा फारसा जाणवत नव्हता, पण आपल्या परिस्थितीची झळ भीमरावांना चांगलीच जाणवत होती. रामजीपंतांना जाऊन उणापुरा एक महिना उलटून गेला होता. वडिलांनी मुलांना पैसा-अडका मुळीच ठेवला नव्हता, पण सद्विचारांचा फार मोठ्या मोलाचा वारसा ठेवून ते गेले होते. जन्मजात महत्त्वाकांक्षी असलेलं या मुलाचं मन त्यांनी फुलवलं होतं. घराण्याचं नाव काढणारा कुलदीपक तू होणार आहेस, हा मंत्र त्याच्या मनात त्यांनी पक्का रुजवला होता. व्यवहारी जगात वावरताना पैक्याचं मोल कुणाला नाकारता येत नाही. तो पैका या घडीला आपल्याजवळ नसला तरी आपल्या वडिलांनी दिलेला महामंत्र आपल्या मनात घुमतो आहे, या गोष्टीची स्पष्ट जाणीव भीमरावांच्या जवळ होती.

आता मात्र ते सयाजीरावांच्या राजगृही चालले होते ते व्यवहाराचं जोखड मानेवर ठेवूनच! वडिलांच्या आजारीपणाची तार हातात पडल्यानंतर ते कुणालाही न कळवता मुंबईला निघून आले होते. त्या वेळी त्यांना नोकरीची पर्वा नव्हती. परंतु आता त्यांना पोरकं करून वडील निघून गेल्यानंतर पोरकेपणाचा संसार त्यांना सांभाळायचा होता. काहीतरी नेत्रदीपक करण्याची दुर्दम्य महत्त्वाकांक्षा त्यांच्या मनात ठाण मांडून बसली असली तरी पोरक्या कुटुंबाचा भार त्यांना पेलावा लागणारच होता. म्हणून महाराजांना नोकरीबद्दल विचारण्यासाठी ते मलबार हिलकडे चालले होते.

सयाजीराव दिवाणखान्यातच बसले होते. कसल्यातरी चिंतनात गढून गेल्यासारखे

दिसत होते. शाही आरामखुर्चीवर त्यांचं मस्तक मागच्या बाजूला विसावलं होतं. त्यामुळे त्यांच्या विशाल भालप्रदेशावरच्या रेषा लांबूनही दिसत होत्या.

त्यांच्या दिवाणानं भीमरावांना त्यांच्यासमोर आणून उभं केलं तेव्हा आरामखुर्चीवर ते एकदम ताठ बसले. विचारतंद्रीतून जागृत झाल्यावर भीमरावाकडे बघत ते म्हणाले, "बैस..."

त्यांना खाली झुकून कुर्निसात केल्यावर त्यांनी सांगितलेल्या खुर्चीवर भीमराव बसले.

महाराज त्याच्याकडे बघून एकदम म्हणाले, "तुझीच वाट बघत होतो. तुझ्याच विषयी विचार चालला होता."

महाराज बोलायचे थांबले तेव्हा भीमराव अपराधी स्वरात म्हणाले, "महाराज, मी न सांगता आपल्या नोकरीवरून निघून आलो... माफी असावी...."

त्यांच्या बोलण्याकडे मुळीच लक्ष न देता महाराज म्हणाले, "अरे, तुझे वडील गेले ना? फार वाईट झालं. पितृछत्र गेलं तुझं!"

त्याही क्षणी भीमरावांना आपल्या प्रेमळ पित्याची आठवण झाली. त्यांनी खाली मान घातली होती. महत्प्रयासांनी त्यांनी आपले अश्रू आवरले होते.

महाराज म्हणाले, "अशा प्रकारची दुःखं सांत्वनाच्या पलीकडची असतात. अशा दुःखाच्या खुणा कधी बुजत नाहीत... पण आयुष्यात पुढे पुढे चालणाऱ्यांनी ही दुःखं आपल्या मार्गावरून दूर केली पाहिजेत आणि पुढे गेलं पाहिजे."

त्यांच्याकडे बघून भीमरावांनी नुसती मान हलविली. वडिलांविषयीच त्यांचे विचार चालले होते.

"काय करायचं ठरवलं आहेस तू आता?" हा महाराजांचा प्रश्न काही वेळ भीमरावांना आकलनही झाला नाही.

"मी केव्हाही आपल्या दरबारच्या नोकरीवर रुजू व्हायला तयार आहे. मला आता घर सांभाळायचं आहे."

हे बोलताना भीमरावांना हुंदका अनावर झाला. महाराज काहीच बोलले नाहीत. भीमरावांना वाटलं, आपण न सांगतासवरता नोकरीवरून परत आलो म्हणून महाराजांची आपल्यावर इतराजी झाली असावी.

पुन्हा भीमराव शरमिंद्या स्वरात म्हणाले, "खरं तर न विचारताच मी नोकरीवरून इकडे निघून आलो. मला आता त्याचा पश्चात्ताप होतोय... वडिलांच्या आजारीपणाबद्दल कळलं तेव्हा मी इकडे धावत आलो. वडिलांना मिठाई आवडते म्हणून मुद्दाम त्यांच्यासाठी सुरतेची मिठाई घेण्याकरिता गाडीतून खाली उतरलो. गाडी केव्हा निघून गेली ते मला कळलं नाही. घरी जायला उशीर झाला. वडील माझ्याच वाटेकडे डोळे लावून बसले होते. शेवटच्या क्षणी त्यांची भेट झाली; पण मिठाई

मात्र त्यांच्या तोंडाला लागली नाही. तेराव्या दिवशी त्यांना मिठाईचा प्रसाद दिला. मिठाई घेण्यासाठी सुरत स्टेशनवर खाली उतरलो नसतो तर...''

''त्यांना मिठाई घेऊन जाण्याची रुखरुख मनात कायमची राहिली असती... अरे, माणसाच्या मनात कुठली ना कुठली तरी रुखरुख राहतच असते. ज्याच्या मनात कुठलीच रुखरुख राहत नाही तो देवकोटीला गेलेला माणूस समजावा... आणि एक गोष्ट माणसानं नेहमीच लक्षात ठेवली पाहिजे... दुःख करण्यात कधीच वेळ वाया दवडायचा नाही, आणि सत्कृत्य करताना कुणालाही भिऊन वागायचं नाही!''

महाराजांचं बोलणं ऐकताना भीमरावांना वाटलं की, आपल्या अंगात भीमबळ संचारायला लागलं आहे.

भीमराव म्हणाले, ''मी आता आपल्या नोकरीवर...''

''तुला संस्थानच्या नोकरीत काही त्रास झाला का?''

भीमरावांनी शांतपणानं सांगितलं, ''तिथे माझ्या खाण्यापिण्याची नीट सोय झाली नाही. राह्यला जागा मिळाली नाही. महारवाड्यात राहावं लागलं. पंडित आत्माराम यांच्या मेहरबानीनं आर्यसमाजाच्या कचेरीत राह्यला जागा मिळाली; पण तिथून कोठी दीड-दोन मैल लांब होती. फार पायपीट करावी लागली.....''

भीमराव थोडे थांबले. डोळे मिटून महाराज ऐकत होते. त्यामुळे थोडा धीर येऊन भीमराव पुढे म्हणाले, ''कोठीतही कुणी मला चांगली वागणूक दिली नाही. मी माझं रोजचं काम संपवून वाचत बसायचा. तेव्हा मला काही काम नाही, अशी कागाळीही वरिष्ठ अधिकाऱ्यांकडे गेली. त्यांनी मला बोलावून घेऊन जाब विचारला. मी सारं खरं ते सांगितलं. कोठीतले इतर लोक मला महार म्हणून दूर ठेवतात. मला त्यांच्यात मिसळता येत नाही म्हणून मी काम झाल्यावर त्यांच्यापासून दूर बसतो आणि वाचन करतो. ती माणसं मात्र चकाट्या पिटतात... माझ्या या बोलण्यावर अधिकाऱ्यांचा विश्वास बसला. एक चूक मात्र मी केली. ती मला कबूल आहे. मी न सांगता निघून आलो. कसुरीची माफी असावी.''

हे सारं सांगून झाल्यावर भीमरावांना क्षणभर वाटलं की, या एवढ्या मोठ्या माणसासमोर आपण हे सारं बोलायला नको होतं.

महाराज डोळे मिटून ऐकतच होते.

भीमरावांचं बोलणं संपलं आहे अशी खात्री होताच महाराजांनी एकदम डोळे उघडले. आपल्या टपोऱ्या, बोलक्या नेत्रांतून त्यांच्याकडे बघत म्हणाले, ''बरं, आता तू काय करायचं ठरवलं आहेस?''

या प्रश्नामुळे भीमराव काहीसे चमकले. आपल्या बोलण्यामुळे ते आपल्यावर नाराज झाले आहेत, अशी त्यांची खात्री पटली.

वस्तुतः भीमरावांना बडोद्याला मिळालेल्या वागणुकीमुळे महाराजांना मनातून वाईट वाटलं होतं. पण आपल्याला मिळालेल्या वागणुकीमुळे महाराजांना काहीच विषाद वाटलेला दिसत नाही, अशा समजुतीने भीमरावांना या क्षणी वाईट वाटलं.

महाराजांच्या वरच्या प्रश्नावर भीमराव म्हणाले, ''मी ताबडतोब नोकरीवर रुजू होतो.''

महाराजांनी गंभीरपणानं म्हटलं, ''आम्ही आत्ताच तुला नोकरीत घेणार नाही!''

ते ऐकून भीमरावांवर आकाश कोसळलं. आपला फाटलेला संसार त्यांच्या डोळ्यांसमोर उभा राहिला.

महाराज गंभीरपणानं म्हणाले, ''उद्या याच वेळी इथे भेट. त्या वेळी काय ते सांगतो.''

त्यांना कुर्निसात करून भीमराव महाराजांना पाठ न दाखवता मागच्या पावलांनी मागे सरकले.

अस्पृश्याच्या खडतर जीवनाचं फार मोठं ओझं मनावर घेऊन भीमराव जड पावलांनी घरी परतले.

* * *

दुसऱ्या दिवशी भेट होताच महाराजांनी तोच प्रश्न विचारला. भीमरावांनी तेच उत्तर दिलं.

परंतु महाराजांनी नोकरीचा प्रश्न डावलून भीमरावांना विचारलं, ''कोणत्या विषयाचा अभ्यास करण्याची इच्छा आहे तुझी?''

या अनपेक्षित प्रश्नानं भीमराव काहीसे गोंधळले. पण लगेच सावरून म्हणाले, ''समाजशास्त्र आणि अर्थशास्त्र या विषयांचा अभ्यास करायला आवडेल मला!''

महाराजांनी विचारलं, ''या विषयांचा अभ्यास करून तू काय करणार आहेस?''

''माझ्या समाजाची विपन्नावस्था सुधारण्याचा मार्ग मला त्यामुळे शोधता येईल. त्यानंतर समाजसुधारणेचं कार्य मला करता येईल.''

यावर महाराज हसून म्हणाले, ''पण आमची नोकरी तू करणार आहेस ना? आत्ताच तू तसं सांगितलंस. मग हे सारं कसं काय जमणार? अभ्यास करणं, नोकरी करणं आणि शिवाय समाजवसेवा करणं या गोष्टी एकदम कशा काय करता येतील?''

भीमराव अदबीच्या स्वरात म्हणाले, ''महाराजांनी मला तशी संधी दिली तर मी या साऱ्या गोष्टी करण्याचा जरूर प्रयत्न करीन!''

मग महाराजांनी त्यांना सांगितलं, ''मग ठीक आहे. भीमराव, माझा असा विचार चाललाय की, तुला अमेरिकेला पाठवावं. तयारी आहे तुझी?''

चकित होऊन भीमराव म्हणाले, ''मी आपल्या शब्दाच्या बाहेर नाही.''

''मग असं कर... आपल्या विद्याधिकाऱ्याकडे शिष्यवृत्तीसाठी अर्ज कर; आणि अर्ज केल्यानंतर मला तसं कळव.''

त्या दिवशी मनाला पंख लावूनच भीमराव घरी गेले. ध्यानीमनी नसताना ही घटना घडली होती. आपण ध्यानीमनी खेळवलेलं अस्पृश्योद्धाराचं स्वप्न आपल्याला असंच साकार करता येईल का, या विचारातच ते घरी जाऊन केव्हा पोचले, हे त्यांना कळलंही नाही.

आपल्या पतिराजांचा वियोग होणार याबद्दल रमाबाईंना मुळीच वाईट वाटलं नाही. उलट आपला पती मोठा आहे आणि आणखी मोठेपणा मिळविण्यासाठी तो दूरदेशी चालला आहे, याबद्दल त्या साध्वीला आनंदच झाला.

या घटनेची वार्ता बोलता बोलता अस्पृश्य बांधवांना समजली. सारा अस्पृश्य समाज आनंदानं फुलून गेला. अस्पृश्यांच्या जीवनात सूर्यप्रभा फाकली, असंच साऱ्यांना वाटलं.

बडोदे संस्थानच्या विद्याधिकाऱ्याकडे त्यांनी रीतसर अर्ज केला. महाराजांना तसं कळवलं. अर्ज करताना संस्थानच्या साऱ्या अटी मान्य केल्या. शिष्यवृत्तीची रक्कम फिटेपर्यंत संस्थानची नोकरी करण्याच्या करारावर सही केली. दरमहा साडेअकरा पौंडांची शिष्यवृत्ती मंजूर करण्यात आली.

या साऱ्या घटना अक्षरशः विद्युतवेगानं घडल्या. १९१३ सालच्या जुलै महिन्यातील तिसऱ्या आठवड्यात भीमराव न्यूयॉर्कला दाखलही झाले.

खरंच का आपण अमेरिकेत येऊन दाखल झालो आहोत, असा भास त्यांना कितीतरी दिवस होत राहिला.

* * *

बडोदे दरबारचं ते पत्र हाती पडताच भीमराव अत्यंत बेचैन झाले. अमेरिकेत आल्यापासून कोणतीही गोष्ट प्रो. सेलिग्मनपासून ते लपवून ठेवत नसत. म्हणून ते पत्र हाती पडताच ते सेलिग्मनच्या घरी जायला निघाले.

रविवार असल्यामुळे प्रोफेसर महाशय घरीच होते. भीमराव त्यांच्या घरी जाऊन पोचले तेव्हा ते लाला लजपतराय यांच्याशी बोलत बसले होते.

भीमरावांना बघताच लालाजी लांबूनच ओरडले, ''अरे, किती दुर्मिळ झाला आहेस तू? ये... ये...''

भीमराव काही उत्तर देणार एवढ्यात सेलिग्मनच म्हणाले, ''अहो, तुमच्या या मुलानं केवढा पराक्रम केला आहे! तो भेटेल कसा?''

लाला लजपतरायांनी त्यांच्याकडे प्रश्नार्थक मुद्रेनं बघितलं तेव्हा प्रो. सेलिग्मन

म्हणाले, "'प्राचीन भारतातील व्यापार' या विषयावर प्रबंध लिहून त्यानं एम.ए. ही पदवी मिळवली याबद्दल मला नाही फारसं आश्चर्य वाटत! याच्यासारख्या हुशार विद्यार्थ्याला ती गोष्ट सहज जमण्यासारखी होती; परंतु हिंदुस्थानातल्या जातिसंस्थेबद्दल यानं जो निबंध वाचला, तो मात्र खरंच अफलातून आहे. तुमच्या मनूला तर यानं चक्क उद्धट म्हटलं आहे. वा... कमाल केली आहे यानं या निबंधात!"

लालाजी हसून म्हणाले, "या निबंधाबद्दल तुम्हाला याचं कौतुक वाटतं,पण मला नाही वाटत!"

"का बरं? हद्द केलीत की तुम्ही बोलण्याची!"

लालाजी शांतपणानं म्हणाले, "प्रोफेसरसाहेब, ते सारे याचे अनुभवाचे बोल आहेत."

"अनुभवाचे? म्हणजे हा..."

"होय.. होय... हा अस्पृश्य जातीतला माणूस आहे."

"ओ! मला माहीत नव्हतं."

"तुम्हाला कसं माहीत असणार? तुमच्यात जातिसंस्था थोडीच आहे?"

"मि. लजपतराय, या आंबेडकरासारखा माणूस अस्पृश्य जातीत जन्मला असेल तर स्पृश्य लोकांना खरोखर लाज वाटायला हवी यांना दूर ठेवताना!"

आता मात्र भीमरावांना गप्प बसणं शक्य नव्हतं. ते म्हणाले, "आमची काही फार मोठी मागणी नाही. आम्हाला फक्त माणसासारखं वागवा, एवढंच आमचं म्हणणं आहे. तिकडे तर आम्हाला जनावरांपेक्षाही खालच्या दर्जानं वागवलं जातं. जनावरांना पवित्र मानतात. गाईला शिवून तिला नमस्कार करतात. पण आम्हाला शिवतदेखील नाहीत."

"अरेरे! मग बरोबर आहे मि. लजपतराय म्हणतात ते!"

"आमच्या मनूपूर्वीही जातिसंस्था अस्तित्वात होती. त्यानं फक्त या जातिसंस्थेसाठी संहिता तयार केली. म्हणून मी मनूला मान देत नाही. त्यानंच आमची मान कापली. मग त्याला मान कशाला द्यायचा?"

मग लालाजींकडे बघून भीमराव म्हणाले, "मी बडोद्याला नोकरीसाठी गेलो तेव्हा मला कुणी राहायला जागा दिली नाही, पाणी दिलं नाही; मग जेवायला घालायचा प्रश्नच मिटला! शेवटी तुमच्या आर्यसमाजाच्या कचेरीतच काही दिवस मला आश्रय मिळाला. महाराजांना मी कधीच दोष देत नाही. पण हजारो वर्षांच्या रूढीनं जखडलेल्या त्यांच्या अधिकाऱ्यांना आणि आश्रितांना मात्र मी सारा दोष देतो."

"महाराजांचे विचार खरोखरच पुढारलेले आहेत. सुधारणाऱ्या जगाकडे त्यांचं बारीक लक्ष आहे."

भीमराव एकदम बोलून गेले, "आता अमेरिकेत राज्यघटनेतील गुलामगिरी नष्ट करणारी चौदावी दुरुस्ती झालेली आहे ना? आपले बडोदा नरेश या गोष्टीची दखल घेतात की नाही ते पहा!"

प्रो. सेलिग्मन म्हणाले, "अरे, आमच्याकडे गुलामगिरी कायद्यानं नष्ट झाली खरी! पण तेवढ्यानं काम भागेल, असं मानू नकोस. माणूस हा नेहमीच रूढीचा गुलाम असतो. तो माणूस बदलला पाहिजे. तो कायद्यानं बदलतोच, असं नाही. आमच्याकडली गुलामगिरी काय किंवा तुमच्याकडली अस्पृश्यता काय, माणूस बदलेल तेव्हाच ती थांबेल! आता तू एवढा मोठा झालास! मी तुला समाजशास्त्राबद्दल काय सांगणार?"

प्रो. सेलिग्मन बोलत असताना केवढ्या आदरानं भीमराव त्यांच्याकडे बघत होते! त्या बघण्यात जसा आदर होता तसा संकोचही होता. कारण त्यांच्याबद्दल प्रोफेसरसाहेब किती गौरवानं बोलले होते!

प्रो. सेलिग्मन यांचं व्यक्तिमत्त्व अत्यंत आकर्षक होतं. त्यांच्या ज्ञानाची खोली अपरंपार होती. त्यांच्या भाषेचा डौल धबधब्यासारखा वाटायचा. आपल्या विषयाचं प्रतिपादन करताना त्या धबधब्याचे तुषार विद्यार्थ्यांच्या अंगावर ते अशा काही तऱ्हेनं शिंपायचे, की आपण अमृतवर्षावात न्हाऊन निघत आहोत, असा भास विद्यार्थ्यांना व्हायचा!

भीमराव तर सावलीप्रमाणे त्यांच्या मागे मागे हिंडत आणि त्यांच्या बोलण्यातले अमृतकण मनात साठवून ठेवत. सेलिग्मन अबोल नव्हते; परंतु फार बोलणारेही नव्हते. पण जे बोलतील ते त्यांचं बोलणं भीमरावांच्या मनावर वज्रलेप होऊन जायचं. कारण त्यांचं बोलणं गाढ विद्वत्तेतून आणि प्रगाढ चिंतनातून आलेलं असे.

लालाजींकडे बघून सेलिग्मन पुढे म्हणाले, "हा तुमचा देशबांधव म्हणजे झाकलेलं रत्न आहे."

लालाजी हसून म्हणाले, "आणखी काय सांगणार आहात याच्याबद्दल?"

"खूप सांगण्याजोगं आहे. पण थोडंसं सांगतो. 'ब्रिटिश हिंदुस्थानातील प्रांतांची आर्थिक उत्क्रांती' या नावाचा फार मोठा प्रबंध हा लिहिणार आहे. मी त्याला सांगितलं की, मी तुझ्या पाठीशी आहे."

भीमराव मध्येच हसून म्हणाले, "सर, हे तुमचं म्हणणं बरोबर ठरणार नाही हं! तुम्ही माझ्या पाठीशी असून चालणार नाही. उलट मीच तुमची पाठ सोडणार नाही. आमचा कालिदास कवी म्हणतो त्याप्रमाणे! श्रुतीच्या मागे स्मृती धावते त्याप्रमाणे!"

"अरे वा! हा संस्कृत पंडितही दिसतो."

भीमराव म्हणाले, "झालो असतो संस्कृत पंडित! पण त्याही बाबातीत आमची

अस्पृश्यता आड आली. आमची संस्कृत भाषा ही देवांची भाषा आहे ना! ती देववाणी विटाळेल म्हणून आमच्या ब्राह्मण गुरुजींनी मला संस्कृत शिकवायचं नाकारलं.''

''ओ गॉड! कुणीतरी ती भाषा शिकवली म्हणजे ती भाषा भ्रष्ट होते आणि तुम्ही स्वतः ती भाषा वाचली म्हणजे भ्रष्ट नाही होत वाटतं?''

लाला लजपतराय म्हणाले, ''हीच तर आमची कर्मकहाणी आहे. फुटीरतेची... कुणालातरी कमीअधिक लेखण्याची! हा शाप आहे आमच्या देशाला!.... आम्ही आर्यसमाजी लोकांनी ही शिवाशिवीची, कुणाला कमीअधिक लेखण्याची भानगडच ठेवलेली नाही... आणि भाषा काय कुठे अपवित्र होत असते?''

तो विषय तिथेच थांबवून सेलिग्मननी भीमरावांना विचारलं, ''बरं, आज तू काही विशेष कामासाठी आला होतास का?''

''सर, कोलंबिया युनिव्हर्सिटीला मी माझा तो प्रबंध सादर केला होता ना...''

''हिंदुस्थानच्या राष्ट्रीय नफ्याचा वाटा, हाच ना प्रबंध?''

''होय... होय... तोच प्रबंध... सर, मी नको नको म्हणत असताना, कोलंबिया विश्वविद्यालयातील विद्यार्थ्यांनी माझ्या सन्मानार्थ मेजवानी द्यायचं ठरवलं आहे...''

''मग नकार नाही ना दिलास तू?''

''कष्टानं होकार दिला....''

''ते बरं केलंस... मोठा सन्मान आहे तुझा तो!''

''पण सर, तुम्ही त्या मेजवानीला आलं पाहिजे.''

''निमंत्रणाशिवाय?''

''तुम्हाला ते निमंत्रण देणारच आहेत...''

''मग मला आलंच पाहिजे. मी येणार नाही, असं तुला कसं वाटलं? तू माझा एवढा आवडता विद्यार्थी... पण या लालाजींनीही यायला हवं!''

''मला त्यांनी गेस्ट आणायला सांगितलंच आहे. माझे गेस्ट म्हणून लालाजी येतीलच.''

लालाजी हसून म्हणाले, ''अरे, आपण हिंदी लोक... जेवायचं निमंत्रण नाकारतो थोडंच?''

काही वेळ शांतता पसरली. बोलायचे विषय संपले म्हणजे पसरते तशी!

ती संधी साधून भीमरावांनी आपल्याजवळचं एक पत्र बाहेर काढलं आणि म्हटलं, ''तसं पाहिलं तर हा मला निरोप समारंभच आहे म्हणायचा!''

दोघांनीही त्यांच्याकडे प्रश्नार्थक मुद्रेनं बघितलं. तेव्हा भीमराव म्हणाले, ''मला परत येण्याचं फर्मान सुटलंय. माझ्या शिष्यवृत्तीची मुदत संपलेली आहे.''

सेलिग्मन म्हणाले, ''तुला अजून शिकायचंय ना?''

''मला खूप शिकायचंय! पण मला त्यांनी शिकू द्यायला हवं ना? शिष्यवृत्तीशिवाय

मी कसं काय शिकणार?''

लालाजींनी विचारलं, ''कुणाचं फर्मान आहे ते?''

'दिवाणांचं! सर मनुभाई मेहतांचं!''

सेलिग्मननी विचारलं, ''यात काही काळंबेरं असेल?''

''म्हणजे?''

''काही जातीयवादी.. तू अस्पृश्य म्हणून...''

''असेलही... मी काय सांगू? माझं ऐकतो कोण?''

सेलिग्मन शांतपणानं म्हणाले, ''तुला आम्ही सुखासुखी जाऊ देणार नाही. मी लिहितो तुझ्या महाराजांना! तुझी शिष्यवृत्ती आपण वाढवून घेऊ.''

लालाजी म्हणाले, ''आमच्यापेक्षा हे आपणच करू शकाल. हा जगावेगळा विद्यार्थी आहे. कोलंबिया विद्यापीठाच्या ग्रंथालयात माझ्याआधी येऊन बसणारा आणि माझ्यानंतर तिथून बाहेर पडणारा हा एकमेव विद्यार्थी होता. आम्ही त्याला आमच्या इथल्या इंडियन होमरूलच्या चळवळीत ओढण्याचा खूप प्रयत्न केला. गदरचे लाला हरदयाळ यांनीही त्याला त्यांच्या क्रांतिकारी चळवळीत येण्याची विनंती केली. पण याचा अभ्यास आणि हा यात कधी अंतर पडलं नाही. अभ्यास सोडून हा आमच्याकडे कधीच आकर्षित झाला नाही!''

भीमरावांकडे बघून सेलिग्मन म्हणाले, ''खरे निष्ठावंत विद्यार्थी असेच असतात. आपल्या निष्ठेशी ते कधीच द्रोह करत नाहीत.''

''सर, मी माझ्याकडे फार मोठं महत्त्व घेत नाही. परंतु सयाजीरावांनी मला इथे पाठवलं. केवढी मोठी संधी दिली! त्यांच्याशी मला निष्ठा ठेवायला नको का? दुसरी निष्ठा आमच्या अस्पृश्य जातीशी! आमच्या जातीला अत्यंत हिनावस्था प्राप्त झाली. म्हणून या जातिसंस्थेबद्दल काहीतरी संशोधनात्मक लिहाव, असा माझा विचार आहे. आज-उद्या आमच्या देशाला स्वातंत्र्य मिळेल, पण ते स्वातंत्र्य मिळाल्यानंतर आमच्या जातीची गुलामगिरी नष्ट होणार आहे का, या गोष्टीचा आम्हाला विचार करायला नको का? देशाच्या स्वातंत्र्यासाठी झगडायला खूप माणसं आहेत; पण आमच्या उद्धारासाठी झगडायला आमचे आम्हीच आहोत. मग सर, तुम्हीच सांगा, माझं काय चुकलं?''

सेलिग्मन मिस्कीलपणानं म्हणाले, ''जी माणसं कधी चुकत नाहीत, अशांपैकीच तू एक आहेस. तुला आठवतं? तू मला एकदा विचारलं होतंस की, कार्याची पद्धती कोणती अनुसरावी?...''

''होय, सर... मला आठवतं. तुम्ही मला सांगितलं होतं, माणसानं आपलं काम कळकळीनं, निष्ठेनं केलं पाहिजे. त्यातूनच माणसाला आपली कार्यपद्धती सापडते!''

सेलिग्मन म्हणाले, ''सापडली ना तुला तुझी कार्यपद्धती? आपल्याला सापडलेल्या कार्याच्या मार्गावरूनच माणसानं गेलं पाहिजे. मार्गदर्शकानं दिलेल्या कुबड्या त्यांनी टाकून दिल्या पाहिजेत.''

* * *

कोलंबिया विद्यापीठातील मेजवानीच्या समारंभात भीमरावांचं मुळीच लक्ष नव्हतं. आपल्या अभिनंदनार्थ हा सारा समारंभ आखलेला आहे, या गोष्टीचीही त्यांना जाणीव राहिलेली नव्हती. या मेजवानीच्या प्रसंगी कुणीतरी त्यांची तुलना ॲब्राहम लिंकन यांच्या अंगी असलेल्या निर्धाराशी आणि बुकर टी. वॉशिंग्टनच्या उद्यमशीलतेशी केली, हेही त्यांनी ऐकून न ऐकल्यासारखं केलं. त्यांच्या मनात एकाच विचारानं ठाण मांडलं होत- आपला अभ्यास अर्धवट टाकून आपल्याला मायदेशी परतावं लागणार आहे. माणूस हा अंगभूत गुणांपेक्षा परक्याच्या धनाचा दास आहे, या गोष्टीची त्यांना खात्री पटली.

भीमरावांच्या या मेजवानीच्या प्रसंगी त्यांच्यासाठी खास शाकाहारी पदार्थ केले होते; आणि त्यांच्या टेबलावर साध्या सरबताचे पेले मांडून ठेवले होते.

त्यांच्या टेबलाकडे कौतुकानं बघत सेलिग्मन थट्टेनं म्हणाले, ''आत्ता मला तुझ्या हुशारीचं रहस्य कळलं. मद्य न घेणारी शाकाहारी माणसं हुशार असतात. त्यांची बुद्धी तल्लख असते.''

भीमराव म्हणाले, ''हा तुमचा सिद्धान्त खोटा पडेल बरं का, सर! जगात कितीतरी मांसाहारी लोक आहेत. ते बुद्धिमत्तेत कुठेही कमी नाहीत!... आणि माझ्या बुद्धिमत्तेबद्दल तुम्ही केवळ कौतुकानं, आपुलकीनं बोलता एवढं समजण्याइतका मी बुद्धिमान नक्कीच आहे!''

हातातला मद्याचा पेला खाली ठेवून सेलिग्मन मनापासून हसले.

मग काहीसे गंभीर होऊन म्हणाले, ''अरे, तुला एक आनंदाची बातमी सांगायची राहिली. तुझी शिष्यवृत्ती वाढवण्याबद्दल मी बडोद्याच्या दिवाणांना लिहिलं होतं. त्यांनी मला चक्क नकार पाठवला. मग मी थेट महाराजांनाच लिहिलं. बघू या काय होतं! तुमचे महाराज फार विद्याप्रेमी आहेत म्हणे!''

''ते खरं आहे... पण शेवटी आमच्या संस्थानात दरबारी अधिकाऱ्यांचा उलटासुलटा खेळ चालतो.''

''म्हणजे कुटिल कारवाया म्हण की!''

''सर, ते खरं असलं तरी मी तसं म्हणणार नाही. मी आत्ता त्यांचं अन्न खातोय. आम्ही अन्नाला जागणारे लोक आहोत.''

थोडा वेळ थांबून भीमराव म्हणाले, ''सर, मी निर्धार केलाय की, शिष्यवृत्ती

मिळो न मिळो, माझ्या मनात असलेला लंडनचा अभ्यासक्रम पुरा करायचाच! अजून काहीच झालेलं नाही. अर्थशास्त्र, समाजशास्त्र, राज्यशास्त्र, नीतिशास्त्र आणि मानववंशशास्त्र इत्यादी विषयांचा मला अभ्यास करायचा आहे. या विषयांत पारंगत होण्याची महत्त्वाकांक्षा मनाशी धरूनच मी इथे आलो आहे. अर्धपोटी जगण्याची तर आम्हाला जन्मजात सवय आहे. अभ्यासाचा ध्यास असताना मला झोप येत नाही की जेवण सुचत नाही, रुचत नाही... आता सांगा सर, मी हा सारा अभ्यास अर्धवट सोडून परत मायदेशी जाऊ? एक वेळ अभ्यास नसलेला माणूस बरा, पण अर्धवट अभ्यास केलेला माणूस...''

"अरे, तुझ्या महाराजांना मी हे सारं लिहिलेलं आहे. तुझ्यामुळे संस्थानच्या लौकिकात भर पडेल, तुझ्यामुळे संस्थानला मोठेपणा प्राप्त होईल, असंही लिहिलं आहे.''

"सर, तुम्ही माझ्यासाठी केवढं केलंत!.... तुम्ही मला फार मोठा धीर दिलात... त्यांना काय करायचं असेल ते करू देत... मला खडतर तपस्या केलीच पाहिजे!''

ती सत्काराची मेजवानी या अशा कटू विचारात गुरफटली होती.

* * *

हिंदुस्थानात परत येण्यासाठी भीमराव मार्सेलिसला कैसर-इ-हिंद या आगबोटीत बसले. बोट सुरू झाली. बोटीच्या हेलकाव्याबरोबर त्यांचं मनही नाना प्रकारच्या विचारांनी हेलकावे खाऊ लागले. वर अनंत आकाश आणि खाली अफाट सागराचा जलाशय यापेक्षा त्यांच्या दृष्टीला काहीच दिसत नव्हतं. पुनःपुन्हा तेच तेच दृश्य बघण्याचा त्यांना कंटाळा आला, तेव्हा त्यांनी डोळे मिटून घेतले. मग लंडनच्या वास्तव्यातील एकेक दृश्य त्यांच्या मनासमोरून सरकू लागलं.

महाराजांनी त्यांना आणखी एक वर्षाची शिष्यवृत्ती वाढवून दिली होती. त्यासाठी प्रो. सेलिग्मननी खटपट केली होती. त्यांच्या खटपटीला यश येऊन महाराजांनी शिष्यवृत्तीची मुदत एक वर्षानं वाढवून दिली होती. आता हे एक वर्ष त्यांनी लंडनमध्ये अभ्यास करण्यासाठी घालवायचं ठरवलं होतं.

१९१६ सालच्या जून महिन्यात लिव्हरपुल बंदराला त्यांची बोट लागली. त्या वेळी लंडनच्या स्कॉटलंड यार्डनं हिंदी क्रांतिकारकांची जबरदस्त धास्ती घेतली होती. त्या गुप्तहेरांना गदर पक्षाचे लाला हरदयाळ दिसायचे किंवा अभिनव भारताचे बॅ. सावरकर दिसायचे. त्या वेळी सावरकर तर अंदमानात जाऊन जुने झाले होते; परंतु त्या स्कॉटलंड यार्डच्या पोलिसांना सगळीकडे सावरकरांची सावली वावरताना दिसायची.

लिव्हरपूलच्या गुप्तपोलिसाला भीमरावांचा तेजस्वी, करारी, रुबाबदार चेहरा एखाद्या अग्रेसर क्रांतिकारकासारखा वाटला.

एका गुप्तहेरानं त्यांच्याकडे संशयित मुद्रेनं बघून त्यांना हटकलं, "कोण आहात तुम्ही?"

"मी भीमराव रामजी आंबेडकर."

"माझी थट्टा करू नका..."

"थट्टा कसली? मी माझं नाव सांगितलं."

"ते मला समजलं. कुठल्या क्रांतिकारक संस्थेशी तुमचा संबंध आहे? म्हणजे गदर, अभिनव भारत किंवा आणखी कुठल्या तरी?"

"मी इथे शिकायला आलो आहे."

"काय? बॉंबची विद्या? का पिस्तूल उडविण्याची विद्या?"

"तसल्या प्रकारची विद्या मुळीच नाही! बडोदे संस्थानाचा मी विद्यार्थी आहे."

"केवळ त्यावरून आम्ही तुमच्यावर विश्वास ठेवणार नाही. तुमच्याजवळ काही प्रशस्तिपत्रं आहेत का?"

प्रो. एडविन सेलिग्मन आणि सिडने वेब यांची पत्रं भीमरावांनी दाखविली.

स्कॉटलंड यार्डच्या त्या गोऱ्या अधिकाऱ्यानं पुन्हा एकदा भीमरावांकडे निरखून बघितलं. मग कोटाच्या वरच्या खिशाला बाहेरच्या बाजूनं लटकत असलेला सोनेरी फ्रेमचा चष्मा डोळ्यांवर चढवला आणि तो अधिकारी पत्र वाचू लागला.

'आंबेडकर हा अत्यंत बुद्धिमान विद्यार्थी आहे. त्याची वागणूकही फार अदबीची आणि नम्र अशी आहे,' अशा आशयचा मजकूर प्रो. एडविन सेलिग्मन आणि प्रो. सिडने वेब या दोघांच्याही पत्रात होता.

दोन्ही पत्रं वाचून त्या ब्रिटिश अधिकाऱ्यानं डोळ्यांवरचा चष्मा काढून भीमरावांकडे हसत बघितलं आणि म्हटलं, "वा! तुम्ही फार वेगळ्या तऱ्हेचे विद्यार्थी दिसता... म्हणजे फार चांगले... वर्षभर राहणार आहात काय आमच्या लंडनमध्ये? तुम्हाला आम्ही तसदी दिली. माफ करा!"

त्या अधिकाऱ्यानं उठून भीमरावांशी हस्तांदोलन केलं. 'थँक्स ए लॉट' असं म्हणून भीमराव तिथून बाहेर पडले.

लिव्हरपुल बंदरातून बाहेर पडल्यानंतरचाही प्रसंग त्यांना आठवला.

लंडनला जाण्यासाठी ते लिव्हरपुल रेल्वे स्टेशनवर गाडीत बसले.

गाडीत बसल्यापासून ते कावरेबावरे झालेले दिसत होते. इकडेतिकडे ते बघत होते.

शेजारच्या गृहस्थाला त्यांनी विचारलं, "कुठे जायचंय आपल्याला?"

त्या इंग्रज गृहस्थानं उलट प्रश्न विचारला, "तुम्हाला कुठे जायचंय?"

"लंडनला!"

"त्याच्या आधीच्या स्टेशनवर मला उतरायचंय..."

"मग मला थोडी माहिती सांगायची तसदी घेता?"

"अलबत!"

"इंडिया हाउस कुठे आहे? पत्ता सांगता का?"

त्या इंग्रज गृहस्थानं पत्ता सांगितला. भीमरावांनी तो पत्ता आपल्या शर्टच्या डाव्या कफवर पेन्सिलीनं टिपून घेतला.

लंडनच्या व्हिक्टोरिया स्टेशनवर ते उतरले तेव्हा ते अधिक कावरेबावरे झाले. इकडेतिकडे बघत राहिले; कारण त्यांच्याजवळ तिकीट नव्हतं. तिकीट काढण्याएवढे पैसेही नव्हते.

चेकर येईल या भीतीनं ते प्लॅटफॉर्मवरून इकडेतिकडे फिरत राहिले. त्यांच्याकडे कुणीही बघत नव्हतं. कुणाकडे उगाच बघण्याची इंग्रजांची रीतच नाही. त्यांना चेकरही कुठे दिसला नाही.

स्टेशनबाहेर पडल्यानंतर त्यांची टॅक्सी 'इंडिया हाउस'च्या दिशेनं धावायला लागली. टॅक्सीचं भाडंही द्यायला त्यांच्याजवळ पैस नव्हते. इंडिया हाउसच्या सेक्रेटरीनं टॅक्सीचं बिल चुकतं केलं.

बडोदे सरकारनं त्यांच्या शिष्यवृत्तीची मुदत एक वर्षानं वाढवून दिली होती. तीन-चार दिवसांनी कोलंबिया विद्यापीठाकडून लंडनला ते पत्र भीमरावांच्या हाती पडलं.

लंडनला आल्या क्षणापासून त्यांनी तिथला कार्यक्रम ठरवला होता. परंतु एक वर्षाच्या अवधीत तो पार पाडणं शक्य नव्हतं. तो कार्यक्रम पुरा होण्याच्या आतच ते हिंदुस्थानला परत यायला निघाले होते. शिष्यवृत्तीची एक वर्षाची मुदत संपली होती.

त्यांच्या कितीतरी गोष्टी अधुऱ्या राहिल्या होत्या. 'ब्रिटिश हिंदुस्थानातील प्रांतांची आर्थिक उन्नती' हा प्रबंध त्यांना पुरा करायचा होता. त्याशिवाय एम.एस्सी; डी.एस्सी. या पदव्यांबरोबरच त्यांना बॅरिस्टर व्हायचं होतं. पण हे सारे संकल्प वाऱ्यावर विरून गेले होते. महाराजांनी आपल्याला ही एवढी संधी दिली त्याबद्दल त्यांचं ऋण भीमरावांना मान्य करणं भागच होतं; परंतु आपल्या हातातोंडाशी आलेला घास कुण्या एका दुष्ट शक्तीनं ऐन मोक्याच्या वेळी हिरावून घेतला आहे, अशी त्यांची बालंबाल खात्री झाली. त्या दुष्ट शक्तीचा निर्णय मान्य करणं त्यांना भागच होतं.

काही झालं तरी आज ना उद्या आपला उरलेला अभ्यासक्रम पार पाडण्याचा निश्चय त्यांनी मनाशी केला. हिंदुस्थानात परत जाऊन बडोद्याच्या नोकरीवर रुजू

व्हायचं, पैसे साठवायचे, महाराजांकडे शिष्यवृत्तीसाठी पुन्हा पदर पसरायचा आणि पुन्हा लंडनला येऊन आपला उरलेला अभ्यासक्रम पुरा करायचा, असा बेत त्यांनी आखला.

आपला हा बेत त्यांनी आपले प्रोफेसर कॅनन यांच्या कानांवर घातला, तेव्हा ते म्हणाले, ''मी विद्यापीठाकडे तुझा अर्ज शिफारशीसह सादर करतो. तू काळजी करू नकोस.''

लंडन विद्यापीठानं अभ्यासक्रमात त्यांचा पडणारा खंड पुढे भरून घ्यायला मान्यता दिली.

भीमरावांना फार आनंद झाला. परकीय लोकांनी आपल्याला नियम डावलून मदत करावी आणि स्वकीयांनी नियमावर बोट ठेवून मात्र आपल्या मार्गात अडथळा उत्पन्न करावा, या गोष्टीचा भीमरावांना अतिशय विषाद वाटला. जे प्रो. कॅनन यांनी केलं ते सर मनूभाई मेहता यांनी करायला हवं होतं, असं त्यांना पुनःपुन्हा वाटत राहिलं.

बोट चालली होती. बोटीचे हेलकावे कमी झाले होते. भीमरावांच्या मनाचे हेलकावेही आता खूपच कमी झाले होते.

बोट संथपणानं पाणी कापत चाललीच होती. तांबडं फुटलं तेव्हा सागरावर रक्तिमा पसरला आणि जेव्हा पूर्वक्षितिजावर तांबूस सूर्यबिंब दिसायला लागलं तेव्हा अफाट जलाशयावर सोनसळी रंग धावायला लागला.

मायभूमी जवळ यायला लागली तेव्हा भीमरावांचं मन आनंदात डुंबायला लागलं. त्यांना अजून खूप काही मिळवायचं असलं तरी खूप काही मिळवून ते मायदेशी येत होते.

काही झालं तरी मायदेशाची अनामिक ओढ प्रत्येकालाच असते.

* * *

१९१७ मध्ये २१ ऑगस्टला भीमरावांची बोट मुंबईच्या बंदराला लागली तेव्हा सर्वांचा जीव भांड्यात पडला. बंदरावर त्यांच्या स्वागतासाठी सारी नातेवाईक मंडळी तर जमली होतीच; शिवाय त्यांच्या स्नेही आणि चाहत्या माणसांचा फार मोठा जमाव जमला होता.

त्यांना बघताच बरीच मंडळी एकदम पुढे धावली. आनंदरावांनी तर आपल्या धाकट्या भावाला कडकडून मिठी मारली.

आपले आनंदाश्रू आवरून आनंदराव म्हणाले, ''तू भेटेपर्यंत जिवात जीव नव्हता.''

''का बरं? बोटीला थोडा उशीर झाला एवढंच!''

"भलत्या भलत्या बातम्या कानांवर आल्या होत्या!"

"कसल्या बातम्या?"

"तुमची बोट बुडाल्याचं समजलं. जर्मनीच्या बाँबगोळ्यांनी आणि पाणबुड्यांनी समुद्रात धुमाकूळ माजवला आहे, त्यात तुमची बोट बुडाली असं समजलं. ते ऐकून आम्ही खलास झालो. आमचा कुणाचाच जीव जागेवर राहिला नाही."

त्यांच्याबरोबर चालताना भीमराव म्हणाले, "पण माझा जीव मात्र जागेवर होता."

"होय. ते नंतर समजलं. तुमची कैसर-इ-हिंद ही बोट सुरक्षित आहे, असं समजलं. त्याआधी निघालेली बोट बुडाली होती."

"आमच्या आधीची बोट? अरेरे! त्या बोटीत मी पाठवलेली शेकडो पुस्तकं होती."

कुणीतरी म्हटलं, "पण विमा उतरवला होता ना त्या सामानाचा?"

भीमराव विषादानं म्हणाले, "थॉमस अ‍ॅण्ड कुक या कंपनीकडे मी सहाशे रुपयांचा विमा उतरवला होता खरा.. पण त्यांच्या दृष्टीनं काय- सारं सामानच! मी जमवलेल्या शेकडो पुस्तकांचं काय? पैसे मिळाले तरी ती दुर्मिळ पुस्तकं मला मिळतील का? त्यापेक्षा माझी बोट बुडाली असती तरी चाललं असतं."

आनंदराव म्हणाले, "ते आम्हाला नसतं चाललं! आणि काय रे... तू गेला असतास तर या पुस्तकांचा तरी तुला काय उपयोग होता? तुझा मात्र आम्हा साऱ्यांनाच उपयोग आहे. चल आता. भलतं काही बोलू नकोस."

घरी गेल्यावर दोघांच्याही बायकांनी त्यांच्यावरून तुकडा ओवाळून टाकला. त्यांच्या विशाल भालप्रदेशावर कुंकुमतिलक लावून त्यांना ओवाळलं. रमाबाईंनी तर नेत्रांच्या निरांजनानं त्यांना औक्षण केलं.

भीमरावांना रात्री झोप अनावर झाली होती तरी रमाबाई त्यांना एकेक प्रश्न विचारतच होत्या.

रमाबाईंनी विचारलं, "झालं ना आता पुरं शिक्षण? डोळ्यांत जीव आणून आम्ही रोज तुमची वाट बघत होतो. जेवताना एकेक घास तुमची आठवण करून पोटात ढकलत होतो."

भीमराव थट्टेच्या स्वरात म्हणाले, "अजून तुम्हाला आमच्या आठवणीचे असेच घास खावे लागतील."

"का म्हणून खाईन?"

"मला पुन्हा शिकायला जायचंय परत!"

"आभाळात तरी मावणार आहे का तुमचं ते ज्ञान? ते काही नाही. आता पुन्हा जायचं नाही. मी नाही जाऊ देणार! पुरे झालं आता!"

रमाबाईंची समजूत घालण्याच्या उद्देशानं भीमराव म्हणाले, "बरं... आत्ताच परदेशी जात नाही. पण बडोद्याला नोकरीला जायलाच हवं! ठरल्याप्रमाणे बडोद्याची चाकरी करायलाच हवी!"

काहीशा हट्टी स्वरात रमाबाई म्हणाल्या, "ती नोकरी खुशाल करा; पण मी मात्र तुमच्याबरोबर बडोद्याला येणार."

"तुला बडोद्याला मी नेईनच; पण आधी बडोद्याला जाऊन आपली राह्यची सोय करतो आणि न्यायला येतो."

पण तिथेही त्यांचं दैव आडवं आलंच.

अस्पृश्य माणसाला स्वतःला काहीच ठरवता येत नाही, हेच खरं!

अस्पृश्या! तुझं नाव दुर्दैव!

❑

ये रे माझ्या मागल्या

सप्टेंबर महिन्याच्या प्रारंभी आकाशात ढग जमा झाले होते. धड पाऊसही पडत नव्हता आणि मुंबईचा उष्माही कमी होत नव्हता.

भीमराव ताडपत्राच्या तकलुपी पंख्यानं वारा घेत बसले होते. पंखा लपकत होता; पण पुरेसा वारा येत नव्हता.

आनंदरावांनी विचारलं, "तिकडे हे असेच पंखे असतात का रे?"

भीमराव म्हणाले, "तिकडे पंख्यांची गरजच पडत नाही. हवा थंड असते... आणि उकडायला लागलंच तर डोक्यावरचे विजेचे पंखे गरगत फिरत असतात."

आनंदरावांनी एकदम विचारलं, "तुला पैसे पुरायचे का रे? त्यातून तू इकडे पैसे पाठवत होतास. उरलेल्या पैशात तुझं खाणंपिणं व्हायचं का?"

"तुला माहीत आहे. मला मांसाहाराचा तिटकारा आहे. सपाटून भूक लागायची. पण आपली भाकरी कुठून मिळणार तिकडे?"

"मग? तुझं खाणं तरी काय होतं?"

"एक कप कॉफी, दोन केक आणि एक बशीभर सागुती किंवा कधी कधी मासे..."

"बस्स?"

"या जेवणावर भागवावंच लागे. घरी थोडेफार पैसे पाठवणं भागच होतं. नाही म्हणायला मला एक व्यसन होतं."

"कोणतं रे बाबा?"

"घाबरू नकोस... मी दारूच्या थेंबाला कधीही स्पर्श करणार नाही.... बाबांचीच आपल्याला शिकवण आहे ती! मला फक्त अभ्यासाचं व्यसन आहे.

अठराअठरा तास मी अभ्यास करायचा. मी माझ्या मित्रांना नेहमी म्हणायचा की, आमच्याजवळ जेवायला पैसे नाहीत आणि झोपायला वेळ नाही!''

''म्हणून तू एवढा वाळला आहेस! कसे रे काढलेस दिवस?''

''माझं काय घेऊन बसलास? ज्ञानार्जनासाठी, त्या निर्वाणपदासाठी आपल्या गौतमबुद्धानं आपलं शरीर काटकीसारखं वाळवून घेतलं होतं... आपली ही दैन्यावस्था सुधारण्यासाठी आणखी किती बुद्धांना अवतार घ्यावा लागणार आहे कुणास ठाऊक!''

आनंदराव कौतुकानं मनात म्हणाले,'आपला हा भिवा फार फार मोठा होणार आहे. त्याला प्राणाच्या मोलानं जपलं पाहिजे... तो मोठा होण्यासाठी!'

''आनंदराव, लोक म्हणतात की, आईबाप मुलाला जन्म देतात; पण त्याला कर्म देत नाहीत. पुष्कळ वेळा आई-बापही म्हणतात की, आपण फक्त मुलाच्या जन्माचे धनी आहोत. पण मला ही गोष्ट कधीच खरी वाटलेली नाही. आपल्या बाबांनीच आपल्याला शिकवून आपल्या आयुष्याला केवढं मोठं वळण लावलं! आई-वडिलांनी जर मुलामुलींच्या शिक्षणासाठी धडपड केली तर आपला समाज हां हां म्हणता पुढे जाईल... ज्ञानामुळे, शिक्षणामुळे सारे प्रश्न सुटतील. म्हणून मला आणखी ज्ञानार्जन करण्यासाठी इंग्लंडला जायचं आहे.''

''अजून तुला परदेशी जाऊन शिकायचं आहे वाटतं?''

''आनंदराव, अरे, ज्ञानाला कधीच अंत नसतो. जन्मभर आपण शिकलो तरी त्या ज्ञानाचा एक कणही आपल्या हाती लागत नाही, समजलास?''

''मग तू परत तरी कशाला आलास?''

''शिष्यवृत्तीची मुदत संपली म्हणून! ज्ञान कितीही श्रेष्ठ असलं तरी ते शेवटी पैशाच्या पेटीत कुलुपबंद करून ठेवलेलं असतं, याचं वाईट वाटतं!''

यावर आनंदराव काही बोलणार एवढ्यात संभाजी वाघमारे आणि त्यांच्याबरोबर इतर काही मंडळी आली आणि त्या भावांचं बोलणं तिथेच खुंटलं.

आल्याबरोबर संभाजीराव म्हणाले, ''आम्ही काही महत्त्वाच्या कामासाठी आलो आहोत, भीमराव!''

''बोला काय काम काढलं आहेत ते?''

''आपल्याला आम्ही मानपत्र द्यायचं ठरवलं आहे. प्रेसिडेन्सी मॅजिस्ट्रेट रावबहादूर चिमणलाल सेटलवाड यांनी अध्यक्षस्थान स्वीकारण्याचं मान्य केलं आहे.''

''मानपत्र? आणि ते कशासाठी?''

''आपण एवढे शिकलात. विद्याविभूषित झालात...''

भीमराव हसून म्हणाले, ''मी काही कुणावर उपकार करण्यासाठी शिकलो नाही.''

''पण अस्पृश्य समाजातले एवढे शिकलेले आपण पहिले....''

''मी पहिला असलो तरी शेवटचा काही खास नाही. मला सुदैवानं संधी मिळाली. कुणालाही संधी मिळाली म्हणजे त्याला असंच शिकता येईल. आणि एक गोष्ट लक्षात ठेवा- आपल्या समाजाचे सारे प्रश्न शिक्षणानंच सुटणार आहेत. सारा समाज शिकून शहाणा झाला पाहिजे. त्याला आपल्या परिस्थितीची जाणीव झाली पाहिजे. म्हणजे सारे लोक आपल्या समाजाला शिकवण्यासाठी, बरोबरीनं येण्यासाठी धडपड करतील. मला एकट्याला मानपत्र कशाला देता?''

तरी संभाजीराव वाघमारे यांनी चिकाटी सोडली नाही. ते म्हणाले, ''आपल्या मानपत्राच्या समारंभासाठी आम्ही बराच पैसा जमवला आहे. तेव्हा...''

''होय ना? मग तो पैसा अस्पृश्य जातीतल्या एखाद्या हुशार विद्यार्थ्याला उच्च शिक्षण देण्यासाठी खर्च करा. परदेशात शिक्षण घेताना मी कितीतरी गाढे विद्वान बघितले. त्यांच्या पासंगालाही माझी विद्वत्ता पुरणार नाही. आपल्या समाजातले लोक असेच गाढे विद्वान झाले पाहिजेत. त्यांच्यासाठी या पैशातून एखादी शिष्यवृत्ती निर्माण करा. पैशाला पैसा लागून लाखो रुपये गोळा होतील. आणि....''

संभाजीरावांनी अदबीनं विचारलं, ''हा समारंभ तर आम्हाला करावाच लागेल. आपण येणार नाही म्हणता! पण या समारंभासाठी आपला काही संदेश...''

''संदेश देण्याएवढा मी मोठा नाही. पण थोर नाटककार शेक्सपिअर याचं म्हणणं मी संदेशरूपानं सांगतो. प्रत्येक माणसाच्या आयुष्यात संधीची लाट येतच असते. त्या संधीवर झडप घालून त्यानं त्या संधीचा योग्य उपयोग करून घेतला पाहिजे. म्हणजे त्याला वैभव प्राप्त झाल्याशिवाय राहणार नाही. म्हणून माणसानं शिक्षणासाठी संधी शोधली पाहिजे. कारण शिक्षणानंच आपले सारे प्रश्न सुटणार आहेत.''

संभाजीराव वाघमारे भीमरावांचा निरोप घेताना म्हणाले, ''आम्ही आपलं ऐकलं. आपण आता आमचं ऐकलं पाहिजे. सभा संपल्यावर आम्ही आपलं मानपत्र घरी आणून देणार आहोत.''

यावर भीमराव नुसते हसले.

सारी मंडळी निघून गेल्यावर आनंदरावांकडे बघत ते म्हणाले, ''आपण आता बडोद्याला जाऊन पुढील शिक्षण मिळवण्याची संधी साधली पाहिजे.''

* * *

कित्येक वेळा शापातून वरदान मिळतं ते असं! भीमरावांना बडोद्याला जाऊन नोकरीवर रुजू व्हायलाच हवं होतं. पण दुर्दैव असं की, मुंबईहून बडोद्याला जायला लागणारं गाडीभाडंही त्यांच्याजवळ नव्हतं. परंतु त्या वेळी सुदैवानं त्यांना नेमकी साथ दिली. लंडनहून परतीच्या प्रवासाच्या वेळी त्यांच्या सामानाची 'साल-सेट' ही

बोट बुडाली होती. त्यांची असंख्य पुस्तकं समुद्रानं घशात घातली होती याबद्दल त्यांना अपरंपार दुःख झालं होतं. थॉमस कुक कंपनीकडे त्यांनी आपल्या सामानाचा विमा उतरला होता, ही गोष्ट खरी. पण विनासायास त्या विम्याचे पैसे आपल्या हाती येतील, अशी त्यांना सुतराम कल्पना नव्हती. परंतु त्या वेळेचं दुर्दैव अकल्पित रीतीनं सुदैव होऊन त्यांच्यासमोर येऊन उभं राहिलं होतं.

त्यांच्या बडोद्याच्या भाड्याचे पैसे त्यांच्या हातात अचानक येऊन पडले होते. थॉमस कुक या कंपनीनं त्यांच्या नुकसानीची किंमत त्यांना दिली होती. त्यातूनच त्यांनी घरखर्चाकरिताही काही पैसे रमाबाईंच्या स्वाधीन केले. त्यांची काळजी मिटली होती.

भीमराव आनंदरावांना म्हणाले, "चला, आपण दोघेही बडोद्याला जाऊ."

"मी कशाला उगाच येऊ? फुकट माझा भाडेखर्च..."

"फुकट नाही. जाऊ आपण... एकाला दोन असले म्हणजे तेवढंच बरं! माझी व्यवस्था लावून तुम्ही परत या म्हणजे झालं!"

घरीच सारी व्यवस्था लावून सप्टेंबर महिन्याच्या दुसऱ्या आठवड्यात या दोन बंधूंनी बडोद्याची वाट धरली.

सुरत स्टेशनवर गाडी उभी राहिली तेव्हा भीमरावांच्या डोळ्यांत एकदम पाणी उभं राहिलं.

आनंदरावांनी विचारलं, "का रे? घरची मुळीच काळजी करू नकोस तू! आपली नवी आई खाष्ट असली तरी तू रमाबाईची काळजी करू नकोस. काही झालं तरी आपल्या बयची सर येणार आहे का कुणाला?"

आपले डोळे पुसून भीमरावांनी म्हटलं, "त्या काळजीनं काही माझे डोळे ओले झाले नाहीत. माणसाच्या स्वभावाला या जगात अजून औषध निघायचंय. आपल्या वाट्याला येणारी माणसं आपण वागवून घेतलीच पाहिजेत. त्याचं काही मला वाटत नाही."

थोडा वेळ थांबून म्हणाले, "मला त्या दिवसाची आठवण झाली. आपल्या बाबांना आवडते म्हणून मी इथली मिठाई घेण्यासाठी खाली उतरलो. गाडी निघून गेली. मी मिठाई घेतली, पण बाबांना ती खाता आली नाही. हे शल्य मी कधीच मनावेगळं करू शकणार नाही. तेव्हापासून मी मिठाई कधी तोंडाला लावली नाही. कधी लावीन असं वाटत नाही."

ते ऐकून आपल्या विद्याविभूषित धाकट्या भावाला उद्देशून आनंदाराव म्हणाले, "वेडा कुठला! असं काही करू नकोस. तुझी शेवटीची भेट त्यांना तुझ्या मिठाईपेक्षाही कितीतरी गोड वाटली. तुझी पाठ थोपटताना त्यांच्या तोंडावर केवढा आनंद पसरला होता!"

''पण काय रे.. मी त्यांच्या इच्छेविरुद्ध बडोद्याची नोकरी धरली.. फार रागावले होते का रे माझ्यावर?''

''छे रे! या कुलदीपकाचं सारखं वर्णन करताना त्यांच्या तोंडात तीळही भिजायचा नाही! तुझ्याबद्दल त्यांनी केवढ्या मोठ्या अपेक्षा उराशी बाळगल्या होत्या!''

''पण खरं सांगू आनंदराव, त्या वेळेपासून मी या बडोद्याच्या नोकरीचा धसकाच घेतला आहे बघ! माझे ग्रह काही त्यांच्याशी जमत नाहीत. आतासुद्धा....''

भीमरावांचं बोलणं अर्धवटच राहिलं. आनंदरावही गप्प बसले.

गाडीचा वेग मंद झाला. गाडीनं बडोदे स्टेशनात प्रवेश केला.

भीमरावांनी इकडे-तिकडे बघितलं... गाडी थांबल्यानंतरही त्यांनी चौफेर दृष्टी फिरवली.

त्यांना उतरवून घेण्यासाठी कुणीच आलेलं दिसलं नाही.

आनंदराव म्हणाले, ''कुणीतरी तुला उतरवून घ्यायला येईल, असं त्यांनी तुला कळवलं होतं ना?''

''तसं कळवलं नसलं तरी या वेळी कुणीतरी मला न्यायला यायला हवं होतं.''

''खरंय... आपण केव्हा येणार हे त्यांना कळवलं होतं आपण....''

''एवढंच नाही, तर गेल्या खेपेस बडोद्याला आपली राहण्याची सोय झाली नव्हती, ती आता व्हावी असंही मी महाराजांना कळवलं होतं.''

''झालंच तर मग! यापेक्षा जास्त काय करायला हवं?''

''नोकरीवर येऊन रुजू व्हावं, असंही पत्र मला त्यांनी पाठवलं होतं. पण मला उतरवून घेण्याची कुणी दखलही घेतलेली नाही. माझी राहण्याची सोय काय होणार हे दिसतंच आहे.''

परदेशात जाऊन आपण एवढी विद्या संपादन करून आलो; परंतु आपल्याला इथे कुणी काडीचीही किंमत देत नाही याबद्दल त्यांना अतिशय उद्वेग वाटला. आनंदरावांना ते म्हणालेदेखील, ''आपण अस्पृश्य आहोत ना? मग आपल्याला मानसन्मान येऊन कशाला शिवेल? अवहेलना, अपमान हेच आपल्या जन्माचे सोबती!''

भीमरावांची कल्पना खरीच ठरली. त्यांना राह्यला कुठेच जागा मिळेना.

काही वेळ ते दोघे भाऊ स्टेशनवरच्या एका बाकावर विचारविनिमय करत बसले.

आनंदरावांनी विचारलं, ''आता कुणाची वाट बघत बसायचं?''

''तुला माहीत आहे. कृष्णाजी अर्जुन केळुस्करांचा माझ्यावर किती लोभ आहे

ते! पहिल्यापासून त्यांनी मला किती प्रोत्साहन दिलं आहे! त्यांच्या ओळखीचे जोशी नावाचे प्रोफेसर बडोद्याच्या कॉलेजात आहेत. त्यांच्याकडे बहुधा माझी व्यवस्था होईल. केळुस्करांना त्यांनी तसं कबूलही केलंय. म्हणून आपण काही वेळ थांबू या. कदाचित प्रो. जोशी मला घेऊन जाण्यासाठी येतील.''

त्यांना तिथे फार वेळ थांबावं लागलं नाही. प्रो. जोशी काही आले नाहीत. त्यांचा नोकर त्यांची चिठ्ठी घेऊन आला.

त्या चिठ्ठीत लिहिलं होतं,'माझी बायको जुन्या वळणाची असल्यामुळे तुम्ही माझ्या घरी राहणं तिला आवडणार नाही. माझा नाइलाज आहे.'

भीमरावांचाही आता नाइलाज झाला होता. जग त्यांच्याशी खोटेपणानं वागत होतं. त्यांनीही आता जगाशी खोटेपणानं वागायचं ठरवलं.

त्या बाकावरून उठताना ते म्हणाले, ''चला आनंदराव, जिथे आसरा मिळेल तिथे जाऊ.''

''पण मिळेल का कुठे आसरा?''

''प्रयत्न तर करू!''

स्टेशनबाहेर पडताना भीमराव म्हणाले, ''हे प्रो. जोशी बडोद्याचीच शिष्यवृत्ती घेऊन कोलंबिया युनिव्हर्सिटीत माझ्याबरोबर शिकत होते. मला वाटलं,परदेशाची हवा खाल्लीय या माणसानं... मला आपल्या घरी ठेवून घ्यायचा शब्द केळुस्करांना यानं दिलाय. तेव्हा बहुधा तो मला घरी ठेवून घेईल, असं वाटलं होतं. पण परदेशाची हवा परदेशीच राहिली.. इथे पुन्हा तेच!''

आनंदराव म्हणाले, ''आपल्याला घरी ठेवून घेणं ब्राह्मण मंडळींना कठीण आहे.''

भीमराव हसून म्हणाले, ''हा जोशी ब्राह्मण वाटला होय तुला? हा ख्रिश्चन आहे. हा परधर्माचा माणूस आपल्या स्पृश्य लोकांना जवळचा वाटतो. त्याला ते जवळ करतात आणि आपल्याला मात्र दूर लोटतात.''

आनंदपुराच्या कोपऱ्यात असलेल्या एका घरात त्यांनी प्रवेश केला. आर्यसमाजाचे पंडित आत्माराम यांनीच त्यांना हे घर दाखवून ठेवलं होतं. आठ खोल्यांच्या त्या घरात जहांगीरजी धनजीभाई हॉटेलवाला या नावाचा एक पारशी गृहस्थ प्रवाशांची राहण्याची व जेवण्याची सोय करत असे. बचुबेन या नावाची त्याची अविवाहित तरुण मुलगी आपल्या बापाला मदत करीत असे. त्या वसतिगृहातील खोली रिकामी आहे किंवा नाही, नसल्यास केव्हा रिकामी होणार आहे, हे सांगण्याचं काम बचुबेनचं असे. त्यासाठी तिला रजिस्टरही बघावं लागायचं नाही. कोणता पॅसेंजर केव्हा आला केव्हा जाणार, ही सारी माहिती तिला तोंडपाठ असे.

भीमरावांनी खोलीबद्दल जहांगीरजींना विचारलं तेव्हा बचुबेन म्हणाली, ''पपा,

आत्ताच सहा नंबरची खोली खाली झाली.''

मग खुर्चीवर बसून जहांगीरजींनी रजिस्टर उघडताना विचारलं, ''तुमाला कुणी हे ठिकाण दावलं?''

''पंडित आत्माराम....''

''ते आर्यसमाजिस्ट? ते तर आमचे भले दोस्त आहेत.''

मग हातातलं पेन सरसावून जहांगीरजींनी विचारलं, ''तुमचं नाव?''

''एदलची सोराबजी...''

''अरे, मला वाटलंच... तू पार्शी बच्चा आहेस. एवढा गोरा.. देखणा... इथे किती दिवस राहते?''

भीमरावांनी उत्तर दिलं, ''आत्ताशी कुठे आलो आहोत. जायची बात कशाला?''

''ठीक.. ठीक... शबुरीनं जा... मकाण तुझं आहे...''

मग बचुबेनला हाक मारून म्हणाले, ''यांची खोली साफ केली आहे ना... या एदलजींची!''

हे पार्शी गृहस्थ आहेत एवढंच बचुबेनला सांगायचा त्यांचा उद्देश होता.

भीमरावांकडे बघून बचुबेननं लाघवी हास्य केलं आणि त्यांना खोलीकडे नेलं.

खोलीची किल्ली त्यांच्या हातात देताना बचुबेन म्हणाली, ''हवं ते मागून घ्या.... पपांनी सांगितलंच आहे.. घर टुमचं आहे.''

खोली लावून घेतल्यानंतर आनंदराव म्हणाले, ''तू तर कमाल केलीस. परदेशी राहून तू चांगलाच हुशार झाला आहेस हो!''

''ही अक्कल स्वदेशीच आहे... तिकडे काय, एदलजी सारखा आणि भीमही सारखा! आणि तू बघितलंस ना? जातीला जात कशी चिकटते ती? मी माझं खरं नाव सांगितलं असतं तर एदलजीप्रमाणे माझं स्वागत झालं असतं का?''

मग सुस्कारा टाकून म्हणाले, ''बघू या किती दिवस नावाचं हे नाटक टिकतं ते! आज रात्रीपुरता तर निवारा मिळाला... आपल्यासारख्या लोकांना चालता क्षणच महत्त्वाचा असतो!''

* * *

संस्थानाचे दिवाण सर मनूभाई मेहता यांच्या कोठीवर जाऊन भीमरावांनी विचारलं, ''मी कोणतं काम करायचं आहे?''

मनूभाईंनी सांगितलं, ''तुमची अर्थमंत्रिपदावर नियुक्ती करण्याचा महाराजांचा मानस आहे. त्यासाठी आपल्याला सर्व खात्यांची माहिती करून घ्यावी लागेल. आज तुमची नियुक्ती महाराजांचे मिलिटरी सेक्रेटरी म्हणून करण्यात आलेली आहे.''

''मग मी सेक्रिटरीएटमध्ये काम करायला लागू?''

भीमरावांना एक टेबलखुर्ची देण्यात आली. त्यांनी एकेका खात्याच्या कामाला प्रारंभ केला.

कारकून मंडळी चटयांवर डेस्क मांडून काम करत असत. ती सारी स्पृश्य मंडळी होती. आपला साहेब अस्पृश्य आहे ही गोष्ट त्यांच्यापैकी कुणालाच आवडली नव्हती.

पहिल्याच दिवशी एक फाईल घेऊन त्यांनी एका कारकुनाला बोलावलं.

त्या कारकुनानं ती फाईल लांबूनच त्यांच्या टेबलावर टाकली. त्यातले काही कागद इकडेतिकडे विखुरले.

त्या कारकुनाकडे बघत भीमरावांनी विचारलं, "तुमचं नाव काय?"

"वामनराव मुळे...."

"फाईल द्यायची ही पद्धत तुम्हाला इथे शिकवली आहे वाटतं?"

"नाही, साहेब... चूक झाली."

"मग खालचे सारे कागद गोळा करा आणि या फाईलमध्ये घालून मला फाईल द्या!"

असं म्हणून भीमराव त्यांच्या हातात ती फाईल द्यायला लागले.

त्यांनी त्यांच्यापुढे केलेल्या फाईलकडे न बघताच वामनराव खाली पडलेले कागद गोळा करायला लागले आणि ते कागद गोळा करून पुन्हा त्यांनी भीमरावांच्या टेबलावर लांबूनच टाकले.

भीमरावांनी विचारलं, "एखाद्या भिकाऱ्याच्या तोंडावर भाकरीचा तुकडा फेकावा अशी तुम्ही माझ्या टेबलावर फाईल फेकलीत. का?"

काहीही न बोलता वामनराव मुळे आपल्या जागेवर जाऊन बसले. भीमरावांना तहान लागली तेव्हा तिथल्या गड्याला हाक मारून ते म्हणाले, "जाधव, मला पाणी देता का प्यायला?"

एका डेऱ्याकडे बोट दाखवून जाधव म्हणाला, "तो पाहा साहेब, तुमच्या शेजारी वेगळा डेरा भरून ठेवला आहे."

"आणि तो पलीकडचा रांजण कुणासाठी?"

"सर्वांसाठी आहे तो!"

वामनरावांनी फाईल आपल्या टेबलावर लांबून टाकली आणि जाधवानं आपल्यासाठी पाण्याचा वेगळा डेरा भरून ठेवला या गोष्टींचा जो अर्थ समजायचा तो भीमराव समजले. एखादं शल्य टोचावं त्याप्रमाणे त्यांच्या मनाला त्या गोष्टी लागल्या.

मधल्या सुट्टीच्या आधी थोडा वेळ ते बाहेर जायला निघाले तेव्हा वाटेतल्या कारकुनांनी आपल्या चटया दुमडल्या आणि त्यांना जायला जमीन मोकळी करून दिली.

कुणाशी तरी त्यांना आपलं मन मोकळं करायचं होतं. त्या वेळी संस्थानच्या कोठीतले दोन वरिष्ठ अधिकारी परदेशी जाऊन शिक्षण घेऊन आलेले होते. त्यांच्यापैकी मेहेंदळे नावाच्या एका अधिकाऱ्याजवळ ते गेले आणि म्हणाले, ''चला, बाहेर जाऊन कुठेतरी चहा घेऊ!''

मेहेंदळे तुटकपणानं म्हणाले, ''मी चहा घेत नाही!''

''मग गप्पागोष्टी करू!''

शिष्टपणाचा आव आणून मेहेंदळे म्हणाले, ''कामाच्या वेळेत मी कुठे बाहेर जात नाही. इथेच थोडा वेळ बोलत बसू!''

त्यांच्या समोरच्या खुर्चीवर स्थानापन्न झाल्यानंतर भीमराव त्यांना म्हणाले, ''कोठीतला आजचा माझा पहिला दिवस... मला नंतर मोठं टेबल देणार आहेत. परंतु सध्या मी वेगवेगळ्या टेबलांवर बसून कामाचा अनुभव घेणार आहे.''

''ओ! आय सी...''

''मेहेंदळेसाहेब, मला इथे आज पहिल्याच दिवशी जी वागणूक मिळाली....''

त्यांचं बोलणं मध्येच तोडून मेहेंदळे म्हणाले, ''वरिष्ठांकडून?''

''छे, छे! कारकुनाकडून... शिपायाकडून... ब्राह्मण कारकून माझ्या अंगावर लांबून फाइल फेकतो आणि मराठा शिपाई मला प्यायला पाणी देत नाही.. ही गोष्ट कितपत बरोबर आहे?... तुम्ही परदेशी राहून आलात म्हणून विचारतो.''

''हे पहा आंबेडकर साहेब, पहिली गोष्ट म्हणजे आपण प्रथम परदेशचा झगा अंगावरून उतरवून ठेवा. हा आपला हिंदुस्थान आहे आणि इथे जुन्या हजारो वर्षांच्या रूढींना सारे लोक घट्ट चिकटून बसले आहेत, हे लक्षात ठेवा!''

''सारे लोक?''

''होय... सारे लोक... अशिक्षित... सुशिक्षित.... सारे सारे!''

''तुम्हीसुद्धा?''

''मी कसा अपवाद असेन?''

''म्हटलं, तुम्हीसुद्धा परदेशाची वारी करून आला आहात... शिकून-सवरून आला आहात...''

''म्हणून काय झालं? देश तसा वेष घातलाच पाहिजे माणसानं! घालावाच लागतो जो तो वेष!''

''तुम्हाला जर अशी वागणूक मिळाली असती तर काय वाटलं असतं?''

''आम्हाला कशी मिळेल अशी वागणूक? कारण आम्ही....''

''ब्राह्मण... हेच ना? तुम्ही जन्मानं ब्राह्मण झालात यात तुमचं काही कर्तृत्व?''

''कर्तृत्व नसेलही... पण मागच्या जन्मीचं पुण्य....''

''की जे पूर्वजन्मी केलेलं आहे. ते तुम्हाला माहीत नाही... केवळ योगायोगानं

तुम्ही ब्राह्मण झालात म्हणून तुम्ही पुण्य केलं असं मानायचं; आणि आम्ही महार झालो म्हणून आम्ही मागच्या जन्मी पाप केलं होतं, असं धरून चालायचं. हेच ना तुमचं तर्कशास्त्र? की ज्या शास्त्राला खऱ्याखुऱ्या तर्काचा आधार नाही.... तुम्हाला माहीतच असेल की, सैतानालाही त्याचं म्हणून तर्कशास्त्र असतं... त्याचं म्हणून तत्त्वज्ञान असतं.''

मेहेंदळे यावर काहीही बोलले नाहीत.

भीमरावच त्यांना म्हणाले, ''महाराजांना मी हे सारं सांगणार आहे... इथे मला कशी वागणूक मिळते ते!''

मेहेंदळे काहीशी भीती व्यक्त करून म्हणाले, ''काही सांगू नका. त्याचा काहीही उपयोग होणार नाही. खरं तर आपण इथे आल्यापासून खालचे लोक बिघडले आहेत. त्यांना तुमच्या हाताखाली काम करण्याची मुळीच इच्छा नाही. तो त्यांना कमीपणा वाटतो.''

''कोण आहेत हे लोक?''

''ब्राह्मण, मराठा, कुणबी, कोळी, माळी... सर्व जातींचे लोक इथे आहेत..''

''नव्हतो फक्त आम्ही! अस्पृश्य....''

''अस्पृश्यही आहेत... पण अगदी खालच्या कामावर...''

''म्हणजे आम्ही फक्त वरच्या कामावर असलेले चालत नाही... आमची लायकी असली तरी!''

काहीही न बोलता भीमराव तिथून बाहेर पडले. बाहेर आल्यावर त्यांना थोडं मोकळं वाटलं.

त्यांच्या कोठीत कितीतरी काम करणारे अधिकारी मुसलमान होते. ख्रिश्चन होते. पार्शी होते. शुक्रवारी ठराविक वेळी मुसलमान असतील तिथे नमाज पढायचे. ख्रिश्चन लोक चर्चमध्ये जायचे. पार्शी लोक अग्यारीत जाऊन अग्निपूजा करायचे. हिंदू देवळात जाऊन देवदर्शन घ्यायचे; परंतु भीमरावांना धर्म असूनही धर्माप्रमाणे वागता येत नव्हतं. त्यांना त्यांचा धर्म देवळात पाऊल टाकू देत नव्हता. चर्च किंवा अग्यारीत जायचा प्रश्नच नव्हता. ज्या जमिनीतून त्यांचा जन्म झाला ती जमीन त्यांच्या स्पर्शानं विटाळत होती. त्या जमिनीतून जन्मलेले त्यांचे बांधव त्यांचा विटाळ मानत होते. धर्माच्या मांडीवर उसं टेकलं म्हणजे माणसाला मनःशांती मिळते, असं म्हणतात. परंतु भीमरावांना त्या धर्माच्या मांडीवर कुणी कधी टेकू दिलं नाही. उलट त्यांना बघून 'ही ब्याद इथे कशाला आलीय कुणास ठाऊक' हा भाव प्रत्येकाच्या मुद्रेवर उमटलेला दिसायचा.

त्या दिवशी संध्याकाळी कोठी सुटल्यानंतर ते अधिकाऱ्यांच्या क्लबमध्ये गेले. या क्लबमध्ये अधिकाऱ्यांचा अंमल असल्यामुळे आपल्याला इथे मोकळेपणानं

वागता येईल, असं भीमरावांना वाटलं होतं. या क्लबमध्ये थोडं टेनिस खेळून हातपाय मोकळे करावेत, मग पत्ते खेळावेत आणि नंतर चहापान करून गप्पागोष्टी कराव्यात; मग आपल्या पार्शी वसतिगृहाकडे चालत जावं, असा कार्यक्रम त्यांनी मनाशी आखला होता. पहिल्या दिवशी तो यथासांग पारही पडला. निदान हा अधिकारी वर्ग तरी आपल्याला अस्पृश्य म्हणून दूर ठेवत नाही, या गोष्टीचं त्यांना समाधान वाटलं.

पाचव्या दिवशी ते क्लबमध्ये गेले.

टेनिस खेळण्यासाठी ते कोर्टावर जाऊन उभे राहिले. कुणीच आलं नव्हतं. बॉयनं त्यांच्याकडे चेंडू फेकले ते त्यांनी टोलवले.

समोरून येणाऱ्या पार्शी अधिकाऱ्याला त्यांनी विचारलं, "अजून कुणीच आलं नाही का?"

"नाही... कुणीच आलं नाही. लई बेकार लोक. तुमी इथे खेळते ते त्येंना चालत नाही."

"का हो?"

"तुमी पडले..."

"आलं ध्यानात... मी महार आहे म्हणून...."

"हां, हां, लई बेकार बघा...."

"मग मला बॅडमिंटन तरी खेळता येईल का? टेनिस वरच्या लोकांचा खेळ, म्हटलं बॅडमिंटन हा आमच्यासारख्या खालच्या लोकांचा खेळ...."

"काहीच नाही बाबा, लई बेकार म्हटलं ना!"

ते ऐकल्यावर ते टेनिसकोर्ट भीमरावांच्या भोवती गरगर फिरायला लागलं. कसंतरी आपल्याला सावरून ते इमारतीतल्या टेबलासमोर येऊन बसले. त्यांनी ओरडून सांगितलं, "डिसूझा, मला चहा दे पाहू!"

एका कोपऱ्यातून हसनचा आवाज आला, "साहेब, आपल्या चहाची इथे व्यवस्था केलीय- या टेबलावर."

आपल्या खांद्यावरच्या फडक्यानं हसननं टेबल फटकारलं आणि काही वेळानं त्यानं त्या टेबलावर चहा आणून ठेवला.

भीमराव त्या टेबलावर जाऊन बसले.

हसननं समोर आणून ठेवलेल्या चहाच्या कपालाही ते शिवले नाहीत. त्यांच्या मनात विचारांचा कल्लोळ उठला होता. यांना बेहरामजी, डिसूझा किंवा हसन यांचा वावर चालतो. त्यांच्या हातचे पदार्थ चालतात. त्यांची शिवाशिवी चालते. तसं पाहिलं तर हे लोक ना त्यांच्या धर्माचे वा जातीचे! आपण तर यांच्या धर्माचे, हाडामांसाचे! पण आपला यांना विटाळ होतो! आता आपण काय केलं म्हणजे हे

सारं दूर होईल?

हसननं त्यांना विचारलं, ''साहेब, चहा पुन्हा गरम करून देऊ?''

मानेनंच त्यांनी नाही म्हटलं. फक्त म्हणाले, ''ते रजिस्टर आण, सारे पैसे देऊन टाकतो. या चहाचेसुद्धा!''

हसन अदबीनं म्हणाला, ''महिन्याच्या शेवटी बिल चुकतं करायचं असतं, साहेब!''

''माझा इथला महिना संपला. मी आता इथे पुन्हा येणार नाही.''

भीमरावांनी त्याच्या हातावर पैसे ठेवले तेव्हा तो चकित झाला.

झपाझप पावलं टाकत भीमराव आपल्या वसतिगृहाच्या दिशेनं चालू लागले.

त्या रात्री त्यांना मुळीच चांगली झोप लागली नाही.

अधूनमधून त्यांचा डोळा लागायचा. त्या वेळी त्यांना स्वप्नात एकच भास व्हायचा. आपण क्लबात गेलो आहोत आणि आपल्याला तिथून साऱ्यांनी हुसकून लावलं आहे.

महाराजांच्या कानावर हा सारा प्रकार घालायचा, असं त्यांनी मनाशी पक्कं केलं, तेव्हाच त्यांना थोडी गुंगी लागली.

* * *

महाराजांची भेट झाल्याबरोबर भीमराव त्यांना अदबीनं म्हणाले, ''माझी एकदा राहण्या-जेवण्याची नीट व्यवस्था झाली म्हणजे मी मन लावून काम करायला लागेन.''

यावर महाराज म्हणाले, ''मला तुमचे तिन्ही विनंती-अर्ज मिळाले. केळुस्करांचंही पत्र मिळालं.''

एवढं बोलून महाराज गप्प बसले. त्यांच्या मनात खूप काही बोलायचं असावं. पण ते बोलले नाहीत.

भीमरावांना वाटलं, आता ते आपल्या राहण्या-जेवण्याच्या व्यवस्थेबद्दल काहीतरी सांगतील.

परंतु महाराज पुढे काहीच बोलले नाहीत म्हणून धीर करून भीमराव म्हणाले, ''राहण्यासाठी इथे माझ्या घराची एकदा व्यवस्था झाली म्हणजे मी घरच्या मंडळींना इथे आणू शकेन. मग माझं लागी लागेल.''

तरीही महाराज गप्प बसले होते. त्यांनी फक्त मान हलवली होती.

तो संमतिदर्शक धागा घेऊन भीमरावांनी महाराजांच्या कानावर आतापर्यंत घडलेली सारी हकीगत घातली. आपल्या हाताखालचे लोक आपल्याशी कसे वागतात, कारकून मंडळी आपल्या अंगावर दुरूनच फायली कशा फेकतात, शिपाई

आपल्याला पिण्याचं पाणी कसं देत नाहीत, क्लबमध्ये आपल्यावर कसा बहिष्कार घातलेला आहे, या साऱ्या हकिगती त्यांनी महाराजांच्या कानावर घातल्या.

ते सारं सांगून झाल्यानंतर भीमराव म्हणाले, "क्लबात जायला मिळत नाही म्हणून मी काम झाल्यावर वाचनालयात जातो. मी वाचनालयात जायला निघालो म्हणजे मला ऐकू येईल अशा तऱ्हेनं लोक म्हणतात, चालले हे साहेब लायब्ररीचं नाव सांगून भटकायला! मी त्यांना परोपरीनं सांगून पाहिलं की, अरे, त्या लायब्ररीतली जी पुस्तकं मी वाचलीत त्यांची नावंही तुम्हाला सांगता येणार नाहीत... कशाला उगाच मला हिणवता? वाचणं हाच माझा स्वभाव आहे... भटकणं नाही!"

महाराज म्हणाले, "खरंय ते! मला माहीत आहे. अर्थशास्त्रावर तुम्ही दोन प्रबंध लिहिले आहेत आणि जातिभेदावर एक प्रबंध लिहिला आहे, हे मला माहीत आहे. मला फार आनंद वाटलाय त्यामुळे!"

भीमराव म्हणाले, "माझा एक प्रबंध मी आपल्याला अर्पण करणार आहे, महाराज! पण माझी एक विनंती आहे. आपण मला लंडनला जाण्यासाठी पुन्हा शिष्यवृत्ती द्यावी!"

महाराज समजुतीच्या स्वरात म्हणाले, "मी तुम्हाला चार वर्षांची शिष्यवृत्ती दिली. यापेक्षा अधिक शिष्यवृत्ती देणं शक्य होईल, असं वाटत नाही."

"मग माझी राहण्याची तरी योग्य सोय व्हावी. शिवाय क्लबमध्येही मला समान वागणूक मिळावी. ही माझी अपेक्षा चुकीची आहे का?"

महाराज शांतपणानं पण ठामपणानं म्हणाले, "अस्पृश्यता ही देवकृत नसून मनुष्यकृत आहे, हे मला माहीत का नाही? पण एकदम साऱ्यांना दुखवून मला काही करता येणार नाही. अंगी खोलवर रुजलेली रूढी बदलायला थोडा वेळ लागेल. ते हरळीचं मूळ आहे. ते एकदम उपटता येणार नाही. तुम्ही सबुरीनं घ्या. योग्य वेळ येताच मी सारं काही करीन."

तिथून उठताना भीमराव मनात म्हणत होते,'ही योग्य वेळ केव्हा येणार आहे कुणास ठाऊक!'

त्यानंतर दिवाणांनाही ते भेटले. मनूभाई मेहता त्यांना म्हणाले, "लोकांच्या बोलण्यावरून तुम्ही कचेरीत गैरहजर राहू नका. बाकीची व्यवस्था होईल सावकाश!"

पण तशी व्यवस्था होण्याचा प्रसंग आलाच नाही.

चारच दिवस मध्ये गेले आणि त्या जिवावरच्या प्रसंगातून भीमराव निभावले.

दुपारी ते कचेरीत जायला निघाले. एवढ्यात आरडाओरडा करत पार्शी लोकांची झुंड त्यांच्यावर चालून गेली. त्यांच्या घोषणा चालल्या होत्या. 'आमचं बोर्डिंग यानं विटाळलं!' दुसरे लोक ओरडले,'ठार करा याला! मारून टाका!'

त्या अनपेक्षित प्रकारानं भीमराव गोंधळून गेले. काय करावं ते त्यांना सुचेना!

तो संतप्त जमाव त्यांच्यासमोर येऊन उभा राहिला आणि त्यांना दरडावून विचारू लागला, ''कोण आहेस तू?''

स्वतःला सावरून भीमरावांनी उत्तर दिलं, ''मी हिंदू आहे...''

त्यांच्यावर काठ्या उगारून ते पार्शी लोक ओरडले, ''तू महारडा आहेस, तू आमचं बोर्डिंग विटाळलंस. चालू लाग इथून... नाहीतर तुला ठार करतो... करा रे ठार त्याला!''

भीमराव माघारीच्या स्वरात म्हणाले, ''मला नका मारू! मला आठ तासांची मुदत द्या! मी इथून निघून जातो, नक्की... अगदी नक्की!''

आपलं सारं सामान घेऊन भीमराव त्या पार्शी वसतिगृहातून बाहेर पडले. बरंच अंतर चालून गेल्यानंतर एका बाजूला एक बाभळीचं झाड होतं. बाभळीच्या झाडाची सावली ती काय असणार? पण त्यांना आत सावलीपेक्षा शांतपणा हवा होता. जिवावरच्या प्रसंगातून ते बचावले होते. झाल्या प्रकाराचं त्यांना हसूही येत होतं आणि त्यांच्या नेत्रांतून आसूही सांडत होते.

त्या बाभळीच्या झाडाखाली बसल्यानंतर काही वेळानं त्यांनी मनसोक्त रडून घेतलं. रडताना मनाशी ते म्हणत होते,'काही झालं तरी अस्पृश्य हा अस्पृश्यच असतो. आपल्याला वाटलं होतं, शिक्षणानं सारे प्रश्न सुटतील! परदेशी जाऊन आपण कमी का शिकलो आहोत? तरीदेखील आपण खालच्या दर्जाच्या स्पृश्यांच्याही पंगतीला येऊन बसू शकत नाही? आपल्यावर मारलेली ही तप्तमुद्रा आपल्या कपाळावर कायमची राहणार आहे का?''

त्या दिवशी ते कचेरीत गेले नाही. संध्याकाळपर्यंत ते तिथेच बसून होते. सूर्य पश्चिमेकडे कलला तरी त्यांना तिथून उठावंसं वाटेना. कशासाठी ते उठणार होते आणि कुठे जाणार होते? त्यांच्याजवळ जे काय थोडंफार सामान होतं ते तिथेच त्यांच्याजवळ होतं. त्या क्षणी त्यांना त्या बाभळीच्या झाडाची सावलीही पुरली होती. बाभळीचे काटे त्यांना मुळीच रुतले नव्हते. त्यांना रुतले होते जगाच्या अवहेलनेचे, अपमानाचे काटे!

या जगात अस्पृश्यांचा देवच काय पण कुणीही वाली नाही,या गोष्टीची त्यांना खात्री पटली.

आपल्या आयुष्याचा पुढचा मार्ग शोधण्यासाठी भीमराव त्याच रात्री मुंबईला जाणाऱ्या गाडीत बसले.

* * *

१९२० सालच्या मे महिन्यात नागपूरचं वातावरण चांगलंच तापलं. त्या उन्हाचे चटके अखिल भारतीय बहिष्कृत परिषदेला चांगले बसले होते. कोल्हापूरचे

छत्रपती शाहू महाराज यांच्या अध्यक्षतेखाली झालेल्या या परिषदेत भीमरावांनी परिणामकारक भाषण करून एक महत्त्वाचा ठराव संमत करून घेतला. विधिमंडळात अस्पृश्यांचे प्रतिनिधी अस्पृश्यांच्या संस्थांनीच निवडावेत, हा ठराव संमत झाला.

पण नुसते ठराव करून काही कार्य होईल, असं मात्र त्यांना वाटलं नाही. या परिषदेच्या वेळी त्यांनी महारातील अठरा उपजातींतील पुढाऱ्यांचं एक सहभोजन घडवून आणलं. त्यासाठी प्रथम कुणीच तयार होईना. त्या सहभोजनासाठी त्यांनी खूप खटपट केली.

त्या वेळी त्यांनी जमलेल्या लोकांना बजावलं, ''तुम्ही आपापसातले भेदाभेद विसरायला नकोत का? ते भेदाभेद जर तुम्ही विसरला नाहीत तर स्पृश्य हिंदूंना तुम्ही कोणत्या तोंडानं नावं ठेवू शकाल? खरं तर सर्व अस्पृश्य जातींनी सहभोजनाचा कार्यक्रम घडवून आणला पाहिजे.''

नागपूरहून परतल्यानंतर एके दिवशी ते केळुस्करांशी बोलत बसले होते. त्यांची सावत्र आई गेल्यानंतर केळुस्करांची आणि त्यांची गाठ झालेलीच नव्हती.

केळुस्कर म्हणाले, ''तुम्ही बडोद्याहून परतल्यावर मी येणार होतो; पण काही कामामुळे मी येऊ शकलो नाही.''

भीमराव म्हणाले, ''मी बडोद्याहून जिवंत परत आलो हे माझं नशीब! रमाबाईचं कुंकू बळकट म्हणूनच मी परत आलो.''

आणि मग भीमरावांनी बडोद्याची सारी हकीगत सांगितली.

केळुस्कर म्हणाले, ''पुष्कळ गोष्टी माझ्या कानावर आल्या. त्यासंबंधी मी महाराजांना पत्रही पाठवलं होतं. पण महाराजांकडून काही उत्तर आलं नाही. मग मला समजलं की, महाराजांचे थोरले बंधू आनंदराव हे वारले आणि महाराज म्हैसूरला गेले होते. नंतर ते मुंबईला आले. त्याही वेळी त्यांची गाठ घेण्याचा प्रयत्न केला, पण ते जमलं नाही.''

भीमराव एकदम उद्‌गारले, ''नका गाठ घेऊ तुम्ही माझ्यासाठी! आमची दुःखं आम्ही भोगतोच आहोत. भोगावीच लागणार आहेत आम्हाला ती! किती दिवस हे गुरांपेक्षाही हलकं जिणं आम्हाला काढावं लागणार आहे कुणास ठाऊक! काट्यांबरोबर तुमच्यासारख्या गुलाबाच्या पाकळ्यांना त्रास होता कामा नये! या अमानुष रूढीतून आम्ही कधीतरी बाहेर पडू का हो?''

भीमरावांचा स्वर विव्हळ झाला.

एवढ्यात पोस्टमननं त्यांच्या पुढ्यात एक पत्र भिरकावून दिलं.

केळुस्करांनी त्या पोस्टमनला परत बोलावून विचारलं, ''काय रे? कुत्र्याच्या तोंडावर भाकरीचा तुकडा टाकावा असं काय फेकतोस पत्र? त्यांच्या हातात देता येत नाही वाटतं?''

पोस्टमन अदबीनं म्हणाला, ''मी मराठा आहे, साहेब!''

''अरे, पण हे मोठे प्रोफेसर आहेत ना?''

तो पोस्टमन पुन्हा तेच म्हणाला, ''मी मराठा आहे, साहेब!''

पत्र फोडता फोडता भीमराव म्हणाले, ''तो या समाजातच राहतो ना? त्याचं बरोबर आहे. हा मराठा माणूस अडाणी असला तरी आम्हा सुशिक्षित अस्पृश्यांपेक्षा तो मोठाच असतो.''

पत्र वाचल्यानंतर त्यांनी ते केळुस्करांच्या हातात वाचायला दिलं.

बडोदे सरकारचं ते पत्र होतं. आंबेडकरांच्या शिक्षणावर झालेला खर्च त्यांनी सव्याज परत करावा, अशा तगाद्याचं ते पत्र होतं.

ते पत्र वाचून केळुस्कर म्हणाले, ''तुम्हाला ती म्हण माहीत आहे ना? आई जेवू घालीना आणि बाप भीक मागू देईना! म्हणजे या ना त्या कारणानं नोकरी करू द्यायची नाही आणि कराराप्रमाणे नोकरी केली नाही म्हणून शिष्यवृत्ती म्हणून दिलेले पैसे परत मागायचे. हा काय न्याय झाला?''

भीमराव म्हणाले, ''हाही न्याय फक्त आमच्याचसाठी आहे..... एवढ्यावरच आपले दिवाण मनूभाई मेहता थांबले नाहीत. त्यांनी आमच्या सिडनहॅम कॉलेजच्या प्राचार्यांना पत्र लिहून माझ्यामागे तगादा लावला. आपले कामगारपुढारी ना. म. जोशी यांनाही लिहिलं. त्यांना या बाबतीत रदबदली करायला सांगितली. आंबेडकर आपला पूर्ण पत्ता कळवत नाहीत, असे लबाडीचे आरोपही माझ्यावर झाले. मी काय करणार ते सांगा!''

''यात महाराजांचा भाग कितपत आहे कुणास ठाऊक! नाहीतर मी महाराजांना पत्र पाठवीन!''

भीमराव म्हणाले, ''छे, छे! यात महाराजांचा काहीच भाग नाही. उलट शिक्षणाकरिता खर्च झालेल्या पैशाच्या वसुलीचा प्रश्नच उद्‌भवत नाही, असं महाराजांनी दिवाणांना स्पष्ट सांगितलं आहे!''

''मग काय?''

''त्यांना एकच भीती वाटत असावी. कधी काळी मी लंडनहून बॅरिस्टर होऊन येईन आणि बडोदे दरबारचा दिवाण होईन! पण मी तर सारं शिक्षण संपल्यानंतर अस्पृश्योद्धाराच्या कार्याचं कंकण हाती बांधणार आहे. त्या माझ्या कार्यापेक्षा शेकडो दिवाणगिऱ्या मला कःपदार्थ वाटतात.''

''पण तुम्ही बडोद्याहून परत आल्यानंतर सर नारायणराव चंदावरकर यांच्या अध्यक्षतेखाली अस्पृश्यांची फार मोठी सभा झाली. या सभेत तुमचं अभिनंदन करण्यात आलं आणि बडोदे सरकारनं तुम्हाला नीट वागणूक दिली नाही म्हणून खेदही प्रदर्शित करण्यात आला.''

''जिजाआईच्या सुतकात होतो म्हणून गेलो नाही. एरवीही गेलो नसतो. कारण मीही अभिनंदनाला पात्र नाही आणि बडोदे सरकारही निषेधाला पात्र नाही. सरकारी नोकर वेगळे आणि महाराज वेगळे. मला मिळालेली वागणूक महाराजांना मुळीच पटलेली नव्हती. पण परिस्थितीमुळे ते माझ्यासाठी काही करू शकले नाहीत. म्हणून त्यांनी माझ्यासाठी जे काय केलं ते विसरता येईल का?''

केळुस्करांना वाटलं, हा माणूस मनानं केवढा मोठा आहे! नियतीनं घडवलेल्या या माणसाचं भवितव्य खचित फार मोठं असलं पाहिजे!

भीमराव पुढे म्हणाले, ''१९१८ सालच्या मार्च महिन्यात मुंबईला अखिल भारतीय अस्पृश्यतानिवारण परिषद भरली होती. त्या सभेचं अध्यक्षपद सयाजीराव महाराजांनाच देण्यात आलं होतं. त्या वेळी त्यांनी स्पष्ट सांगितलं होतं की, अस्पृश्यता ही मनुष्यनिर्मित आहे. देवनिर्मित नाही!''

केळुस्कर म्हणाले, ''या परिषदेचे सूत्रधार कर्मवीर शिंदे होते, नाही का? पण याही परिषदेला तुम्ही हजर राहिला नव्हता!''

''नव्हतो राहिलो. मला अजून शिकायचंय... मगच मी या कार्याला वाहून घेणार आहे. शिवाय माझी मतं काही वेगळी आहेत. ती आत्ताच काही तुम्हाला सांगत नाही.''

''त्या परिषदेत लो. टिळकांनीही भाषण केलं. माहीत आहे ना?''

''नुसतं माहीत नाही, लोकमान्यांचं भाषण मला तोंडपाठ आहे. अस्पृश्यतेला कसलाही शास्त्राधार नाही, ही गोष्ट त्यांनी अगदी स्पष्ट केली. पेशव्यांच्या काळात युद्धाच्या वेळी ब्राह्मण वगैरे लोक अस्पृश्यांच्या हातचं पाणी पीत असत, असंही त्यांनी सांगितलं. पुण्यात चांभाराच्या दुकानातून ब्राह्मण मंडळी जोडे शिवून पायांत घालतात आणि घरी गेल्यावर विटाळ झाला म्हणून ते आंघोळ करत नाहीत, असंही टिळक म्हणाले. मी घरीदारी अस्पृश्यता पाळत नाही; मी अस्पृश्यांच्या मुळीच विरुद्ध नाही. अस्पृश्यता गेली पाहिजे. ती रूढी आहे. हिंदू समाजाला लागलेला हा रोग नष्ट झाला पाहिजे, हे त्यांनी आवर्जून सांगितलं. टिळक शेवटी म्हणाले की, परमेश्वराच्या घरी अस्पृश्य, चांडाळ, शूद्र हा भेद नाही. आपण त्यांना आपलं म्हटलं तर आपण परमेश्वरी आज्ञेचं उल्लंघन केलं, असं केव्हाही होणार नाही. शेवटी तर त्यांनी गर्जून सांगितलं की, पूर्वी ब्राह्मण लोकांनी ही रूढी निर्माण केली, हे मी नाकारत नाही. सर्वांनाच सारखे अधिकार आहेत. प्रत्यक्ष देव जर अस्पृश्यता पाळू लागला तर मी त्याला देव म्हणून ओळखणार नाही... यापेक्षा या लोकमान्य पुरुषानं जास्त ते काय सांगायचं?''

केळुस्कर भीत भीत म्हणाले, ''लोकमान्यांची एक गोष्ट मात्र मला खटकली. सर्वांनाच खटकली. त्या परिषदेनंतर एक जाहीरनामा प्रसिद्ध करण्यात आला.

दैनंदिन व्यवहारात अस्पृश्यता पाळणार नाही, अशी सही त्या जाहीरनाम्यावर करायची होती; ती सही मात्र टिळकांनी केली नाही.''

भीमराव म्हणाले, ''टिळक अस्पृश्यता आतासुद्धा पाळत नाहीत. मग मी अस्पृश्यता पाळणार नाही, या जाहीरनाम्यावर त्यांनी सही करण्यात काय अर्थ होता? आणि त्यांनी सही केली नाही असा गिल्ला करण्याचं तरी काय कारण होतं? एक गोष्ट आपल्याला कळली की, हा मोठा माणूस अस्पृश्यता पाळत नाही. एकदा ते तोंडानं वदल्यानंतर लेखणीनं ते कागदावर उतरवण्याचं काय कारण? आणि मी म्हणतो सही न करण्यात असतील त्यांची तशीच सबळ कारणं!''

मग तो विषय बदलण्याच्या हेतूनं केळुस्कर म्हणाले, ''लंडनला जायचं पक्कं ठरलं ना?''

''होय... पुरेसे पैसे जमा झाले म्हणजे जाणार!''

केळुस्कर विषादानं म्हणाले, ''तुमच्यासारखी बुद्धिमान माणसं धडपड करतात आणि आमच्यासारखी खिसा खाली असलेली माणसं तुमच्या सोबतीला असतात. काय आहे आमचा उपयोग?''

भीमराव म्हणाले, ''त्या दिवशी बागेत तुम्ही लिहिलेलं बुद्धाचं चरित्र मला भेट म्हणून दिलंत. केवढी मोलाची भेट होती ती! ते चरित्र मला दीपस्तंभाप्रमाणे मार्गदर्शन करत आहे. माझी जीवननौका अंधारात कधीही मार्ग चुकणार नाही, या गोष्टीचा विश्वास त्या चरित्रामुळेच माझ्या मनात निर्माण झाला. तुमचा खिसा कधीच रिकामा नव्हता. त्या खिशातून मी भरभरून घेतलं आहे.''

केळुस्करांनाही काहीसं गहिवरल्यासारखं झालं.

भीमरावांनी पुन्हा लंडनला जाण्याचा हिशेब मांडला, ''माझे मित्र नवल भथेना यांच्या खटपटीनं दोन शिकवण्या मिळवल्या. त्याचबरोबर स्टॉक्स आणि शेअर्स या धंद्यातल्या लोकांना सल्ला देणारी एक कंपनीही मी सुरू केली. चार पैसे मिळावेत म्हणून! चांगलं उत्पन्न मिळायला लागलं. पण पुढे लोकांना कळायला लागलं की, ही कंपनी एका महाराची आहे. झालं! गिऱ्हाईक ओसरायला लागलं. 'हिंदुस्थानातील जाती' आणि 'जमिनीचे एकत्रीकरण' या विषयांवरही मी निबंध प्रसिद्ध केले. थोडेफार पैसे हाती लागले.''

केळुस्करांनी विचारलं, ''प्रोफेसरकी चालूच आहे ना सिडनहॅम कॉलेजात?''

''वा! ते तर मुख्य उत्पन्न! पण तिथेही आमची अस्पृश्यता आड आलीच! गुजराथी प्राध्यापकांनी मला त्यांचं पाणी कधी पिऊ दिलं नाही. एवढंच नव्हे, तर 'हा महार प्राध्यापक मुलांना काय शिकवणार' अशी हेटाळणीही चालूच ठेवली. मुलांना शिकवण्यापूर्वी मी आठ आठ तास स्वतः अभ्यास करत होतो. टाचणांचा प्रचंड संग्रह करून शिकवत होतो. त्यामुळे माझ्या शिकवण्याचा लौकिक एवढा

वाढला की, इतर कॉलेजांतले विद्यार्थी माझ्या तासाला बसून गर्दी करत. पण तेही स्पृश्य प्राध्यापकांच्या डोळ्यांत सलायला लागलं. माझ्याविरुद्ध खोट्यानाट्या तक्रारी करायला त्यांनी कमी केलं नाही...पण मला ही नोकरी थोडीच कायमची करायची होती?''

केळुस्कर म्हणाले, ''सहकाऱ्यांचा दुस्वास करणं हा तर आपल्या लोकांचा सर्वांत मोठा गुण! दुसऱ्याच्या गुणांची वाहवा करायची का हेटाळणी?''

भीमराव म्हणाले, ''या बाबतीत तिकडचे लोक पहा! कुठे एखादा गुण दिसला तर तो वाढवून सांगतील! आमचे सेलिग्मन किंवा सिडने वेब! माझ्यात थोडेफार गुण दिसले त्यांना! पण ते गुण फुगवून त्यांनी मला केवढं प्रोत्साहन दिलं!''

''गुणी गुणं वेत्ती हेच खरं! आपले लोक त्या बाबतीत फार फार कंजूष असतात. आत्मप्रौढी गातील, पण लोकांच्या गुणांचं संकीर्तन कधीच करणार नाहीत.''

''कुणाचे गुण मारून मरत नाहीत किंवा नसते गुण तारून तरत नाहीत. ज्याचं त्याचं श्रेय ज्याला त्याला द्यायलाच हवं!''

मग त्यांनी क्रिकेटपटू बाळू बाबाजी पालवणकर यांच्या सत्काराची कथा सांगितली. रोहिदास विद्यावर्धक समाजातर्फे पी. बाळू आणि त्यांचे बंधू यांचा सत्कार करण्यात भीमरावांनी पुढाकार घेतला होता. सत्कारप्रसंगी त्या बंधूना देण्यात आलेलं मानपत्र भीमरावांनी लिहिलं होतं.

त्या मानपत्रात म्हटलं होतं,'ज्या भरतखंडानं आपल्या अन्याय्य जातिबंधनांनी रोहिदास समाजाचं एवढं नुकसान केलं, त्या भरतखंडाची लाज राखणारे आपण वीरपुरुष आहात. अन्यायानं दडपून गेलेल्या आपल्या निकृष्ट समाजातून आपल्यासारखे वीर निपजतात व केवळ हिंदू या सांध्यानं जोडलेल्या हिंदू समाजाची निर्विकल्प मनानं सेवा करतात, ही गोष्ट आपल्या समाजाच्या अंगभूत तेजाची, त्याचप्रमाणे आपल्या सौजन्याची साक्ष देत आहे. बेगुमान, अनुदार आणि कृतघ्न अशा उच्चवर्णीय हिंदू समाजानं रोहिदास समाजावरचा बहिष्कार उठवला नाही आणि पी. बाळू यांना क्रिकेट संघाचा कर्णधारही नेमलं नाही, याबद्दल अत्यंत खेद वाटतो.'

भीमराव म्हणाले, ''आमचा हा समारंभ चांगला यशस्वी ठरला. मग मी नगरपालिकेत पी. बाळू यांची नियुक्ती करून घेतली. लहानपणापासून मला त्यांच्या क्रिकेटचा फार अभिमान वाटायचा... पण या आमच्या उपक्रमामुळे एक धर्मसंकट माझ्यासमोर उभं राहिलं.''

''कोणतं?''

''या चांभाराची नगरपालिकेत नेमणूक झाल्यावर आमचा महार समाजच आमच्यावर बिघडला. आमच्या लोकांची समजूत घालता घालता मला नाकी नऊ

आले. त्यानंतर पी. बाळू आणि नारायणराव काजरोळकर यांच्या घरी मी जेवायलाही गेलो होतो. त्यामुळे आमच्याच जातवाल्यांनी माझ्यावर खूप टीका केली.''

मग त्या दोघांचं संभाषण बरंच मंदावलं. जणू आपल्या बोलण्याचा समारोप करण्याच्या हेतूनं भीमराव म्हणाले, ''नाही म्हणायला एक खंदा संस्थानिक आमच्या पाठीमागे खंबीरपणानं उभा आहे.''

''कोल्हापूरचे छत्रपती शाहू महाराजच ना?''

''होय... होय. त्यांच्या अंबारीचा माहूत हा महारच होता. ही तर अगदी साधी सुधारणा झाली. शिकलेल्या लोकांची तर त्यांनी कदर केलीच; शिवाय अस्पृश्यांपैकी कुणी थोडा शिकलेला दिसला तरी त्याला वकिली करण्याची सनद दिली. अस्पृश्य विद्यार्थ्यांसाठी वसतिगृह काढलं. त्यांच्या जेवणाची मोफत सोय केली. एक पैसाही खर्च न होता त्यांना मोफत शिक्षण मिळायला लागलं. अगदी सार्वजनिक ठिकाणी जाऊन त्यांनी अस्पृश्यांबरोबर सहभोजनं केली.''

केळुस्कर म्हणाले, ''यापेक्षा अधिक काय करायला हवं?''

''राजासारखी प्रजा मात्र वागली नाही!''

केळुस्कर जायला उठले तेव्हा म्हणाले, ''ज्याच्यासाठी आलो होतो ते राहिलंच की!''

भीमरावांनी त्यांच्याकडे प्रश्नार्थक मुद्रेनं बघितलं.

''जिजाआई गेल्या. खरं तर दुखवटा काढायला आलो होतो मी!... आणि आपण भलतंच बोलत बसलो.''

''आपल्याजवळचं माणूस गेलं म्हणजे माणसाला दुःख हे होतच असतं. परंतु जिजाबाईंनी आम्हाला कधी लळा लावला नाही. मी तिला कधी आई किंवा बाई म्हटलं नाही. आमच्या बयची सर तिला कधी आलीच नाही. आमच्या बयचे दागिने घातले म्हणून मी तिला मारायलाही धावलो होतो. आम्हाला सुख व्हावं, घरातली पूजाअर्चा ठाकठीक व्हावी म्हणून बाबांनी तिला घरात आणलं; पण तिनं त्यांनाही सुख दिलं नाही आणि आम्हाला तर नाहीच नाही! भारी खाष्ट, हेकट स्वभाव होता तिचा! पण घरातलं माणूस गेलं की वाईट वाटतंच!''

केळुस्कर म्हणाले, ''खरंय तुमचं! गोठ्यातल्या दाव्याचं जनावर गेलं तरी वाईट वाटतं... मग...''

मधेच भीमराव म्हणाले, ''आम्हाला तो अनुभव नाही. आम्हीच गोठ्यात राहणारे लोक... मेलेली जनावरं ओढणारे... तेवढाच आमचा जनावरांशी संबंध!''

यावर केळुस्कर चपापून गप्प बसले. आपल्या जातीबद्दल भीमरावांच्या उरी सलणारं शल्य त्यांना माहीत होतं.

त्यांचा निरोप घेताना भीमराव एवढंच म्हणाले, ''लंडनला जाण्यापूर्वी आपली

भेट होईलच!''

त्यानंतर भीमराव लंडनला जायची तयारी करायला लागले. आपल्या पगारातून त्यांनी थोडी बचत केली होती. आपले स्नेही नवल भाथेना यांच्याकडून त्यांनी पाच हजार रुपयांचं कर्ज घेतलं. त्या मित्राला रीतसर प्रॉमिसरी नोट लिहून दिली. थोडेफार पैसे कोल्हापूर महाराजांकडून मदतीदाखल मिळाले. प्राध्यापकपदाचा राजीनामा सादर केला आणि त्यांनी लंडनला जायचं प्रस्थान ठेवलं.

जाण्याच्या काही दिवस अगोदर ते रमाबाईंना म्हणाले, ''पैशाची अडचण तर आपली नेहमीचीच आहे... पण माझ्या मनात लंडनला जाण्यापूर्वी बाबांचं श्राद्ध करावं असं आहे.''

रमाबाई म्हणाल्या, ''आपल्या मनात आहे तर आपण श्राद्ध करू... पण अजून श्राद्धाचा दिवस लांब आहे.''

भीमराव म्हणाले, ''पण तो दिवस आपण अलीकडे ओढू...काय हरकत आहे? काही दिवस आधी आपण त्यांचं स्मरण करू...ते आज असते तर त्यांना केवढा आनंद झाला असता! मी लंडनला जाण्यापूर्वी तो आनंद आपण त्यांना श्राद्धाला बोलावून साजरा करू या!''

''आपल्याबाहेर मी नाही.''

''मग आपण दिवस ठरवू या !''

''केव्हाही ठरवा... मी सारं काही करीन.''

मग काही वेळ थांबून भीमराव हसले आणि हसता हसता म्हणाले, ''बाबांनी आपल्या ज्ञातीच्या खूप जेवणांत पुढाकर घेतला. बाबांच्या श्राद्धाला आपण डिप्रेसड् क्लास मिशनच्या बोर्डिंगमधल्या चाळीस विद्यार्थ्यांना बोलावून घेऊ या. तुला काय वाटतं?''

''आपल्याला जे वाटतं तेच मला!''

''मला आणखी एक वाटतं. आपण श्राद्धाचं जेवण मटण-माशांचं करू!''

रमाबाई नाराजीनं म्हणाल्या, ''असलं जेवण श्राद्धाला कुणी करतात का?''

''म्हणूनच आपण करायचं. ही आपली मुलं घरदार सोडून बोर्डिंगात राहतात. बोर्डिंगात त्यांना एखाद्या वेळी गोडधोड मिळतं; पण हे असं जेवण मिळत नाही. म्हणून ते करायचं.''

रमाबाईंच्या मुद्रेवरची नाराजी बघून भीमराव म्हणाले, ''तुला असं जेवण तयार करणं पटत नसेल तर मला सांग. मी त्या मुलांना हॉटेलात घेऊन जाईन आणि तिथे जेवण देईन.''

रमाबाईंनी त्यांच्या सांगण्याप्रमाणे श्राद्धाच्या दिवशी पन्नास-साठ माणसांसाठी मटण-माशांचं जेवण तयार केलं.

लंडनला प्रयाण करण्यापूर्वी रमाबाई आपल्या पतिदेवाला म्हणाल्या, ''आपल्या प्रकृतीची काळजी घ्यावी... खाण्यापिण्याची आबाळ करू नये.''

''तूही सांभाळून राहा... तुला थोडेफार पैसे खर्चासाठी दिले आहेत... आणखी काही तजवीज करीन...''

''माझं कसंही निभावून जाईल... पण आपण आपलं बघावं. तिकडे दूर देशी आपली काळजी घ्यायला कुणी नाही... इथली काळजी मुळीच करू नका. यशवंताला सांभाळीन. जाऊबाईंना आणि त्यांच्या मुकुंदालाही सांभाळीन!''

भीमराव हसून म्हणाले, ''आणि स्वतःलाही सांभाळ!''

रमाबाई गालातल्या गालात हसल्या.

आपला अपुरा राहिलेला अभ्यास पुरा करण्यासाठी भीमराव लंडनला जायला निघाले तो दिवस होता ५ जुलै १९२०.

❑

नको असलेले प्रेम

लंडन म्युझियमच्या वाचनालयातून संध्याकाळी बाहेर पडताना प्रवेशद्वाराशीच भीमरावांची आणि फॅनी फिज्झिराल्डची गाठ पडली. भीमरावाचं तिच्याकडे लक्षच नव्हतं.

भीमराव वाचनालयातून बाहेर पडणार एवढ्यात ठेंगणीठुसकी, चुणचुणीत फॅनी उजव्या बाजूनं झरझर चालत आली आणि त्यांच्यासमोर येऊन एकदम उभी ठाकली.

"हॅलो, भीम... चाललास?"

"तू माझी वाट सोडलीस तर जाईन म्हणतो..."

"आणि वाट नाही सोडली तर?"

"मग मला थांबावं लागेल... आम्ही बाईमाणसाशी झटापट नाही करत."

"अरे भीम, ते जाऊ दे.. पण तू आज एवढा थकलेला का दिसतोस? चेहराही तुझा घामेजला आहे..."

"पण तुला आवडणारे माझे डोळे तर टवटवीत आहेत ना, फॅनी?"

"अरे, तुला कितीदा सांगायचं भीम, मला तू फॅनी म्हणायचं नाही म्हणून? अरे असं तिऱ्हाइतासारखं का रे वागतोस? मला पॉल म्हण पाहू!"

"नावात काय आहे असं तुमच्या शेक्सपिअरनंच नाही का सांगितलं? गुलाबाला लिली म्हटलं तरी गुलाबाचा सुगंध जातो थोडाच?"

भीमरावांचं ते बोलणं ऐकूण फॅनी फिज्झिराल्ड हिला बरं वाटलं. तिची कळी खुलली.

फॅनी खुषीत हसून म्हणाली, "अरे, माझ्या मूळ प्रश्नाचं उत्तर राहिलंच. तू आज फार शिणलेला दिसतोस."

भीमराव थोडं हसून म्हणाले, ''मी ज्या लँड लेडीकडे राहतो ती इंग्रज बाई मला न्याहारीला काय देते माहीत आहे ना तुला? चहा आणि पावाचा एक तुकडा. त्या तुकड्याच्या टोकालाच फक्त जॅमचा स्पर्श होईल एवढी मात्र ती काळजी घेते हं!''

''अरे, पण दुपारी चांगला लंच का नाही घेत?''

''घेतो की! बरोबर सॅन्डविचचे तुकडे आणतो ते खातो.''

''काहीतरीच काय सांगतोस? तुझ्या या गुबगुबीत शरीराला दोन तुकडे पुरतील होय?''

''कसं तरी त्यावर लंच भागवत होतो; पण कालपासून तेही नाही.''

''का?''

''लंच करायला माझ्याकडे वेळ कुठला आहे? सारखं वाचन आणि टिपणं काढणं....''

''तुझे खिसे टिपणवह्यांनी फुगलेले दिसताहेतच! पण लंचचं काय करतोस?''

''एकीकडे वाचन चालताना हळूहळू तिथेच मी सॅन्डविचेसचे दोन तुकडे खात होतो.''

''तेवढं तरी बरं!''

''पण तेही कालपासून संपलं. तुमच्या इथल्या नोकरानं मला नियम दाखवला आणि बसल्या जागी होणारा माझा लंच माझ्या तोंडातून काढून घेतला!''

''ओ नो!... पण त्याचं बरोबर आहे... पण भीम, मी म्हणते तू माझ्याबरोबर लंच का घेत नाहीस?''

भीमराव हसत म्हणाले, ''तू मला कधी मानाचं निमंत्रण दिलं होतंस का? निमंत्रणाशिवाय कुठे जाणारे आम्ही लोक नाही.''

''बरं, आता निमंत्रण करते. येशील उद्यापासून माझ्याबरोबर लंचला?''

''आता नाही... ती संधी आता गेली!''

त्यांच्यावर हात उगारल्याचा आविर्भाव करून फॅनी म्हणाली, ''तू खरंच फार खट्याळ आहेस हं, भीम! लहान असतास तर मी तुला मारलंच असतं.''

''बरं झालं मी लहान नाही म्हणून! तुझ्या मारातून वाचलो. यू फनी लिटिल गर्ल?''

''फनी?''

''खरं तर फॅनीऐवजी तुझं नाव फनी असायला हवं होतं... फनी... लिटिल फनी!''

''नो... नो. मी तुझी पॉल आहे हं!... बरं, आज रात्री तू घरी येणार आहेस ना... बायबल वाचायला...?''

''आज रात्री घरी येणार आहे तुझ्या, पण बायबल वाचायसाठी नाही... तुझ्याशी आज खूप महत्त्वाचं बोलायचं आहे... खूप महत्त्वाचं...''

"काय रे?"

"नो... सस्पेन्स..."

आपल्या मनाशी कुतूहल वागवतच फॅनी घरी जाऊन पोचली.

* * *

भीमराव जेव्हा फॅनीच्या घरी जाऊन पोचले तेव्हा संध्याकाळ उलटून बराच वेळ झाला होता.

त्यांना दाराशी बघताच फॅनीन विचारलं, "ही काठी कशाला रे हातात आणलीस?"

भीमराव हसत म्हणाले, "तुला मारायला!"

घाबरल्यासारखी चर्या करून फॅनी अंग चोरून म्हणाली, "खरंच? मी काय रे केलंय तुझं... मला मारायला!"

"मारायला काही अपराधच करावा लागतो वाटतं? तुला मारावंसं वाटलं तर असू दे म्हटलं हातात!"

फॅनीनं खळखळून हसून म्हटलं, "माझी एक शिक्षिका होती डोरोथी नेल्सन या नावाची! आम्ही पहिल्या वर्गात होतो. मिस डोरोथी वर्गात यायची ती वेताची छडी घेऊनच! तिनं टेबलावर जोरानं छडी आपटली म्हणजे आम्हाला वाटायचं की, तिची छडी आमच्या पाठीतच सपकन बसलीय... पण बाई प्रेमळ होती... कधी मारायची मात्र नाही!"

मुद्दाम गंभीर मुद्रा करून भीमराव म्हणाले, "मी मात्र प्रेमळ नाही हो! मी तुला काठी मारीनसुद्धा!"

"मला आवडेल तुझ्या हातचा मार खायला!"

या तिच्या बोलण्यावर दोघेही मनापासून हसले.

स्वयंपाकघरात जाताना तिनं म्हटलं, "आधी आपण कॉफी घेऊ... मग बोलत बसू... मी थांबले आहे तुला कंपनी देण्यासाठी!"

"तू थांबली असशील तर घेऊ आपण कॉफी! नाहीतर मला काही गरज नाही."

"घेऊ या की!"

कॉफीचा कप खाली ठेवताच फॅनी म्हणाली, "हे बघ भीम, आज आपण मनसोक्त गप्पा तर मारूच, परंतु आपण एकत्र डिनरही घेऊ."

"तुझं पहिलं म्हणणं मला मान्य आहे. आपण पोटभर गप्पा तर मारूच, पण मी कधीच पोटभर जेवत नाही. रात्री एक पेला बॉव्हरील आणि थोडा पाव खातो."

"एवढ्यावर भागतं तुझं जेवण? रात्री झोप तरी लागते का चांगली एवढ्या थोड्या खाण्यावर?"

भीमराव म्हणाले, ''मी नेहमी लोकांना सांगतो की, माझ्याजवळ जेवायला पैसे नाहीत आणि झोपायला वेळ नाही...''

''मग रात्री करतोस तरी काय?''

''वाचन आणि वाचन... मध्ये डुलकी लागेल तेव्हा विसावा... पुन्हा वाचन आणि वाचन...''

''संपलं ना तुझं आता काम?''

''माझ्याकडून संपलं आहे... परंतु अजून दुरुस्त्या चालल्याच आहेत... आणि आता यापुढे इथं राह्यचं तर पैशाचा प्रश्न!... आजच घरून पत्र आलं आहे पैसे हवेत म्हणून!''

फॅनीनं विचारलं, ''मग काही सोय करू का?''

''छे, छे ! त्यासाठी इथं नाही आलो तुझ्याकडे! मी करीन काहीतरी व्यवस्था. बिचाऱ्या घरच्या लोकांची तर अडचण सोडवलीच पाहिजे... आणि इथे मी अन्नाला मोताद झालो आहे.''

''म्हणूनच विचारते की, काही सोय करू का?''

''मला तुझ्याकडून सोय नको आहे. तू एवढं काळजीनं विचारलंस त्यात सारं काही आलं. अगं, एवढ्या आस्थेनं विचारणारी माणसंसुद्धा भेटत नाहीत. कुणी प्रत्यक्षात अडचण दूर केली नाही, तरी आपली अडचण ऐकून घेणारं या जगात कुणीतरी आहे, ही भावनाच मोठी उत्साहवर्धक वाटते. म्हणूनच तुझ्याकडे यावंसं वाटलं... आलो.''

''एवढ्यात तुझी अडचण दूर झाली का, भीम?''

''होय, झाली... आजकाल कुणी कुणाचं ऐकूनदेखील घेत नाही.''

''हे बघ भीम, तुला बूट कुठे टोचतोय ते मला अजून कळलेलं नाही. तुझ्या बोलण्यावरून!''

मग भीमरावांनी तिला सारी कथा सांगितली.

लंडनला आल्याक्षणापासून एक क्षणही त्यांनी अभ्यासाशिवाय दवडलेला नव्हता. लंडन युनिव्हर्सिटीची जनरल लायब्ररी, गोल्डस्मिथ लायब्ररी, ब्रिटिश म्युझियम लायब्ररी आणि इंडिया ऑफिसची लायब्ररी या ठिकाणी जाऊन त्यांनी वाचनाचा धडाका सुरू केला. खाण्यापिण्याची भ्रांत न ठेवता त्यांनी आपला अभ्यास भराभर पुरा करण्याचा झपाटा लावला. कारण लंडनमध्ये दीर्घ काळ वास्तव्य करण्याएवढं त्यांच्याजवळ द्रव्यबळ नव्हतं. साऱ्या अडचणींना आणि कटकटींना तोंड देऊन त्यांनी डी. एस्सी. चा आपला प्रबंध लिहून पुरा केला. 'हिंदी चलनाचा प्रश्न' या संज्ञेखाली त्यांचे मार्गदर्शक प्रो. एड्विन कॅनन यांच्या अनुमतीनं १९२२ च्या ऑक्टोबरमधे आपला प्रबंध लंडन युनिव्हर्सिटीला सादरही केला. लवकरच

त्यांनी बॅरिस्टरीची परीक्षाही दिली आणि त्या परीक्षेतून ते पार पडले.

'हिंदी चलनाचा प्रश्न' हा प्रबंध जरी त्यांनी सादर केला होता, तरी त्यांच्या पदरात डी. एस्सी. ची पदवी पडायला पाचसहा महिन्यांचा अवधी होता. या अवधीत नुसत्या माशा मारीत बसण्याचा त्यांचा स्वभावच नव्हता. त्यांचं लक्ष जर्मनीतल्या बॉन विद्यापीठाकडे गेलं. त्या विद्यापीठाची आपण डॉक्टरेट मिळवावी असं त्यांनी ठरवलं आणि त्या मार्गालाही ते लागले. जर्मन भाषेचा आणि त्याचबरोबर फ्रेंच भाषेचा अभ्यासही त्यांनी सुरू केला. बॉन युनिव्हर्सिटीला त्यांनी आपला मनोदय कळविला आणि त्यांचा होकार येताच ते बॉनला अभ्यास करण्यासाठी रवानाही झाले. आपल्या प्रबंधाची तयारी करण्यासाठी तिकडे त्यांनी तीन-चार महिने घालविले.

एवढ्यात १९२३ साली प्रो. एडवीन कॅनन यांनी त्यांना पत्र पाठवून लंडनला तातडीनं बोलावून घेतलं.

त्यांची भेट होताच प्रो. कॅनन त्यांना म्हणाले, "मि. आंबेडकर, एक अडचण आली आहे."

"बोला.. अडचणीशिवाय आमचं काम कधी पार पडलंय का?"

प्रो. कॅनन म्हणाले, "परीक्षासमितीतील सभासद आपला प्रबंध मंजूर करायला तयार नाहीत."

भीमरावांना धक्काच बसला. त्यांनी आश्चर्यानं विचारलं, "का बरं?"

प्रो. कॅनन यांनी सांगितलं, "जरा थांबा... आत्ता साऱ्या सभासदांना बोलावलंच आहे."

समितीचे सारे सभासद आले तेव्हा त्यांच्या समक्ष कॅनन भीमरावांना उद्देशून म्हणाले, "१९२३ सालच्या मार्च महिन्यात समितीच्या सभासदांनी आपल्या प्रबंधाबद्दल जो निर्णय घेतला आहे, तो आपल्या कानावर घालायचा आहे."

भीमरावांनी विचारलं, "कोणता निर्णय?"

"आपला प्रबंध मंजूर करून तुम्हाला डी. एस्सी. ही पदवी बहाल करायला ही सभासद मंडळी तयार नाहीत."

"का बरं?"

"हिंदी चलनासंबंधीचं सरकारी धोरण आणि अर्थशास्त्रासंबंधीचे कोते विचार यावर आपण आपल्या प्रबंधात भलतीच टीका कलेली आहे, असं त्यांचं म्हणणं आहे. ती टीका त्यांना अवास्तव वाटते."

"सर, मोगलांच्या कारकीर्दीपासून ईस्ट इंडिया कंपनीच्या अमलाखाली आणि त्यांनतर ब्रिटिशांच्या राजवटीत हिंदी चलन पद्धतीत सोन्यारुप्याची नाणी कशी व्यवहारात आली, त्यात बदल कसा होत गेला, का आणि कशासाठी झाला, त्या बदलाचे इष्टानिष्ट परिणाम हिंदुस्थानच्या व्यापारावर, उद्योगधंद्यांवर आणि हिंदुस्थानातील

प्रजेवर कसे होत गेले, या गोष्टींचा सांगोपांग विचार मी माझ्या प्रबंधात मांडलेला आहे.''

''पण तोच या सभासदांना मान्य नाही ना!''

''हे सारे निष्कर्ष माझ्या पदरचे थोडेच आहेत? त्यासाठी मी शेकडो उपयुक्त ग्रंथांचा अभ्यास केलेला आहे, हिंदुस्थानातील आणि इंग्लंडमधील लोकांच्या झालेल्या चर्चा अभ्यासल्या आहेत... आणि त्यावरून निष्कर्ष काढलेले आहेत. बरं, तेवढ्यावरच मी थांबलेलो नाही, तर या साऱ्या ग्रंथांच्या आणि अहवालांच्या आधारानं ही नाणेपद्धती हिंदुस्थानच्या चलनपद्धतीत कशी स्थिर करता येईल, याचाही विचार केलेला आहे. त्या योगानं हिंदी प्रजा, सरकार, व्यापार आणि उद्योगधंदे यांच्यावर या पद्धतीचे कसे उपकारक परिणाम होतील, याबद्दलचीही सोपपत्तिक बाजू मांडलेली आहे. मग....''

यावर एक सभासद म्हणाले, ''सरकार आणि इतर शास्त्रज्ञ यांच्यावर आपण आपल्या प्रबंधात जे कोरडे ओढले आहेत, जी जहरी टीका केली आहे, तेवढी आपण गाळावी.''

यावर भीमराव शांतपणानं म्हणाले, ''डॉक्टरेटच्या प्रबंधात काही नवीन विचार मांडताना जुना विचार सांगोपांग चर्चा करून खोडायला नको का?''

तरीही सभासदांचं म्हणणं तेच पडलं, ''ही सारी टीका तुम्ही गाळायलाच हवी. पण निर्णयातही तुम्ही थोडाफार फेरबदल करावा. म्हणजे मग तुमच्या प्रबंधाला मान्यता देऊन तुम्हाला डी. एस्सी. पदवी द्यावी, अशी शिफारस आम्हाला करता येईल.''

यावर भीमराव पुन्हा शांतपणानं म्हणाले, ''माझं कोणतं प्रतिपादन चुकीचं आहे ते सांगा... म्हणजे तो भाग मी गाळतो.''

''साराच टीकेचा भाग तुम्ही गाळायला हवा. म्हणजे तुम्हाला पदवी देण्याची शिफारस आम्हाला करता येईल.''

''म्हणजे तुम्ही माझे विचार खरेदी करून मला पदवी देणार, असंच ना? एके काळी तुम्ही आमचा देश खरेदी केला त्याप्रमाणे!''

एका सभासदानं पुन्हा म्हटलं, ''तुम्हाला पदवी हवी आहे ना? मग तुम्ही आमचं ऐकलं पाहिजे!''

भीमराव निर्धारानं म्हणाले, ''तुम्ही मला पदवी दिली नाही, तरी बेहत्तर! मला माझा प्रबंध हिंदुस्थानात जाऊन प्रसिद्ध करता येईल. जगातले अर्थशास्त्रज्ञ तो वाचतील. मग त्यांची खात्री पटेल की, तुमची बाजू अशास्त्रीय आहे आणि माझी शास्त्रशुद्ध आहे... आपण हा प्रश्न इथेच मिटवू. मी माझ्या मायदेशी जातो. आणि प्रबंधाच्या बाबतीत मला काय करायचं ते करतो.''

यावर प्रो. कॅनन म्हणाले, ''मि. आंबेडकर, आपण असे निकरावर येऊ नका. आपली विद्वत्ता आणि संशोधन आम्हाला मान्य नाही असं थोडंच आहे? मी एक तोड सुचवितो. या प्रबंधातली सारी माहिती ऐतिहासिक दृष्ट्या फार मोलाची आहे, महत्त्वाची आहे. ती माहिती तशीच ठेवावी. त्या माहितीवरून आपण काढलेल्या निष्कर्षांना धक्का लावू नये.''

''मग काय करायचं?''

''सांगतो ना! हे सारं कायम ठेवून प्रबंधाची मांडणी फक्त वेगळ्या तऱ्हेनं करावी. मग तर काही हरकत नाही ना?''

भीमराव हसून म्हणाले, ''मला मान्य आहे. प्रबंधाची रचना मी वेगळ्या तऱ्हेनं करतो. केलीच पाहिजे मला! सध्या तुमच्या कोर्टात माझा चेंडू आहे ना? तुम्हाला हवा तसा तुम्ही तो टोलवू शकता!''

प्रो. कॅनन शेवटी शांतपणानं हसत म्हणाले, ''तुम्ही हे सारं खिलाडूपणानं स्वीकारलंत. आम्हाला आनंद वाटतो.''

काही दिवसांपूर्वी घडलेली ही सारी हकीगत भीमरावांनी फॅनीला सांगितली, तेव्हा ती म्हणाली, ''तू आपल्या बोलण्यात त्यांच्यावर जे आरोप केलेस ते मात्र मला नाही आवडले!''

''खोटे का होते ते? तुम्ही आमचा देश आम्हाला भुलवून खरेदी नाही का केलात? मला पदवीची भूल दाखवून माझ्या प्रबंधाचा तोंडवळा बदलायला नाही का सांगितलंत!''

''भीम, एक गोष्ट तू विसरतोस. या कामात भुलवणारा शहाणा ठरतो आणि भुलणारा मूर्ख ठरतो.''

''हे बघ, नेहमीच जो बळी तो कानपिळी असतो. तुमचं पारडं सध्या वर आहे ना? दोन्ही पारडी समतोल असली म्हणजे बरोबरीच्या नात्यानं व्यापार करता येतो.''

''भीम, तू असं काही सुरेख बोलतोस की, तुझ्यापुढे तोंड गप्प ठेवावं लागतं... मी एवढंच म्हणेन की, तू जे काही त्यांना बोललास ते शिष्टाचाराला फारसं धरून नव्हतं. शिष्टाचारापुढे सत्य थोडं बाजूला ठेवावं लागतं.''

''म्हणूनच प्रो. कॅनन यांची तडजोड मी मान्य केली. आता गाशा गुंडाळून परत मायदेशी जायचं आणि सवडीनं प्रबंधाची रचना बदलायची.''

''आणि बॉनच्या अभ्यासाचं काय ?''

''आता त्या अभ्यासाला गुड बाय! परत जायचे पैसे हातात आले की, मायदेशाची बोट पकडायची.''

''तुला मी पैसे देते म्हटलं, तर तू घेत नाहीस. मला तू परकं मानतोस... एकदा वाटतं, तुला परतीला जायला पैसे देऊ नयेत. म्हणजे तू इथे राहशील... पण

पुन्हा वाटतं, तू इथे राहिलास आणि मला परकं मानलंस तर काय? ते मला नाही सहन होणार!''

तिच्या बोलण्याकडे भीमरावांचं फारसं लक्षही नव्हतं. ते आपल्याच विचारात गढून गेलेले दिसले.

फॅनीनं हळूच विचारलं, ''कसला एवढा विचार करतो आहेस?''

''मायदेशी परतायचं म्हणजे सगळेच विचार मनात येतात. म्हणजे अपमानाचे, अवहेलनेचे आणि अज्ञातात दडलेल्या आमच्या कर्मभोगाचे!''

''भीम, तू काय गूढ बोललास ते नाही समजलं!''

''तुला नाही समजणार सांगितलं तरी!''

''सांगून तर पाहा! आपल्या माणसाशी मन उघडं करायचं नाही, तर कुणाशी?''

भीमराव आपल्याच विचारात गढले होते. काही वेळानं भानावर येऊन म्हणाले, ''घरीदारी अपमान आणि अवलहेलना यांच्याशीच आमची गाठभेट आहे....''

''इथे तर तुझा कुठे कमीपणा नाही ना झाला? अपमान नाही ना झाला? असं कोड्यात बोलू नकोस, भीम! साफ साफ सारं सांग!''

''इथे म्हणा किंवा अमेरिकेत म्हणा, काही झालं नाही. तुमच्याकडे ती कल्पनाही नाही. इथे मी मोकळ्या वातावरणात वावरलो... आता घरी गेल्यावर पुन्हा तेच !''

''म्हणजे रे काय? तू आज फारच कोड्यात बोलतो आहेस.''

''आजवर आमचं कोडं तुला सांगितलं नव्हतं. आज सांगतो. आम्ही अस्पृश्य वर्गातले आहोत!... तिकडे आम्हाला कुणी स्पर्शदेखील करत नाही. विटाळ मानतात आमचा!''

''थोडं खुलासेवार सांग की!''

''सार्वजनिक पाणवठ्यावर आम्हाला कुणी पाणी भरू देत नाही. आमच्या स्पर्शानं पाणीदेखील विटाळतं... गुराढोरांपेक्षा आम्हाला वाईट वागणूक मिळते. वरच्या जातींचं उष्टंखरकटं खावं लागतं. आमचे काही लोक उकिरड्यावर टाकून दिलेलं अन्नही वेचून खातात. आमची सावलीदेखील त्यांना चालत नाही! आमची तोंडंदेखील ते पाहत नाहीत.''

''भलतंच हे सांगितलंस! तुझ्याशीही असेच वागतात?''

''मी अकरा वर्षांचा होतो, त्या वेळी मी चुकून हिंदूंच्या सार्वजनिक विहिरीवर पाणी प्यायलो.... मला त्या लोकांनी बेदम मारलं!... पुढे वाटलं होतं की, मी अमेरिका-इंग्लंड इथून शिक्षण घेऊन परतल्यानंतर तरी मला हे लोक मान देतील. पण तेही झालं नाही. बडोदे संस्थानात मी नोकरीला गेलो . दरबारात मोठी नोकरी होती मला! पण राह्यला कुणी घर दिलं नाही. मी एका घरात नकळत राहत होतो.

पण ते कळल्यावर मला मारायला तिथे लोक आले आणि त्यांनी मला त्या घरातून हुसकून लावलं. काय सांगायचं!''

''मग आमचा येशूचा धर्म चांगला की! तू एवढं वाचलं आहेस.. तुला सेंट जेम्सचं वचन माहीत असणार! उद्धट माणसांना देव दूर सारतो आणि विनम्र माणसांना जवळ करतो. असा आहे आमचा देव!''

आता भीमराव आपल्या विचारकोशातून बाहेर पडले होते. एकदम बुद्धीच्या पातळीवर येऊन ते म्हणाले, ''आमचा देव, तुमचा देव किंवा आमचा धर्म किंवा तुमचा धर्म अशी बात करू नकोस. कोणताही देव किंवा कोणताही धर्म हे असं काही करायला कधीच सांगत नाही! देव आणि धर्म हे समतेचेच धडे देतात; परंतु हा सारा भेदाभेद माणूस नावाचा प्राणी करतो. देव दयाळू आहे. माणूस मात्र कित्येक प्रसंगी दुष्ट बनतो. आमच्याकडे अठरापगड जातींतला भेदाभेद आणि तुमच्याकडला काळा-गोरा हा भेदाभेद! कुणी केला हा भेदाभेद? निग्रोंना किंवा आम्हाला तुम्ही 'काला आदमी' म्हणून दूर ठेवताच ना? माणूस हा इथूनतिथून सारखाच!''

''अरे, पण तुमच्याकडे किती जाती? काही सुमार? मी निदान वाचलंय सारं!''

''संख्येचं कशाला बोलतेस? भेदाभेदाची कल्पना तीच ना? उद्या आमच्याकडेही हे प्रमाण कमी होणारच आहे...''

आणि थोडा वेळ थांबून भीमराव म्हणाले, ''मला ते कार्य करायचं आहे... ते इतिहासदत्त कार्य!''

''त्या कार्याची कल्पना तरी दे.''

''फॅनी...''

''फॅनी नाही... पॉल....''

''बरं पॉल, तुझा भविष्यावर विश्वास आहे का ग?''

''ते मी नंतर सांगेन... पण का रे?''

''माझे एक काका होते... संन्यासी...''

''संन्यासी म्हणजे रे काय?''

''संन्यासी म्हणजे सर्वसंगपरित्याग केलेला माणूस!''

''बरं, त्याचं काय?''

''माझे थोरले काका असेच संन्यासी होते. त्यांनी माझ्याबद्दल एक भविष्य वर्तवून ठेवलं होतं. धर्मावर आलेली ग्लानी, जळमटं दूर करण्याचं महान कार्य माझ्या हातून होणार आहे... माझी कीर्ती जगभर पसरणार आहे. तेव्हा...''

फॅनी म्हणाली, ''एवढं मोठं आहे हे कार्य?''

''फार मोठं! हजारो वर्षांची धर्मावर चढलेली जळमटं मला झटकून टाकायची आहेत.''

मग मनात विचारांची नीट जुळणी करून भीमराव पुढे सांगू लागले, "हिंदुस्थानात 'मूकनायक' या नावाचं एक पाक्षिक वर्तमानपत्र मी सुरू केलेलं आहे. पहिल्याच अंकात मी त्या पत्राचा उद्देश सांगितला आहे... आमचा हिंदुस्थान देश हे एक विषमतेचं माहेरघर आहे. आमचा हिंदू समाज हा एक मनोरा आहे; आणि एकेक जात म्हणजे एकेक मजला आहे. पण मुख्य म्हणजे या मनोऱ्यावर चढण्यासाठी जिना नाही. एका मजल्यावरून दुसऱ्या मजल्यावर जायला मार्ग नाही. ज्या मजल्यावर ज्यांनी जन्मावं त्याच मजल्यावर त्यांनी मरावं. खालच्या मजल्यावर राहणारा माणूस कितीही लायक असला तरी त्याला वरच्या मजल्यावर प्रवेश नाही; आणि वरच्या मजल्यावरचा माणूस कितीही नालायक असला तरी त्याला खालच्या मजल्यावर लोटून देण्याची कुणाची हिंमत नाही."

"वा रे, भीम! तू किती सुरेख वर्णन केलंस! पण काय रे, सारी माणसं ही परमेश्वराची लेकरं आहेत, सारी लेकरं सारखीच, अशीच तुमच्या हिंदू धर्माची शिकवण आहे ना?"

आपल्या चापूनचोपून बसलेल्या केसांवरून उजवा हात फिरवत ते काही बोलणार एवढ्यात फॅनी त्यांच्याकडे रोखून बघत म्हणाली, "किती रे तुझे केस मऊ आहेत. रेशमासारखे! सिल्की हेअर! तुझ्या केसांवरून हात फिरवण्याचा मोह रोखणं खरोखर कठीण आहे!"

तिनं आपल्या हाताची हालचाल केलीदेखील! परंतु आपला हात वर करून भीमराव म्हणाले, "तो मोह तुला आवरायला हवा! मी सांगतो ते ऐक! परमेश्वराची सारी लेकरं आहेत आणि ती सारी सारखीच आहेत, असं आम्ही मानतो ही गोष्ट खरी आहे. परंतु आमच्याकडे एक म्हण आहे. पुराणातली वांगी पुराणात! म्हणजे पुस्तकातलं ज्ञान पुस्तकातच राहतं. सचेतन अथवा अचेतन या साऱ्या वस्तू ही सारी ईश्वराची रूपं आहेत, असं आम्ही धर्मग्रंथात सांगतो आणि प्रत्यक्षात स्वधर्मीयांचा विटाळ मानतो, याला काय म्हणायचं?"

फॅनी म्हणाली, "माणसानं माणसांचा विटाळ मानायचा, हे अजबच म्हटलं पाहिजे."

"आमच्याकडे इतर सर्वांना ज्ञानदान करण्याचं काम ब्राह्मणांचं आणि इतरांनी ब्राह्मणांच्या खाण्यापिण्याची काळजी करायचा, अशी वाटणी केलेली असे. परंतु ज्ञानदानाचं काम सोडून या काळातले ब्राह्मण भ्रष्ट झालेले आहेत. लोकांना ज्ञान देण्याऐवजी ते ज्ञान फक्त आपल्याच कडीकुलपात ठेवण्याची त्यांची प्रवृत्ती झालेली आहे. त्यामुळे इतर लोक आणि त्यातल्या त्यात आमची अस्पृश्य जमात ज्ञानापासून वंचित झाली. त्यांची उन्नती खुंटली. ते मागासलेलेच राहिले."

फॅनीनं विचारलं, "मला मोठं आश्चर्य वाटतं. ज्ञानार्जनासाठी कुणी कुणावर अवलंबून राहावं लागतं?"

"नाही ना! पण हे युगानुयुगं चालत आलेलं दास्य आमच्या अंगात मुरलं आहे. हे आमच्या हाडीमासी मुरलेलं दास्य दूर करण्यासाठी आकाशपाताळ एक केलं पाहिजे. आमच्या लोकांच्या डोळ्यांत अंजन घालून त्यांना असं सांगितलं पाहिजे की, बाबांनो, हे दास्य झुगारून द्या! ज्ञानार्जनासाठी तुम्हाला लोकांच्या दास्यात राहण्याचं कारणच काय आहे? तुमच्या मनात असेल तर तुम्हालाही स्वतःच्या हिमतीवर ज्ञान मिळवता येईल आणि एकदा का ज्ञान मिळालं म्हणजे समाजात आपली मान उंचावून, सर्वांच्या बरोबरीनं तुम्हाला वागता येईल!"

"पण हे त्यांना पटवून देण्यात अडचण कोणती आहे?"

"आधी आमचा देशच तुमच्या दास्यात आहे. त्या एका दास्यातलं हे दुसरं दास्य! आधी आमचा देश स्वतंत्र झाला पाहिजे. अर्थात तेवढ्यानंही काम भागणार नाही. त्या स्वतंत्र राष्ट्रात प्रत्येक नागरिकाला धार्मिक, आर्थिक आणि राजकीय हक्क सारखे मिळाले पाहिजेत. प्रत्येक नागरिकाला व्यक्तिविकासाची समान संधी मिळाली पाहिजे. त्या संधीचा उपयोग करून घ्यायला प्रत्येकाला शिकवलं पाहिजे. आमचे लोकमान्य टिळक म्हणत असत, 'स्वराज्य हा माझा जन्मसिद्ध हक्क आहे आणि तो मी मिळवीनच!' त्याचप्रमाणे आमच्या अस्पृश्य जमातींनी म्हटलं पाहिजे की, 'सामाजिक लोकशाही हा आमचा जन्मसिद्ध हक्क आहे आणि तो आम्ही मिळविणारच!'... आमचा देश एक ना एक दिवस स्वतंत्र होईल, पण आमचं हे सामाजिक स्वातंत्र्य, सामाजिक समता आम्हाला केव्हा लाभणार आहे कुणास ठाऊक?"

त्यांनी दोन्ही हातांची बोटं एकमेकांवर दाबली, सुस्कारा टाकला आणि म्हटलं, "फॅनी- आय मीन पॉल- अशी समता आमच्या समाजात प्रस्थापित करण्याचं माझं स्वप्न आहे.. त्यासाठी फार मोठं काम करावं लागणार आहे... फार लांबच्या बिकट मार्गावरून वाटचाल करावी लागणार आहे..."

ते जणू स्वतःच्याच स्वप्नरंजनात दंग झाले होते. जणू स्वतःशीच बोलत होते.

फॅनीचं बोलणं ऐकून ते एकदम दचकले. आपल्या स्वप्नरंजनातून बाहेर पडले.

त्यांचं बोलणं ऐकून फॅनी एकदम म्हणाली होती, "डार्लिंग, आय वुड सर्टनली जॉइन युवर गॉड सेंट असाइनमेंट! खरंच रे मी तुला तुझ्या या देवदत्त कार्यात मदत करीन!"

फॅनीचं बोलणं ऐकून भीमराव चपापून म्हणाले, "तू कशी काय माझ्या कामात मदत करणार?"

"तुझी जन्माची जोडीदारीण होऊन... अरे, तुझ्यावरच्या प्रेमाप्रमाणेच तुझ्या या मोठ्या कार्यावर माझं प्रेम राहील. आपण दोघं जन्मभर हे कार्य करू. तुझ्या सोबतीनं हे कार्य करण्यात मला फार आनंद वाटेल."

हे सारं बोलताना तिचा आवाज कातर झाला होता. ती भारावून गेलेली दिसत होती.

पण भीमराव शांत होते. त्यांना तिची भावना चांगली समजली होती. तरी ते अगदी धीमेपणानं म्हणाले, "या दोन्ही गोष्टी शक्य नाहीत."

"म्हणजे ?"

"माझ्याबरोबर तुला हे कामही करता येणार नाही आणि तुला जन्माची जोडीदारीण करून घेणंही मला शक्य होणार नाही!"

"का बरं?"

"म्हटलं माझं लग्न झालेलं आहे. मला मुलं झालेली आहेत."

फॅनी म्हणाली, "त्यात काय हरकत आहे? आमच्याप्रमाणे तुमच्याकडे काही एकपत्नित्वाचा कायदा नाही... तुम्ही चार बायकासुद्धा करू शकता!"

अगदी तटस्थपणानं भीमराव म्हणाले, "हा कायद्याचा प्रश्न नाही. हा प्रश्न आहे माझ्या वृत्तीचा! सेक्स हॅज नो प्लेस इन माय लाइफ... स्त्रियांच्या संगतीचा मला मुळीच मोह नाही. स्त्रीला माझ्या जीवनात महत्त्व नाही. माझ्या जीवनात महत्त्व आहे ते फक्त माझ्या अस्पृश्यतानिवारणाच्या कार्याला! माझ पहिलं आणि शेवटचं प्रेम माझ्या कार्याविषयीचं!"

अतिशय भावनाविवश होऊन फॅनी म्हणाली, "डार्लिंग, तू मला किती निराश केलंस त्याची तुला कल्पना नाही. मोठ्या कड्यावरून तू माझा कडेलोट केलास... मी तुझ्याविषयी किती अपेक्षा बाळगल्या होत्या... केवढी स्वप्नं रंगवली होती... वाटलं होतं, हातात हात घालून मी तुझ्याबरोबर आयुष्यभर चालत राहीन. जिवात जीव असेपर्यंत मी तुझी साथ करीन..."

पुरुषाच्या प्रेमात पडलेल्या स्त्रिया जसं बोलतात, तसंच ती बोलत होती. तिच्या भावनाविवशतेचा भीमरावांच्या मनावर कसलाही परिणाम होत नव्हता. ते कोरड्या स्वरात म्हणाले, "हे बघ, माझी साथ करणारी सखी माझ्या घरी आहे. तेव्हा..."

"अरे, ती घरी राहून तुला साथ करील... घरचं ती बघेल... बाहेरचं आपण दोघे बघू... तुझं घर मोठं..."

"मुळीच नाही. तू भ्रमात आहेस... आमच्या तिथल्या घरी तुमची गुरंदेखील राहणार नाहीत. तुमच्या इथल्या गुरांचा गोठा किती तरी चांगला असतो. त्यापेक्षा तू इथे सुखात आहेस. सुखात राहा अशीच! आणि हे बघ, आमच्याकडे बाहेरची कामं पुरुष करतात... घरची कामं स्त्रिया करतात."

मग हसून म्हणाले, "तू करशील घरची कामं? त्यापेक्षा...."

"भीम, तू काही बोलू नकोस... मला सगळं समजलं आहे. तुझं माझ्यावर प्रेम नाही. मी तुला नको आहे. मी तुला आवडत नाही. तुझी बायको तुला जास्त आवडते!"

"होय, होय... मला ती आवडायला नको का? ती फार फार चांगली आहे. नुसती दिसायलाच नव्हे, तर स्वभावानं फार चांगली आहे."

"बरं बरं... मी नाही चांगली! स्वभावानं आणि दिसायलासुद्धा!"

"पॉल, तूही फार चांगली आहेस- सगळ्याच दृष्टींनी. पण चांगल्या असणाऱ्या सगळ्याच स्त्रियांशी लग्न करायचं असतं का? कसं काय शक्य आहे ते?"

"तू नको लावूस माझ्याशी लग्न... पण तुझं माझ्यावर प्रेम आहे एवढं तरी कबूल कर! मला त्यात केवढा आनंद वाटेल!"

"पॉल, तू किती वेडी आहेस! प्रेमाचं स्वरूप एकच असतं का ग? इथे असताना तू मला किती मदत केली आहेस, हे मी कधी विसरेन का? तुझ्या बुद्धिमत्तेबद्दल मला किती आदर आहे, तुझ्याबद्दल मला किती प्रेम वाटतं, हे मी कसं सांगू तुला?"

हे ऐकून तिच्या मुद्रेवर थोडं हास्य चमकलं. आपली खुर्ची ओढून ती त्यांच्या खुर्चीजवळ घेणार एवढ्यात भीमराव म्हणाले, "आमचं एकदा एखाद्या स्त्रीशी लग्न लागलं म्हणजे इतर साऱ्या स्त्रियांना आम्ही आई-बहिणींप्रमाणे लेखतो. युरोप-अमेरिकेत प्रत्येकाचं खासगी जीवन आणि सार्वजनिक जीवन यांत फरक असतो. तुम्हाला ते स्वतंत्र रीतीनं जगता येतं. आम्हाला जर सार्वजनिक कार्य करायचं असेल तर लहानपणापासून अखेरपर्यंत आमचं चारित्र्य आम्हाला स्वच्छ ठेवावं लागतं. तरच तो मोठा माणूस ठरतो. त्याच्या आयुष्याला डाग लागत नाही. मोठा माणूस हा निष्कलंकच असला पाहिजे... आणि माझ्यापुरतं म्हणशील तर माझ्या आयुष्यात अन्य कोणत्याच स्त्रीला स्थान नाही!"

पुन्हा हिरमुसली चर्या करून फॅनी म्हणाली, "ठीक आहे... आम्ही व्यक्तिस्वातंत्र्याला फार मान देतो... नको करूस माझ्यावर प्रेम! नको करूस माझ्याशी लग्न! पण माझ्याशी मैत्री तर ठेवशील!"

"त्यात कसलीच अडचण नाही!"

"अधूनमधून मला पत्र पाठवत जा. मीही तुला पाठवीन... आणि पत्रात तू मला, फॅनी असं लिहिता कामा नये... 'माय डिअर लिट्ल पॉल' असं लिहिलं पाहिजेस... आणि मीही तुला 'माय डार्लिंग भीम' असंच लिहिणार! ...मग तुला काहीही वाटो."

भीमराव मनात म्हणाले,'मला काही वाटत नाही आणि वाटणारही नाही!'

मग फॅनीला उद्देशून म्हणाले, "मला फार वाईट वाटतं तुझ्याबद्दल! तू भलत्याच ठिकाणी भलतीच याचना केलीस! इथे कितीतरी आमचे हिंदी विद्यार्थी आहेत. श्रीमंत आहेत. ख्यालीखुशालीत जीवन घालवतात. मद्यपान करतात. नाचरंग करतात. अभ्यासाशिवाय सारं काही करतात. त्यांतला एखादा तुला आवडायला हरकत नाही!"

"हे बघ भीम, तू माझी अशी क्रूर चेष्टा करू नकोस... तू तर अभ्यासाशिवाय काही करत नाहीस. म्हणूनच तू मला आवडतोस. पोटाला चिमटा घेऊन तू फक्त अभ्यासच करतोस."

"तेच माझं ध्येय होतं. बेंजामिन फ्रँकलिनप्रमाणे! तो नेहमी म्हणायचा, माणसाच्या आयुष्यातलं यश दोन गोष्टींवर अवलंबून असतं- अखंड उद्योग आणि काटकसरीची राहणी. या दोन गोष्टी मी आचरणात आणलेल्या आहेत. मला यश मिळायलाच हवं."

"मिळेलच मिळेल! माझ्या सदिच्छा सदैव तुझ्या पाठीशी आहेत.... आणि खरंच, काटकसरीवरून आठवण झाली. तुला काही पैसे हवेत का? मी देऊ शकते."

नकारार्थी मान हलवत भीमराव हसून म्हणाले, "पण मी नाही घेऊ शकत. तू काही माझी काळजी करू नकोस 'लिट्ल पॉल' ... मी माझ्या मित्रांना पैशाबद्दल लिहिलं आहे आणि मुख्य म्हणजे आमच्या कोल्हापूरच्या महाराजांनाही लिहिलं आहे. आमचा तो आधारस्तंभ आहे. फार दिलदार उमदा माणूस! त्यांच्यावरच आमच्या चळवळीची मुख्य मदार आहे. ते पैसे पाठवतील... आजच त्यांच्या पत्राची अपेक्षा आहे."

"दुसरी काही माझी मदत?"

"कदाचित माझी शेपाचशे पुस्तकं मला इथं ठेवावी लागतील. पैसे जमले म्हणजे मी तुला पाठवून देईन. तू माझी पुस्तकं तेवढी परत पाठव."

"मला किती आनंद होईल तुझं हे काम करताना!"

रात्रीचं जेवण करून भीमराव फॅनीच्या घरातून बाहेर पडले तेव्हा ती त्यांना दाराबाहेर पोचवायला आली. त्यांच्या काठीकडे बघून हसत म्हणाली, "कुणाला मारू नकोस हं काठी! मला मारलीस तेवढी पुरे झाली!"

भीमरावही हसून म्हणाले, "आमच्या मराठी भाषेत एक म्हण आहे. शहाण्याला शब्दांचा मार. म्हणजे माणूस शहाणा असेल तर त्याला मारण्यासाठी हातात काठी घ्यावी लागत नाही. तू शहाणी असल्यामुळे तुला शब्दांचा मार पुरला!"

आपल्या मनातला सारा हिरमोड मनातल्या मनात दाबून ती हसली. म्हणाली, "तू मला शहाणी म्हणालास, यात सारं काही आलं... मला बरं वाटलं."

मग आकाशाकडे बघून म्हणाली, "आज आकाश बघ कसं हिरेमाणकांनी खचून भरलं आहे! हे आकाशातले तारे माणसांना आपल्या ध्येयाप्रमाणे वाटतात का रे? आणि आज हवाही उबदार आहे."

"खरंच!"

"जेव्हा हे असं शांत आकाश तारकांनी गजबजलेलं असेल आणि जेव्हा अशी उबदार हवा असेल, तेव्हा त्या संध्याकाळच्या आठवणींचा एक क्षण किंवा एक

कण माझ्यासाठी राखून ठेव... माझी आठवण कर. तुझ्या त्या आठवणींची संवेदना मला इथे जाणवेल... अगदी त्या क्षणी! प्रेमाची सहसंवेदना अशीच असते.''

आपली काठी आकाशाकडे करून भीमराव म्हणाले, ''असं आकाश आणि अशी उबदार हवा आमच्याकडे बहुधा नेहमीच असते.''

''मग नेहमीच माझी आठवण काढ हं! काढशील?''

मान हलवून भीमराव निघून गेले.

* * *

भीमरावांना एवढ्या उशिरानं घरी आलेलं बघून त्यांची लँडलेडी कॅथेराईन म्हणाली, ''एवढा उशीर? मला वाटलं, आज तू एखाद्या पिक्चरला गेलास किंवा एखाद्या पबमध्ये मजा करायला गेलास!''

आपण कुठे गेलो होतो ते भीमरावांनी सांगितलं.

त्यावर कॅथेराईनची मुलगी लिली टाळ्या वाजवून म्हणाली, ''मी पैज जिंकली!''

भीमरावांनी आश्चर्यानं विचारलं, ''पैज?''

''हो, पैज... मी ममीला म्हटलं की, तू अशा कुठल्याच ठिकाणी जाणार नाहीस. तुझं काम म्हणजे अभ्यास एके अभ्यास! म्हणूनच आम्हाला तुझ्याबद्दल केवढा आदर वाटतो! तू इतरांसारखा नाहीस... वेगळा आहेस, चांगला आहेस. म्हणून तर मी तुझ्याबद्दल ममीशी पैज मारली!''

कॅथेराईन म्हणाली, ''हो ग हो! तू पैज जिंकलीस. पण तू फार बोलत बसू नकोस! तो ज्या पत्राची वाट बघत होता ते पत्र आलंय... कोल्हापूरचं! शिक्काच मी बघितलाय. ते पत्र त्याला आधी दे पाहू!''

अत्यंत आतुरतेनं ते पत्र फाडताना त्या पत्राची वरची कड थोडीशी फाटली. भीमरावांनी अधाशीपणानं पत्र वाचलं; आणि त्यांच्या मनावर प्रचंड आघात झाला.

कोल्हापूरचे राजर्षी शाहू महाराज यांच्या दुःखद निधनाची बातमी त्या पत्रात होती.

कितीतरी वेळ भीमराव कपाळावर आपले दोन्ही हात ठेवून बसले होते... रडत होते.

❑

साप आणि बेडूक

सिमेंटच्या चाळीतील एका घराच्या दाराची कडी वाजली. रमाबाईंना वाटलं, आपल्याला भास झाला. आपल्याला जो ध्यास लागला आहे त्याचाच हा भास असावा!

बाहेरून आरोळ्या येतच होत्या, "यशवंता... मुकुंदा..."

काही वेळानं पुन्हा जोरानं हाका ऐकू येऊ लागल्या, "ए सुडक्या... मक्या! अरे साडेपाच वाजून गेले. अजून तुमचा उठायचा पत्ता नाही... किती रे आळशी झालात!"

'अगबाई, साहेब!' एवढाच उद्‌गार काढून रमाबाई दाराकडे धावल्या.

साहेबांना दारात बघताच त्यांनी त्यांच्या पायांवर साष्टांग नमस्कार घातला. त्यांच्या पायांवर डोकं ठेवून त्यांचे बूट आनंदाश्रूंनी भिजवले.

भीमराव आत यायला लागले तेव्हा रमाबाई म्हणाल्या, "तिथेच थांबा... तुकडा ओवाळून टाकते."

आनंदातिशयानं रमाबाईंना धड नीट बोलताही येत नव्हतं. भीमरावांना त्या म्हणाल्या, "एकदम येणं झालं! तांगाघोडा वाजला नाही."

"तांगाघोडा कुठला घेऊन बसलीस! पहाटे पाच वाजता दादरवर उतरलो आणि हातात बॅग घेऊन सरळ इथवर चालत आलो... खरं तर लंडनहून इथवर चालत यायची पाळी आली होती."

"एवढ्या लांबून? का बरं?"

"अग पैसे कुठे होते? राजाराम महाराजांकडून पैसे आले म्हणून तरी येऊ शकलो... सामानाच्या बोटीतून!"

"अरेरे! देव आपल्यावर एवढा का कोपला आहे कुणास ठाऊक!"

हे बोलताना रमाबाईंच्या डोळ्यांत टचकन पाणी आलं.

भीमराव म्हणाले, "आता देवाच्या नावानं कशाला खडे फोडतेस? तुझा नवरा एवढा बॅरिस्टर झाला!"

"म्हणूनच आपण सोसलेल्या हालअपेष्टांबद्दल वाईट वाटतं!"

एवढ्यात मुकुंदा पुढे आला आणि त्यांच्या पायावर त्यानं डोकं ठेवलं.

मुकुंदाला जवळ घेऊन भीमरावांनी विचारलं, "हे काय, तू एकटाच? यशवंता झोपलाय वाटतं?"

बाळाराम म्हणाले, "अरे, त्याला थोडा संधिवाताचा त्रास व्हायला लागला म्हणून हवापालट करण्यासाठी पनवेलला पाठवून दिलं. तू आज येशील असं वाटलं नाही. तू उद्या येशील म्हणून त्याला आणायला माणूसही पाठवला आहे."

मग मुकुंदाला कुरवाळत भीमराव म्हणाले, "वा! केवढी ऐट केलीस हे नवे कपडे घालून? पण दोघांचा अभ्यास चांगला चालला आहे ना? नवे कपडे शिवलेले दिसतात?"

बाळाराम म्हणाले, "यशवंतालाही बूटसूट आणि नेकटाय केलाय. बघशीलच उद्या तू!"

"पण एवढा खर्च..."

"नको का करायला नवा पोषाख? तू एवढा मोठा बॅरिस्टर होऊन येणार; मग घरची माणसं तुला शोभायला नकोत का? म्हणून मी शिवले साऱ्यांना हे कपडे."

रमाबाई तिथेच उभ्या होत्या. भीमरावांनी त्यांच्याकडे बघितलं तेव्हा बाळाराम म्हणाले, "अरे, मी रमाबाईलासुद्धा नवं लुगडं घ्यायला पैसे दिले होते, पण..."

"मग तिच्या अंगावर नवं लुगडं दिसत नाही ते?"

"तिलाच विचार... त्या पैशांतून तिनं तुझ्यासाठी धोतरजोडी घेतली. शिवाय एक गादी-उशी घेतली तुझ्यासाठी! तुला बसायला एक पाटदेखील घेतला. मी तिला म्हटलं देखील की, आता भिवा तिकडून साहेब होऊन येणार... तो धोतर थोडंच नेसणार आहे?... आणि पाटावर तरी थोडाच बसणार आहे? तो सुटाबुटात खुर्ची-टेबलावर बसणार!"

"भावजी, तुमचं हे काहीतरीच बोलणं! रात्रंदिवस का ते सुटाबुटात राहणार आहेत? धोतर हे आपलं खरं!"

सारे हसायला लागले.

रमाबाई मग न्याहारीची तयारी करायला लागल्या.

आपले आंबेडकरसाहेब इंग्लंडहून आल्याची बातमी हा हा म्हणता चाळीत आणि चाळीबाहेर पसरली. चाळीतल्या लहान-मोठ्या माणसांनी त्यांच्या दर्शनासाठी त्यांच्या खोलीसमोर गर्दी केली. विलायतेतून आलेले आपले साहेब कसे दिसतील, आपल्याशी कसं बोलतील, त्यांचा पोषाख कसा असेल, याबद्दल प्रत्येकाला कुतूहल वाटत होतं.

पण त्यांचे साहेब अंगावर शर्ट घालून आणि कमरेला धोतराची लुंगी लावून बसले होते. पायांत त्यांनी काळे स्लीपर घातले होते.

जो तो मनात म्हणत होता, 'आपले साहेब होते तसेच साधे आहेत.'

आपल्याशी हे पहिल्याप्रमाणे बोलतील किंवा नाही, अशी भीती लहान मुलांना वाटत होती. परंतु मोठ्या माणसांपेक्षा साहेबांनी प्रथम हाका मारायला सुरुवात केली, 'ये बालम', 'ये सालू', 'कसं काय आहे माले?'

मुलं-मुली त्यांच्या पाया पडत होत्या आणि तिथेच त्यांना बघत उभ्या राहत होत्या.

त्यांच्याकडे बघत बाळाराम म्हणाले, "मुलांनो, आता गर्दी कमी करा... बाहेर बरीच माणसं उभी आहेत... आता साहेब इथेच आहेत बरं!"

मुलं निघून गेल्यानंतर त्यांना भेटणाऱ्या मंडळींची रांग लागली. जो येत होता तो त्यांच्या पायांवर डोकं टेकत होता.

त्यांच्याकडे बघून भीमराव म्हणाले, "मला पंढरीचा पांडुरंग बनवू नका!"

"साहेब, तुम्हीच आमचे पांडुरंग! पंढरीचा पांडुरंग आम्ही पाहिलाय कुठे?"

"मी तरी कुठे बघितलाय?... आज ना उद्या आपण त्या पांडुरंगाचं दर्शन घेऊ! पण लाखो भाविकांनी त्याच्या पायांवर डोकं टेकल्यामुळे त्याचे पाय झिजलेत म्हणे! म्हणून मला पांडुरंग म्हणू नका आणि माझे पायही झिजवू नका! माझ्या पायांना खूप काम करायचं आहे. खूप खूप वाटचाल करायची आहे!"

सारी मंडळी हसायला लागली. आपले साहेब पूर्वीसारखेच हसरे-बोलके आहेत याबद्दल साऱ्यांनाच समाधान वाटलं.

ही दर्शनयात्रा बराच वेळ चालली होती. लोकांना बसण्यासाठी तिथे दोन खुर्च्या ठेवल्या होत्या. एक बाकही ठेवला होता. परंतु बाळाराम तिथे मोजक्या लोकांनाच बसू देत होते आणि तेही अगदी थोडा वेळ! ते प्रत्येकाला सांगत होते, "अजून खूप लोकांना साहेबांचं दर्शन घ्यायचं आहे. बाहेर बरेच लोक उभे आहेत."

लोकांच्या झुंडीच्या झुंडी येत होत्या आणि साहेबांचं दर्शन घेऊन जात होत्या. अनेक शिक्षक त्यांच्या दर्शनाला येऊन गेले. प्रत्येक शिक्षकाशी भीमराव

काही ना काही तरी बोलत होते. त्यांना म्हणत होते, ''आपल्या समाजासाठी तुम्हाला खूप कार्य करायचं आहे... वेळोवेळी मी तुम्हाला भेटेनच!''

कृ. ब. जावळेमास्तर त्यांना भेटायला आले तेव्हा बाळारामांनी त्यांना खुर्चीवर बसायला सांगितलं. आता इतर मंडळी येण्याचं प्रमाण कमी झालं होतं.

जावळ्यांनी विचारलं, ''साहेब, आम्हाला वाटलं, आपल्याला अजून इकडे यायला वेळ लागेल.''

''लागलाच असता; पण कामही संपलं आणि जवळचे पैसेही संपले.''

''मग?''

''पैशाचं आपलं एक भक्कम ठिकाण होतं. कोल्हापूरच्या शाहू महाराजांना पैसे पाठविण्याबद्दल विनंती केली. पण दुःखाची गोष्ट अशी की, छत्रपतींचं गेल्या वर्षीच्या मे महिन्याच्या प्रारंभीच निधन झालं. मी कपाळाला हात लावून बसलो. राजाराम महाराजांना दुखवट्याचं पत्र पाठवलं... पण आपल्या बाबतीत ती एवढी मोठी माणसं आहेत की काही विचारू नकोस. राजाराम महाराजांनी नंतर पैसे पाठवले. नाहीतर समुद्रात जीव द्यायचीच वेळ होती. काय करणार?''

''पण पैसे पुरले का तेवढे?''

''पुरतात कसले? पुस्तकं तिथेच ठेवली.''

''बोटीच्या तिकिटापुरते तरी पैसे झाले!''

''छे, छे! त्यासाठी मी कमी खर्चाचा प्रवासमार्ग शोधून काढला. लिव्हरपूल ते कोलंबो. कोलंबोहून मद्रास. तिथून मुंबई... अशा कमी खर्चाच्या मार्गानं आलो झालं!''

जावळे मास्तरांनी अगत्यपूर्वक विचारलं, ''साहेब, तुम्ही कोलंबोला उतरलात... म्हणजे तुम्ही जपान पाहिलाच असेल!''

यावर बाळाराम म्हणाले, ''वा मास्तर! कोलंबो हे जपानमधलं बंदर आहे होय? का तुमच्या भगुल्यात तसं लिवलंय?''

भूगोलाला बाळारामांनी भगुलं म्हटलं हे ऐकून सारे लोक हसायला लागले.

साहेबही हसून म्हणाले, ''मास्तर, विद्यार्थ्यांना असं शिकवू नका म्हणजे झालं!''

न चिडता जावळे मास्तर म्हणाले, ''साहेब, तुम्ही आता आम्हाला भूगोल शिकवा. आम्ही आमच्या विद्यार्थ्यांना तसा भूगोल शिकवू म्हणजे झालं! हं! आपण कोलंबोला आलात. तिथपर्यंतच्या प्रवासाची हकिगत सांगा!''

भीमराव म्हणाले, ''ती हकीगत खरंच ऐकण्याजोगी आहे.''

सर्व मंडळी सावरून बसली.

भीमराव सांगायला लागले, ''लिव्हरपुलला मी बोटीत बसलो. या बोटीवर मला जी खोली मिळाली होती तिच्या भोवती डुकरं, बदकं इत्यादी प्राणी होते.''

''म्हणजे मालवाहू बोट होती की काय ती?''

''होय.. म्हणूनच थोडक्या पैशात प्रवास झाला. शिवाय या बोटीवर जी माणसं होती तीही जंगलीच होती. ख्रिस्ती लोक होते. निग्रो, चिनी, हिंदी, अरबी हेही लोक होते. त्या सर्वांची संस्कृती एकच -जंगली! बोटीवरचे कामगारही तसलेच! दारू पिऊन नाचणं, गाणं, हसणं-खिदळणं हे प्रकार सारखे चालले होते. बैठे खेळ चालत. जुगार चाले. भांडणं तर सारखीच व्हायची.''

''भलताच हा त्रास! मग तुमचा कार्यक्रम काय चालायचा?''

''माझं वाचन तर चालू होतंच! शिवाय माझ्या भावी कार्यक्रमाची रूपरेषा मी आखत होतो. अशाच प्रकारच्या असंस्कृत, अडाणी लोकांमध्ये मला कार्य करावं लागणार आहे, याची खूणगाठ मी मनाशी बांधून ठेवली. प्रात्यक्षिक म्हणून त्यांच्यापैकी काही लोकांच्यात बसून त्यांना चार चांगल्या गोष्टीही सांगितल्या. बोटीत उष्णतेचाही फार त्रास झाला. पण थंड पेय घ्यायला पैसा कुठे जवळ होता? शेवटी आमची बोट एकदाची कोलंबोला लागली.''

मग काही वेळानं थट्टेच्या स्वरात जावळेमास्तरांकडे बघत म्हणाले, ''जपानच्या बंदराला नाही बरं का, मास्तर!''

जावळेमास्तरही हसून म्हणाले, ''पहिला धडा मी पक्का गिरवला साहेब! कोलंबो हे जपानचं बंदर नाही! या बाळारामांनी आम्हाला चांगला धडा शिकवला बघा!''

कोलंबो बंदरात उतरल्यानंतर यापुढे मद्रासला कसं जायचं याची माहिती त्यांना काढायची होती. त्यासाठी त्यांना बंदरातून बाहेर जायला हवं होतं.

बंदराच्या बाहेर आल्यानंतर एक रिक्षा त्यांच्या समोर येऊन उभी राहिली.

रिक्षावाला अदबीनं झुकून म्हणाला, ''बसा, साहेब!''

भीमराव म्हणाले, ''तू ओढून नेणार रिक्षा?''

''मग दुसरं कोण नेणार? बसा, साहेब... मनाला येईल ते पोटाला द्या!''

माणसांना माणसं गुराप्रमाणे ओढून नेतात, ही कल्पनाच भीमरावांना सहन झाली नाही. ते पायी चालायला लागले.

तेव्हा रिक्षावाला म्हणाला, ''साहेब, हवं तेवढं भाडं द्या ना! मी नाही म्हणत नाही!''

भीमरावांना त्याची दया आली. या गुरांना माणसासारखी फक्त वाचा आहे, असं त्यांना वाटलं. ते चालायला लागले.

रिक्षावाला गयावया करत म्हणाला, ''पोटाला काही मिळू द्या! बसा...''

त्यानं रिक्षातील काथ्याच्या गादीवर हात मारून धूळ साफ केली. म्हणाला, ''बसा... आत्ता नेतो हवं तिथे!''

भीमरावांनी थांबून त्याच्या हातावर नाणं ठेवलं आणि म्हटलं, ''अरे, मला जवळ जायचंय...''

गिऱ्हाईक पटत नाही असं पाहून त्या रिक्षावाल्यानं त्यांचे पैस परत देत म्हटलं, ''फुकाचे पैसे घेत नाही आम्ही कधी!''

भीमरावांना वाटलं, नीतिमत्तेच्या कल्पना या अशा गरीब माणसांजवळच अधिक प्रमाणात असतात की काय कुणास ठाऊक!...

ही सारी हकीगत सांगून भीमराव म्हणाले, ''कोलंबोला आणि कोचीनला आपले अस्पृश्य लोकच रिक्षाचा धंदा करतात. पण स्पृश्य लोक विटाळ होईल म्हणून त्यांच्या रिक्षात बसत नाहीत. मग हे अस्पृश्य लोक एक युक्ती करतात. ते गळ्यात क्रॉस अडकवून आपण ख्रिश्चन आहोत, असं भासवतात. मग स्पृश्य लोक खुशाल त्यांच्या रिक्षात बसतात; आणि काही काही रिक्षावाले धोतरही नेसतात... पोटाकरिता कित्येक वेळा धर्मांतरही करतात. असंख्य हिंदू तिथे पोटाकरिता बाटलेले आहेत.''

जावळेमास्तरांनी तळमळीनं विचारलं, ''पण यांना आता कुणी परत हिंदू करून घेणार नाही का?''

भीमराव म्हणाले, ''पण स्पृश्य ख्रिश्चन पुन्हा स्वतःहून अस्पृश्य थोडेच होणार आहेत?... आणि मी म्हणतो, हिंदू धर्मात राहूनच ते स्पृश्य व्हायला हवेत! त्यांना परधर्मात प्रवेशच करू कशाला द्यायचा?''

''साहेब, हे असलं काम आपणच करू शकाल; आम्ही सारे आपल्या पाठीमागे आहोतच!''

बाळारामांनी तिथे बसलेल्या सर्वांना सूचना दिली, ''अकरा वाजायला आलेत... साहेबांची अजून न्याहरी व्हायचीय... आता संध्याकाळी माणसांनी यावं!''

यावर भीमराव काही बोलणार एवढ्यात एक म्हातारी जख्ख बाई काठी टेकत आली. भीमरावांची ती नातलग होती.

त्या वृद्ध महिलेला बघताच भीमराव उभे राहिले; आणि खाली वाकून त्यांनी तिच्या पायाला हात लावून नमस्कार केला.

त्या वृद्धेचे लुकलुकते डोळे भरून आले. आपले अश्रू पुसत त्यांच्या पाठीवर थोपटून ती वृद्धा म्हणाली, ''देव तुला शंभर वर्षांचं औक्ष देईल! भिवा, अरे या वेळेला तुझी बय अन् बाबा पाइजे व्हते रे!''

आपल्या माता-पित्याच्या आठवणीनं भीमरावही भारावले.

ती वृद्ध बाई तिथे भीमरावांच्या पायालगत टेकली, तेव्हा कुणालाच काही बोलता येईना.

भीमराव बाळारामांकडे बघत म्हणाले, "आज थोडा उशीर होणारच आहे."

"पण आल्यापासून तू काही खाल्लं नाहीस.. मग...."

भीमराव उठणार एवढ्यात कृष्णराव केळुस्कर आले. भीमराव उभेच राहिले.

आल्याबरोबर केळुस्करांनी विचारलं, "आलास परत, भिवा?"

"होय, दादा.." असं म्हणून त्यांनी केळुस्करांना साष्टांग नमस्कार घातला.

दोन्ही दंडांना धरून केळुस्करांनी त्यांना उठवलं. त्यांच्या हनुवटीला हात लावून त्यांचे पटापट मुके घेतले.

ते दृश्य मन हेलावणारं होतं. साऱ्यांचेच डोळे भरून आले. भीमरावांचे आई-वडील आज असायला हवे होते, असं प्रत्येकालाच वाटलं.

केळुस्करांनीही आपले अश्रू उपरण्यानं पुसले.

काही वेळानं विचारलं, "तुझा प्रबंध पुरा झाला ना, भिवा?"

"दादा, माझा प्रबंध पुरा झाला; परंतु त्यांनी मला पदवी दिली नाही. परीक्षकांशी माझे खटके उडाले...."

"मला ती कल्पना आहे. तुझा हट्टी स्वभाव तू केव्हा सोडून देणार आहेस?"

"दादा, माझं नीट ऐकून तर घ्या!" असं म्हणून परीक्षकसमितीशी झालेली चर्चा त्यांनी खुलासेवार सांगितली.

मग म्हणाले, "दादा, आता सांगा, प्रबंधातली माझी मतं मी बदलू का? म्हणून मी त्यांना खडसावून सांगितलं की, प्रबंधात साधार सादर केलेली माझी मतं मी बदलणार नाही! भले तुम्ही मला पदवी देऊ नका!"

केळुस्कर त्यांना समजावणीच्या स्वरात म्हणाले, "भिवा, व्यवहारी जगात असं वागून चालत नाही. थोडी देवाणघेवाण ही करावीच लागते... बाकी तुला उपदेश करायची आमची योग्यता नाही..."

भीमराव संकोची स्वरात एकदम म्हणाले, "छे, छे, दादा... असं म्हणू नका. आपले माझ्यावर केवढे उपकार आहेत याची आपल्याला कल्पना नाही... त्या दिवशी संध्याकाळी चर्नीरोडवरच्या गार्डनमध्ये आपण मला आपलं बुद्धचरित्र भेट म्हणून दिलंत.. ती मोलाची भेट मी जन्मभर विसरणार नाही. बुद्ध माझ्या अंतःकरणात घर करून बसला आहे.. तो कधी बाहेर निघणार नाही...."

केळुस्कर जायला निघाले तेव्हाही भीमरावांनी त्यांना साष्टांग नमस्कार केला. त्यांनीही भीमरावांना तोंड भरून आशीर्वाद दिला. ते जाताना भीमराव त्यांना एवढंच म्हणाले, "मी आता पूर्वीसारखा हट्टी नाही राहिलो, दादा ! आज

१९२३ सालची ३ एप्रिल ही तारीख आहे ना? चार-पाच महिन्यांत मी माझा प्रबंध त्यांना सुधारून देणार आहे...''

''वा, वा! भिवा, आपला कोणताही हट्ट कार्यनाश करणारा असता कामा नये!''

''दादा, यापुढे एकच हट्ट... निर्धार म्हणा हवा तर! अस्पृश्योद्धाराचं कार्य आणि कार्य!''

केळुस्करांना निरोप दिला आणि भीमराव घरात जायला वळले, तेव्हा एका गृहस्थानं त्यांच्या पायांवर अक्षरशः लोटांगण घातलं. त्या गृहस्थाला उठवताना भीमरावांनी त्याचे हात धरले. हस्तांदोलनासाठी पुढे केलेला साहेबांचा हात धरताना त्या गृहस्थाचे हात थरथर कापत होते. साहेबांच्या व्यक्तिमत्त्वानं तो गृहस्थ अक्षरशः भारावून गेला होता.

बाळारामांनी त्या गृहस्थाची ओळख करून दिली, ''यांचं नाव चांगदेव भवानराव खैरमोडे.. हे लेखक, कवी, स्कॉलर...''

''अरे, वा, वा! असे लोक तर आपल्या कार्यात आपल्याला हवेच आहेत...''

खैरमोडे एवढे गोंधळून गेले की, त्यांच्या तोंडातून एकही शब्द बाहेर पडला नाही.

त्या दिवशी रात्री दहापर्यंत असंच चाललं होतं. माणसांची नुसती रीघ लागली होती. माणसं येत होती आणि त्यांच्या देवतुल्य साहेबांचं दर्शन घेऊन जात होती. आलेल्या प्रत्येक माणसाचा भीमराव या ना त्या तऱ्हेनं परामर्श घेत होते.

रात्री बारा वाजता त्यांची आणि रमाबाईंची एकान्तात गाठ पडली.

रमाबाईही आल्यागेल्यांची विचारपूस करताना थकून गेल्या होत्या. क्षीण हास्य करून त्या म्हणाल्या, ''आत्ता कुठे माझ्या वाट्याला येणं झालं!''

''मी कायमचाच तुझ्या वाट्याचा आहे!''

''ते बोलायला ठीक आहे... पण इथे मला बायांनी भंडावून सोडलं होतं...''

''भंडावून? ते कसं काय?''

''या आयाबाया म्हणायच्या, तुझा नवरा एवढा शिकलेला... सातासमुद्रापलीकडे विलायतेला गेलेला.. तू त्याची वाट बघतेस.. पण तिकडल्या टारगट गोऱ्या बाया त्याला इकडे थोड्याच येऊ देणार आहेत?''

भीमरावांनी हसून विचारलं, ''मग तू त्यांना काय सांगायचीस?''

''मी वर वर सांगायची की ते तिकडे अभ्यासाला गेलेत... त्या टारगट

बायांच्या नादी लागायला नाही गेलेत!.... पण खरं सांगू, मला भीती वाटायची...''

''म्हणजे नवऱ्यावर विश्वास नाही!''

''असं नाही हो... माझं बोलण्यात काही चुकलं असेल तर मी तुमच्या पाया पडते.''

आणि त्यांच्या पाया पडण्यासाठी रमाबाई खरोखरच वाकल्या.

त्यांचं डोकं दोन्ही हातांनी वर करून भीमराव म्हणाले, ''वेडी कुठली!''

मग रमाबाईंच्या लाडक्या नावानं हाक मारून ते म्हणाले, ''रामू, तुझ्याशिवाय मी दुसऱ्या कोणत्याच स्त्रीचा विचार केलेला नाही... कशाला करू? तुझ्यात काय कमी आहे... आणि तिकडली कुठलीच टारगट मुलगी मला आवडलेली नाही. तूच फक्त...''

हे बोलताना त्यांना फॅनीची आठवण झाली ही गोष्ट खरी! परंतु त्यांना फॅनी कुठे आवडली होती? ते फॅनीच्या कुठे नादी लागले होते?

त्या वेळी रमाबाई म्हणत होत्या, ''माझं आपलं वेडं मन.. कुठेही भरकटलं!.. आणि एवढ्या मोठ्या माणसापुढे कसं बोलायचं हे तरी माझ्यासारख्या वेडीला कुठे समजतंय?''

''रामू, मी जगापुढे कितीही मोठा झालो तरी माझ्या या रामूपुढे छोटाच राहीन! भलतंच काही बोलू नकोस... तुला आठवतं, रामू?...''

विचारमग्न होऊन ते काही काळ थांबले.

मग म्हणाले, ''तुला आठवतीय, रामू?...नागपूरची ती आपलीच जातवाली सरू फळवाली? आपल्या चाळीतच तिसऱ्या मजल्यावरच्या कोपऱ्यातल्या खोलीत राह्यची! किती सुंदर होती ती! आपल्याकडे गप्पा मारायला यायची... आपल्याला अडीअडचणीला पैसेही द्यायची! तुझी आणि तिची या ना त्या कारणावरून भांडणंही व्हायची! मला पक्कं आठवतंय.. १९१८ सालच्या जूनमध्ये एके दिवशी सकाळी ती आपल्या घरी आली आणि माझ्यापुढे एक छोटं गाठोडं ठेवून ती परत गेली ती पुन्हा कधी परत आलीच नाही... त्या गाठोड्यात एक कोरीकरकरीत धोतरजोडी आणि दीडशे रुपयांची पिशवी होती.... एवढी सुंदर आपली जातवाली... पण मी कधी तिच्या नादी लागलो होतो? सांग.. एक गोष्ट मात्र खरी! ती नागपूरची बाई गेल्यापासून मला का कुणास ठाऊक नागपूरचं फार आकर्षण वाटतं... वाटतं की, नागपूरला माझ्या हातून काहीतरी फार मोठं कार्य होणार आहे.''

जणू आपली कैफियत ते रमाबाईंसमोर सादर करत होते. रमाबाई एकटक त्यांच्याकडे नुसतं बघत होत्या.

नंतर तेच पुढे म्हणाले, ''सरस्वती तर गेली ती गेलीच. पण मुंबईतल्या

शाळेतली ती शिक्षिका... एस्थर इझिकेल... तिच्यातरी मी कुठे नादी लागलो होतो? तुझ्याशिवाय मला खरंच कोणत्याच स्त्रीचा मोह पडलेला नाही!''

रमाबाई हसून म्हणाल्या, ''ते मला माहीत आहेच!''

फॅनीबद्दल आपण तिला काहीच सांगितलं नाही, ही गोष्ट त्यांच्या मनात डाचत होतीच. वेळ येताच आपण तिला कधीतरी सांगू, या विचारानं त्यांनी ती वेळ मारून नेली.

''तुम्हाला तिकडे पैसे कमी पडले? आपल्या माणसातून तुम्ही एवढे लांब पडला होता... कसं काय निभावलंत?''

''तुझं पत्र आलं तेव्हा मी खरंच अडचणीत होतो... पण मला तुमच्याबद्दल जास्त काळजी वाटायची... भथेनाला मी तसं लिहीलेलं होतं... पण बाळाराम इथे राह्यला आला, हे बरं झालं!''

''बरं आणि वाईट! भावजी तसे चांगले आहेत... म्हणू नये, पण म्हणते... भावजींचं म्हणजे असलं तर सूत नाहीतर भूत! सारं अळवावरचं पाणी... परंतु आम्ही त्यांच्या कलानं घेत होतो. पुष्कळदा आम्ही आमचंच भागवत होतो.''

''म्हणजे?''

''आता सांगायला हरकत नाही... तुम्ही इथून जाताना दिलेले पैसे काही दिवसांनी संपले. माझे बहीण-भाऊ मोलमजुरी करून पैसे मिळवत. गौराबाई आणि शंकररावांना दिवसाची मजुरी जेमतेम आठ-दहा आणे मिळायची. त्यातून संध्याकाळी मी बाजरी घेऊन यायची. रोज संध्याकाळी मी फक्त चार बाजरीच्या भाकऱ्या करायची. एक भाकरी मुकुंदासाठी, दुसरी यशवंताला, तिसरी शंकररावांना आणि उरलेली चौथी गौराबाई, जाऊबाई आणि मी स्वत: अशी तिघीत मिळून खायची! आम्ही तिघी जणी भरीला भात खात होतो. बरोबर तोंडी लावायला चटणी किंवा कांदा! कधी कधी फक्त रात्रीचंच जेवण मिळायचं!''

''अरेरे! तुम्ही किती हाल काढलेत!''

''आपल्यापेक्षा फारच कमी! आपण तर अन्नाला मोताद झाला होता, नाही का? शिवाय तुमच्या पाठीमागे अभ्यास! कसे काढले असतील दिवस कुणास ठाऊक!''

आपल्या कर्तव्यनिष्ठ, त्यागी, स्वाभिमानी, अबोल, साध्वी पत्नीनं केवढं दुःख मूकपणानं सोसलं होतं, या गोष्टीची भीमरावांना कल्पना येऊन चुकली होती. त्याबद्दल त्यांना अतिशय विषाद वाटला आणि आपल्या बुद्धिमान, विद्वान, अलौकिक पतीला विलायतेत अभ्यास करताना अर्धपोटी राहावं लागलं होतं, याबद्दल रमाबाईंना वाईट वाटलं होतं.

भीमरावांनी विचारलं, ''पण सरपणाची वगैरे काय व्यवस्था करत होता?''

रमाबाईंनी सांगितलं, "काळोख पडल्यावर पोयबावाडीपासून दादर-माहीमपर्यंत यशवंताला घेऊन जायची; आणि रात्री आठ-नऊला डोक्यावर सरपण घेऊन आम्ही यायचे. मुद्दाम आम्ही रात्रीचे जायचे... कारण विलायतला गेलेल्या साहेबाची बायको-मुलगा डोक्यावरून रोज सरपण आणतात, अशी उगाच टीका व्हायला नको!"

"फार फार कष्ट उपसलेस तू!"

"आपल्या मोठेपणासाठी!..."

काही वेळ थांबून रमाबाई म्हणाल्या, "कित्येक वेळा शंकररावांना काम मिळायचं नाही. मग आम्ही तिघी वरळी व्हिलेजला पहाटे गवऱ्या थापायला जात होतो. रात्री आठ वाजता परत येत होतो."

"अगं, पण मी तुला कळवलं नव्हतं का की, तुझा एखादा दागिना मोडून अडचण भागव..."

नकारार्थी मान हलवत भीमाबाई म्हणाल्या, "छे, छे! ते मी कधीच करणार नव्हते. आपण मोठे होऊन परत याल तेव्हा भुंड्या हाता-गळ्याची बायको लोकांना दिसायला नको होती. मग लोक म्हणाले असते, ही माणसं नावानं मोठी पण लक्षणांनी खोटी! चाललं असतं तुम्हाला हे?.. बाळाराम भावजींकडूनही कधी पैसे मागितले नाहीत. मुलांना कपडे त्यांनी होऊनच शिवले... यशवंताला हवापालटासाठी त्यांनी स्वतःहूनच पनवेलला पाठवलं."

भीमराव पुटपुटत म्हणाले, "तू स्वाभिमानी आणि बाळारामाचं प्रेम हे अळवावरचं पाणी! पाणी कधी चमकेल आणि ओघळून जाईल त्याचा पत्ता नाही!"

आपल्या मोठ्या पतीचं हे बोलणं ऐकून रमाबाईंचे नेत्र कारुण्यानं भरून आले. भीमरावांना नेहमीच वाटायचं की, आपल्या रामूच्या टपोऱ्या नेत्रांत कारुण्याचा सागर साठवला आहे!

कारुण्यानं ओतप्रोत भरलेले रमाबाईंचे टपोरे नेत्र मिटत होते. त्यांना झोप अनावर झाली होती. सारं कारुण्य जणू पापण्यांच्या पंखात गोळा करून ते पंख मिटले होते.

रमाबाई झोपी गेल्या तरी भीमराव त्यांना बराच वेळ हळूहळू थोपटत होते.

* * *

दुपारच्या तिसऱ्या प्रहरी भीमरावांचा वाचता वाचताच डोळा लागला. त्यांच्या मुद्रेवर थकवा दिसत होता. काल भल्या सकाळी मुंबईला आल्याक्षणापासून त्यांना भेटणाऱ्या माणसांची रीघ लागली होती. काल रात्री झोपायलाही उशीर

झाला होता. खरोखर अभ्यासाचा सारखा ताण घेऊन त्यांना कमालीचा थकवा आला होता. सतत अठरा-अठरा तास अभ्यास केल्यामुळे त्यांना पुरेशी झोप मिळालेली नव्हती. दुपारी उशिरानं जेवण झालं होतं. जेवण झाल्यानंतर ते आपल्या निबंधाचा एक भाग वाचत बसले होते. कारण त्यांना तो निबंध सुधारून लंडन युनिव्हर्सिटीला पाठवायचा होता. तो निबंध वाचताना बसल्या बसल्याच त्यांना डुलकी लागली.

एवढ्यात कसला तरी आवाज झाला म्हणून ते दचकून उठले. त्यांनी समोर बघितलं. पोस्टमननं पत्र टाकलं होतं.

ते बडोद्याचं पत्र आहे हे त्यांनी लांबूनच ओळखलं. बाळारामांनी त्यांच्या हातात पत्र आणून दिलं तेव्हा ते म्हणाले, ''बडोद्याचंच पत्र असणार! तगाद्याचं पत्र, दुसरं काय?''

बाळारामांनी विचारलं, ''किती पैशांची मागणी आहे ते बघ!''

ते पत्र वाचून भीमराव म्हणाले, ''वीस हजार रुपयांच्या कर्जफेडीचं पत्र... तगादापत्र!''

''पण त्यांनी तुला शिष्यवृत्ती दिली होती ना शिक्षणासाठी? मग....''

''त्या बदल्यात नोकरीचा करार होता. मी नोकरी कुठे केली?''

''त्यांनी करू दिली का तुला नोकरी? तुझ्या नोकरीचा त्यांना विटाळ होत होता ना?''

''ते कोण बघणार? त्यांचे पैसे मात्र त्यांना परत हवेत!''

बाळाराम चिडून म्हणाले, ''म्हणजे हा खासा न्याय झाला महाराजांचा! एखाद्याला खायला घालायचं आणि ओकायला सांगायचं!''

''अरे बाळाराम, महाराजांना दोष देऊ नकोस.. माझ्याकडे तगादे चालले आहेत, हे त्यांना माहीतही नसेल! हे सारं कारभारी लोकांचं कृत्य असणार! म्हणतात ना, देणारा देतो आणि कोठावळ्याचं पोट दुखतं! आपली परिस्थिती त्यांना थोडीच ठाऊक असणार? मला ऑफिस थाटायचंय... हायकोर्टात प्रॅक्टिससाठी नाव नोंदवायचं आहे.. तिकडे निबंध पाठवायचा खर्च करायचाय.. एक ना दोन.. आणि म्हणे कर्जफेड करा!''

बाळाराम म्हणाले, ''एकदा तू त्यांना फटकारून पत्र लिही पाहू!''

''खरंच, तसं पत्र लिहिण्याचा मोह होतो. पण मला असं कृतघ्न होऊन चालणार नाही. महाराजांनी मला त्या वेळी ती संधी दिली नसती, तर मी इथे खर्डेघाशी करत राहिलो असतो.''

त्यानंतर कुणीच काही बोललं नाही.

एवढ्यात पनवेलला पाठवलेला माणूस यशवंताला घेऊन आला. बाळारामांनी

त्याला आत नेलं आणि बूटसूट आणि नेकटाय असा पोषाख करायला सांगितला.

घामाघूम स्थितीत यशवंता आपल्या वडिलांसमोर येऊन उभा राहिला. तेव्हा बाळाराम म्हणाले, "अरे सुडक्या, आपल्या बाबांना नमस्कार कर!"

पण यशवंता थरथर कापत त्यांच्या समोर नुसताच उभा राहिला.

भीमरावांनी विचारलं, "काय रे, सुडक्या.. ठीक आहेस ना?"

यशवंतानं नुसती मान हलवली.

भीमरावांनी त्याच्या हनुवटीला हात लावून त्याचे दोनतीन पापे घेतले. मग म्हणाले, "अरे, तू तर पक्का साहेबच झालास की! कडक इस्त्रीचा हा तुझा पोषाख!"

बाळाराम म्हणाले, "तू तिकडे कडक इस्त्रीचा कसा पोषाख केला असशील हे याला कळावं म्हणून..."

"छे, छे! तिकडे आमची बिछाना इस्त्री.. ही अशी कडक इस्त्री परवडणार थोडीच होती!"

बाळारामांनी आश्चर्यानं विचारलं, "बिछाना इस्त्री? ही कुठली काढलीस इस्त्री?"

भीमराव हसून म्हणाले, "अरे, रात्री कपड्यांची धडी करून ते गादीखाली टाकायचे. सकाळी इस्त्री तयार!"

एकदम हशा पिकला.

बऱ्याच लोकांचा एक घोळका आला तेव्हा भीमराव त्यांच्याकडे बघायला लागले.

त्या माणसातला एक कार्यकर्ता पुढे आला आणि त्यानं एक हस्तपत्रिका भीमरावांच्या हातात दिली. म्हणाला, "साहेब, सारं झालंय... आता फक्त आपल्या सोयीनं दिवस आणि सत्काराचं ठिकाण ठरवायचं एवढंच राहिलंय..."

"सत्कार? कुणाचा?"

"दुसऱ्या कुणाचा? आपलाच!"

"कशाबद्दल?"

"एवढे आपण... आपल्या समाजातले - एवढे शिकून आलात?"

"काय शिकून आलो रे?"

"साहेब, ते सारं या हस्तपत्रिकेत लिहिलंय..."

"चुकीचं... आणि त्यासाठी माझा सत्कार होय?"

त्यावर कुणालाच काही बोलता येईना.

तेव्हा त्या सत्कार योजनेचे चिटणीस नारायण धनाजी भोसले हे साहेबांसमोर येऊन उभे राहिले.

साहेबांनी त्यांना विचारलं, "या हस्तपत्रिकेत तुम्ही काय लिहिलंय? डी.

एस्सी. ही पदवी घेऊन मी विलायतेहून आलो आहे, असं लिहिलंय तुम्ही! खरं ना?''

भोसल्यांनी नुसती मान हलवली.

भीमराव म्हणाले, ''ते साफ चुकीचं आहे. मला अजून ती पदवी मिळायचीय... अजून अवकाश आहे....''

''पण साहेब, मिळेल की ती पदवी!''

''अरे, मला ती पदवीच काय... पृथ्वीचं राज्यही मिळेल... पण आज काय? काहीच नाही!''

''पण साहेब...''

''पणबिण काही नाही!... हा उद्योग करण्यापूर्वी तुम्ही मला सारं विचारायला हवं होतं... तुमचा हा सत्कार मी स्वीकारला तर वरच्या वर्गातले स्पृश्य लोक काय म्हणतील माहीत आहे? म्हणतील, बघा, बघा! हा महार विलायती शिक्षण घेऊन परत आला आणि आपल्याच लोकांकडून दिवे ओवाळून घ्यायला लागला. अरे, मी शिक्षण घेतलं यात काय विशेष पराक्रम झाला? मी तुमच्याकडून मानपत्र घ्यावं, असं माझ्या हातून काय घडलं आहे? मी जेव्हा समाजासाठी काही भरीव कामगिरी करीन, तेव्हाच तुमचं मानपत्र स्वीकारण्याचा मला अधिकार राहील.''

मग त्या घोळक्यातला एक वृद्ध गृहस्थ म्हणाला, ''साहेब, आता कार्य तरी करायला सुरुवात करा! नाहीतर या पोरांना वाटेल, साहेब विलायतेतून शिकून आले. आता ते आपल्यासाठी गडगंज पैसा गोळा करतील!''

त्या वृद्ध माणसाकडे बघून भीमराव मिस्कीलपणानं हसले आणि म्हणाले, ''बाबाजी, कार्य करण्यासाठी तरी जवळ पैसा हवा ना? नाहीतर या तुमच्या कार्यकर्त्यांप्रमाणे व्हायचं- शिकार करायला गेले वाघाची आणि हाती गवसला उंदीर!''

''म्हणजे? कोड्यात टाकल्याप्रमाणे बोलता, साहेब!''

''बाबाजी, तुम्हाला असेल ते कोडं.. मला नाही आणि या साऱ्यांनाही नाही! मी सारी माहिती काढलीय... विचारा वाटल्यास या भोसल्याला! माझ्या मानपत्रासाठी गेले चार-पाच महिने ही मंडळी पैसे गोळा करत हिंडताहेत... मला थैलीही देण्याचा यांचा विचार होत; पण चार-पाच महिने हिंडून शे-सव्वाशे रुपये तरी जमा झाले का ते यांना विचारा!''

सगळ्यांनी खाली माना घातल्या. कारण सारी माहिती काढूनच भीमराव बोलत होते, हे साऱ्यांना समजून चुकलं होतं.

त्यांची समजूत काढण्याच्या उद्देशानं भीमराव म्हणाले, ''यात तुमची चूक

नाही... मुळीच नाही! तुम्ही पराकाष्ठेचे प्रयत्न केलेत हेही खरं! तुमची एकच चूक आहे.. आणि तसं पाहिलं तर तीही तुमची नाही! तुम्ही अस्पृश्य वर्गात जन्मलात! पैसे तर सोडाच, पण तुम्हाला कुणी जोड्यापाशीही उभं करत नाही! तुम्ही पैसे मागायला जाणार तर केवळ आपल्याच लोकांकडे! त्यांच्यामागे पैशाचं बळ कितीसं असणार? एकादशीकडे गेली शिवरात्र! तिच्या पदरात काय पडणार? उपाशी माणूस कधी तुपाशी जाऊ शकत नाही! मी माझ्या बुद्धिमत्तेनं जगाला चकित केलंही असेल, कार्य करण्याची माझ्या अंगी पात्रताही असेल; पण जगातले सारे व्यवहार पैशावर चालतात, हे लक्षात ठेवा. मी वीस साली काढलेलं 'मूकनायक' पाक्षिक माझी पाठ फिरताच बंद पडलं. का? तर हातात पैसा नाही म्हणून! कित्येक पुढारी अस्पृश्यतानिवारणाच्या कार्याला आपला पाठिंबा दाखवतात; पण त्या कार्याला एक छदामही देत नाहीत. अस्पृश्यतानिवारणाचं कार्य हिंदूमहासभेचं आहे, असं बजावून राष्ट्रीय सभेनं त्या कार्यासाठी एक पैसादेखील दिला नाही! तुम्ही अन्नाला मोताद झालेली माणसं काय करणार? आपली केंद्रं तरी किती आहेत? कामाठीपुरा, मदनपुरा, सातरस्ता, परळ आणि कुर्ला एवढीच! त्यांतून पैसे कितीसे जमणार? त्यातून आपापसात असलेली भांडणं... कसं काय कार्य होणार यातून? कोणतंही कार्य करताना एक गोष्ट सतत लक्षात ठेवा- एकीत जय आहे आणि बेकीत क्षय आहे.''

सारी मंडळी थक्क होऊन त्यांचं बोलणं ऐकत होती. त्यांनी सत्काराला मान्यता दिली नाही, याबद्दलची नाराजी त्यांच्या मनातून निघून गेली. त्यांच्यापैकी प्रत्येकाला मनातून वाटत होतं,'आपल्याला मोक्ष देणारा आपला देव आज आपल्याला मिळाला.' जणू एक छोटं व्याख्यान त्यांनी दिलं होतं आणि आपल्या भावी कार्याची मुहूर्तमेढ त्यांनी रोवली होती.

त्या वृद्ध गृहस्थाकडे बघत भीमराव म्हणाले, ''बाबाजी, आपल्या प्रत्येक धार्मिक कृत्यासाठी प्रथम तांदूळ लागतात. ते तांदूळ आपल्यापाशी नाहीत. प्रथम ते मी मिळवतो आणि एकीकडे कार्याला लागतो. तुम्ही काळजी करू नका!''

तो वृद्ध गृहस्थ म्हणाला, ''खरंय बाबा तुझं! आम्ही वयानं नुसते म्हातारे झालो! वयामुळे केस पिकले... तुझ्याशी कशी बरोबरी करता येईल?''

भीमराव म्हणाले, ''मी तुम्हाला टोचून सांगत नाही; पण आपली पूर्ण तयारी झाल्याशिवाय कोणत्याही समरांगणात उतरायचं नसतं. हजारो वर्षांच्या रूढीविरुद्ध आपल्याला लढा द्यायचा आहे... तेवढीच तयारी करायला हवी.''

कुणीतरी सांगितलं, ''संभाजीराव गायकवाड येताहेत.''

संभाजीराव गायकवाड आणि त्यांचा एकुलता एक मुलगा भिकू लवाजम्यासह

तिथे आले. त्यांच्या हातांत दोन भलेमोठे हार होते, दोन गुच्छही होते. हे हारगुच्छ त्यांनी भीमराव आणि रमाबाईंसाठी आणले होते. चालताना त्यांचे पाय लटपटत होते. कारण मद्यपानानं ते तर्र झालेले दिसत होते.

संभाजीराव हे अस्पृश्योद्धाराच्या चळवळीतले एक प्रमुख कार्यकर्ते होते. सात रस्त्यांवरच्या सिमेंटच्या चाळीत त्यांच्या चार खोल्या होत्या. एका मोटर कंपनीत वरच्या दर्जाच्या नोकरीवर ते असल्यामुळे त्यांची सांपत्तिक स्थिती चांगली होती. चळवळीसाठी ते सढळ हातानं खर्च करत असत. आपल्या चार खोल्यांपैकी एक खोली त्यांनी चळवळीतील कार्यकर्त्यांना दिलेली होती. त्या खोलीतूनच चळवळीची सूत्रं हलत.

परंतु संपत्तीबरोबरच त्यांना मद्यपानाचं विलक्षण व्यसन जडलं होतं. सकाळपासून रात्रीपर्यंत त्यांच्या घरी आल्यागेल्याचं चहापान चालू असायचं आणि संभाजीरावांचं अखंड मद्यपान सुरू असायचं. हे व्यसन आपल्या घरी ठाण मांडून बसलं आहे आणि घरी ठाण मांडून बसलेली संपत्ती घराबाहेर निघून चालली आहे, ही गोष्ट त्यांच्या कधी ध्यानीही आली नाही. व्यसनासक्त माणसं आंधळी बनतात, हेच खरं!

आंधळी असली तरी सावधही असतात.

त्या मद्यधुंद अवस्थेत संभाजीराव भीमरावांच्या जवळ गेले नाहीत. काहीशा अंतरावरूनच त्यांनी म्हटलं, "हार आणलेत आपणासाठी आणि बाईसाहेबांसाठी!"

भीमराव फक्त एवढेच म्हणाले, "मी या समाजबांधवांचे हारही स्वीकारलेले नाहीत... विचारा त्यांना!"

संभाजीराव विनवणीच्या स्वरात म्हणाले, "साहेब! जेहूत ते समाजाचे हारतुरे तुम्ही घेत नाही. त्याबद्दल जेहूत ते मी काही म्हणत नाही. पण जेहूत ते माझ्या गरिबाचा एवढा हार घ्या. मग मी जेहूत ते बाईसाहेबांना हारतुरा देतो."

संभाजीराव हात जोडून त्यांच्यापुढे उभे होते. भीमरावांना त्यांच्या बोलण्यातला प्रेमळपणा जाणवला, पण ते त्यांच्या विनवणीला बधले नाहीत. म्हणाले, "बसा, संभाजीराव, खाली बसा. तुम्ही आमच्यासाठी हे हार घेऊन आलात त्याबद्दल मी आभारी आहे. पण हे बघा संभाजीराव, मी या आपल्या मंडळींचा सत्कार नाकारला आहे आणि तुमचा स्वीकारला तर या लोकांना काय वाटेल? हे लोक मला स्वार्थी आणि लबाड म्हणतील... मी गरीब-श्रीमंतांत फरक करतो, असं म्हणतील. हे तुम्हाला तरी बरं वाटेल का?"

संभाजीराव खजील झाले. त्यांचं तोंड उतरलं.

त्यांना समजावणीच्या स्वरात भीमराव म्हणाले, "संभाजीराव, तुमच्यासारख्या

थोर कार्यकर्त्यांचे हार मला नको आहेत. आपल्या समोर असलेल्या उदंड कार्यासाठी तुमची मला मदत हवी आहे. मी तिकडे गेलो. आपलं 'मूकनायक' पत्र बंद पडलं. यापुढे आपल्याला आपल्या समाजातल्या लाखो मूक लोकांना आणि त्यांच्या गाऱ्हाण्यांना वाचा फोडायची आहे. अस्पृश्योद्धार करण्यासाठी असंख्य लोकांना नवी दृष्टी द्यायची आहे. आपण उभारणार असलेली प्रचंड चळवळ त्यांच्या कानामनात घुसवायची आहे. त्यासाठी आपण आधी शुद्धबुद्ध बनलं पाहिजे, व्यसनमुक्त झालं पाहिजे. व्यसनमुक्त शुद्ध झालेली माणसंच निर्भय बनू शकतात आणि आपल्या बांधवांना निर्भय करू शकतात. असा निर्भय माणूसच मुक्त होऊ शकतो.''

संभाजीरावांची मान थरथरून हलत होती.

मग त्यांना अनुलक्षून पण आपल्याला उद्देशून आहे हे त्यांना कळणार नाही अशा तऱ्हेनं भीमरावांनी त्यांना एक गोष्ट सांगितली.

भीमराव गंभीरपणानं म्हणाले, ''संभाजीराव, माझ्या लहानपणची एक गोष्ट तुम्हाला सांगतो. माझ्या सवंगड्यांबरोबर मी लहानपणी नदीवर जायचा. दुपारची वेळ असायची. डोईवर उन्हं आली की, नदीचा तळ दिसायचा. एखादा मोठा बेडूक पाण्यावर मोठ्या मजेत तरंगत असायचा. एखादा पाणसाप अलगद त्या बेडकाची मागची तंगडी धरून मुकाट्यानं पाण्यात मुरून बसायचा. त्या बेडकाला त्याची कल्पनाही असायची नाही. आपल्या नाकातोंडावर बसलेले किडे तोंडात ओढून चालू घडी तो बेडूक आनंदात घालवायचा. त्याचा मागचा पाय त्या पाणसापाच्या तोंडातच असायचा. शेवटी संध्याकाळ संपली आणि रात्र झाली म्हणजे तो साप त्या बेडकाला आपल्या तोंडाकडे ओढून कुरतडायला लागायचा आणि बेडूक केव्हा मरणाच्या स्वाधीन व्हायचा, ते त्याला कळायचंही नाही.''

भीमरावांनी ही गोष्ट का सांगितली हे कुणालाही कळलं नाही. गोष्ट अजून चालूच आहे, अशा आविर्भावानं सारे जण त्यांच्याकडे एकटक बघत होते.

भीमराव बराच वेळ थांबले, तेव्हा तिथे बसलेला वृद्ध माणूस म्हणाला, ''साहेब, गोष्टीचं तात्पर्य सांगा की!''

भीमराव हसून म्हणाले, ''बाबाजी, तात्पर्य नाही समजलं?... मलासुद्धा लहानपणी समजलं नव्हतं. पण माझ्या बाबांनी मला सांगितलं... अहो, हे दारूड्याच्या आयुष्याचं रूपक आहे. दारूडा आपल्या ऐन भरातल्या जीवनात मश्गूल असतो, आनंदात दंग असतो. समोर येईल त्या आनंदाचा आस्वाद तो धुंदपणानं घेत असतो. परंतु आपला एक पाय त्या पाणसापाच्या रूपानं मृत्यूनं धरून ठेवलेला आहे, हे त्याला कधीच समजत नाही. तो मृत्यूच्या जबड्यात अलगद ढकलला जातो. त्याचं त्यालाही कळत नाही!''

आता मात्र गोष्टीचं तात्पर्य साऱ्यांना समजून ते हसायला लागले. संभाजीरावांना ते कळलं होतं का नाही कुणास ठाऊक!

सारी मंडळी निघून गेली. बडोद्याचं पत्र समोरच पडलं होतं. आपलं जीवितकार्य करण्याचा उत्साह त्यांच्या मनात ओसंडून चालला होता. त्याचबरोबर त्या समोरच्या पत्राच्या विषादाची झालरही त्या आनंदाला लागलेली होती.

❑

म्हणा, शपथ सुटली!

दुपारच्या शांततेचा भंग झाला तो त्या आरडाओरड्यानं!

कुणीतरी ओरडलं, "अहो, रखमाबाईंना फीट आली!"

दुसऱ्या कुणीतरी दुरुस्ती केली, "फीट नाही. त्या आत्ताच भर उन्हातून बाहेरून आल्या. त्यांना भोवळ आलीय."

तो आरडाओरडा ऐकताच भीमराव धावतपळत त्या तरुणीच्या खोलीत गेले आणि जवळ जाऊन त्यांनी तिच्याकडे बघितलं. मूर्च्छा येऊन ती बाई निपचित पडली होती.

लगेच भीमरावांनी तिचं मस्तक मांडीवर घेतलं. तिच्या तोंडावर पाणी शिंपडलं आणि तिच्या नाकाला बुक्कीनं फोडलेला कांदा लावला. बाई शुद्धीवर आल्यानंतर भीमराव बाहेर पडले.

त्या खोलीतून बाहेर पडताना भीमराव रमाबाईंना म्हणाले, "तू बस वाटल्यास इथे!"

बाळारामही तिथून बाहेर पडले.

अर्ध्या तासानंतर रमाबाई घरी परत आल्या तेव्हा त्या दोघा भावांचं भांडण ऐन रंगात आलेलं दिसलं.

घरी आल्याबरोबर बाळाराम भीमरावांना दटावून म्हणाले, "तुझं हे वागणं मला बरोबर वाटलं नाही."

"कुठलं वागणं?"

"त्या बाईचं मस्तक तू खुशाल मांडीवर घेतलंस!"

"तू काय बोलतोस हे? आपल्या धाकट्या बहिणीसारखी ती!"

"तुला तसं वाटतं... पण इतर लोकांना?"

"अरे, रमा होती ना तिथेच! ही बघ आलीच! विचार तिला! तुझ्या मनात मात्र हे पाप आलं."

"माझ्या मनात नाही... पण इथल्या या जंगली माणसांना तुझं हे भलं वागणं समजणार नाही."

"अरे, ही जंगली माणसं नाहीत.. आणि थोडीफार असली तरी आपण त्यांना सुधारलं पाहिजे."

"त्यांना सुधारशील तेव्हा सुधार! पण तोपर्यंत तरी तू असं वागू नकोस... त्या बाईला तू हात लावायला नको होतास!... अशा वेळी लांबूनच औषधपाणी करायला हवं होतंस!"

"अरे बाळाराम, माझ्याबद्दल उगाच कशाला बोलतोस? स्वतःचं बघ."

"माझं काय मी पाहणार?"

भीमराव हसत म्हणाले, "ती म्हण माहीत आहे ना? नावं ठेवी लोकांना आणि शेंबूड आपल्या नाकाला!"

बाळारामांनी रागानं विचारलं, "मी काय केलंय?"

"काय केलं आहेस ते तुझं तुलाच विचार की!"

"भलतं काही बोलू नकोस! तुझ्यासारखं भलतं काही मी केलं नाही!'

"असं तुला वाटतंय. माझ्यावर नसता आरोप करतोस... खोटानाटा! आणि तू? तू मात्र एका लहान मुलीशी लग्न करायला निघाला आहेस..."

"हात्तीच्या! हेच ना? मग त्यात काय बिघडलं?"

"दोघांच्या वयातलं अंतर न बघता तू खुशाल तिच्याशी लग्न करायला निघालास? आणि त्यात काय बिघडलं असं मलाच विचारतोस? त्यापेक्षा एखाद्या विधवेशी लग्न कर... ते शोभून दिसेल."

बाळाराम तडकून बोलले, "काय शोभून दिसेल ते माझं मी पाहीन... माझं चांगलं व्हावं अशी तुझी इच्छा नाही... स्वतःचं मात्र तू चांगलं साधून घेतलंस!"

"मी रे काय साधून घेतलं? माझा मी शिकलो... कालपरवा इथे आलो. आता माझ्या पायावर उभं राहण्याची धडपड करण्याचा विचार करतो आहे."

बाळराम तुच्छतेनं म्हणाले, "आतापर्यंत तू शिकत राहिलास... घरच्या मंडळींकडे बघितलं नाहीस आणि इथे आल्या आल्या चांडाळ चौकटीत शोभून दिसतील असे मित्र भोवती गोळा केलेस..."

"काय बोलतोस, बाळाराम! तुझ्या जिभेला काही हाड... इथे आल्यापासून मला भेटायला आले ते चांडाळ चौकटीत शोभणारे मित्र होय? आणि त्यांचा सल्ला मी काय घेतला? सांग.. सांग!"

"सांगायला कशाला हवं? मी लग्न करणार ही चुगली तुझ्या या मित्रांनीच केली ना? त्यांचाच सल्ला घेऊन तू मला बोलतो आहेस ना? त्यांचाच सल्ला घेऊन तू आता घरादाराचा सत्यानाश करायला निघाला आहेस ना?"

"आता सारं लक्षात आलं! तुझ्या लग्नाबद्दल मी तुला बोललो म्हणून तू मला हे सारं बोलतो आहेस!"

त्यांच्या या बोलण्याकडे मुळीच लक्ष न देता बाळारामांच्या तोंडाचा पट्टा चालूच राहिला, "तुझे हे हलकट दारूडे मित्र जेवायला घरी घेऊन येतोस आणि त्या बिचाऱ्या रमाला त्यांची खरकटी भांडी घासायला लावतोस! लाज वाटायला हवी तुला!"

"तुझ्यावरून तू जग ओळखू नकोस! माझ्या एकही मित्र दारूड्या नाही... मी तर कधी दारूच्या थेंबालाही स्पर्श केला नाही... कधी करणारही नाही. ज्याच्या तोंडाला दारूचा वास येतो त्यांनी दारूबद्दल बोलावं? तुलाच शरम वाटली पाहिजे! रमानं कुणाची उष्टी-खरकटी भांडी धुतली? सांग की!"

परंतु ते सांगण्याऐवजी बाळाराम संतापानं म्हणाले, "ती भांडी तरी तुझ्या कमाईची आहेत का? फुकट रुबाब मात्र करतोस."

हे सारं ऐकून भीमराव मनातून अतिशय खंतावले. राग, संताप, विषाद, दुःख आणि त्याचबरोबर आपल्या थोरल्या भावाबद्दलची कीव या भावभावनांचं एक चमत्कारिक मिश्रण त्यांच्या मनात तयार झालं. बाहेरचे लोक आपल्या सत्कारासाठी आपल्याशी बोलतात आणि घरातले लोक आपल्यावर खोटेनाटे आरोप करून आपल्याला वाक्ताडन करतात, या विसंवादाची चीड त्यांच्या मनात निर्माण झाली.

ते कळवळून म्हणाले, "अरे, बाळाराम, तू माझा थोरला भाऊ! बाबांच्या पश्चात तू माझं कौतुक करायचं, का मला असं ठोकरायचं? अरे, कामिनी आणि कांचन यांचा मोह मी कधी केला नाही... माझी ती प्रवृत्तीही नाही! कामिनीला मी माझ्यापासून कटाक्षानं दूर ठेवलं आणि कांचन माझ्यापासून निग्रहानं दूर राहिलं. एवढा परदेशात मी राहिलो, पण दारूला कधी शिवलो नाही!... आणि तू माझ्यावर कसले नसते आरोप करतोस! एकाच आईच्या कुशीतून जन्मलो ना रे आपण?.. घराबाहेर पेटलेली अस्पृश्यतेची आग विझवायला मी निघालोय आणि आता माझं घरच इथे पेटलंय... बाळाराम, हे बोलताना तू हजार वेळा विचार करायला हवा होतास रे..."

भीमरावांच्या मुखातून हुंदका बाहेर पडला. परंतु बाळाराम मख्खपणानं म्हणाले, "तुझी जी लायकी आहे त्याप्रमाणे मी बोललो! कशाला घायाळपणाचं नाटक करतोस?"

आता मात्र हद्द झाली. भीमरावांच्या मनावरचा तोल पार सुटला. ते संतापून

म्हणाले, ''या घरातून तू चालता हो... चल चालता हो!''

बाळारामांनी घरातले कपडे आणि भांडी गोळा केली आणि ते जायला लागले.

एव्हाना चाळीतली बरीच मंडळी तिथे गोळा झाली होती. त्यांच्यापैकी काही लोकांनी त्यांना सांगितलं, ''बाळाराम, तुम्ही असं करू नका.'' बाळाराम त्यांच्यावर खेकसून म्हणाले, ''जा म्हणून सांगितल्यानंतर कशाला राह्यचं इथे? त्याचं घर आहे ना हे? पण हे कपडे माझे आहेत... भांडी माझी आहेत. या साऱ्या वस्तू माझ्या कमाईच्या आहेत! त्या मी नेणारच!''

बाळारामांच्या तोंडाचा पट्टा चालूच होता.

रमाबाई आणि लक्ष्मीबाई एका कोपऱ्यात खाली मान घालून रडत बसल्या होत्या. भीमराव जमिनीवर ठाण मांडून खट्टू होऊन बसले होते. दीड वर्ष हा इथे राहिला काय आणि आता इथून अशा तऱ्हेनं निघून चालला काय, याबद्दल त्यांना अपरंपार दुःख झालेलं दिसत होतं.

परंतु या गोष्टी बाळारामांच्या गावीही नव्हत्या. अंगात वात झाल्याप्रमाणे ते ओरडत होते, ''जातो मी या घरातून! हा चाललो. पुन्हा या घरात मी पाऊल टाकणार नाही... ही सारी भांडी माझी आहेत... ती दान करून टाकीन, पण इथे या घरात ठेवणार नाही!''

त्यांनी भराभर घराबाहेर भांडी फेकायला सुरुवात केली.

ते बघून तिथे जमलेल्या काही लोकांनी बाळारामांचा हात धरून त्यांना बाहेर नेलं आणि त्यांनी बाहेर फेकलेली भांडी गोळा करून आत नेली.

बाळाराम घराबाहेर गेले तेव्हा भीमराव अगदी रडण्याच्या बेताला आले होते. मनात म्हणत होते, ''घरीदारी छळ माझ्या पाचवीला पूजला आहे की काय कुणास ठाऊक!''

* * *

परळच्या दामोदर हॉलमधील पहिल्या मजल्यावरच्या पश्चिमेकडील खोलीत भीमरावांना ऑफिससाठी जागा मिळाली तेव्हा त्यांचा जीव भांड्यात पडला. त्यांचं भांबावलेलं मन थोडंफार शांत झालं. चांगदेवराव खैरमोडे यांना ऑफिस लावण्यासाठी त्यांनी मुद्दाम बोलावलं होतं. रविवारी सकाळी ते भीमरावांच्या ऑफिसमध्ये गेले तेव्हा भीमराव खुर्च्या इकडून तिकडे ठेवून बघत होते.

चांगदेवरावांना बघताच ते म्हणाले, ''तुझीच वाट बघतोय मी! कुठे तोंड करून बसायचं ते सांग! पूर्वेकडे तोंड करावं, असं मला वाटतं.''

चांगदेवराव म्हणाले, ''उगवतीकडेच तोंड करून बसायला हवं! उगवत्या सूर्याला नमस्कार करूनच आपल्याला कामाला आरंभ करायचाय!''

"ठीक आहे!"

लगेच चांगदेवरावांनी पश्चिमेकडच्या भिंतीला पाठ करून त्यांची खुर्ची मांडली. समोर टेबल ठेवलं. टेबलासमोर उरलेल्या दोन खुर्च्या मांडल्या.

मग ते म्हणाले, "साहेब, तुमच्या कामाचा व्याप वाढला म्हणजे या दोन खुर्च्या तुम्हाला पुरणार नाहीत!"

"वाढू दे तर खरा व्याप! अरे, प्रथम मी तर हायकोर्टातच ऑफिस थाटावं, असं म्हणत होतो. पण तिथे महार बॅरिस्टरला जागा कोण देणार आणि एवढे पैसे कुठून आणणार?.. पण शेवटी नारायण मल्हार जोशींशी विचारविनिमय करून ही जागा कशीबशी मिळवली! बघायचं आता कसा जम बसतो ते! आत्ता तर हायकोर्टाची सनद मिळविण्यासाठी मित्रांकडून पैसे घेतले आहेत खरे!"

"साहेब, तुम्ही एवढे विद्वान, हुशार! तुमचा जम बसणार नाही, असं कसं होईल?"

"बघू या... घोडामैदान जवळच आहे. मी माझा डॉक्टरेटचा सुधारलेला प्रबंधही टंकलिखित करण्याचं काम सीतारामपंत केळुस्करांवर सोपवलं आहे. तेही काम आता मार्गी लागलं... एकेक अडचणी येतात तशा त्या एकेक करून दूरही होतात."

"खरंय..."

मग भीमरावांच्या उजव्या बाजूच्या कोपऱ्यात ठेवलेल्या छोट्या रॅककडे बघून चांगदेवराव म्हणाले, "या रॅकचा काय कात होणार? तुमची पुस्तकं किती; आणि....."

"अरे, त्याचाच मी विचार करतोय... लंडनहून माझ्या मैत्रिणीकडून माझी पुस्तकं आली म्हणजे पंचाईतच होणार आहे...."

मग काही वेळ कसला तरी विचार करत बसले. त्या दिवशीचा तो प्रसंग त्यांना आठवला. म्हणाले, "या मैत्रिणीवरून आठवण झाली... त्या दिवशी बाळारामानं काय फार्स केला! कशावरून; तर भोवळ आलेल्या त्या शेजारच्या बाईवरून! खरंच रे मी बाईबाज नाही... दारूबाज नाही... मला एक फार मोठं व्यसन आहे... वाचनाचं आणि समाजाच्या उद्धाराचं! कशाला मी बायांच्या नादी लागू? तिकडं काय कमी बाया होत्या नादी लावायला... पण मी कधीच त्या फंदात पडलो नाही!... आणि हा माझ्यावर वाटेल ते आरोप करतो!"

"आपण कशाला मनाला लावून घ्यायचं उगाच?"

"एरवी मनावर घेतलं नसतं... पण मला सामाजिक कार्य करायचं आहे आणि सामाजिक कार्यकर्त्याचं चारित्र्य स्वच्छ असलं पाहिजे!"

"कदाचित तेच त्यांच्या डोळ्यांत खुपत असेल!"

''असेलही! कारण स्वतःचं चारित्र्य त्यानं कसं ठेवलंय बघितलंस? पगार झाला रे झाला की पाण्याप्रमाणे दारू प्यायचा... घरातली भांडीकुंडी माझी आहेत, असं म्हणाला.. पण ते सारं खोटं! दारू पिऊन झाल्यानंतर जो काय थोडाबहुत पैसा घरी घेऊन यायचा तो जेमतेम स्वतःच्या पोटापुरता! आतासुद्धा पगार झाला म्हणजे भर रस्त्यात उभं राहून ब्रॅन्डीची बाटली ढसाढसा पितो. मला खिजवण्यासाठीही असेल!''

चांगदेवराव म्हणाले, ''होय.. मला माहीत आहे. एवढंच नव्हे, तर तुमच्या चाळीशी उभं राहून हाका मारतात,'ए सुडक्या', 'ए मक्या' खाली या खाऊ घ्यायला!''

ते खरंच होतं. मुलं खाऊ घ्यायला खाली आली म्हणजे बाळाराम त्यांचे पटापट मुके घेत. मुलांना म्हणत, ''इथेच उभं राहून खाऊ खायचा!''

मुलं त्यांना म्हणत, ''काका, घरी चला की!''

बाळाराम निक्षून सांगत, ''मी तुमच्या घरी कधी येणार नाही!''

मुलं म्हणत, ''काका, घर तुमचंच नाही का? मग या की घरी!''

यावर बाळाराम काही न बोलता दोन्ही मुलांचे पटापट मुके घेत.

ही सारी हकिगत ऐकल्यावर भीमराव म्हणाले, ''आपल्या शाळेच्या पुस्तकात ते गणित होतं ना? एका दोन इंची तोटीतून हौदात पाणी येतं आणि तीन इंची तोटीतून ते हौदातून बाहेर पडतं. तर किती वेळात हौद रिकामा होईल? तसंच आहे हे! आम्ही कार्याची उभारणी करण्यासाठी झटायचं अणि यानं कार्यनाश करण्याचा चंग बांधायचा! आम्ही घराण्याची कीर्ती वाढविण्यासाठी कंबर कसायची आणि यानं आमचं कंबरडं मोडायचं! बघू या आमचा हौद कधी रिता होतो ते!''

पूर्वेकडच्या खिडकीतून आत येणाऱ्या प्रकाशाकडे शून्य दृष्टीनं भीमराव बघत होते. जणू भावी काळातील प्रकाशमय आयुष्याकडे त्यांची दृष्टी लागली होती.

त्याच वेळी चांगदेवराव म्हणत होते, ''साहेब, आपल्या कीर्तीचा हौद नेहमीच ओसंडून जाणार आहे!''

त्यांच्या बोलण्याकडे भीमरावांचं मुळीच लक्ष नव्हतं. पुन्हा त्यांची दृष्टी पुस्तकांच्या रॅककडे गेली. ते पुन्हा म्हणाले, ''लंडनहून येणाऱ्या पुस्तकांची पंचाईतच होणार आहे!''

चांगदेवराव म्हणाले, ''साहेब, एक विचारू का... तुम्हाला काही वाटणार नाही ना?''

''मी एकदा माणसाला आपलं म्हटलं म्हणजे मी त्याच्यावर कधीच रागवत नाही... विचार हवं ते!''

''नाही म्हटलं... तुमच्या या लंडनच्या मैत्रिणीची आणि तुमची पहिली ओळख कशी झाली?''

''फॅनी फिज्झिराल्ड होय?''

"साहेब, तुम्ही तर त्या मैत्रिणीचं नावच सांगून टाकलंत! मी तुमचं चरित्र लिहिणार आहे ना? मला उपयोग होईल या नावाचा!"

"तू हवं तर माझ्या मैत्रिणीच्या नावाचा जरूर उपयोग कर... इंग्लंड-अमेरिकेत त्याचं काही वाटणार नाही. पण आपल्याकडे मात्र वाटेल... कारण चारित्र्याच्या आपल्याकडल्या कल्पना वेगळ्या आहेत... अर्थात, मला काही वाटणार नाही... पण बाळारामाचं तू बघितलंच आहेस.. आपल्याकडे असेच बाळाराम खूप सापडतील.. बहुधा सगळेच सापडतील!"

"साहेब, तुम्हाला कमीपणा येईल असं मी काही लिहीन का?"

"अरे, माझा प्रश्नच नाही... कर नाही त्याला डर कशाला? माझ्या जीवनाची पाटी स्वच्छ आहे!"

"पण साहेब, ते सांगायचं राह्यलंच! तुमच्या मैत्रिणीची पहिली ओळख कशी झाली?"

"ती तर मोठी मजेशीर... ऐकण्याजोगी कथा आहे."

असं म्हणून भीमरावांनी आपल्या मैत्रिणीची कथा रंगवून सांगितली.

फॅनी फिझिराल्ड ही लंडनमधील मजूर वर्गातल्या एका कुटुंबातली! अतिशय प्रेमळ पण इतरांवर हुकमत गाजवणारी! भीमरावांचं आणि तिचं अधूनमधून भांडण व्हायचं! भांडण झालं की, ती आसपासची मुलं गोळा करायची आणि भीमरावांच्या मागे मागे जाऊन त्यांना त्रास द्यायची. ते ब्रिटिश म्युझियमच्या लायब्ररीत जायला निघाले म्हणजे फॅनीनं शिकवल्याप्रमाणे ती मुलं ओरडत सुटायची, "छोटा हत्ती चाललाय... तो बघा चाललाय... गेलासुद्धा!"

ही हकिगत सांगून भीमराव म्हणाले, "पण आमची भांडणं लगेच मिटायची... मी कधीच चिडायचा नाही... मग ती मुकाट्यानं माझ्याशी बोलायला यायची!"

मग जणू स्वतःशीच बोलल्याप्रमाणे भीमराव म्हणाले, "छे रे! मला कधीच स्त्रियांचा मोह पडला नाही... आणि आमचे बंधुराज म्हणतात की, त्या बाईशी मी... धाकट्या बहिणीशी..."

पुढचे शब्द तोंडातल्या तोंडात विरले.

भीमराव बराच वेळ डोळे मिटून शांतपणानं बसून होते. निरपराधी अंतःकरणात उगाच एखादा बाण घुसावा अशी त्यांची चर्या झालेली दिसत होती. चांगदेवराव गप्प बसून त्यांच्याकडे नुसतं बघत होते.

भीमरावांनी डोळे उघडले तेव्हा त्यांना वाटलं, नेत्रांत साठवून ठेवलेलं पूर्वेकडलं तेज त्यांच्या नेत्रांतून एकदम सांडायला लागलं आहे!

त्या वेळी ते सांगत होते, "भगवान बुद्धाचं आयुष्य माझ्या आयुष्याशी फार मिळतंजुळतं आहे."

ते तन्मयतेनं सांगत होते आणि चांगदेवराव तल्लीनतेनं ऐकत होते.

बुद्धाच्या आयुष्याशी आपलं कसं काय साम्य आहे, हे त्यांनी विशद करून सांगितलं.

भगवान बुद्धाचा जन्म राजकुलात आणि क्षत्रिय घराण्यात झाला. भीमराव अस्पृश्य कुळात पण लष्करी घराण्यात जन्मले. बुद्धाची आई त्याच्या बालपणीच वारली. भीमरावांची आईदेखील त्यांच्या बालपणीच वारली. दोघांचं संगोपन त्यांच्या सावत्र आईनंच केलं. दोघांनाही एकच मुलगा होता. दोघेही बुद्धिमान आणि बुद्धिनिष्ठ होते. दोघेही भाग्यवंत होते. दोघांच्या कानांची, कपाळाची आणि केसांची ठेवण सारखीच होती.

हे सांगून भीमरावांनी आपल्या हाता-पायांवरची आणि कपाळावरची भाग्यचिन्हं त्यांना दाखवली.

ती चिन्हं दाखविल्यानंतर म्हणाले, ''माझे बाबा मला जवळ घेऊन झोपायचे आणि माझे गणपतीसारखे कान चापसून माझ्या भाग्यवंत भविष्याचं नेहमी वर्णन करायचे. लहानपणी ते बरं वाटायचं. पण मी मोठा झालो तेव्हा मला नेहमी वाटायचं की, आपण भाग्यवंत असलो तरी घडणाऱ्या गोष्टींसाठी आपण कष्ट केलेच पाहिजेत! कष्ट केल्याशिवाय आपोआप गोष्टी कधी घडत नाहीत! आपल्याला दैव एकपट अनुकूल असेल तर त्याच्या शतपट आपण प्रयत्न केले पाहिजेत... तरच यश मिळतं.''

आपल्या या म्हणण्याच्या पुष्ट्यर्थ त्यांनी डॉ. थॉमस एडिसनचं उदाहरण दिलं. यशस्वी जीवनाची गुरुकिल्ली कोणती, असं कित्येक लोक त्याला विचारत. एडिसन उत्तर द्यायचा, ''पाच टक्के स्वयंप्रज्ञा आणि पंचावन्न टक्के प्रयत्न!''

चांगदेवरावांकडे बघून भीमराव म्हणाले, ''केवळ दैवावर हवाला ठेवून स्वस्थ बसणारा मी माणूस नाही! इतिहासात अमर झालेल्या महापुरुषांच्या मालिकेत जाऊन बसण्याची माझी महत्त्वाकांक्षा आहे. ती पुरी करण्यासाठी मी हा प्रचंड ग्रंथसंग्रह केला आहे. पुढेही करणार आहे. सामुद्रिक शास्त्राचाही मी अभ्यास केला आहे. हैदरअलीच्या हातांवरील भाग्यचिन्हं माझ्या हातांवर आहेत. माझ्या वडिलांनी माझं भाकीत केलं आहे, की मी कुलदीपक होणार! माझी कीर्ती त्रिखंडात होणार... मला त्यासाठी विश्वप्रयत्न करायचे आहेत! आपल्या पित्याला जो पुत्र खोटा पाडतो तो नरकात जातो, असं एक वचन आहे. मला नरकात जायचं नाही... उलट नरकात खितपत पडलेल्या माझ्या अस्पृश्य बांधवांना स्वर्गात नेऊन सोडायचं आहे!''

पुन्हा त्यांनी डोळे मिटून घेतले. नाटकातल्या स्वगताप्रमाणे चांगदेवरावांनी त्यांचं बोलणं ऐकून घेतलं होतं. त्यांचं हे स्वगत भाषण आणखी पुढे चालावं, असं त्यांना वाटत होतं.

त्यामुळे चांगदेवराव पुढील स्वगताच्या अपेक्षेनं गप्प बसून त्यांच्याकडे एकटक बघत होते.

आत्तापर्यंतच्या बोलण्याचं तात्पर्य सांगावं त्याप्रमाणे चांगदेवरावांकडे बघत ते म्हणाले, ''भविष्यावर अवलंबून राहू नकोस... महत्त्वाकांक्षा धर आणि कष्ट कर!''

एक तत्त्ववेत्ता त्यांच्या मुखातून बोलतो आहे, असा भास चांगदेवरावांना झाला.

* * *

भीमरावांनी ऑफिस थाटलं खरं! परंतु ऑफिस थाटलं म्हणजे वकिलीचं काम चालून येतं, असं थोडंच आहे? मुंबईतल्या कज्जेदलालांचा धंदा प्रामुख्यानं गुजराती, पार्शी आणि हिंदू यांच्या हातांत होता. अशा स्थितीत भीमरावांसारख्या महार जातीच्या बॅरिस्टरला काम मिळणं दुरापास्त होतं. त्यांना कोणत्याच फर्ममध्ये प्रवेश मिळत नव्हता. नव्या ऑफिसचा खर्च भागवून कुटुंबाचा खर्च भागवणं भाग होतं. लंडनला असताना लोकांचं देणं झालंच होतं. कर्जफेडीसाठी बडोद्याचा तगादा चाललाच होता. थोरले बंधू बाळाराम हात झटकून घरातून निघून गेले होते. लक्ष्मीबाई किंवा रमाबाई यांना बाहेर गवऱ्या थापायला जाणं किंवा डोईवरून सरपण वाहून आणणं आता शोभणार नव्हतं. बॅरिस्टरच्या घरची मंडळी अशा तऱ्हेची मोलमजुरीची कामं करतात, असा बोभाटा आधी चाळीतच झाला असता आणि नंतर पाय फुटून तो घराबाहेर पडला असता.

त्यांचं खरं लक्ष अस्पृश्योद्धाराच्या चळवळीकडे लागलं होतं. आपल्या जातीतल्या वेड्या लोकांना शहाणं करून सोडण्याचं काम आपल्यालाच करावं लागणार आहे, ही खूणगाठ त्यांनी मनाशी बांधली होती. ते कार्य करायला त्यांचं मन उतावीळ झालं होतं... पण कार्य करायचं म्हणजे पैशाचं खेळतं पाणी सतत वाहायला हवं! पण इथे तर तो झरा कोरडा पडला होता.

त्यांचं मन कित्येकदा उद्वेगानं भरून येई. शिक्षणानं आपले प्रश्न सुटतील म्हणून आपण एवढं शिक्षण घेतलं; पण आपण आहोत तिथेच आहोत. पैशानं सारे प्रश्न सुटतील, असं त्यांना अलीकडे वाटायला लागलं होतं. कधी कधी त्यांना वाटायचं की, हा वकिली पेशा सोडून देऊन आपण नोकरी करावी. निदान संसाराची तरी घडी नीट बसेल. मग चळवळीचं पुढे बघता येईल!

त्यांचं मन अशा कात्रीत सापडलं होतं. पण केवळ योगायोगानं त्यांचा मार्ग थोडासा उजळला.

रोज सकाळी ते किंग सर्कलला फिरायला जायचे. त्या दिवशी सकाळी ते असेच फिरायला चालले होते. विचारतंद्रीत चालताना त्यांची आणि एका जाडजूड गृहस्थांची टक्कर झाली.

ते गृहस्थ म्हणाले, ''काय हो, मी एवढा जाडजूड असून तुम्हाला दिसलो नाही की काय?''

त्यांच्या बोलण्यावरून ते गृहस्थ विनोदी दिसले.

भीमराव त्यांना त्याच थट्टेच्या सुरात म्हणाले, ''मीही तसाच जाडजूड असल्यामुळे मला नाही दिसलं. लहान माणसालाच मोठं माणूस दिसतं!''

''अरे वा! अपराध करून पुन्हा त्या अपराधाची तरफदारी करता?''

''तो धंदाच आहे माझा!''

''म्हणजे रोज अशा टकरा घेता की काय?''

''रोज रोज नाही... कधी कधी! मोका येईल तेव्हा! रोज रोज टकरा घेण्याची आम्हाला संधी कोण देणार?''

''कसली संधी? टकरा घेण्याची?''

''होय, मी पेशानं बॅरिस्टर आहे, म्हणजे बॅरिस्टर झालो आहे. पण हायकोर्टात टकरा घेण्याची संधी आम्हाला कुणी दिली तर मिळणार ना?''

''वा! वा! हा योगायोगच म्हणायचा, पण आपलं नाव मला कळेल का?''

''माझं नाव भीमराव रामजी आंबेडकर... मी महार जातीचा आहे.''

''महार असा नाहीतर कुणीही असा... पण बॅरिस्टर आहात ना?''

''होय- आता शिष्टाचाराला धरून आपण आपलं नाव सांगायला हवं!''

''विचारा म्हणजे सांगतो... म्हटलं, मीही वकील आहे.''

भीमराव मनापासून हसले आणि म्हणाले, ''हं... सांगा तुमचं नाव... देवाशपथ खरं नाव सांगा!''

त्या गृहस्थानं नाव सांगण्याआधी हसून विचारलं, ''आपण लो. टिळकांचं नाव ऐकलं आहे?''

भीमराव हसून म्हणाले, ''ऐकल्याचं आठवतं.''

''त्यांचे स्नेही दाजी आबाजी खरे माहीत आहेत?''

''हो... त्यांचंही नाव खूप ऐकलं आहे.''

''मग आता माझं नाव ऐका... दाजी आबाजी खरे यांचा मी भाचा! माझं नाव बाळकृष्ण गणेश मोडक. लो. टिळकांच्या गीतारहस्याची मुद्रणप्रत मी तयार केली. त्यामुळे टिळकांनी आपली स्वाक्षरी करून गीतारहस्याची एक प्रत मला भेट म्हणून दिली आहे.''

''वा... भाग्यवान आहात!''

''भाग्यवान म्हणजे? अहो, ती प्रत मी देव्हाऱ्यात ठेवलीय!''

भीमरावांनी थट्टेनं विचारलं, ''फक्त पूजा करायला? न वाचताच!''

बाळकृष्णपंत मोडक स्वतःच्या डोक्याला हात लावून म्हणाले, ''या इथे सर्व

साठवण केलीय त्या ग्रंथाची! अहो, प्रेसकॉपी केलीय म्हटलं मी!''

''कंपॉझिटर्सही मजकूर जुळवतात म्हटलं! त्या ग्रंथातला कर्मयोग काही आचरलात का?''

''म्हटलं, मी दाजीसाहेबांचा भाचा आहे.. म्हणजे टिळकांचाच भाचा! मी कोरडा कसा राहीन?''

''मीसुद्धा....''

त्यांचं वाक्य पुरं व्हायच्या आतच बाळकृष्णपंत मोडक म्हणाले, ''तुमच्या विद्वत्तेबद्दल मला सारं काही माहीत आहे... युरोप-अमेरिकेत जाऊन तुम्ही तिकडल्या भल्या भल्या पदव्या लुटून आणल्या आहेत, हेही मला माहीत आहे. आपली योगायोगानं आज टक्कर झाली हे फार बरं झालं! मी आता एक गोष्ट ठरवलीय...''

भीमरावांनी त्यांच्याकडे प्रश्नार्थक मुद्रेनं बघितलं.

बाळकृष्णपंतांनी सांगितलं, ''मी खाडके बिल्डिंगमध्ये राहतो.''

भीमराव म्हणाले, ''आणि मी सिमेंटच्या चाळीत!''

''तेही मला माहीत आहे. मी हायकोर्टात वकिली करतो. मी माझ्या केसेस आपणाकडे पाठवीन. आपलं ऑफिस...''

''परळला दामोदर हॉलमध्ये... पहिल्या मजल्यावर पश्चिमेकडची खोली.''

''ठीक आहे, तुमचं-आमचं चांगलं जमेल.''

फिरून परत येताना भीमरावांना वाटत होतं, ''आज आपली सुदैवाशीच टक्कर झाली हेच खरं!''

ती गोष्ट खरीच होती.

कारण त्याच दिवशी त्यांना बॉटलीबॉईज अकौन्टसी इन्स्टिट्यूटमध्ये मरकन्टाइल लॉचे प्रोफेसर म्हणून जागा मिळाली.

घरी गेल्याबरोबर रमाबाईंना ते म्हणाले, ''आज मी खऱ्या अर्थानं बॅरिस्टर झालो आणि प्रोफेसरही झालो. बाळाराम गेला तर जाऊ दे. आपल्याला आता पैसे मिळतील!''

* * *

१९२३ च्या सप्टेंबरमध्ये भीमरावांना पहिली केस मिळाली ती नेमकी महाराची! नाशिक जिल्ह्यातील आडगावचे उमा बालू जाधव आणि त्यांचे बंधू लक्ष्मण जाधव यांची जमीन मारवाड्याकडे गहाण पडली होती. त्यांची केस भीमरावांनी एक वर्षभर चालविली आणि ती जमीन मारवाडी सावकाराच्या घशातून बाहेर काढली. त्या खटल्यात त्यांना सहाशे रुपये फी मिळाली. कुटुंबाचा खर्च मार्गी लागला.

दुसरीही एक केस त्यांनी जिंकली ती एका महाराचीच! सातारा जिल्ह्यातील

खानापूर तालुक्यातील गोमेवाडी या गावच्या महाराची महारकीच्या वतनाची जमीन एका मराठ्याच्या घरात सत्तर-ऐंशी वर्षांपूर्वी गेलेली होती. त्या महारानं मामलेदार-कलेक्टरकडे अनेक अर्जविनंत्या केल्या; पण त्याला न्याय मिळाला नाही. त्या महाराची ती केस भीमरावांकडे आली. ती केस चालवताना त्यांना रामजीपंतांची आठवण व्हायची. मलक्या महाराची जमीन विनायक देवांच्या घराण्यात अशीच कोंडून पडली होती. ती रामजीपंतांनी सोडवली होती. ती कथा रामजीपंत नेहमी या ना त्या कारणानं सांगत असत. ते म्हणत, ''हे स्पृश्य लोक आपलं खाऊन आपल्यालाच अस्पृश्य म्हणून लेखतात. आपल्या असंख्य लोकांवर अशा प्रकारचे अन्याय झाले आहेत. ते आपण दूर केले पाहिजेत.''

हायकोर्टात ही केस चालवताना भीमरावांना वाटायचं, ''आपल्याला इतर केसेस नाही मिळाल्या तरी चालतील, पण आपण अशा केसेस चालवून आपल्या घराण्याची पवित्र परंपरा तरी चालवू!''

भीमरावांनी तीही केस जिंकली आणि त्या महाराची वतनजमीन परत मिळवून दिली.

त्या महारानं फीचे नगद तीनशे रुपये भीमरावांच्या टेबलावर ठेवले.

घरात पाऊल ठेवताच त्यांनी ते रुपये रमाबाईसमोर उभ्याउभ्याच ओतले आणि हसत म्हणाले, ''घे हे पैसे! मी संसाराकडे -बायको-मुलांकडे बघत नाही, अशी तुझी नेहमी ओरड असते ना? हे पैसे किती आहेत ते मोजून सांग पाहू मला!''

खाली बसून रमाबाईंनी ते पैसे गोळा केले आणि वीस रुपयांची एक चवड याप्रमाणे चवडी तयार केल्या.

मग भीमरावांकडे बघत म्हणाल्या, ''पैशाच्या या अकरा चवडी आहेत.''

रागाचा आविर्भाव आणून भीमरावांनी विचारलं, ''पण हे एकंदर पैसे किती आहेत?''

रमाबाई हसून म्हणाल्या, ''किती पैसे आहेत ते मला काय विचारता? तुम्हालाच ते माहीत! तुम्ही हजारो पैसे मोजता तसे मला थोडेच मोजता येणार आहेत? मी शिकलीसवरलेली थोडीच आहे? मी आपली अडाणी!''

भीमराव मनापासून हसून म्हणाले, ''तू अशी अडाणी राहिलीस हे बरं आहे. नाहीतर मला बेजार केलं असतंस.. खरं तर अडाणी असूनही तू मला हैराण करतेसच!''

रमाबाईही खळखळून हसून म्हणाल्या, ''हळू बोला.. कुणाला खरं वाटेल.''

भीमराव खुषीत असले म्हणजेच त्या असं बोलायला धजायच्या. नाहीतर ते केव्हा रुद्रावतार धारण करतील त्याचा नेम नसायचा.

रमाबाईंनी त्यांना हसत विचारलं, ''आता एवढे पैसे पुन्हा घरात केव्हा येणार?''

''असं आडून काय विचारतेस? सरळ विचार की!''

"पुस्तकं म्हणजे तुमचे गुरू, नाही का? घराची, आपल्या मुलाबाळांची आठवण न ठेवता आपण गुरुदक्षिणा देऊन केव्हा मोकळे व्हाल, म्हणून विचारलं."

भीमरावांना तो प्रसंग आठवला.

एकदा एका जुन्या पुस्तकांच्या दुकानात जाऊन त्यांनी 'लॉज ऑफ इंग्लंड' या ग्रंथाचे पाच भाग विकत घेतले. आपल्या ऑफिसात जवळच्या रॅकवर त्यांनी ते ग्रंथ रचून ठेवले आणि त्या ग्रंथांकडे प्रेमानं बघत बसले. येईल त्याला सांगत होते, "इंग्लंडच्या कायद्याचे हे पाच ग्रंथ मला किती स्वस्त मिळाले? फक्त पाचशे रुपयांत! अहो, फार भारी आहेत हे ग्रंथ!"

त्यांतला एक ग्रंथ घेऊन ते त्या दिवशी घरी गेले. जेवताना तो ग्रंथ वाचत बसले.

त्यांचं पान वाढून रमाबाई समोर बसल्या.

'जेवा की!', 'जेवायला लागता ना?' 'पान वाढलंय ना?' 'जेवायला लागायचं ना?' असं रमाबाईंनी त्यांना पाच-सात वेळा वेगवेगळ्या तऱ्हेनं सांगितलं; पण ते आपले वाचनात गर्क!

रमाबाईंनी पुन्हा सांगितलं तेव्हा त्रासून म्हणाले, "काय ही तुझी कटकट! हे पाच भलेमोठे ग्रंथ मला पाचशे रुपयांत मिळाले. हे एवढं पान वाचून पुरं करतो. मग जेवतो !"

रमाबाईंनी विचारलं, "नवऱ्यानं बायकोकडे, मुलांकडे, संसाराकडे लक्ष द्यावं, असं त्या पुस्तकात लिहिलेलं आहे का, तेवढं आधी सांगा. मग जेवा!"

भीमरावांनी जेवायला सुरुवात केली. मग म्हणाले, "मी संसाराकडे लक्ष देत नाही, असं तू नेहमी म्हणतेस. माझ्या नावानं खडे फोडतेस... काय करायला पाहिजे मी तुझ्यासाठी आणि मुलांसाठी? सांग बरं!"

रमाबाईही हसून म्हणाल्या, "माझ्यासाठी काय करायला पाहिजे हे नंतर सांगते, पण मुलांसाठी आपण जे करायला हवं ते करता का? खरंच सांगा!"

"काय करत नाही? माझ्याच काय, पण साऱ्याच मुलांसाठी मी काय करायचं ते करतोय..."

"लोकांच्या मुलांसाठी तुम्ही काय केलंत ते मला माहीत आहे... तो मांगाचा गोरागोमटा मुलगा घरी आणून ठेवलात. मी आणि जाऊबाईंनी त्याला न्हाऊमाखू घातलं. चाळीतले लोक नावं ठेवायचे, पण तुमच्यासाठी आम्ही त्याचीही पर्वा केली नाही... आणि एके दिवशी त्याचं कुटुंबच इथून नाहीसं झालं!"

"त्याला मी काय करणार?"

"आणि ती महाराची मुलगी! ती एका कीर्तनकाराच्या नादी लागली म्हणून तिच्या बापानं तिला मारे आपल्या घरी आणली... तुम्ही तिला ठेवून घेतलंत!"

“अग, आपल्या समाजात स्त्रीशिक्षणाचा प्रसार करायला नको का?”

“चांगला झाला स्त्रीशिक्षणाचा प्रसार! त्या मुलीलाच आपण पसार व्हायला सांगितलंत... ती वाईट चालीची निघाली म्हणून!”

“रामू, तो माझ्या कार्याचा भाग झाला. मी मुलांकडे काय दुर्लक्ष केलं? मुलांना सेंट झेवियर कॉलेजमध्ये पाठवायचं माझ्या फार मनात होतं. म्हणून मी त्या कॉलेजचे प्रिन्सिपॉल फादर धूर यांना पत्र दिलं. पण तिथे जागा मिळाली नाही, म्हणून भट हायस्कूलमध्ये त्यांना ठेवावं लागलं. पुढल्या वर्षी विल्सन कॉलेज! यापेक्षा जास्त काय करायचं?”

“कॉलेजचं काही मला कळत नाही. पण मुलांना जवळ बसून प्रेमानं कधी शिकवलं आहे का? आठवून पहा!”

भीमरावांना हे सारं आठवतच होतं. मुलांना शिकविण्याची त्यांची पद्धत ठराविक होती. मुलांच्या लक्षात आलं नाही म्हणजे ते आदळआपट करायचे. पुस्तकं आपटायचे. म्हणायचे “तुम्हाला खुर्ची-टेबल आणून दिलं. मग तुम्ही नीट अभ्यास का करत नाही?”

खुर्ची-टेबल असलं म्हणजे अभ्यास होतो, असं त्यांना वाटत होतं काय?

यशवंता लहानपणापासून आजारी असल्यामुळे त्याला अभ्यासाचा ताण सहन व्हायचा नाही. त्यामुळे तो त्यांच्या समोर अभ्यासाला बसला तरी भेदरलेला असायचा. डोक्यातल्या भीतीमुळे अभ्यासाचे पाठ तिथे रुजायचे नाहीत. मग भीमराव आणखीन ओरडायला लागायचे, आरडाओरडा करायला लागायचे. ओरडून म्हणायचे, “जा... उठा इथून! फिरायला जाऊन या!! डोकं रिकामं झालं म्हणजे घेईन अभ्यास!”

चांगलेचुंगले कपडे घालून मुलं बाहेर फिरायला जायला निघाली म्हणजे त्यांना खिजवून म्हणायचे, “वा, वा! काय थाट करून चालालीत पोरं! अरे, मी शिकत असताना कधी मला चांगला शर्टकोट मिळाला नाही. कॉलेजात गेलो तेव्हा मला मालवणी चपला मिळाल्या, आणि तुम्ही मराठी शाळेत सूटबूट वापरता! ठीक आहे- वापरा ! पण विद्यार्जन करून नाव मिळवा! माझे वडील सुभेदार होते. सुभेदाराचा मुलगा किती शिकला ते पाहा! तुम्ही बॅरिस्टरची मुलं आहात. तुम्ही किती शिकता ते मी पाहतो!”

त्या वेळी मुलं गोखले एज्युकेशन सोसायटीच्या हायस्कूलमध्ये शिकत होती. यशवंताला अभ्यासाचा बोजा सहन व्हायचा नाही. तो इंग्रजी दुसरीत पास झाला, पण त्याला बेताचे मार्क पडले.

भीमरावांना हे समजलं मात्र!... त्यांनी त्याला अक्षरशः आपल्या पायातल्या बुटानं मारलं.

रमाबाई आणि लक्ष्मीबाई रडत बसल्या... यशवंता तर स्फुंदून स्फुंदून रडत होता.

मग भीमराव उद्वेगानं ओरडायला लागले, "चुकलं माझं! मला नीट वागता येत नाही तुमच्याशी! नको मला हे घर! मी चाललो इथून!"

आणि ते खरोखरच घराबाहेर पडले आणि ऑफिसात जाऊन राह्यला लागले.

रमाबाई रोज ऑफिसात डबा पाठवायच्या. तो डबा तसाच घरी यायचा. ते हट्टालाच पेटले होते... पण पुढे त्यांना कळून चुकलं की, आपण बायकोशी,मुलाबाळांशी नीट वागत नाही! पंधरा दिवसांनी ते घरी आले आणि मुलांच्या शाळेची चांगली व्यवस्था लावायच्या मार्गाला लागले.

या साऱ्या गोष्टी भीमरावांना आत्ता आठवल्या.

रमाबाई म्हणाल्या, "माझं एक सोडा, पण आपला सुडक्या फार फार चांगला मुलगा आहे... तुमच्या भीतीनं सशासारखं अंग चोरून हिंडतो. आपलं काही चुकेल का या भीतीनं तुमच्या आसपासही फारसा फिरकत नाही!... संधिवातानं त्याला बेजार केलंय लहानपणापासून! त्याची आबाळ झालीय फार! म्हणून म्हणते..."

"काही म्हणू नकोस! आता मी कुणाचीच आबाळ होऊ देणार नाही! खूप पैसे मिळवीन.. करा म्हणावं लेकांनो चैन.... आम्हाला काही मिळालं नाही...."

"म्हणून त्यांना काही मिळू नाही का? जो तो आपापलं नशीब बरोबर घेऊन येतो..."

"खरंय तुझं, रमा!... आता घरीही लक्ष ठेवीन आणि दारीही! फार फार वाईट आहे गं आपल्या समाजाची परिस्थिती! ती मला सुधारली पाहिजे... आणि तू मला साथ दिली पाहिजेस.. घरी राहून पण मनापासून! घर तुलाच सांभाळायला हवं!"

"पण तुमचंही घरात थोडं लक्ष हवं! अहो, घरात भाजीपाला, तेल, मीठ लागतं, धान्यधुन्य लागतं तिकडे नवऱ्यानं जरा लक्ष द्यावं, मुलाबाळांना आंजारून गोंजारून जवळ घ्यावं, बायकोशी चार गोड शब्द बोलावेत.. येऊनजाऊन तुमची ती पुस्तकं अन् तुम्ही!"

भीमराव हसून म्हणाले, "बायकोशी, मुलांशी कसं वागावं ते काही आपल्याला कळत नाही. आपलं पुस्तकांशी छान जुळतं."

"मग करायचं होतं त्या पुस्तकांशी लग्न! संसारात कशाला पडलात?"

यावर भीमराव नुसते हसले.

रमाबाई म्हणाल्या, "पुस्तकांसाठी पाचशे रुपये खर्च करण्याची आत्ताच काय गरज होती?"

"अग, मला हवी ती पुस्तकं एवढी स्वस्त मिळाली. मग..."

त्यांचं बोलणं पुरं व्हायच्या आतच रमाबाई म्हणाल्या, "आपल्याला थोडेच दिवसांत बाळ होणार आहे.... त्याच्यासाठी पैसे...!"

रमाबाईंच्या नेत्रांत आनंदाश्रू जमा झाले होते. ते भीमरावांना दिसले.

"आपल्याला बाळ होणार!" या आनंदात भीमराव जागेला खिळून बसले होते. रमाबाईंशी ते जे बोलणार होते ते आपल्या मनालाच उद्देशून बोलले, 'रामू, आपल्या नव्या बाळासाठी मी हवे तेवढे पैसे पाठवीन... आणि रामू, मी त्याला कधीच बुटानं मारणार नाही गं! कुणालाच मारणार नाही गं! कुणालाच मारणार नाही! आपल्या नव्या बाळाच्या शप्पथ!'

आता रमाबाईंनी त्यांच्या तोंडावर हात ठेवून म्हटलं, "छे, छे! आपल्या नव्या बाळाची शपथ नाही हं घ्यायची! माझा तुमच्या शब्दावर विश्वास आहे! म्हणा, शपथ सुटली..."

यावर भीमराव नुसते हसले.

❑

कुळाची कीर्ती अमर करीन!

१९२३ सालच्या नोव्हेंबर महिन्यातील एक सकाळ! त्या दिवशी सकाळी दहा वाजता भीमराव आपल्या ऑफिसमध्ये बसले होते. त्यांच्या समोर एक तार पडलेली होती. दुसरं एक पत्रही पडलेलं होतं. आलटून पालटून त्या पत्राचं आणि तारेचं वाचन चाललेलं होतं. त्यांच्या नेत्रांतून घळाघळ अश्रू सांडत होते.

चांगदेवराव खैरमोडे तिथे आले तेव्हा भीमरावांच्या हातात ती तार होती आणि त्या तारेवर त्यांचं अश्रुसिंचन चाललं होतं.

चांगदेवराव दारातच थबकले. काय झालं तेच त्यांना कळेना.

भीमरावांनी खूण करून त्यांना जवळ बोलावलं आणि त्यांना ती तार दाखवली.

ती तार बघून चांगदेवराव ओरडलेच, "साहेब, तुम्ही डी. एस्सी. झालात! केवढे मोठे झालात!... मग आपल्या डोळ्यांत हे अश्रू?"

भीमरावांनी आपले अश्रू पुसले आणि ते कसंबसं बोलले, "अरे, मी रडतोय आनंदानं! पण माझ्या या आनंदाश्रूंच्या तळाशी केवढे दुःखाश्रू दडले आहेत! केवढ्या अडचणींचा डोंगर उभा आहे. बडोद्याच्या शिष्यवृत्तीची मुदत संपली म्हणून मला एकदा लंडनहून परत यावं लागलं होतं. पुन्हा स्वतःच्या खर्चानं लंडनला परत गेलो तेव्हा तिथून परत यायला पैसे नव्हते. बडोद्याचा तगादा चालूच होता.... अजूनही चालूच आहे. परंतु माझा अढळ निर्धार, दुर्दम्य आशावाद आणि अविरत कष्ट यांतून मला हे फळ मिळालं! ते सारं सारं या क्षणी आठवलं आणि डोळे भरून आले... हा क्षण यावा म्हणून दुःखाचे डोंगर उपसले... त्या दुःखाच्या आठवणीनं आता या सुखाच्या क्षणी आनंदाश्रूंनी डोळे भरून आलेत माझे!"

"खरंय तुमचं! कितीतरी शास्त्रांत आपण आता पारंगत झाला आहात...

समाजशास्त्र आणि धर्मशास्त्र हे तर तुमचे आवडते विषय! त्याचबरोबर आपण कायदा आणि अर्थशास्त्र, इतिहास आणि मानववंशशास्त्र या साऱ्या विषयांत पारंगत झालात... हे सारं मानवी कर्तृत्वाच्या बाहेरचं आहे... दैवी आहे...''

''तुझं म्हणणं खरं असेलही; पण माझ्या दृष्टीनं हे सारं घडलं ते माझ्या आई-वडिलांच्या आशीर्वादानं! म्हणूनच माझा हा ग्रंथ मी माझ्या आई-वडिलांना अर्पण करणार आहे.''

असं म्हणून त्यांनी समोरचं पत्र चांगदेवरावांच्या हातात दिलं.

लंडनच्या 'पी.एस. किंग अॅण्ड सन्स' या सुप्रसिद्ध प्रकाशन संस्थेनं त्या प्रबंधाचं हस्तलिखित आधीच हस्तगत करून ठेवलं होतं. या लखोट्यात फक्त करारपत्र आणि प्रो. कॅनन यांनी ग्रंथाला लिहिलेली प्रस्तावना पाठविली होती.

भीमराव म्हणाले, ''प्रो. कॅनन यांनी ती तडजोड घडवून आणली नसती तर हा प्रबंध झालाच नसता... अतिशय बुद्धिमान मनुष्य आहे... अरे, माझा जन्मही झाला नव्हता तेव्हापासून कॅननसाहेबांचे अर्थशास्त्रावरील किती तरी ग्रंथ प्रसिद्ध झाले आहेत. विख्यात अर्थशास्त्रज्ञ म्हणून त्यांचा फार मोठा लौकिक सर्वत्र पसरलेला आहे...''

''आणि अशा या माणसानं आपल्या ग्रंथाच्या प्रस्तावनेत आपल्याविषयी काय म्हटलंय पाहिलंत का?''

''नीट वाचलं नाही अजून! प्रथम तार बघितली आणि रडू कोसळलं... वाच थोडंसं...''

''त्यांनी लिहिलंय की, आंबेडकर हे माझे शिष्य आणि मी जुना नि अनुभवी शिक्षक! परंतु आंबेडकरांनी या ग्रंथात अशी काही मौलिक स्वरूपाची अचाट बुद्धिमत्ता दाखविली आहे की, त्यांचं म्हणणं मला पटत नसूनही त्यांनी काढलेले निष्कर्ष मात्र हे पूर्ण व्यवहार्य आणि ग्राह्य आहेत, हे मला मान्य करावंच लागेल.''

हे वाचून दाखवल्यानंतर चांगदेवराव म्हणाले, ''म्हणजे शिष्यानं गुरूवर ताण केली, असंच त्यांनी कबूल केल्यासारखं नाही का झालं?''

भीमराव शांतपणानं म्हणाले, ''अभ्यासाच्या क्षेत्रात ही माणसं फार उमदी असतात... राज्यकर्ते म्हणून कसेही असले तरी! त्यांच्या राज्यात आपल्यावर अन्याय होतो ही गोष्ट खरी! पण आपलेच स्पृश्य लोक आपल्यावर काय कमी अन्याय करतात?''

यावर चांगदेवराव काहीच बोलले नाहीत. फक्त म्हणाले, ''आपण बॅरिस्टर होता... आता आपण डॉक्टरही झालात! आपल्याला आता काय म्हणायचं?''

''काहीही म्हणा! आज बाबा असते तर त्यांना अस्मान ठेंगणं वाटलं असतं. मी इथल्या इथे बी. ए. झालो तेव्हा आनंदून आल्यागेल्याला पेढे वाटले! आता तर

काय... इंग्लंड-अमेरिकेत जाऊन मी पदव्या मिळवल्या... पालखीतून त्यांनी माझी मिरवणूक काढली असती! हत्तीवरून साखर वाटली असती. ज्याला त्याला सांगितलं असतं- आमच्या या कुलदीपकाची कीर्ती त्रिखंडात गाजणार! आशीर्वाद देणारी माणसं ते आशीर्वाद खरे झालेले बघायला जिवंत राहत नाहीत, ही मानवी जीवनाची शोकांतिका आहे बघ!''

शून्य मनानं ते बराच वेळ समोर बघत राहिले.

त्याच वेळी चांगदेवरावांचं लक्ष कोपऱ्यात ठेवलेल्या दोन मोठ्या पार्सलांकडे गेलं.

भीमराव एकदम म्हणाले, ''तुला सांगायचं राहिलंच! दोन दिवसांपूर्वीच माझ्या मैत्रिणीनं लंडनहून माझी ही पुस्तकं पाठवली. बाकी तुला सांगायचं कसं? तू दोन दिवसांत आलाच नाहीस. आता ठेवा कुठे ठेवायची ती पुस्तकं!''

''पुस्तकांची मी चोख व्यवस्था करतो; त्याची काळजी नको! पण मी आता निघतो... आपल्या लोकांना सांगायला हवं!''

''काय सांगायला हवं?''

''हेच.. बॅरिस्टरसाहेब डॉक्टर झाले!''

''सांग हवं तर! पण घरी मात्र सांगू नकोस हं! रमाला प्रथम मी सांगणार! ती आजारी आहे.. मी जाईन घरी...''

थोड्याच वेळात माणसांची रीघ लागली. वृद्ध माणसं आली म्हणजे भीमराव खाली वाकत होते. त्यांच्या पायाला हात लावून नमस्कार करत होते. वृद्धांचे हार हातात घेत होते.

एक वृद्ध गृहस्थ हटून बसला आणि म्हणाला, ''आम्ही म्हातारे असलो तरी आपण देव आहात... आम्ही आपल्या गळ्यात हार घालणारच!''

भीमराव हसून म्हणाले, ''देव तिकडे देव्हाऱ्यात आहे. त्याला घाला हार!''

''रोज देवाला फुलं जातातच... पण हा आमचा माणूस आज मोठा झाला... देव झाला, त्याबद्दल आम्ही हार घालणारच!''

असं म्हणून त्या वृद्धानं त्यांच्या गळ्यात हार घातलाच.

नारायण धनाजी भोसले हे आपल्या पलटणीसह तिथे हजर झाले. नारायणरावांच्या हातात भला मोठा हार होता.

ते काही बोलणार एवढ्यात भीमराव म्हणाले, ''मी आज तुमचा हार गळ्यात घालून घेणार आहे बरं का!''

हार घालून भोसले म्हणाले, ''एवढ्यावर भागणार नाही... मागचा सत्कार राहिलेला आहे!''

यावर भीमराव काही उत्तर देणार एवढ्यात हातात भलामोठा हार घेऊन

संभाजीराव गायकवाड आले. त्यांना बघताच भीमराव हसून म्हणाले, ''आता तुमचा हा हार मी सुकू देणार नाही! अहो संभाजीराव, मागचा सुकलेला हार आणला असता तरी चाललं असतं!''

या दोन भल्यामोठ्या हारांनी पूर्वीचे छोटे छोटे हार पार झाकाळून गेले होते. त्यांच्या समोरचं टेबलही आता फक्त फुलांचंच दिसत होतं.

नारायणराव भोसल्यांकडे बघत भीमराव म्हणाले, ''तुम्ही मला सत्काराबद्दल विचारलंत! तुम्हाला खरं सांगू? हे हारही मी स्वीकारले नसते. पण या हारांचा खर्च तुम्ही आधीच करून बसला होता, म्हणून मी हे हार स्वीकारले!''

मग त्यांतला वरचाच हार उचलून म्हणाले, ''हा हार मोठा आहे... खालचे हार छोटे आहेत. पण हा मोठा हार मला घालण्यामागची भावना छोटी नाही त्याचप्रमाणे या छोट्या हारांमागची भावनाही छोटी नाही! या छोट्या-मोठ्या हारांनी माझा सत्कार मात्र मोठाच केला आहे... सत्काराबद्दल माझं हेच म्हणणं आहे... तुम्ही माझा सत्कार केल्यामुळे मी आणखी मोठा होणार आहे का? मुळीच नाही! माझ्या सत्कारासाठी तुम्ही जो पैसा खर्च करणार आहात तो सत्कार्यासाठी लावा. मी आता अस्पृश्योद्धाराची चळवळ हाती घेतो आहे. त्या चळवळीसाठी पै न् पै वेचा.. केवळ मी मोठा होऊन कार्यभाग साधणार नाही. आपण सर्वांनी मोठं झालं पाहिजे....''

आणखीही ते बोलले असते. परंतु दारात एक वृद्ध व्यक्ती येऊन उभी राहिली. त्या व्यक्तीच्या हातात काहीही नव्हतं. तो वृद्ध गृहस्थ रिक्तहस्ते आलेला पाहताच साऱ्यांनाच आश्चर्य वाटलं.

भीमरावांनी त्यांना ओळखलं नाही... पण क्षणभरच! दुसऱ्याच क्षणी ते एकदम खुर्चीवरून उठले आणि दारातच त्या गृहस्थाला साष्टांग दंडवत घातला.

त्यांच्या पाठीवर दोन्ही हात ठेवून ते वृद्ध गृहस्थ म्हणाले, ''आयुष्यमान भव. कीर्तिमान भव.. भाग्यवंत भव!''

हा प्रकार पाहून तिथल्या लोकांना अचंबा वाटला.

आणि जेव्हा भीमरावांनी त्या गृहस्थाला आपल्या खुर्चीवर आणून बसवलं आणि ते उभे राहिले तेव्हा तर लोक अधिकच बुचकळ्यात पडले.

अध्यक्ष स्थानापन्न झाल्यानंतर वक्ता ज्याप्रमाणे आपल्या भाषणाला प्रारंभ करतो त्याप्रमाणे भीमराव बोलायला लागले, ''हे माझे पहिले गुरुजी...''

मग सभेची घडी विस्कटली... सर्वांनीच उठून त्यांना नमस्कार केला.

गुरुजी उपरण्यानं आपले डोळे पुसत होते.

भीमराव सांगत होते, ''जो शाळा शिकतो त्याला कुणी ना कुणीतरी गुरुजी असतोच. पण माझे हे गुरुजी वेगळे आहेत. यांनी मला नाव दिलं...''

मध्येच गुरुजी म्हणाले, ''तू एवढं मोठं नाव मिळवलंस...''

भीमराव त्यांना अडवून म्हणाले, ''पण खऱ्या अर्थानं यांनी मला आपलं नाव देऊन मोठं केलं...''

एका वृद्ध गृहस्थानं विचारलं, ''कसं म्हणता?''

''सांगतो... यांचं नाव आंबेडकर मास्तर...''

''म्हणजे आपलं नाव त्यांनी घेतलं?''

''उलट मला त्यांनी आपलं नाव दिलं... मला ब्राह्मण करून घेतलं म्हणा हवं तर!''

भीमरावांनी त्या नावाची सारी कथा सांगितली. ती सांगितल्यानंतर म्हणाले, ''थोडक्यात सांगतो. यांनी आपल्या नावाबरोबरच मला आपलं प्रेमही दिलं...''

आंबेडकर मास्तरांकडे बघत भीमराव पुढे म्हणाले, ''आठवतं सर?''

''काय रे?... मला तर सारंच आठवतं...''

''त्या दिवशी मी त्या स्पृश्यांच्या पाणवठ्यावर पाणी प्यायलो.. मला त्या लोकांनी मरेमरेपर्यंत मारलं... त्या वेळी तुम्ही मला जवळ घेतलंत!''

साऱ्यांकडे बघून भीमराव म्हणाले, ''आपलं नाव देऊन हे थांबले नाहीत. तर रोज त्यांनी मला अन्नातला घास दिला... यांनी मला माणुसकीनं वागवलं म्हणून मी माणूस बनलो.''

''भिवा, मोठा माणूस म्हण! प्रत्येकानंच प्रत्येकाशी माणुसकीनंच वागायला हवं... तसा मीही वागलो.. माझ्या हाताखालून ब्राह्मणांची-मराठ्यांची कमी का मुलं शिकून गेली? त्यांतला हा भिवाच फक्त मोठा झाला...फार मोठा... आभाळाएवढा!''

आंबेडकर मास्तरांचं उपरणं पुन्हा डोळ्यांकडे गेलं. डोळे पुसून म्हणाले, ''भिवा, तू तुझ्या कुळाचं नाव तर मोठं केलंसच... पण तू मिळवलेल्या यशामुळं माझंही नाव तू मोठं केलंस! तुला तुझ्या कार्यात उदंड यश मिळणार आहे... आज रामजीपंत हवे होते.''

हे बोलताना आंबेडकर मास्तरांना आपला हुंदका आवरला नाही. त्यांचं सारं शरीर गदगदलं.

आणि गुरू-शिष्याची ती भेट पाहून सारे लोक गहिवरले.

भीमराव साऱ्यांना उद्देशून म्हणाले, ''उशीर झालाय... आपल्याला जायला आता हरकत नाही...''

त्यांच्या बोलण्यातला भावार्थ साऱ्यांना समजला. एकेक करून सारे निघून गेले. भीमरावांनी खूण केल्यामुळे चांगदेवराव मात्र तिथेच थांबले.

भीमरावांनी त्यांना हलक्या आवाजात काहीतरी जिन्नस आणायला सांगितला.

चांगदेवराव निघून गेल्यानंतर भीमरावांनी आंबेडकर मास्तरांना या वेळेपर्यंत घडलेल्या साऱ्या कथा सांगितल्या.

आंबेडकर मास्तर म्हणाले, ''या उतारवयात ऐकवत नाही रे हे सारं!''

''आमचा समाज होता तिथेच आहे! त्या समाजाला आता थोडी वाचा फुटली आहे, एवढंच!''

''भिवा, यापुढचं कार्य आता तुला करायचं आहे हे लक्षात ठेव! अरे, मघापासून मी तुला भिवाच म्हणतोय रे! तू एवढा मोठा झालास!''

''तुमच्यापुढे नाही, सर! तुम्ही आम्हाला शिक्षणाचं अमृत पाजलंत... आभाळातलं देवाचं ते पडलेलं पाणी पुन्हा आभाळापर्यंत नाही जात! तुम्ही मला भिवाच म्हणा! सारं हरवलेलं बालपण माझ्यासमोर येऊन हात जोडून उभं राहतं... ज्याला बालपण आठवतं त्यालाच मोठेपण जवळ करता येतं!''

''अरे, किती पंडितासारखं बोलतोस, भिवा! अगदी दृष्ट लागण्यासारखं! पण आईची दृष्ट पोराला नाही लागत!''

चांगदेवराव एक पुडकं घेऊन परत आले तेव्हा भीमराव मास्तरांकडे बघत म्हणाले, ''सर, मी अजून फारसा मिळवता झालेलो नाही... पण फूल ना फुलाची पाकळी म्हणून तुम्हाला गुरुदक्षिणा द्यायची फार इच्छा आहे...''

''अरे भिवा, तू जी अफाट विद्या संपादन केली आहेस तीच माझी खरी गुरुदक्षिणा! उभ्या जगात तुझा नावलौकिक व्हावा हीच आता शेवटची इच्छा आहे... मग मी सारं भरून पावलो असं होईल...''

''सर, तुम्ही जे शिकवलंत त्याच्या मानानं ही गुरुदक्षिणा काहीच नाही! तुमच्या घरी येऊनच मी ही गुरुदक्षिणा देणार होतो... पण...''

''नाही आलास... बरं केलंस... हे बघ, आमचं घर म्हणजे सोवळ्याचं आगर! तिथे तुझा अपमान झाला असता तर मला तो बघवला नसता... त्या बाबतीत माणसं अजून रांगायलादेखील लागलेली नाहीत रे! तू आता त्यांना पळायला शिकवलं पाहिजेस... या म्हाताऱ्याचे कोट्यवधी आशीर्वाद तुझ्या पाठीशी आहेत.''

मग भीमरावांनी एका छोट्या परातीत पाच पानं, पाच सुपाऱ्या, सव्वा रुपया आणि नऊवारी धोतराचं एक पान, अशी दक्षिणा ठेवली. ती परात त्यांच्या हातात देऊन भीमरावांनी त्यांना साष्टांग नमस्कार घातला.

आंबेडकर मास्तरांनी त्याच्या पाठीवर शाबासकीची थाप मारली आणि मनातल्या मनात आशीर्वचन म्हटलं.

त्यांचा निरोप घेऊन आंबेडकर मास्तर निघून गेले. भीमराव आणि चांगदेवराव दाराशी उभं राहून कितीतरी वेळ त्यांच्या पाठमोऱ्या आकृतीकडे बघत होते.

दूर जाताना आंबेडकर मास्तरांची आकृती लहान होत जाण्याऐवजी मोठी होत गेलेली त्यांना दिसली.

* * *

भीमराव घरी गेले ते गाणं गुणगुणतच! रमाबाईंची प्रकृती बरी नसल्यामुळे त्या आतल्या खोलीत झोपून होत्या; पण त्यांचं गाणं त्यांच्या कानांवर पडलं... 'कधी करिशी लग्न माझे तुज ठावे ईश्वरा-' हे गाणं ते आळवून आळवून म्हणत होते. हे गाणं ते म्हणायला लागले म्हणजे स्वारी खुषीत आहे असं समजावं, ही गोष्ट रमाबाईंना माहीत होती. त्यांच्या आजच्या खुषीचं कारण काय आहे, हे मात्र त्यांना मुळीच माहीत नव्हतं.

रमाबाई जिथे झोपल्या होत्या, त्या खोलीत भीमराव सरळ गेले. त्यांचं गाणं गुणगुणणं चाललंच होतं.

रमाबाईंनी हसून विचारलं, "दुसरं लग्न करायचंय का?"

"हो.. करीन की!"

"मग कराच! तुम्ही तिकडून साहेब होऊन आलात..."

"केलं असतं दुसरं लग्न... पण मला भीती वाटते...."

"कुणाची? माझी?"

"छे! तुझ्या पोटातल्या बाळाची!"

रमाबाई सहज बोलून गेल्या, "त्याला भ्यायचं काय कारण? त्याला बुटाची एक लाथ मारली म्हणजे तो गप्प बसेल!"

रमाबाईंच्या तोंडावर हात ठेवून भीमराव म्हणाले, "छे, छे! असं भलतं बोलू नकोस! एकदा माझ्या हातून चूक झाली! तुझ्या पोटातल्या रत्नाला मी फुलात ठेवणार आहे!"

"तो राजाच किनई!"

भीमराव टाळी वाजवून म्हणाले, "ठरलं! आपल्या मुलाचं नाव ठरलं!"

रमाबाईंनी त्यांच्याकडे प्रश्नार्थक मुद्रेनं बघितलं तेव्हा ते म्हणाले, "राजरत्न..."

"तुमच्या त्या रत्नानं मला आजारी पाडलंय..."

"तसं पाहिलं तर तुझा आजार गोड आहे. पण आपल्या उदगावकर डॉक्टरांनी हवापालट करण्याचा सल्ला दिला आहे. ते नंतर बघू! पण आज तुला मी फार आनंदाची बातमी द्यायला आलो आहे..."

"त्या गाण्यावरून मला वाटलंच! अशी चांगली बातमी इतका वेळ पोटात कशी राहते कुणास ठाऊक!"

"आम्ही बायका थोड्याच आहोत?"

"थट्टा पुरे झाली! सांगा ना काय बातमी आहे ती?"

"मला डॉक्टर ही पदवी मिळाली!"

"खरंच? तुम्ही मध्यंतरी तिकडे कायसंसं पाठवलं होतं तेच का?"

"कायसंसं नाही! मी लंडनला प्रबंध पाठवला होता. त्याबद्दल मला डॉक्टर ही

पदवी मिळाली!'

"म्हणजे आपण आता बॅरिस्टर आणि डॉक्टर... दोन्ही झालात!"

असं म्हणून रमाबाई बिछान्यावरून ताडकन उठल्या. त्या आजारी अवस्थेत त्यांनी स्नान केलं, आणि आपल्या कुलदैवताच्या पूजेला त्या बसल्या... देवासमोर त्यांनी साखर ठेवली.

मग भीमरावांच्या जवळ येऊन त्या हळूच म्हणाल्या, "आता आणखी एखादी पदवी घेण्यासाठी पुन्हा विलायतेला जायचंय का?"

आपल्या भोळ्याभाबड्या पत्नीच्या बोलण्याचा रोख भीमरावांना समजला.

अत्यंत प्रेमळ मृदु स्वरात ते म्हणाले, "तू सांगितलंस तरी तुझ्यापासून आता दूर जाणार नाही."

"खरंच?"

"कुणाची शपथ घेऊ?"

"शपथ न घेताच मला सारं समजलं!"

त्या रात्री पती-पत्नीला शांत झोप लागली.

* * *

त्या दिवशी पौर्णिमा होती. भीमराव आणि रमाबाई यांचा कडक उपवास होता.

सकाळीच भीमरावांनी विचारलं, "कडक उपवास तुला झेपेल ना?"

"न झेपायला काय झालं? आज प्रथम का उपवास करते आहे मी! मामंजी गेल्यापासून मी एक तरी उपवास चुकवला आहे का? मामंजींनीच सुरू केलेली सांजवात आणि प्रार्थना चुकवली आहे का कधी?"

"तसं नाही गं! तू आजारी आहेस म्हणून विचारलं."

"एवढं तुमचं चांगलं झालं... त्याच्यापुढे माझ्या आजारीपणाचं काय? आपण आलात म्हणून यंदाचा कृष्णाष्टमीचा उत्सवही मोठ्या थाटामाटात करायचा ठरवलाय चाळीतल्या लोकांनी! अशा वेळी मी अंथरूण धरून कशी राहणार?"

त्या वर्षीचा कृष्णाष्टमीचा उत्सव थाटामाटानं साजरा झाला. भजनाला तर भलताच रंग भरला होता. ऐन वेळी तबलजी आला नाही तेव्हा भीमराव भजनाच्या साथीला बसले. तबल्यावर बसताना म्हणाले, "माझी ही काही पहिली वेळ नाही! शाळेत असतानाही एकदा मी अशीच तबल्याची साथ केलेली होती... तेव्हा माझे बाबा होते."

एवढ्या लहानपणी त्यांनी तबला वाजवला होता म्हणून त्या वेळी त्याचं कौतुक झालं होतं. आता इंग्लंडहून मोठे साहेब होऊन आलेल्या माणसानं तबला वाजवला म्हणून साऱ्यांना कौतुक वाटलं होतं.

कृष्णाष्टमीचं पारणंही रमाबाईंनी मोठ्या थाटामाटात केलं. देवाला नैवेद्य दाखवल्यानंतर त्यांनी यशवंता आणि मुकुंदा यांना बाळाराम भावजींकडे डबा घेऊन पाठवलं. ती नेहमीची त्यांची प्रथा होती. या ना त्या कारणानं घरात काही गोडधोड झालं की, रमाबाई बाळारामभावजींना नायगावला डबा पाठवत.

त्या दिवशी डबा बघताच बाळाराम आनंदून म्हणाले, ''मला वाटलंच होतं आज घरचा डबा येणार म्हणून! अरे, तुम्ही दोघे माझ्याबरोबर जेवणार ना?''

दोघांनी होकारार्थी मान हलवली.

बाळारामांनी डबा उघडला आणि एकदम म्हणाले, ''पुरणपोळ्या! आमचा आवडता बेत! चला.. बसू या आपण जेवायला...''

दोन घास खाल्ल्यानंतर म्हणाले, ''माझी रमावहिनी म्हणजे खरोखरच रत्न आहे. तिच्या हाताला तर अमृताची गोडी आहे.''

दोघेही म्हणाले, ''काका, घरी या ना जेवायला!''

''नाव काढू नकोस! माझी रमावहिनी रत्न आहे हे खरं... पण माझा भाऊ एवढा शिकला, पण सवरला मात्र नाही!''

मुलं घरी आली तेव्हा भीमराव जेवायला बसले होते. आल्याबरोबर त्यांनी विचारलं, ''ए सुडक्या... पोटभर जेवला का रे तुझा काका? काय म्हणत होता?''

या प्रश्नाचं उत्तर दिलं मुकुंदानं! तो म्हणाला, ''माझी रमावहिनी म्हणजे एक रत्न आहे.. माझा भाऊ मात्र एवढा शिकला, पण सवरला काही नाही... घरी येण्याचं नाव काढू नका!''

शाळेत पाठ केलेल्या एखाद्या धड्याप्रमाणे त्यानं सांगितलं.

रमाबाईंनी थोड्या भीतीनं भीमरावांकडे बघितलं.

भीमराव हसले आणि म्हणाले, ''स्वभावाला औषध नाही... आनंदराव फार गरीब होता तर हा फटकळ! पण तसा प्रेमळही आहे.. मुलांना किती प्रेमानं कपडे शिवले! आणि माझ्याशी उगाच भांडून निघून गेला... नक्की येईल कधीतरी घरी... प्रसंगानं!''

मग तो विषय तिथेच थांबवून म्हणाले, ''परवा आपल्याला जायचंय हवापालट करण्यासाठी!''

त्यांना पोळीचा आग्रह करत रमाबाई म्हणाल्या, ''कुठल्या गावी जायचं ते अजून नाही सांगितलंत!''

''खरंच की! ते राहूनच गेलं. सोलापूर जिल्ह्यातल्या बावीला जायचंय आपल्याला!''

''बावी? तिथे कोण आहे?''

''उत्तम हवा... आणि माझे मित्र समाजसुधारक वालचंद रामचंद्र कोठारी आहेत... त्यांच्या मळ्यात जायचं.''

"लोकांच्या मळ्यात राह्यला जायचं?"

"तुझा मानी स्वभाव मला माहीत आहे, रमा! काही दिवस त्यांच्या मळ्यात राहू.. नंतर विद्यार्थिआश्रमात राह्यला जाऊ!"

"ठीक आहे... मी नेहमी तुमचं ऐकते... पण तिथे गेल्यावर तुम्ही माझं ऐकलं पाहिजे... मला एकटीला सोडून कुठे जायचं नाही!"

भीमराव हसून म्हणाले, "दुकटीला म्हण... तू आता एकटी थोडीच आहेस?... तुम्हाला सोडून मी कुठेही जाणार नाही बरं!"

रमाबाई लाजून हसल्या.

पण भीमरावांनी त्यांचं मुळीच ऐकलं नाही.

बावीला विद्यार्थिआश्रमात मुक्काम असताना काही लोक त्यांना भेटायला आले. त्यांत शिकारीचे शौकीनही होते.

एके दिवशी सकाळी भीमराव त्या लोकांबरोबर शिकारीला जायला निघाले.

काही लोक म्हणाले, "साहेब, तुम्हाला आमच्यासारखं उन्हातान्हात फिरणं जमणार नाही.... तुम्ही उगाच कशाला हा त्रास घेता?"

एक बंदूक खांद्यावर टाकताना ते म्हणाले, "अरे, आयुष्यात मी खांद्यावर त्रासाशिवाय काय घेतलंय? पुढेही तेच होणार आहे."

रमाबाईंनी परोपरीनं सांगून पाहिलं, "अहो, तुम्ही कधी बंदूक तरी हातात घेतली आहे का? आणि शिकारीला निघालात... आम्हाला इथे सोडून!"

रमाबाईंच्या बोलण्यातला भावार्थ त्यांना समजला. जाताना ते एवढंच म्हणाले, "आत्ता येतो जाऊन!"

अट्टल शिकारी मंडळींत एखादा नवशिका असला म्हणजे शिकारीचा जो घोळ होतो तसाच त्याही दिवशी झाला.

त्या शिकारी मंडळींजवळ फक्त दोन बंदुका होत्या. त्यांतली एक बंदूक भीमरावांनी खांद्यावर टाकली होती. चार-पाच तास भ्रमंतीनंतर त्यांना एक हरणांचा कळप दिसला. त्या कळपात पाच-सहा काळवीटही होते. त्या शिकाऱ्यांपैकी एकानं पालथं पडून त्या कळपावर बार टाकला. त्याबरोबर भीमरावांनी वीरासन घातलं आणि बंदूक खांद्याला लावली.

"अरे, अशी मारायची असते बंदूक!" असं म्हणून त्यांनी बंदुकीचा चाप ओढला.

बंदुकीच्या धक्क्यानं भीमरावांचा तोल गेला आणि ते जमिनीवर आपटले ते हनुवटीवर! त्यांच्या हनुवटीला दगड लागला आणि जखमेतून रक्त यायला लागलं. त्यांनी टाकलेल्या बारामुळे हरणांचा कळप पळून गेला. त्या दिवशी कुणालाच शिकार मिळाली नाही.

भीमराव म्हणाले, ‘‘माझा नेम थोडक्यात चुकला. नाहीतर मी बरोबर शिकार साधली होती... आपण आता रिकाम्या हातानं परत जाणार? फिरून एकदा प्रयत्न करा!’’

बऱ्याच वेळानंतर त्या शिकाऱ्यांनी एक थकलेलं पाडस त्यांच्यासमोर आणून उभं केलं.

भीमराव म्हणाले, ‘‘बरं झालं याला जिवंत पकडून आणलंत. मी आता याला मुंबईला पाळायला घेऊन जाणार!’’

त्या हरीणशावकानं जागच्या जागेवर दोनचार उड्या मारल्या. त्या शावकाचे दीनवाणे डोळे पाणावल्यासारखे वाटत होते.

त्यानं भीमरावांकडे दीनवाण्या, असहाय नजरेनं बघितलं.

त्यांनी त्या पाडसाला जवळ घेऊन म्हटलं, ‘‘अरे, तुला मी मारणार नाही... नीट सांभाळीन! जंगलात कुठे राहतोस? आमची मुंबई तर बघ!’’

सगळे जण हसायला लागले.

घरी गेल्यावर रमाबाईंनी गरम तूप-हळदीनं त्यांची हनुवटी शेकली.

मग त्या पाडसाकडे बघून म्हणाल्या, ‘‘याच्यासाठी हा उद्योग केलात होय? त्याच्या आईपासून या पाडसाला तोडलंत... त्याची ही शिक्षा! आईपासून बाळाला कधी तोडू नये!’’

‘‘अगं, मी त्याला चांगलं सांभाळण्याचं आश्वासन दिलंय.’’

‘‘पण आगगाडीतून कसं न्यायचं याला? हा उड्या मारून साऱ्यांना बेजार करील!’’

रमाबाईंचं म्हणणं खरं ठरलं. आगगाडीतून आणताना त्यानं साऱ्यांनाच बेजार करून सोडलं. एकदा तर धावत्या गाडीतून बाहेर उडी ठोकणार होतं. त्या वेळी रमाबाई म्हणाल्या, ‘‘त्याला त्याची आई हवीय.’’

चाळीतील शेजारीपाजारी फारसे खूष नसले तरी घरातली मुलं बेहद्द खूष झाली. भीमरावांच्या बरोबर मुलंही त्या पाडसाच्या तैनातीला लागली.

भीमरावांनी आपल्या खोलीत त्याची खास व्यवस्था केली होती.

त्यांनी यशवंता आणि मुकुंदा या दोघांना सांगितलं, ‘‘हे बघा, याला चारा घालण्याचं आणि बाहेर फिरवून आणण्याचं काम तुमच्या दोघांचं बरं का! मला रोज संध्याकाळी रिपोर्ट द्यायचा...’’

दोन्ही मुलं आंनदानं नाचायला लागली.

भीमराव बाहेर पडल्यावर रमाबाई जाऊबाईंना हसून म्हणाल्या, ‘‘उद्योगात आणखी हा उद्योग आला खरा! परंतु एक गोष्ट चांगली झाली.’’

लक्ष्मीबाईंनी त्यांच्याकडे प्रश्नार्थक मुद्रेनं बघितलं तेव्हा रमाबाई म्हणाल्या,‘बावीला

जाताना तिथे वाचायला एवढी पुस्तकं नेली होती ना, पण या पाडसाच्या नादात एकही पुस्तक वाचून झालं असेल तर शपथ!... इथेही आता तेच होणार आहे. मी म्हणते, त्या पुस्तकातून या निमित्तानं थोडं डोकं बाहेर निघालेलं बरं!''

संध्याकाळी घरी आल्याबरोबर भीमरावांनी विचारलं, ''हं... काय आजचा रिपोर्ट आपल्या पाडसाचा?''

दोन्ही मुलांनी सांगितलं, ''खोलीतल्या आपल्या गुळगुळीत जमिनीवर त्याचे पाय फार घसरताहेत... एकदा तर चांगलाच कोलमडला!''

त्या पाडसाचे पाय घसरू नयेत म्हणून खोलीत काथ्या टाकण्यासाठी भीमराव लगेच आल्यापावली घराबाहेर पडले.

त्यांनी काथ्याची बिछायत खोलीभर पसरली... काही वेळानं सर्वांच्याच लक्षात आलं की, आता त्या पाडसाचे पाय त्या काथ्यासकट घसरताहेत.

ते पाहून रमाबाई म्हणाल्या, ''खंतावलं आहे बघा हे पाडस! त्याचे उदासवाणे डोळे बघा! त्याला त्याची आई हवीय... पण ती आता कुठून मिळणार? ती गमावली ती गमावलीच!''

आपल्या ऑफिसात असताना किंवा हायकोर्टात गेल्यानंतर भीमराव ज्याला त्याला विचारायचे, ''काय केलं असता आमचं पाडस चांगलं राहील?''

यावर त्यांचे एक बॅरिस्टर मित्र म्हणाले, ''पण ही ब्याद आणलीच कशाला?''

हरिणशावक पाळण्याचा कसलाही अनुभव नसताना काही लोकांनी या ना त्या तऱ्हेचा अनाहूत सल्ला दिला.

भीमराव सकाळ-संध्याकाळ त्याच्या तैनातीत असत.

असे पंधरा दिवस गेले. एके दिवशी संध्याकाळी भीमराव त्याला बघण्यासाठी उत्साहानं घरी आले.

विस्कटलेल्या काथ्याच्या खोलीत ते हरिणशावक मरून पडलेलं त्यांना दिसलं. यशवंता आणि मुकुंदा त्याच्या समोर अश्रू ढाळत बसले होते. भीमरावांच्या नेत्रांतूनही अश्रू सांडायला लागले.

त्यांनी विचारलं, ''काय रे झालं याला?''

मुकुंदा म्हणाला, ''आज यानं काही खाल्लं नाही. आम्ही दुपारी मधल्या सुट्टीत शाळेतून आलो तेव्हा तो धापा टाकत होता... मग त्याचे डोळे आढ्याकडे गेले ते कायमचे!''

त्या पाडसाचे आढ्याकडे लागलेले उघडे डोळे बघून भीमरावांच्या तोंडातून हुंदका बाहेर पडला. गहिवरल्या आवाजात ते म्हणाले, ''मी आजच त्याचं नाव ठेवणार होतो... विश्राम! पण आपला विश्राम संपला!''

काही दिवसांनी लंडनहून फॅनीचं सांत्वनपर पत्र आलं. त्या पत्रात तिनं लिहिलं

होतं- ''प्रिय भीम, तुझ्या पत्रावरून तू पाळलेल्या पाडसाची दुःखद कथा समजली... आधीच माणसाला दुःखं कमी असतात का रे? त्यात या नव्या दुःखाला कशासाठी बोलावून आणलंस? हरिण हा प्राणीच मोठा प्रेमळ असतो बघ! त्या प्राण्याचे डोळे तर टपोऱ्या रत्नासारखे तेजस्वी, पाणीदार असतात! तुझं दुःख मी समजू शकते... एवढ्या लांब अंतरावरून तुझं सांत्वन मी कसं काय करू शकणार? कुणाचीही ताटातूट ही नेहमी दुःखदायकच असते रे! तुझ्या या व्यक्तिगत दुःखात मी सहभागी आहे. तुझी मैत्रीण- पॉल.''

फॅनीचं ते पत्र वाचताना त्या पत्रावर भीमरावांचे अश्रू एकसारखे सांडत होते.

* * *

१९२४ सालच्या १५ जूनला मुलाचा जन्म झाल्यापासून त्याचं नाव काय ठेवायचं याची चर्चा सुरू झाली.

येणाऱ्या आयाबाया विचारायच्या, ''रमाबाई, काय गं नाव ठेवणार मुलाचं?''

कुणी म्हणावं, ''मुलगा अगदी किसनासारखा दिसतो. किसन नाव शोभून दिसेल.''

दुसऱ्या कुणीतरी म्हणावं, ''आता किसन म्हणू नका... कृष्ण म्हणा. विलायतेहून आलेल्या साहेबाचा मुलगा आहे तो!''

''खरंच! कृष्ण नाव शोभून दिसेल त्याला! जावळ तरी बघ कितीय! रमाबाई, तू काय ठरवलंस?''

त्या मुलाचं नाव ठरलं असलं तरी रमाबाईंनी म्हणावं, ''काही ठरलं नाही बघा! बघू या बारशाच्या दिवशी!''

बारशाचा दिवस उगवला आणि भीमरावांनी ठरवल्याप्रमाणे 'राजरत्न' या नावानं पाळणा हलला.

भीमरावांचा बराच वेळ राजरत्नला खेळविण्यात जायचा. रमाबाई त्यांना म्हणायच्या, ''त्याला खेळवण्यात तुमचा फार वेळ जातो.''

भीमराव हसून म्हणायचे, ''माझाही वेळ चांगला जातो. पण याला सांभाळायला मी नर्स ठेवणार आहे.''

''कशाला नर्स ठेवायची? त्याची मी आई आणि दाई!''

रमाबाईंच्या या बोलण्यावर भीमराव म्हणायचे, ''आपल्या यशवंताची आबाळ झाली बघ. त्यामुळे लहानपणापासूनच त्याला संधिवाताचं दुखणं जडलं. तेव्हा आपल्याजवळ पैसे नव्हते. आताही आहेत असं नाही... पण आता मी काहीतरी व्यवस्था करू शकतो!''

''करा तुम्ही हवी ती व्यवस्था! तुम्ही माझं ऐकणार आहात थोडंच?''

“नाहीच ऐकणार! मी राजरत्नला सांभाळायसाठी नर्स बघणारच!”

आणि लगेच त्यांनी नर्सचा शोध सुरूही केला. परंतु महाराच्या घरी काम करायला कोणतीही नर्स तयार होईना. काही दिवस एक ख्रिश्चन नर्स यायची. पण पुढे तीही येईनाशी झाली.

एका हिंदू नर्सला त्यांनी विचारलं, “माझ्या मुलाच्या अंगात तांबडंच रक्त वाहतं ना? का काळं रक्त आहे ते?”

त्या नर्सला त्यांच्या बोलण्यातली खोच समजली. खाली मान घालून ती फक्त एवढंच म्हणाली, “आम्हाला समाजात वावरायचंय अजून! वाळीत नाही पडायचं!”

एके दिवशी भीमराव कोर्टातून घरी आले तेव्हा रमाबाईंनी विचारलं, “काय, आणलीत का नर्स?”

भीमरावांनी त्यांना सारी हकीगत सांगून म्हटलं, “आता याची नर्स मीच! मीच याला सांभाळणार आहे...”

काही आठवण झाल्याप्रमाणे करून ते पुढे म्हणाले, “मी पाच-सहा वर्षांचा होईपर्यंत बाबा मला खेळवत होते, पोटावर झोपवत होते. त्यांना रात्री घरी यायला उशीर झाला तर मी त्यांची वाट बघत ताटकळत बसत असे... कळलं का रे, राजरत्ना!”

असं म्हणून त्यांनी त्याला रमाबाईंच्या मांडीवरून आपल्या मांडीवर घेतलं; आणि त्याला खेळवायला सुरुवात केली, “अरे हा माझा सिंहाचा बच्चा आहे... हा लढवय्याचा वंशज आहे म्हटलं! अरे, तू सम्राटाचा राजरत्न पुत्र आहेस... तू पराक्रम केला पाहिजेस हं!”

त्याला खेळवण्यात ते दंग होऊन गेले आणि मोठमोठ्यानं ओरडायला लागले. सारी चाळ त्यांच्या आवाजानं दणाणून गेली.

कित्येक वेळा ते त्याला खांद्यावर टाकत आणि साऱ्या चाळभर हिंडून लोकांशी गप्पागोष्टी करत.

चाळीतले लोक म्हणत, “खरंच! आपल्या साहेबांचं हे खरोखरच रत्न आहे... राजबिंडा आहे पोरगा!”

रमाबाई भीमरावांना रागावून म्हणत, “त्याला असं बाहेर चाळभर नेत जाऊ नका! दृष्ट लागेल त्याला!”

त्यांनी त्याच्या दंडांत आणि गळ्यात काळे गंडेदोरे बांधले. गळ्यात ताईत घातला.

या गावठी तोडग्यांबद्दल भीमराव काही बोलत नसत.

राजरत्न थोडा जरी आजारी पडला तरी साऱ्यांचा जीव खालीवर व्हायचा. अशा वेळी लक्ष्मीबाई यशवंताकडे बघायच्या. रमाबाई राजरत्नाला उराशी घेऊन बसायच्या;

आणि भीमराव त्याच्या उशागती बसून त्याला औषधोपचार करायचे.

१९२६ सालच्या जुलै महिन्यात राजरत्नला डबल न्यूमोनिया झाला. सारं घर त्याच्या सेवाशुश्रूषेला लागलं. साऱ्या घराला आलोचन जाग्रणं पडू लागली. भीमरावांचं मन ठिकाणावर राहिलं नाही.

त्याला थोडं बरं वाटू लागल्यावर १९ जुलैला भीमराव हायकोर्टात गेले; आणि इकडे राजरत्नची प्रकृती बिघडली. भीमरावांना हायकोर्टात बोलावणं गेलं.

ते तातडीनं धावून आले. घरी यायला त्यांना साडेचार वाजले; परंतु त्यांच्यासाठी राजरत्न थांबला नाही. त्यांच्या राजपुत्रानं अर्धा तास आधीच देवाघरची वाट धरली होती.

आपल्या गोजिरवाण्या राजपुत्राचं ते निष्प्राण शरीर बघताच भीमरावांनी हंबरडा फोडला आणि भिंतीवर डोकं आपटून ते मोठ्यानं ओरडायला लागले. त्यांनी आपल्या मृत मुलाचा देह मांडीवर घेतला आणि ते शोक करायला लागले. माणूस शिकलासवरला तरी तो ऐहिक शोकदुःखापासून विमुक्त थोडाच असतो?

त्यांच्या ओरडण्यामुळे सारी चाळ तिथे जमा झाली. सांत्वन करायला आलेली मंडळीच ते करुण दृश्य पाहून ओक्साबोक्शी रडायला लागली.

राजरत्नला न्यायला लोक आले तेव्हा मोठा हंबरडा फोडून भीमराव म्हणाले, "नका रे त्याला माझ्यापासून नेऊ! राजपुत्र आहे हा!"

राजपुत्राला मरण नसतं असं थोडंच आहे? कोणताही जीव लौकिक व्यवहारांनी बांधलेलाच असतो. जन्म, जरा, मृत्यू हे कुणालाही चुकलेलं नाही.

राजरत्नला मूठमाती देऊन भीमरावांच्या बरोबर सारी मंडळी परतली. भीमराव तर पार खंगून गेले होते. जणू त्यांच्या जीवनातला प्रकाश संपला होता. त्यांच्या वंशाचा दीप मालवला होता.

आपल्या प्रिय पुत्राच्या मरणोत्तर विधीत भाग घेण्याचं त्यांनी साफ नाकारलं. साऱ्या लोकांनी फार आग्रह केला तेव्हा अत्यंत दुःखद स्वरात म्हणाले, "पित्यानं मृत पुत्राच्या विधीत भाग घ्यायचा ही कुठली रीत? हा कुठला उलटा न्याय? नका मला भलतंसलतं करायला सांगू!"

कितीही मोठा बुद्धिवादी माणूस मृत्यूपुढे लहानाहून लहान बनतो, तेच खरं!

रडून रडून त्यांचा चेहरा लालबुंद झाला होता. अनेक लोकांनी त्यांची समजूत घालण्याचा प्रयत्न केला; पण काही केल्या ते ऐकेनात.

त्यांचा बालपणचा मालू या नावाचा एक मित्र म्हणाला, "अरे साहेब, आम्ही तुला उपदेश करायचा का तू आम्हाला करायचा? अरे, आमच्या डोईवर जेवढे केस आहेत, त्याच्या लाखोपट तुझ्या डोक्यात सुविचार आहेत. आम्ही तुला काय सांगावं? अरे बाबा, मुलाला सद्‌गती मिळावी म्हणूनच हे सारं करायला हवं!"

भीमराव उठले आणि त्यांनी साऱ्या विधीत भाग घेतला.

सारी मंडळी हळूहळू निघून गेली तेव्हा भीमराव स्वयंपाकघरात गेले. रमाबाई जमिनीवर पडून स्फुंदून स्फुंदून रडत होत्या आणि बाळाराम त्यांना समजावत होते, "तू जर अशी हताश होऊन बसलीस तर हे घर कसं चालेल? तू दुःख आवर आणि धीर धर.. तुझं हे दुःख पाहून भिवाचा धीर खचून जाईल."

भीमराव मागेच उभे होते. त्यांच्याकडे बघून बाळारामांनी त्यांना जवळ घेऊन म्हटलं, "तू आमच्या वंशाचा दिवा आहेस. तू अजून तरुण आहेस. परमेश्वर कृपेनं तुला आणखी मुलं होतील. तू दुःख आवर."

बाळारामांनी भावाचा हात धरला आणि दोन घास खाण्यासाठी त्यांना पानावर बसवलं.

अश्रूंनी भिजलेले ते दोन घास खाताना त्यांना कोण प्रयास पडले!

रमाबाई रात्रभर उघड्या जमिनीवरच झोपून होत्या.

रात्री भीमराव आपल्या ऑफिसात गेले. त्यांचं सांत्वन करण्यासाठी आलेले अनेक लोक त्यांच्या सभोवती बसले होते; पण कोणाशीही न बोलता ते अश्रू ढाळत बसले होते.

त्या रात्री ते उघड्या जमिनीवरच झोपले. त्यामुळे त्यांना पडसं झालं. तापही आला. त्याही अवस्थेत त्यांनी ऑफिस सोडलं नाही.

रमाबाईंना हे समजल्यावर त्यांनी बाळारामभावजींना कळवलं. बाळाराम त्यांच्या ऑफिसात गेला आणि त्यांना चार समजुतीच्या गोष्टी सांगून हाताला धरून त्यांना घरी आणलं.

या दुःखद प्रसंगानं त्या दोन भावांचं मीलन झालं. अशा प्रकारच्या दुःखातून भावांची एकी निर्माण व्हावी, हा चमत्कारिक योगायोग होता.

रोजच्या रोज भीमरावांना सांत्वनपर पत्रं येत होती. अनेक लोक येऊन भेटत होते. परंतु त्यांचं हे दुःख सांत्वनाच्या पलीकडचं होतं.

कोल्हापूरचे त्यांचे परमस्नेही दत्तोबा पवार यांचं सांत्वनपर पत्र येताच भीमरावांनी त्यांना उलट पत्र लिहिलं- 'पुत्रनिधनामुळे आम्हाला उभयतांना जो धक्का बसला आहे त्यातून बाहेर पडणं दुरापास्त आहे. तीन मुलगे आणि एक मुलगी अशा चार गोजिरवाण्या सुंदर पोटच्या लेकरांना मूठमाती देण्याचा दुर्धर प्रसंग आमच्यावर आला. त्यांची आठवण झाली की, मन दुःखानं खचून जातं. त्यांच्याविषयी आम्ही जी मनोराज्यं केली होती, जे मनोरथ बांधले होते ते पार ढासळून गेले. मुलांच्या मृत्यूबरोबर जीवनाला चव आणणारं मीठच नष्ट झाल्यामुळे आमचं जीवन बेचव झालं आहे. बायबलमध्ये म्हटलं आहे ना की, तुम्ही धरतीचं मीठ आहात. त्या मिठाचा खारटपणाच गेला तर त्या जीवनाला चव कुठून येणार? माझ्या भकास

झालेल्या जीवनात या गोष्टीचा मला पडताळा येतो आहे. माझा शेवटचा मुलगा तर असामान्य होता. माझा म्हणून म्हणत नाही, पण त्याच्यासारखा मुलगा माझ्या पाहण्यात नाही. तो गेल्यामुळे माझ्या संसाराचं वैराण वाळवंट झालं आहे... आम्ही जगतो आहोत याचा अर्थ आकाशातून ढग जातात त्याप्रमाणे आमच्या जीवनावरून दिवस चालले आहेत, एवढंच! दुःखातिशयानं खंगलेल्या तुझ्या मित्राचा तुला नमस्कार...'

आपल्या परमप्रिय मित्राला हे पत्र लिहिल्यानंतर त्यांना थोडं हलकं वाटलं. दिवसामागून दिवस चालले होते. काळ पुढे सरकत होता. परंतु भीमरावांचं मन दुःखात रुतून बसलं होतं.

* * *

डॉक्टरांचं ते मत ऐकल्यावर भीमरावांचं मन हबकून गेलं.

भीमरावांनी डॉक्टरांना विचारलं होतं, ''माझा प्रश्न नाही. रमाबाईंची सहा बाळंतपणं झाली; पण राजरत्न गेल्यापासून तिला अपत्यसुखाचा ध्यास लागलाय. आजवरचं आमचं आयुष्य दुःखसंकटांशी झगडण्यात गेलं. आता आमच्या संसारात सुखाची थोडीशी झूळूक आली, तर आम्ही राजरत्नाला गमावून बसलो. तिला वाटतंय...राजरत्न पुन्हा आपल्या पोटी येणार आहे.''

डॉक्टर एकदम बोलून गेले, ''राजरत्न त्यांच्या पोटी येईलही! पण तो आपली आई गमावून बसेल. आता जर रमाबाईंवर बाळंतपणाचा प्रसंग आला, तर त्यांना क्षयरोगाची बाधा होईल... आणि... आणि...''

रमाबाईंना ते समजल्यावर त्या मनातल्या मनात कुढत राहिल्या आणि अंथरुणाला खिळल्या. अधूनमधून त्यांना बरं वाटायचं, पण पुन्हा त्यांना अंथरूण धरावं लागे. यशवंता तर संधिवातानं बेजार झालेला असे.

डॉक्टरांचा निर्णय ऐकल्यानंतर भीमरावांना घरी राहण्यात काहीच स्वारस्य वाटेनासं झालं. दोन-दोन महिने ते आपल्या ऑफिसातच मुक्काम करून असत. त्यांचा डबा ऑफिसात जात असे. कधी कधी त्या डब्याला ते स्पर्शही करत नसत. ज्या दिवशी त्यांचा भरलेला डबा घरी यायचा, त्या दिवशी रमाबाईंचं पोट रिकामं असायचं.

दोन महिन्यांनी घरी आल्यानंतर रमाबाई म्हणायच्या, ''उपाशीपोटी काम कसं काय होणार? आपण जेवला नाहीत म्हणजे माझ्या घशाखाली घास कसा काय उतरेल?''

''म्हणजे तू उपाशी राहतेस?''

रमाबाई विषादानं हसून म्हणत, ''आपलं पोट रिकामं असल्यावर माझं पोट कसं काय भरेल?''

मग साऱ्या मंडळींना डोळा भरून बघितल्यानंतर भीमराव परत जायचे ते पुन्हा दोन-तीन महिन्यांनी घरी परत यायचे.

पण त्या दिवसापासून त्यांनी एक गोष्ट ठरवली.

ज्या दिवशी ते जेवायचे नाहीत त्या दिवशी ते आपला डबा कुणाला तरी खायला देत; आणि रिकामा डबा घरी पाठवून देत.

पण काही दिवसांनी भीमरावांचं तेही बेंड फुटलं. त्या वेळी रमाबाईंना अपरंपार दुःख झालं आणि त्या गोष्टीचं भीमरावांनाही अतिशय वाईट वाटलं.

अशा दुःखी दिवसांच्या रहाटगाडग्यातच १९२७ सालचा मार्च महिना उगवला. त्या वेळी भीमरावांना हिवतापानं गाठलं. अंगात ताप असताना ते आल्यागेल्याचा समाचार घ्यायचे. पडल्या पडल्या त्यांचं वाचनही अखंड चाललेलं असायचं.

त्यांच्याकडे आलेले लोक त्यांना म्हणायचे, "साहेब, तुम्ही पडून राहा. बोलण्याचे श्रम घेऊ नका."

ते म्हणायचे, "तुम्ही आल्यावर तुमच्याशी न बोलून कसं चालेलं?"

"मग आम्ही येणार नाही!"

"कुणाशीच बोललो नाही, तर माझा ताप वाढेल. चालेल का ते तुम्हाला? म्हणून तुम्ही येत जा!"

गप्पागोष्टी, जाग्रणं आणि वाचन यामुळे त्यांचा ताप वाढला आणि औषधपाणी न घेता ते अंथरुणावर निपचित पडून राहिले.

रमाबाईंना ते समजल्यावर त्यांनी साहेबांना घरी आणण्यासाठी मित्रांना पाठवलं.

शंकररावांना ते म्हणाले, "घरी कशाला जायचं? इथं ठीक आहे सारं!"

मग स्वतः रमाबाई त्यांना घरी घेऊन येण्यासाठी त्यांच्या ऑफिसात गेल्या. त्यांना बघताच सारे लोक ऑफिसच्या बाहेर जाऊन उभे राहिले.

रमाबाईंनी भीमरावांचं डोकं रगडलं. त्यांच्या अंगात चांगलाच ताप भरला होता. डोकं जड झालं होतं.

ते रमाबाईंना म्हणाले, "त्या दिवशी मी तुझी शपथ सोडली नाही म्हणून का ग हे असं झालं?"

रमाबाई फक्त एवढंच म्हणाल्या, "कर्मात होतं ते झालं. पण हे असं किती दिवस चालणार? घरी चला!"

ते एकदम ओरडले, "तुम्हीच घरी परत जा!"

रमाबाईंच्या डोळ्यांत अश्रू उभे राहिले. घरी गेल्यावर त्या ओक्साबोक्शी रडल्या.

त्या दिवसापासून त्या जेवेनाशा झाल्या. भीमरावांसाठी त्या रोज दोन दोन तासांनी मोसंब्यांचा रस व ताक पाठवून देत.

तीन दिवसांनंतर भीमरावांचा ताप उतरला आणि त्या दिवशी त्यांनी ताकभात खाल्ला. त्या दिवशी रमाबाईंनीही ताकभात खाल्ला.

ते आता घरी यायला लागले तरी त्यांचं व्यक्तिगत संसारातलं चित्त पार उडालं होतं. लेखन, वाचन, वकिली आणि सामाजिक चळवळ याच गोष्टींत त्यांनी आपलं मन रमवायला सुरुवात केली.

व्यावहारिक किंवा व्यावसायिक अडचणींमुळे भीमरावांचं मन व्यग्र झालं म्हणजे ते स्मशानात जात आणि त्यांचे वडील रामजीपंत यांचे अंत्यसंस्कार ज्या ठिकाणी झाले होते त्या ठिकाणी जाऊन बसत आणि आपलं मनोगत त्यांना सांगत. कधी कधी रमाबाईंनाही ते आपल्या बरोबर स्मशानात घेऊन जात.

त्या दिवशी मात्र स्मशानात ते एकटेच गेले. सिद्धार्थाप्रमाणेच त्यांनी आता आपल्या व्यक्तिगत संसाराकडे पाठ फिरवली होती. अस्पृश्योद्धाराचं आपलं मनोगत ते आता आपल्या वडिलांना कळवणार होते.

स्मशानात जाऊन ते त्या ठराविक ठिकाणी जाऊन बसले आणि डोळे मिटून घेतले. आपले मनोगत ते मनातल्या मनात बोलायला लागले- ‘मी आपला कुलदीपक आहे ना? आपल्या अस्पृश्योद्धारासाठी मी आमरण झटणार आहे आणि त्रिखंडात आपल्या कुळाची कीर्ती अमर करणार आहे. हीच आपली मनीषा होती ना?’

जणू प्रबुद्ध बनण्यासाठी एका नव्या बुद्धाच्या परिक्रमेला प्रारंभ झाला होता.

❑

भाग दुसरा

धर्मचक्र प्रवर्तन

समता-स्वातंत्र्याची सुप्रभात

बुधवार १६ मार्च १९२७....

आपल्या सहकाऱ्यांबरोबर बाबासाहेब सकाळी बोटीनं महाडला जायला निघाले. त्या दिवशी थंडी होती. परंतु अस्पृश्योद्धाराच्या कार्याची आच असलेल्या सहकाऱ्यांबरोबर ते निघाले असल्यामुळे त्यांना ती थंडी मुळीच जाणवत नव्हती. निघताना रमाबाईंनी त्यांना ओवाळलं होतं आणि हलकेच म्हटलं होतं, "प्रकृतीला जपावं..." पत्नीच्या या हार्दिक निरोपाची ऊबही त्यांच्याजवळ होती... व्यक्तिगत संसारातील दशावतार त्यांच्या पाठीमागे लागल्यामुळे त्या संसाराकडे त्यांनी पाठ फिरवली होती; आणि सामाजिक संसार करायला ते निघाले होते. गौतम बुद्धानंही आपल्या वैयक्तिक संसाराकडे अशीच पाठ फिरवली होती आणि तपाचरणासाठी हा आधुनिक बुद्ध जनसंमर्दाकडे जायला निघाला होता.

१९२४ सालच्या जुलै महिन्यात 'बहिष्कृत हितकारिणी सभे'ची स्थापना झालेली होती. त्या संस्थेनं अस्पृश्योद्धाराचं कार्य हाती घेतलेलं होतं. १९२७ मध्ये बाबासाहेबांची विधिमंडळाचे सदस्य म्हणून नियुक्ती झाली होती. त्या वेळी अस्पृश्य समाजातल्या शिक्षकांनी त्यांचा सत्कार केला होता. त्यांना थैली अर्पण केली होती. ती थैली त्यांनी 'बहिष्कृत हितकारिणी सभे'ला अर्पण केली होती. आदल्याच वर्षी रावबहादूर सीतारामपंत बोले यांनी विधिमंडळात एक महत्त्वाचा ठराव मांडला होता. सार्वजनिक पाणवठे, धर्मशाळा, विद्यालयं, न्यायालयं अशा प्रकारच्या सार्वजनिक ठिकाणी अस्पृश्यांना मुक्त प्रवेश असावा, अशा प्रकारचा हा ठराव होता.

परंतु केवळ सभा स्थापून किंवा ठराव करून फारसं कार्य होणार नाही; त्यासाठी प्रत्यक्ष कृती केली पाहिजे, असा निर्धार बाबासाहेबांनी आपल्या मनाशी

केला होता. तो आपल्या सहकाऱ्यांना सांगितला होता. अनुभवासारखा अन्य गुरू नाही, हे त्यांनी अनुभवान्ती पुरेपूर ओळखलं होतं. तसा अनुभव त्यांच्या गाठीशी होता. युगानुयुगं चालत आलेल्या अस्पृश्यांच्या अनंत दुःखांना आणि दारुण दारिद्र्याला त्यांना दूर करायचं होतं. आपल्या सहा कोटी ज्ञातिबांधवांना त्यांना न्याय मिळवून घ्यायचा होता. त्यासाठी ते महाडच्या सत्याग्रहाला निघाले होते.

महाडच्या परिसरात पाऊल टाकताच त्यांच्या स्वागतार्थ चार-पाच हजार अस्पृश्य बांधवांचा जमाव जमला होता. त्या लोकांच्या अंगावर नाममात्र कपडे होते. जे होते ते मळकट आणि फाटकेतुटके होते. कपड्यांच्या फटीतून त्यांची हाडं सहज मोजता येत होती. पोटभर अन्न न मिळाल्यामुळे त्यांची पोटं खपाटीला गेली होती. उन्हातान्हात अर्धपोटी राबल्यामुळे त्यांचा रंग रापला होता. शिसवीच्या लाकडाची चकाकी गेल्यानंतर ते लाकूड जसं दिसावं तसे निस्तेज हाडांचे सापळे तिथे दिसत होते. त्यांच्याजवळ फक्त एकच गोष्ट दिसत होती- आपल्या स्वातंत्र्यसूर्याच्या दर्शनाचा उत्साह! बाबासाहेबांचं दर्शन होताच त्यांना वाटलं की, सामाजिक समतेचा गोवर्धन पर्वत करांगुलीनं उचलून त्या पर्वताखाली आपल्याला आश्रय करून देणारा साक्षात श्रीकृष्ण आपल्यासमोर अवतरला आहे!

त्या कृष्णावताराचं दर्शन होताच त्या अर्धनग्न, अर्धपोटी समुदायातून प्रचंड आरोळी उठली. 'डॉ. आंबेडकर महाराजकी जय!'

आजवर ही आरोळी अज्ञातवासात दडली होती, आणि आता ती हजारो मुखांतून प्रकट झाली होती.

त्या अनाथ समुदायाचं ते करुण दृश्य बघून आणि ती विजयी आरोळी ऐकून बाबासाहेब गहिवरले आणि जागच्या जागी खिळून उभे राहिले. त्यांच्या नेत्रांतून अश्रू ओघळायला लागले... ते करुणाश्रू आहेत का आनंदाश्रू आहेत, हे त्यांचं त्यांनाच कळेना.

मुंबईहून सकाळी बोटीनं निघाल्यापासून धरमतरला येईपर्यंत त्यांच्या तोंडात तीळ भिजलेला नव्हता. त्यांच्याबरोबर बोटीनं त्यांचे सहकारी निघाले होते, त्यांत बहुसंख्य स्पृश्य हिंदू होते, ब्राह्मण होते तसे ब्राह्मणेतरही होते. बाबासाहेबांनी सुरू केलेल्या कार्याबद्दल त्यांना अपरंपार आस्था होती, अस्पृश्यांच्या दयनीय अवस्थेबद्दल कमालीची कणव होती... पण अस्पृश्यांना येणारा अनुभव त्यांना थोडाच होता? त्या अनुभवाची भरपूर शिदोरी बाबासाहेबांच्या गाठीशी होती. त्यामुळे बोटीत बसल्यापासून ते धरमतरला उतरेपर्यंत त्यांनी आपली ही अनुभवाची शिदोरी खुली केली होती. जणू आपल्या सहकाऱ्यांत सत्याग्रहाची ठिणगी फुलवण्याचं काम ते करत होते.

बोटीनं मुंबई बंदर सोडलं तेव्हा समुद्राच्या पृष्ठभागावर कोवळी सूर्यकिरणं नाचायला लागली होती. वृक्षांच्या सावल्या समुद्रावर पश्चिमेकडे दूरवर पसरल्या होत्या.

सहस्त्रबुद्धे सहज काहीतरी बोलून गेले, "वृक्ष तशी छाया, माणूस तशी माया... दोन्हीही क्षणभंगुर आणि लटकी..."

बाबासाहेब एकदम म्हणाले, "याच तुमच्या मायावादानं सारा घात केलाय!"

"कसा काय?"

"हे जग क्षणभंगुर आहे... इथे जे जे दिसतं ती ती माया आहे... खरं काही नाही... सत्याचा केवळ भास. इथले वर्णभेद... इथल्या जातिसंस्था या सर्व खोट्या आहेत... क्षणजीवी आहेत... ब्रह्म हेच फक्त सत्य आहे. त्यामुळेच आम्हा अस्पृश्यांचा नाश झालेला आहे."

ते थांबले आणि मग त्यांनी हसत हसत एक गोष्ट सांगितली-

एकदा एक गुरू आपल्या शिष्यांना सांगत होते, "हे सारं जगत मायारूपी आहे... या जगात ब्रह्म हेच एकमेव सत्य आहे."

त्यांच्या एका धीट शिष्यानं विचारलं, "गुरुजी, मग जगातले सारे भेदाभेद, स्पृश्य-अस्पृश्य अशा प्रकारचे जातिभेद हेदेखील मायास्वरूपी आहेत ना?"

गुरुजी म्हणाले, "अर्थातच! जगाच्या ब्रह्मस्वरूपात स्पृश्य-अस्पृश्य एवढंच नव्हे, तर पशू-पक्षी-माणसं ही सारी सारखीच! आपल्या नेत्रांवर मायेचं पटल असतं म्हणून आपण व्यवहारात हे भेदाभेद करतो."

"मग गुरुजी, हा आपला दंडा.... हादेखील मायास्वरूपी आहे म्हणायचा!"

"होय... बरोबर आहे तुझं म्हणणं!"

गुरुजींनी हे सांगितल्यावर त्या धीट धष्टपुष्ट शिष्यानं तो दंडा आपल्या हातात घेतला आणि गुरुजींच्या मुंडन केलेल्या टाळक्यात घातला.

गुरुजी कळवळून ओरडले, "अरे, हे काय, हे काय... माझं मस्तक फुटलं ना!"

"गुरुजी, ही सारी माया आहे... तुमचं मस्तक ही माया, हा दंडा ही माया आणि तुमचं डोकं फुटलं हीदेखील माया! मायेनंच मायेला मारलं!"

बाबासाहेब म्हणाले, "आता महाडला आपल्या सत्याग्रहाच्या वेळी मायाच दिसणार आहे... आपली टाळकी आपल्याला सांभाळायला हवीत... स्पृश्यांच्या दंडुक्यांपासून?"

सहस्त्रबुद्धे म्हणाले, "पण आता ती वेळ येणार नाही. अस्पृश्य मंडळी जागृत झालेली आहेत."

"अरे पण, त्या लोकांना मायावाद शिकविणारे गुरू अजून आपल्या समाजात आहेतच की!"

अनंतराव चित्रे एकदम म्हणाले, "मग अशा गुरूंच्या डोक्यात सोटाच बसेल आता!"

"चित्रे, तुम्हाला वाटते एवढी ही बाब सोपी नाही... आपल्या पुढाऱ्यांचीच गोष्ट घ्या! गांधीजी म्हणजे केवढे महान पुढारी! पण त्यांचा कल स्पृश्य हिंदूंच्या सद्‌भावना आणि भूतदया जागृत करण्याकडे होता... शेळीविषयी लांडग्याच्या मनात कधी सद्‌भावना निर्माण होईल का? अस्पृश्यता गांधीजींसारख्या थोर पुरुषाला मान्य नाही, ही गोष्ट मान्य करूनही त्यांचा हा दृष्टिकोन कितपत व्यवहार्य ठरेल...गांधीजींनी आणखी एक अजब सूचना केलेली आहे. त्यांच्या मते चातुर्वर्ण्य आहेत तसेच ठेवून अस्पृश्यांना पंचमवर्ण म्हणून स्थान द्यावं! आहे किनई अजब सूचना!"

बाळाराम आंबेडकर म्हणाले, "गांधीजींचं सारंच अजब असतं. ते असू दे म्हणा! पण अस्पृश्यांसाठी नवा पंचमवर्ण निर्माण करून अस्पृश्यता कशी काय नाहीशी होणार बुवा?"

बाबासाहेब म्हणाले, "अस्पृश्यता नाहीशी करण्यासाठी गांधीजींच्या खास शिष्यांनी एक खास उपाय सुचविला आहे..."

"कोणता?"

"तुम्हाला अलीबंधू माहीत आहेत ना?"

पांडुरंग राजभोज म्हणाले, "गांधीजींचे डावे-उजवे हातच ना? खिलाफतीच्या चळवळीत गांधीजींनी लाडावून ठेवलेले आणि काँग्रेसच्या डोक्यावर बसलेले...."

"होय... तेच ते! १९२३ सालच्या कोकोनाडाच्या काँग्रेसच्या अधिवेशनात काँग्रेसच्या अध्यक्षपदावरून अस्पृश्यांच्या प्रश्नाबद्दल बोलताना महमद अलींनी एक घातकी घोषणा केली होती. गांधीजींच्या या लाडक्या मित्रानं सांगितलं होतं की, अस्पृश्यांची वाटणी हिंदू-मुसलमानात समसमान करून टाकावी. दुसऱ्या एका मुस्लिम पुढाऱ्यानं मद्रासला केलेल्या एका वक्तव्यात सांगितलं की, अस्पृश्य लोकांना मुसलमान करून घेणं, हे आमचं पुण्यकर्तव्य आहे."

रामचंद्र शिंदे म्हणाले, "मग त्या मानानं सावरकरांचा विचार बरोबर वाटतो."

"विचार कुणाचेच चुकीचे नसतात. पण आचाराचं काय? गतवर्षीच विधिमंडळात बोल्यांच्या ठरावावर बऱ्याच चकमकी उडाल्या. त्या वेळी सिंधमधील नूरमहंमद नावाच्या एका मुस्लिम सदस्यानं त्या ठरावावर बोलताना ब्राह्मण-ब्राह्मणेतरांची चांगलीच खरडपट्टी काढली. त्या मुस्लिम सदस्यानं असं बजावलं की, वरिष्ठ वर्गाकडून चिरडलेले आणि छळवाद केलेले कनिष्ठ वर्गातील लोक जेव्हा लवकरच परधर्माच्या आश्रयास जातील, तेव्हा हिंदू समाजानं अशी ओरड करू नाही की, मुसलमानांनी किंवा ख्रिस्ती मिशनऱ्यांनी धर्मांतर करण्यासाठी अस्पृश्यांना प्रवृत्त केलं!"

"हे कुटिल भविष्यच म्हणायचं!"

"सावरकरांचं धोरण मात्र समतावादी आहे हे मान्य करायलाच हवं! सनातनी आणि परंपरावादी लोकांच्यावर त्यांनी घणाघाती प्रहार केलेला दिसेल. अस्पृश्यांना फसवून परधर्मात नेणाऱ्या मंडळींना त्यांनी विरोध तर केलाच, पण परधर्मात गेलेल्या अशा लोकांची त्यांनी शुद्धीही घडवून आणली. सावरकरांनी शुद्धी संघटनेचं जे कार्य केलं, त्या कार्याला तोड नाही, हे खरं! पण...."

"पण काय..."

"गांधी-सावरकर हे कितीही मोठे असले तरी शेवटी ते स्पृश्य हिंदूच! आपल्याला भोगाव्या लागणाऱ्या यमयातना, उपसावे लागणारे कष्ट, सोसावी लागलेली दुःखं, अनुभवाला येणाऱ्या हालअपेष्टा, अपमान, दारिद्र्य, दास्य, अवहेलना या गोष्टींचा या मोठ्या लोकांना अनुभव थोडाच आहे? आपण काय करावं हे ते जरूर सांगतील; पण काय करता येईल, हे आपलं आपणच जाणू शकू. युगानुयुगं चालत आलेल्या या दुःखांना वाचा फोडायचं काम आपलंच आहे. या परंपरागत दुःखांना वाचा फोडायची म्हणजे आपल्यालाच वाचा फोडायची! 'परोपदेशे पांडित्य' करून आपण कधीच स्पृश्य होणार नाही! हजारो वर्षं गुदमरलेल्या आपल्या भावनांना आपणच वाट करून दिली पाहिजे. आपल्याला कुणाच्याही दयेचं दान नको आहे. हजारो वर्षांपूर्वी लुबाडलेलं आपलं समतेचं स्वातंत्र्य आपल्याला परत मिळवायचं आहे. गुलाम जोपर्यंत बंड करून उठत नाहीत, तोपर्यंत त्यांची गुलामगिरी कधीही नष्ट होऊ शकत नाही... या परंपरागत गुलामगिरीवर मी तुम्हाला असा मंत्र देतो की, अनुभवासारखा गुरू नाही आणि आपणच आपला उद्धार करायला हवा! सहा कोटी लोकांना आपल्याला माणुसकीचे हक्क मिळवून द्यायचे आहेत, हे लक्षात ठेवा!"

बोट संथपणानं चालली होती. पण हे सारं बोलताना बाबासाहेबांचे विचार जलद गतीनं धावत होते. जणू हजारो वर्षांची क्रूर रूढींची लक्तरं त्यांच्या वाक्‌गंगेत धुऊन निघत होती. आजवर ज्ञानार्जन करताना त्यांनी भोवतालच्या साऱ्या परिस्थितीचं परिशीलन केलेलं होतं आणि त्या ज्ञानाचं प्रवर्तन त्यांना करायचं होतं. पौर्णिमेच्या चंद्रदर्शनानं सागराला भरती यावी तशी त्यांच्या अस्पृश्योद्धाराच्या विचारांना भरती आली होती; आणि एखाद्या द्रष्ट्याच्या मुखातून भविष्यवाणी प्रकट व्हावी त्याप्रमाणे त्यांच्या मुखातून भराभर शब्द बाहेर पडत होते. त्यांच्या बरोबरचे सारे स्पृश्य-अस्पृश्य सहप्रवासी अवाक होऊन त्यांचं बोलणं मन लावून ऐकत होते. बाबासाहेब आपली जीवननिष्ठा बोलून दाखवत होते आणि त्यांचे सहकारी ते कान देऊन ऐकत होते.

धरमतर जवळ येऊ लागलं. एका नव्या मनूची मुहूर्तमेढ रोवण्यासाठी बाबासाहेब महाडला जाण्यासाठी निघाले होते. आजवर त्यांनी सोसलेल्या अपमानाचं आणि

हालअपेष्टांचं ओझं आपल्या खांद्यावर टाकून ते चालले होते. गप्प बसून समोर बघत होते. त्यांच्या अंतःकरणातील खळबळ त्यांच्या मुद्रेवर स्पष्ट उमटलेली दिसत होती. कुणीच काही बोलत नव्हतं.

निळंशार आकाश आणि पाण्यात बुडालेलं क्षितीज ज्या ठिकाणी एकरूप होतात, त्या सीमारेषेवर आपले कोट्यवधी बांधव उभे आहेत, असा भास त्यांना होऊ लागला. त्यांचं अंतःकरण पिळवटून निघालं. जणू त्या दृश्यमान होणाऱ्या आपल्या बांधवांकडे बघत ते म्हणाले, ''तुमची ही हीनदीन तोंडं पाहून आणि तुमचं करुणाजनक बोलणं ऐकून माझं अंतःकरण विदीर्ण होऊन जातं. युगानुयुगं तुम्ही गुलामगिरीच्या गहन गर्तेत गंजत, कुजत, सडत पडलेले आहात... तरीही तुम्हाला वाटतंय की, आपली ही दुर्दशा देवनिर्मित आहे. ईश्वराचा तसाच संकेत आहे, असं तुम्हाला वाटतंय... ही जर अजूनही तुमची भावना असेल तर तुम्ही गर्भातच मरायला लायक होतात... कशाला उगाच तुम्ही जन्माला आलात? जगात दुःख, दारिद्र्य, दास्य यांचं थैमान चाललेलंच आहे. त्या अपमानित, दुःखी जीवनात आणखी तुमची भर कशाला हवी होती? तुमचं हे उपेक्षित जीवन जर सुधारत नसेल तर या जगातून नाहीसं होऊन तुम्ही जगाचा दुःखभार का कमी करत नाही? तुम्ही माणसंच आहात ना? आपल्या कर्तबगारीच्या बळावर स्वतःचा उत्कर्ष साधून घ्यायचा प्रत्येक प्राणिमात्राला हक्क आहे... त्याचप्रमाणे अन्य देशबांधवांप्रमाणेच तुम्हाला अन्न, वस्त्र, निवारा मिळण्याचा जन्मसिद्ध हक्क आहे... स्वावलंबन हाच आता उन्नतीचा मार्ग आहे.''

हे बोलल्यानंतर त्यांनी चमकून कोंडीराम खोलवडीकर यांच्याकडे बघितलं आणि म्हटलं, ''मी भलतंसलतं तर काही बोलून गेलो नाही ना?''

यावर निवृत्ती जाधव म्हणाले, ''छे, छे! भलतं काही बोलला नाहीत. हृदयात जे सलतं तेच बोललात आपण, साहेब!''

सारी मंडळी हसायला लागली, आणि आपापलं सामान आवरायला लागली. धरमतर जवळपास आलेलं होतं.

महाडला पोचल्यावर आपल्या नावाच्या जयजयकारानं बाबासाहेब एकदम भानावर आले.

समोर पाच-सहा हजार माणसांचा समुदाय त्यांच्या नावाचा जयजयकार करत असलेला दिसला. बाबासाहेबांच्या बरोबर सुरबा टिपणीस, विश्राम सवादकर, संभाजीराव गायकवाड, अनंतराव चित्रे, रामचंद्र मोरे ही मंडळी आलेली होती. एवढा समुदाय जमलेला बघून बाबासाहेबांना आश्चर्य वाटलं; पण या मंडळींना मात्र मुळीच आश्चर्य वाटलं नाही. कारण ही परिषद आणि हा सत्याग्रह यशस्वी करण्यासाठी हीच मंडळी खेडोपाडी हिंडली होती आणि त्यांनी तुफानी प्रचार केला होता. त्यामुळे

या सत्याग्रहासाठी मुंबईतून जशी माणसं आली होती त्याचप्रमाणे घाटमाथ्यावरूनही आली होती. नागपूरपासून ते साताऱ्यापर्यंत माणसं गोळा झाली होती.

बाबासाहेब मनाशी म्हणाले, "आपल्या कार्याचा शुभारंभ तर चांगला झाला."

त्या समुदायात पोरसवदा तरुण होते, त्याचप्रमाणे पंचाहत्तरी गाठलेले वृद्धही होते. त्या माणसांच्या जवळ भाकऱ्या बांधून आणलेल्या दिसत होत्या.

रामचंद्र मोरेला बाबासाहेब म्हणाले, "आता या चवदार तळ्यातल्या पाण्याबरोबर ही माणसं भाकरीतुकडा खातील!"

चवदार तळ्यापासून थोड्या अंतरावर बांबू ठोकून त्यावर झापांचा मंडप पडला होता. मंडपात प्रवेश करताना शेठ तुळजारामभाई म्हणाले, "साहेब, आम्ही इथे साधा झापांचा मंडप उभारला आहे... आपण एवढे..."

बाबासाहेब एकदम म्हणाले, "अहो, आम्हा अस्पृश्यांना तुम्ही झापाच्या मंडपात तरी आणलंत! वर आकाश आणि खाली जमीन ही आमची अवस्था! आज मंडपात तरी आम्हाला स्थान मिळतंय... हे काय थोडं झालं?"

मंडपाच्या एका कोपऱ्यात भरलेल्या रांजणाकडे बघून बाबासाहेबांनी विचारलं, "सत्याग्रहाच्या आधीच चवदार तळ्याचं हे पाणी तुम्ही मिळवलेलं दिसतंय..."

धारिया पुढे येऊन म्हणाले, "छे, छे! चाळीस रुपये मोजलेत या पाण्याला!"

"एवढं पाणी जवळ असताना पाणी विकत आणलंत? अहो, जनावरांनादेखील हे पाणी फुकट मिळतं की!"

रामचंद्र शिंदे म्हणाले, "जनावरांना मिळतं, पण अस्पृश्यांना नाही! आपला उद्याचा सत्याग्रह त्याचसाठी आहे ना?"

"म्हणजे उदंड झाले पाणी प्यावया, अशी उद्या आपली स्थिती होणार!"

असं म्हणून बाबासाहेब हसले आणि जवळच उभ्या असलेल्या अस्पृश्य महिलांच्या एका गटाकडे बघून म्हणाले, "तुम्हीही सत्याग्रहात भाग घेणार वाटतं?"

मंजुळा गायकवाड नावाची एक म्होरकी महिला म्हणाली, "साहेब, आपण सांगाल ते आम्ही करणार आहोत... कुणी आम्हाला तळ्यात बुडवलं तरी चालेल."

"पण ते त्यांना नाही ना चालणार? तुम्ही तळ्याला नुसते शिवलात तरी तळं बाटतं. मग तुम्ही त्याच्या तळाशी गेलात तर त्यांचं जन्माचंच पाणी तुटेल की! त्याचा काही विचार करा! अहो, त्यांच्याजवळ जरी विचार नसला तरी आपल्याजवळ आहे ना?"

सारीच मंडळी हसायला लागली. त्या महिलांनी हसताना तोंडाला पदर लावला.

त्या झापाच्या मंडपात ते भाषण करायला उभे राहिले तेव्हा त्या परिषदेला आलेला सारा श्रोतृवर्ग हेलावून गेला. फाटकीतुटकी, मळकी वस्त्रं परिधान केलेल्या त्या मूर्तिमंत दीन, विस्कटलेल्या समाजासमोर भाषण करताना बाबासाहेबांच्या नेत्रांत

पाणी तरळलं, त्यांचे ओठ थरथरले आणि आवाज कंपायमान झाला. ते बंगाली पद्धतीचं धोतर नेसले होते. त्यांनी सदरा आणि कोट घातला होता. याच दापोलीच्या परिसरात त्यांनी श्रीगणेशा गिरवला होता. आज तब्बल दोन तपांनी ते घाटाखाली उतरले होते. बालपणाच्या बऱ्यावाईट आठवणींनी ते आनंदून गेले होते, तसे भांबावूनही गेले होते. त्यांचा कंठ दाटून आला होता. अश्रूंनी भिजलेले शब्द त्यांच्या मुखातून ओघळत होते. जणू एखादी मौक्तिकमाला ओघळून तिच्यातले पाणीदार मोती चौखूर उधळत होते.

या कोकण भागातला अस्पृश्य समाज एके काळी किती पुढारलेला होता, हे सांगताना बाबासाहेब म्हणाले, ''एक वेळ अशी परिस्थिती होती की, हा प्रदेश अस्पृश्य जातीच्या दृष्टीनं फारच पुढारलेला होता. पांढरपेशे वगळल्यास इतर वर्गांच्या तुलनेनं पाहता येथील अस्पृश्य वर्गच शिक्षणात आघाडीवर होता. त्यांच्यातले नव्वद टक्के लोक साक्षर होते. एवढंच नव्हे, तर पन्नास टक्के लोक तरी वरच्या दर्जाचे सुशिक्षित होते. त्यातल्या त्यात विशेष ध्यानात ठेवण्याजोगी गोष्ट ही, की हा शिक्षणाचा प्रसार फक्त पुरुष मंडळीतच नव्हता, तर स्त्रियांतही होता. काही स्त्रिया तर इतक्या हुशार नि धीट होत्या की, भर पुरुषांच्या सभेत पुराणाचा अन्वयार्थ करून सांगत.''

एवढं सांगून त्यांनी अस्पृश्यांच्या संग्रही श्रीधरस्वामी, मुकुंदराज, ज्ञानेश्वर, मुक्तेश्वर इत्यादी संतांच्या हस्तलिखित पोथ्या होत्या, असंही सांगितलं. ज्ञानेश्वर महाराजांनी पंचीकरण या नावाचा एक ग्रंथ लिहिला होता. हा दुर्मिळ ग्रंथ त्यांच्या एका दिवंगत मित्राच्या संग्रही सापडेल, असंही सांगितलं.

ईस्ट इंडिया कंपनीत असलेल्या असंख्य अस्पृश्य नोकरदारांमध्ये शिक्षणाचा भरपूर प्रसार झाला होता. या अस्पृश्य समाजाजवळ पैसाअडकाही भरपूर होता. परंतु त्यांचं प्राबल्य वाढू नये म्हणून सैन्यातल्या महारपलटणी दोन वेळा रद्द करण्यात आल्या. ईस्ट इंडिया कंपनीत सक्तीचं शिक्षण असल्यामुळे शिक्षणाचा जो प्रसार झालेला होता, तो पलटणी रद्द झाल्याने हळूहळू कमी होत गेला. पैशालाही पाय फुटले आणि त्यामुळे आपल्या अस्पृश्य समाजाची प्रतिष्ठाही परागंदा झाली. अस्पृश्य समाजाची उपयुक्तता संपल्यानंतर इंग्रजांनी त्यांच्या कुटिल नीतीप्रमाणे त्यांच्याकडे पाठ फिरवली. हिंदू समाजात अस्पृश्य लोक दीनदुबळे, परावलंबी बनून गेले. स्पृश्य मंडळींचे भक्ष्य बनून ते त्यांच्या दाराबाहेर उभं राहून त्यांची सेवाचाकरी करू लागले.

ही सारी परिस्थिती कथन करून बाबासाहेब आपल्या भाषणात पुढे म्हणाले, ''आपल्या समाजानं आता दोन धंदे प्रथम हातात घेतले पाहिजेत- एक पांढरपेशा आणि दुसरा शेती. परंतु जोपर्यंत आचार, विचार आणि उच्चार यांची शुद्धी होत

नाही, तोपर्यंत अस्पृश्य समाजात जागृतीचं अथवा प्रगतीचं बी कधीही रुजणार नाही. हल्लीच्या स्थितीत त्यांच्या खडकाळ मनावर कसलंही नवं रोप उगवणार नाही. पण ही जागृती कशी होणार? मला असं वाटतं की, जोपर्यंत आम्हाला शिळे तुकडे खायला मिळत आहेत तोपर्यंत आहे ही स्थिती बहुतेक कायम राहील... याच जुन्या मार्गाचा अवलंब करून आपण माणुसकीला दुरावला आहात. हा वाडवडिलांचा मार्ग तुम्ही किती दिवस चालू ठेवणार आहात? शिवाय तुमच्या आई-बापाची अशी इच्छा नसावी काय, की, आमच्या मुलालेकरांची स्थिती आपल्यापेक्षा कांकणभर अधिक चांगली असावी? अशी ज्या जोडप्यांची इच्छा नसेल त्या आई-बापाच्या जोडप्यात आणि पशूंच्या जोडप्यात काय अंतर आहे? आज मिळणाऱ्या चतकोर भाकरीवर तुम्ही संतुष्ट राहणार असाल, तर आज जी चतकोर भाकरी तुम्हाला मिळत आहे तीही उद्या मिळणार नाही... तेव्हा तुम्ही आजच जागृत व्हा आणि जागृतीचा हा विस्तव कधी विझू देऊ नका!''

रात्री विषय नियामक समितीत प्रामुख्यानं चर्चा झाली ती महाड नगरपालिकेच्या ठरावावर! महाड नगरपालिकेनं त्या ठरावानुसार चवदार तळं अस्पृश्यांना खुलं केलं होतं. पण स्पृश्य हिंदूंच्या भीतीमुळे अस्पृश्यांनी आपला हक्क बजावला नव्हता.

या ठरावावर बोलताना गंगाधर सहस्त्रबुद्धे म्हणाले, ''परस्परांनी परस्परांविषयीची भीती मनातून पार निपटून काढली पाहिजे. अस्पृश्य लोकांनी स्पृश्य लोकांवर प्रेम करावं अशी जर स्पृश्यांची इच्छा असेल, तर त्यांनी स्वतः अस्पृश्यांवर प्रेम केलं पाहिजे. कारण नेहमी प्रेमानंच प्रेम वाढत असतं.''

बाबासाहेब म्हणाले, ''पण प्रत्यक्षात आज मात्र द्वेषानंच द्वेष वाढतो आहे. एके काळी अस्पृश्य लोक सत्तेवर होते, त्या वेळी मराठे आणि इतर लोक त्यांना वचकून असत. महार आणि चांभार सुभेदारांना ते लवून सलामी देत असत...''

चित्र्यांनी विचारलं, ''मग ही परिस्थिती केव्हा पालटली?''

''हातातली लष्करी सत्ता गेल्यानंतर! अर्थात पेशवाईच्या वेळची हीनावस्था मात्र त्यांना आली नाही एवढंच! पेशव्यांच्या वेळी स्पृश्यांवर आपली सावली पडू नये म्हणून अस्पृश्यांना वळसा घेऊन जावं लागत असे. आपली ओळख पटावी म्हणून हातात काळा दोरा बांधावा लागत असे...''

''अरेरे!''

''अहो, हे काहीच नाही. केरळ प्रांतात तर याहीपेक्षा भयानक अवस्था होती. अस्पृश्य लोकांची सावली स्पृश्य लोकांच्यावर पडू नये म्हणून त्यांना हमरस्त्यानं फिरण्याची सक्त मनाई असे. वाटेत एखादा स्पृश्य हिंदू दिसला म्हणजे कोणत्याही रस्त्यावरून जाणाऱ्या अस्पृश्य माणसाला रस्त्याच्या बाजूला चिखलमातीत पडून राहावं लागे. अस्पृश्य स्त्री असो अगर पुरुष असो, त्यांच्या कमरेभोवती एक छोटं

वस्त्र गुंडाळण्याची परवानगी असे. त्यांनी आपलं सारं शरीर उघडं ठेवण्याचा रिवाज होता. क्वचितप्रसंगी एखादी अस्पृश्य स्त्री अंगात चोळी घालून चालली आणि समोरून एखादा स्पृश्य पुरुष येताना दिसला तर लगेच आपल्या अंगातली चोळी काढून ती पायाखाली घेऊन खाली मान घालून उभं राहावं लागे. तिचं शरीर विवस्त्र असे.''

सुरबा टिपणीस म्हणाले, ''फारच भयंकर सांगताहात तुम्ही!''

''थांबा... अजून माझं सांगणं संपलं नाही. सवर्ण हिंदूंचा किती पाजीपणा होता पाहा! अस्पृश्य स्त्रीनं आपलं वक्षस्थळ सर्व हिंदूंना विवस्त्रावस्थेत दिसू दिलं नाही, तर त्यांना भयंकर अपमान वाटायचा. एखादी अस्पृश्य स्त्री ख्रिस्ती झाली तरी तिचा विटाळ मानला जाई. अशी स्त्री आजारी पडली तर स्पृश्य डॉक्टर तिची कशी तपासणी करीत असत माहीत आहे? तो डॉक्टर आपल्या दोन्ही पंजांभोवती रेशमी रुमाल गुंडाळून त्या स्त्रीची तपासणी करीत असे. त्या डॉक्टरला रेशमी रुमालाखालची अस्पृश्यता जाणवत नसेल की काय कुणास ठाऊक! हे वेडगळ रीतिरिवाज पाहून स्वामी विवेकानंद उद्वेगानं म्हणाले होते की, केरळ प्रांत हे वेड्यांचं घर आहे.''

''काय चुकीचं होतं त्यांचं हे बोलणं?''

यावर बाबासाहेब म्हणाले, ''केरळला कशाला नावं ठेवायला हवीत? ज्या ठिकाणी जनावरं पाणी पितात त्या ठिकाणी आपल्याला पाणी प्यायला मिळावं म्हणूनच आपण इथे आलो आहोत ना? सारा वेडेपणाच! वेडेपणाची रीत फक्त वेगळी!''

दुसऱ्या दिवशी अस्पृश्यांनी चवदार तळ्यावर पाणी प्यायला जायचं ठरलं, तेव्हा उत्तररात्र झाली होती. झापाच्या झावळ्यांचा मंडप गारव्यानं गारठत चालला होता.

त्या रात्री बाबासाहेबांची झोपही गारठली होती.

* * *

दुसऱ्या दिवशी दुपारी परिषदेच्या मंडपात चित्र्यांनी एकदम घोषणा केली, ''आता आपण महाड नगरपालिकेचा ठराव अमलात आणू या!''

ही घोषणा ऐकताच सारा मंडप टाळ्यांच्या कडकडाटानं दुमदुमून गेला.

त्या वेळी वाचावीरांची गाळण उडून गेली. आतापर्यंत या परिषदेत त्यांनी फक्त बोलण्याचं काम केलं होतं. आता कृतीची वेळ आली होती. त्यामुळे त्यांचं धाबं दणाणून गेलं. हिंदू धर्मावरील कलंक धुऊन काढण्याच्या बाता तोंडातल्या तोंडात विरून गेल्या होत्या. त्यांच्या तोंडाला कोरड पडली होती.

मग त्या नेत्यांच्या तोंडातून एवढेच कोरडे शब्द बाहेर पडले, ''अजून कृतीची वेळ आलेली नाही. लोकमत अजून तयार झालेलं नाही!''

एवढं बोलून ते वाचावीर हळूहळू मंडपाच्या मागच्या दारानं बाहेर पडायला लागले. जाताना ते गुणगुणत होते, ''आम्हाला गावात राह्यचंय म्हटलं... आम्हाला असा अविचार करून कसं चालेल?''

यावर बाबासाहेब आंबेडकर निर्धारानं उद्‌गारले, ''तुम्ही खुशाल गावात राहा! पण आम्हाला तळ्याचं पाणी पिऊ द्या! आम्ही ठरावाप्रमाणे कृती करणार! तुम्ही तुमच्या मार्गानं जाऊ शकता!''

मग बघता बघता चार चार सत्याग्रह्यांच्या रांगा तयार झाल्या. त्यांच्या पायांना आपोआप गती आली. हा प्रचंड मोर्चा चवदार तळ्याच्या दिशेनं निघाला. एका युगप्रवर्तक घटनेचा तो प्रारंभीचा क्षण होता. डॉ. बाबासाहेबांच्या नेतृत्वाखाली तो प्रचंड मोर्चा निर्धारानं पावलं टाकत तळ्याच्या रोखानं चालला होता. जणू पुरातन परंपरेची जळमटं त्या चवदार तळ्यात धुऊन स्वच्छ होणार होती. याच तळ्यावर आजवर पशू-पक्षी पाणी पीत होते. मुसलमान-ख्रिश्चन या परधर्मीयांना इथे पाणी प्यायला बंदी नव्हती; परंतु अस्पृश्य हिंदूंना मात्र या तळ्यावर पाणी पिऊन आपली तहान भागवता येत नव्हती. पण क्षणार्धात हे काळं चित्र बदलणार होतं. त्या चित्रात नव्या रूढीचे रंग मिसळणार होते. ते रंग बदलण्यासाठी एक युगप्रवर्तक महापुरुष आपल्याबरोबर हजारो अनुयायी घेऊन ही कलंकित रूढी बदलण्यासाठी निघाला होता. शतकानुशतकं भ्रष्ट होऊन पिचत पडलेली एक मानवता नवा इतिहास घडविण्यासाठी निघाली होती.

उत्साहाच्या उधाणात निघालेला तो प्रचंड मोर्चा चवदार तळ्यावर येऊन उभा राहिला. प्रत्येक सत्याग्रह्याच्या कृतीत चैतन्य ओसंडत होतं.

स्वतः बाबासाहेब तळ्याच्या काठावर ताठ मान करून उभे होते. ज्या जलजीवनात आजपर्यंत सारे स्पृश्य आणि पशू-पक्षी आनंदानं डुंबले होते, त्या जीवनाच्या काठावर हा कृतिशूर युगमानव निर्धारानं पाय रोवून उभा होता. नव्या युगाच्या नांदीला घंटानाद तो महापुरुष करणार होता. दलितांचा स्वातंत्र्यसूर्य प्रत्यक्ष कृतीच्या क्षेत्रात उतरला होता.

चवदार तळ्याच्या पायऱ्या उतरताना बाबासाहेब म्हणत होते, ''जन्मजात हक्क भीक मागून मिळत नसतात. ते मिळवावे लागतात. तो सोनियाचा दिवस आज आला आहे. तो साजरा करा!''

पाण्याजवळच्या पायरीवर आल्यानंतर बाबासाहेब खाली वाकले आणि ओंजळभर पाणी ते प्यायले. जणू अगस्तीनं सागराचं आचमन केलं होतं. इतिहासातल्या त्या सोनियाच्या क्षणी उभ्या अवकाशात नव्या युगाच्या लहरी उमटल्या.

तो सोनियाचा दिवस होता. २० मार्च १९२७.

* * *

उभ्या महाड गावात दवडी पिटण्यात आली. 'या महारांनी आपलं तळं बाटवलं. आता ते वीरेश्वराच्या देवळात प्रवेश करणार आहेत. सावध रहा हो... वैरी घरात घुसला आहे...'

ती दवंडी ऐकून बाजारपेठेत हिंडत असलेले अस्पृश्य सत्याग्रही चमकले आणि स्पृश्य हिंदू पिसाळले. वस्तुतः त्या दवंडीत कसलंच तथ्य नव्हतं. पण ते पडताळून पाहण्याची कुणाचीच इच्छा नव्हती. आधी जाहीर करून चवदार तळ्यावर सर्वांसमक्ष सत्याग्रह पार पडला होता. अस्पृश्य सत्याग्रही मंडळी घरोघरी परतायला लागली होती. काही लोकांचा गावात फेरफटका चालला होता. काही लोक बाजारहाट करत होते, तर काही लोक परिषदेच्या मंडपात जेवत होते.

स्पृश्य हिंदूंची माथी भडकली. चार-पाचशे लोकांच्या जमावानं हातांत लाठ्या-काठ्या घेतल्या आणि ते वीरेश्वर मंदिराकडे पिसाटासारखे धावत सुटले. बाजारहाट करणाऱ्या अस्पृश्यांना त्यांनी पिटून काढलं. वाटेत जे अस्पृश्य दिसले त्यांची डोकी फोडली. शेवटी त्यांच्यापैकी काही अस्पृश्यांनी मुसलमानांच्या घरांचा आश्रय घेतला. आपल्याच धर्मबांधवांनी परधर्मीयांची घरं जवळ केली, या गोष्टीची लाजही या माथेफिरू स्पृश्य हिंदूंना वाटली नाही. हे लाठीधारी पिसाट हिंदू परिषदेच्या मंडपात शिरले. 'हरहर महादेव'ची गर्जना केली आणि तिथे पानावर बसलेल्या अस्पृश्यांना त्यांनी घायाळ केलं. स्त्रिया आणि मुलंही त्या घातकी हिंदूंच्या तावडीतून सुटली नाहीत. परिषदेच्या मंडपात शिजलेल्या अन्नात या धर्मघातकी नीच मंडळींनी माती कालवली. अन्नाबरोबर त्यांनी तिथली भांडीकुंडीही फेकून दिली. 'अन्न हे पूर्णब्रह्म' हा मंत्र म्हणणाऱ्या त्या स्पृश्य हिंदूंना त्या अन्नात माती कालवताना शरम वाटली नाही किंवा अस्पृश्यांनी शिजवलेल्या अन्नाचा विटाळही झाला नाही.

बाबासाहेब डाक बंगल्यात उतरले होते. त्यांच्या कानावर ही बातमी गेली. पाठोपाठ चार वाजता मामलेदार आणि पोलिस अधिकारी डाक बंगल्यावर गेले.

बाबासाहेबांना ते दोघे जण म्हणाले, "आपण शांतता राखण्यास आमच्याबरोबर चला... तुमच्या लोकांना तुम्ही समजावून सांगा. आमच्या लोकांना आम्ही समजावून सांगतो."

यावर बाबासाहेब म्हणाले, "तुम्ही इतरांना आवरा. मी माझ्या लोकांना आवरतो."

शहर फौजदारांनी विचारलं, "आपले लोक देवळात शिरणार आहेत. म्हणून शहरातील लोकांनी देवळात गर्दी केली आहे... त्या लोकांना मी काय सांगू?"

बाबासाहेबांनी शांतपणानं त्यांना सांगितलं, "देवळात शिरण्याची आमची इच्छाही नाही. तशी गरजही नाही आम्हाला! हे त्यांना सांगून तुम्ही त्या लोकांना शांत करावं!"

फौजदार निघून गेल्यानंतर आपल्या लोकांना शांततेनं वागण्याची ताकीद

देण्यासाठी बाबासाहेब परिषदेच्या भोजनगृहाकडे गेले. त्या वेळी परिषदेला आलेले लोक आपापल्या गावी जाण्याची तयारी करत होते. कित्येक लोक यापूर्वीच गेले होते. देवळाजवळ जमलेल्या स्पृश्य गावगुंडांनी पेठेतून शिरून गावी जाणाऱ्या अस्पृश्यांवर हल्ले केले.

बाबासाहेब फौजदारांना म्हणाले, ''आता हे बघा.. कुणी शांतता मोडली आहे ते! कुणाची डोकी फुटताहेत हे बघा की!''

बोलत बोलत बाबासाहेब वीरेश्वर मंदिराजवळ आले तेव्हा स्पृश्य हिंदूंच्या जमावानं त्यांना अडवलं. त्या जमावातले डिंगणकर आणि चुनिलाल हे दोघे जण त्यांना जाब विचारायला लागले, ''तुम्ही देवळात प्रवेश करणार आहात काय?''

बाबासाहेब शांतपणानं म्हणाले, ''देवळात प्रवेश कशाला करायचा? देवदर्शन घेऊन काही पुण्य पदरात पडावं म्हणूनच ना? अहो, देवळात प्रवेश न करताच आमची डोकी फुटण्याचं पुण्य आमच्या पदरात पडलंच आहे की! मग प्रत्यक्ष देवळात कशाला जायला हवं?''

बाबासाहेबांच्या या शांत पण खोचक उत्तरानं लोक शांत होण्याऐवजी उलट अधिकच भडकले. त्यांनी बाबासाहेबांवर प्रश्नांची सरबत्ती सुरू केली.

'तुम्ही इथे कशासाठी आला होता?'

'आमचं चवदार तळं बेचव करण्यासाठी?'

'हा सत्याग्रह करून तुम्ही काय मिळवलंत? यापुढे आम्ही तुम्हाला तळ्यातला एक थेंबही पिऊ देणार नाही.''

'म्युनिसिपालटी आणि नागरिक वेगळे असतात का?' असा प्रश्न त्या मूढमती लोकांना विचारण्याचा मोह बाबासाहेबांना झाला होता. पण तो मोह त्यांनी मोठ्या प्रयासानं आवरला.

त्या लोकांना उद्देशून ते एवढंच म्हणाले, ''तुम्ही आपल्या देवाची काळजी घ्या! देवळात प्रवेश करा म्हटलं तरी आम्ही करणार नाही. पण ती वेळही लवकरच येईल!''

वेडेवाकडे हातवारे करत ते लोक म्हणत राहिले, ''वाट बघा... वाट बघा! म्हणे, देवळात प्रवेश करणार!''

तिथून जाताना बाबासाहेब फौजदारांना म्हणाले, ''आमचा एक तरी माणूस तिथे दिसला का?''

फौजदार खजील झाले. बाबासाहेब डाक बंगल्यावर निघून गेले.

डाक बंगल्यावर शे-दीडशे लोक त्यांची वाट बघत होते. त्या लोकांकडे बघून बाबासाहेब मनाशी म्हणाले, ''सैन्यातले सेवानिवृत्त जवान इथून निघून गेले, हे एकापरी बरंच झालं! नाहीतर चवदार तळ्याचं पाणी लालीलाल झालं असतं.''

एवढ्यात त्यांचं लक्ष एका जखमी माणसाकडे गेलं.

त्याच्या जवळ जाऊन ते म्हणाले, "अरे, याच्या जखमेतून अजून रक्त गळतंय. याला दवाखान्यात न्या!"

"साहेब, असे बरेच लोक आहेत."

"मग त्यांना इथे ठेवायचं की काय? चला, मी येतो दवाखान्यात..."

त्या जमलेल्या लोकांतला एक म्होरक्या म्हणाला, "साहेब, काही करायचं का आम्ही?"

"दंगा नाही करायचा... पुढे काय करायचं ते मी बघतो... या जखमींना घेऊन तुम्ही दवाखान्यात जा. मी आलोच पाठोपाठ!"

जखमींच्यावर औषधोपचार करताना तिथला डॉक्टर म्हणाला, "चवदार तळ्याचं पाणी प्यायला पाहिजे ना? घ्या.... जितकं पाणी तितकं रक्त!"

डॉक्टरांचं हे बोलणं ऐकून बाबासाहेबांना संताप आला. स्पृश्यांच्या हीन वृत्तीची चीड आली. पण आपलं शांत मन त्यांनी विचलित होऊ दिलं नाही.

मग पोलिस चौकीवर जाऊन त्यांनी रीतसर फिर्यादी गुदरल्या.

* * *

अस्पृश्य लोक भीतीनं गांगरून गेल्यामुळे गुन्हेगारांची नावं सांगत नव्हते. स्पृश्य लोक आपली नावं कशी काय सांगणार?

या दंगलीत फार काही नाही पण सात जणांना न्यायाधीशांनी प्रत्येकी चार महिन्यांची सक्तमजुरीची शिक्षा ठोठावली.

त्याबद्दल बोलताना बाबासाहेब म्हणाले, "न्यायालयातील मॅजिस्ट्रेट स्पृश्य हिंदू असता तर आपल्याला कदाचित न्याय मिळाला नसता. पेशव्यांचं राज्य असतं तर अशा सामाजिक बंडखोरांना हत्तीच्या पायाखालीच देण्यात आलं असतं!"

महाडहून मुंबईला परतल्यावर रमाबाईंचा जीव भांड्यात पडला. बाबासाहेब महाडला गेल्यापासून त्यांचा डोळ्याला डोळा लागला नव्हता. या सत्याग्रहाच्या प्रसंगातून आपले पतिराज सुखरूप बाहेर पडावेत यासाठी त्यांनी देवाला साकडं घातलं होतं.

रमाबाई त्यांना ओवाळत असतानाच बाळाराम तिथे आले.

त्यांचं ओवाळणं झाल्यावर ते म्हणाले, "कशाला ओवाळते आहेस त्याला? म्हणे दलितांचा उद्धार करणार! त्याला म्हणावं, असली संकटं ओढवून घेण्यापेक्षा आपल्या वकिलीच्या धंद्याकडे जरा अधिक लक्ष दे!"

त्यांच्या स्पृश्य हिंदू सहकाऱ्यांचाही त्यांनी उद्धार केला.

बाळाराम निघून गेल्यावर ते स्वतःशीच पुटपुटले,'माझं हित कशात आहे हे

मी चांगला जाणतो. समाजहितासाठी कार्य करायचं किंवा काय ते मी माझं पाहून घेईन!'

एवढ्यात चित्रे आले. मनातला तोच धागा धरून बाबासाहेब त्यांना म्हणाले, "कोणतीही क्रांती एका रात्रीत होत नसते. माझे हजारो बांधव एवढे धीट झाले हे काय कमी झालं? आता आगे बढो! खूप कामं आहेत! हा तर प्रारंभ आहे!"

* * *

अस्पृश्यांनी बाटवलेलं तळं शुद्ध करून कसं घ्यायचं अशी चिंता धर्ममार्तंडांना पडली. या शुद्धीप्रकरणाची चर्चा करण्यासाठी त्यांनी विष्णुमंदिरात एक सभा भरवली. बरेच शास्त्राधार उकरून काढण्यात आले; पण प्रत्यक्षात हाताला काही लागेना. तेव्हा एक धर्मवीर पांडित्याचा आव आणून म्हणाले, 'आहे... यावर एक जालीम उपाय आहे...'

सारी मंडळी त्यांच्याकडे कुतूहलानं बघायला लागली.

मग ते धर्ममार्तंड म्हणाले, "खूप गोमूत्र गोळा करायला हवं!"

दुसरे एक पंडित म्हणाले, "तळ्यात टाकण्यासाठीच ना? त्यासाठी सारं तळं उपसून काढायला हवं!"

पहिले धर्ममार्तंड म्हणाले, "उन्हाळा तोंडावर आला आहे. तळं उपसलं तर कोरडं पडेल आणि पाण्याचा थेंब मिळण्याची भ्रांत होईल."

"मग कसं करायचं?"

"तळ्यातून एकशेआठ घागरी पाणी काढून त्यात पंचगव्य मिसळलं म्हणजे काम भागेल!"

"एकशेआठच घागरी का? दोनशेआठ का नाहीत?"

यावर पहिले धर्ममार्तंड चवताळून म्हणाले, "मी सांगतो म्हणून! तळ्यातून एकशेआठ घागरी काढा. त्यात पंचगव्य मिसळा. वेदघोष करून ते पाणी पुन्हा तळ्यात मिसळा म्हणजे झालं तळं शुद्ध!"

त्या ठिकाणी महाडचे तरुण पुढारी बापूराव जोशी हजर होते. ते म्हणाले, "मग हे काम अगदी सोपं आहे. अस्पृश्य बांधवांना रोज या तळ्याचं पाणी घ्यायला काहीच हरकत नाही. आपल्याजवळ गोमूत्र खूप आहे. रोज एकशेआठ घागरी काढायच्या, त्या पाण्यात पंचगव्य मिसळायचं. वेदघोष करायचा आणि पाणी तळ्यात टाकायचं. झालं तळं शुद्ध! तुम्ही अस्पृश्यांना इथे पाणी पिऊ देणार असाल तर मी रोज हा व्यायाम करायला तयार आहे."

त्या धर्ममार्तंडांपैकी कुणीतरी त्यांना टोचून बोललं, "तुमच्यासारखे धर्मभ्रष्ट लोक या गावात आहेत म्हणूनच हा भ्रष्टाचार झालाय... चला... यांच्या काय नादी

लागता? आपण तळं शुद्ध करून टाकू आपल्या पद्धतीनं!''

बापूराव म्हणाले, ''पुन्हा हे तळं अशुद्ध झालं तर?''

''आम्ही टाळकी फोडू त्यांची!''

''मग तर त्यांचं रक्त मिसळेल या पाण्यात! त्या अस्पृश्य रक्ताचं नातं या पाण्याशी कायमचं जुळून जाईल. मग नुसत्या गोमूत्रानं काम भागणार नाही. गोमातेचं रक्तच या पाण्यात मिसळावं लागेल!''

त्या धर्मभ्रष्ट वेड्याशी काय बोलायचं आहे, अशा आविर्भावानं कुणीच त्यांच्याशी बोललं नाही. सारी मंडळी पुढील कामाला लागली.

बापूराव म्हणाले, ''अस्पृश्यांनी शुद्ध केलेल्या या तळ्यात प्रथम मी गंगास्नान करतो. मग खुशाल गोमूत्र मिसळा!''

बापूरावांनी खरोखरच त्या तळ्यात उडी मारली. मनसोक्त स्नान केलं.

सनातन्यांनी त्यांच्यावर ग्रामण्य भरलं. ब्रह्मवृंदानं त्यांना वाळीत टाकलं.

बापूराव जोशी त्यांना हसत म्हणाले, ''मीच तुम्हाला आणि तुमच्या कर्मठ पुराणप्रियतेला वाळीत टाकणार होतो. बरं झालं... माझे श्रम वाचले. पण लक्षात ठेवा... तुम्हाला हे तळं पुनःपुन्हा शुद्ध करावं लागणार आहे. इतकं की शेवटी या आपल्या चवदार तळ्यात पाणी राहण्याऐवजी गोमूत्र राहील... मग पुन्हा पाण्यानं गोमूत्राचं तळं शुद्ध करावं लागेल.''

बापूरावांकडे तुच्छतेनं बघत सारी सनातनी मंडळी निघून गेली.

❑

भावीकालीन कार्याचे तोरण

महाडचं चवदार तळं सवर्ण हिंदूंनी शुद्ध करून घेतल्याची बातमी बाबासाहेबांच्या कानावर आली आणि ते अत्यंत अस्वस्थ झाले.

त्यांचा संताप अनावर झाला. सीतारामपंत शिवतरकर यांना ते म्हणाले, "चवदार तळं शुद्ध करून यांनी आपल्यावर अपवित्रतेचा शिक्का मारला आहे. ठीक आहे. पण आम्ही पवित्र आहोत हे तुमच्या मुखातून वदवून घेतल्याशिवाय आमच्या मनाची शांती होणार नाही. त्यासाठी आम्ही सत्याग्रह करू!"

शिवतरकर म्हणाले, "सवर्ण हिंदू म्हणतात की, सत्याग्रहाची चळवळ हा अविवेकी उतावळेपणा आहे. रोगापेक्षा त्याच्यावरील उपाययोजना अधिक घातक आणि अनर्थकारक आहे. कित्येक वर्षांच्या तटबंदीला आंबेडकर एकदम सुरुंग लावत आहेत."

"नको का लावायला? हळूहळू अशी सुधारणा थोडीच होत असते? अभेद्य तटबंदीला असाच एकदम सुरुंग लावायला हवा. प्राणघातक रोगावर अशीच जालीम उपाययोजना करायला हवी."

काही वेळ बाबासाहेब गप्प बसले. आतल्या आत धुमसत राहिले.

मग एकदम म्हणाले, "अस्पृश्य हिंदूंनी मुसलमान होऊन तळ्यावर पाणी भरलं तर या सनातन्यांना ते चालतं, पण आम्ही धर्मात राहून पाणी भरलेलं त्यांना चालत नाही. वा रे वा धर्मरक्षण! हे धर्मरक्षण नसून हा शुद्ध धर्मद्रोह आहे! हे पाहा, अस्पृश्यता हा हिंदू धर्मावरील कलंक नसून तो आपल्या शरीरावरचा कलंक आहे, हे आपण ध्यानात ठेवलं पाहिजे. आपला धर्म हा अस्पर्श नसून आपलं शरीर अस्पर्श आहे... अशा अधर्मी धर्माच्या तटबंदीला आपण खिंडार पाडलं पाहिजे. आपण

सत्याग्रह पुकारला पाहिजे.''

मग बाबासाहेब त्या मार्गाला लागले. त्यांच्या सत्याग्रहाची घोषणा दऱ्याखोऱ्यांतून निनादली.

जेधे-जवळकर या ब्राह्मणेतर पक्षाच्या लोकांनी या सत्याग्रहाला आपला हार्दिक पाठिंबा दर्शवला.

त्यांच्यापैकी काही लोकांनी बाबासाहेब आंबेडकरांची भेट घेऊन त्यांना सांगितलं, ''या सत्याग्रहात तुम्ही ब्राह्मणांना सामील करून घेऊ नका!''

यावर बाबासाहेब म्हणाले, ''ब्राह्मणांनी काय पाप केलंय?''

''अहो, हे पाप ब्राह्मणांचं नाही तर काय?''

''हे ब्राह्मणांचं पाप नाही... ब्राह्मण्यग्रस्त लोकांचं पाप आहे. बापूराव जोशी, सहस्त्रबुद्धे ही ब्राह्मणच मंडळी आहेत ना? ते जुनाट जीर्णमतवादी ब्राह्मणांप्रमाणे वागले नाहीत... म्हणजे ते आपलेच आहेत. आपला हा लढा तत्त्वाचा आहे. जो त्या तत्त्वाप्रमाणे वागेल तो आपला! आमच्या या पवित्र कार्यातले साहाय्यकर्ते ते सारे आमचे!''

मग ब्राह्मणेतर पक्षाचे ते कार्यकर्ते म्हणाले, ''पण हा लढा अहिंसा तत्त्वावर आधारलेला असावा!''

''आम्ही महाडला काय डोकी फोडण्याकरिता का जाणार आहोत? उलट त्या धर्ममार्तंडांची डोकी ठिकाणावर आणण्यासाठी जाणार आहोत. त्या धर्ममार्तंडांनी जर आपली डोकी फोडली तर?''

नंतर हसून बाबासाहेब म्हणाले, ''उगाच अहिंसा तत्त्वाचा बडेजाव मिरविण्यात काही अर्थ नाही. डोळ्यांच्या पापण्या हलविल्या तरी जंतू मरतात, पाणी, फळं, हवा यांत जंतू असतात. अहिंसा हे तत्त्व तंतोतंत पाळायचं असेल तर पाणी प्यायला नको, फळं खायला नकोत किंवा श्वासोच्छ्वासही करायला नको. हे अहिंसा तत्त्व पाळताना मरून जाऊ की आपण! आपणच आपली हिंसा केल्यासारखं होईल.''

''इतकं ताणून कसं चालेलं? आपण गळ्याला लागेपर्यंत त्या तत्त्वाचं पालन करायचं एवढंच!''

बाबासाहेब मनापासून हसले आणि म्हणाले, ''अहो, कायद्यानंसुद्धा ही हिंसा ग्राह्य मानली आहे. आपला जीव घेण्यासाठी कुणी आपल्या अंगावर धावून आला, एखाद्या स्त्रीवर बलात्कार करण्यासाठी कुणी धावला किंवा घरात चोरी करायला कुणी शिरला किंवा घराला आग लावायला लागला, तरी तिथे अहिंसा पाळायची का? त्याला यमसदनालाच पाठवायला हवं! कारण तो धर्मानं वागलेला नसतो. तसं पाहिलं तर लोकांचं मन दुखविणं हीदेखील हिंसाच ठरेल. त्या दृष्टिकोनातून गांधीजींची अहिंसा ही हिंसाच नाही का ठरणार?... आपण सत्याग्रह करणार तो

शांततेच्या मार्गानंच करणार आहोत. ते धर्ममार्तंड आपले शत्रू थोडेच आहेत? ते शत्रूसारखं वागताहेत एवढंच! आपल्या सत्याग्रहानं त्यांचं शत्रुत्व दूर करायचं एवढंच!''

बाबासाहेबांचा निरोप घेताना त्या कार्यकर्त्यांनी विचारलं, ''सत्याग्रह करण्यापूर्वी महाडला परिषद घेणार ना?''

''अर्थातच!''

मग सत्याग्रहाचं रणशिंग सर्वत्र फुंकलं गेलं. परळच्या 'बहिष्कृत भारत हितकारिणी सभे'च्या कार्यालयात नावं नोंदविण्यासाठी सत्याग्रहींची रांग लागली.

या सत्याग्रहाची माहिती विचारण्यासाठी बाबासाहेबांकडे लोक यायचे. सखाराम नावाच्या एका इच्छुक सत्याग्रहीनं त्यांना विचारलं, ''हा सत्याग्रह आपल्याच धर्माविरुद्ध आहे ना?''

बाबासाहेब परखडपणानं म्हणाले, ''होय... पण धर्म हा जेव्हा अधर्म बनतो तेव्हा असा सत्याग्रह करणं भागच असतं. धर्म हा माणसासाठी असतो का माणसं धर्मासाठी असतात? जो धर्म आमची काळजी घेईल, त्या धर्माकरिता आम्ही आपले प्राण वेचू. जो धर्म आमची पर्वा करत नाही त्याची पर्वा आम्ही तरी का करावी? तुम्ही विचारता, हा सत्याग्रह आपल्याच धर्माविरुद्ध आहे ना? हिंदू धर्म आमचा आहे किंवा नाही, या गोष्टीचा आम्हाला एकदा सोक्षमोक्ष लावायचाच आहे.''

बाबासाहेब पुढे म्हणाले, ''आपल्या हिंदू धर्मातला ब्राह्मण हा गायनातील 'सा' प्रमाणे आहे. तो पहिलाच स्वर बिघडला म्हणजे गाणं बिघडलंच म्हणून समजावं! जन्मानं केवळ श्रेष्ठत्व पदरी पडलं म्हणून ब्राह्मणांनी गप्प बसून का राहावं? त्यांच्याजवळ अपवित्राला पवित्र करण्याची सदयता का असू नये? पतितांचा उद्धार त्यांनी का करू नये? अस्वच्छाला प्रेमानं स्वच्छ करण्याची सुसंस्कृतता त्यांच्याजवळ का नसावी? पददलितांना उच्च पातळीवर आणणं याचंच नाव संस्कृती! आजच्या ब्राह्मणांना संस्कृतीचं विस्मरण झालं आहे. म्हणूनच हा सत्याग्रह आहे.''

हे बोलताना त्यांच्या स्वराला धार चढत गेली. त्यांचा आवाज काहीसा कातर झाला.

या सत्याग्रहाबद्दल माहिती विचारण्यासाठी बाबासाहेबांकडे रोज कित्येक लोक यायचे. त्यात जसा तरुण वर्ग असायचा, तसाच वयस्कर वर्गही असायचा. पुरुष वर्ग असायचा, तसा स्त्रियांचाही वर्ग असायचा.

त्यांच्यापैकी कुणीतरी विचारायचं, ''आपला हा सत्याग्रह यशस्वी होईल का? हजारो वर्षांची दुष्ट रूढी आपल्याला मोडायची आहे... तेव्हा....''

बाबासाहेब एकदम म्हणाले, ''कोणत्या कार्यात यशप्राप्ती होईल किंवा नाही हे जितकं साधनसामग्रीच्या प्रमाणावर अवलंबून असतं, तितकंच ते कार्याच्या नैतिक स्वरूपावरही अवलंबून असतं. कार्याच्या मुळाशी जर सत्य असेल तर त्यात यश

प्राप्ती होण्याची चिंता बाळगण्याचं कारण नाही.''

''आपली बाजू सत्य आहे. मग यशप्राप्ती होणारच!''

''एवढ्यानंही काम भागणार नाही. सत्याग्रहींच्या ठिकाणी आत्मबल हवं! सत्य म्हणजे काय या गोष्टीची खूणगाठ त्यानं आपल्या मनाशी पक्की केली पाहिजे.''

''साहेब, आमच्या अंगी आत्मबल नक्कीच आहे!''

यावर बाबासाहेब हसून म्हणाले, ''थांबा थांबा! अजून हे सत्याग्रहपुराण संपलेलं नाही! ज्या कार्यापासून लोकसंग्रह होतो ते सत्कार्य आणि त्यासाठी केलेला आग्रह हा सत्याग्रह! सत्याग्रह करताना तुमची बुद्धी शुद्ध नसेल तर लोकविग्रह होईल. जिथे लोकसंग्रह आहे तिथे सत्कार्य आहे आणि यासाठी केलेला आग्रह तो सत्याग्रह! गीतेत सांगितल्याप्रमाणे आमच्या चळवळीचा उद्देश लोकसंग्रह हा आहे.''

एकानं शंका काढली, ''कदाचित लोकसंग्रह होईलही! पण सरकार आपल्या विरुद्ध उठलं तर?''

बाबासाहेब ठामपणानं म्हणाले, ''सरकार किती लोकांना तुरुंगात घालील? सरकारलाही जनलज्जा आहेच की! शांतता भंग पावते म्हणून जर सरकार आमचे न्याय्य हक्क पायाखाली तुडवील तर आम्ही राष्ट्रसंघाकडे धाव घेऊ. स्पृश्यांनी जर सत्याग्रह अयशस्वी केला तर त्यांचाच तोटा होईल. अस्पृश्यांचीही खात्री होईल की, हिंदू धर्म हा दगडांचा धर्म आहे. त्याच्याकडे कपाळ फोडून घेतलं तरी काही उपयोग होणार नाही. स्पृश्यांनो, तुमचा धर्म तुम्हाला लखलाभ होवो, असं म्हणून आपोआप परधर्मात जाण्याला अस्पृश्य तयार होतील.''

सहस्रबुद्धे तिथेच बसले होते. ते म्हणाले, ''तुम्ही धर्मांतराची घोषणा मुळीच करू नका! परधर्मात जायला तुम्ही उतावीळ झाला आहात असा ठपका उलट तुमच्यावरच स्पृश्य हिंदू ठेवतील.''

बाबासाहेब उसळून म्हणाले, ''मग काय तुमच्या लाथा खाऊन आम्ही तुमच्या धर्मात राहावं का? तुमचा-आमचा धर्म जर एक, तर तुम्हा-आम्हाला हक्क सारखेच नकोत का? माणसामाणसांत पंक्तिप्रपंच करणाऱ्या धर्मात आम्ही काय म्हणून राहावं? कसलाही अपराध नसताना कोट्यवधी लोकांना गुन्हेगारांपेक्षाही जो धर्म वाईट रीतीनं वागवतो, विशिष्ट वर्गातल्या लोकांना पिढ्यान्‌पिढ्या इहलोकीच्या नरकयातना भोगायला लावतो, माणूस असून त्यांना जनावरांइतक्याही सवलती देत नाही तो धर्म कसला? ज्यामुळे इहलोकी अभ्युदय आणि परलोकी मोक्ष मिळतो तोच धर्म ना? अस्पृश्यतेमुळे आम्हाला अभ्युदयाचा मार्ग बंद झाला आहे. मोकळेपणानं वावरता येत नाही. घाणेरड्या वस्तीत राहावं लागतं. शिक्षण घेता येत नाही. प्रतिष्ठित धंदा करता येत नाही. मग आमचा अभ्युदय कसा व्हायचा? तुमच्या

त्रैवर्णिकांची सेवा केल्याशिवाय आम्हाला मोक्षही मिळणार नाही. ही सारी तुमची फसवेगिरी आहे...''

मग आपल्या बोलण्याचं सार सांगावं त्याप्रमाणे ते म्हणाले, ''अस्पृश्यता ही एक गुलामगिरी आहे. आम्हाला ना धर्म, ना अभ्युदय, ना मोक्ष! आम्ही गुलाम म्हणूनच जन्म घेणार आणि गुलाम म्हणूनच मरणार! तुमच्या लेखी ही संस्कृती असेल, पण आमच्या लेखी हा नरक आहे. सत्याग्रह करून गुलामगिरीच्या या शृंखला आपण तोडल्याच पाहिजेत.''

एक वृद्ध गृहस्थ पुटपुटला, ''आपण असल्यावर त्या शृंखला तुटतीलच तुटतील! आम्ही आपल्या पाठीमागे आहोत!''

''पाठीमागे असून चालणार नाही. आपण वृद्ध माणसं! आपण पुढे जाऊन आम्हाला मार्गदर्शन केलं पाहिजे. लोकमान्य टिळकांच्या धाकट्या मुलाचं उदाहरण मी तुम्हाला मुद्दाम देतो. आमच्या कार्याला नुसता पाठिंबा देऊन ते थांबले नाहीत. केसरीवाड्यातील गणेशोत्सवात त्यांनी आपल्या राजभोजांच्या श्रीकृष्ण मेळ्याचा कार्यक्रम तिथे पार पाडला. विश्वस्तांनी त्यांना खूप विरोध केला. हा अस्पृश्यांचा मेळा गायकवाडवाड्यात जाताना बरीच धक्काबुक्की झाली; पण श्रीधरपंतांनी मोठ्या धैर्यानं कार्यक्रम पार पाडला. चातुर्वर्ण्य त्यांना मुळीच मान्य नव्हते... असा निर्धार तुम्ही दाखविणार आहात का? हात वर करा!''

साऱ्यांचे हात वर झाले!

* * *

४ नोव्हेंबर १९२७. दुपारचे चार वाजले होते. दामोदर हॉलमध्ये चहापानाचा समारंभ ठेवला होता. 'बहिष्कृत हितकारिणी सभे' च्या वतीनं मार्डी जोन्स यांच्या सन्मानार्थ हा चहापानाचा समारंभ होता. जोन्स हे ब्रिटिश पार्लमेंटचे मजूरपक्षीय सदस्य. स्वतः खाणीत काम केलेले ते मजूर होते. त्यामुळे त्यांना मजुरांची सुखदुःखं माहीत होती. हिंदुस्थानातल्या अस्पृश्यांची सुख-दुःखं त्यांना माहीत करून घ्यायची होती.

या चहापानाच्या प्रसंगी त्यांनी डॉ. आंबेडकरांना विचारलं तेव्हा ते म्हणाले, ''तुम्हा मजुरांना दुःखाबरोबर सुखंही वाट्याला येतात. पण आम्हा अस्पृश्यांच्या वाट्याला फक्त दुःखंच येतात. सुखाचा वाराही आमच्या अंगावरून कधी जात नाही.''

जोन्सनी विचारलं, ''तुमची गाऱ्हाणी तरी नेमकी काय आहेत?''

डॉ. आंबेडकर म्हणाले, ''एकाच वाक्यात सांगायचं झालं तर स्पृश्य हिंदूंना जे मिळतं त्यापैकी आमच्या वाट्याला काहीही येत नाही. आम्ही अस्पृश्य नेहमी वेशीबाहेर असतो. नरकयातनांत पिचत पडलेले असतो.''

''नेमक्या शब्दांत मला कल्पना देता का?''

''साध्या गोष्टी वाटतील तुम्हाला! पण आम्हाला कुणी शिवत नाही. एवढंच नव्हे, तर आमच्या सावलीचाही त्यांना विटाळ होतो...''

''विटाळ म्हणजे?''

''म्हणजे आमची सावली त्यांच्या अंगावर पडली तरी त्यांना स्नान करून शुद्ध व्हावं लागतं.''

''हे समजण्याच्या पलीकडचं आहे...''

''एवढ्यानं काय झालंय?... त्यांच्या पाणवठ्यावर आम्हाला पाणी भरता येत नाही...''

''का?''

''विटाळ होतो त्यांना! त्यांचं पाणी बाटतं! लहानपणी मी एकदा त्यांच्या पाणवठ्यावर पाणी प्यायलो... तर त्यांनी मला काळंनिळं होईपर्यंत बेदम मारलं!''

''अरेरे! पशुतुल्य!!''

''त्याच्याही पलीकडे! त्यांच्या पाणवठ्यावर गुराढोरांना पाणी प्यायची मुभा आहे. मुसलमान-ख्रिश्चन अशा परधर्मीयांनदेखील तिथे पाणी पिता येतं... पण आम्हाला नाही!''

''तुमचा धर्म वेगळा आहे? आणि तुमची संस्कृती एक नाही?''

मग विविध दाखले देऊन बाबासाहेब आंबेडकरांनी जोन्सना हिंदुत्वाचा आणि संस्कृतीचा एकजिनसीपणा पटवून दिला. ते म्हणाले, ''आमचा धर्म एक आहे. संस्कृतीही एक आहे. हिंदुत्व ही जितकी स्पृश्यांची मालमत्ता आहे, तितकीच ती अस्पृश्यांचीही आहे.''

''मग हा भेदाभेद कशासाठी?''

''पौराणिक आणि ऐतिहासिक दाखले देऊन सांगायला हवं! ते सारं जरी तुम्हाला आकलन होणार नाही, तरी थोडीफार कल्पना येऊ शकेल... या हिंदुत्वाची प्राणप्रतिष्ठा जितकी वसिष्ठासारख्या ब्राह्मणांनी, कृष्णासारख्या क्षत्रियांनी, हर्षासारख्या वैश्यांनी, तुकारामसारख्या शूद्रांनी केली तितकीच वाल्मीकी, चोखामेळा आणि रोहिदास या अस्पृश्यांनीही केली आहे. या हिंदुत्वाचं रक्षण करण्यासाठी हजारो अस्पृश्यांनी आपली माणुसकी खर्ची घातली आहे. व्याधगीतेतील अस्पृश्य द्रष्ट्यापासून तो खर्ड्याच्या लढाईतील सिदनाक महारापर्यंत ज्या अस्पृश्यांनी हिंदुत्वाच्या संरक्षणार्थ आपलं शिर हातावर घेतलं, त्यांची संख्या काही कमी नाही... एवढं कशाला... तुम्हा इंग्रजांनाही लढाईच्या वेळी आम्ही वेळोवेळी मदत केली आहे. तुमच्या जयाचं पारडं आम्ही जड केलेलं आहे...''

जोन्स म्हणाले, ''मला चांगलं माहीत आहे ते!''

"पण तुम्हीही आम्हाला नेमकं उलटं फळ दिलंत! सैन्यातून आमची हकालपट्टी केलीत!"

"पण सैन्यात असताना आम्ही तुमची कदर केली. भेदाभेद केला नाही!"

"ती गोष्ट मान्य केलीच पाहिजे; परंतु आम्ही तुमच्या सैन्यापासून दूर झालो आणि त्यामुळे आम्ही आज हीनावस्थेला जाऊन पोचलो आहोत... आम्हाला जोड्यापाशी कुणी उभं करत नाही!"

जोन्सनी विचारलं, "मी ऐकलंय की, तुम्हाला देवळातदेखील जाऊ दिलं जात नाही?"

डॉ. आंबेडकर म्हणाले, "वास्तविक या मंदिरात जाण्याचा स्पृश्यांना जितका अधिकार आहे, तितकाच तो आम्हा अस्पृश्यांनाही आहे... पण आम्हाला मंदिरात प्रवेश मिळत नाही. शाळांतून आम्हाला दूर बसावं लागतं. कित्येक वेळा असं वाटतं की, अस्पृश्य जातीत जन्म घेण्यापेक्षा आम्ही गुराढोरांच्या जन्माला गेलो असतो तर फार बरं झालं असतं. या स्पृश्यांनी आम्हाला दोन वेळा सुखानं चारा घातला असता... पाणी पाजलं असतं."

"मग तुम्ही वेगळी मंदिरं का उभारत नाही? वेगळ्या शाळा का काढत नाही?"

डॉ. आंबेडकर कडवटपणानं म्हणाले, "का... का म्हणून? आम्ही हिंदू नाही? आमचा धर्म एक नाही? तसं असेल तर एकदा तसं सांगून टाका! मग आम्ही वेगळी देवळं उभारू नाहीतर शाळा काढू! नाहीतर दुसऱ्या एखाद्या धर्मातही जाऊ... आम्हाला हिंदू तर म्हणायचं आणि आम्हाला दूर ठेवायचं, हे आम्ही आता मान्य करणार नाही... तुमच्या लाथा खाऊन जन्मभर तुम्ही दुरून आमच्या अंगावर फेकलेले शिळेपाके तुकडे खात बसणार नाही! आमचीही अस्मिता आता जागृत व्हायला लागली आहे. आमचा महाडचा सत्याग्रह त्याचसाठी होणार आहे."

डॉ. आंबेडकरांनी जोन्सना त्या सत्याग्रहाची सारी माहिती दिली.

आंबेडकर म्हणाले, "आम्ही वेगवेगळ्या प्रकारानं जागृती करण्याचा प्रयत्न करतो आहोत."

मग त्यांनी डॉ. हॅरॉल्ड मॅन यांच्या निरोपसमारंभाची हकिगत सांगितली. डॉ. मॅन हे मुंबई प्रांतातील शेतकी खात्याचे प्रमुख. हे सेवाभावी इंग्रज अधिकारी सेवानिवृत्त झाले तेव्हा डॉ. आंबेडकरांच्या अध्यक्षतेखाली त्यांना निरोप देण्याचा समारंभ साजरा झाला. त्या वेळी आंबेडकरांनी मॅनसाहेबांचे गोडवे गाऊन आपली गाऱ्हाणी त्यांच्याही कानांवर घातली. त्याच सुमारास 'समाज समता संघा'ची स्थापना करण्यात आली. समाजात समता स्थापन करण्याचा उद्देश या संस्थेनं आपल्या डोळ्यांसमोर ठेवला होता. या संस्थेतर्फे वैदिक मंत्र म्हणून अस्पृश्यांची लग्नं लावली जात. त्यांच्याबरोबर

सहभोजन केलं जाई. अस्पृश्यांच्या गळ्यात जानवी घातली जात. या कामात नाटककार मामा वरेरकरही हिरिरीनं सहभागी झालेले असत.

ही हकीगत सांगून डॉ. आंबेडकर म्हणाले, ''काहीही करून समाजात समता प्रस्थापित करण्याचा आमचा हेतू आहे. तुमची लग्नं वैदिक मंत्रानं लागतात ना? मग आमचीही लग्नं आम्ही त्याच मंत्रानं लावतो. दोऱ्याचं जानवं तुम्हाला पवित्र वाटतं ना? मग आम्हीही ते गळ्यात अडकवून तुमच्याबरोबर भोजन करतो. तुमचं पाणी पवित्र आणि आमचं अपवि, असं आम्ही मानणार नाही. तुम्ही जे ज्ञान घ्याल ते ज्ञान आम्हीही ग्रहण करू!''

डॉ. आंबेडकर बोलण्याच्या ऐन रंगात आले असताना जोन्स मध्येच म्हणाले, ''देअर यू आर! मला वाटतं, शिक्षण घेऊन, ज्ञान संपादन करून तुमचे हे सारे प्रश्न सुटतील!''

''इंग्लंड-अमेरिकेत असताना मलाही तसंच वाटत होतं, मि. जोन्स! पण मी एवढा शिकूनसवरून मायदेशी परत आलो... परंतु मीही आजपर्यंत अस्पृश्यच राहिलो आहे... आमच्या अस्पृश्य समाजापासून मी अजून अलग मानला जात नाही. शिक्षणानं हा प्रश्न सुटणार नाही. समजुतीनं सुटेल... आणि त्यांची समजूत पटत नसेल तर ती त्यांना बळानं पटवावी लागेल... आमचा सामोपचार लंगडा पडला म्हणून तर आम्ही सत्याग्रह करणार आहोत.''

डॉ. आंबेडकरांचं सारं बोलणं ऐकून जोन्ससाहेब भारावून गेले. आभारादाखल त्यांनी छोटंसं भाषणच केलं.

जोन्ससाहेब म्हणाले, ''इंग्लंड, आयर्लंड आणि स्कॉटलंड मिळून जी लोकसंख्या आहे तिच्यापेक्षा अस्पृश्य या देशांत संख्येनं अधिक आहेत. त्यांना माणुसकीचे हक्क असू नयेत ही लाजिरवाणी, लांच्छनास्पद गोष्ट आहे. इंग्रजांप्रमाणे ब्राह्मणांना वाटतं की, आपण सर्व जातींचे सुधारक आहोत. पोपचा पाडाव प्रॉटेस्टंटांनी केला, ही लक्षात ठेवण्यासारखी घटना आहे... सुदैवानं अस्पृश्य समाजात आंबेडकरांसारखा कर्तृत्ववान आणि थोर पुरुष निर्माण झाला आहे. तो त्यांचा उद्धार करील, असा माझा विश्वास आहे.''

जोन्ससाहेबांचं भाषण संपल्यानंतर सर्वांनी टाळ्या वाजवल्या.

जोन्सचे आभार मानून आंबेडकर हसत म्हणाले, ''आपल्या सत्याग्रहाच्या वेळी अशाच टाळ्या वाजवा म्हणजे झालं!''

सर्वांनी पुन्हा जोरानं टाळ्या वाजवल्या. जणू त्या सर्वांनी सत्याग्रहाला आपली संमती दर्शविली होती.

* * *

बाबासाहेबांच्या ध्यानीमनी सत्याग्रहाशिवाय दुसरा विचारच नव्हता. त्या विचारात ते एवढे गढून गेले होते की, त्यांना जेवणाखाण्याचं भानही राह्यचं नाही. सत्याग्रह कचेरीतच ते ठाण मांडून बसलेले असायचे. घरून सकाळ-संध्याकाळी त्यांच्या जेवणाचा डबा यायचा. पण कित्येक वेळा तो डबा कोपऱ्यातच पडून राहत असे. मग तो डबा न उघडताच घरी परत जायचा.

डबा तसाच परत घेऊन येणाऱ्या माणसाला रमाबाई विचारत, "काय रे, माझं जेवण त्यांना आवडत नाही का? एकदा विचार तरी त्यांना!"

तो माणूस म्हणायचा, "त्यांना बोलायला तरी फुरसत आहे का? कसं विचारणार त्यांना?"

मग रमाबाईंचा पदर डोळ्यांकडे जायचा. त्या रडत बसायच्या. आपण केलेलं जेवण त्यांना आवडत नाही, या विचारानं बराच वेळ डोळे गाळत बसायच्या.

परंतु वस्तुस्थिती वेगळीच होती. एक तर त्यांना जेवायलाही वेळ होत नसे. मग जेवण कसं काय आहे, याचा विचार तरी त्यांना कसा सुचावा?

आपल्याला तिनं केलेलं जेवण आवडत नाही, या विचारानं रमाबाई अश्रू ढाळते, हे त्यांच्या कानी आलं होतं. पण त्यावरही विचार करायला त्यांना सवड नव्हती.

आपल्या एखाद्या सहकाऱ्याला ते म्हणायचे, "अरे, आपल्याला पैशाची खूपच मदत लागेल. त्यासाठी पत्रक काढायला हवं!"

तो सहकारी कागदपेन्सिल घेऊन यायचा.

बाबासाहेब त्या पत्रकाचा मजकूर सांगायचे- 'महाड सत्याग्रहास मदत करा!"

"हे बघ... हे शीर्षक झालं बरं का! आता खालचा मजकूर सांगतो."

ते सांगायला लागायचे, "सर्व अस्पृश्य ज्ञातिबांधवांस कळविण्यात येते की, ता. २५ डिसेंबर १९२७ रोजी महाड मुक्कामी एक सभा भरविण्याचे ठरले आहे. गेल्या मार्च महिन्याच्या १९ तारखेस महाडास सभा भरवण्यात आली असता पुन्हा त्याच ठिकाणी दुसरी सभा भरविण्याचे कारण काय? याला उत्तर असे की, महाड येथील चवदार तळ्यावर जाऊन पाणी पिण्याचा उपक्रम आपल्या ज्ञातिबंधूंनी केला असता स्पृश्य बंधूंनी त्यांना हरकत करण्याच्या हेतूने मारामार केली. तीत स्पृश्य लोकांतील मारामारी करणाऱ्या गुंडांना चार-चार महिने सक्तमजुरीची शिक्षा झाली. स्पृश्य लोकांच्या मनात जी एक भावना होती की, अस्पृश्यांना चवदार तळ्यावर येऊ न देणे हा आपला अधिकार आहे, या भावनेला आता काही आधार उरला नाही.

हा जो आपला हक्क कायद्याने प्रस्थापित झाला आहे त्याची वहिवाट पाडण्याचे काम आता उरले आहे. ता. २५ रोजी जी सभा बोलावण्यात आली आहे, ती केवळ ही वहिवाट चालू करण्याच्या हेतूनेच बोलावण्यात आली आहे.

प्रस्तुत प्रकरणी सभेस हजर राहण्यास कोणासही वचक वाटण्याचे कारण नाही. इतर स्पृश्य लोकांकडून आपण जन्मतः अपवित्र आहोत असा जो आपल्यावर कलंक लावण्यात आला आहे, तो धुऊन टाकावयाचा आहे.

या कामी द्रव्याची आवश्यकता आहे. तरी ज्या कोणास द्रव्याच्या रूपाने अथवा धान्याच्या रूपाने साहाय्य करणे असेल त्यांनी ते अवश्य करावे.''

लगोलग बाबासाहेबांनी महाडला सत्याग्रहाला जाणाऱ्या लोकांसाठी दुसरे पत्रक काढले. त्यात लिहिले होते- 'ता. २५-१२-२७ पासून महाड येथे सुरू होणाऱ्या सत्याग्रहास जाणाऱ्या मंडळींस विनंतीपूर्वक कळविण्यात येते की, त्यांनी आपल्याबरोबर ताट, तांब्या, कांबळी व तीन दिवस पुरेल इतकी भोजनाची सामग्री जरूर आणावी. आम्ही तेथे भोजनाची व्यवस्था करणार आहोत. तरी प्रत्येकाने आपापली तयारी ठेवावी.''

सत्याग्रहासंबंधीची अशी जय्यत तयारी पार पाडल्यानंतर बाबासाहेबांचं मन शांत झालं. जाण्याच्या दिवसाकडे त्यांचे डोळे लागले.

* * *

महाडला जायचा दिवस ठरल्यानंतर बाबासाहेबांना हायसं वाटलं. त्यांना थोडी उसंत मिळाल्यावर ते दुसऱ्या दिवशी दुपारी घरी गेले. त्यांना सतत दोन महिन्यांची दगदग झालेली होती. या अवधीत अष्टौप्रहर त्यांना मानसिक आणि बौद्धिक ताण पडलेला होता. घरी जाऊन केव्हा एकदा विश्रांती घेतो, असं त्यांना झालं होतं.

त्यांना घरी आलेलं बघताच रमाबाई एकदम म्हणाल्या, ''घर चुकलं वाटतं?''

बाबासाहेब हसत म्हणाले, ''हे घर रमाबाई आंबेडकरांचं आहे ना?''

''होय... या घराची बऱ्याच दिवसांनी आठवण झालेली दिसतेय.''

''आठवण झालीय ना! या घरात आज जेवायला मिळेल ना? खूप भूक लागलीय...''

''बऱ्याच दिवसांनी भूक लागलेली दिसतीय... या घरात कुणाही भुकेल्या माणसाला खायला अन्न मिळतं.''

''मग मला नक्कीच मिळणार!''

रमाबाई तिथे एकट्याच आहेत असं पाहून बाबासाहेब गंभीर मुद्रा करून म्हणाले, ''रामू, फार भूक लागलीय मला! तुझ्या हातचं जेवण लवकर मिळेल का?''

''मिळेल... पण एक अट आहे. पानावर बसून जेवलं पाहिजे... नाहीतर रोजच्याप्रमाणे डबा भरून द्यायचा आणि तो तसाच परत यायचा, असं व्हायला नको.''

सत्याग्रहाची सारी सिद्धता झालेली होती. त्यामुळे बाबासाहेबांना निवांतपणा मिळालेला होता. त्यांना सपाटून भूक लागली होती. त्याहीपेक्षा विश्रांती हवी होती.

महाडच्या सत्याग्रहासाठी त्यांनी गेले कित्येक दिवस अविश्रांत दगदग केली होती. ते तहानभूक विसरले होते. विश्रांती घेणं त्यांच्या गावीही नव्हती. महाडच्या सत्याग्रहाचा व्यूह रचण्यात त्यांचा डोळ्याला नीट डोळा लागला नव्हता.

त्यामुळे जेवण झाल्याबरोबर ते तिथेच झोपले.

संध्याकाळी सहा वाजता ते उठले तेव्हा ते ताजेतवाने झाले. त्यांच्या मुद्रेवरचा त्रासिकपणा पार निघून गेला. ते आनंदी दिसायला लागले. नेहमीप्रमाणे थट्टामस्करी करायला लागले. त्यांनी रमाबाईंसारखा स्वर काढून म्हटलं, ''चहा हवाय आपल्या पतिदेवाला!''

रमाबाईंही दीर्घ स्वर काढून म्हणाल्या, ''वाटच बघत होते पतिदेवांच्या आज्ञेची!''

बाबासाहेब म्हणाले, ''हे बघ रामू, मला देव म्हणू नकोस हं! नाहीतर मी देवळात जाऊन बसेन आणि तिथे जाऊन तुला या देवाचं दर्शन घेता येणार नाही!''

''नाहीतरी आताशा कुठे मिळतं या देवाचं दर्शन! त्यासाठी सत्याग्रहच करावा लागणार आहे.''

''तो सत्याग्रह नंतर करा! आधी आपला हा महाडचा सत्यग्रह होऊ द्या! घरचा देव घरच्यांना केव्हाही दर्शन देतो.''

चहा घेतल्यानंतर ते शेजारच्या लोकांबरोबर गप्पा मारायला गेले. त्या गप्पांचा ओघ साहजिकच महाडच्या सत्याग्रहाकडे वळला.

एक वयस्कर महिला म्हणाली, ''कोकणातून कितीतरी आयाबाया आपल्या सत्याग्रहासाठी येणार आहेत.''

''काय सांगता? आणि आपल्या चाळीतून?''

''होय... आपल्या चाळीतल्याही खूप आयाबाया येणार आहेत...!''

''मग आपला सत्याग्रह फत्ते होणारच!''

त्यांनी चाळीतल्या कित्येक स्त्रियांची भेट घेतली. काही पुरुषांना ते थट्टेत म्हणाले, ''आता पुरुषांची अब्रू राखणं तुमच्या हाती आहे...''

''कशी काय?''

''कशी काय म्हणून काय विचारता? आता आपल्या चाळीतल्या आयाबाया सत्याग्रहाला येणार... तुम्ही घरी बसा चूल पेटवत!''

काही पुरुष म्हणत, ''आम्ही कशाला चूल पेटवू? आम्ही महाडला येऊन सत्याग्रहाची चूड पेटवू! आम्ही मागे राह्यला बायले थोडेच आहोत?''

''बायले नसाल तर सत्याग्रहवाले व्हा!... चला महाडच्या मैदानावर... आम्हाला चवदार तळ्याचं पाणी पाजा, नाहीतर आम्ही तुम्हाला पाणी पाजू!''

अशा थट्टाविनोदात रात्र केव्हा झाली ते कुणाला कळलंही नाही. चाळीतल्या

कितीतरी स्त्रियांनी महाडच्या सत्याग्रहाला येण्याचा मनोदय व्यक्त केला.

बाबासाहेबांनी त्या स्त्रियांना विचारलं, "आपल्या दादल्यांची परवानगी घेतलीय का तुम्ही? नाहीतर सोडचिठ्ठीचे खटले मला चालवावे लागतील."

एक वयस्कर महिला म्हणाली, "अहो, घरचे कारभारीच जर सत्याग्रहाला आले नाहीत तर आम्हीच त्यांना सोडचिठ्ठ्या देऊ!"

एक वयस्कर गृहस्थ म्हणाले, "आम्ही बऱ्या सोडचिठ्ठ्या घेऊ! तुमच्या पाठोपाठ तुमच्या सोबतीला येऊ तिथे! लक्ष्मी तिथे विष्णू!"

यावर खूप हशा पिकला.

बाबासाहेबही थट्टेच्या स्वरात म्हणाले, "सगळीच चाळ जर चवदार तळ्यावर पाणी प्यायला गेली तर महाडकरांना वर्षभर पाणी प्यायला मिळणार नाही. बरं, चाळीतली घरं नको का कुणी सांभाळायला? तेव्हा आता आपण उलटं करू. बाप्यालोकांनी घरं सांभाळायची आणि आयाबायांनी आमच्याबरोबर सत्याग्रहाला यायचं."

काही पुरुष लोक म्हणाले, "आम्ही बरे मागे राहू! आम्ही घरांना कुलपं ठोकू आणि सत्याग्रहाला जाऊ!"

एव्हाना काही महिला रमाबाईंकडे येऊन सत्याग्रहाची चर्चाही करायला लागल्या होत्या.

रात्री जेवायच्या वेळेला रमाबाईंनी सत्याग्रहाचा विषय काढला तेव्हा बाबासाहेब म्हणाले, "खूप महिला येणार आहेत या सत्याग्रहाला! या महिलांचं पुढारीपण तू केलं पाहिजेस."

रमाबाई गंभीरपणानं म्हणाल्या, "छे, छे! ते काम पुरुषांचं! आम्ही स्त्रिया तिथे येऊ... पण तुमच्या जेवणाखावणाची व्यवस्था करण्यासाठी!"

यावर भीमरावांनी गंभीरपणानं विचारलं, "तिथे तीनचार हजार लोक जमतील. त्या सर्वांची व्यवस्था तुला करता येईल?"

भीमरावांचा थट्टेचा स्वर रमाबाईंना अजूनही कळला नव्हता. त्या म्हणाल्या, "कितीही लोक येवोत, मी रात्रंदिवस स्वयंपाक करत राहीन. तुम्ही एवढं करता, मग मला एवढंही करायला नको का?"

ते ऐकताच भीमराव मनाशी म्हणाले,'आपली ही थट्टाही हिला समजली नाही! किती भोळीभाबडी आहे आपली ही रमा!'

मग त्यांनी आपल्या बोलण्याचा सूर बदलला आणि ते इतर सांसारिक गोष्टींबद्दल बराच वेळ बोलत राहिले.

* * *

दुसऱ्या दिवशी सकाळी रमाबाई मोठ्या आनंदानं घरकामाला लागल्या. त्यांच्या अंगात जणू स्फुरण संचारलं होतं.

आपल्या जाऊबाईंना त्या म्हणाल्या, "आपल्याला साहेबांबरोबर महाडला जायचंय. तिथे हजारो लोकांचा स्वयंपाक आपल्याला करावा लागणार आहे. आपण आतापासूनच कंबर कसली पाहिजे."

लक्ष्मीबाई आनंदून म्हणाल्या, "केवढं काम आपल्या अंगावर दिलंय साहेबांनी! पण आपण ते पार पाडू!"

रमाबाई म्हणाल्या, "ते ऐकल्यापासून माझ्या अंगात तर हजार हत्तींचं बळ संचारलंय. तिथे आपल्या शेकडो आयाबाया सत्याग्रहात भाग घेणार आहेत. हे म्हणाले, तुलाही सत्याग्रहात भाग घ्यावा लागेल. मी साफ सांगितलं की, हजारो सत्याग्रहींना जेवायला घालायचं काम आपण करू."

लक्ष्मीबाई म्हणाल्या, "हे सोपं का काम आहे? सत्याग्रही उपाशीपोटी थोडेच सत्याग्रहाला जाणार आहेत?"

"मी साहेबांना तेच सांगितलं. आम्ही हजारो लोकांना जेवायला घालायचं काम करू! सत्याग्रहाला जाण्याचं काम पुरुषांचं! त्यांना जेवूखाऊ घालण्याचं काम आमचं!"

"मग काय म्हणाले?"

"काय म्हणणार माझ्यापुढे? पण आता आपण आवरलं पाहिजे हं! साहेब आपल्याला केव्हा चलायचं म्हणतील त्याचा नेम नाही. आपण आपलं तयारीत असलं पाहिजे! नाहीतर उगाच रागावतील!"

त्या दोघींनी आपापल्या ट्रंका भरल्या आणि दोन वळकट्या बांधून ठेवल्या.

पण भीमराव आलेच नाहीत.

१९२७ सालच्या २४ डिसेंबरला भीमराव सकाळच्या बोटीनं महाडला निघूनही गेले होते.

ते कळताच त्या दोघी कावऱ्याबावऱ्या झाल्या. काय झालंय तेच त्यांना कळेना! केवढ्या आशेनं त्या दोघींनी महाडला जायची तयारी केली होती! पण ती सारी तयारी वाया गेली होती. त्या दोघींना न घेताच भीमराव एकटेच निघून गेले होते. ती ट्रंक आणि ती वळकटी आपल्याला वाकुल्या दाखवीत आहे, असं त्या दोघींना वाटलं.

रमाबाई बराच वेळ अश्रू ढाळीत बसल्या होत्या.

* * *

अंबा ही बोट दासगाव बंदराला लागली तेव्हा सूर्य ऐन माथ्यावर आला होता.

कोळमांडला इथून बोट निघाली. तेव्हा जलाशयावर सूर्याची सोनेरी किरणं नाचायला लागली तेव्हा बाबासाहेबांचं मन हरखून गेलं होतं. मुंबईहून निघाल्यापासून सुरू झालेल्या 'महाड सत्याग्रह की जय!', 'बाबासाहेब आंबेडकर की जय!' या आरोळ्या मनात कुठेतरी दडून बसल्या होत्या. निसर्गाच्या सान्निध्यात मनाच्या वृत्ती शांत होतात हेच खरं! त्यांना आता दुसरं काहीही दिसत नव्हतं. खाडीच्या दुतर्फा असलेले डोंगर आणि आजूबाजूला हिरवीगर्द झाडी या निसर्गरम्य देखाव्याशी त्यांचं मन एकरूप झालं.

पण दासगाव बंदराला बोट लागली तेव्हा तिथल्या जयजयकाराच्या आरोळ्यांनी ते पुन्हा भानावर आले. हजारो सत्याग्रहींची गर्दी बंदरात जमली होती.

त्या गर्दीत कुलाबा जिल्ह्याचे पोलिस सुपरिंटेंडंट मि. फॅरन्ट हेही होते.

डॉ. आंबेडकरांना बघताच ते पुढे आले. म्हणाले, ''गुड मॉर्निंग मि. आंबेडकर...''

डॉ. आंबेडकर हसत म्हणाले, ''गुड मॉर्निंग. काय हुकूम आहे?''

मि. फॅरन्ट म्हणाले, ''आपले कलेक्टरसाहेब मि. हूड यांनी आपल्याला भेटीला बोलावलं आहे.''

''ठीक आहे, त्यांना जाऊन भेटतो.''

''हे पहा त्यांचं पत्र!''

मग डॉ. आंबेडकर सहस्त्रबुद्धे यांच्याकडे वळून म्हणाले, ''या सत्याग्रही मंडळींनी आपल्या पाठोपाठ शांतपणानं यावं... सर्वांना तशी ताकीद द्या!''

डॉ. आंबेडकरांनी हे म्हणताच भराभर पाच पाचच्या रांगा लागल्या आणि प्रचंड पायदळ सत्याग्रहाच्या रणभूमीकडे निघालं.

डॉ. आंबेडकर आणि सहस्त्रबुद्धे हे दोघे जण फॅरन्ट यांच्या मोटारीत जाऊन बसले. त्यांची मोटार जेव्हा सुरू झाली तेव्हा 'हरहर महादेव', 'महाड सत्याग्रह की जय', 'डॉ. बाबासाहेब आंबेडकर की जय' या आरोळ्या त्यांच्या कानांवर पडल्या.

डॉ. बाबासाहेब आंबेडकरांनी फॅरन्टसाहेबांकडे बघितलं. दोघांनीही गालातल्या गालात स्मित केलं.

पाच मैलांच्या परिसरात पसरलेल्या त्या विराट मिरवणुकीत घोषवाक्य लिहीलेले फलक प्रामुख्यानं डोकावत होते.

''विष्णुमय जग वैष्णवांचा धर्म। भेदाभेद भ्रम अमंगळ॥

''ब्राह्मण किंवा महार मी। गणी न कवणालाच कमी॥

''ऐसे कैसे रे सोवळे। शिवता होतसे ओवळे॥''

चलच्चित्रपटात चित्रं भराभर सरकावीत त्याप्रमाणे हे घोषणाफलक भराभर पुढे सरकत होते. वाटत होतं की, या फलकांप्रमाणेच जर माणसं पुढे पुढे सरकत गेली, तर एका क्षणात सारं जग विष्णुमय होऊन जाईल. भेदाभेदांचा अमंगळ भ्रम गळून

पडेल आणि उभ्या जगात वैष्णवांचा धर्म नांदू लागेल!

परंतु तो धर्म आताच प्रस्थापित करण्याची नियतीची इच्छा नसावी. आज तरी या अस्पृश्य सत्याग्रहींच्या वाऱ्याला उभं राहण्याची स्पृश्य हिंदूंची इच्छा नव्हती. त्यांनी या परिषदेच्या मंडपाला कुठे जागा मिळू नये यासाठी कंबर कसली होती. फत्तेखान नावाच्या एका मुस्लिमानं जागा देऊ केली नसती, तर या हजारो सत्याग्रहींना उघड्यावाघड्या भूमीवर आपली शय्या पसरावी लागली असती आणि दशदिशांचं पांघरूण करावं लागलं असतं.

त्या भव्य मंडपात ठिकठिकाणी फक्त घोषणाफलक लावले होते आणि सत्याग्रहमहर्षी महात्मा गांधींचं छायाचित्रं लावलं होतं. त्या मंडपाच्या प्रवशेद्वाराशीच एक भव्य वेदी शृंगारून तयार केलेली दिसत होती.

प्रत्येक जण विचारत होता, "हे काय आहे?"

उलट चित्रे त्यांना विचारायचे, "माणसाच्या गुणावर त्याचं श्रेठत्व प्रस्थापित व्हायला हवं ना?"

"मग त्यासाठी हे काय केलंय?"

"मनस्मृतीत चातुर्वर्ण्य सांगितलेलं आहे ना, ब्राह्मणांच्या श्रेष्ठत्वाची ती सनद आहे ना... ती सनद आपल्याला या ठिकाणी जाळून टाकायची आहे."

ऐकणाऱ्याच्या अंगावर रोमांच उभे राह्यचे.

हां हां म्हणता सगळीकडे वाऱ्यासारखी बातमी पसरली की, मंडपाच्या प्रवेशद्वाराशी उभारलेल्या वेदीवर मनुस्मृतीचं दहन होणार आहे!

त्याबद्दल बोलताना डॉ. बाबासाहेब आंबेडकर म्हणाले, "याच मनुस्मृतीनं आपल्याला अस्पृश्य ठरवलं... तेव्हा शास्त्रानं असमान ठरवलेल्या जातींना, आपल्या तळ्यावर पाणी भरू न देऊन, त्या जाती आपल्या समान आहेत हे मान्य करण्याची स्पृश्यांची तयारी नाही!"

कुणीतरी शंका काढली, "पण या जमिनीवर दुसरीकडे पाणी कमी का आहे? तिथलं पाणी आपण पिऊ. उलट ते पाणी या असंख्य स्पृश्यांनी खराब तरी केलेलं नसेल. चवदार तळ्याचं पाणी आपण प्यायलो नाही म्हणून आपण मरून का जाणार आहोत?"

बाबासाहेब हसून म्हणाले, "उलट चवदार तळ्याचं पाणी आपण प्यायलो तर आपण अमर थोडेच होणार आहोत?"

"मग कशाला जायचं त्या तळ्यावर पाणी प्यायला?"

"म्हणजे तुम्ही या सत्याग्रहाच्या मुळावरच घाव घालता आहात! ठीक आहे... सांगतो. चवदार तळ्यावर जायचं ते केवळ त्या तळ्याचं पाणी पिण्याकरता जायचं नाही. इतरांप्रमाणे आम्हीही माणसं आहोत हे सिद्ध करण्याकरता तिथे जाऊन पाणी

प्यायचं! आपली ही सभा समतेची मुहूर्तमेढ रोवण्यासाठी बोलावलेली आहे!''

मग त्यांनी समता, बंधुता आणि स्वातंत्र्य या फ्रेंच क्रांतित्रयीचा आवर्जून उल्लेख केला. त्यांनी त्या प्रचंड परिषदेसमोर सांगितलं की, सर्व माणसं समान दर्जाची आहेत आणि ती मरेपर्यंत समान दर्जाचीच राहतील. हा जन्मसिद्ध मानवी हक्क कायम राहावा हाच राजकारणाचा अंतिम हेतू असला पाहिजे. अखिल प्रजा ही सर्वाधिकाराची मायभूमी आहे. कोणत्याही व्यक्तीला आपल्या जन्मसिद्ध हक्काप्रमाणे वागण्याचं पूर्ण स्वातंत्र्य आहे. कायदा म्हणजे अमुक एका वर्गानं ठरवलेली बंधनं नव्हेत!

उपसर्गकारी कारणाचा नाश करायचा झाला तर त्याचं मूळ कशात आहे हे शोधून काढलं पाहिजे आणि मग मुळावर घाव घातला पाहिजे, असंही त्यांनी सांगितलं.

हे सारं सांगून डॉ. आंबेडकर म्हणाले, ''जोपर्यंत वर्णव्यवस्था कायम आहे, तोपर्यंतच ब्राह्मण वर्गाचं वर्चस्व कायम राहील. कोणीही आपखुषीनं आपल्या हातातली सत्ता सोडून देत नाही. ते अधिकार आपण छिनावून घेतले पाहिजेत. आपल्याशिवाय इतरांच्या हातून हा कार्यभाग होणार नाही. माझा जन्म याच आत्मोद्धाराच्या कार्यासाठी झाला आहे. एकूण अस्पृश्यता ही साधीसुधी गोष्ट नसून ती आपल्या दारिद्र्याची आणि हीनतेची माय आहे... आपलं हे कार्य जसं स्वहिताचं आहे, तसंच ते कार्य राष्ट्रहिताचंही आहे.''

डॉ. आंबेडकरांचं भाषण चालू असताना कोलोवली या गावचे विठोबा महादेव वाडवल या नावाचे एक वृद्ध गृहस्थ उभे राहिले आणि म्हणाले, ''मी मराठा आहे. माझ्या गावचे महार बंधू रुसले आहेत. ते गावात येत नाहीत. आमच्या गावची वेस रंडकी झाली आहे. तिचा आम्हाला काय उपयोग? आमच्या महार बंधूंचा पाण्याचा हट्ट आहे. तो आम्ही पुरविला पाहिजे. म्हणून मी सत्याग्रह करायला आलो आहे.''

यावर डॉ. आंबेडकर म्हणाले, ''तुरुंगात जाईन; पण माझी अस्पृश्यता मी घालवीन, असं म्हणणारा माणूस मला हवा आहे.''

एवढ्यात ब्राह्मणेतर पक्षातर्फे केशवराव जेधे आणि दिनकरराव जवळकर हे दोघे जण सभामंडपात आले. त्या दोघांनीही बाबासाहेबांचा उपदेश उचलून धरला.

केशवराव जेधे म्हणाले, ''हा झगडा माणुसकी स्थापन करण्याचा आहे. गाढवं-कुत्री ज्या तळ्यावर पाणी पितात, त्या तळ्यावर तुम्हाला मज्जाव असावा, हे लांच्छनास्पद आहे. तुम्ही मनुस्मृती जाळून टाकली, हे फार योग्य केलं. सत्याग्रह करून तुरुंगात जाणंच आता इष्ट आहे.''

वातावरण चांगलंच तापलं होतं. बाबासाहेबांचा शब्द वेदवाक्याप्रमाणे झेलण्याची प्रत्येक सत्याग्रहीची सिद्धता होती.

डॉ. आंबेडकरांनी कलेक्टरसाहेबांना कळवलं, "मंडळींचा सत्याग्रह करण्याचा निश्चय आहे. आपणास आपली बाजू मांडायची आहे ना? मग आपण संध्याकाळच्या सभेला यावं."

त्या सत्याग्रहींसमोर कलेक्टर हूड यांनी मोडक्यातोडक्या मराठीतून भाषण केलं. स्पृश्य लोकांनी कोर्टात अस्पृश्यांविरुद्ध दावा केला आहे. त्या दाव्याचा निकाल होईपर्यंत अस्पृश्यांनी थांबावं, असा सल्ला कलेक्टरसाहेबांनी दिला. ते म्हणाले, "शहाणा माणूस नेहमी कायद्याप्रमाणे वागत असतो. सरकार तुमच्या बाजूचं आहे. परंतु दाव्याचा निकाल लागेपर्यंत थांबा." असं सांगून मि. हूड शेवटी म्हणाले, "गेली बारा वर्षं मी इथल्या महार लोकांना ओळखतो. हे लोक चांगले आहेत. हे सरकारची चांगली नोकरी करतात. तुमच्या लोकांत पलटणीत काम केलेले सुभेदार, हवालदार, जमादार आणि शिपाई आहेत. ज्यांनी लष्करात नोकरी केली ते सरकारचा अपमान करणार नाहीत... मी तुमचा दोस्त आहे, असं समजून तुम्ही जे करायचं ते करा!"

डॉ. आंबेडकरांच्या समोर पेचप्रसंग उभा राहिला. त्यांच्या शब्दाखातर हजारो सत्याग्रही इथे आले होते. वातावरण चांगलंच पेटलं होतं आणि आता त्या उत्साहाच्या अग्नीवर पाणी टाकण्याचं काम करण्याचा पेचप्रसंग निर्माण झाला होता. त्या सत्याग्रहींनी कुणाचाही शब्द ऐकला नसता. शेवटी नेत्यालाच ते काम करावं लागतं.

स्वतः डॉ. बाबासाहेबांनीच सत्याग्रह मागे घेण्याचा ठराव मांडला. तो मांडताना ते म्हणाले, "सत्याग्रह करा असा ठराव मीच काल मांडला आणि आता सत्याग्रह मागे घेण्याचा ठरावही मीच मांडतो आहे. हे पाहून मी चंचल वृत्तीचा माणूस आहे, असं तुम्हाला वाटेल... मला तुमचा निर्धार समजलेला आहे. पण जे सरकार आपल्या बाजूचं आहे, त्या सरकारचं आपण ऐकलं पाहिजे. स्पृश्य हिंदू तर आपल्याविरुद्धच आहेत... तेव्हा सर्व सारासार विचार करूनच मी हे सांगतो आहे. तुम्ही आज माझं ऐकावं. काही झालं तरी तळं काबीज केल्याशिवाय आपण राहणार नाही."

नंतर महाड गावातून प्रतिनिधींची जी प्रचंड मिरवणूक निघाली ती पाहून स्पृश्य मंडळींचं धाबंच दणाणलं. कित्येकांनी बाबासाहेबांना भीमासुर म्हटलं, पण त्यांना बघण्यासाठी प्रचंड गर्दी लोटली. त्या ठिकाणी नव्या मनूचा अवतार झालेला साऱ्या जगाला दिसला. जीर्ण झालेली मनुस्मृती जळून गेली होती.

बाबासाहेबांना बघण्यासाठी जी गर्दी उसळली होती, त्या गर्दीत अस्पृश्य जमातीतील असंख्य स्त्रिया होत्या.

बाबासाहेबांना बघताच त्या जमावातील एक वृद्ध स्त्री रडत रडत त्यांच्याजवळ आली.

त्या मातृतुल्य महिलेला बाबासाहेबांनी विचारलं, ''तुम्हाला कुणी मारलं का?''

त्या वृद्ध महिलेनं नकारार्थी मान हलवत म्हटलं, ''मला कुणी मारलं नाही. पण...''

''पण काय?''

''मी इकडे येत असताना वाटेत काही दुष्टांनी मला सांगितलं की, तुमच्या राजाचा खय्यो झाला.''

बाबासाहेबांनी त्या वृद्ध मातेला अभिवादन केलं. ते म्हणाले, ''कावळ्यांच्या शापानं गाई कधी मरत नसतात. बोलणाऱ्या लोकांचाच खय्यो झाला आहे... पण माताभगिनींनो, तुम्ही आता सुधारलं पाहिजे.''

त्या वृद्ध महिलेनं विचारलं, ''आम्ही काय करायला हवं ते सांगा!''

''तुम्ही स्पृश्य हिंदूंच्या बायांप्रमाणे स्वच्छ राहिलं पाहिजे. त्यांच्या पद्धतीनं तुम्ही लुगडी नेसा.''

कपाळावर हात मारून ती वृद्ध बाई म्हणाली, ''साहेब, त्यांच्याप्रमाणे आम्हाला कुठली धडोती मिळणार?''

''तुमचं फाटकं का लुगडं असेना, ते स्वच्छ ठेवा. तुम्ही जुन्या चालीरीती सोडून दिल्या पाहिजेत. तुम्ही भाराभार गळसऱ्या आणि हातात कोपरभर चांदीच्या गोठ-पाटल्या घालता. ही तुम्हाला ओळखण्याची खूण बनली आहे. ही प्रथा सोडून द्या. गाठीशी असेल तर सोन्याचा दागिना घाला...''

''कुठला आणणार बाबा, सोन्याचा दागिना? इथे घरात दोन वेळा चूल पेटत नाही...''

'मग अंगावर काही घालू नका!''

''तसंच भुंडं राह्यचं?''

''मग काय करायचं? दुसऱ्यांनी गळ्यात सरी घातली म्हणून आपण गळ्यात दोरी लावायची का? तुम्ही आपल्या खाण्यापिण्याच्या सवयीही बदलल्या पाहिजेत. मेलेल्या जनावरांचं मांस खाणं बंद करा.''

तीच वृद्ध बाई म्हणाली, ''हे होईल... पण घरातली दारू गेली तर होईल.''

बाबासाहेब काहीसे कातावून म्हणाले, ''दारूबाज नवऱ्यांना आणि भावांना घरात जेवायला घालू नका. म्हणजे चट सारे सुधारतील!''

बाबासाहेब शेवटी म्हणाले, ''तुम्ही स्त्रियांनीही शिकलं पाहिजे. म्हणजे तुमच्या पोटी चांगली पोरंबाळं निपजतील. शिक्षण हे अमृतासारखं आहे. ते एकदा घेतलं म्हणजे हळूहळू तुम्ही स्पृश्य लोकांमध्ये जाऊन बसू शकाल!''

दुसऱ्या दिवशी आपापल्या गावी परत जाताना त्या महिलांनी आपापली वेषभूषा खरोखरच बदललेली दिसली.

ते पाहून बाबासाहेब सहस्रबुद्धयांना म्हणाले, "रोम काही एका दिवसात उभारलं गेलं नाही. हळूहळू ही परिस्थिती नक्कीच पालटेल. हजारो वर्षं मनूचं साम्राज्य इथं नांदलं... आता..."

"या नव्या आधुनिक मनूचं साम्राज्य सुरू झालेलं आहे."

सहस्रबुद्ध्यांचं ते बोलणं ऐकून बाबासाहेब हसायला लागले.

सहस्रबुद्धेही हसून म्हणाले, "उगाच नाही आम्ही या नव्या मनूचं शिष्यत्व पत्करलं!"

* * *

बाबासाहेब घरी आले तेव्हा रमाबाई त्यांच्या फोटोसमोर ध्यान लावून बसल्या होत्या. बाबासाहेब त्यांच्या मागे येऊन उभे राहिले तरी त्यांची तंद्री भंग पावली नाही.

बाबासाहेब म्हणाले, "काय मागताय त्या माणसापाशी?"

रमाबाई दचकल्या. त्यांनी मागे वळून बघितलं. मग डोईवरचा पदर सावरून म्हणाल्या, "माझ्या देवापाशीच मागणं मागत होते... म्हणत होते, माझ्या देवाला सुखी ठेव!"

थट्टेची लहर येऊन बाबासाहेब म्हणाले, "देवाला सुखी ठेव असं देवालाच मागणं मागायचं?"

"काय करायचं मग? वाटलं होतं, माणसाला देव म्हटलं म्हणजे तरी तो ऐकेल! आपल्या भवानी कुलस्वामिनीसमोर ठाण मांडून बसले. तिनं माझं गाऱ्हाणं ऐकलं. मग मी तुमच्याच फोटोला देव बनवलं."

"अजबच म्हणायचं..."

"होय.. सारं अजबच घडलं खरं!"

बाबासाहेबांनी चमकून एकदम मागे बघितलं. त्यांचा चाळीतला समवयस्क मालू नावाचा मित्र मागे उभा होता.

बाबासाहेबांकडे बघून मालूनं सारी हकीगत सांगितली.

महाडचा सत्याग्रह स्थगित केल्यानंतर काही मंडळींच्या बरोबर बाबासाहेब रायगड किल्ल्यावर गेले होते. त्या ठिकाणी त्यांना मराठ्यांनी बेदम मारलं आणि ते हॉस्पिटलमध्ये पडून आहेत, अशी बातमी रमाबाईंच्या कानावर गेली. ती बातमी कळल्यानंतर रमाबाईंनी हंबरडा फोडला आणि जमिनीवर अंग टाकून दिलं. चाळीतल्या साऱ्या आयाबाया त्यांच्याभोवती गोळा झाल्या. त्यांनी त्यांचं खूप सांत्वन केलं. रमाबाईंचं रडणं थांबलं, पण त्या आतून धुमसत होत्या. त्यांच्या डोळ्यांतलं पाणी खंडलं नाही. त्यांनी अन्नपाणी वर्ज्य केलं.

बाबासाहेबांनी गहिवरून विचारलं, "अजून उपाशी आहे का रे माझी रामू?"

मालूनं सांगितलं, "राहिलीच असती उपाशी! पण दुसऱ्या दिवशी महाडच्या लोकांनी येऊन तू सुखरूप असल्याचं सांगितलं. मग त्यांनी भवानीसमोर ठाण मांडलं आणि डोळ्यांत प्राण आणून तुझ्या वाटेकडे बघत राहिल्या... काय करणार बिचाऱ्या? नवरा हा असा..."

बाबासाहेब हसायला लागले तेव्हा मालू पुढे म्हणाला, "तरी त्या दिवशी तुला लोक सांगत होते की, साहेब, आधी घरी जा. मग ऑफिसात परत या. बाईंना बरं वाटेल! यावर तू निर्दयपणानं काय म्हणालास? म्हणालास की, अरे या बायका सारख्याच! अरे, यांच्या इच्छा-आकांक्षेकडे आपण पाहत राहिलो तर आपल्या हातून कोणतंही कार्य होणार नाही... मला केससाठी रात्रीच्या गाडीनं कोल्हापूरला जायचं आहे. मला केसची तयारी करायला हवी! त्या दिवशी सहस्रबुद्धे म्हणाले तेच खरं! तुम्ही पत्नीबद्दल फार बेफिकीर आहात असं ते म्हणाले, नाही का?"

त्या दिवसाप्रमाणेच बाबासाहेब आताही गंभीर झाले. म्हणाले, "अरे मित्रा, सगळ्यांचा माझ्यावर हाच आरोप आहे. पण खरं सांगू? माझी बायको, मुलंबाळं आणि माझी लायब्ररी यांच्यावर मी खरोखरच मनापासून प्रेम करतो... सारखंच! पण ते प्रेम व्यक्त करण्याचा माझा मार्ग तुमच्यापेक्षा वेगळा आहे. म्हणून कदाचित मी तुम्हाला निर्दय वाटत असेन. पण खरोखरच रमावर माझं भारी प्रेम आहे. तिच्यामुळेच माझा आजवरचा प्रवास सुखरूप झाला आहे. तिनं जर हा स्वार्थत्याग केला नसता तर मी वाऱ्यावर उडून गेलो असतो."

मालू कडवटपणानं म्हणाला, "रमाचा त्याग आणि तुझा स्वार्थ! वा रे वा! छान जोडी जमलीय... अरे, ते बघ, तिनं तुला देव बनवलंय..."

मध्येच रमाबाई म्हणाल्या, "नका असं बोलू मालू भावजी! माझे ते देवच आहेत... देव भक्ताला रोज रोज थोडंच दर्शन देत असतो? म्हणून तर ही तसबीर ठेवलीय त्यांची! त्यांचं बाहेरचं कार्य पार पडलं पाहिजे. ते बाहेर गेले तरी सतत माझ्या हृदयात आहेत बघा!"

"वा वा! रमावहिनी, तुम्ही कमालच केलीत की! शेवटी नवरा-बायको एकच होणार! मी आपला जातो कसा!"

जाताना मालू बाबासाहेबांना म्हणाला, "आता कर बाहेर जाऊन हवं तेवढं कार्य! बायकोनंच तुला परवानगी दिलीय."

सगळे हसायला लागले.

मालू निघून गेल्यावर रमाबाई म्हणाल्या, "आमच्या हातावर तुरी देऊन महाडला निघून गेलात... मी आणि जाऊबाईंनी वळकटी-ट्रंक तयार ठेवली होती."

"रामू, तू एवढा संसाराचा जिकिरीचा गाडा ओढतेस.. खंगून गेली आहेस बघ! आणखी कुठे तुला उघड्यावर नेऊ? घरातच उन्हाळे-पावसाळे तुझ्या वाट्याला

आलेत! त्यात भर कशाला?''

''आपण म्हणाला होता... रामाच्या पाठोपाठ सीताही सावलीसारखी वनवासात गेली... आम्हीही तिथे रांधणीवाढणी केली असती म्हटलं...''

''अग, तू एवढी घरी साथ देत आहेस मला...''

''बाहेरही दिली असती... समजलं असतं पुरुषांचं बाहेरचं जिणं!''

बाबासाहेबांना फॅनीची आठवण झाली. तीही लंडनला असताना असंच काहीतरी म्हणाली होती. पण ती गौरकाय परकी युवती होती आणि ही लग्नाची पतिव्रता पत्नी होती.

रमाबाईंचं बोलणं ऐकून बाबासाहेबांना भडभडून आलं. ते म्हणाले, ''खरं तर तुमच्यासारख्या बायकांनी घरी राहूनच आपापल्या नवऱ्याला साथ द्यायला हवी! बाहेरच्याप्रमाणे घरचंही काम तितकंच महत्त्वाचं असतं. नाहीतरी आपल्या स्त्रिया आत्तापर्यंत कुठे बाहेर पडल्या होत्या?''

रमाबाईंनी निरागसपणानं विचारलं, ''सत्याग्रहाला आपल्या आयाबाया आल्या होत्या ना?''

रमाबाईंकडे चमकून बघत बाबासाहेब म्हणाले, ''आल्या होत्या तर! खूप आयाबाया आल्या होत्या. त्यांनी आता घराबाहेर पडायला हवं, असंच मी त्यांना सांगितलं. पण सध्या आपल्या राष्ट्राचीच परिस्थिती चमत्कारिक झाली आहे. म्हणून मी तसं सांगितलं. आपल्या देशाला सुलटे दिवस यायला हवे असतील तर सध्या तरी उलटंच वागायला हवं!''

''ते जाऊ दे... पण रायगडला काय झालं ते सांगा. आपल्याला मराठ्यांनी तिथे मारलं आणि आपण हॉस्पिटलमध्ये आहात असं मला समजल, तेव्हा माझे प्राण डोळ्यांत आले. आपल्या वाटेकडे माझे डोळे लागले. आपण केस चालवायला परस्पर कोल्हापूरला गेलात हे मला समजलं. पण मला वाटलं, माझी समजूत काढण्यासाठी मला तसं सांगताहेत. आपल्या जिवावर काही संकट...''

''रामू, माझा जीव घेणारी मंडळी अजून जन्मायचीत... कुणी माझा जीव घ्यावा, असं मी काय केलंय? चांगलंच काम मी करतो आहे ना?''

''ते खरंय हो... पण माझं वेडं मन...''

''आणि मी म्हणतो, अशा प्रकारचं कार्य करताना जीव गेला...''

त्यांच्या तोंडावर हात ठेवत रमाबाई म्हणाल्या, ''असं बोलायचं नाही हं! माझं कुंकू बळकट आहे... पण रायगडला काय झालं ते सांगा की!''

मग बाबासाहेबांनी ती सारी हकिगत सांगितली.

परिषद संपली. सत्याग्रह स्थगित झाला. मुंबईच्या दहा-बारा निवडक मंडळींसह बाबासाहेब रायगडला जायला निघाले. वाटेत त्यांच्या दर्शनार्थ शेकडो मंडळी येत

होती. पाचवाले गावची काही मराठे मंडळी त्यांना भेटायला आली. बाबासाहेबांनी त्यांना विचारलं, ''चवदार तळ्यावरील सत्याग्रहाबद्दल तुम्हाला काय वाटतं?''

त्या मंडळींनी सांगितलं, ''जुनी रूढी आहे... बामण लोक याला धर्म म्हणतात. बामणांनी आम्हाला बुडवलं. त्यांनी केलं ते आम्ही करतो.''

असंख्य अस्पृश्य मंडळीही त्यांच्या दर्शनार्थ येत होती. अस्पृश्य महिला त्यांना ओवाळत होत्या. त्या रात्री पाचाडला मंडळी मुक्काम करणार होती. रानावनातून जाण्याचा मार्ग होता. गप्पागोष्टी करत आणि गात गात मंडळी चालली होती. अधूनमधून शिवाजी महाराजांचा जयजयकारही चालला होता.

बाबासाहेब चित्र्यांना म्हणाले, ''शिवाजी महाराजांचे एकनिष्ठ मावळे असेच रात्रीबेरात्री रायगडावर जात असतील. त्या वेळी या भागात किती कडेकोट बंदोबस्त असेल, नाही का?''

सहस्त्रबुद्धे म्हणाले, ''आताही महाराजांच्याबरोबर चालल्यासारखं वाटतंय.''

त्यांच्या बोलण्यातला आशय बाबासाहेबांना समजला. पण तो दृष्टीआड करून ते म्हणाले, ''शिवाजी महाराज... फार थोर पुरुष होऊन गेला... स्पृश्य-अस्पृश्य असले अमंगळ भेदाभेद त्यांनी राखले नाहीत. त्यांच्या पदरी त्यांनी अस्पृश्य बाळगले. स्वराज्याला उपयोगी तो जवळचा, तो आपला, असाच त्यांचा दंडक होता.''

सकाळी उठल्यानंतर त्यांनी प्रथम रायगडावरील राजवाडा बघितला. नंतर बाजारपेठ बघितली. जगदीश्वर देवी आणि मारुती ही देवालयं बघितली. सभामंडप बघितल्यानंतर सारी मंडळी महाराजांच्या समाधीकडे गेली.

समाधीची अवस्था पाहून बाबासाहेब म्हणाले, ''खरोखर इथे लोकांचा राजा नांदला. या समाधीवर महाराजांचा तांब्याचा पुतळा बसवायला हवा!''

बाबासाहेब गंभीर बनले. त्यांच्या वृत्ती जुन्या ऐतिहासिक काळात जाऊन स्थिरावल्या. मनाच्या त्याच गंभीर अवस्थेत त्यांनी सात तलाव, दारूखाना, टकमक टोक, हिरकणी बुरुजाच्या टोकाला असलेलं रायनाकाचं पडकं घर आणि तळी बघितली. गडाच्या माथ्यावरून भोवतालचा देखावा रुक्ष आणि भयानक भासत होता. परंतु बाबासाहेबांच्या दृष्टीसमोर महाराजांच्या काळच्या वैभवशाली देखाव्याचं चित्र सरकत होतं. त्या वैभवसंपन्न राजवटीतील नांदती देवालयं, त्या देवालयांतील जागती दैवतं, पाण्यानं तुडुंब भरलेल्या विहिरी, विशाल तलाव, दिमाखदार राजवाडा, बोलका अंबरखाना, गजबजलेली बाजारपेठ आणि सुसज्ज दारूखाना या साऱ्या बोलक्या वास्तू त्यांच्या डोळ्यांसमोर उभ्या राहिल्या.

गदगदल्या स्वरात ते म्हणाले, ''एके काळी केवढं वैभव इथे नांदत होतं ते पाहा! टिकायला हवं होतं हे सारं वैभव- पण टिकून राहिली आहे ती आपली

अस्पृश्यता! इथले राजवाडे गेले, राजे गेले, त्यांचं वैभव गेलं... पण ही अस्पृश्यतेची रूढी बघा किती चिवट आहे. काळालादेखील या रूढीचं भक्षण करता आलं नाही.''

मंडळी धर्मशाळेत परतली तेव्हा सूर्य क्षितिजापलीकडे गेला होता. पश्चिम क्षितिजावर रेंगाळणारा रक्तिमाही काळ्या रंगानं पुसून टाकला होता. गडावरचे पक्षी चिडीचिप झाले होते. मातेला बिलगून मूल झोपावं त्याप्रमाणे नवनिर्मित पालवी वृक्षांच्या कुशीत विसावली होती. सारा निसर्ग शांततेत विलीन झाला होता. वातावरण निःस्तब्ध बनलं होतं.

स्नान करून मंडळींनी सात वाजताच जेवण उरकून घेतलं आणि त्यांनी आपले बिछाने जवळ केले.

रात्री दहा वाजता त्यांची मध्यरात्र झाली. दमलेली माणसं गाढ निद्रेत पुरती विसावली होती.

एवढ्यात कुणीतरी खिडकीतून पाणी टाकलं. ते नेमकं बाबासाहेब आणि सहस्रबुद्धे यांच्या अंगावर पडलं. ते दचकून उठले.

पाठोपाठ आवाजही आला, 'वैऱ्याची रात्र आहे. सावध राहा!'

त्यांनी दार उघडलं. बाहेर हातात टेंभे घेऊन दहा-बारा मंडळी उभी होती.

बाबासाहेबांनी त्यांना विचारलं, ''काय हवंय तुम्हाला? आम्हाला मारायचंय?''

त्यांच्या प्रश्नांकडे दुर्लक्ष करून त्या मंडळींमधील म्होरक्या म्हणाला, ''तुम्हाला मारण्यासाठी मराठे लोक बंदुका घेऊन येताहेत, असं आम्हाला समजलंय. म्हणून आम्ही तुमच्या बचावासाठी खोऱ्यातून आलो आहोत.''

रात्र संपली, पण कुणीही मारेकरी आला नाही.

सकाळी आठ वाजता मंडळी गडाखाली उतरायला लागली. मुख्य दरवाजाच्या तोंडावर शंभर मंडळी जमलेली दिसली.

बाबासाहेबांनी विचारलं, ''कोण मंडळी तुम्ही?''

''या.... आम्हीच आहोत!''

सर्वांचा जीव भांड्यात पडला.

बाबासाहेब त्यांच्याकडे बघत भारावलेल्या मनानं म्हणाले, ''तुमच्या या भक्तीबद्दल तुम्हाला द्यायला माझ्याजवळ काहीही नाही!''

त्यांच्यापैकी एक जण म्हणाला, ''जे लोकांचं काम करतात त्यांच्या पाठीशी आम्ही मावळे असतो!''

''अरे, पण मी अस्पृश्य...''

त्यांचं बोलणं पुरं व्हायच्या आतच एक मावळा म्हणाला, ''आम्ही जातपात मानत नाही. महाराजांचीच चालत आलेली ही शिकवण आहे.''

मग 'शिवाजी महाराजकी जय' या जयघोषानं सारा परिसर दुमदुमून गेला आणि

सारी मंडळी बाबासाहेबांच्या बरोबर गडाखाली उतरली.

गडाखाली उतरल्यावर बाबासाहेब त्या मावळ्यांचा निरोप घ्यायला लागले तेव्हा ते म्हणाले, ''छे छे! आम्ही तुम्हाला महाडपर्यंत पोचवायला येणार!''

बाबासाहेबांच्या स्वागतार्थ तिथे बरीच मंडळी जमली होती. रायगड खोऱ्यातील महिलाही तिथे आल्या होत्या. त्यांनी बाबासाहेबांना ओवाळलं. ओवाळताना म्हणाल्या, ''अरिष्ट टळलं, देवानं भलं केलं!''

त्या गर्दीतून एक वृद्ध गृहस्थ पुढे आला आणि त्यानं बाबासाहेबांचे पाय धरले.

त्याला उठवून बाबासाहेब म्हणाले, ''बाबा, देवाच्या पाया पडायचं असतं!''

''तुम्हीच आमचे देव नाही का? या देवावर संकट आलं होतं. बा, महारवाडा राती सुना होता.''

''बाबा, लोकांनी मला मारावं असं मी काय केलंय?''

''बा, चांगलं केलेलंही दुष्ट लोकांना बघवत नाही. हे सारे राक्षस आहेत बघा!''

''छे, छे! राक्षस कुठले? ते आपलेच लोक आहेत. खऱ्या रस्त्यावरून ते आडरानात गेले आहेत, एवढंच!''

मग जमलेल्या मराठे मंडळींना त्यांनी सांगितलं, ''माणूस हा इथूनतिथून सारखाच असतो. कुणीही स्पृश्य नाही, कुणीही अस्पृश्य नाही! आपण सारी माणसं आहोत. काळाप्रमाणे पावलं टाका!''

पाचाडला तर चांभार महिलांनीच त्यांना आरती ओवाळली. वाटेत दह्यादुधाची रेलचेल झाली.

ही सारी हकिगत सांगून बाबासाहेब म्हणाले, ''मला काहीही झालं नाही आणि होणारही नाही. कामकर्त्या माणसानं कचरता कामा नये.''

रमाबाई हसून म्हणाल्या, ''मी बरोबर असायला हवे होते.''

''मग काय झालं असतं?''

''बायको हे नवऱ्याचं कवच आहे...''

''हे कवच शेवटच्या क्षणी उपयोगी पडतं का? रामू, शंकराचार्यांचं म्हणणं मला पटतं. कोणाची बायको, कोणाचा मुलगा... या जगात आपण एकटे आलो अन् एकटेच जाणार, असा विचित्र संसार आहे हा!''

असं म्हणून ते हसत सुटले.

रमाबाई मात्र गंभीर होऊन म्हणाल्या, ''माणसानं मरणाची भाषा कधी बोलू नाही. चला, मी आता आपल्याला ओवाळते.''

''ओवाळ, ओवाळ... माझी सावित्री आहेस ना तू!''

त्यांचं हसणं थांबलं नव्हतं. रमाबाई आरतीची तयारी करायला लागल्या.

एवढ्यात मालू पुन्हा आला. आल्या आल्या म्हणाला, ''नवरा-बायकोचं अजून

खलबत चाललं आहे का रे?''

"होय. तू कशाला आलास मध्ये कडमडायला?''

"म्हटलं, आता बराच वेळ झाला... आम्हालाही मित्राशी काही बोलायला मिळेल.''

"काय बोलायचंय आता?''

मालूनं गंभीरपणानं विचारलं, "काय रे,तू म्हणे शिवाजी महाराजांच्या सिंहासनावर बसलास, म्हणून लोक तुला मारायला आले होते, असं समजलं आम्हाला! तू म्हणे राजा बनलास!''

बाबासाहेब हसून म्हणाले, "राजा बनलोही असेन, पण शिवाजीराजा नाही. त्यांच्या सिंहासनावर बसायला मला वेड का लागलं आहे.... त्या सिंहासनाला मी दुरूनच मुजरा करणार.''

मग गंभीरपणानं म्हणाले, "मालू, परिषद संपल्यानंतर आम्ही महाडची बुद्धकालीन लेणी बघायला गेलो. तिथे बौद्ध भिक्षुकांची आसनं बघितली. बुद्धकालीन मंगलमूर्ती बघितल्या. बौद्ध भिक्षूंनी ब्रह्मचर्य व्रत स्वीकारून, दारिद्र्याचं वाण घेऊन निःस्वार्थी बुद्धीनं जी सेवा केली, ती मला आठवली. असलं कठोर सेवाव्रत जगात कुठे आढळणार नाही. तिथल्या आसनावर बुद्धकालीन धर्मोपदेशक बसले म्हणून त्या आसनावर कुणी बसू नये, असं मी साऱ्यांना बजावलं होतं. त्या आसनावर मस्तक टेका, पण तिथे बसू नका,'' असं मी साऱ्यांना सांगितलं होतं... आणि म्हणे मी शिवाजी महाराजांच्या सिंहासनावर बसलो! पवित्र असलेल्या थोरांचा आदर कसा करावा, हे ज्ञान मला उपजतच मिळालेलं आहे.''

काही वेळ थांबून ते म्हणाले, "मालू, या बुद्धानं मात्र मला लहानपणापासून वेड लावलं आहे. त्याच्याप्रमाणेच मला प्रबुद्ध बनायचं आहे. सगळीकडे समतेचं राज्य प्रस्थापित करायचं आहे. आत्ताशी कुठे माझ्या कार्याची मुहूर्तमेढ मी रोवली आहे. भावी कालातील कार्याचं तोरण बांधलं आहे.''

रमाबाई आणि मालू त्यांच्याकडे नुसते बघत राहिले होते. कुणीतरी युगपुरुष आपल्या समोर उभा राहून भविष्यवाणी उच्चारतो आहे, असा भास त्यांना झाला.

❑

युद्धाची ठिणगी पडली!

रामनवमी- ९ एप्रिल १९३०. त्या दिवशी नाशिकला रामाच्या रथाची मिरवणूक निघाली. त्या रथयात्रेचं दर्शन घेण्यासाठी हजारो भाविक जमले होते. मंदिरप्रवेशाचा सत्याग्रह सुरू होऊन महिना उलटून गेला होता. हजारो अस्पृश्य सत्याग्रहींनी या सत्याग्रहात भाग घेण्यासाठी नाशिकला ठाण मांडलेलं होतं. ३ मार्च रोजी हा मंदिरप्रवेशाचा सत्याग्रह डॉ. आंबेडकरांनी सुरू केलेला होता. १२ मार्चला महात्मा गांधींनी मिठाच्या सत्याग्रहाला प्रारंभ केला होता. आंबेडकरांचा लढा होता सामाजिक स्वातंत्र्यासाठी आणि महात्माजींचा लढा होता राजकीय स्वातंत्र्यासाठी! आंबेडकरांचा लढा होता माणुसकीला कलंक लावणाऱ्या कर्मठ सनातन्यांविरुद्ध, तर गांधीजींचा लढा होता राष्ट्राचं स्वातंत्र्य हिरावून घेतलेल्या अमानुष ब्रिटिश सत्तेविरुद्ध! एका पक्षाला न्याय हवा होता स्वकीयांविरुद्ध, तर दुसऱ्या पक्षाला न्याय हवा होता परकीयांविरुद्ध! दोन्ही पक्षांवर अन्याय झालेला होता आणि सत्याग्रहाच्या रूपानं त्यांनी न्यायासाठी हाक दिलेली होती.

त्यातल्या त्यात डॉ. आंबेडकरांना लढायचं होतं ते स्वकीयांविरुद्ध आणि हजारो वर्षांच्या अन्याय्य रूढीविरुद्ध!

३ मार्चला नाशिकच्या मंदिरप्रवेशासाठी सत्याग्रह सुरू झाला. सत्याग्रहींच्या पहिल्या तुकडीत सव्वाशे पुरुष आणि पंचवीस महिला होत्या. ही मंडळी राममंदिराच्या चारही प्रवेशद्वारांसमोर धरणं धरून बसली. शिबिरात आठ हजार सत्याग्रही सत्याग्रहात भाग घेण्यासाठी वाट बघत बसले होते. दलित वर्गातील तीन हजारांचा जमाव सत्याग्रहाचं हे दृश्य बघत उभा होता. पण मंदिराचे सर्व प्रमुख दरवाजे बंद करण्यात आले होते. चोरवाटेनं पुजारी आत जात-येत होते. रामालाच स्पृश्य मंडळींनी

बंदिवान करून टाकलं होतं.

आदल्या वर्षीच्या ऑक्टोबरमध्येच नाशिकच्या अस्पृश्य पुढाऱ्यांनी मुंबईला जाऊन बाबासाहेबांशी सत्याग्रहाबद्दल विचारविनिमय केला होता. त्या वेळी त्यांची प्रकृती बरी नव्हती. ते अंथरूण धरून होते. अमरावती, महाड आणि पुणं येथील सत्याग्रहांत त्यांना कामाचा फार ताण पडला होता.

नाशिकच्या पुढारी मंडळींना बाबासाहेब म्हणाले, ''महाडच्या केसचा निकाल आपल्या बाजूनं लागला तर ठीक आहे. निकाल विरुद्ध गेला तर त्याचे परिणाम नाशिकच्या सत्याग्रहावर होतील. म्हणून मला वाटतं, नाशिकच्या सत्याग्रहाबद्दल सध्या तरी गडबड करू नये.''

नाशिकचे कार्यकर्ते हट्ट धरून बसले. म्हणाले, ''काय व्हायचं असेल ते होऊ दे, पण आपण हा सत्याग्रह सुरू करू या...''

बाबासाहेब पुन्हा म्हणाले, ''या सत्याग्रहापेक्षा अस्पृश्यांच्या राजकीय हक्कांना मी आता अधिक महत्त्व देतो. त्यासंबंधी इथे किंवा विलायतेत लवकरच वाटाघाटी सुरू होतील. त्या वेळी काय घडेल या गोष्टीचा आता विचार करायला हवा. तिथे जर आपल्याविरुद्ध परिस्थिती निर्माण झाली, तर या सत्याग्रहाची आपल्याला अडचण होईल... म्हणून मला वाटतं की, काही काळ थांबावं.''

नाशिककर कार्यकर्ते म्हणाले, ''या सत्याग्रहाच्या वेळी आम्ही तुम्हाला फारसा त्रास देणार नाही. तुम्ही तिकडे आपल्या राजकीय हक्कासाठी काय करायचं ते करा... इकडे फक्त आपल्या या सत्याग्रहाचं पुढारीपण स्वीकारा!''

बाबासाहेब हसून म्हणाले, ''ठीक आहे. तुमच्या या उत्साहावर मी विरजण टाकत नाही. या सत्याग्रहाला मी संमती देतो.''

लगेच सत्याग्रह समितीची स्थापना झाली. भाऊराव गायकवाड त्या समितीचे चिटणीस बनले. लगेच त्या समितीततर्फे काळ्या रामाच्या मंदिराच्या पंचांना मंदिर-प्रवेशाची आणि सत्याग्रहाची नोटीसही दिली.

१९३० सालच्या २ मार्चपासून नाशिकच्या महारवाड्याच्या भव्य पटांगणात भव्य मंडप पडला. पटांगणाकडे सत्याग्रही मंडळींची रीघ लागली. साधुसंतांच्या उक्तींनी आणि म्हणींनी तो मंडप सुशोभित करण्यात आला. मध्यभागी अध्यक्षांसाठी उच्चासन तयार झालं. सकाळपासून सत्याग्रहींचे जथेच्या जथे येत होते. 'डॉ. बाबासाहेब आंबेडकर की जय' या जयघोषानं आणि टाळ्यांच्या कडकडाटात त्यांचं स्वागत केलं जात होतं.

दुपारी दीड वाजता बाबासाहेबांच्या अध्यक्षतेखाली सभेला सुरुवात झाली. हा सत्याग्रह शांततामय मार्गानं व्हायला हवा, असं बाबासाहेबांनी आपल्या भाषणात बजावलं. सत्याग्रहासाठी निधीही जमविण्यात आला.

या सभेनंतर दुपारी तीन वाजता भव्य मिरवणूक निघाली. मिरवणुकीच्या अग्रभागी नाशिक रोडच्या बहिष्कृत हितचिंतक सेवासंघाचा लष्करी बॅन्ड होता. त्याच्या पाठीमागून चारचारच्या रांगेतून मंडळी चालली होती. अधूनमधून बासरी, सनई आणि तुतारी यांचाही घोष चाललेला होता. या मिरवणुकीची आघाडी गोदावरी पुलावर, तर पिछाडी देवळाली नाक्यावर होती. वादकांच्या तुकडीमागून बालवीरांचं पथकही चाललं होतं. त्या पथकामागून महिला गाणी गात चालल्या होत्या. 'श्रीराम जयराम, जयजय राम' असं एकतारीवर भजन म्हटलं जात होतं आणि ते भजन म्हणणारे होते वारकरी आणि बैरागी! सत्याग्रहींच्या मुखावर निर्धाराची वेगळीच कांती दिसत होती.

ही अभूतपूर्व मिरवणूक राममंदिराजवळ येताच तिथल्या पोलिसांचा फौजफाटा मंदिराच्या दरवाजाजवळ गेला. मंदिराचे सारे दरवाजे बंद करून घेतलेले होते... ते पाहून ती मिरवणूक गोदावरीच्या घाटावर गेली. तिथे प्रचंड सभा होऊन सत्याग्रहाच्या जयघोषात ती समाप्त झाली.

रात्रीच्या जेवणानंतर बाबासाहेब कार्यकर्त्यांना म्हणाले, ''देवळाचे सारे दरवाजे बंद करून घेतलेले आहेत... तेव्हा...''

एक उत्साही कार्यकर्ता मध्येच म्हणाला, ''आपण दरवाजे फोडू!''

बाबासाहेबांनी त्या कार्यकर्त्याला विचारलं, ''कसे काय? तिथे पोलिसांचा फौजफाटा ठाण मांडून बसलेला बघितला आहे ना? तुमच्यावर त्यांनी गोळीबार केला, तर फुकट मराल तुम्ही... तुमची बाजू न्याय्य असूनही!''

यावर तो उत्साही कार्यकर्ता गप्प बसला.

मग बाबासाहेब म्हणाले, ''मंदिराचे सारे दरवाजे बंद आहेत. तरीही आपल्याला सत्याग्रह करायचा आहे. आपल्या सत्याग्रहाचं स्वरूप आपण थोडं बदलू या. आपली मंदिरप्रवेशाची मागणी पुरी होईपर्यंत तिथे धरणं धरावं लागेल. असं धरणं निर्धारानं धरून बसणाऱ्या सत्याग्रहींची नावं आपण नोंदवली पाहिजेत.''

अशी नावं नोंदविली गेली आणि दुसऱ्या दिवसापासून मंदिरासमोर धरणं धरून बसण्याचा सत्याग्रह सुरू झाला.

मंदिराच्या परिसरात कलेक्टर गॉर्डनसाहेब, पोलिस कमिशनर रेनॉल्ड्स यांचा बंदोबस्त पक्का होता. बंदूकधारी सैनिक तिथे शिस्तीनं उभे होते. हजारो लष्करी शिपायांनी देवळाभोवती कडं केलं होतं.

स्पृश्य पुढारी आणि शंकराचार्य डॉ. कुर्तकोटी यांचीही हा सत्याग्रह मोडण्याबद्दल गुप्त खलबतं चालली होती.

मधल्यामध्ये श्रीराम मात्र बंदिस्त होऊन बसले होते.

खादीटोपीधारी हजारो सत्याग्रही गावातून हिंडत होते. मोजके सत्याग्रही दिवसरात्र

धरणं धरून बसत होते. महारवाड्यात जाऊन जेवत होते. एके दिवशी नाशिककर मंडळींनी तेरा-चौदा हजार सत्याग्रहींना पंचपक्वान्नांचं जेवण दिलं.

पण ते जेवण त्यांना गोड लागलं नाही. कित्येक जण म्हणाले, ''या जेवणाऐवजी आम्हाला आमची भाकरी बरी वाटते. पण आम्हाला तुम्ही न्याय द्या! समानतेनं वागवा... तुमच्याप्रमाणे मंदिरात जाऊन आम्हाला एकदा रामाचं दर्शन घेऊ द्या! तुमच्याप्रमाणेच तो राम आमचाही आहे!''

पण स्पृश्य हिंदूंची न्यायदेवता कठोर होती. तिनं अस्पृश्य बंधूंची ही हाक ऐकली नाही. श्रीराम बंदिवासातच राहिले.

अशा स्थितीत धरणं धरण्याचा सत्याग्रह रामनवमीपर्यंत सुरूच होता. रामजन्माच्या दिवशी रथयात्रा निघणारच होती.

स्पृश्य हिंदू पुढारी आणि सत्याग्रहाचे नेते यांच्यात एक तडजोड ठरली. दोन्ही बाजूंच्या दणकट लोकांनी रामाचा रथ ओढून रथयात्रेत भाग घ्यावा, असं ठरलं.

ही रथयात्रा बघण्यासाठी मंदिराजवळ अलोट जनसमुदाय जमला.

आपल्या समाजातील दणकट लोकांना आपल्याबरोबर घेऊन डॉ. आंबेडकर मंदिराजवळ आले. त्यांनी पोलिस अधिकाऱ्यांना सांगितलं होतं, ''रथ ओढण्यात आमचे लोक सामील करून घ्यायचं ठरलं आहे. तशी आमची तडजोड झालेली आहे. तुम्ही मात्र आम्हाला समान वागणूक द्या!''

परंतु अस्पृश्य मंडळींनी रथाच्या दोरखंडांना हात लावताच हिंदू पोलिसांनी त्यांना मारायला सुरूवात केली. मग दगडफेक आणि मारामारी सुरू होऊन गोंधळ माजला. 'हाणा... मारा... ठोकून काढा...'' या शब्दांनी वातावरण भरून गेलं.

त्या गडबडीत स्पृश्य हिंदूंनी आधीच ठरल्याप्रमाणे हुलकावणी देऊन रथ दुसऱ्या वाटेनं पळवला. तो रस्ता फारच अरुंद होता. आजूबाजूला काटेरी कुंपणं होती. संगिनधारी पोलिसांनी तो रस्ता तोंडाशी रोखलेला होता.

अस्पृश्य कार्यकर्ते ओरडत होते, 'धावा धावा... रथ पकडा...' त्यांच्यावर दगडविटांचा वर्षाव व्हायला लागला. रक्त सांडू लागलं. संगिनधारी पोलिस गोळीबाराच्या आज्ञेची वाट बघत होते. अस्पृश्य सत्याग्रही त्या रथाच्या पाठोपाठ सैरभैर धावत होते. त्यांची डोकी दगडांनी फुटत होती, पण त्यांच्यापैकी कित्येकांनी बाबासाहेबांच्या डोक्यावर छत्री धरली होती आणि दगडांच्या माऱ्यापासून त्यांचा बचाव केला होता.

बाबासाहेब ठाण मांडून एका जागी उभे होते.

एवढ्यात संगिनधारी पोलिसांचं कडं फोडून भास्करराव कद्रेकर या नावाचा एक भंडारी तरुण आत घुसला. थोड्याच वेळात तो रक्ताच्या थारोळ्यात बेशुद्ध होऊन पडला. त्या धुमश्चक्रीत कित्येक कार्यकर्ते आणि आंबेडकरही जखमी झाले.

मग या पिसाट स्पृश्य हिंदू मंडळींनी पंचवटीतल्या सत्याग्रह आश्रमावर हल्ला

केला. तिथल्या स्वयंसेवकांना त्यांनी बेदम मारपीट केली. भटारखान्यात घुसून त्यांनी धान्याची फेकाफेक केली. भांडी उधळून दिली. स्वयंपाकाची नासधूस केली. महाडला जे झालं तेच इथे झालं. स्पृश्य हिंदूंच्या लेखी असलेलं ते पूर्णब्रह्म मानण्यात येणारं अन्न मातीत मिसळलं. ब्रह्माशी ते अन्नब्रह्म एकरूप होऊन गेलं.

त्या वेळी हिंदू पोलिसांनी काहीही केलं नाही.

डॉ. बाबासाहेब आंबेडकर महारवाड्यातील रात्रीच्या बैठकीच्या वेळी म्हणाले, ''जे पुण्याच्या पर्वतीच्या सत्याग्रहाच्या वेळी झालं, तेच आताही झालं. त्या वेळी देवळाचे दरवाजे बंद करून घेतले. एक मरतुकडं कुत्रं आत शिरलं. पण त्याला कुणीही हाड देखील म्हटलं नाही. स्पृश्य हिंदूंनी अस्पृश्य सत्याग्रहींना त्याही वेळी जबरदस्त मारहाण केली... काकासाहेब गाडगीळांनादेखील मारायला कमी केलं नाही. अस्पृश्यांना तर तिथल्या कच्च्या सीताफळांनी मारलं. राजभोजांना तर हॉस्पिटलमध्ये पाठवावं लागलं. 'ही महार देवळात कशी घुसतात ते पाहू!' अशा धमक्याही दिल्या. सत्याग्रही भजन करत पर्वतीच्या पायऱ्या चढले, पण त्या त्यांच्या भजनांना उत्तर मिळालं शिव्याशापाच्या लाखोलीनं! तिथेही कलेक्टर, पोलिस अधिकारी हजर होते, पण स्पृश्य हिंदूंची ही गुंडगिरी ते मुकाट्यानं बघत होते. त्यांनी नाममात्र हालचाल केली एवढंच! हे राज्यच स्पृश्य हिंदूंच्या बाजूचं आहे. आपण तरी त्याला काय करणार?''

बोलताना ते संतप्त होऊन गप्प बसले; पण अगतिक मात्र झालेले दिसत नव्हते.

ते म्हणाले, ''कोणतीही क्रांती एकदम थोडीच यशस्वी होत असते? इंग्रजांचा इथला अंमल फार तर शे-दीडशे वर्षांचा, पण ही घातक रूढी हजारो वर्षांची! वीस सालच्या असहकाराच्या चळवळीनं स्वराज्य मिळालं का? गांधीजींनी तर एक वर्षात राष्ट्राला स्वातंत्र्य मिळवून देण्याचं अभिवचन दिलं होतं. आता त्यांचा मिठाचा सत्याग्रह सुरू झाला आहे. त्या सत्याग्रहानं स्वराज्य कदाचित मिळणारही नाही. परंतु म्हणून तो सत्याग्रह करायला नको होता, असं थोडंच म्हणता येणार आहे? आपल्याही सत्याग्रहाबद्दल तेच! कोणतीही चळवळ कणाकणानंच पुढे जात असते. तशीच ती जायला हवी! त्यागाशिवाय मिळणाऱ्या फळाची किंमत माणसाला कळत नसते.''

एवढं सांगितल्यावर ते काही काळ थांबले. मग म्हणाले, ''लॉर्ड बायरन या फार मोठ्या आंग्ल कवीनं आपल्या एका कवितेत सांगून ठेवलं आहे की, कोणत्याही क्रांतीचा ध्वज बापाच्या खांद्यावरून त्याच्या मुलाच्या खांद्यावर उतरत असतो. आपल्या कबिरानंही एका दोह्यात म्हटलं आहे की, कोणतंही ध्येय गाठीपर्यंत माणसानं थकून जाता कामा नये. निर्वाणपदासाठी भगवान बुद्धानं हाडाची काडं

केली, तेव्हाच त्याला ज्ञानप्राप्ती झाली! आपलं ध्येय गाठण्यासाठी आपल्यालाही अशीच तपश्चर्या करावी लागणार आहे.''

सारे लोक मनाचा कान करून ऐकत होते. जणू आधुनिक बुद्ध निरंजना नदीच्या काठावरील बोधीवृक्षाखाली बसून आपल्या लोकांना मोक्षप्राप्तीचं ज्ञान देत होता.

१२ मे रोजी नाशिकहून मुंबईला परतल्यानंतर डॉ. आंबेडकरांना सर्वपक्षीय परिषदेला हजर राहण्याचं निमंत्रण सर तेजबहादूर सप्रू यांच्याकडून मिळालं. या परिषदेला हजर राहणं फार महत्त्वाचं होतं. सायमन कमिशनच्या शिफारशी, काँग्रेसची सविनय कायदेभंगाची चळवळ यांसारख्या प्रमुख गोष्टींचा खल त्या परिषदेत होणार होता.

दरम्यान नाशिकच्या सत्याग्रहाचा प्रश्न सोडविण्यासंबंधीची योजना शंकराचार्य डॉ. कुर्तकोटी आणि डॉ. मुंजे यांनी सुचविली.

मे १९३० अखेर आपला सत्याग्रह तहकूब करावा, असं डॉ. आंबेडकरांनी भाऊराव गायकवाडांना मुंबईहून कळवलं.

* * *

आपल्या मुंबईच्या कार्यालयात बाबासाहेब सचिंत बसले होते. सहस्रबुद्धे यांना बघताच ते म्हणाले, ''आपल्या नाशिकच्या सत्याग्रहाच्या वेळी सरकारी अधिकाऱ्यांनी केलेलं वर्तन बघितलंत ना?''

सहस्रबुद्धे म्हणाले, ''त्यांचं वर्तन धडधडीत पक्षपातीपणाचं होतं.''

''खरं तर अस्पृश्यांच्या दृष्टीनं इंग्रजांचं स्वामित्व हे मिळमिळीत सौभाग्याप्रमाणे आहे... त्यांचे अधिकारीही स्पृश्य वर्गातलेच असतात. ते आम्हाला काय न्याय देणार? इंग्रज लोक त्या बाबतीत अज्ञानी आणि तटस्थ! हाताखालचे अधिकारी त्यांना सांगतील तेवढंच त्यांना ऐकू येतं. तसं नसतं तर परवाचा नाशिकचा प्रकार घडलाच नसता. आमच्यापैकी काही वृद्ध महिला तुरुंगात गेल्या, पण कुणालाच त्याचं सोयरसुतक नाही.''

सहस्रबुद्धे म्हणाले, ''आपल्याला त्याबाबतीत कुणाचीच मदत मिळाली नाही. कुणाचीही सहानुभूती मिळाली नाही...''

''सहानुभूती तर सोडाच, पण प्रत्येक बाबतीत आम्हाला विरोधच झाला. आम्ही मागून मागून असं काय मागितलं होतं? आम्ही स्पृश्य बांधवांजवळ समतेची आणि प्रेमाची भाकरीच मागितली होती ना? त्यांनी आम्हाला काय दिलं? समतेच्या भाकरीऐवजी आमच्या पदरात त्या स्पृश्य बंधूंनी दगडधोंडे टाकले. ठीक आहे. आम्ही आमचा न्यायाचा मार्ग कधीच सोडणार नाही!''

सहस्रबुद्धे म्हणाले, ''आपल्या क्रांतीचा एक टप्पा तर पूर्ण झाला आहे.''

बाबासाहेबांनी नाशिकच्या अपूर्ण राहिलेल्या सत्याग्रहाविषयी एक पत्रक काढलं आणि ते पुढील कार्याला लागले.

* * *

१४ ऑगस्ट १९३१....

त्या दिवशी डॉ. आंबेडकर मुंबईला महात्मा गांधीच्या निवासस्थानी त्यांना भेटायला गेले. त्या वेळी दुपारचे दोन वाजले होते. मणिभवनच्या तिसऱ्या मजल्यावरच्या प्रशस्त दिवाणखान्यात गांधीजी काँग्रेसच्या काही कार्यकर्त्यांशी बोलत बसले होते. मिस स्लेडबाईही तिथे बसल्या होत्या.

डॉ. आंबेडकरांनी गांधीजींना अभिवादन केलं आणि आपल्या लोकांबरोबर ते एका बाजूच्या बैठकीवर जाऊन बसले.

गांधीजींनी त्यांच्याकडे फारसं लक्ष दिलं नाही.

डॉ. आंबेडकरांना गांधीजींच्या वागण्याची तऱ्हा फारशी आवडली नाही. ते काहीसे अस्वस्थ झाले.

माणसाच्या अंगी जेव्हा अनेक गुण असतात तेव्हा त्याला अशा प्रकारची अवहेलना मुळीच सहन होत नाही. डॉ. आंबेडकरांसारख्या सर्वगुणसंपन्न माणसाच्या वाट्याला कित्येक वेळा अशीच अवहेलना आलेली होती. त्यांना ती सहन होईनाशी झालेली होती.

आणि ते तिथे थोडेच अगांतुक असे आले होते?

गांधीजींनी त्यांना स्वतःहून पत्र पाठवून बोलावून घेतलं होतं.

९ ऑगस्टला त्यांना पाठविलेल्या पत्रात गांधीजींनी म्हटलं होतं, "आज रात्री मणिभवनात मला भेटायला येणं शक्य आहे का? आपणास माझ्याकडे येणं शक्य नसेल तर मी आपल्याकडे येतो. मला आपली भेट हवी आहे."

गांधीजींचं हे पत्र त्यांच्या हातात पडलं तेव्हा डॉ. आंबेडकरांच्या अंगात चांगलाच ताप होता.

ते पत्र पाहताच डॉ. आंबेडकरांना वर्षांपूर्वीची एक आठवण झाली.

बरोबर वर्षापूर्वी गांधीजी म्हणाले होते, "सायमन मंडळाशी सहकार्य करणाऱ्या अस्पृश्य पुढाऱ्यांना समाजात कुणी विचारत नाही."

गांधीजींनी हा टोला डॉ. आंबेडकरांच्या वर्मी एक वर्षापूर्वीच मारलेला होता. परंतु पहिल्या गोलमेज परिषदेहून परत आल्यापासून डॉ. आंबेडकरांचं वजन वधारलं होतं. त्यांच्या शब्दाला आंतरराष्ट्रीय क्षेत्रात मान मिळायला लागला होता. एवढंच नव्हे, तर त्यांना दुसऱ्या गोलमेज परिषदेचं मानाचं निमंत्रण मिळालेलं होतं. त्याबद्दल ठिकठिकाणी त्यांचे सत्कार झडत होते.

गांधीजींना आंबेडकरांच्या मागण्यांचा अंदाज घ्यायचा होता. म्हणून त्यांनी आंबेडकरांना निमंत्रणाचं ते पत्र पाठवलं होतं.

गांधीजींचं पत्र पाहताच बाबासाहेब सीतारामपंत शिवतरकरांना म्हणाले, ''गांधीजींचं हे पत्र बघितलंत का? माझ्या अंगात तर असा ताप आहे. कसं जायचं?''

''कशाला जायचं या तापात? मला वाटतं, गांधीजींनाच इकडे बोलावून घ्यावं!''

''छे, छे! तसं केलं तर लोक मला आढ्यतेखोर म्हणतील. आज रात्री मी येतो, असं त्यांना कळवून टाका... आपण आजच रात्री त्यांच्याकडे जाऊ!''

परंतु संध्याकाळीच त्यांचा ताप १०६ अंशापर्यंत चढला. शिवतरकरांनी गांधीजींना कळवलं, ''बाबासाहेबांच्या अंगातला ताप उतरल्यावर ते आपल्या भेटीला येतील.''

त्याप्रमाणे १४ ऑगस्टला डॉ. आंबेडकर आपल्या सहकाऱ्यांसह गांधीजींच्या भेटीला आले होते. त्यांच्या बरोबर भाऊराव गायकवाड, भास्करराव कद्रेकर, अमृतराव रणखांबे, पी. जी. काणेकर, गणपतराव पगारे, देवराव नाईक ही मंडळी होती. त्यांचे कार्यवाह सीतारामपंत शिवतरकर हे अर्थात होतेच.

गांधीजींकडे जाण्यापूर्वी या मंडळींनी आपापसात बरीच चर्चा केली होती. बाबासाहेबांना त्या गोष्टीची कल्पनाही नव्हती.

देवराव नाईक म्हणाले, ''गांधीजींना नेमकी आजच आपल्या बाबासाहेबांची आठवण झाली वाटतं? असल्या आजारीपणात बाबासाहेब त्यांना भेटायला चाललेत हा त्यांचा मोठेपणा म्हणायला हवा!''

यावर शिवतरकर म्हणाले, ''त्याचं कारण बाबासाहेबांनी मला परवाच सांगितलंय. लोक आपल्या बाबासाहेबांना आढ्यतेखोर समजतील म्हणून त्यांनी गांधीजींना भेटायला जायचं ठरवलंय...''

गणपतराव पगाऱ्यांनी विचारलं, ''पण गांधीजींना आजच आपल्या बाबासाहेबांची आठवण कशी काय झाली?''

अमृतराव रणखांबे यांनी सांगितलं, ''याचं कारण अगदी उघड आहे. याचं कारण पहिली गोलमेज परिषद...''

''म्हणजे?''

''अहो, बाबासाहेब त्या गोलमेज परिषदेला गेल्याचं गांधीजींना कुठे आवडलं होतं?''

''का बरं?''

''गांधीजींच्या वर्मावरच बाबासाहेबांनी नेमकं बोट ठेवलं. काँग्रेसचं सभासदत्व मान्य करताना अस्पृश्यतेचं उच्चाटन करण्याची अट काँग्रेसनं घातलेली नाही.

गांधीजींनी अस्पृश्यतेविरुद्ध मोहीम सुरू केलेली नाही, असं बाबासाहेबांनी परखडपणानं गांधीजींना बजावलेलं होतं. त्यामुळे गांधीजींचा त्यांच्यावर साहजिकच घुस्सा झाला.''

''ते ठीक आहे. गांधीजी राजकीय हक्कांसाठी झगडत होते. पण बाबासाहेब आपल्या लोकांना सांगत होते की, अस्पृश्यांच्या सर्व दुःखांवर राजकीय सत्ता हाच एकमेव उपाय नाही. आपण आपल्या जीवनाची पातळी उंचावून आत्मोद्धार करायला हवा!''

''त्यामुळे वसाहतीचं स्वराज्यच त्यांना अधिक बरं वाटायचं. कारण त्यात स्वातंत्र्याचं सार आहे, असं ते म्हणायचे. संपूर्ण स्वातंत्र्यामुळे येणारा धोका त्यात नाही, असं त्यांना वाटायचं. देशातलं दारिद्र्य नष्ट व्हावं यासाठी त्यांना स्वराज्य आवश्यक वाटायचं.''

शिवतरकर म्हणाले, ''बाबासाहेबांना गोलमेज परिषदेचं आमंत्रण आल्यापासूनच काँग्रेसचे पुढारी त्यांच्यावर रुष्ट झाले होते. ते भडकले होते. पण लंडनला जाऊन त्यांनी जेव्हा जगाचे डोळे दिपवल, तेव्हा सारी मंडळी थक्क झाली.''

असं सांगून त्यांनी बाबासाहेबांच्या गोलमेज परिषदेतील कार्याचा थोडक्यात आढावा घेतला.

गोलमेज परिषदेला जाण्यापूर्वीच बाबासाहेबांना डॉ. सोळंकी यांच्या अध्यक्षतेखाली मानपत्र आणि थैली अर्पण करण्यात आली. 'अस्पृश्य वर्गाच्या हिताप्रीत्यर्थ हवा तो आत्मयज्ञ करायला सिद्ध असणारा खऱ्या कळकळीचा आणि समर्थ वाली' अशा तऱ्हेची त्या मानपत्रात त्यांची प्रशस्ती करण्यात आली होती.

४ ऑक्टोबर १९३० रोजी 'व्हाइसरॉय ऑफ इंडिया' या बोटीनं मुंबईहून लंडनला निघण्यापूर्वी बाबासाहेबांनी घोषणा केली होती, 'मी माझ्या लोकांसाठी न्याय्य हक्कांची मागणी करीनच आणि स्वराज्याच्या मागणीचाही पाठपुरावा करीन. रशिया, जर्मनी, अमेरिका आणि जपान इत्यादी देशांतील प्रमुख पुढाऱ्यांना भेटून बहिष्कृत भारतीयांचं दुःख त्यांच्यापुढे मांडीन. जमल्यास राष्ट्रसंघापुढे आपला प्रश्न मांडण्याचा प्रयत्न करीन. पोलिस व लष्कर यांमध्ये आपल्या लोकांना मज्जाव आहे, तो रद्द करविण्याचा प्रयत्न करीन.''

लंडनमध्ये पाऊल ठेवल्यापासून बोलल्याप्रमाणे त्यांनी आपल्या कृतीला प्रारंभ केला होता.

सेंट जेम्स पॅलेसमध्ये परिषदेला प्रारंभ झाला होता. त्या परिषदेसमोर अनेक हिंदी पुढाऱ्यांची भाषणं झाली होती. परंतु अर्थपूर्ण आणि तेजस्वी भाषणं झाली होती डॉ. आंबेडकरांची! त्यांची गंभीर पण बोलकी मुद्रा, सुडौल बांधा, नीटनेटका पेहराव आणि तेजस्वी भावमधुर नेत्र बघून सारे श्रोते भारावून जात. त्यांचं बोलणं मुद्देसूद आणि अभ्यासपूर्ण तर असायचंच, शिवाय त्या भाषणात त्यांचं अंतःकरण ओतलेलं

असायचं. भाषणातून त्यांचं बुद्धिवैभव तर प्रतीत व्हायचंच, पण त्याचबरोबर आपल्या जमातीविषयी अंतःकरणात दाटलेले माणुसकीचे पाझरही पाझरायचे.

एका भाषणात ते म्हणाले, "ज्या लोकांची स्थिती गुलामांपेक्षा वाईट आहे आणि ज्यांची लोकसंख्या फ्रान्सच्या लोकसंख्येएवढी आहे, अशा हिंदुस्थानातील एकपंचमांश लोकांची गाऱ्हाणी मी या परिषदेमसमोर ठेवत आहे. या दलितांची अशी मागणी आहे की, हिंदुस्थानातील सरकार हे लोकांनी लोकांकरिता चालवलेलं राज्य असावं. अशी मागणी करण्याचं धाडस अस्पृश्य वर्गात निर्माण झालं आहे, त्याला ब्रिटिश राजवटीचं धोरणच कारणीभूत झालेलं आहे."

हे बोलताना त्यांचा आवाज एकदम चढला. नेत्र चमकायला लागले.

डॉ. आंबेडकर त्याच धारदार आवाजात पुढे म्हणाले, "इथे ब्रिटिशांचं राज्य येण्यापूर्वी आमची जी कारुण्यपूर्ण आणि दयनीय अवस्था होती, त्या अवस्थेत काडीमात्रही फरक झालेला नाही. आम्ही नुसती संधीची वाट बघतो आहोत. ब्रिटिश राजवटीपूर्वी आम्हाला खेड्यातील विहिरीवर पाणी भरण्याची मनाई होती. ब्रिटिश सरकारनं हा न्याय आम्हाला मिळवून दिला काय? ब्रिटिश राजवटीपूर्वी आम्हाला मंदिरप्रवेशाची बंदी होती. आज आम्हाला देवळात प्रवेश करता येतो का? ब्रिटिश राजवटीपूर्वी आम्हाला पोलिस दलात प्रवेश मिळत नसे. ब्रिटिश राजवटीत आज तरी आम्हाला तसा प्रवेश मिळतो का? ब्रिटिश राजवटीपूर्वी लष्करात मात्र आम्हाला प्रवेश मिळत असे. आज मात्र ब्रिटिश राजवटीत आम्हाला लष्करात प्रवेश मिळत नाही. ब्रिटिश राजवट सुरू होऊन सव्वाशे वर्षं लोटली; पण आमची दुःखं दूर झालेली नाहीत. असलं सरकार आमच्या काय कामाचं?"

वसाहतीच्या स्वराज्याच्या मागणीला त्यांनी पाठिंबा दिला. पण त्या स्वराज्याच्या घटनेबद्दल बोलताना ते म्हणाले, "हिंदी समाजातील मानाची चढती शिडी आणि तिरस्काराची उतरती शिडी, जातीचे चढते थर हे समतेला आणि बंधुभावनेला वाव ठेवत नाहीत. बुद्धिमान पुढाऱ्यांनी आपली जातीय, संकुचित वृत्ती सोडलेली नाही. म्हणून आमची दुःखं आमच्याशिवाय कुणी निवारू शकणार नाही. जर राज्यघटना राबवावी, असं तुम्हाला वाटत असेल, तर लोकांची संमती, हीच नवीन राज्यघटनेची कसोटी आहे; तर्कशास्त्राचा योगायोग नव्हे."

केवळ या भाषणावर त्यांचं कार्य थांबलेलं नव्हतं. त्या मुक्कामात त्यांनी अस्पृश्यांच्या मूलभूत हक्कांची मागणी करणारा जाहीरनामाही प्रसिद्ध केला.

त्या जाहीरनाम्यात म्हटलं होतं, "हिंदुस्थानातील सर्व प्रजाजन कायद्याच्या दृष्टीनं समान असून, त्या सर्वांचे नागरिकत्वाचे हक्क समान आहेत. देशातील प्रांतिक व मध्यवर्ती विधिमंडळात अस्पृश्यवर्गीयांना पुरेसं प्रतिनिधित्व मिळण्याचा हक्क असावा. कायद्यात व व्यवहारात कसलीही जातिविशिष्ट विषमता नसावी.

अस्पृश्यतेची रूढी कायद्यानं नष्ट करण्यात यावी.''

हा त्यांचा जाहीरनामा सर्वस्वी समानतेवर आधारलेला होता. अस्पृश्य वर्गाच्या हितासाठी ते रात्रंदिवस झटत होते. विविध स्तरांतील लोकांच्या गाठीभेटी घेत होते, माहितीपत्रकं प्रसिद्ध करत होते. विविध सभांतून भाषणं करत होते. तिथल्या वृत्तपत्रांना विनंती करून ते सांगत होते,'हिंदुस्थानातील अस्पृश्य वर्ग सुसंस्कृत जगाला हाक देत आहे. म्हणून त्यांनी अस्पृश्य वर्गाचा हा प्रश्न सोडविण्याबाबत मानवतेच्या पातळीवरून आपलं पुण्यकर्तव्य करावं.''

त्यामुळे साऱ्या प्रगत जगाची खात्री पटली की, हिंदुस्थानातील अस्पृश्य वर्गाची अवस्था अमेरिकेतील निग्रोंपेक्षाही अत्यंत करुणाजनक आहे.

डॉ. आंबेडकरांची हाक त्यांच्या कानावर पडल्यामुळे त्यांच्या जयजयकाराची हवा सर्वत्र पसरली. त्यांना मेजवान्या झडू लागल्या.

सयाजीराव गायकवाड यांनी त्यांना आपल्या शाही निवासस्थानी मेजवानी दिली.

त्या मेजवानीच्या प्रसंगी सयाजीराजे आपल्या महाराणीला हळूच म्हणाले, ''याच मुलाला मी अमेरिका-इंग्लंडला पाठवून त्याच्या शिक्षणासाठी पैसा खर्च केला... माझा पैसा सार्थकी लागला. आज एक सत्कार्य सफल झालेलं डोळे भरून बघायला मिळालं... यश लाभलं!''

सयाजीरावांचे टपोरे नेत्र आनंदाश्रूंनी काठोकाठ भरून आले.

डॉ. आंबेडकरांच्या मनातही जुन्या सुखद स्मृती तरळून गेल्या. त्याचबरोबर या महाराजांच्या दरबारी लोकांनी त्यांच्याकडून कर्जाची मागणी केली, त्यासाठी तगादा केला, या गोष्टीचं दुःखद स्मरणही त्यांना झालं. नाहीतरी माणसाचं सारं आयुष्य सुख-दुःखाच्या स्मृतिधाग्यांनीच विणलेलं असतं.

उभयतांच्या मनातल्या भावभावनांनी ती मेजवानी रंगली. सयाजीरावांच्या मनात कौतुकाची भावना ओसंडून वाहिली आणि डॉ. आंबेडकरांच्या मनात कृतज्ञतेची स्मरणिका भराभर चाळवली गेली.

हिंदी प्रतिनिधींना सलोख्याच्या भूमिकेवर आणण्याची गरज ब्रिटिश पंतप्रधानांना वाटली. त्यासाठी पंतप्रधानांची कन्या मिस इसाबेल हिनं काही निवडक प्रतिनिधींना मेजवानी दिली. त्यात डॉ. आंबेडकर होते. काही निवडक प्रतिनिधींना पंतप्रधानांनी चेकर या खेड्यातील आपल्या घरीही नेलं. हिंदी प्रतिनिधींमध्ये जरी समेट झाला नाही, तरी तिथली चर्चा चांगलीच रंगली.

डॉ. आंबेडकरांनी सांगितलं, ''अल्पसंख्याक व अस्पृश्य समाज यांच्या मागण्या समंजसपणानं मान्य केल्या नाहीत, तर अल्पसंख्याक गट व अस्पृश्य वर्ग हे स्वयंशासित भारताच्या भावी घटनेला मान्यता देणार नाही.''

डॉ. आंबेडकरांनी असंही सांगितलं की, प्रौढ मतदान पद्धती अनुसरली नाही, तर शेतकरी व कामगार वर्गाचा विश्वासघात केल्यासारखा होईल.

त्या वेळी डॉ. आंबेडकर रशियन पुढाऱ्यांना भेटून त्यांच्याशी शेतकरी आणि कामगार यांच्या हितसंबंधांविषयी चर्चा करणार होते; पण ते शक्य झालं नाही.

'संडे क्रॉनिकल'सारखी ब्रिटिश वृत्तपत्रं त्यांच्याविषयी लिहीत होती- 'आंबेडकर हे हाडाचे राष्ट्रभक्त आहेत. कट्टर साम्राज्यवादी ब्रिटिश मुत्सद्द्यांच्या लाघवी भाषणाला न भुलता आपली खरी राष्ट्रीय वृत्ती ढळू न देण्यासाठी त्यांना अनेक प्रकारच्या मोहांशी झगडावं लागलेलं आहे.'

त्याच वेळी महाडच्या दाव्याचा अनुकूल निकाल त्यांना समजला. तो ऐकून त्यांना अपरंपार आनंद झाला. आपण केलेल्या कष्टांचं सार्थक झालं, असं त्यांना वाटलं. त्याच वेळी मुंबई विधिमंडळावर त्यांची नियुक्ती झाल्याची बातमीही त्यांना समजली. त्यांचं जनता पाक्षिकही आता सुरू झालेलं होतं.

१९ जानेवारी १९३१ रोजी पहिली गोलमेज परिषद स्थगित झाली. त्या परिषदेत जातवार जागांची संख्या किती असावी आणि मतदार संघाची योजना स्वतंत्र असावी की संयुक्त असावी, या मुद्द्यांवर मतभेद झाल्यामुळे ही परिषद स्थगित करण्यात आली होती. शिवाय हिंदुस्थानातल्या प्रमुख काँग्रेस पक्षानं या परिषदेशी सहकार्य न केल्यामुळेही या परिषदेचं काम थांबवावं लागलं होतं.

ब्रिटिश पार्लमेंटमध्ये या परिषदेच्या निमित्तानं हिंदी प्रश्नावर वादविवादही झाला. परिषदेनं ठरविलेल्या तत्त्वांवर हिंदी स्वराज्याची भावी घटना तयार केली जाईल आणि स्वराज्यात अल्पसंख्य लोकांचं आणि त्यातल्या त्यात अस्पृश्यांच्या हक्कांचं संरक्षण होण्याची गरज आहे, असं रॅम्से मॅक्डोनल्ड यांनी पार्लमेंटमध्ये सांगितलं.

पार्लमेंटमधल्या त्या चर्चेच्या वेळी ॲयझॅक फूट या नावाचे एक इंग्रज सदस्य म्हणाले, "जर आपण स्वराज्याच्या मसुद्यात अस्पृश्य वर्गाच्या मानवी हक्कांचं संरक्षण करण्याचं आपलं कर्तव्य बजावलं नाही, तर त्यांचे शाप व त्यांचा तळतळाट ब्रिटिश राज्याला भोवल्याशिवाय राहणार नाही. हिंदुस्थानात जाणाऱ्या भावी व्हाइसरॉयनं या समाजाला मदतीचा आणि सहानुभूतीचा हात देऊन त्यांना आपल्या पायांवर उभं करणं, हेच आपलं मुख्य ध्येय ठेवलं पाहिजे, असं मी त्यांना बजावून सांगू इच्छितो."

डॉ. आंबेडकरांचं कार्य आता संपलेलं होतं. इथे आल्यापासून एका क्षणाचीही फुरसद त्यांना मिळालेली नव्हती. अस्पृश्यांचं हजारो वर्षांचं जन्मजात दुःख त्यांनी जगाच्या वेशीवर टांगलेलं होतं. कामगार, शेतकरी, अस्पृश्य वर्ग आणि स्त्रिया यांना मतदानाचा अधिकार मिळण्यासाठी त्यांनी खटपट केलेली होती. शेतकरी, कामगार आणि अस्पृश्य वर्ग यांच्याबरोबरच संस्थानी प्रजेच्या हक्कांसाठी ते अविरत झटले

होते. गोलमेज परिषद हा त्यांच्या मुत्सद्देगिरीचा विजय ठरला होता.

अशा तऱ्हेनं विजयी वीर ठरून २७ फेब्रुवारीला ते मायदेशी येऊन दाखल झाले.

त्या वेळी हिंदुस्थानातही राजकारणाचे वेगळे वारे वाहायला लागले होते. गोलमेज परिषदेचा पार्लमेंटमधील पडसाद म्हणून व्हाइसरॉय लॉर्ड आयर्विन यांनी काँग्रेसच्या पुढाऱ्यांची २६ जानेवारी १९३१ रोजी मुक्तता केली. लॉर्ड आयर्विन यांनी काँग्रेसनेत्यांशी प्रदीर्घ चर्चा केल्यानंतर गांधी-आयर्विन करार झाला. गांधीजींनी कायदेभंगाची आपली चळवळ मागे घेतली आणि त्या वेळी दुसऱ्या गोलमेज परिषदेला हजर राहण्याचं मान्य केलं.

शिवतरकरांनी बाबासाहेबांच्या गोलमेज परिषदेतील कार्याचा हा आढावा घेतला आणि म्हटलं, "आपल्या बाबासाहेबांची मान जगात उंचावली म्हणून गांधीजींकडून त्यांना भेटीचं हे आमंत्रण आलं. परिषदेला जाण्यापूर्वी तर सारे काँग्रेसजन बाबासाहेबांना पाण्यातच बघत होते."

मणिभवनमध्ये जेव्हा डॉ. आंबेडकरांकडे दुर्लक्ष केलं, तेव्हा ते ताडकन उठून जातील, अशी भीती त्यांच्या सहकाऱ्यांना वाटली. त्यांच्यात चुळबूळही सुरू झाली. गांधीजींची दृष्टी आंबेडकरांकडे वळली. त्यामुळे अनवस्था प्रसंग टळला. साऱ्यांना हायसं वाटलं.

गांधीजींनी विचारलं, "आपली प्रकृती बरी आहे ना?"

आंबेडकर हसून म्हणाले, "इथे येण्याइतपत बरी आहे. ताप नसला तरी कमालीचा अशक्तपणा आहे."

गांधीजी काळजीयुक्त स्वरात म्हणाले, "इंग्लंडला तुम्ही फार कष्ट घेतलेले दिसतात."

"घ्यायलाच हवे होते. त्या कर्तव्यबुद्धीनंच तर मी तिकडे गेलो होतो. माझ्या अस्पृश्य बांधवांबद्दल..."

"आपलं काय म्हणणं आहे?"

यावर आंबेडकर म्हणाले, "माझ्या म्हणण्यापेक्षा आपलं म्हणणं मी ऐकायला आलो आहे. आपण त्याचसाठी मला इथे बोलावलं आहे ना? वाटल्यास मला प्रश्न विचारा. मी उत्तरं देईन."

आपल्या चष्म्यातून आपली खोचक दृष्टी त्यांच्यावर लावून गांधीजी म्हणाले, "माझ्याविषयी आणि काँग्रेसविषयी आपल्या काही तक्रारी आहेत असं माझ्या कानावर आलंय..."

"खरंय ते! ती गोष्ट मी कधीच लपवून ठेवणार नाही."

"डॉक्टर, मी माझ्या लहानपणापासून अस्पृश्यतेच्या प्रश्नाचा विचार करत

आलो आहे. तुमचा जन्मही त्या वेळी झाला नसेल.''

"आपला वडीलकीचा मान मी कसा काय हिरावून घेणार? आमच्यापैकी काही माणसं असाच वडीलकीचा मुद्दा पुढे आणतात. ती वस्तुस्थिती मी कशी काय नाकारू शकेन? प्रश्न आहे तो वडीलकीचा नसून, आपण आमच्या अस्पृश्य समाजासाठी काय केलंय, हा आहे.''

"काँग्रेसच्या कार्यात मी अस्पृश्यतेचा प्रश्न गोवलेला आहे. तो गोवताना मला कोण प्रयास पडले आहेत.''

"आपण त्यासाठी प्रयास घेतले असतील हे मला मान्य होण्यासारखं आहे. परंतु हा प्रश्न जर आपणास महत्त्वाचा वाटला असता तर काँग्रेस सभासद होण्यास आपण जशी खादीची अट घातली होती, त्याप्रमाणे अस्पृश्यनिवारणासाठी एखादी अट आपण काँग्रेसचा सभासद होणाऱ्या लोकांना घातली असती... टिळक हयात असतानाही आपण या प्रश्नाबद्दल केवळ तात्त्विक सहानुभूती दाखविण्यापलीकडे काहीही केलेलं नव्हतं. हा प्रश्न धार्मिक संस्थांनी सोडवावा, अशी त्याची वासलात लावली होती.''

गांधीजी शांतपणानं म्हणाले, "पण शेवटी माझ्या आग्रहामुळेच काँग्रेसनं अस्पृश्यतानिवारणाच्या कार्यक्रमाला संमती दिली. ती संमती मिळविण्यासाठी मला कोण प्रयास पडले! हिंदू-मुसलमानांच्या प्रश्नापेक्षाही अस्पृश्यतानिवारणाचा प्रश्न मी अधिक महत्वाचा मानतो... तितकाच माझ्या जिव्हाळ्याचा मानतो.''

तेवढ्यात शांतपणानं पण परखडपणानं डॉ. आंबेडकर म्हणाले, "पण त्या प्रश्नाला औपचारिक मान्यता देण्यापलीकडे काँग्रेसनं विशेष काही केलं आहे, असं वाटत नाही.''

"का बरं? काँग्रसनं वीस लाख रुपये अस्पृश्यांकरिता खर्च केलेले आहेत.''

"आपण सांगता म्हणून मी ते मान्य करतो. पण हे सारे पैसे वाया गेले, असंच मी म्हणतो. एवढी मोठी रक्कम जर माझ्या हातात असती, तर अस्पृश्यांच्या प्रगतीसाठी मी केवढा हातभार लावू शकलो असतो! जिव्हाळ्यानं मी ते प्रगतीचं कार्य पार पाडलं असतं. माझ्या हातून तसं कार्य जर खरोखरच झालं असतं तर आपण यापूर्वीच मला भेटीचं निमंत्रण पाठवलं असतं.''

गांधीजी थोड्याशा चढ्या आवाजात म्हणाले, "मी किंवा काँग्रेसनं या प्रश्नाच्या बाबतीत काहीच केलं नाही असं आपल्याला म्हणायचं आहे का?''

"तसं मी कसं म्हणेन? माझं एवढंच म्हणणं आहे की, काँग्रेसचं सभासदत्व देताना आपण अस्पृश्यता निवारणासंबंधी सभासदांना कसलीही अट घातली नव्हती. अस्पृश्याच्या मुलाला विद्याभ्यासासाठी मी घरी ठेवीन किंवा एखाद्या वेळी त्याला घरी जेवायला बोलवीन किंवा मोलकरीण म्हणून एखादी अस्पृश्य बाई कामाला

ठेवीन अशा अटी काँग्रेसनं सभासद होण्यापूर्वी लादल्या होत्या का? तसं घडलं असतं तर काँग्रेसच्या अध्यक्षानंच आमच्या मंदिरप्रवेशाला विरोध केला असता का? त्यानं त्या स्थितीत भटाभिक्षुकांची बाजू घेतली असती का?''

गांधीजी मन लावून ऐकत होते. डॉ. आंबेडकरांच्या बोलण्यात त्यांना लटकं असं काही दिसत नव्हतं; पण या गोष्टी व्यवहारात कितपत शक्य झाल्या असत्या, असा विचार त्यांच्या मनात येऊन गेला.

एवढ्यात आंबेडकर म्हणाले, ''काँग्रेसला काय किंवा कोणत्याही संघटनेला मनुष्यबळ लागतं तसंच द्रव्यबळही लागतं. मी म्हणतो, अशा अटी समाजातल्या बहुसंख्य माणसांना कितपत पेलल्या असत्या, असा प्रश्न आपल्यासारख्या पुढाऱ्याच्या मनात उत्पन्न होणं सहज शक्य आहे. पण खरं सांगू? काँग्रेसचं हृदयपरिवर्तन अद्याप झालेलं नाही. अस्पृश्यतेच्या बाबतीत काँग्रेसची हवी तेवढी चित्तशुद्धी झालेली नाही.''

गांधीजींनी विचारलं, ''तुम्हाला असं खरोखरच वाटतं का?''

डॉ. आंबेडकर निःसंदिग्ध शब्दांत म्हणाले, ''अर्थातच! काँग्रेसचं मन तसं शुद्ध झालेलं नाही आणि जोपर्यंत काँग्रेसची तशी चित्तशुद्धी झालेली नाही, तोपर्यंत आम्ही काँग्रेसवर किंवा स्पृश्य हिंदूंवर मुळीच विश्वास ठेवणार नाही. आपल्यासारख्या महात्म्यावरही आम्ही विसंबून राहणार नाही. आम्ही स्वावलंबनाचा मार्ग धरू... तेवढा आत्मविश्वास आमच्यात खासच निर्माण झालेला आहे.''

गांधीजींनी विचारलं, ''म्हणजे तुम्ही तुमचा सवतासुभा निर्माण करणार, असंच ना?''

''काही म्हणा...''

मग बोलावं किंवा नाही असा क्षणभर विचार करून डॉ. आंबेडकर पुढे म्हणाले, ''काय करणार मग आम्ही? आजवरचा इतिहास काय सांगतो? आपल्यासारखे महात्मे हे धावत्या आभासासारखे असतात. ते तेवढ्यापुरती धामधूम करतात. त्यामुळे खूप धुरळा उडतो, पण त्यांच्या त्या धामधुमीमुळे लोकांची पातळी उंचावत नाही. लोक जिथल्या तिथेच राहतात.''

गांधीजींनी पुन्हा विचारलं, ''आपला अनुभव काय आहे, डॉक्टर?''

डॉ. आंबेडकरांनी पुन्हा स्वच्छपणानं सांगितलं, ''काँग्रेस माझा आणि मी करत असलेल्या एकूण कार्याचा द्वेष करते. माझ्यावर अराष्ट्रीय असा शिक्का मारला जातो. स्पृश्य हिंदूंच्या मनात काँग्रेस द्वेष फैलावते.''

त्यांचं बोलणं ऐकून गांधीजी गंभीर बनले. त्या प्रशस्त दिवाणखान्यात गांभीर्य पसरलं. डॉ. आंबेडकरांचे डोळे रागानं चमकले. त्यांच्या नेत्रांत अंगार फुलला. हे सारं बोलताना त्यांच्या वाणीला धार चढली होती.

आपला संताप आणखी फुलवून ते भावनातिरेकानं म्हणाले, ''गांधीजी, मला मायभूमी नाही हो! कुठेच नाही. या पृथ्वीतलावर आम्ही पोरके आहोत.''

गांधीजी समजावणीच्या स्वरात म्हणाले, ''असं का म्हणता, डॉक्टर?''

आंबेडकर बोलतच होते, ''मला येशू ख्रिस्ताचं म्हणणं नेहमी आठवतं. माणसाला मुक्तिमार्गाचा उपदेश करताना येशू नेहमी सांगत असे की, कोल्ह्यांना डोकं टेकण्यासाठी गुहा असतात, पक्ष्यांना घरटी असतात. माणसाला डोकं टेकायला धर्म ही एकच जागा असते. तोच त्यांच्या मुक्तीचा मार्ग असतो. हा मुक्तीचा मार्ग आम्हाला पारखा झाला आहे. आमचा धर्म आम्हाला दूर गर्तेत लोटून देत आहे. धर्म म्हणजेच मायभूमी- मला मायभूमी राहिलेली नाही.''

हे बोलताना त्यांचा आवाज गदगदला. डोळे भरून आले.

आंबेडकरांचा आविर्भाव बघून गांधीजी क्षणकाल चकित झाले. चमकले.

मग म्हणाले, ''डॉक्टरसाहेब, तुम्हाला मायभूमी आहे. त्या मायभूमीची सेवा कशी करावी हे तुम्ही दाखवून दिलं आहे. या तुमच्या मायभूमीतील कार्यावरून आणि विलायतेत गोलमेज परिषदेच्या केलेल्या महत्त्वपूर्ण कार्यावरूनही!''

या वरवरच्या मलमपट्टीनं आंबेडकर शांत होणं शक्यच नव्हतं. गांधीजींच्या केवळ सांगण्यावरून त्यांना मायभूमी थोडीच मिळणार होती?

आंबेडकर म्हणाले, ''मला जर मायभूमी असती तर कुत्र्या-मांजराच्या जिण्यानं तरी आम्हाला जगता आलं असतं. पण कुत्र्या-मांजरांना ज्या सवलती मिळतात, तेवढ्याही आम्हाला मिळत नाहीत. ज्या भूमीत आमचं हे असं जिणं आहे त्या भूमीला आमची जन्मभूमी किंवा त्या भूमीतील धर्माला आमचा धर्म म्हणता येईल का? माणुसकीची जाणीव असणारा कुणीच माणूस तसं म्हणणार नाही.''

''जुन्या परंपरा, रूढी सुधारता येणार नाहीत, डॉक्टर?''

''तोच तर माझा प्रयत्न चालला आहे. आमच्या दृष्टीनं भविष्यकाल उज्ज्वल असेलही! पण भूतकाळाबद्दल काय? या देशानं आमच्या बाबतीत अक्षम्य गुन्हा केलेला आहे. म्हणून आम्ही कितीही भयंकर द्रोह केला तरी त्या पापाची जबाबदारी आमच्यावर नाही आणि त्या गुन्ह्याला क्षमा कधीच मंजूर होणार नाही.''

''द्वेषानं द्वेष नाही का वाढत, डॉक्टर?''

आंबेडकर एकदम म्हणाले, ''गांधीजी, अजून माझा द्वेष केला जातोच आहे की! अराष्ट्रीयत्वाचा शिक्का माझ्यावर कुणी मारला? मी अराष्ट्रीय असेन तर त्या अराष्ट्रीयत्वाची जबाबदारी या राष्ट्रावर आहे; माझ्यावर नाही! मी या राष्ट्राचा अगर या राष्ट्रधर्माचा मुळीच उपासक नाही. मी उपासक आहे माझ्या ठायी असलेल्या सदसद्विवेक बुद्धीचा!''

वातावरणाचा ताण कमी करण्याच्या उद्देशानं गांधीजी म्हणाले, ''पण तरीही

आपण केवढी मोलाची राष्ट्रसेवा केली आहे!''

मृदंगाला मुखावलेपन झालं तरी त्या तालबद्ध मृदंगानं मुखातून मधुरध्वनी काढला नाही.

आंबेडकर म्हणाले, ''ती राष्ट्रभक्ती मी दाखविली खरी- आपण सत्याचरणी असल्यामुळे आपण म्हणता ते मी मान्यही करतो, पण ते सारं कार्य केलं ते केवळ माणुसकीच्या दृष्टिकोनातूनच! माझ्या सदसद्विवेक बुद्धीला अनुसरूनच! पण ती माणुसकी प्राप्त करून घेण्यासाठी मी या राष्ट्राचं कितीही नुकसान केलं तर ते पाप न ठरता पुण्यच ठरणार आहे आणि त्या पापाची जबाबदारी माझ्यावर नसून या राष्ट्रावर आहे. पण ते पाप मी केलेलं नाही, म्हणून या राष्ट्रानं माझ्या अस्पृश्य जनतेला माणुसकीचे हक्क द्यायला हवेतच!''

पुन्हा वातावरण तापलं. गांधीजी अस्वस्थ झाले. त्यांच्या मनात दुसरेच विचार चालले होते. आंबेडकरांना भेटीला बोलाविण्याचा खरा तोच हेतू होता.

ते एवढंच पुटपुटले, ''तुम्हाला माणुसकीचे हक्क नक्कीच मिळतील, पण...''

आंबेडकर सहजतेनं म्हणाले, ''आता कुणाचाच पण आमच्यामध्ये येणार नाही. गोलमेज परिषदेच्या अधिवेशनात आमचे हक्क मान्य झालेलेच आहेत; पण ते तुमच्याकडून मात्र मिळालेले नाहीत. हजारो वर्षं आम्ही तुमच्या दाराबाहेर त्या आमच्या हक्कांची वाट बघत बसलो होतो, भिकाऱ्याप्रमाणे... दीनवाणे होऊन... हक्काच्या भाकरीचे तुकडे आमच्या तोंडावर मारले जातील या आशाळभूत आकांक्षेनं... आशेनं...''

गांधीजींना हवा असलेला विषय आपोआपच मिळालेला होता. त्यामुळे त्यांनी आंबेडकरांना बोलताना मुळीच अडवलं नाही.

आंबेडकर पुढे म्हणाले, ''मुसलमान, शीख इत्यादी अल्पसंख्याक समाजांची स्थिती अस्पृश्य समाजाच्या मानानं पुष्कळच चांगली आहे. अस्पृश्य समाज सर्वच दृष्टींनी मागासलेला आहे, अडलेला आहे, नाडलेला आहे. पण आता गोलमेज परिषदेच्या पहिल्या अधिवेशनात अस्पृश्यांना मुसलमान, शीख वगैरे समाजांप्रमाणे स्वतंत्र घटक म्हणून मान्यता देण्यात आली आहे. त्यांना सवलती मिळाव्यात, त्यांना पुरेसं प्रतिनिधित्व मिळावं, अशी शिफारस केली आहे. अस्पृश्यांना माणुसकीचे हक्क मिळावेत यासाठी मी देशी-परदेशी खूप खटपट करतो आहे. गोलमेज परिषदेनं मान्य केलेल्या सवलती अस्पृश्यांच्या हिताच्या आहेत, असं मला वाटतं. आपल्याला काय वाटतं?''

गांधीजींनी सांगून टाकलं, ''अस्पृश्य समाज हा हिंदू समाजाचाच अभिन्न भाग आहे ना? निदान मी तरी तसं मानतो. म्हणून त्या समाजाला हिंदूंपासून वेगळं करण्याच्या मी विरुद्ध आहे. त्यांना राखीव जागा देण्याच्याही मी विरुद्ध आहे.''

डॉ. आंबेडकरांना गांधीजींच्या मनातली मळमळ समजली. त्या गोष्टीचा त्यांना संताप आला. विषादही वाटला. देशातल्या सर्व गोष्टी आपल्या मनाप्रमाणे चालल्या पाहिजेत, या त्यांच्या वृत्तीची त्यांना चीड आली.

डॉ. आंबेडकर कडवटपणानं म्हणाले, "आपलं हे मत आपण समक्ष भेटीत बोलून दाखवलंत हे बरं झालं! माझं बोलणंच खुंटलं! मी आपली रजा घेतो."

असं म्हणून डॉ. आंबेडकरांनी गांधीजींना नमस्कार केला आणि आपल्या सहकाऱ्यांबरोबर त्यांनी तिथून काढता पाय घेतला.

ते अशा तऱ्हेनं निघून गेलेले बघून गांधीजी अत्यंत अस्वस्थ झाले. अशा प्रकारच्या स्वकीयांच्या विरोधाची त्यांना आता सवय उरली नव्हती. आपल्या प्रदीर्घ देशसेवेच्या बळावर ते देशात सर्वेसर्वा बनले होते. सर्व क्षेत्रांत त्यांचा शब्द अखेरचा मानला जात असे. याउलट डॉ. आंबेडकरांनी अस्पृश्य समाजासाठी आजवर केलेली सेवा अजोड होती. खऱ्या अर्थानं अस्पृश्य समाजाचे ते सर्वेसर्वा बनले होते. 'जावे त्याच्या वंशा' अशी परिस्थिती असल्यामुळे त्या समाजाची दुःखं तेच जाणू शकत होते. त्यामुळे इतर स्पृश्य नेत्यांची अस्पृश्योद्धाराची तळमळ त्यांना उसनी वाटत असे, बेगडी वाटत असे. त्या बाबतीत त्यांचा स्वभाव परखड बनला होता. अस्पृश्योद्धाराच्या प्रश्नाबद्दल बोलताना कुणी त्यांना उद्धट म्हटलं तरी त्याची त्यांना फिकीर नव्हती. त्या प्रश्नाच्या बाबतीत प्रत्यक्ष परमेश्वरासमोरही त्यांनी आपली मान तुकविली नसती, तिथे गांधीजींचा प्रश्नच नव्हता. युगानुयुगं भिजत पडलेला आपल्या बांधवांचा प्रश्न त्यांना सोडवायचा होता. त्यासाठी आता थांबण्याची त्यांची मुळीच सिद्धता नव्हती.

आंबेडकर अशा तऱ्हेनं निघून गेल्यानंतर गांधीजी काही काळ अवाक झाले. काही वेळानं जवळ बसलेल्या सर प्रभाशंकर पट्टणी यांच्याकडे बघून ते म्हणाले, "आज मला खरं ब्रह्मतेज दिसलं."

पट्टणी त्यांच्याकडे प्रश्नार्थक मुद्रेनं बघायला लागले तेव्हा गांधीजी म्हणाले, "बघा ना हा ब्राह्मण अस्पृश्यांसाठी केवढ्या पोटतिडिकेनं कार्य करतो आहे?"

यावर पट्टणी थोडं हसून म्हणाले, "बापू, आंबेडकर काही ब्राह्मण नाहीत. ते महार आहेत..."

गांधीजी आश्चर्यानं म्हणाले, "केवढी विद्वत्ता आणि कर्तृत्व आहे या माणसाचं? मग बरोबरच आहे. अंतःकरणात खरी कळ उठल्याशिवाय माणूस असं बोलणार नाही..."

मग जणू स्वतःशीच गांधीजी म्हणाले, "या माणसाशी दोन हात करणं सोपं नाही!"

त्याच वेळी आंबेडकरांच्या कार्यालयात शिवतरकर बाबासाहेबांना म्हणाले,

"आपण तिथून काढता पाय घेतला... मला वाटलं, तिथेच आता चांगली झणझणीत बोलाचाली होणार! आपण मात्र गांधीजींसमोर मुळीच नमला नाहीत, याचं नवल वाटतं!"

बाबासाहेब म्हणाले, "अस्पृश्योद्धाराचं कंकण हाती बांधलेला माणूस असं बोलला नसता तरच मला नवल वाटलं असतं... आपण फार फार थांबलो... याचा किंवा त्याचा मुलाहिजा ठेवत आलो. पण त्यामुळे आपण जिथल्या तिथेच थांबलो... इतरांच्या तोंडाकडे आशाळभूतपणानं बघत बसलो... अरे, आपली युगानुयुगाची दुःखं कुणीच समजावून घेणार नाही. कुणीच आपल्याला मदत करणार नाही. आत्मोद्धाराचाच मार्ग आपण चोखाळला पाहिजे... माझं आणि गांधीजींचं काही वाकडं का आहे? पण आपल्या प्रश्नाच्या बाबतीत मी नाही कुणाशी तडजोड करणार! ब्रह्मदेवाशीदेखील!"

हे बोलताना बाबासाहेबही जणू स्वतःशीच बोलत होते. स्वतःलाच काहीतरी सांगत होते.

शिवतरकर म्हणाले, "पण बाबासाहेब, गांधीजी दुखावलेले दिसले."

"दिसेनात का? म्हणून मी माझ्या तत्त्वाशी तडजोड करू की काय? मुळीच नाही! ते कधीच शक्य नाही!"

युद्धाची ठिणगी पडली होती... लवकरच भडका उडणार होता.

पण नियतीचा मार्ग माणसाला दिसतो थोडाच?

❑

पराजित मी, अपराजित मी–

मेजवानीचा दिवस उजाडला... दुसऱ्या गोलमेज परिषदेच्या प्रतिनिधींना सम्राटांनी मेजवानी द्यायचं ठरवलं तेव्हापासून राजवाड्यात तारांबळ उडाली होती. मेजवानीचं स्वरूप काय असावं, त्या प्रसंगी कोणकोणते पदार्थ करावेत, मद्याच्या बाटल्या जेवणाच्या टेबलावर मांडायच्या का नाही, विद्युद्दीपांची आणि मेणबत्त्यांची रोषणाई कशा प्रकारानं करायची, संगीत कोणतं वाजवायचं.. अशा एक की दोन, अनेक तऱ्हांनी मेजवानीच्या थाटासंबंधी राजवाड्याच्या अधिकारी वर्गात जोराची चर्चा झडत होती. मतभेद होत होते. पटापट निर्णय होत नव्हते. एकानं एखादी सूचना करावी तर दुसऱ्याच्या पसंतीस ती उतरत नव्हती. त्यातच पंतप्रधानांच्या सूचनांची भर पडत होती.

हिंदुस्थानात होणाऱ्या शाही मेजवानीच्या प्रसंगी पोशाख कसा घालायचा, कुणी कोणता पोशाख घालायचा, कुठे स्थानापन्न व्हायचं, कसं वागायचं यासंबंधीच्या सूचना हमखास देण्यात येत असत; परंतु या खेपेचा मामला वेगळा होता. दुसऱ्या गोलमेज परिषदेला आलेले हिंदी पुढारी हे सार्वभौम राजाचे पाहुणे होते आणि पाहुण्यांना अशा सूचना देणं शिष्टाचाराला धरून होणार नव्हतं.

महात्मा गांधींचा पोशाख कसा काय आहे या गोष्टीची पंचम जॉर्ज बादशहांना मुळीच कल्पना नव्हती.

मेजवानीच्या आधी पंतप्रधानांनी राजेसाहेबांची भेट घेतली आणि त्यांना सांगितलं, ''पायांत चपला, कंबरेला पंचा आणि उघडेबोडके अशा थाटात मि. गांधी परिषदेत वावरताहेत... मेजवानीला बहुधा ते तसेच येतील.''

बादशहा कडवट शब्दांत म्हणाले, ''अशा स्थितीत मी त्यांना भेटेन, असं मला

वाटत नाही... आपले शिष्टाचार न पाळून आपला अपमान करण्याची का त्यांना इच्छा आहे?''

''ते नेहमीच तसे वावरतात. दरिद्री देशाचे प्रतिनिधी आहेत ना ते?''

बादशहा रागानं म्हणाले, ''तुम्ही दरिद्री म्हणून भीक मागायला का आमच्याकडे आलेले आहात? त्यांना भेटायची माझी इच्छा नाही!''

पंतप्रधान सामोपचाराच्या स्वरात म्हणाले, ''निदान आमच्यासाठी तरी आपण त्यांना भेटण्याची कृपा करावी... आमचा राज्यकारभार सोपा करण्यासाठी! आपण त्यांना भेटला नाहीत तर गांधीजी तो प्रश्न आपल्या इभ्रतीचा करतील आणि त्यावरच रान उठवतील...''

''ती सवयच आहे त्यांना! ठीक आहे... तुम्ही सांगता म्हणून भेटेन... राज्याचा पंतप्रधान सांगतो आहे... मला ते ऐकलं पाहिजे... आपले शिष्टाचार मी सोडणार नाही... गांधीजींनी सोडले तरी!''

बादशहा काही वेळ गप्प बसले...

मग म्हणाले, ''मला एका हिंदी पुढाऱ्याची मात्र भेट घेण्याची इच्छा आहे...''

''कोण?''

''अस्पृश्यांचे पुढारी...''

''युवर मॅजेस्टी यू मीन डॉ. आंबेडकर?''

''होय... होय... हिंदुस्थानातले अस्पृश्य फारच दरिद्री आणि बहिष्कृत आहेत ना? त्यांचे ते पुढारी आहेत ना? मग त्यांचा पोशाख तर...''

पंतप्रधान हसून म्हणाले, ''माझ्यापेक्षाही चांगला... त्यांची मुद्रा किती तेजस्वी आहे! डोळे बोलके आहेत... आणि त्यांची भाषा तर इतकी बोलकी आहे की वाटतं, त्यांच्या मुखातून त्यांचे सहा कोटी अस्पृश्य बांधव बोलत आहेत... त्यांची कर्मकहाणी सांगत आहेत... युगानुयुगाची त्यांची दारुण दुःखं त्यांच्या मुखातून बाहेर पडत आहेत...''

बादशहा म्हणाले, ''म्हणून तर मला त्यांना भेटायचं आहे.''

पंतप्रधानांनी सांगितलं, ''गोलमेज परिषदेत भाग घेत असतानाच त्यांनी आपल्या प्रचारानं लंडनचं सारं वातावरण ढवळून काढलं आहे. पार्लमेंटच्या कितीतरी सभासदांना ते भेटले, वर्तमानपत्रांना मुलाखती दिल्या, लेख लिहिले आणि अस्पृश्य बांधवांची दुःखं वेशीवर टांगली. आपण त्यांना भेटणार आहात.. मला बरं वाटलं... युवर मीटिंग कॅन बी व्हेरी फ्रूटफुल.. खरंच, तुमची भेट मोठी समाधानकारक होऊ शकेल.''

बादशहा हसून म्हणाले, ''काळ किती बदलला आहे पाहा! दहा-अकरा वर्षांपूर्वी आपल्या युवराजांनी हिंदुस्थानला भेट दिली, त्या वेळी युवराजांना गांधींची

भेट घेण्याची इच्छा होती; पण त्या वेळी व्हाइसराय लॉर्ड रीडिंग यांनी त्यांची भेट न घेण्याची विनंती युवराजांना केली होती. कारभाराच्या सोयीसाठीच! आणि आज तुम्ही मला मि. गांधींची भेट घेण्याची विनंती करता आहात... कारभाराच्या सोयीसाठीच! किती बदलला आहे पाहा काळ!''

पंतप्रधानही हसून म्हणाले, ''ते तर खरंच आहे... आणखी एक गोष्ट मला आठवते आहे... त्या वेळी लॉर्ड रीडिंग आपल्या युवराजांना म्हणाले होते की, मला माफ करा, युवर रॉयल हायनेस! आपण मि. गांधींची भेट घेतली असती तर त्यांनी मॉंटेग्यू-चेम्सफर्ड सुधारणांबद्दल आपल्याला एखादं प्रवचन ऐकवलं असतं. स्वराज्याचं तुणतुणं वाजवलं असतं. भारी हेकट आणि चमत्कारिक माणूस आहे...''

''होय... होय... मला पक्कं आठवतंय... युवराजांनी मला सांगितलेलं! आपल्या व्हाइसरॉयनी युवराजांना असंही सांगितलं होतं की, गांधींचं ते ध्यान पाहून तुम्हाला किळस आली असती... त्यांचा तो पंचा, चरखा, उपवास, ब्रिटिश मालाची होळी, सत्याग्रह या त्यांच्या एकेक गोष्टी बघून आपल्याला हसू येईल... हा उघडाबंब माणूस म्हणे देशावर स्वराज्याचं पांघरूण घालणार आहे.. त्यांचं ओंगळ ध्यान तुम्हाला बघवणार नाही!... हे सारं युवराजांनीच मला सांगितलं होतं... आपले युवराज मि. गांधींना त्या वेळी भेटले नाहीत... पण मला आता त्यांना भेटलं पाहिजे.. मैत्रीचं नाटक केलं पाहिजे...''

''ते नाटक करायलाच हवं! हिंदुस्थानला स्वराज्याच्या मार्गावर नेण्याचं आश्वासन द्यायलाच हवं!...''

राजेसाहेब म्हणाले, ''फक्त आश्वासन?...''

''हो... दुसरं नाहीतर काय? या लोकांच्यात कसलीही एकी नाही... फक्त बेकीसाठीच त्यांची एकी होते... आपापसातील द्वेषामुळे ही हिंदी मंडळी एकमेकांचे पाय ओढतात... व्यक्तिगत स्वार्थासाठी किंवा प्रतिष्ठेसाठी ते राष्ट्राचं नुकसान करायला कमी करत नाहीत...''

''खरं आहे... अगदी खरं आहे... त्याही गोष्टीची मला युवराजांकडून कल्पना आलेली आहे. युवराज त्या वेळी उदेपूरहून म्हैसूरला जायला निघाले होते. गाडीतून जाताना ते माउन्टबॅटन यांना सारखं म्हणत होते, केवढा हा अफाट देश याची परंपरा तरी केवढी मोठी! परंतु त्या उज्ज्वल परंपरेची आठवण या लोकांना राहिलेली दिसत नाही. यांची परंपरा एक असली तरी यांच्यात कसलीही एकी नाही... आपल्याच लोकांचा हे घात करणारे...''

पंतप्रधान म्हणाले, ''त्याचा अनुभव आलाच की युवराजांना! म्हैसूरला त्यांनी खेड्डयाचा कार्यक्रम बघितला. हत्तींना पकडण्याचा हा कार्यक्रम आपल्या जॉर्ज सँडर्सन यांनीच हिंदी लोकांना शिकवला... रानटी हत्तींना पकडून देण्याचं काम त्यांचे

भाईबंदच करतात.. अशीच गोष्ट आहे या हिंदी लोकांची! हे हिंदी लोक आपल्या भाईबंदांच्याच जिवावर उठतात आणि...''

त्यांचं बोलणं पुरं व्हायच्या आधीच राजेसाहेब म्हणाले, ''म्हणूनच मी आपल्या युवराजांना सांगितलं की हे हिंदी लोक आपापसात भांडणारे असल्यामुळे तू आपल्या राज्याची काळजी करू नकोस... आपलं हे ब्रिटानियाचं साम्राज्य जगाच्या अंतापर्यंत कधी संपणार नाही... आकाशात चंद्र-सूर्य असतील तोपर्यंत कधी त्याचा अंत होणार नाही... होईल का हो सांगा!''

पंतप्रधान मान डोलवत म्हणाले, ''येस युवर मॅजेस्टी, आय शेअर द सेम व्ह्यू! मी माझ्या सहकाऱ्यांना तेच सांगतोय.. या हिंदी लोकांचं कधीही एकमत होणार नाही... आणि ते झाल्याशिवाय आपण त्यांना स्वराज्यही देणार नाही... फक्त स्वराज्याचं आश्वासन द्यायचं... त्यासाठी तुमच्यात तुम्ही एकी करायला हवी, असं सांगायचं...''

संमतिदर्शक हास्य करून राजेसाहेब म्हणाले, ''बरोबर आहे तुमचं म्हणणं! आता माझं एकच काम!... माझी फारशी इच्छा नसताना मी गांधींची हार्दिक भेट घेणार! युवराजांची इच्छा असताना गांधींना त्यांना भेटता आलं नाही आणि आता माझी इच्छा नसताना मी त्यांना भेटणार आहे... राजाला पंतप्रधानांचं ऐकावंच लागतं ना!''

असं म्हणून बादशहा मनापासून हसले.

पंतप्रधानांनी त्यांचा निरोप घेतल्यापासून बादशहा पंचमजॉर्ज आपल्या साम्राज्याचा विचार करत बसले होते.

मेजवानीचा दिवस उजाडला तरी त्यांची दाढीधारी रुबाबदार राजमूर्ती त्याच विचारात गढलेली दिसत होती.

ठरल्याप्रमाणे पायांत चपला, उघडं मस्तक आणि कमरेला पंचा, अशाच थाटात गांधीजी मेजवानीला आले आणि पंतप्रधानांनी सांगितल्याप्रमाणेच बादशहांनी त्यांचं हार्दिक स्वागत केलं.

गांधीजींशी हस्तांदोलन करताना त्यांची उघडीवाघडी मूर्ती बघून बादशहा हसून म्हणाले, ''ठीक वाटलं ना आमचं इथलं थंड वातावरण?''

गांधीजी हसून म्हणाले, ''थंड कुठलं? इथलं वातावरण तर उबदारच वाटतंय, पण आपल्या या मेजवानीनं हे वातावरण आणखी उबदार होणार आहे.''

गोलमेज परिषदेतील वाटाघाटींना उद्देशून गांधीजींचं हे बोलणं आहे, हे बादशहांनी तेव्हाच जाणलं. तेही तेवढ्याच तत्परतेनं म्हणाले, ''सगळीच हवा मला उबदार वाटतीय.''

गांधीजींचं दंतविहीन हास्य बादशहांच्या नजरेत चांगलंच भरलं. मनात ते

म्हणाले, 'या माणसाचं हे बाह्य दरिद्री रूप चांगलंच फसवं आहे! हा माणूस, आतून पक्का आहे! आपल्या साम्राज्याची याच्याशी गाठ आहे बरं!'

बादशहा प्रत्येक प्रतिनिधीचा समाचार घेत होते. त्याला अनुरूप असं बोलत होते. इतरही प्रतिनिधींची आपापसात बोलणी चालली होती. त्या बोलण्यात मतभेद होते. बोलताना अल्पसंख्याक जमातीचे प्रतिनिधी जागरूक असलेले दिसत होते. तोलूनमापून बोलत होते.

दिवाणबहादूर रामस्वामी मुदलियार यांना गांधीजी बोलता बोलता म्हणाले, "हिंदुस्थानातील सर्वच वर्गांच्या हिताची काळजी काँग्रेसला आहे; मग अस्पृश्य वर्गाच्या हिताची काळजी काँग्रेसला नाही, असं म्हणून कसं चालेल? म्हणून कोणालाही विशेष प्रतिनिधित्व द्यायला माझा कसून विरोध राहील."

यावर रामस्वामी म्हणाले, "शिवाय हिंदुस्थानातील राजकीय खात्यातील नोकर वर्ग हा न्यायप्रिय आहे."

जवळच आंबेडकर होते. रामस्वामी मुदलियार यांना लगेच त्यांनी प्रतिप्रश्न केला, "असं जर आहे तर तुम्ही जबाबदार सरकारची मागणी कशासाठी करता? तो नोकर वर्ग न्यायप्रिय आणि जबाबदार आहे ना? त्यांच्याकडून तुम्हाला न्याय मिळेल की!"

पं. मदनमोहन मालवीय यांनी एक वेगळाच मुद्दा उपस्थित केला. ते आंबेडकरांकडे बघून म्हणाले, "प्राथमिक शिक्षणावर जर सरकारनं पुरेसा पैसा खर्च केला असता तर एव्हाना अस्पृश्यता इतिहासजमा झाली असती!"

ते ऐकून आंबेडकर ताडकन म्हणाले, "पंडितजी, तसं असतं तर मी एवढं शिकूनही अस्पृश्य म्हणून कशाला गणलो गेलो असतो?"

यावर सर अकबर हैदरी म्हणाले, "मि. आंबेडकर, तुम्ही वस्तुस्थिती जरा विचारात घ्या की!"

"वस्तुस्थितीकडे मी कधीच पाठ फिरवलेली नाही... अस्पृश्यतेचे एवढे चटके बसत असताना मी वस्तुस्थितीकडे कशी पाठ फिरवीन?"

त्याच वेळी बादशहांनी आंबेडकरांना एका बाजूला नेलं. तिथे ते बोलत बसले. इतर काही प्रतिनिधींचा त्या दोघांच्या बोलण्याकडे कान होता, पण त्यांचं बोलणं त्या प्रतिनिधींच्या कानाबाहेरचं होतं.

कुजबुजत्या स्वरात बादशहा आंबेडकरांना म्हणाले, "मला तुमच्याशी काही बोलायचं आहे... आपल्या परवानगीनं बोलतो..."

"आपल्याशी बोलायला मला फार आवडेल..."

"तुमच्या त्या मंदिरप्रवेशाच्या सत्याग्रहाबद्दल फार ऐकलं होतं... आमच्याकडल्या वर्तमानपत्रांतही बातम्या आल्या होत्या... कोणतं बरं मंदिर?"

“नाशिकचं...”

“हां, नासिक...”

बादशहांनी विचारलं, “मंदिरात प्रवेश मिळाला म्हणजे तुमचं काम भागेल?”

“छे, छे! आमच्या लोकांना जागृत करण्याकरिता केवळ एक ती चळवळ होती. त्या सत्याग्रहानं खूपच जागृती झाली...”

“मग?”

“आपल्या सामाजिक हक्कांची जाणीव अस्पृश्यांना करून देण्याइतपतच ती चळवळ मर्यादित होती. एकदा का आमचे लोक मंदिरप्रवेश करून देवभजनात गुंतले, म्हणजे ते इतरत्र बघणार नाहीत. मग राजकीय प्रांगण आपल्याला मोकळं आहे, असं गांधीजींनादेखील वाटायचं. म्हणून त्यांनी हरिजन सेवक संघ काढला आणि आमच्या समाजाच्या सेवेचं व्रत घेतलं.”

बादशहांनी आणखी हलक्या आवाजात विचारलं, “म्हणजे तो त्यांचा एक राजकीय कुटिल डाव होता?”

आंबेडकरांनीही खालच्या स्वरात सांगितलं, “त्या महात्म्याचं मोठेपण मान्य करूनही तसंच म्हणायला हवं! पण आता मी त्यांना आमच्या अस्पृश्यांचं पुढारीपण करू देणार नाही! मी माझ्या समाजबांधवांना स्पष्ट सांगतो आहे की, तुमचा शतकानुशतकांचा धर्मभोळेपणा आणि देववेडेपणा सोडून द्या! त्यामुळेच तुम्ही दुबळे बनला आहात... अस्पृश्य राहिला आहात!”

“अगदी खरं आहे...”

“त्याहीपेक्षा खरी गोष्ट मी त्यांच्या कानीकपाळी ओरडून सांगतो आहे... मी त्यांना सांगतो आहे की, देवपूजेपेक्षा पोटपूजा महत्त्वाची आहे... या देशात खालच्यानं दळावं आणि वरच्यानं भाकरी खावी, असं आता होता कामा नये.”

“प्रत्येकाला खायला मिळालंच पाहिजे!”

“पण युवर मॅजेस्टी, आपल्या इंग्रजी राज्यातही ही क्रांती घडून आली नाही. आमच्यातली फाटाफूट काही नष्ट झाली नाही. उलट ती वाढलीच!”

बादशहा एकाग्रतेनं सारं काही ऐकत होते.

आंबेडकर म्हणाले, “आम्हाला आमच्या हिंदू धर्मात समानता हवी आहे... चातुर्वर्ण्य नष्ट झालं पाहिजे. तुमच्याकडे जातिभेद नाहीत...”

राजेसाहेब मध्येच म्हणाले, “वर्णभेद आहेत ना!”

आंबेडकर सांगत होते, “तो भेद राजकारणात कधी डोकावला नाही. हिंदुस्थान म्हणजे काही युरोप नव्हे! म्हणून जी राज्यपद्धती इंग्लंडला योग्य आहे, ती आम्हाला उपयुक्त होईलच, असं नाही. आम्हाला राज्यपद्धती अशी हवी की, त्यात मला मतदानाचाच नव्हे, तर माझ्या समाजाचे प्रतिनिधी विधिमंडळात पाठविण्याचा

अधिकार असला पाहिजे. माझ्या प्रतिनिधींना त्या ठिकाणी होणाऱ्या चर्चेतच नव्हे, निर्णय करण्याच्या कार्यातसुद्धा अधिकार असला पाहिजे. म्हणूनच मी म्हणतो, जातीय प्रतिनिधित्व वाईट नाही... सध्या तरी!''

प्रदीर्घ चिंतन करून आंबेडकरांना एखादी गोष्ट पटली म्हणजे त्या गोष्टीचा ते सतत पाठपुरावा करत असत. आता बादशहांसमोर त्यांनी जे विचार मांडले तेच त्यांनी परिषदेसमोरही मांडले होते. पुढे असेंब्लीतही हेच विचार ते मांडणार होते. गांधीजींशी बोलताना त्याच विचारांची उजळणी होणार होती. त्यांची ती पद्धतच होती. एकदा एखादा विचार पटला म्हणजे कुणाही संबंधिताशी बोलताना त्या विचाराची ते उजळणी करत असत आणि तो विचार मनात पक्का रुजवून टाकत असत.

बादशहांशी बोलताना आत्तासुद्धा त्यांनी तेच केलं होतं. त्या सार्वभौम राजाशी बोलताना कसलाही उपचार न बाळगता एखाद्या निकटवर्ती मित्राशी बोलताना बोलावं त्याप्रमाणे बोलून त्यांनी आपलं मन मोकळं केलं होतं. आपल्या अस्पृश्य वर्गाची शतकानुशतकं चालत आलेली करुण कहाणी त्यांच्या कानांवर घातली होती. त्यांना बादशहाशी बोलण्याची संधी मिळाली होती. बादशहांनी ती स्वतःहून त्यांना दिली होती. अशा वेळी केवळ उपचार म्हणून, सभ्यतेचा किंवा शिष्टाचाराचा पोकळ डौल आणून आपलं मन मनातच जिरवणं त्यांना इष्ट वाटलं नाही. जणू हजारो वर्षांचे बसलेले चटके त्यांच्या मुखातून विव्हळत बाहेर पडले होते.

आंबेडकर बोलत असताना त्यांची तेजस्वी मुद्रा किती कष्टी दिसत होती, त्यांच्या बोलक्या नेत्रांतून कारुण्याच्या छटा कशा उमटत होत्या, आपल्या अस्पृश्य समाजाच्या दुर्दैवी दशावताराची कहाणी सांगताना त्यांच्या कातर आवाजाला कशी धार चढली होती, या साऱ्या गोष्टी बादशहांनी टिपल्या होत्या. ती दुःखांनी काठोकाठ भरलेली कहाणी ऐकताना त्यांचं मन थरकापलं होतं. अंगावर शहारे आले होते. हात-पाय कापत होते. ती अनोखी भीषण सत्यकथा ऐकताना ओठ विलग झाले होते. बादशहांच्या दाढी-मिशात जणू अज्ञात दरी निर्माण झाली होती; आणि त्या दरीतून ती कथा अंतःकरणापर्यंत जाऊन भिडली होती.

आपल्या बोलण्याचा समारोप करण्यासाठी बादशहांनी त्यांना विचारलं, ''आपले वडील काय करत होते?''

''आपल्याच सैन्यात ते सुभेदार होते.''

''अरे वा! मग त्यांचं शिक्षण झालंच असलं पाहिजे.''

''आपल्या लष्करात इंग्रजी हे सक्तीचंच होतं. त्या वेळी आमची परिस्थिती चांगली होती. समाजात आम्हाला मानही मिळत असे.''

''मग?''

''तसा मान मिळतही राहिला असता, पण सैन्यातून आमची हकालपट्टी झाली. आमची शूर महार पलटणही रद्द झाली; आणि तिथून आमची हलाखी वाढतच चालली. तेही आमचं गाऱ्हाणं आहेच. आम्हाला सैन्यात घ्या. पोलिसात घ्या. म्हणजे आमच्या समाजाची थोडीफार सुधारणा होईल.''

''पण तुम्ही तर चांगलेच सुशिक्षित झालेले आहात!''

''मी इंग्लंड-अमेरिकेत येऊन डॉक्टरेटची पदवी मिळवली... बॅरिस्टर झालो...''

''ओ! वंडरफुल!''

''पण आहे तिथेच आहे. दुर्लक्षित, अपमानित, अस्पृश्य... पूर्वी होतो तसाच!''

''अरेरे! आपली ही परिस्थिती बदलेल अशी मी आशा करतो.''

''मीही त्याच आशेवर आहे!''

या मेजवानीच्या प्रसंगाची अनेक छायाचित्रं काढली गेली.

बादशहा पंचम जॉर्ज आणि उघडेवाघडे गांधीजी यांच्या हस्तांदोलनाचं एकच छायाचित्र वर्तमानपत्रांतून प्रसिद्ध झालं. इथेही आंबेडकरांच्या या प्रसंगचित्राच्या वाट्याला अवहेलनाच आली. त्या चित्राची दखल कुणीच घेतली नाही.

मेजवानी संपली. हळूहळू पाव्हणे मंडळी निघून गेली. दिवे विझत चालले. झगमगाट कमी होत गेला. बादशहांच्या मनात आंबेडकर या वेगळ्याच प्रकारच्या व्यक्तीनं ठाण मांडलं.

१९२१ मध्ये हिंदुस्थानातून बेगडी सत्कार सोहळा स्वीकारून युवराज परतले होते. 'यॉर्क हाऊस'ला येऊन दाखल झाल्यानंतर युवराजांना बऱ्याच दिवसांत सूर्यदर्शन झालं नव्हतं. त्या वेळी नेपाळमध्ये एकाग्रतेनं बघितलेला सूर्यास्त त्यांच्या डोळ्यांसमोर सतत उभा राह्यचा. त्या वेळी युवराज मनात म्हणायचे, 'ब्रिटानियावरचा सूर्य मावळायची वेळ जवळ आलेली आहे, हेच खरं!' त्या वेळी बादशहा म्हणायचे, '१८५७ च्या बंडानंतर सारी परिस्थिती पालटली आहे. संस्थानिक आपल्या पायाशी गुडघे टेकून तयार असल्यावर आपल्याला इतरांची भीती हवी आहे कशाला? विचारतो कोण गांधी-नेहरूंच्या बहिष्काराला?'

पण आता परिस्थिती फारच पालटलेली होती. सार्वभौम साम्राज्याला गांधी-नेहरूंची दखल घ्यावीच लागणार होती.

आणि त्याचबरोबर या डॉ. आंबेडकरांचीही!

* * *

सकाळची वेळ होती. आंबेडकर आपल्या निवासस्थानी वाचत बसले होते. एवढ्यात समोर एक फ्रेंच बाई येऊन उभ्या राहिल्या.

लालबुंद मुद्रेच्या आणि सोनेरी काड्यांच्या चष्मा घातलेल्या त्या बाईंकडे आंबेडकरांनी प्रश्नार्थक दृष्टिक्षेप टाकला.

त्या बाई म्हणाल्या, ''मी फ्रेंच आहे. माझं नाव म्युरायल लेस्टर.''

त्या बाईंना अभिवादन करून आंबेडकरांनी विचारलं, ''माझ्याकडे काही काम होतं आपलं?''

बाई हसत म्हणाल्या, ''होय. मि. गांधी माझ्याकडे उतरले आहेत.''

''भाग्यवान आहात आपण!''

''कशी काय?''

''एवढा मोठा माणूस आपल्या घरी उतरला आहे...''

''पण त्या मोठ्या माणसाला एवढ्या समर्थपणानं विरोध करणारा माणूस किती मोठा असला पाहिजे?''

आंबेडकर म्हणाले, ''बसा की!''

लेस्टरबाई बसल्यानंतर आंबेडकर म्हणाले, ''मोठ्या माणसाला केवळ विरोध करायचा म्हणून मी करत नाही. मात्र कोणत्याच तत्त्वापुढे मी कुणालाच मोठा मानत नाही!''

लेस्टरबाई काहीशा कडवटपणानं म्हणाल्या, ''गांधीजींच्यावर आपण फारच कडाडून हल्ला चढवलात. या गोलमेज परिषदेसाठी प्रतिनिधी म्हणून काँग्रेसनं गांधीजींची निवड केली. ही निवड आपल्याला दुर्दैवी वाटली.''

''होय. गांधीजींच्यापेक्षा अधिक लायक आणि अभ्यासू व्यक्तीची निवड व्हायला हवी होती, असं माझं स्पष्ट मत आहे.''

''एवढ्या मोठ्या माणसावर हा कठोर हल्ला आहे म्हणायचा!''

''त्यांच्या मंडळींनी तर माझ्यावर याहीपेक्षा भयंकर हल्ला चढवला आहे. मला शेलकी विशेषणं लावली आहेत. मी सैतान आहे, जनतेचा पहिल्या नंबरचा शत्रू आहे, ब्रिटिश सरकारचा बगलबच्चा आहे, देशद्रोही आहे, हिंदू धर्माचा वैरी आहे... एक की दोन! मला खुनाच्या धमकीची पत्रं तर नेहमीच येतात. मी गांधीजींना तात्त्विक विरोध करतो म्हणूनच मी सैतान बनलो ना? देशद्रोही ठरलो ना? ब्रिटिशांचा बगलबच्चा झालो ना?''

''मि. आंबेडकर, अनुयायी मंडळी हे सारं करत असतात. स्वतः गांधीजी...''

''त्यांचंही तेच! हिंदुस्थानात व्हाइसरॉयशी वाटाघाटी चालल्या असताना स्वतः गांधीजींनी दुसरं काय केलं? त्यांना गांधीजींनी सांगितलं की, मी काँग्रेसचा प्रतिनिधी असल्यामुळे देशाचा खराखुरा प्रतिनिधी मीच आहे. बाकीचे प्रतिनिधी कवडीमोल आहेत. त्यांना देशात बूड नाही. आहे ही गोष्ट खरी?''

''पण गांधीजींनी आपल्या अस्पृश्योद्धाराच्या कार्याविषयी प्रशंसाच केलेली

आहे... स्वतः गांधीजींनाही अस्पृश्योद्धाराच्या कार्याची कळकळ वाटतेच की!''

"वाटत असेलही! पण त्यांची अस्पृश्यांविषयीची भूमिका भूतदयावादी आहे, मानवतावादी आहे...''

"मग? त्यात काय वाईट आहे?''

"आम्हाला कुणाचीही सहानुभूती नको आहे. भूतदया नको आहे... आम्हाला समता हवी आहे... तो आमचा निसर्गदत्त हक्क आहे... तो आम्ही मिळविणारच! पतित म्हणून, पददलित म्हणून आमच्या तोंडावर फेकलेले चार दयेचे तुकडे आम्हाला नको आहेत...''

लेस्टरबाई म्हणाल्या, "पण आपण गांधीजींच्याविरुद्ध जाऊन ब्रिटिशांची बाजू घेण्यात...''

लेस्टरबाईंचं बोलणं पुरं व्हायच्या आतच आंबेडकर म्हणाले, "अस्पृश्यांसाठी संयुक्त मतदारसंघ आणि राखीव जागा देण्याच्या विरुद्ध गांधीजी आहेत. मग त्यांची बाजू घेऊन आमचं काय कल्याण होणार? म्हणून ब्रिटिशांच्या बाजूनं राहण्यातच आमचा फायदा आहे...''

"पण देशाचा फायदा बघायला नको का?''

"देशानं आजवर आमचं काही बघितलं आहे का? मग आम्ही तरी त्याचं कशासाठी बघायचं? नरकात पडून स्वर्गाकडे बघणं आता पुरे नाही का झालं?''

"अल्पसंख्याक समितीपुढे मुसलमान, ख्रिश्चन यांच्याप्रमाणे अस्पृश्यांचं निवेदन सादर झालंच आहे की! त्यात अस्पृश्यांना सरकारी कचेऱ्या, सैनिक दलं, पोलिस खातं यांत नोकऱ्या मिळाव्यात, असा उल्लेख आहेच की!''

आंबेडकर म्हणाले, "त्या निवेदनाला मी एक पुस्ती जोडली आहे. अस्पृश्य वर्गाच्या लोकसंख्येच्या प्रमाणात अस्पृश्य वर्गाला सर्व प्रांतिक आणि केंद्रीय मंडळात खास प्रतिनिधित्व मिळावं. त्यांना स्वतंत्र मतदारसंघ मिळावा आणि संयुक्त मतदारसंघ आणि राखीव जागा ही व्यवस्था ठेवायची असेल तर वीस वर्षांनंतर अस्पृश्य मतदारांचं सार्वमत घेऊन निर्णय घ्यावा, असंही म्हटलं आहे...''

"पण अस्पृश्यांना स्वतंत्र मतदारसंघ द्यावा, अशी अल्पसंख्याकांच्या करारात नोंद झालेलीच आहे की!''

"म्हणूनच गांधीजींची आदळआपट सुरू झालेली आहे. त्यांना मुसलमान, शीख किंवा ख्रिश्चन यांच्या मागण्या मान्य होतात आणि फक्त आमच्याच मागण्या मान्य होत नाहीत. त्यांच्यापुढे ते पड खातात...''

लेस्टरबाई म्हणाल्या, "आपण गांधीजींवर फार कठोर टीका करता...''

"माझी टीका कठोर असेल, पण खोटी नाही, आणि संतापाच्या भरात गांधीजी काय माझ्यावर कमी टीका करतात? मला माझ्या देशाची ओळख नाही,

हिंदी समाजघटनेचे मला ज्ञान नाही, मी अस्पृश्यांचा खरा प्रतिनिधी नाही, असं गांधीजी ओरडून सांगतात... खरं आहे का हे? मला माझ्या समाजाचं ज्ञान नाही? मी त्यांचा प्रतिनिधी नाही? आणि अस्पृश्यांचं सार्वमत घेतलं तर माझ्यापेक्षा गांधीजींना जास्त मतं मिळतील? वा रे वा! गांधीजींचं हे समाजज्ञान झालं?''

लेस्टरबाई शांतपणानं म्हणाल्या, ''पण गांधीजींना प्रथम देशाचं स्वातंत्र्य अभिप्रेत आहे...''

आंबेडकर आवेगानं म्हणाले, ''मला नकोय का स्वातंत्र्य? पण आमच्या स्वातंत्र्याचं काय? समतेचं काय? अशाच भुलावणीनं आम्ही आजवर हजारो वर्षं खितपत पडलो आहोत... आता आम्हाला माणूस म्हणून जगू द्या की! ते काही नाही... गांधीजींचं काय घेऊन बसलात... आता प्रत्यक्ष परमेश्वर अवतरला तरी या बाबतीत त्याच्याशीही आम्ही तडजोड करणार नाही... आम्ही माणूस म्हणून जगण्यात गांधींजींचा विरोध असेल तर खुशाल त्यांनी आपले प्राण पणास लावू देत! आमच्या कोट्यवधी लोकांपेक्षा त्यांचे प्राण काही महत्वाचे नाहीत.. आणि व्यक्तिशः मला नामोहरम करण्यासाठी गांधीजींनी आपले प्राण कशासाठी पणाला लावायचे?... परदुःख शीतल असतं, हेच खरं! हजारो वर्षं आम्हाला बसलेले चटके आम्हालाच माहीत!... आता कुणाशीही तडजोड नाही!''

मुलाखत संपली. लेस्टरबाईंनी आंबेडकरांचा निरोप घेतला. गांधीजी आणि आंबेडकर यांना एकत्र आणवून काही तडजोड घडवून आणण्याचा लेस्टरबाईंचा प्रयत्न फसला. आंबेडकर हा खरोखरच सवाई महात्मा आहे, याबद्दल त्यांची खात्री पटली.

त्या जायला निघाल्या तेव्हा लंडनमधल्या एका वर्तमानपत्राचा एक बातमीदार आंबेडकरांच्या मुलाखतीसाठी येत होता.

त्याच्याकडे हसून बघत लेस्टरबाई म्हणाल्या, ''एका युगपुरुषाची मुलाखत तुम्हाला घ्यायची आहे, हे लक्षात ठेवा हं!''

लेस्टरबाईंचं हे बोलणं आंबेडकरांनी ऐकलं. ते मनाशी म्हणाले,'या विभूतीपूजेनंच आमचा घात झालाय!... कुणीच युगपुरुष नसतो... माणुकीचे प्रश्नच युगपुरुषासारखे माणसासमोर उभे ठाकतात!'

तसाच प्रश्न त्यांच्यापुढे लवकरच येऊन उभा ठाकणार आहे, या गोष्टींची त्यांना सुतराम कल्पनाही नव्हती.

* * *

त्या अनपेक्षित बातमीनं उभ्या देशात खळबळ उडवून दिली.

१४ ऑगस्ट १९३२ रोजी ब्रिटिश पंतप्रधानांनी अल्पसंख्याकांच्या प्रश्नावर

आपला निवाडा जाहीर केला. या निवाड्याप्रमाणे अस्पृश्य वर्गाला राखीव जागा देण्यात आल्या होत्या. आपले प्रतिनिधी निवडण्याचा अधिकारही त्यांना देण्यात आला होता. याच्या जोडीला त्यांना स्पृश्य हिंदूंच्या प्रतिनिधींच्या निवडणुकीत मतदान करण्याचा अधिकारही दिला होता. त्यामुळे अस्पृश्यांना दुहेरी मतदानाचा हक्क प्राप्त झाला होता.

परंतु त्यामुळे आंबेडकरांचं समाधान झालेलं नव्हतं. त्यांच्या मतानं अस्पृश्यांच्या वाट्याला न्यायानं जितक्या जागा मिळायला पाहिजे होत्या तितक्या मिळालेल्या नव्हत्या. म्हणून पंतप्रधानांचा हा निवाडा अपुरा आणि असमाधानकारक आहे, असं त्यांना वाटलं होतं.

आंबेडकरांनी सर सॅम्युअल होअर यांना आपल्या नाराजीचं पत्रही पाठवलं.

उलट गांधीजींची नाराजी तर पराकोटीला पोचली होती. हा निवाडा जाहीर होताच त्यांच्या तळपायाची आग मस्तकाला जाऊन भिडली होती.

अस्पृश्यांना स्वतंत्र मतदारसंघ दिल्याचं जाहीर होताच गांधीजी खवळले. त्यांनी ब्रिटिश मंत्रिमंडळाला तंबी देऊन सांगितलं की,'ही स्वतंत्र मतदारसंघाची योजना जर ब्रिटिश सरकारनं रद्द केली नाही,तर मी मीठ किंवा सोडा घातलेलं नुसतं पाणी पिऊन प्राणांतिक उपोषण करीन!'

गांधीजींनी ही घोषणा करताच साऱ्या जगाचं लक्ष या दोन महापुरुषांकडे लागलं.

एका परदेशी पत्रकारानं आंबेडकरांना प्रश्न विचारला तेव्हा ते म्हणाले, "गांधीजींनी थोडी तरी सत्याची चाड ठेवावी. या अल्पसंख्याक समितीच्या सदस्यांनी ब्रिटिश पंतप्रधानांना जे विनंतिपत्रक सादर केलं होतं त्यावर गांधीजींनी स्वाक्षरी केलेली होती. नैतिक दृष्टीनं ते या निवाड्याला बांधलेले आहेत."

त्या पत्रकारानं विचारलं, "मग त्यासाठी गांधीजी उपोषण का करताहेत?"

"आम्हाला स्वतंत्र मतदारसंघ मिळाला म्हणून!"

"पण ख्रिश्चन, मुसलमान, शीख यांना स्वतंत्र मतदारसंघ देण्यास गांधीजींचा विरोध दिसत नाही!"

"तीच तर शोकांतिका आहे आमची! त्यांना अस्पृश्य समाजाचं नेतृत्व हवं आहे."

"पण आपण तर त्याच समाजातले आहात... आपला समाज आपल्या पाठीमागे आहे."

आंबेडकर म्हणाले, "पण गांधीजींना तसं वाटत नाही ना! अस्पृश्य जनता त्यांच्या पाठीमागे आहे, असं त्यांना वाटतं. उगाच त्यांनी हा आपल्या प्रतिष्ठेचा प्रश्न बनवला आहे."

पत्रकार म्हणाले, ''त्यांना वाटतं की, हिंदूंमध्ये फूट पडू नये म्हणून....''

''मग मला काय हिंदूंच्यात फूट पाडायची आहे वाटतं? नसती कल्पना लढवायची! मी त्याच समाजात जन्मलो आहे. त्या समाजाची दुःखं केव्हाही मलाच समजणार! मग पुढारीपणाचा हा अट्टाहास कशासाठी? आमच्या समाजाचा उद्धार करायचा असेल तर आमच्या समाजातून कार्यकर्ते शोधून काढले पाहिजेत. अस्पृश्योद्धाराच्या निमित्तानं स्वार्थ साधणारी माणसं काय कामाची?''

तो पत्रकार काहीशा कडवटपणानं म्हणाला, ''यात गांधीजींना स्वार्थ काय साधायचा आहे?''

''व्यक्तीशः त्यांच्याबद्दल मी बोलत नाही; पण टॉलस्टॉयच्या साक्षीनं मी एवढंच सांगतो की, जे प्रेम करू शकतात तेच सेवा करू शकतात. माझं माझ्या समाजावर खरं प्रेम आहे... मीच त्या समाजाची खरीखुरी सेवा करू शकेन.''

''गांधीजींची सेवा खरी नाही वाटतं?''

''असली तरी खरी आई आणि सावत्र आई यांच्या प्रेमात आणि सेवेत फरक पडतोच की!''

काही वेळ कुणीच काही बोललं नाही.

मग आंबेडकरांनीच त्या पत्रकाराला प्रश्न विचारला, ''लंडनला गोलमेज परिषदेच्या वेळी गांधीजी काय म्हणाले होते? ते म्हणाले होते की, काँग्रेसनं अस्पृश्यतानिवारण आणि हिंदू-मुसलमान ऐक्य, ही दोन प्रमुख ध्येयं ठरविली आहेत. हेच त्यांचं अस्पृश्यतानिवारण आहे होय? आम्हाला मिळालेल्या सवलती रद्द करण्याचं?''

त्या पत्रकारानं वेगळाच पवित्रा घेतला.

तो म्हणाला, ''गतवर्षी २८ डिसेंबरला गांधीजी गोलमेज परिषद संपवून मायदेशी परतले. त्यांच्याविरुद्ध तुमच्या लोकांनी उग्र निदर्शनं केली. त्यामुळे कदाचित गांधीजी रागावले असतील.''

''निदर्शनांवर रागावतो तो नेता कसला? गांधीजी तर स्वतः शांतिब्रह्म... अहिंसाचार्य.''

''म्हणूनच तर ते हिंसक निदर्शनांमुळे बिघडले असतील. परस्पर गटांनी परस्परांवर लाठ्या, काठ्या, विटा, सोडावॉटरच्या बाटल्या यांचा भडिमार केला... काय वाटलं असेल त्या अहिंसाचार्याला?''

त्या पत्रकाराच्या प्रश्नातली खोच आंबेडकरांना जाणवली. ते हसत म्हणाले, ''सध्या माझी काय संभावना चाललीय... ब्रिटिशांचा बगलबच्चा, गवतातला साप, देशद्रोही, भीमासुर, चार्वाक... एक ना दोन शेलक्या विशेषणांचा माझ्यावर वर्षाव चाललाय. गांधीजींचे अनुयायी माझ्यासाठी नवीन नवीन विशेषणं शोधून काढण्यात गर्क आहेत... आणि गांधीजींच्या अहमदाबादेत माझ्याविरुद्ध निदर्शनं झालीच की!''

काही वेळानंतर एखादा सिद्धान्त सांगावा त्याप्रमाणे ते म्हणाले, "मी मायदेशी परत आल्यावर मला अनेक मानपत्रं देण्यात आली. एका मानपत्रात म्हटलं होतं की, आंबेडकर हे देशाभिमानी, देशहितचिंतक आहेत. नामदार अण्णासाहेब लठ्ठे हे आपल्या भाषणात म्हणाले की, आंबेडकर हे हिंदुस्थानातील पददलितांचे अनभिषिक्त राजे आहेत. पण सत्काराला मी जे उत्तर देतो त्या भाषणात मी सांगतो की, आज हिंदुस्थानात देशद्रोही, राष्ट्रद्रोही, हिंदूहिंदूंत दुफळी पाडणारा आणि देशाचा अत्यंत मोठा शत्रू कोणाला म्हणता येत असेल तर ते मलाच!"

"खरंच का ते!"

"होय... पण मी त्यांना सांगतो की, हा वादविवादाचा धुरळा काही दिवसांनी खाली बसेल... भावी इतिहासकार या गोलमेज परिषदेचा खराखुरा इतिहास लिहितील. तेव्हा हिंदूंच्या भावी पिढ्या माझ्या राष्ट्रसेवेबद्दल धन्योद्‌गार काढतील, असा मला विश्वास वाटतो!"

हे बोलताना आंबेडकरांची आत्मविश्वासक मुद्रा जणू भविष्यकाळात डोकावून बघत होती. त्या पत्रकाराला वाटलं. एका द्रष्ट्या महापुरुषाचे हे आत्मविश्वासाचे बोल आहेत. पण या क्षणी तरी या द्रष्ट्या पुरुषासमोर एक धर्मसंकट अचानकपणानं येऊन उभं राहिलं होतं.

गांधीजींनी उपोषण सुरू केलं होतं आणि त्यांच्या प्राणरक्षणाची जबाबदारी आंबेडकरांवर येऊन पडली होती.

* * *

ज्याला त्याला वाटत होतं, आपणच आता गांधीजींचे प्राण वाचवणार आहोत. म्हणून जो तो धावपळ करू लागला होता. त्यांच्यापैकी प्रत्येकाला वाटत होतं की, आंबेडकर हे गांधीजींचे प्राण हरण करणारे कुणी यमराज आहेत आणि आपण त्या संहारकर्त्याकडून गांधीजींचे प्राण वाचवणार आहोत.

पं. मदनमोहन मालवीय यांनी १९ सप्टेंबर १९३२ रोजी मुंबईला एक परिषद भरवली. इंडियन मर्चंट्स चेंबरच्या सभागृहात भरलेल्या सभेला राजेन्द्र प्रसाद, कमला नेहरू, सर तेजबहादूर सप्रू, ठक्कर बाप्पा, माधवराव अणे, डॉ. नारायणराव सावरकर आदी मान्यवर नेते उपस्थित होते.

त्यानंतर सप्रूंनी प्राथमिक आणि निर्णायक अशी दोन अंगं असलेली एक निवडणुकीची पद्धत राखीव जागांसाठी तयार केली. प्रत्येक राखीव जागेसाठी कमीत कमी तीन प्रतिनिधी निवडावेत आणि त्या तिघांपैकी कोणताही एक प्रतिनिधी संयुक्त मतदानसंघानं निवडावा, असं त्या पद्धतीचं स्वरूप होतं.

त्या पद्धतीबद्दल आंबेडकर म्हणाले, "मला माझ्या सहकाऱ्यांचा सल्ला घेतला

पाहिजे. दोन तासांनी परत येतो.''

आंबेडकरांनी पु. गो. काणेकरांची भेट घेतली आणि परिषदेतला सारा वृत्तान्त त्यांना कथन केला.

आंबेडकर म्हणाले, ''परिषदेत मी सांगितलं की, गोलमेज परिषदेत गांधीजींनी देशाच्या स्वातंत्र्यासाठी आग्रह धरला. त्या मागणीसाठी त्यांनी प्राणांतिक उपोषण करायला हवं होतं!''

काणेकर गमतीनं म्हणाले, ''त्या उपोषणात आपला प्राण जाईल, अशी त्यांना सार्थ भीती वाटली असेल.''

''मग आमच्याच प्रश्नाच्या बाबतीत त्यांनी या उपायाचा अवलंब कशासाठी करावा? जातीय निवाड्यानं आम्हाला दिलेलं स्वतंत्र प्रतिनिधित्व केवळ आपल्या बलिदानाचं कारण मानावं, या गोष्टीचं वाईट वाटतं.''

काणेकर एकदम म्हणाले, ''यासाठी कुणी गांधीजींना घरच्या म्हातारीचे काळ म्हटलं तर ते चुकीचं होईल का?''

''उलट मलाच ते गांधीजींचा काळ म्हणताहेत. त्यासाठी मला खुनाच्या धमक्या मिळताहेत. ठीक आहे. त्याला मी भीत नाही... पण केवळ आम्हालाच स्वतंत्र मतदारसंघ मिळाले आहेत, असं थोडंच आहे? युरोपियन, ख्रिश्चन, अँग्लोइंडियन, मुसलमान, शीख यांनाही स्वतंत्र मतदारसंघ मिळाले आहेतच की ! मग आम्हाला स्वतंत्र मतदारसंघ मिळाला म्हणून गांधीजींना एवढी चिंता का वाटावी? त्यामुळे देश दुभंगला जाईल, अशी धारणा त्यांनी का करून घ्यावी?''

काणेकर म्हणाले, ''हा शुद्ध राजकीय डाव आहे. क्षुद्र डाव म्हटलं तरी चालेल. त्यांना तुमच्या समाजाचं नेतृत्व हवं आहे!''

''आमच्या समाजाचं नेतृत्व करा की! नाही कोण म्हणतोय? पण नेत्यानं आमचं हित पाहायला नको का? का नेतृत्वासाठी फक्त पुढारीपण करायचं? आमच्या साऱ्या हितावर निखारे ठेवून?''

काणेकर म्हणाले, ''गांधीजींना म्हणावं आपल्या उपोषणाचा मोहरा बदला. तो मुसलमानांच्या किंवा इतर कुणाच्याही स्वतंत्र मतदारसंघाकडे वळवा पाहू!''

आंबेडकर चटकन म्हणाले, ''आपण म्हटल्याप्रमाणे त्यात प्राण गमावण्याची भीती आहे ना!... आज माझ्यावर पत्रांचा, तारांचा पाऊस पडला जातो आहे... मला भेटण्यासाठी लोकांची रीघ लागली आहे... ही सारी मंडळी एकच टाहो फोडताहेत, गांधीजींचे प्राण वाचवा... ते तुमच्या हातात आहेत!''

''या मंडळींना आपण काय उत्तर दिलंत?''

''मी परिषदेतच सारं काही बोलून टाकलं. म्हणालो, मी या घटनेचा खलपुरुष व्हावं हे दुर्दैवानं माझ्या नशिबी आलं आहे खर; पण लक्षात ठेवा की, मी माझ्या

पुण्य कर्तव्यापासून रेसभरही ढळणार नाही... गांधीजींच्या एका प्राणासाठी माझ्या कोट्यवधी बांधवांच्या हक्कांचे बळी कदापि देणार नाही. गांधीजींसाठी माझ्या बांधवांचा विश्वासघात कधीच करणार नाही! मग बेहत्तर तुम्ही मला जवळच्या एखाद्या विजेच्या खांबावर फाशी दिलंत तरी चालेल!''

''मग मंडळींच्या अंगाचा तिळपापड झाला असेल...''

''कित्येकांच्या मनातला संताप आवरला नाही. त्यांनी मला हवे ते शिव्याशाप दिले... माझं श्राद्ध घातलं... पण मी त्यांना स्पष्ट बजावलं की, तुम्ही आम्हाला तुमच्यापैकी समजत नाही.... मग आमच्यावर संयुक्त मतदारसंघ लादण्याची सक्ती करण्याचा तुम्हाला अधिकारच काय? तुमच्या धर्माशी आमची सांगड घालण्याचा तरी तुम्हाला कुठला अधिकार पोचतो?''

''तुम्ही हे त्यांना बजावलंत हे उत्तमच केलंत! तुम्ही काही कच्च्या गुरूचे चेले नाहीत, हे लोकमान्य टिळकांप्रमाणे त्यांना दाखवून दिलंत, हे छान झालं!''

आंबेडकर भाविक स्वरात म्हणाले, ''आज टिळक असते तर हा प्रसंगच आला नसता... भिजत घोंगडं ठेवायची त्यांना सवयच नव्हती!''

मग काही वेळ त्या दोघांचा विचारविनिमय झाला. काणेकरांची सल्लामसलत घेऊन त्याच दिवशी रात्री आंबेडकरांनी आपली योजना परिषदेच्या पुढाऱ्यांसमोर ठेवली.

परिषदेच्या कार्यकर्त्यांसमोर बोलताना ते म्हणाले, ''प्राथमिक निवडणुकांचं तत्त्व मला मान्य आहे. मात्र जातीय निवाड्यात अस्पृश्य वर्गाला ज्या राखीव जागा ठेवल्या आहेत, त्यापेक्षा अधिक जागा त्यांना मिळायला हव्यात... आणि मध्यवर्ती विधिमंडळातही लोकसंख्येच्या प्रमाणात अस्पृश्यांना जागा मिळाव्यात.''

परिषदेच्या पुढाऱ्यांनी आंबेडकरांच्या या मागण्यांना मान्यता दिली.

दुसऱ्या दिवशी आंबेडकरांना गांधीजींचं म्हणणं कळविण्यात आलं. डॉ. राजेंद्रप्रसाद आणि राजगोपालाचार्य या दोघांनी आंबेडकरांना सांगितलं, ''अस्पृश्य वर्गाच्या साऱ्या जागांना निवडणुकीच्या प्राथमिक आणि दुय्यम पद्धती लागू कराव्यात, असं गांधीजींचं म्हणणं आहे.''

आंबेडकरांनी ते ऐकून घेतल्यावर राजगोपालाचार्य म्हणाले, ''आता एक गोष्ट आपण करायला हवी!''

आंबेडकरांच्या प्रश्नार्थक मुद्रेकडे बघून ते म्हणाले, ''आता आपण ब्रिटिश पंतप्रधानांना तार करा... अस्पृश्य वर्गाचे स्वतंत्र मतदारसंघ रद्द करावेत, असं त्यांना कळवा.''

ते ऐकून आंबेडकर प्रक्षुब्ध झाले. ही मंडळी आपल्याला राजकारणातलं कुक्कुलं बाळ समजतात की काय, असं ते मनाशी म्हणाले.

आंबेडकरांनी त्यांना निक्षून सांगितलं, ''माझ्यासमोर दुसरी एखादी योजना असल्याशिवाय ब्रिटिश पंतप्रधानांनी दिलेल्या स्वतंत्र मतदारसंघाचा त्याग करायला मी मुळीच तयार होणार नाही. हातचं सोडून मृगजळाच्या पाठीमागे लागण्यात काय अर्थ आहे?''

पुन्हा सगळ्या लोकांच्या मुद्रांवर निराशेची छाया पसरली.

लगेच जयकर, सप्रू आणि मालवीय हे गांधीजींच्या भेटीसाठी निघाले. कुणाच्या हाताला काहीच लागत नव्हतं. आशा-निराशेचा खेळ चालला होता.

गांधीजींकडे जाताना मालवीयांनी विचारलं, ''गांधीजींकडे आपण यायला तयार आहात ना?''

आंबेडकर म्हणाले, ''त्यांना भेटण्याची माझी तयारी आहे.''

''पण गांधीजींच्या मनाला धक्का बसेल असं आपण त्या भेटीत काही बोलू नाही हे बरं! नाहीतर...''

आंबेडकर होकारार्थी मान हलवून गप्प बसले. मनाशी म्हणाले, 'गांधीजींच्या मनाला धक्का बसेल असं मी बोलू नाही... पण माझ्या मनाला धक्का बसेल असं गांधीजी बोलले तर?... गांधीजींच्या भोवती दुष्ट अनुयायांचं वर्तुळ आहे, हीच गोष्ट खरी!'

* * *

ते दृश्य मोठं करुणाजनक होतं.

संध्याकाळची वेळ... येरवडा कारागृहाच्या आवारात दरवाजाजवळ एका लोखंडी खाटेवर गांधीजी झोपलेले होते. त्या खाटेवर फक्त चटई टाकलेली होती. खाटेवर आम्रवृक्षाची सावली पडली होती. खाटेवर पडलेल्या या कृष्णछायेमुळे संध्याकाळचं वातावरण अधिकच उदासवाणं वाटत होतं. गांधीजींच्या जवळ बसलेल्या सरदार पटेल आणि सरोजिनी नायडू यांच्या मुद्रा चिंताग्रस्त दिसत होत्या. खाटेजवळ पाणी, मीठ आणि सोडा यांच्या बाटल्या भरून ठेवलेल्या दिसत होत्या. निःस्तब्ध वातावरण थंडावलं होतं. शब्द गोठून गेले होते. ती नीरव शांतता निरुपद्रवी मात्र वाटत नव्हती.

गांधीजींचं व्यक्तिमत्त्व माणसाला भुरळ पाडण्याजोगं असायचं. त्यांच्या समोर गेलं म्हणजे होत्याचं नव्हतं व्हायचं आणि नव्हत्याचं होतं व्हायचं... अशी त्यांच्या धुरंधर व्यक्तिमत्त्वाची किमया!

त्या लोखंडी खाटेवर पहुडलेल्या त्या थकलेल्या विरागी वीरपुरुषाकडे आंबेडकरांनी क्षणभर बघितलं. त्यांच्या भावनाप्रधान मनाला वाटलं की, या बैरागी बॅरिस्टराच्या पायांवर लोटांगण घेऊन ढसढसा रडावं! आजवर राजकारणाची खडतर वाट चालून आलेल्या त्यांच्या चरणांवर आपल्या अश्रूंचा अभिषेक करावा!

परंतु एका क्षणात त्यांनी आपल्या भावनाप्रधान मनाला सावरलं. आता त्यांच्या दृष्टीनं गांधीजी हे बैरागी बॅरिस्टर नव्हते, तर व्यवहारकुशल राजकारणी मुत्सद्दी होते. त्यांचा पवित्रा त्यांना हाणून पाडायचा होता. युगानुयुगं खितपत पडलेल्या आपल्या बांधवांचं वकीलपत्र घेऊन ते गांधीजींसमोर आलेले होते. त्यांच्या अस्पृश्य बांधवांनी हजारो वर्षं सोसलेली अमानुष दुःखं आणि असह्य हालअपेष्टा त्यांना गांधीजींच्या समोर मांडायच्या होत्या. गांधीजींनी आपले प्राण पणाला लावले होते; आणि आंबेडकरांना आपल्या कोट्यवधी बांधवांचे प्राण वाचवायचे होते. भावना आणि बुद्धी यांच्यामधील संघर्ष त्यांच्या समोर उभा ठाकला होता. दोन्ही बाजूंनी ते धर्मसंकटात सापडले होते. राष्ट्रातील जनतेनं राष्ट्रपुरुषाचे प्राण त्यांच्यावर सोपविले होते, तर त्यांच्या कोट्यावधी बांधवांनी हजारो वर्षं त्यांच्या मानेला लागलेला फास तोडण्याची कामगिरी त्यांच्यावर सोपविली होती.

जगातल्या एका श्रेष्ठ विरागी राजकारणपटूशी दुसऱ्या एका रूढीभंजक क्रांतिकारी महापुरुषाची गाठ पडली होती.

या झटापटीत कोण जिंकणार होतं? कोण हरणार होतं? का हा सामना अधुरा राहणार होता?

गांधीजींच्या खाटेजवळ येऊन आंबेडकर म्हणाले, "मी आलोय आपल्याला भेटायला..."

मंद हास्य करून गांधीजींनी त्यांना बसायची खूण केली. गांधीजींचं हास्य मावळतीला टेकलेल्या चंद्रबिंबाच्या निस्तेज प्रकाशासारखं वाटलं.

सर तेजबहादूर सप्रू यांनी गांधीजींना आतापर्यंत झालेल्या वाटाघाटींची हकिगत थोडक्यात सांगितली. पं. मालवीय यांनी हिंदूंची बाजू त्यांच्यासमोर विषद करून सांगितली.

मग आंबेडकर शांतपणानं बोलायला लागले. म्हणाले, "महात्माजी, आजवर तुम्ही आमच्यावर अन्यायच करत आलेला आहात आणि उलट मी मात्र सगळ्या जगाला अन्यायी भासतो आहे... माझं नशीबच तसं असावं..."

अगदी शांत खाली गेलेल्या आवाजात गांधीजी म्हणाले, "डॉक्टर, तशी कल्पना करून घेऊ नका... मी कुणावरच कधी अन्याय केलेला नाही."

काहीशा विव्हळ मंदस्वरात आंबेडकर म्हणाले, "नाही कसा? आपण आपली योजना ब्रिटिश मंत्रिमंडळापुढे विचारार्थ ठेवून त्यांच्याशी चर्चा करायला हवी होती. उलट आपण अस्पृश्यांच्या हिताविरुद्ध हे उपोषण सुरू केलेलं आहे. हा आमच्यावर अन्यायच नाही का?"

आंबेडकरांचा हा युक्तिवाद बिनतोड होता. त्यांचं बोलणं ऐकून गांधीजीही काहीसे भारावले. आंबेडकरांचं बोलणं त्यांना पटल्यासारखं वाटत होतं. गांधीजींनी तसं बोलूनही दाखवलं.

गांधीजी म्हणाले, ''तुमच्या म्हणण्याला माझी पूर्ण सहानुभूती आहे. डॉक्टर, तुमचं बहुतेक म्हणणं मला पटलेलं आहे. परंतु तुम्ही एकदा म्हणाला होतात की, माझ्या जगण्याचा तुम्हालाही उपयोग आहे!''

आंबेडकर चटकन म्हणाले, ''होय महात्माजी... अजूनही माझं तेच म्हणणं आहे... आपल्या जगण्याचा आम्हाला उपयोग आहे... फार फार उपयोग आहे... आपण आपलं जीवित जर अस्पृश्य वर्गाच्या हितासाठी वाहून घेतलंत तर तुम्ही आमचे वीरपुरुष व्हाल... आमच्या वर्गाचे खऱ्या अर्थानं महात्मे व्हाल!''

गांधीजींनी क्षीणपणानं हसून विचारलं, ''नाहीतर मी तुमचा कुणीच होणार नाही का?''

आंबेडकरही गमतीनं म्हणाले, ''कसे व्हाल? आमची हाराकिरी सहन करून आम्ही कुणालाही महात्मा म्हणावं का?''

आता मात्र गांधीजी मनापासून हसले आणि नंतर गंभीरपणानं म्हणाले, ''ठीक आहे... माझा जीव कसा वाचवावा हे तुम्हाला समजतं आहे. आता ते तुमच्याच हातात आहे.''

''पण जातीय निवाड्याप्रमाणे आम्हाला मिळालेले अधिकार...''

''ते तुम्ही सोडायला तयार नाही, हे मला माहीत आहे.''

''मग आम्ही काय करायचं, महात्माजी?''

''तुम्ही सुचविलेली पॅनेलची पद्धत मी मान्य करतो.''

''मग ठीकच होईल.''

गांधीजी म्हणाले, ''म्हणूनच मी ती मान्य करतो. परंतु ती तुमची पॅनेल पद्धती तुमच्या सर्व राखीव जागांसाठी सुरू करावी, हे माझं म्हणणं तुम्ही मान्य करावं.''

आंबेडकर विचारात पडले.

गांधीजी म्हणाले, ''तुम्ही जन्मानं अस्पृश्य आहात. मी मनानं अस्पृश्य आहे. याचा अर्थ आपण सारे एक आहोत. आपली एकी अभंग आहे. ती तशीच राहिली पाहिजे. हिंदू समाजातली ही एकी अभंग राहावी, हिंदू समाज अविभाज्य राहावा, यासाठी मी माझे प्राण पणाला लावले आहेत.''

त्या दोघा महापुरुषांची मुलाखत संपली.

* * *

२२ सप्टेंबर हा दिवस उजाडला. त्या दिवशी शुक्रवार होता.

त्या दोन्ही नेत्यांनी पॅनेल पद्धतीला मान्यता दिलेली होती. परंतु पॅनेल पद्धतीत किती उमेदवार असावेत, प्रत्येक प्रांतात अस्पृश्यांना किती जागा मिळाव्यात, प्राथमिक निवडणुकीची पद्धत किती वर्षं चालवावी, राखीव जागांची सवलत किती

वर्षं असावी, अधिकारांच्या जागांचं वाटप कसं असावं, याबद्दल विचारविनिमय सुरू झाला.

आंबेडकर म्हणाले, "सर्व प्रांतांतील विधिमंडळात एकशे सत्त्याण्णव जागा आम्हाला मिळायला हव्यात!"

तडजोड करणारे नेते आंबेडकरांना म्हणाले, "एकशे सव्वीस जागा घेऊन समाधान माना!"

आपापसात तडजोड होईना तेव्हा प्रकरण गांधीजींकडे गेलं. गांधीजी म्हणाले, "आंबेडकरांचे बहुसंख्य मुद्दे मला मान्य आहेत. पण प्राथमिक निवडणुकीची पद्धत किती वर्षं चालावी आणि राखीव जागा केव्हा रद्द कराव्यात याविषयी सार्वमत घेण्यात यावं!"

प्राथमिक निवडणुकीची पद्धत दहा वर्षांनी रद्द करावी आणि पंधरा वर्षांनी जागांच्या पद्धतीविषयी अस्पृश्यांचं सार्वमत घ्यावं, असा आग्रह आंबेडकरांनी धरला.

कुणीतरी म्हणालं, "मग तर या गोष्टी कायम स्वरूपाच्याच होतील."

आंबेडकर म्हणाले, "वीस वर्षांत अस्पृश्यता नष्ट होईल या गोष्टीवर माझा मुळीच विश्वास नाही. मात्र स्पृश्यांच्या डोक्यावर ही टांगती तलवार असल्यामुळे ती मंडळी आमच्याविषयीचा दृष्टिकोन कदाचित बदलू शकतील."

या चर्चेत संध्याकाळचे चार वाजले. एकमत होण्याचं चिन्ह काही केल्या दिसेना.

तेवढ्यात गांधीजींची प्रकृती चिंताजनक बनल्याची बातमी आली.

गांधीजींचे चिरंजीव देवदास डोळ्यांत अश्रू आणून आंबेडकरांना म्हणाले, "बापूजींची प्रकृती गंभीर बनली आहे. सार्वमताचा आग्रह धरून करारावर सही करण्यास विलंब करू नका! बापूंचे प्राण वाचवा!"

स्वतः गांधीजी आंबेडकरांना म्हणाले, "सार्वमताच्या प्रश्नाला माझा पाठिंबा आहे, डॉक्टर! पण सार्वमत मात्र पाच वर्षांनी घ्यावं!"

गांधींचे शब्दही धड ऐकू येत नव्हते. पुटपुटताना त्यांचा आवाज स्पष्ट उमटत नव्हता. त्यांचं बोलणं ऐकायला प्रयास पडत होते. डॉक्टरांनी संभाषण बंद करण्याचा इशारा दिला.

आंबेडकर काही केल्या आपला मुद्दा सोडीनात. जमलेले लोक त्यांच्याकडे क्रुद्ध नजरेनं बघत होते. त्यांना शिव्याशाप देत होते. कारण त्यांच्यापुढे गांधीजींच्या प्राणाचा प्रश्न होता. तर आंबेडकरांसमोर आपल्या बांधवांचा हजारो वर्षं टांगत राहिलेला प्रश्न होता. त्यांच्या मस्तकावर युगानुयुगांची टांगती तलवार होती. आजवर अनेक महात्मे, धर्मात्मे आले आणि गेले, पण त्यांचा प्रश्न तसाच लोंबकळत पडलेला होता.

विधिमंडळात १४८ राखीव जागा आणि स्पृश्य हिंदूंच्या जागांपैकी मध्यवर्ती विधिमंडळातील १० टक्के जागा अस्पृश्य वर्गाला द्याव्यात, असं ठरलं.

परंतु सार्वमताच्या प्रश्नावर काही केल्या एकमत होईना.

मग डॉ. सोळंकी आणि राजगोपालाचार्य यांच्याबरोबर आंबेडकर पुन्हा गांधीजींची भेट घ्यायला गेले.

गांधीजी खोल गेलेल्या आवाजात त्यांना म्हणाले, "मी कालच तुम्हाला सांगितलंय की, तुमची मागणी तर्कशुद्ध आणि बिनतोड आहे; परंतु सनदशीर संरक्षण मिळाल्यामुळे या अस्पृश्यतेच्या रोगाचं निर्मूलन होईल, असं मला वाटत नाही. हिंदू धर्माला आपल्या पूर्वापार चालत आलेल्या पातकाचं निरसन करण्याची एकवार संधी द्या की! म्हणून अस्पृश्यांचं सार्वमत पाच वर्षांनी घ्यावं!"

एकदम प्रक्षुब्ध होऊन गांधीजी पुढे म्हणाले, "पाच वर्षांनी सार्वमत घ्या किंवा आता माझा जीव घ्या!"

तिथून आंबेडकर परतले. हातचा बाण सोडायला ते तयार नव्हते. सार्वमत कमीत कमी दहा वर्षांनी घ्यावं, या मुद्द्याला ते चिकटून राहिले.

शेवटी चर्चेत असं ठरलं की, सार्वमताच्या मुदतीचा उल्लेख न करता करार करून टाकावा!

लगेच राजगोपालाचार्य यांनी ही माहिती गांधीजींच्या कानावर घातली.

गांधीजींनी मान्यता दिली.

रामकृष्ण भांडारकर रोडवरील शिवलाल मोतीलाल यांच्या बंगल्यावर एकच जल्लोष झाला. कराराला गांधीजींचा आशीर्वाद मिळालेला आहे, हे कळताच टाळ्यांचा एकच गजर झाला.

शेवटी एकदाची तडजोड झाली.

संध्याकाळी पाच वाजता चहापान सुरू झालं आणि गप्पांच्या ओघात त्या आनंदी वातावरणात पुणे करारावर नेत्यांच्या सह्या झाल्या.

राजगोपालाचार्य हे आनंदानं एवढे बेहोष झाले की, सह्या झाल्यानंतर त्यांनी आपलं पेन आंबेडकरांना नजर केलं आणि त्यांचं पेन आपण घेतलं.

आंबेडकर हसत म्हणाले, "आता त्या पेनमधल्या शाईला आपण सर्वांनीच जागलं पाहिजे. या पेनमधली शाई अमृताची असली पाहिजे."

एक हिंदू नेता म्हणाला, "म्हणूनच गांधीजींचे प्राण वाचले!"

त्या नेत्याकडे बघून आंबेडकर म्हणाले, "नाही ना मी गांधीजींचा प्राण घेतला?"

त्या नेत्यानं संमतिदर्शक मान हलवली तेव्हा आंबेडकर म्हणाले, "मग आपण मला जे शिव्याशाप दिले ते परत घ्या पाहू! याच बैठकीत आपला हिशेब चुकता करून टाकू."

"हो, आता वाटेल त्या गोष्टीला आमची तयारी आहे."

आंबेडकर खोचक शब्दात म्हणाले, "दहा वर्षांनी सार्वमत घ्यायला आता तुमची तयारी झालेली दिसते."

एकच हशा पिकला.

आंबेडकर म्हणाले, "केवढा मोठा पेच माझ्यासमोर निर्माण झाला होता! एका बाजूनं गांधीजींचं मोलाचं जीवन आणि दुसऱ्या बाजूला माझ्या बांधवांच्या हक्कांचं रक्षण... पण शेवटी गांधीजी, सप्रू आणि राजगोपालाचार्य यांच्या सहकार्यानं आपण या प्रश्नावर तोडगा काढू शकलो."

काही वेळ थांबून एखाद्या कूटप्रश्नाचं तात्पर्य सांगावं त्याप्रमाणे आंबेडकर म्हणाले, "अशा तऱ्हेची तडजोडीची वृत्ती गांधीजींनी गोलमेज परिषदेच्या वेळी दाखविली असती तर हा सारा प्रसंग टळला असता."

"त्या गोष्टी आता इतिहासजमा झाल्या. काही का असेना, ज्या गोष्टीचा शेवट गोड ते सारंच गोड!"

आंबेडकर म्हणाले, "आता आपण सर्व जण हा करार, पवित्र करार म्हणून मानू या!"

मग या करारातील कलमं ब्रिटिश पार्लमेंट आणि व्हाइसरॉय यांना कळविण्यात आली. २६ सप्टेंबर १९३२ रोजी या करारावर ब्रिटिश पार्लमेंटनं रीतसर शिक्कामोर्तबही केलं.

आणि या कराराची फलश्रुती?

ब्रिटिश पंतप्रधानांनी दिलेल्या जातीय निवाड्याप्रमाणे अस्पृश्य वर्गाला एकूण ७१ जागा मिळत होत्या. आता स्पृश्य हिंदूंनी त्यांना १४८ जागा दिल्या.

मात्र आपले उमेदवार स्वतःच स्वतंत्रपणानं निवडून स्पृश्य हिंदूंचेही प्रतिनिधी निवडण्याचा अस्पृश्य वर्गाला त्या निवाड्याप्रमाणे मिळालेला हक्क आता रद्दबादल झाला होता.

या करारानं काय साधलं? काय सिद्ध झालं? कुणाचा जय झाला? कुणाचा पराजय झाला?

देवाणघेवाण याचाच अर्थ तडजोड! इथे हार-जीत कुणाचीच होत नाही!

या करारामुळे गांधीजींचे मोलाचे प्राण वाचले आणि त्यांचे प्राण वाचवणारे आंबेडकर मात्र महात्मा ठरले... कराराचं भवितव्य अज्ञातच राहिलं.

❑

राजगृहातील संन्यासी

दुपारी जेवताना बाबासाहेबांनी रमाबाईंना आश्चर्यानं विचारलं, "हे काय? हे बोचकं कुणी बांधून ठेवलं आहे?"

रमाबाईंनी निर्विकारपणानं उत्तर दिलं, "मी..."

"ते कशासाठी?"

"आज दुपारी आपण त्या परिषदेला जाणार आहात ना?"

"होय... मग? माझं का सामान बांधून ठेवलं आहेस?"

"नाही... माझं..."

बाबासाहेबांनी पुन्हा विचारलं, "ते कशासाठी?"

"मी येणार आहे आपल्याबरोबर!"

"कुठे? परगावी? माझ्याबरोबर?"

त्यांना वाढताना रमाबाई नुसत्या म्हणाल्या, "होय..."

बाबासाहेबांनी विचारलं, "हे नवं खूळ तुझ्या मनात काय आलंय?"

"खूळ नाही... खरं तेच मनात आलंय... घरी राहून तुमच्या जिवाची काळजी करत राहण्यापेक्षा मी आता ठरवलंय नेहमी तुमच्याबरोबर यायचं!"

"वेडी आहेस गं, रामू!"

"वेडी म्हणा, खुळी म्हणा... मी आपल्याबरोबर येणार! आपण तिथे मी! आपलं जे होईल ते माझं होईल!"

"माझं काय होणारंय?"

"आपण सिंहगडला गेला होता तेव्हाच समजलं!... जिवावर बेतलं होतं... पण..."

"पण तुझ्या या जपतपानं मी वाचलो असेच ना?"

"काही म्हणा... तेव्हापासून मी पौर्णिमेचा उपास सुरू केलाय... शनिवारी तर फक्त पाण्यावर राहते... आणि थोडी उडदाची दाळ..."

मूळ विषयाचा सांधा बदलला होता... तो आणखी दूर नेण्यासाठी बाबासाहेबांनी विचारलं, "उडीद खाण्याची ही काय नवीन भानगड काढलीस?"

रमाबाई हसून म्हणाल्या, "शनिवारी उडीद खाल्ले म्हणजे दारिद्र्य फिटतं, असा तोडगा मला एकानं सांगितलाय... म्हणून..."

"मग फिटलंय का आपलं दारिद्र्य? आलीय का आपल्याला श्रीमंती?"

पुन्हा मूळ पदावर येऊन रमाबाई म्हणाल्या, "श्रीमंती फक्त पैशाचीच असते वाटतं? परमेश्वरानं आपल्याला मानसन्मानाची केवढी श्रीमंती मिळवून दिली आहे!... अशा श्रीमंत माणसाबरोबर मी आता सतत राहणार आहे... म्हणून आपल्याबरोबर येणार आहे."

काहीशा रागानं पण निर्धारानं बाबासाहेब म्हणाले, "वेडेपणा करू नकोस... भलता हट्ट धरू नकोस... मी नेहमी नेहमी परगावी जाणार... तुला माझ्याबरोबर कसं येता येईल?"

"मी विचारते... आपण तरी नेहमी कशाला परगावी जायचं? लोकांना शिकवण्यासाठी नेहमी एवढ्या परिषदा, एवढ्या सभा कशाला घ्याव्या लागतात?"

"अगं, तरी लोक शिकत नाहीत... शहाणे होत नाहीत..."

"मग ते कधीच शहाणे होणार नाहीत!"

"असं कसं म्हणतेस? माणसाला झोपेतून जागं करावंच लागतं... कधी ना कधी तरी तो जागा होणारच की! कुंभकर्णदेखील जागा झाला... आपला समाजही आज ना उद्या जागा होईलच की!... त्यासाठी पायांना पानं बांधून मला हिंडलं पाहिजे... त्याचसाठी परदेशी जाऊन वणवण केली.... देशातल्या दाही दिशा मला जाग्या केल्या पाहिजेत... किड्यामुंग्यांप्रमाणे खातेऱ्यात लोळणाऱ्या आपल्या समाजाला मला जागं केलं पाहिजे, त्याला माणूस बनवलं पाहिजे..."

रमाबाई सहजपणानं म्हणाल्या, "आपण एकट्यानंच पत्कर घेतलाय का या कामाचा?"

"होय... होय... मानवतेचा उद्धारकर्ता एखादाच पुरुष असतो... मलाच ते काम करायचं आहे!... माझ्यावरच देवानं ते काम सोपवलं आहे- नवा इतिहास निर्माण करण्याचं!"

जणू ते स्वतःशीच बोलत होते. त्यांच्या अशा तऱ्हेच्या बोलण्याची रमाबाईंना सवय होती. आपल्या पतिदेवाच्या बोलण्यातले नेमके अमृतकण टिपण्याचीही त्यांना सवय झालेली होती.

त्यांचं बोलणं ऐकून त्या काकुळतीनं एवढंच म्हणाल्या, "मला आपलं बाकीचं काही समजत नाही... आपण फार मोठे होत चालला आहात, एवढंच समजतं... अशा माझ्या देवाला दृष्ट लागू नये, त्याच्या जिवावर कुणी उठू नये, असं मला वाटतं!"

बाबासाहेब हसून म्हणाले, "खरंच... माझी रामू भोळीभाबडी आहे... वेडी आहे! अगं, दृष्ट लागते तो देव कसला?... आणि देवाच्या जिवावर कुणाला उठता येतं का?"

त्याच भोळ्या भावात रमाबाई म्हणाल्या, "आपल्यापुढे मी बापडी काय बोलणार? पण खरं सांगू? आपण दृष्टीआड झालात म्हणजे माझा ऊर दाटून येतो... धडकी भरते माझ्या छातीत! आपलं सिंहगडचं ऐकल्यापासून हे असं व्हायला लागलंय... वाटतं, माझं हे स्वर्गसुख माझ्यापासून कुणी हिरावून तर घेणार नाही ना? म्हणून आपल्याबरोबर सारखं राहावंसं वाटतं."

"रामू, कुणीच कुणाचे प्राण वाचवू शकत नाही आणि आयुष्यात ज्याला काही करायचं आहे त्यानं मरणाला भिऊन चालतं थोडंच?... आणि जगात मरणाला भिऊन कुणाचंच काही चालत नाही. खरं तर माणसाला मरणानं भ्यायलं पाहिजे!"

"मला नाही मरणाची भीती वाटत!... मला फक्त एकच वाटतं की, आपण माझ्याजवळ असताना कपाळावरच्या कुंकवासरशी या जगातून निघून जावं... नवं कोरं हिरवं लुगडं लेवून... कपाळावर कुंकवाचा मळवट भरून..."

त्यांना दटावणीच्या स्वरात बाबासाहेब म्हणाले, "असं काही वेडंबिद्रं बोलायचं नाही हं रामू, भरल्या घरात."

"अहो, हे वेडंबिद्रं कुठलं? कपाळावर कुंकू टेकून भरल्या घरातून जाण्यात तर खरं भाग्य आहे!"

"आता गप्प बस! मी कुठेही गेलो तरी माझी काळजी करू नकोस... मला मारणारा अजून जन्माला यायचा आहे, हे लक्षात ठेव... तुला माझ्याबरोबर येण्याचं मुळीच कारण नाही!"

रमाबाई आश्वासक स्वरात हसून म्हणाल्या, "पण एका अटीवर!"

"आपल्या देवाला अट घालतीस होय?"

"देवालाच अट घालायची असते... देवाजवळच हट्ट करायचा असतो..."

"बरं... बरं... कोणती अट? सांग तरी!"

"अट पुरी करण्याचं आधी वचन द्या!"

"वचन नाही पुरं केलं तर?"

"वचन देऊन ते पुरं केलं नाही तर ज्याला वचन दिलं असेल त्याचा जीव धोक्यात येतो... ते माणूस मरतंदेखील..."

''तुझं आपलं काहीतरीच! बरं, देतो वचन... सांग तर खरी तुझी अट?''

''मला पंढरपूरला जायचंय पंढरीनाथाचं दर्शन घ्यायला! लाखो भाविक लोक तिथे दर्शनाला जातात... मलाही एकदा जायचंय.''

ते ऐकून बाबासाहेब एकदम चमकले. आपल्या पत्नीचा पिंड भाविक आहे, धर्मनिष्ठ आहे, हे त्यांना माहीत का नव्हतं? परंतु पंढरपूरला देवदर्शन घेण्याची अट ही घालील, असं त्यांना मुळीच वाटलं नव्हतं. पंढरीनाथ त्यांच्या आटोक्याबाहेरचा देव होता. चोखामेळाप्रमाणे दूर दारात उभं राहून पंढरीनाथाचं दर्शन आपल्या पत्नीनं घ्यावं, ही गोष्ट त्यांना पटण्यासारखी नव्हती. पण रमाबाईंना वचन देऊन चुकले होते, आणि वचनमोडीचा त्यांनी सांगितलेला परिणाम बाबासाहेबांच्या मनात घर करून बसला होता. ज्या व्यक्तीला वचन दिलेलं असतं त्या व्यक्तीला वचनमोडीचे परिणाम भोगावे लागतात. म्हणजे बाबासाहेबांनी दिलेलं वचन मोडलं तर त्याचे परिणाम रमाबाईंना भोगावे लागणार होते!

बाबासाहेब क्षणभर विचलित झाले. रमाबाईंना काय सांगावं याबद्दल ते क्षणभर घोटाळले, पण ते क्षणभरच! ते एखाद्या स्वयंभू, स्वयंप्रकाशित ग्रहासारखे होते. कुणाच्याही सांगण्यावरून ते विचलित होणारे नव्हते. देवापुढे किंवा दैवापुढे तर ते मुळीच नमणार नव्हते.

ते म्हणाले, ''अगं, आपण अस्पृश्य... चोखामेळ्याप्रमाणे तुला देवळाबाहेर उभं राहून दुरूनच दर्शन घ्यावं लागेल...''

''घेईन मी तसं दर्शन! चोखामेळ्यापेक्षा मी मोठी का आहे?''

''तुझ्या मोठेपणाचा प्रश्न नाही... चोखामेळा काय किंवा तू काय... सारे जण मोठेच आहेत, पण केवळ आपण अस्पृश्य म्हणून आपल्याला देवळात प्रवेश मिळत नाही... असं का?''

''तुम्ही एवढा सत्याग्रह केलात... पण मिळाला का प्रवेश पर्वतीच्या मंदिरात किंवा नाशिकच्या राममंदिरात?''

''तेच म्हणतोय मी! तिथे आम्हाला प्रवेश तर मिळाला नाहीच... पण आपली डोकी मात्र फुटली!... दगडाचा देव होता तिथंच राहिला!''

''मी म्हणते... लोकांशी आपल्याला काय करायचंय? दुरून का होईना पण आपल्याला देवाचं दर्शन मिळालं म्हणजे झालं!''

''रामू, जे पंढरपूर भक्तांना देवाच्या मूर्तीपासून दूर लोटतं त्या पंढरपुरात कशाला जायचं? तिथल्या देवांना भक्त नकोसे झाले आहेत, त्या देवांकडे कशाला जायचं? काय एवढी मातब्बरी आहे त्या पंढरपुराची?''

मग एखादा ध्येयवादी स्वप्नाळू माणूस जसा स्वप्नरंजनात गढून बोलू लागतो, तसे ते बोलायला लागले, ''रामू, आपली पुण्याई काही कमी नाही... आपल्या

स्वार्थत्यागाला आणि सेवेला तर सीमा नाही... आपल्या समाजाच्या या सेवेच्या बळावर आपण दुसरं पंढरपूर निर्माण करू... तिथे माणुसकीला मानणाऱ्या नव्या पंढरीनाथाची आपण प्रस्थापना करू... तो देव असा असेल की, प्रत्येक मनुष्यमात्राला तो दर्शन देईल... कुठलाच भेदाभेद तिथे राहणार नाही... तिथे जातपातीला मुळीच थारा उरणार नाही. प्रत्येक माणसाला आपला देव दर्शन देईल आणि पवित्र करून टाकील... रामू, त्या पंढरीनाथाचं जवळून दर्शन घ्यायला तू आपल्या नव्या पंढरपूरला जा!''

आपल्या पतिदेवाचं बोलणं ऐकत असताना रमाबाई रंगून गेल्या. त्या भावीकालीन स्वप्नात दंग झाल्या. प्रतिसृष्टी निर्माण करणाऱ्या विश्वामित्राची त्यांना आठवण झाली. पतितांच्या उद्धारासाठी अवतार घेणाऱ्या भगवान श्रीकृष्णाचा आठव झाला... आणि त्याहीपेक्षा आपल्या पतिदेवाकडून पुनःपुन्हा ऐकलेल्या त्यागमूर्ती गौतमबुद्धाची याद आली.

ते सारं ऐकत असताना त्या देवभोळ्या पतिव्रतेला क्षणभर वाटलं, त्या नव्या पंढरपूरच्या देवळात पंढरीनाथ म्हणून आपल्या या पतिदेवाचीच प्रस्थापना होणार आहे.

या विचारानं प्रस्थापित पंढरपूरला जाण्याची रमाबाईंची कल्पना पार विरून गेली.

आणि त्याचबरोबर आपल्या रामूला दिलेलं वचन बाबासाहेबही पार विसरून गेले.

* * *

मार्च महिन्यातलं मुंबईचं ऊन चांगलंच जाणवत होतं. ऐन दुपारी घामानं माणूस हैराण व्हायचा. तप्त लाव्हारसातून धगधगत्या ज्वाळा निघाव्यात त्याप्रमाणे त्या रस्त्यातून उष्ण लाटा निघत होत्या.

त्या तशा भर उन्हात वीस-बावीस वर्षांचा एक विद्यार्थी एका घरासमोर फूटपाथवर येऊन उभा राहिला. त्याच फूटपाथवरून येणाऱ्या एका भव्य माणसाला त्यानं विचारलं, ''डॉ. आंबेडकरांचा राजगृह बंगला हाच का?''

समोरून येणाऱ्या त्या सुशिक्षित माणसानं सांगितलं, ''तुम्ही हा बंगला नेमका कसा काय ओळखलात?''

तो विद्यार्थी म्हणाला, ''मी नुसतं वर्णन ऐकलं होतं. त्यावरून मी...''

''हा बंगला ओळखलात असंच ना? पण या राजगृहाची दुसरी खूण तुम्हाला सांगून ठेवतो.''

त्या विद्यार्थ्यानं त्या माणसाकडे गोंधळलेला कटाक्ष टाकला.

मग तो माणूस हसत म्हणाला, "पंडित मंडनमिश्रांच्या घराची खूण काय सांगत असत? वेद स्वतःप्रमाण आहेत का परतःप्रमाण आहेत, अशी चर्चा ज्या घरातल्या शुकसारिका करत असत ते घर मंडनमिश्रांचं समजावं!"

"पण त्याचं इथे काय?"

"तेच तर सांगतोय. या समोरच्या राजगृहात नेहमी कसली चर्चा चालते माहीत आहे? फक्त अस्पृश्योद्धाराची! हा माणूस विद्वत्तेनं मंडनमिश्रांपेक्षाही सरस! या घरी कुणीही यावं आणि कोणत्याही विषयावर चर्चा करावी. या घरात विषयाला मर्यादा नाही!"

"त्यांच्या विद्वत्तेचा लौकिक तर आम्ही ऐकलाच आहे. प्रत्येक विषयात त्यांना गती आहे म्हणे!"

"अहो, गती म्हणजे काय? चक्क सूर्यगती... आता हेच पाहा! या माणसाला स्थापत्यशास्त्र माहीत असण्याचं काही कारण? पण घर बघा कसं बांधलंय ते!"

"पण घर बांधण्याचा त्यांच्याशी काय संबंध?"

"तेच तर सांगतोय... तुम्हाला जेफर्सन माहीत आहे ना?"

"म्हणजे अमेरिकेचे अध्यक्षच ना? म्हटलं मी इतिहास आणि अर्थशास्त्र या विषयाचा विद्यार्थी आहे!"

"त्या जेफर्सनप्रमाणेच या गृहस्थानं वास्तुशास्त्रावरील एका मोठ्या ग्रंथाचा अभ्यास केला आणि या घराचा आराखडा तयार केला."

"कमालच झाली की!"

"कमाल अजून पुढेच आहे! यांचं खरं भांडवल म्हणजे हजारो ग्रंथ! माणसांपेक्षा या ग्रंथांची जास्त कदर! लंडनला, युरोपला किंवा अमेरिकेला अभ्यास करत असताना कितीतरी ग्रंथालयांच्या इमारती त्यांनी बघितल्या. ग्रंथालयात पुस्तकं वाचताना उजेड कोणत्या बाजूनं यावा, खिडकी किती अंतरावर असावी, पुस्तकांची कपाटं कशी असावीत, ठेवणीवर पुस्तकांची मांडणी कशी करावी, ग्रंथालयातील वातावरण कसं असावं, या गोष्टींचा त्यांनी बारकाईनं अभ्यास केला होता..."

"मग घरातलं ग्रंथालय त्यांनी तसं सजवलं की काय?"

"अहो, त्यासाठी कित्येकदा घराची पाडापाड केली. हे पसंत नाही, ते पसंत नाही... अशा तऱ्हेनं घरात पुनःपुन्हा बदल केले. त्यांना घराला घुमट हवा होता. पण शेवटी डॉ. आंबेडकर कुठेतरी गावाला गेले आणि इकडे गवंडी मंडळींनी घराचं काम पूर्ण करून टाकलं!"

"मग आल्यावर रागावले असतील?"

"रागावले, पण करणार काय? त्यांच्या पद्धतीनं घर त्यांच्या हयातीत कधीच पूर्ण झालं नसतं. शेवटी माणसाला तडजोड ही करावीच लागते. गरुडालादेखील

जमिनीवर उतरावंच लागतं. पण घरात विद्येचा संसार कसा थाटला आहे तो पाहा! घराच्या वरच्या बाजूला प्रचंड ग्रंथसागर आणि खालच्या बाजूला राहण्याची व्यवस्था... त्या ज्ञानसागरात हा तपस्वी रात्रंदिवस पोहतो आहे. कित्येक वेळा ते संन्याशाची कफनी घालतात. कित्येक वेळा डोक्याचा चमनगोटाही करतात. त्यांच्याकडे बघून अशा वेळी वाटतं की, आधुनिक कालातला, आधुनिक विचार करणारा हा शंकराचार्य आहे... गौतमबुद्ध आहे. विद्वत्तेच्या सूर्यकुलाशी नातं सांगणाऱ्या या तपस्वी पंडिताकडे एकटक बघावंसं वाटतं. त्यांच्याशी बोलण्याची आपली कुठली पात्रता? दुरून फक्त दर्शन घ्यायचं!''

त्या विद्यार्थ्यानं भाविकपणानं विचारलं, ''मला मिळेल त्यांचं दर्शन? त्याचसाठी मी आलो आहे.''

''न मिळायला काय झालं? हा माणसातला माणूस आहे. कितीही विद्वान असला तरी सर्वसामान्य माणसाशी नातं सांगणारा... नातं जोडणारा! ते घरी असतील तर आपल्याला नक्की भेटतील!''

''आता घरी असतील का? लॉ कॉलेजचे प्रिन्सिपल आहेत ना ते?''

''प्राचार्य कुठले? साधे अर्ध वेळ काम करणारे प्रोफेसर आहेत.''

''साधे प्रोफेसर?''

''ते कोण आहेत माहीत आहे ना? अस्पृश्य प्राचार्य त्यांना कसा चालेल? सर्वांपेक्षा या माणसाची योग्यता जास्त असूनही त्यांना प्राचार्यपद कसं मिळेल? वाईट एवढंच वाटतं की, पोटासाठी या थोर माणसाला हायकोर्टात वकिली करावी लागते, अध्यापन करावं लागतं...या माणसावर सारी लक्ष्मी ओवाळून टाकली तरी ती कमी पडेल! पण हा अस्पृश्य असल्यामुळे याची आणि लक्ष्मीची गाठ कधी पडलेली नाही... नाहीतर सरस्वतीचं आणि लक्ष्मीचं वाकडंच असतं!''

बराच वेळ याप्रमाणे त्या दोघांचा संवाद भक्तिभावानं चालला होता. भक्ताचा देव राजगृह या मंदिरात होता आणि त्या देवाचे भक्त बाहेर रणरणत्या उन्हात उभे होते.

देवाबद्दल बोलताना भक्तांना आपापसात ओळख करून देण्याचं काहीच कारण नसतं. परंतु आता त्या विद्यार्थिभक्ताला त्या राजगृह मंदिरात प्रवेश करण्याची इच्छा झाली होती आणि या मंदिरात प्रवेशबंदी नसल्याचं त्या समोरच्या गृहस्थानं सांगितलं होतं.

आपली ओळख करून देताना त्या विद्यार्थ्यानं सांगितलं, ''मी औरंगाबादचा... पुण्याच्या लॉ कॉलेजमध्ये शिकतो.''

त्या गृहस्थानं आपली ओळख करून दिली, ''मी इथे दादरच्या हायस्कूलमध्ये शिक्षक आहे.''

दोघांनीही आपली नावं सांगितली नाहीत. तिथे जातपात सांगण्याचा प्रश्नच नव्हता. जिथे जातपातीला थारा नाही अशाच ठिकाणी ते आता जाणार होते.

डॉ. आंबेडकर आपल्या अभ्यासिकेत बसले आहेत या गोष्टीची खात्री करून ते दोघे जण सरळ वर गेले. धोतर-शर्ट अशा वेषात बाबासाहेब एका आरामखुर्चीत वाचत बसले होते.

त्या दोघांची चाहूल लागताच बाबासाहेबांनी त्यांच्याकडे चष्म्यातून बघितलं. त्यांच्या तेजस्वी नेत्रांची त्या दोघांना एकदम जाणीव झाली. दोघेही क्षणभर चमकले.

बाबासाहेबांनी विचारलं, ''काही काम आहे?''

हायस्कूलमधले शिक्षक म्हणाले, ''काम काही नाही... दर्शन घ्यायचं होतं.''

''कुणाचं? माझं?''

दोघांनी होकारार्थी मान हलवली.

बाबासाहेब हसत म्हणाले, ''अहो, दर्शन देवाचं घ्यायचं असतं ना? आपल्या मुंबईत कमी का मंदिरं आहेत!''

ते शिक्षकही हसत म्हणाले, ''त्या मंदिरातला देव चालता-बोलता नसतो... म्हणून चालत्या-बोलत्या देवाचं दर्शन...''

''भलतंच काही बोलू नका. मला देव बनवू नका. एकदा देव बनलो म्हणजे देवळात जाऊन बसेन आणि हजारो लोकांना त्या देवळात येऊन माझं दर्शन घेता येणार नाही.''

''म्हणूनच आता देवांनीच बाहेर पडलं पाहिजे आणि सरसहा साऱ्या भक्तांना भेदाभेद न करता दर्शन दिलं पाहिजे.''

शिक्षकांचं हे बोलणं बाबासाहेबांना फार आवडलं.

ते हसून म्हणाले, ''पण दगडाचे देव देवळाबाहेर पडतील का?''

''म्हणूनच त्या दगडांच्या देवांचं दर्शन न घेता अशा चालत्या-बोलत्या देवांचं दर्शन घ्यायचं असतं.''

यावर बाबासाहेब काही बोलणार एवढ्यात मुकुंदा चहा घेऊन आला.

ते दोघे जण बावरले.

शिक्षक फक्त म्हणाले, ''चहा.. चहा...''

बाबासाहेबांनी विचारलं, ''चालेल ना आमचा चहा?''

''अहो, चालेल काय? तीर्थाला कुणी नाही म्हणतं का?''

''म्हटलं, आपण आमच्या जातीचे दिसत नाही, म्हणून...''

मास्तर एकदम बोलून गेले, ''आम्ही आमची जातपात पार विसरून गेलो आहोत. आम्ही एका देवासमोर बसलो आहोत आणि देवाचं तीर्थ आता घेणार आहोत.''

बाबासाहेब गंभीरपणानं म्हणाले, ''आपल्याकडली सारीच मंडळी जर खरोखरच जातपात विसरली तर आपल्या देवाचं नंदनवन होईल. इथे माणूस नावाचा देव नांदू लागेल. देवच देवांचं दर्शन घेतील. सारे अमंगळ भेदाभेद संपतील. तो सोनियाचा दिवस लवकर उगवो, अशीच आताच्या दगडाच्या देवाला प्रार्थना आहे!''

जणू नव्यानं अवतार घेतलेल्या धर्मात्मा बोलत आहे, असा भास त्या दोघांना झाला.

त्यांचा निरोप घेताना ते शिक्षक म्हणाले, ''मी इथल्याच एका हायस्कूलमध्ये शिक्षक आहे.''

बाबासाहेबांनी विचारलं, ''आमच्या वेळेप्रमाणे शाळेत अजून शिवाशिवीचा प्रकार आहे का हो?''

त्या शिक्षकांनी सांगितलं, ''पूर्वीइतका नाही.''

''पण आहे ना? ही परिस्थिती केव्हा सुधारणार आहे कुणास ठाऊक! माणसांना गुराढोरांपेक्षाही कमी लेखण्याची! पण शाळेत तुम्ही त्या दृष्टीनं काही प्रयत्न करता का?''

''त्याच्याबद्दल काही बोलण्याचा प्रश्नच येत नाही!''

''म्हणजे न बोलता रूढीची बंधनं पुढे चालूच! असंच ना?''

''खरं बोलायचं म्हणजे तसंच! पण प्रचाराखाली सारं ढोंग लपवायचं... अशा खोट्या व्यवहारात वागण्याची आम्हालाही लाज वाटते!''

''मास्तर, तुम्हाला निदान जाणीव आहे, हे काय कमी आहे? आज ना उद्या हे सारं संपेल. परिस्थितीनंच संपवावं लागेल. कदाचित आमच्या जीवनाच्या चक्राचे आरे वर येतील, पण मला नेहमी वाटतं की, कोणतीही सुधारणा समाजाच्या संमतीनं व्हावी, आपखुषीनं व्हावी! तिथे जोरा असता कामा नये.''

यावर ते शिक्षक काहीही बोलले नाहीत.

त्या विद्यार्थ्यानं विचारलं, ''मी पुण्याच्या लॉ कॉलेजचा विद्यार्थी आहे. आपला कॉन्स्टिट्यूशनल लॉचा एखादा तास मला ऐकायचा आहे. मिळेल अटेन्ड करायला?''

बाबासाहेब म्हणाले, ''कॉलेज सुरू आहे, पण आता माझे तास संपले आहेत. मी आता प्रचारदौऱ्यासाठी निघणार आहे. दोन हजार वर्षांच्या इतिहासात अस्पृश्य वर्गाला प्रथमच मतदानाचा हक्क मिळणार आहे. राजकारणात त्या वर्गाचं सामर्थ्य दिसायला लागलं आहे. त्या वर्गाला आता अधिक जागृत केलं पाहिजे. पार्लमेंटमध्ये आता हिंदी राज्यघटनेचं बिल लवकरच मांडलं जाणार आहे. खूप कामं करायची आहेत. म्हणून मी माझं शिक्षणाचं काम संपवून दौऱ्यावर निघालो आहे. पुन्हा केव्हातरी माझ्या तासाला जरूर या.''

ते दोघे जण प्रत्यक्ष जायला निघाले तेव्हा बाबासाहेबांनी त्यांना विचारलं, ''तसं

काही काम नव्हतं ना?''

''फक्त दर्शनासाठी आलो होतो.''

यावर बाबासाहेब काहीच बोलले नाहीत. मनाशी म्हणाले, ''जोपर्यंत ही दर्शनाची भानगड आहे तोपर्यंत आपला समाज सुधारणार नाही, स्वतःच्या पायांवर उभा राहणार नाही!''

त्या दोघांना पोचवायला म्हणून ते खाली आले तेव्हा रमाबाईंनी विचारलं, ''बाहेर जायचंय?''

नकारार्थी मान हलवून बाबासाहेब आत गेले.

आत गेल्या गेल्या म्हणाले, ''तुला काय वाटतं, मी नेहमी बाहेरच जाणार असतो?''

''तशी भीती वाटते खरी! वाटतं, आता तुम्ही सारखं माझ्याजवळ राहावं.''

''मलाही तसं वाटत नाही का रामू, पण...''

''जन्मभर मी तोच पण ऐकत आले आहे. कुठलेही बाहेरचे लोक येतात, त्यांच्याशी आपण बोलत बसता... मित्रमंडळींशी बोलायला मिळालं नाही म्हणजे तुम्ही किती बेचैन होता. मग तुमच्याशी बोलायला मिळालं नाही म्हणजे मी किती बेचैन होत असेन, याची कल्पना करा! आठ आठ दिवस तुमचं तोंड दिसत नाही, पण माझा कारभार आता संपत आला आहे.''

ते ऐकून बाबासाहेबांना हुंदका आला, पण तो त्यांनी मोठ्या प्रयासानं आवरला. म्हणाले, ''अग, तुला काय सांगू... तिकडे विलायतेत गुडमन या हुजूर पक्षीय सभासदानं अस्पृश्यांच्या बाजूनं पार्लमेंटमध्ये मोठा गहजब उडवला आहे. अस्पृश्य वर्गाला विधिमंडळात दिलेलं प्रतिनिधित्व अपुरं आहे, असं त्यानं पार्लमेंटला बजावलं आहे आणि इकडे आपले लोक पुणे कराराच्या विरुद्ध उठले आहेत. काँग्रेसचं सारंच धोरण बोटचेपं आहे. मी त्या गुडमनला तार पाठवून त्याचं अभिनंदन करणार आहे. नको का करायला?''

रमाबाईंचं त्यांच्या या बोलण्याकडे लक्षही नव्हतं आणि लक्ष असतं तरी त्यांना त्यांचं हे बोलणं कळलंही नसतं. ते असेच आणखी बोलत राहिले असते, पण मधेच रमाबाई म्हणाल्या, ''मला बापडीला काय कळतंय ते! कुणालाही तार करा, पण माझ्यासाठी थोडा वेळ काढा.''

''रामू, तुला धारवाडला हवापालट करण्यासाठी नेलं होतं. त्या वेळी सारखा तुझ्याच जवळ बसून होतो की!''

''माझ्याजवळ बसून होता, पण तिथे येणाऱ्या लोकांशी बोलत होता...''

''मग नको का बोलायला? आपल्या समाजातली अडाणी माणसं आशेनं येतात. त्यांना चार गोष्टी सांगायला नकोत का?''

''त्यांना सांगा, पण मलाही वेडीला शहाणं करण्यासाठी माझ्याशी दोन शब्द बोला...''

''अगं रामू, तू वेडी नाहीस.. वेडा आहे मी! माझ्या या सरळ, साध्या मनाच्या रामूशी मला कधी नीट वागताच आलं नाही. मी खरंच, तुझा केवढा अपराध केला आहे. मी खोटा आहे गं!''

''खोटा नाही, मोठा! आपलं मोठेपण समजण्याची मला खरंच अक्कल नाही. मी अन्नडी आहे... हिमालय कुणी पाहिलाय? त्या पंढरीनाथाचं दर्शन तरी कुठे घडलंय? पण मी मनाशी नेहमी म्हणते की, आपण त्या हिमालयापेक्षा मोठे आहात. प्रत्यक्ष पंढरीनाथ आहात. गंगेसारखं आपलं मन पवित्र आहे.''

''रामू, तू काही म्हण... मला कितीही मोठं म्हण... पण मी तुझा अपराधी आहे गं! आणि केव्हा ना केव्हा तरी या माझ्या अपराधाचं प्रायश्चित्त मला मिळणार आहे.''

आणि अलीकडे त्यांना खरोखरच तसं वाटायला लागलं होतं. आपली रामू किती सुस्वभावी आणि सदाचरणी आहे, या गोष्टीची त्यांना पुरेपूर कल्पना होती. त्यांच्या ओढगस्त संसाराचा गाडा तिनं आजवर कर्तव्यदक्षतेनं हाकला होता, या गोष्टीचीही त्यांना जाणीव होती. संसारातले सारे दुःखोपभोग सोसूनही तिची आपल्यावर किती भक्ती आहे, हेही ते पुरेपूर ओळखून होते.

बाबासाहेब रमाबाईंना एवढंच म्हणाले, ''रामू, आजपर्यंत तू त्या खोपटात संसार केलास, तिथे मिठापिठाची कधी गाठ पडली नाही. मी लंडनला शिकत असताना तू लाकडाच्या मोळ्या वाहून चूल पेटवलीस, एक वेळच्या कण्या मिळवण्यासाठी बाहेर जाऊन शेणाच्या गवऱ्या थापल्यास. या आपल्या दरिद्री संसारासाठी तू काय केलं नाहीस? म्हणून तर तुझ्यासाठी हे राजगृह उभारलं. वाटलं होतं, तू इथली राणी आहेस...''

''फक्त राजवाड्यात राहते ती राणी थोडीच असते? मला राणी नाही व्हायचं... मला माणूस म्हणूनच मरायचंय. गरीब असले तरी आजवर मी माणूस म्हणूनच जगले. आता तसाच शेवट करायचाय. राजवाड्याच्या चार भिंतींत सुख कधीच कोंडून राहत नसतं.''

रमाबाईंचं बोलणं ऐकून बाबासाहेब चमकले. आपल्या पत्नीचं हे असलं बोलणं त्यांना अनोखं होतं. आपली पत्नी मुळात शहाणी असली तरी एवढं बोलण्यासारखी शहाणी नाही, हेही त्यांना माहीत होतं. एखादं भीषण संकट किंवा मृत्यू समोर उभा असला म्हणजेच माणसाला एवढ्या शहाणपणानं बोलता येतं, हे त्यांना माहीत होतं. या विचारानं ते अस्वस्थ झाले.

रमाबाईंना ते म्हणाले, ''मी त्या गुडमनला तार करून येतो.''

रमाबाई काहीही बोलल्या नाहीत. घराबाहेर पडलेल्या आपल्या पतिराजाचे पाय पुन्हा लवकर घराला लागत नाहीत, हा त्यांचा अनुभव काही नवा नव्हता.

* * *

२२ मे १९३५... त्या दिवशी रमाबाईंची प्रकृती अत्यवस्थ झाली. अनेक डॉक्टरांनी औषधोपचार करून बघितले; पण त्यांच्या प्रकृतीला आराम पडण्याचं चिन्ह दिसेना. त्यांचा देह पंजरवत झाला होता. नुसत्या हाडांच्या सापळ्यावर औषधोपचाराचा काय उपयोग होणार होता?

त्या वेळी बाबासाहेब पनवेलला होते. अस्पृश्य मुलांसाठी वसतिगृह स्थापण्याचे त्यांचे प्रयत्न चालले होते. इकडे त्यांची पत्नी मृत्युशय्येवर पडलेली असताना तिकडे त्यांचं लोककार्य चाललं होतं.

रमाबाईंची प्रकृती अत्यवस्थ झाली तेव्हा एका माणसाला पनवेलला पाठवलं आणि बाबासाहेबांना मुंबईला आणलं.

रमाबाईंना बघताच त्यांना सारा प्रकार कळून आला. त्यांच्या बिछान्याजवळ जाऊन त्यांनी हळून हाक मारली, ''रामू, मी आलोय...''

रमाबाईंनी मंदावलेले नेत्र क्षणभर उघडले. आपल्या पतिदेवाला डोळ्यांत सामावून घेतलं आणि डोळे मिटताना क्षीण हास्य केलं.

मग बाबासाहेबांनी त्यांचा बिछाना सोडला नाही. त्यांच्या बिछान्याजवळ ते सारखे बसून होते.

मधूनच त्या डोळे उघडून बाबासाहेबांकडे काही वेळ टक लावून बघत. जणू त्यांना म्हणायचं असे, 'तुम्हाला सोडून जाण्यापूर्वी एकदा डोळे भरून बघते. सात जन्म या देवाची मूर्ती माझ्या डोळ्यांत सामावून ठेवायची आहे!'

बाबासाहेब त्यांना म्हणत, ''थोडा मोसंब्याचा रस घेतेस माझ्या हातचा?''

अखेरचे डोळे मिटताना एखाद्या विद्ध पक्ष्यानं चोच उघडावी त्याप्रमाणे रमाबाई आपले ओठ विलग करत.

बाबासाहेब म्हणत, ''घे दोन चमचे....''

त्यांच्या मुखात औषध किंवा कॉफी घालताना पुन्हा तेच बोलणं व्हायचं. औषध घेतल्यानंतर त्या नकारार्थी मान हलवत. या औषधपाण्याचा आता काहीही उपयोग होणार नाही, असंच त्यांना म्हणायचं असे.

बाबासाहेब मन घट्ट करून त्यांच्या बिछान्याशी बसून होते. तीस वर्षांचा त्यांच्या संसाराचा चलच्चित्रपट त्यांच्या डोळ्यांसमोरून सरकत होता. त्या संसाराच्या सारीपाटावर त्यांना कधीच सुखाचं दान पडलं नव्हतं. त्या पटावर फक्त दुःखाचीच प्यादी सरकली होती. त्यांच्या संसारात कधीच सुखाचं वारं सुटलं नव्हतं. स्वतः

बाबासाहेब सार्वजनिक कार्याच्या दुःखी संसारात आशावादानं वावरत होते. दुःखाला दूर करत होते; आणि घरात ही साध्वी स्त्री दुःखाला आनंदानं दूर सारत होती. आपल्या पतीच्या सुखाकडे आणि मोठेपणाकडे डोळ्यांचे निरांजन करून बघत होती. आपण बाहेरच्या जगात कितीही मोठेपणा मिरविला तरी घरात तेवत असलेल्या या नंदादीपाची बाबासाहेबांना सतत जाणीव असायची.

पण आता हा नंदादीप मंदावला होता. संसारात प्रकाश देऊन देऊन थंडावला होता. त्या नंदादीपाचं तेज सांडण्याची वेळ जवळ येऊन ठेपलेली होती.

बाबासाहेबांना सारखं वाटत होतं, हिला आपण दुःखाच्या संसाराशी जन्मभर जखडून ठेवलेलं होतं. ते पाश आता तुटण्याची वेळ आलेली आहे... आपण हिच्याबरोबर संन्याशाचा संसार केला... देव असो नसो.. मला त्याबद्दल कुणीच क्षमा करणार नाही... कधीच नाही!''

२६ मे १९३५. त्या दिवशी रविवार होता. सकाळपासून बाबासाहेब त्यांच्याजवळ बसूनच होते. त्यांच्या तोंडावरून, पाठीवरून सतत हात फिरवत होते. डॉक्टरांनी औषधोपचार बंद केले होते.

सकाळी नऊचा सुमार होता. रमाबाईंनी बाबासाहेबांचा हात आपल्या हातात घेण्याचा प्रयत्न केला; पण त्यांचा हात उचलला नाही. त्यांनी डोळे उघडून आपल्या पतिराजांना बघण्याचा प्रयत्न केला; पण त्यांना डोळे उघडता आले नाहीत. बोलण्याचा प्रयत्न करून बघितला, पण ओठ विलग झाले नाहीत.

शेवटी बघता बघता त्यांचा प्राणपक्षी अंतराळात झेपावून गेला. राजगृहातील नंदादीपाची अखंड ज्योत अनंत तेजात विलीन झाली.

बाबासाहेबांनी एकदम हंबरडा फोडला- ''रामू, तू मला सोडून गेलीस... पोरका झालो मी! मी केवढा करंटा! तुला मी कधीच सुख दिलं नाही गं! रामू... रामू...''

त्यांच्या रडण्यानं ते सारं राजगृह रडू लागलं. त्या शाही राजवाड्यात रडण्याचाच आवाज घुमायला लागला.

बाबासाहेबांना आवरता आवरता लोकांची पुरेवाट झाली.

रमाबाईंच्या मृत्यूची वार्ता वाऱ्यासारखी पसरली.

गिरण्या, दुकानं, कारखाने, ऑफिसं या ठिकाणांहून हातातलं काम सोडून लोक धावले. हा हात म्हणता चाळीस-पन्नास हजारांचा जमाव राजगृहासमोर जमला.

रमाबाईंना नेण्याची वेळ झाली. तेव्हा बाबासाहेब त्या लोकांना म्हणाले, ''रामूला पांढरी पातळं फार आवडत असत. तिला शेवटचं चांगलं पांढरं पातळ नेसवा!''

शिवतरकर म्हणाले, ''सौभाग्यवतीला शेवटी हिरवं पातळ नेसवायचं असतं. हिरवंच पातळ आणायला हवं!''

''कपाळावर कुंकवाचा मळवट भरूनच मी सौभाग्यपणी जाणार, असं रामू

नेहमी म्हणायची!... सारे सौभाग्याचेच संस्कार तिच्यावर करा! काही कमी करू नका माझ्या रामूला!''

त्या मानवी महासागरातून त्या साध्वीची अंत्ययात्रा निघाली. एका मोटारीत बसून बाबासाहेब शून्य दृष्टीनं कुठेतरी बघत होते. अग्रभागी त्यांचा एकुलता एक मुलगा यशवंत शिंकाळी धरून रडत चालला होता. त्याला सावरणारे लोकही रडत होते. समता सैनिक दल आणि लोकसमुदाय यांना स्मशानाचा मार्ग दाखवण्याचं काम ओरडून मडकेबुवा करत होते. राजगृहापासून वरळीच्या स्मशानाकडे हा लोकसमुदाय ऐन उन्हात चालला होता. कुणाला कसलंच भान नव्हतं.

स्मशानात पोचल्याबरोबर कुणीतरी बाबासाहेबांना विचारलं, ''सारे संस्कार करायचे ना?''

अश्रुपूर्ण नयनांनी त्यांनी होकारार्थी मान हलवली.

''कोण करणार आहे संस्कार?''

''आपल्याकडे दुसरं कोण करणारं आहे संस्कार? आपला उपाध्याय आहे ना शंभू मोरे? तो सारं काही करील.''

त्यांचा बालमित्र शंभू मोरे यानं सारे संस्कार केले.

अग्निसंस्कार झाल्यानंतर बाबासाहेबांनी टाहो फोडला तेव्हा त्या स्मशानातलं वातावरण फाटून गेलं.

* * *

बाबासाहेबांच्या सांत्वनासाठी राजगृहावर शेकडो लोकांची रीघ लागली होती. दिवस चालले होते; पण त्यांचं दुःख संपत नव्हतं.

दुसऱ्या दिवशी चांगदेवराव खैरमोडे त्यांच्या भेटीसाठी गेले तेव्हा त्यांनी दिवाकर पगाऱ्यांना हळूच विचारलं, ''काय करताहेत साहेब?''

पगाऱ्यांनी खालच्या आवाजात सांगितलं, ''रमाबाईंच्या आठवणीनं एखाद्या लहान मुलासारखे रडताहेत... त्यांचं सांत्वन कोण करणार?''

चांगदेवरावांनी विचारलं, ''जाऊ का आत?''

''तुम्हाला कोण अडवणार? बघा तुम्हाला काही त्यांचं सांत्वन करता आलं तर!''

चांगदेवरावांना बघताच बाबासाहेबांनी पुन्हा टाहो फोडला, ''रामू गेली रे मला सोडून! का रे गेली ती? मी तिच्यासाठी काहीच केलं नाही म्हणून का रे गेली ती? अरे, माझ्याजवळ पैसा नव्हता रे! नाहीतर मी तिला लंडनला औषधपाण्यासाठी नेलं असतं!''

काही वेळ थांबून पुन्हा रडत रडत म्हणाले, ''तिनं आपल्या संसारासाठी केवढे

कष्ट उपसले. उपाशीपोटी राहिली. सरपणाच्या मोळ्या डोईवरून वाहिल्या. एका वस्त्रानिशी घरात राहिली... मी यशवंताच्या शिक्षणाची आबाळ केली रे! आता त्याला शिक्षणासाठी लंडनला ठेवीन... शिकून मी एवढा मोठा झालो... पण कुटुंबासाठी मी काय रे केलं? रामूचा आणि मुलांचा मी अपराधी आहे रे!''

अशा तऱ्हेनं ते बराच वेळ बोलत राहिले. मधूनच रडायचे. कपाळावर हात मारून गदगदायचे. पुन्हा काही वेळ शांत बसून राह्यचे.

त्यांना भेटण्यासाठी गटागटानं लोक येत होते. आपल्या परीनं त्यांचं सांत्वन करून काढता पाय घेत होते. चांगदेवराव मात्र तिथेच खुर्चीवर खाली मान घालून बसून होते.

आपलं रडू आवरून बाबासाहेबांनी एकदम त्यांना विचारलं, ''कसं काय चाललंय तुझं? तुला परमनंट केलं का त्यांनी? सेक्रेटरीएटमध्येच आहेस ना अजून?''

चांगदेवराव म्हणाले, ''होय... अजून तिथेच आहे... चार वर्षं झाली! अजून लीव्ह व्हेकन्सीमध्येच रखडतो आहे.''

''हे पाहा, सरकारी नोकरीत वरिष्ठ अधिकाराच्या जागांवर आपलेच लोक हवेत! या अधिकाराच्या जागा आपल्या हातात आल्या म्हणजे हाल दूर होतील.''

त्यांचं हे बोलणं ऐकून चांगदेवराव हरखून गेले. व्यक्तिगत दुःखाला आपल्या समाजाच्या आस्थेची ही झालर लावलेली बघून ते अक्षरशः गहिवरून गेले.

त्या वेळी बाबासाहेब त्यांना सांगत होते, ''गव्हर्नर आणि होममेंबर यांच्याकडे माझी तशी खटपट चाललेली आहे... आपल्या लोकांना अधिकाराची पदं मिळावीत म्हणून! एक ना एक दिवस तू होशील परमनंट!''

त्यांना भेटण्यासाठी लोकांचे गट येतच होते. त्यात खंड पडत नव्हता आणि बाबासाहेबांच्या नेत्रांची गळती थांबत नव्हती. आपल्या प्रिय पत्नीच्या वियोगी दुःखानं त्यांचा शोक संपत नव्हता. अश्रू ढाळल्यामुळे त्यांचं दुःखही त्या अश्रूंच्या ओघाबरोबर थोडं थोडं वाहून जात होतं.

दोन आठवड्यांच्या अश्रुपातानंतर बाबासाहेबांना डोकेदुखीचा विकार जडला. त्यावर डॉक्टर-वैद्यांची खूप औषधं झाली. पण काही केल्या गुण येईना.

रमाबाईंच्या निधनाला एक वर्ष लोटलं; पण त्यांचं दुःख कमी होईना आणि डोकेदुखीही थांबेना.

शेवटी लोणावळ्याला जाऊन स्वामी कुवलयानंदांच्या कैवल्यधामातील उपचार घेण्याचं त्यांनी ठरवलं.

१९३६ साल उगवलं होतं. शेवटी ५ एप्रिलला त्यांनी लोणावळ्याला एक बंगला भाड्यानं घेतला आणि डोकेदुखीवरील उपचारासाठी ते तिथे जाऊन राहिले.

तिथल्या औषधानं त्यांना हळूहळू आराम वाटायला लागला.

डोक्याला झाडपाल्याचा लेप लावण्याचा उपक्रम चाललेला होता. त्यासाठी त्यांनी पुन्हा मुंडन केलं होतं. आपले आवडते कुरळे केस त्यांनी नाखुषीनं उतरवले होते. डोईवरचे केस गेले होते; पण दुखण्याला उतार पडायला लागला होता.

मुंडन केलेल्या त्यांच्या डोईकडे बघून एके दिवशी देवराव नाईक विनोदानं म्हणाले, ''साहेब, तुम्ही आता अंगात कफनी घाला. मेखला बांधा आणि हातात सोटा घ्या. म्हणजे तुम्ही थेट संन्याशासारखे दिसाल.''

यावर मडकेबुवा म्हणाले, ''आणि साहेब, तुम्ही डोईला फेटा बांधलात म्हणजे थेट स्वामी विवेकानंद व्हाल!''

बाबासाहेब म्हणाले, ''नाहीतरी मी आता संन्यासी झालोच आहे. आत्ताच नाही तर मी जन्मभर संन्याशाचाच संसार केला...''

देवराव नाईक म्हणाले, ''खरं तर तुम्ही जगाचाच संसार केलात. म्हणूनच फेटा घालून तुमचा फोटो काढायचा... तो फोटो खूप विकला जाईल... आपल्या कार्याला पैसे मिळतील!''

बाबासाहेब हसून म्हणाले, ''म्हणजे मला विकून तुम्ही पैसे जमा करणार! ठीक आहे... आत्तापर्यंत मी मला विकलेलंच आहे... आपल्या समाजाला!''

मग खरोखरच मंडळींनी एका शिंप्याला बोलावलं. त्यांना संन्याशाचा पोशाख शिवून घेतला. डोईवर फेटा बांधला आणि हातात सोटा दिला. अशा संन्यासी वेषात त्यांचा फोटो काढला.

आणि खरोखरच त्या फोटोच्या पुढे हजारो प्रती खपल्या. तो फोटो लोकांनी पूजेत ठेवला.

आपला फोटो पाहून ते म्हणाले, ''माझं हे खरं रूप आहे. या संन्याशाप्रमाणेच मला जग कित्येक वेळा शून्यवत वाटतं... सभोवताली पसरलेली ही सारी माया आहे... जगातली सुखदुःखं हादेखील मायेचा बाजार आहे, असं वाटतं.. दृश्य जगाची ही सारी माया वेळीच ओळखून तो बुद्धदेव या भरल्या संसारातून निघून गेला... माझी रामू तर माझ्या संसारातून निघून गेलेली आहे... त्या गौतमबुद्धाप्रमाणे मलाही रानावनात निघून जावंसं वाटतं...''

मडकेबुवा एकदम म्हणाले, ''साहेब, मग आपल्याला आपल्या साऱ्या लोकांनाच रानावनात घेऊन जावं लागेल.''

''कुणी सांगावं? एक ना एक दिवस मी त्या बुद्धाच्या मार्गानं जाईनही! आपल्या सगळ्या समाजाला घेऊन!''

एवढ्यात पोस्टमन आला आणि त्यानं पत्रांचा जुडगा टाकला.

त्यांतलं एक पत्र फोडून देवराव नाईक ओरडले, ''लॉ कॉलेजच्या प्राचार्यपदी

मुंबई सरकारनं आपली नेमणूक केलेली आहे...''

बाबासाहेबांनी त्यांच्या हातातून ते पत्र घेतलं. पत्र वाचताना त्यांच्या डोळ्यांत अश्रू जमा झाले....

काही वेळानं घसा साफ करून म्हणाले, ''आज रामू असती तर ती आनंदानं नाचली असती. या वेळी साऱ्या सुखांनी तिच्या पायाशी लोळण घेतली असती... पण माझ्या संन्याशाच्या संसारात दुःखाची धुणी तिनं धुतली... मी कशाला तिच्याशी लग्न केलं? काय सुख दिलं तिला? लोकांना वाटेल, मी मोठा भाग्यवान आहे... पण माझ्याइतका दुर्दैवी माणूस कुणी नाही.. माझ्या कुटुंबाला कणभर सुखदेखील मला देता आलं नाही... माझ्या रामूची शेवटची इच्छा मला पुरवता आली नाही... मी तिला अंधारात ठेवलं हो!''

हे बोलताना त्यांच्या नेत्रांतून अश्रू सांडत होते. उताराच्या छपरावरून पर्जन्यधारा सांडाव्यात त्याप्रमाणे!

त्यांचं शेवटचं बोलणं कुणाला कळलं नाही.

बाबासाहेब आपले अश्रू आवरून म्हणाले, ''आज मी प्रिन्सिपॉल झालो, उद्या हायकोर्ट जज्ज होईन, परवा मंत्रीही होईन... पण हे सारे मानसन्मान बघायला माझी रामू नाही...''

आणि भूतकाळात मन नेऊन म्हणाले, ''देवराव, तुम्हाला एक गोष्ट माहीत नाही... दहा वर्षं झाली असतील त्या गोष्टीला! रामूची प्रकृती हल्लक झाली होती. पण अजून तिला दोन अपत्यं हवी होती. तिची तरी काय चूक होती? आम्ही आमच्या पाच-सहा अपत्यांना मुकलो. आमचा राहिलेला एकुलता एक मुलगा आजारी! तेव्हा तिला आणखी दोन मुलं हवीशी वाटणं बरोबरच होतं... पण...''

''काय झालं होतं, बाबासाहेब?''

''पण डॉक्टर दस्तुरांनी मला बजावलं होतं की, आता जर रामूचं बाळंतपण झालं तर ती क्षयाला बळी पडेल! ही गोष्ट मी तिला कधीच सांगितली नाही... रामू नेहमी माझ्याजवळ यायची आणि अपत्याचा हट्ट धरून बसायची. काही न बोलता मी गच्चीवर जाऊन उभा राह्यचा आणि ती खाली जाऊन रडत बसायची... तिची ती इच्छा राहूनच गेली... आणखी कितीतरी सुखं तिला बघायची होती! पण ते सारं आता संपलंय.. माझ्याजवळ सुखं आली आणि आपल्याबरोबर दुःखं घेऊन रामू माझ्याजवळून निघून गेली...''

हे बोलताना ते समोरच्या डोंगरांकडे बघत होते. तिथे ऊन-सावल्यांचा पाठशिवणीचा खेळ चाललेला होता.

❑

माझा मी मुखत्यार आहे!

१९३६ सालच्या डिसेंबर महिन्यात मुंबईला चांगली थंडी पडली होती. त्या दिवशी सकाळी आठ वाजता डॉ. आंबेडकर मिस मिल्ड्रेड ड्रेसर या अमेरिकन बाईंच्या निवासस्थानी जाऊन पोचले. त्यांच्या निवासस्थानाबाहेर कॉलबेल होती; पण आंबेडकरांनी त्यांच्या दारावर टक्टक् केलं.

ड्रेसरबाईंनी दार उघडलं. हसत म्हणाल्या, ''गुड मॉर्निंग, डॉक्टरसाहेब...''

आणि त्याच प्रसन्न मुद्रेनं त्या शेजारीच उभ्या असलेल्या डॉ. हेन्री क्रेन यांच्याकडे बघून म्हणाल्या, ''हे आमचे डॉक्टरसाहेब. कधीच दारावरची बेल वाजवत नाहीत. नेहमी टक्टक् करतात.''

डॉ. आंबेडकर गंभीरपणाचा आव आणून म्हणाले, ''खरंच आहे आमच्या ताईंचं बोलणं! दार ठोठावल्याशिवाय ते कधी उघडत नाही म्हणतात! म्हणून...''

ते ऐकून डॉ. हेन्री क्रेन मनापासून हसून म्हणाले, ''येस, येस... यू आर परफेक्टली राईट! अगदी बरोबर बोललात तुम्ही!''

ड्रेसरबाईंनी दाखविलेल्या वेताच्या खुर्चीवर बसताना बाबासाहेब हसून म्हणाले, ''मी कधी चुकीचं बोलत नाही!''

''लोकही चुकीचं बोलत नसतात म्हटलं!''

ड्रेसरबाईंच्या या बोलण्याचा रोख आंबेडकरांना समजला नाही. ड्रेसरबाई पुढे म्हणाल्या, ''हे आपले मित्र डॉ. क्रेन अमेरिकेहून खास आपल्या भेटीसाठी आले आहेत. आपला दरवाजा ठोठावण्यासाठी! ते आपल्याशी बोलतील. त्यांचं बोलणंही चुकीचं असणार नाही!''

डॉ. आंबेडकर हसून म्हणाले, ''मायाजाल पसरण्यात ही आमची ताई कधी

कुणाला ऐकणार नाही.''

डॉ. आंबेडकरांपेक्षा ड्रेसरबाई तीन वर्षांनी मोठ्या असल्यामुळे ते त्यांना कधी कधी गमतीनं ताई म्हणून संबोधत असत. ड्रेसरबाईंना बऱ्यापैकी मराठी बोलता येत असल्यामुळे मोठ्या बहिणीला ताई म्हणतात हे त्यांना चांगलं माहीत झालेलं होतं. १९३५ मध्ये ड्रेसरबाई मुंबईला आल्या, तेव्हापासून त्या दोघांचं चांगलं जमलं होतं. हाताशी खूप वेळ असला म्हणजे कित्येक वेळा ते एकटे किंवा मित्रांना बरोबर घेऊन ड्रेसरबाईंकडे जायचे. त्यांच्याबरोबर कधी भाटिना असले म्हणजे गप्पाष्टकं हमखास रंगायची. भाटिना हे आंबेडकरांबरोबर कोलंबिया युनिव्हर्सिटीत त्यांचे सहकारी होते. ड्रेसरबाईंचं शिक्षण मिचिगन युनिव्हर्सिटीत झालेलं होतं. त्यामुळे त्या तिघांनाही अमेरिकेतले विद्यार्थी दशेतील दिवस आठवायचे. त्या वेळी अडचणीतल्या दिवसांची आठवण आज त्या तिघांना सुखद वाटायची. ही गप्पाष्टकं रंगली म्हणजे कुणालाच वेळेचं भान राह्यचं नाही. दुपारच्या चहाच्या बैठकीचं रूपांतर रात्रीच्या जेवणात व्हायचं. आंबेडकरांच्या जेवणातील आवडीनिवडी ड्रेसरबाईंना चांगल्या माहीत झाल्या होत्या.

एखाद्या संध्याकाळी ड्रेसरबाईंनी एखादा चांगला पदार्थ बनवला म्हणजे त्या आंबेडकरांना आवर्जून जेवायला येण्याचा निरोप पाठवीत. त्यावर आंबेडकर लगेच त्यांना चिठ्ठी लिहून पाठवत- ' डीअर मिस डी... विल बी ऑन माय लेग्ज इन अ मोमेंट. डीनर ॲट युअर प्लेस वुड सूट मी बेटर.'- आणि खरोखरच त्यांचे पाय लगेच ड्रेसरबाईंच्या घराकडे वळायचे.

अमेरिकेत या बाईंचं शिक्षण झाल्यानंतर दहा वर्षं त्यांनी तिथेच शिक्षिकेचं काम केलं. १९२० च्या एप्रिल महिन्यात त्या हिंदुस्थानात आल्या; आणि नागपूरला मेथॉडिस्ट चर्चतर्फे काम करायला लागल्या. या समाजसेवाभावी बाईनं नागपूरला 'मेकोसा बाग नॉर्मल स्कूल' सुरू करून ते नावारूपाला आणलं. १९३५ मध्ये त्यांची बदली मुंबईला झाली. तिथे त्या आग्रीपाडा मिशन सेंटरच्या प्रमुख म्हणून काम पाहू लागल्या.

तेव्हापासून आंबेडकरांची आणि त्यांची मैत्री जुळली. या बाईंना त्यांच्या विद्वत्तेचं आणि करारी स्वभावाचं अतिशय आकर्षक वाटायचं. आंबेडकरांना त्या डॉक्टरसाहेब असं म्हणत. त्यांच्या धार्मिक, सामाजिक, राजकीय आणि साहित्यिक कार्यांत ड्रेसरबाई निरपेक्ष बुद्धीनं मदत करीत असत.

आंबेडकरांना त्या नेहमी म्हणायच्या, ''असा दीर्घोद्योगी विद्वान मनुष्य बघितला म्हणजे आम्ही थक्क होऊन जातो. तुमचं चरित्र इंग्रजीतून प्रसिद्ध व्हायला हवं!''

यावर आंबेडकर थट्टेच्या स्वरात म्हणत, ''कशाला? आमची बदनामी जगभर करायला?''

ड्रेसरबाईंनी आंबेडकरांना आता या बोलण्याची आठवण करून दिली आणि डॉ. क्रेन यांच्याकडे बघत त्या हसून म्हणाल्या, "हे हेन्री क्रेन तुमची बदनामी ऐकूनच अमेरिकेहून तुम्हाला भेटायला आले आहेत..."

"एवढा पैसा खर्च करून आपण इथे आलात... माझ्या भेटीची एवढी किंमत आहे? केवढं मोठं मूल्य मोजलंत तुम्ही!"

ड्रेसरबाई मध्येच म्हणाल्या, "कस्तुरीमृगाला आपल्याजवळ असलेल्या सुगंधाची कुठे कल्पना असते?... तुम्हीच मला हे सारं सांगितलंय... होय ना?"

यावर हशा पिकला... डॉ. क्रेन गोंधळून गेले.

मग ड्रेसरबाईंनीच त्यांना आपल्या बोलण्याचा अर्थ समजावून सांगितला तेव्हा तेही डोळे मिचकावून हसायला लागले.

ड्रेसरबाई गंभीरपणानं म्हणाल्या, "डॉक्टरसाहेब, आपलं हे खट्याळ बोलणं ऐकायला मि. क्रेन इथे आलेले नाहीत. आपल्या धर्मांतराच्या चळवळीचं निरीक्षण करण्याकरिता ते इथे आले आहेत..."

"फक्त निरीक्षण? का आणखी काही दुसरा हेतू आहे?"

यावर डॉ. हेन्री क्रेन म्हणाले, "दुसरा हेतू अलबत आहे..."

"असणारच..."

"आहेच आहे. आपण धर्मांतराची घोषणा केलेलीच आहे. तेव्हा तुमचा सारा समाज आमच्या ख्रिश्चन धर्मात यावा, असं आम्हाला का वाटू नये? कारण आमचा धर्म मानवतावादी आहे... या बाबतीत वर्ध्याला जाऊन मी महात्मा गांधींची भेट घेऊन आलो आहे..."

"मग काय म्हणाले गांधी?"

"खुद्द अस्पृश्य लोक ख्रिस्ती धर्माचा स्वेच्छेनं स्वीकार करणार असतील तर त्यांना कुणीही अडवू शकणार नाही, असं ते म्हणाले."

"बस्स! एवढंच? आणखी काय म्हणाले?"

"अस्पृश्यांनी धर्मांतर करू नये... हिंदू धर्मात राहूनच आपल्या हक्कांसाठी झगडत राहावं, असं त्यांचं मत पडलं."

आंबेडकर उद्वेगानं म्हणाले, "गांधींच्या मतानं आम्ही जन्मभर झगडतच राहावं ना? आजवर हजारो वर्षं आम्ही दुसरं काय केलं? आपले हक्क मिळविण्यासाठी स्पृश्य हिंदूंच्या दगडावर डोकंच आपटून घेतलं ना.. त्यामुळे रक्तबंबाळ झालो आम्ही! आता हिंदू धर्माच्या वेदीवर सांडण्यासाठी आमच्या अंगी रक्त राहिलेलं नाही..."

त्यांचा आवेग थोडा कमी झाल्यावर डॉ. क्रेन अत्यंत मृदू शब्दात म्हणाले, "म्हणूनच आपलं बोलणं ऐकण्यासाठी मी मुद्दाम एवढ्या लांबून इथं आलोय..."

"मग प्रथम माझ्याकडेच का नाही आलात?"

"मि. गांधी एवढे वडीलधारे मुत्सद्दी..."

त्यांचं बोलणं पुरतं व्हायच्या आतच आंबेडकर म्हणाले, "गांधीजी वडीलधारे आहेत हा काही त्यांचा गुण नाही; पण ते मुत्सद्दी नाहीत, हा मात्र त्यांचा दोष जरूर आहे... त्यांच्या दृष्टीनं आमचा प्रश्न म्हणजे परदुःख शीतल आहे... आम्ही हिंदू धर्मात हजारो वर्षं थांबलो... आणखी थांबा असं गांधीजी म्हणणार! आणखी हजारो वर्षं जातील. आम्ही या अस्पृश्यतेच्या नरकातच लोळत पडू! गांधींना त्याचं काय?"

डॉ. क्रेन यांनी विचारलं, "गांधींचं नेमकं म्हणणं तरी काय आहे?"

"हां.. आपण आता मुद्द्यावर आलात... त्यांचं नेमकं म्हणणं नाही सांगता येणार... कारण त्यांचं नेमकं म्हणणं सारखं बदलत असतं... पण त्यांचं सर्वसाधारण म्हणणं सांगतो..."

आंबेडकरांचं हे बोलणं ऐकून डॉ. क्रेन हसायला लागले.

तेवढी संधी साधून ड्रेसरबाई उठल्या आणि म्हणाल्या, "आता बोलून बोलून या आमच्या डॉक्टरसाहेबांचा घसा कोरडा होईल. त्यांना भूक लागेल. त्यांच्यासाठी मला खाना पकवावा लागेल..."

डॉ. क्रेन यांनी हसून विचारलं, "म्हणजे आम्हाला उपाशी ठेवायचा विचार दिसतोय..."

"अहो, तसं नाही... पण यांचा खाना वेगळा... तुमचा वेगळा..."

आंबेडकरांनी विचारलं, "म्हणजे..."

"तुमच्यासाठी तुम्हीच शिकवलेले तुम्हाला आवडणारे पदार्थ करायला नकोत का?.. तुमचं ते थालीपीठ, भजी, पिठलं, वांग्याची भाजी..."

"म्हणजे हे सर्व पदार्थ करणार?"

"यांतले काहीतरी पदार्थ करायला हवेतच ना? शिवाय जमल्यास भाकरी... दोघांचा समान पदार्थ म्हणजे मटन... तेही बिनतिखटाचं... डॉक्टरसाहेब त्यात मिरची घालून घेतील."

ड्रेसरबाईंचं हे तोडक्यामोडक्या मराठीतलं बोलणं क्रेनसाहेबांना समजलं.

ड्रेसरबाईंकडे बघून ते हसले आणि म्हणाले, "म्हणजे इथे कामापेक्षा तुमचं जेवणातच अधिक लक्ष दिसतंय..."

आंबेडकर म्हणाले, "आम्ही हिंदी लोक भोजनभाऊ असतो हे आम्ही मुळीच नाकारत नाही... पण भोजनभाऊ कोण नसतो? कोणताही माणूस शेवटी या ना त्या अन्नावरच जगतो ना?"

"खरंय.. खरंय... तुम्हाला मानलं पाहिजे... अन्नाशिवाय माणूस जगणार नाही..."

आंबेडकर एकदम म्हणाले, ''पण आज हजारो वर्षं आम्ही उपाशीपोटी जगलो आहोत... गुराढोरांना जितकं खायला मिळतं तितकंही आम्हाला मिळालेलं नाही... कदान्न खाऊन आमच्या लोकांनी जीव कसाबसा जगवलाय...''

ड्रेसरबाई स्वयंपाकघरात निघून गेल्यावर डॉ. क्रेन म्हणाले, ''आपण मघाशी गांधीजींबद्दल काहीतरी सांगत होता...''

''होय... ते एक मोठं पुराणच आहे...''

''ऐकू द्या तरी!''

डॉ. आंबेडकरांना ती सारी रणधुमाळी आठवली.

अस्पृश्य नेत्यांनी येवल्याला एक परिषद बोलावली. मंदिरप्रवेशासाठी आंबेडकरांनी केलेला झगडा निष्फळ ठरला होता. स्पृश्य हिंदूंच्या मंदिरांची आणि मनांची कवाडं उघडली नव्हती. सतत दरवाजा ठोठावूनही तो उघडला नव्हता. आता आपली अस्पृश्यता नष्ट करण्यासाठी स्पृश्यांच्या मनांचे दरवाजे मोडले पाहिजेत, असा आंबेडकरांनी निर्धार केला. येवल्याच्या परिषदेत त्यांनी निक्षून सांगितले, ''हिंदू धर्माशी असलेला सारा संबंध तोडून टाका... स्वाभिमान आणि शांतता गवसेल अशा दुसऱ्या धर्मात जा. परंतु लक्षात ठेवा, की जो धर्म तुम्ही निवडाल त्यात समान दर्जा, समान संधी आणि समान वागणूक मिळाली पाहिजे.''

आंबेडकरांच्या या धर्मांतराच्या घोषणेमुळे सगळीकडे गदारोळ उठला. पददलित समाजानं फोडलेला तो शेवटचा हंबरडा होता आणि त्याला जर प्रतिसाद मिळाला नसता तर कोट्यवधी हिंदू बांधव परधर्मात जाणार, ही गोष्ट उघड होती.

यावर सावरकरांनी सांगून टाकलं की, ''मुसलमान धर्म किंवा ख्रिश्चन धर्म स्वीकारून भारतात समानतेची वागणूक मिळेल, अशी शक्यता नाही. ''

यावर आंबेडकर म्हणाले, ''घरच्या धर्मात तरी आम्हाला कुठे समानतेची वागणूक मिळालेली आहे?''

आंबेडकरांची धर्मांतराची घोषणा ऐकून डॉ. राजेंद्रप्रसादांना पराकाष्ठेचं दुःख झालं.

मसूरकर महाराजांनी अस्पृश्यतेचं उच्चाटन करण्यासाठी काही अवधी मागितला.

त्यावर आंबेडकरांनी निश्चित कालावधीची मागणी केली. तसा निश्चित कालावधी मसूरकर महाराज सांगू शकले नाहीत.

अस्पृश्य वर्गातील नेते बाळकृष्ण देवरुखकर आणि नारायणराव काजरोळकर त्याचप्रमाणे डॉ. सोळंकी आणि श्रीनिवास यांनी आंबेडकरांच्या घोषणेला विरोध दर्शविला. अस्पृश्यता हटण्याच्या दृष्टिपथात आलेली आहे; तेव्हा आंबेडकरांनी धर्मांतराची घाई करू नये, असं जो तो स्पृश्य आणि अस्पृश्य सांगत होता. आंबेडकरांना ते पटवून देण्याचा प्रयत्न करत होता. पण त्यांचं ते सारं अभोगत

बोलणं मनावर घ्यायला आंबेडकर मुळीच तयार नव्हते. त्यांना त्यासाठी खुनाच्या धमक्याही दिल्या जात होत्या, पण त्यांचा निर्धार पक्का होता. स्पृश्य हिंदूंच्या भूलभुलावणीला किंवा ढोंगबाजीला ते मुळीच भीक घालणार नव्हते.

सर्वांना ते निक्षून सांगत, ''आता प्रत्यक्ष परमेश्वर अवतरला आणि मी हिंदू धर्म सोडू नये म्हणून माझं मन वळवू लागला तरी मी माझ्या निर्धारापासून रेसभरही ढळणार नाही!''

या निर्धाराबरोबरच त्यांनी हिंदू म्हणून शेवटचं भाषणही करून टाकलं.

एका अस्पृश्यांच्या परिषदेत डॉ. पुरुषोत्तम सोळंकी यांनी त्यांना स्वतंत्र धर्म स्थापण्याची सूचना केली. ते म्हणाले, ''तुम्ही स्वतंत्र धर्म स्थापन करा... दलित वर्गाला कुणी संत नको, वेद नको, शंकराचार्य नको, प्रेषित नको; फक्त आंबेडकरच पाहिजेत...''

यावर आंबेडकरांनी त्यांना सांगितलं, ''मी भलत्या भ्रमात मुळीच नाही! स्वतंत्र धर्म स्थापला काय किंवा धर्मांतर केलं काय, आम्ही कुठेही गेलो- ख्रिश्चन, मुसलमान किंवा शीख धर्मात गेलो- तरी आमच्या हितासाठी आम्हालाच लढलं पाहिजे, या गोष्टीची आम्हाला पूर्ण जाणीव आहे. आम्ही जर मुसलमान धर्मात गेलो तर आमच्यापैकी प्रत्येक जण नवाब होईल किंवा ख्रिश्चन धर्मात गेलो तर पोप होईल, असं समजणं मूर्खपणाचं आहे. आम्ही कुठेही गेलो तरी आमच्या नशिबात लढा हा अटळ आहे... म्हणून काही झालं तरी मी माझा निर्धार बदलणार नाही!''

आंबेडकरांच्या या अभूतपूर्व घोषणेमुळे प्रत्येक धर्म त्यांना आपल्या कळपात ओढण्याचा प्रयत्न करायला लागला. मुस्लिम, शीख, ख्रिश्चन या धर्मांचे म्होरके त्यांच्याशी लाडीगोडी करायला लागले. बौद्ध धर्मही मागे राहिला नाही. मुस्लिमांचे मौलवी, शिखांचे संत, ख्रिश्चनांचे पाद्री आणि बौद्धधर्मीय भिक्षुक हे सारे त्यांच्याशी संपर्क साधायला लागले. प्रत्येक धर्माधिपती त्यांना स्वातंत्र्याची, समतेची आणि ममतेची ग्वाही देऊ लागले.

परंतु त्या सर्वांना आंबेडकर एवढंच सांगायचे की, काही काळ थांबा की! मी नुकतीच तर कुठे घोषणा केली आहे. माझा धर्मांतराचा निर्णय पक्का आहे; परंतु त्यासाठी मी धर्माची निवड मात्र अजून केलेली नाही.

आंबेडकरांच्या घोषणेवर महात्मा गांधींची प्रतिक्रिया मात्र अत्यंत कडवट होती. काही कालावधीनंतर आंबेडकर शेगावला जाऊन गांधीजींना भेटले.

प्रार्थनेनंतर त्या दोघांचं हार्दिक पण परखड बोलणं झालं.

तिथल्या मंद प्रकाशात गांधीजींची मूर्ती एखाद्या योगिराजासारखी दिसत होती, तर आंबेडकरांची मूर्ती एखाद्या राजयोग्यासारखी दिसत होती. दोघेही आपली खेळी करण्यात प्रवीण होते.

डॉ. आंबेडकरांनी प्रारंभीच गांधीजींना सांगून टाकलं, ''महात्माजी, मी आपल्या व्यक्तिमत्त्वाच्या दबावाखाली राहून मुळीच बोलणार नाही.''

गांधीजी हसून म्हणाले, ''माझ्यापेक्षा आपलं व्यक्तिमत्त्व मोठं आहे.''

त्यांचं दंतविहीन हास्य आंबेडकरांना मोठं अर्थपूर्ण वाटलं.

आंबेडकरही हसून म्हणाले, ''थट्टेच्या बोलण्यात असत्य बोललेलं चालतं, नाही का?''

ते ऐकून गांधीजी खळखळून हसले आणि मग गंभीर होऊन म्हणाले, ''आपली धर्मांतराची घोषणा आमच्या कानावर आली.''

''उभ्या जगाच्या कानावर ती गेलीय...''

''जगाचं राहू द्या... पण मी मात्र आपल्या घोषणेनं फार अस्वस्थ झालोय.''

''म्हणजे आमच्या समाजाची अस्वस्थता वाऱ्यावर विरून गेली वाटतं?''

यावर गांधीजी सहजपणानं म्हणाले, ''तुमच्या समाजाला आता अस्वस्थ व्हायचं काही कारण राहिलेलं नाही...''

''का? गेली का आमची अस्पृश्यता?''

गांधीजी एकेक शब्द अलग करून म्हणाले, ''अस्पृश्यता गेली नसली तरी तिला शेवटची घरघर लागलेली आहे. अशा वेळी आपण धर्मांतराची घोषणा करणं मोठं दुःखाचं वाटतं. आपण उच्चशिक्षणसंपन्न आहात... पराकाष्ठेचे ध्येयनिष्ठ आहात. अस्पृश्यांचा आजवर झालेला छळ बघून संतापाच्या भरात आपण ती घोषणा केली असेल....''

आंबेडकर ठाम शब्दात म्हणाले, ''मुळीच नाही! अत्यंत विचारपूर्वक मी ती घोषणा केलेली आहे.''

गांधीजींनी विचारलं, ''डॉक्टर, धर्म ही घरासारखी किंवा अंगरख्यासारखी का वस्तू आहे? वाटेल तेव्हा ती बदलता थोडीच येते? मनुष्याच्या शरीरापेक्षा त्याच्या अंतरात्म्याचा धर्म हा अधिक महत्त्वाचा असतो, नाही का?''

''महात्माजी, त्याच अंतरात्म्याला स्मरून मी घोषणा केलेली आहे.''

''धर्मांतरानं तुमच्या समाजाचं ऐहिक आणि पारलौकिक कल्याण साधेल, असं तुम्हाला खरोखरच वाटतं का?''

''ज्यांची ऐहिक भरभराट आहे, त्यांनी परलोकाविषयी हवं तर चिंतन करावं... ऐहिक आणि आध्यात्मिक दृष्टीनं असा मी दोन्ही दृष्टिकोनांतून विचार केलेला आहे. ज्या धर्मानं आम्हाला मान, द्रव्य, अन्न आणि आश्रय दिलेला नाही, त्या धर्माच्या छत्राखाली आम्ही काय म्हणून राहावं?''

गांधीजी म्हणाले, ''ज्या धर्मानं आजवर तुमचं धारणपोषण केलेलं आहे, त्या धर्माचा त्याग अगदी थोडक्यासाठी आपण करता आहात, असं मला वाटतं.''

आंबेडकर ताडकन उत्तरले, "थोडक्यासाठी? किती काळ आम्ही वाट बघायची? धर्म हा मनुष्याकरिता असतो का मनुष्य हा धर्मासाठी असतो? जो धर्म आम्हाला माणूस म्हणून ओळखायला तयार नाही, जो धर्म तुम्हाला पाणी मिळू देत नाही किंवा मंदिरात प्रवेश करू देत नाही, तो धर्म या संज्ञेला अपात्र आहे, असं नाही तुम्हाला वाटत? हा धर्म आम्हाला ज्ञान मिळू देत नाही, जनावरांपेक्षाही आम्हाला कमी लेखतो, त्याच धर्मात आम्ही वर्षानुवर्षं खितपत पडायचं, महात्माजी? तो धर्म नसून रोग आहे आणि तो रोग साऱ्या हिंदू समाजाला जडलेला आहे. हिंदू धर्म हा जातींचा समूह आहे... किडलेला, सडलेला... सगळीकडे त्या धर्माची दुर्गंधी सुटलेली आहे. त्या दुर्गंधीत राह्यची आमची इच्छा नाही."

गांधीजी काहीशा उद्वेगानं म्हणाले, "बरोबर आहे! हिंदुस्थानातली आणि लंडनमधली बडी वजनदार मंडळी आपल्या पाठीशी आहेत, म्हणून तुमच्या या बाता चालल्या आहेत."

आंबेडकर उसळून म्हणाले, "आजवर मी कुणाचीच पाठराखण घेतलेली नाही... स्वतःच्या बुद्धीनं आणि अनुभवानं मी वाटचाल करतो आहे... दुसऱ्या कुणीही आमचा उद्धार करण्याची गरज नाही..."

गांधीजी हसून म्हणाले, "म्हणजे आम्हीही तुमच्या उद्धारासाठी कार्य करण्याची गरज नाही, असंच ना?"

"हा गरजेचा प्रश्न नाही, महात्माजी! गरज साऱ्यांनाच असते... बाळाची आई गेली म्हणजे त्यालाही दाईची गरज पडते. पण आईची गरज दाई कदापि भागवू शकत नाही! मलाच ते काम करावं लागणार आहे. आमच्या समाजाचं आईपण मी पत्करलेलं आहे. आपला अधिक्षेप मी कशासाठी करू?"

एखाद्या प्रश्नाचा निष्कर्ष सांगावा त्याप्रमाणे गांधीजी म्हणाले, "अस्पृश्यतानिवारण ही स्वतंत्र अशी गोष्ट आहे, असं माझं मत आहे. तो धार्मिक प्रश्न आहे. अस्पृश्यांचा प्रश्न हा देवाणघेवाणीचा नाही."

"वा, वा! महात्माजी, आपण कमालच केलीत की! आपण सत्यवक्ते आहात ना? का काळानुरूप सत्यही बदलतं?"

"असं का म्हणता आपण?"

"पुणे कराराच्या वेळी अस्पृश्यांचा प्रश्न हा देवघेवीचा प्रश्न आहे, असंच आपण मानलं होतं ना? पुणे कराराच्या वेळी आपण आमच्या उद्धारासंबंधी जी आश्वासनं दिली होती ती आपण कृतीत तर आणली नाहीतच; आणि आता आपण म्हणता, आमचा प्रश्न देवघेवीचा नाही म्हणून! आपलं हे बोलणं गूढगुंजनात्मक आहे का काळानुरूप बदलणारं सत्य आहे?"

हा टोला गांधीजींच्या वर्मी बसला. परंतु आपल्या चर्येवर काहीही न दर्शविता

ते फक्त एवढंच म्हणाले, ''माझी मतं ठाम आहेत...''

आंबेडकरही तेवढ्याच ठामपणानं म्हणाले, ''माझाही निर्धार ठाम आहे. धर्मांतर करण्याचा! यापुढे मी हिंदू म्हणून जगणार नाही आणि हिंदू म्हणून मरणारही नाही!''

गांधीजी हात वर करून म्हणाले, ''देव तुमचं भलं करो!''

आंबेडकर म्हणाले, ''जो देव माझं भलं करणार नाही त्या देवाला मी मानणार नाही. पण महात्माजी, आपल्यासारख्या थोर वडीलधाऱ्या माणसाचा आशीर्वाद मात्र मला हवा आहे!''

''माझा आशीर्वाद तुमच्या पाठीशी आहेच.. मंदिरप्रवेशाची चळवळही मी सोडलेली नाही आणि आपण धर्मांतर करू नये यासाठी मी अजूनही पराकाष्ठेचा प्रयत्न करणार आहे.''

''महात्माजी, आपणास हा लहान तोंडी मोठा घास वाटेल; परंतु आपणास एक प्रश्न विचारू? गुरुवायुर मंदिरप्रवेशासाठी आपण उपोषण करणार होता... पण त्या उपोषणाची मुदत आपण सारखी वाढवतच आहात. मी म्हणतो, आपल्या पुणे कराराच्या वेळी आपण जसं उपोषण केलं होतं, तसं आमच्या प्रश्नांविषयी एखादं प्राणांतिक उपोषण करा की!''

गांधीजी खाली बघत फक्त एवढंच म्हणाले, ''हा प्रश्न मी देवाणघेवाणीचा मानत नाही.''

आणि त्यांची मुलाखत संपली.

मुलाखतीनंतर शेठ वालचंद हिराचंद आणि जमनालाल बजाज या गांधीजींच्या सधन भक्तांनी आंबेडकरांना विचारलं, ''जवाहरलालजींचे आणि गांधीजींचे मतभेद आहेत... पण ते गांधीजींना येऊन मिळाले त्याप्रमाणे आपण त्यांना येऊन का मिळत नाही? त्यामुळे अस्पृश्यांच्या प्रश्नासाठी अमाप द्रव्यसंपत्ती तरी मिळेल...''

आंबेडकर म्हणाले, ''प्रत्येक माणसाची प्रकृती नि परिस्थिती वेगळी असते. मी स्वतःच्या विवेकबुद्धीला रजा देणारा माणूस नाही... आणि द्रव्याबद्दल म्हणाल तर टिळक स्वराज्य फंडातला कितीसा पैसा आमच्या कारणी लागला?''

आंबेडकरांचं हे उत्तर त्या दोघांनाही निरुत्तर करणारं होतं.

तरीही बजाज म्हणाले, ''पण आपण नेहमीच गांधीजींना विरोध...''

त्यांचं बोलणं पुरं व्हायच्या आतच आंबेडकर म्हणाले, ''विरोध आणि वैर यांतला फरक नीट जाणायला सर्वांनी शिकलं पाहिजे... गांधीजींशी माझं वैर थोडंच आहे? कुणाशीच वैर नाही... पटेल, नेहरू सारी मोठी माणसं! गांधीजी तर युगप्रवर्तक पुरुष! पण म्हणून त्यांचं सगळं बरोबर आणि म्हणून त्यांना विरोध करायचा नाही, असं थोडंच आहे? ब्रह्मदेव माझ्या दृष्टीनं चुकला तर त्यालाही मी विरोध केल्याशिवाय राहणार नाही.''

गांधीजींची मोहिनी विद्या त्यांच्यावर का परिणाम करू शकली नाही, या गोष्टीचं इंगित त्या दोघांना समजलं.

एवढ्यात जयजयकाराच्या आरोळ्या वातावरणात उठल्या. त्या दोघा गांधीभक्तांनी सभोवार बघितलं.

त्यांच्या कानांवर जयजयकाराच्या आरोळ्या येत होत्या.

'आंबेडकर कोण आहेत?'

'आंबेडकर आमचे बादशहा आहेत.''

'आंबेडकर हे आमचे देव आहेत.'

'आंबेडकर हे आमचे उद्धारकर्ते आहेत.''

त्या दोघांनाही मनोमन वाटलं की, पैशानं परमेश्वर विकत नाही घेता येत! जनताजनार्दनाला भक्तीचा नैवेद्य लागतो.

* * *

ही सारी कथा डॉ. हेन्री क्रेन अगदी मन लावून ऐकत होते. ऐकताना ते अगदी गुंगून गेले होते.

त्यांना सारखं वाटत होतं की, हा माणूस द्वेष्टा नाही तर द्रष्टा आहे. मनानं खंबीर आहे. वृत्तीनं कणखर आहे. तत्त्वाला जागणारा आहे. इतिहासाचा अभ्यास करून यानं आपल्या समाजाविषयी काही निश्चित आडाखे बांधले आहेत. आपल्या विद्वत्तेच्या बळावर यानं आजवर भल्याभल्यांवर मात केलेली आहे. आपल्या अस्पृश्य वर्गाचं हित बघताना हा कुणासमोरही नमणार नाही. याची स्वसमाजनिष्ठा पराकाष्ठेची प्रखर आहे. आपल्या समाजासाठी यानं जणू असिधाराव्रत धारण केलेलं आहे.

हिंदुस्थानात आल्यापासून डॉ. क्रेन यांनी गांधीजींच्या मोहिनीप्रभावाबद्दल बरंच काही ऐकलं होतं. त्यांच्या समोर गेलेला मनुष्य परत येताना त्यांच्यासारखा होऊन येतो, त्याला स्वतःचं काही मत उरत नाही, अशा कथा गांधीजींच्या प्रभावळीतून त्यांना ऐकू आल्या होत्या.

स्वतः डॉ. क्रेन हेही वर्ध्याला गांधीजींच्या प्रभावानं थोडे फार दबकून गेले होते.

पण आंबेडकर हा माणूस पोलादी पात्याचा आहे, हे त्यांनी पुरेपूर ओळखलं होतं.

त्यांनी तसं बोलूनही दाखवलं, ''आपण गांधीजींच्या समोर नमला नाहीत, हे विशेष म्हणावं लागेल.''

निर्धारयुक्त स्वरात आंबेडकर म्हणाले, ''मी तत्त्वाला शरण जाईन; पण गांधीजींना किंवा कोणत्याही माणसाला कधीच शरण जाणार नाही. कारण तत्त्व हे अबाधित असतं. माणूस हा स्थिर नसतो. जवाहरलाल नेहरू किंवा सुभाषचंद्र बोस

गांधीजींना शरण गेले; पण गांधीजींची मोहिनीविद्या माझ्यावर कधीच हुकमत गाजवू शकलेली नाही. माझी माझ्या समाजाशी बांधिलकी आहे.''

डॉ. क्रेन म्हणाले, ''याचा अर्थ आपण कधी काँग्रेसमध्ये जाण्याची शक्यता नाही.''

''असंच काही नाही. मी कधी काळी काँग्रसमध्ये गेलो तर माझ्या गुणवत्तेनं तिथेही मी स्वतंत्र छाप पाडीन. पण काँग्रेस ही आज तरी शेटजी-भटजींची आहे. माझी धर्मांतराची घोषणा ऐकून जवाहरलाल नेहरूही भारावून गेले; पण काँग्रेसला घाम फुटला नाही.''

डॉ. क्रेन यांनी विचारलं, ''पण मि. नेहरू हे काँग्रेसचे समर्थ नेते आहेत ना? मग?''

''नेते आहेत, पण समर्थ नाहीत. तसे नेते आहेत गांधीजी! त्यांचं सारं जगावेगळंच आहे. काँग्रेसनं ब्रिटिश साम्राज्यशाहीविरुद्ध जर लढा पुकारला असता तरी मी काँग्रेसला जाऊन मिळालो असतो. पण काँग्रेस आपली घटनात्मक यंत्रणा भांडवलवाले आणि स्वार्थी उच्चभ्रू यांच्या हितासाठीच राबवीत आहे. त्यांनी शेतकरी आणि कामगार यांच्या हिताचा बळी दिलेला आहे. अशा काँग्रेसला जाऊन मी कसा काय मिळणार? काही झालं तरी प्रतिगामी गांधीजींना मी कधीच शरण जाणार नाही.''

ते दोघे जण बोलण्यात अगदी गुंगून गेले होते. तिथे ड्रेसरबाई केव्हा आल्या ते त्यांना कळलंही नाही.

ड्रेसरबाई हसून म्हणाल्या, ''डॉक्टरसाहेब, गांधीजींना नका शरण जाऊ; पण आपल्या खान्याला शरण जा! तुमचे आवडते पदार्थ केले आहेत.''

आंबेडकरांनी म्हटलं, ''मी मांसाशन सोडलेलं आहे बरं का! बामणाप्रमाणे भात-भाजी आणि डाळ-रोटी खातो.''

डॉ. क्रेन म्हणाले, ''म्हणजे ब्राह्मणांचं खाणं तुम्हाला चालतं तर!''

''खाण्यापिण्यावर ब्राह्मण्य थोडंच अवलंबून असतं? मुंबईला इंग्रजी शाळेत शिकायला आलो तेव्हा भाकरी आणि बोंबिलची चटणी खायचा. पण माझं खाणं साधं आहे. थोडं आहे. अहो, आमचा सारा समाज नेहमी अर्धपोटी असतो. मग...''

ड्रेसरबाईंनी माहिती पुरविली, ''या आपल्या डॉक्टरसाहेबांना मद्यपान मात्र अगदीच वर्ज्य आहे बरं का!''

''क्रेडिटेबल! शोधून अशी उदाहरणं सापडणार नाहीत. मी तर ऐकलंय की, इथली ब्राह्मण मंडळीही मद्यपान करतात.''

आंबेडकर थट्टेच्या स्वरात म्हणाले, ''यज्ञयागात मद्यपान करावंच लागतं. त्यांचं मद्यपान वेदोक्त आहे. माझी वृत्ती वेदोक्त नसल्यामुळे मी मद्यपान करत नाही

एवढंच! माझे वडील वेद, पुराणं जाणत होते, मानत होते; पण त्यांनीही कधी मद्यपान केलं नाही. हा वाडवडिलांचा वारसा आहे.''

वेताच्या स्वतंत्र टेबल-खुर्चीवर जेवणाच्या थाळ्या मांडल्या होत्या. ड्रेसरबाईंच्या घरची ती पद्धत माहीत असूनही आंबेडकर विनोदानं म्हणाले, ''तुमचे हे पाहुणे आमच्या पंगतीला जेवायला तयार नाहीत, असं दिसतंय. आमच्या स्पृश्य हिंदूंचा गुण त्यांना लागलाय की काय?''

जेवणापूर्वी छातीवर हातांनी क्रॉस करून डॉ. क्रेन म्हणाले, ''आपल्या थाळ्यांची अदलाबदल करू या का? अहो, मी जर आपला विटाळ मानणारा असतो, तर एवढ्या लांबून आपल्या भेटीसाठी कशाला आलो असतो?''

यावर काही बोलण्याऐवजी आंबेडकरांनी ड्रेसरबाईंकडे बघत विचारलं, ''हे थालीपीठ तुम्ही स्वतः बनवलंय की काय?''

''का? वाईट झालंय की काय?''

''छे! एवढं चांगलं झालंय म्हणून विचारलंय!''

''आवडलं तर भरपूर खा! कुणी केलंय ते कशाला सांगू? ते आमचं गुपित आहे.''

''म्हणजे कुणी केलंय तेच ना?''

तो विषय थांबविण्याच्या इराद्यानं हेन्री क्रेन म्हणाले, ''दोघांचं बोलणं चाललं असताना मध्ये तोंड घालू नये, हा शिष्टाचार मला माहीत आहे. पण तो शिष्टाचार थोडा दूर ठेवून आपल्याला एक प्रश्न विचारतो, डॉक्टरसाहेब! धर्मांतरानंतर आपण काय करणार?''

''आधी मला धर्मांतर तरी करू द्या की!''

''ते आता आपण करणारच! त्या दिवसाचाच काय तो प्रश्न आहे. धर्मांतर केल्यानंतर आपण कोणता धर्म स्वीकारणार?''

आंबेडकरांनी हसून विचारलं, ''का? तुमचा धर्म स्वीकारू का?''

''तेच विचारण्यासाठी एवढ्या लांबून इथे आलोय.''

''मला पुरती कल्पना आहे त्याची! पण मी तुमचाच धर्म का स्वीकारावा?''

''सगळे ख्रिस्ती देश आपल्या दलित समाजाची उन्नती करू शकतील. त्यांच्या उद्धारासाठी सर्वांगीण साहाय्य करू शकतील.''

''इतर धर्मांचंही आम्हाला तसंच आश्वासन आहे. मग?''

''पण आम्ही आपल्याला सर्व तऱ्हेच्या गुलामगिरीतून मुक्त करू. रूढींच्या साऱ्या पाशातून आपली मान मोकळी करू. आपलं विमोचन करू.''

आंबेडकरांनी हसत विचारलं, ''मग निग्रोंचं विमोचन आपण का करत नाही?''

''वा! आम्ही अमेरिकन लोक किती उदारमतवादी आहोत!''

आंबेडकर म्हणाले, ''इतिहासाचा तसा दाखला दिसत नाही. तुमच्या ख्रिस्ती धर्मात गोरे स्पृश्य आणि काळे निग्रो अस्पृश्य, असे भेद आहेतच की! या तुमच्या गोऱ्या स्पृश्य ख्रिस्त्यांनी या जातिभेदामुळे- वर्णभेदामुळे म्हणा हवं तर- काळ्या निग्रो ख्रिस्त्यांना जिवंत जाळलं आहे, फाडलं आहे, तोडलं आहे, ठार मारलं आहे. मग त्यापेक्षा आमचे हिंदू स्पृश्य खूप बरे!''

डॉ. हेन्री क्रेन यांनी त्यांना विचारलं, ''मग त्यांच्यापासून आपण कशासाठी फुटून निघता?''

''मी फक्त तुलना केली! तुमचा धर्मही भेदाभेद पाळणारा आहे, अस्पृश्यता पाळणारा आहे, एवढंच सांगितलं! तुमची अस्पृश्यता राक्षसी आहे हे सांगितलं. जर्मन नाझींनी ज्यूंची जर्मनीतून हकालपट्टी केली. का? आफ्रिकेत गोरे ख्रिश्चन लोक काळ्या लोकांना कसे वागवतात, हे साऱ्या जगाला माहीत आहे. ख्रिस्ती धर्माची महती मी तरी गाणार नाही.''

''मग धर्मांतर करून तुम्ही कोणत्या धर्मात प्रवेश करणार आहात?''

''माझ्या धर्मांतराच्या घोषणेनंतर शीख, मुस्लिम, बौद्ध अशा साऱ्याच धर्मांनी मला समता आणि स्वातंत्र्याचं आश्वासन दिलेलं आहे. मी फक्त कान उघडे ठेवून ऐकतो आहे. डोळे उघडे ठेवून पाहतो आहे. डोकं मात्र ठिकाणावर ठेवलेलं आहे.''

ड्रेसरबाई म्हणाल्या, ''आता डोक्यापेक्षा तोंड जरा ठिकाणावर ठेवा, डॉक्टरसाहेब! तुम्ही काहीच खात नाही आज...''

''वा! आख्खं थालीपीठ खाल्लंय... आणखीही हवंय... आहे ना?''

''समोरच आहे. घ्या हवं तितकं! लोणी-लोणचंही घ्या हवं तर!''

''आग्रह करा की!''

''डॉक्टरसाहेब, मला तुमच्यातला आग्रह चांगला माहीत आहे. पण माझ्या घरी तुम्हाला उलटा आग्रह करावा लागतो.''

''कसा काय?''

''म्हणजे थोडं कमी खा, असं सांगावं लागतं... हो, आमच्या इथल्या खाण्यामुळे तुमची प्रकृती उगाच बिघडायला नको!''

आंबेडकर म्हणाले, ''तुम्ही एवढे चांगले पदार्थ बनवता आमच्यासाठी! मग त्यांना न्याय द्यायला नको का?''

यावर तिघेही हसले.

हसणं ओसरल्यानंतर आंबेडकर म्हणाले, ''मि. क्रेन, कोणत्या धर्मात प्रवेश करायचा ते मी अजून ठरवलेलं नाही; पण तुम्ही जेव्हा म्हणता की, ख्रिस्ती धर्मात प्रवेश का करत नाही, तेव्हा मला तुमच्या बोलण्याचं नवल वाटतं. तुम्ही तुमच्या धर्माचं घर अजून तपासून बघितलेलं दिसत नाही. अस्पृश्यता हा ख्रिस्ती धर्मावरील

कलंक आहे, असं अमेरिकन, जर्मन किंवा आफ्रिकन या गोऱ्या लोकांना अजूनही वाटत नाही. मग कशासाठी त्या धर्मात प्रवेश करायचा?''

''मग आपल्या दृष्टीनं धर्माची व्याख्या तरी काय? धर्माचा आदर्श तरी कोणता?''

जेवण संपत आलं होतं. हात धुतल्यानंतर ते दोघे जण पुन्हा दिवाणखान्यात येऊन बसले. मग आंबेडकर बराच वेळ एकसारखे बोलत राहिले. म्हणाले, ''कोणत्याही धर्माला जशी ऐहिक बाजू आहे, तशी आध्यात्मिक बाजूही आहे. आध्यात्मिक दृष्ट्या धर्मांतराच्या प्रश्नाकडे पाहिलं तर असं म्हणता येईल की, व्यक्तिगत विकास हे खऱ्या धर्माचं उद्दिष्ट आहे. जो मनुष्यमात्राच धारण करतो तो धर्म, ही धर्माची व्याख्या मलाही मान्य आहे. त्यासाठी धर्मानं बंधुभाव, समता नि स्वातंत्र्य या सद्‌गुणांची शिकवण प्रामुख्यानं द्यायला हवी!''

डॉ. हेन्री क्रेन मध्येच म्हणाले, ''आमचा धर्म हीच तर शिकवण देतो.''

आंबेडकर म्हणाले, ''तुम्हाला असं वाटतं. प्रत्येक धर्माच्या पाठीराख्याला असंच वाटतं. हिंदू धर्महीे हे सद्‌गुण शिकवत नाही. म्हणूनच अस्पृश्यांना हितकारक होईल, असं वातावरण तो धर्म निर्माण करू शकला नाही.''

''मग असा कोणता धर्म आहे ते तरी सांगा!''

''तसा धर्म आम्हाला अजून शोधायचा आहे. तो आज ना उद्या नक्कीच गवसेल! जो धर्म आम्हाला सुखानं विद्या मिळवून देईल, संपत्ती मिळवून देईल आणि त्याहीपेक्षा आमच्या समाजाला मानसन्मान यांचा लाभ करून देईल, असा धर्म आम्हाला हवा आहे. अशा धर्माचा शोध आम्ही करतो आहोत. आज आम्ही केवळ अस्पृश्य आहोत म्हणून आमचे बौद्धिक आणि शारीरिक गुण कवडीमोल झाले आहेत. अस्पृश्यतेमुळे आम्हाला सैन्यात शिरकाव नाही, पोलिस खात्यात, नाविक दलात आम्हाला प्रवेश नाही. केवळ अस्पृश्यतेमुळे जगातल्या खऱ्या सन्माननीय जीवनास, सन्मानास आम्ही मुकलो आहोत. कधी काळी आम्हाला कायदेशीर स्वातंत्र्य मिळेलही; पण त्याहीपेक्षा आम्हाला स्वातंत्र्य हवं आहे ते सामाजिक! म्हणून मी आमच्या लोकांना नेहमी सांगतो की, धर्म हा मनुष्याकरिता आहे; मनुष्य धर्माकरिता नाही. जो धर्म आपल्याला शिक्षण मिळू देत नाही, आपल्या ऐहिक उत्कर्षाच्या आड येतो, तो धर्म या संज्ञेला मुळीच पात्र नाही. हा धर्म नसून रोग आहे. समाजाला लागलेली ती कीड आहे. ज्या धर्माला जनावरांचा स्पर्श मंगल वाटतो; पण आमचा स्पर्श मात्र अमंगळ वाटतो, तो धर्म हा वेड्यांचा धर्म आहे. जो धर्म अज्ञानांना अज्ञानी आणि निर्धनांना निर्धन राहा म्हणतो, त्या धर्मातून आम्हाला स्थलांतर करायचं आहे. धर्मांतर करायचं आहे.''

डॉ. क्रेन यांनी विचारलं, ''तुमचा समाज सुधारला आहे, असं का तुम्हाला म्हणायचं आहे...''

“अहो, आम्हाला कुणी सुधारण्याची संधीच दिली नाही, हीच तर खरी आमची शोकांतिका आहे!”

डॉ. क्रेन यांनी निक्षून विचारलं, “धर्माची तरी गरज तुम्हाला वाटते का?”

“अलबत! धर्म हे शक्तीचं उत्पत्तिस्थान आहे, हे जगात कुणीच नाकारू शकणार नाही. रोमन साम्राज्यातील प्लेबियन्स हे कनिष्ठ वर्गीय लोक. आर्थिक लाभासाठी त्यांनी आपला धर्म सोडला नाही. आपल्या धर्मासाठी ते निकरानं लढले. धर्म, सामाजिक दर्जा आणि मालमत्ता ही सत्तेची तीन बलस्थानं आहेत. रशियात मालमत्ता ही सार्वजनिक मालकीची ठरली आणि धर्म ही व्यक्तिगत खासगी बाब मानली गेली, एवढंच!”

डॉ. बाबासाहेब आंबेडकरांची अलौकिक विद्वत्ता आणि प्रगाढ चिंतन पाहून डॉ. क्रेन दिपून गेले, दिङ्मूढ झाले. आंबेडकर आपल्या साऱ्या समाजाला घेऊन आपल्या ख्रिश्चन धर्मात येतील, असं त्यांना वाटेना. आपल्या उराशी ती आशा बाळगून ते एवढ्या दूरवर आले, पण त्यांची आशा पार मावळून गेली. डॉ. आंबेडकर हा महान तत्त्वचिंतक आहे, धर्मप्रवर्तक होण्याची पात्रता या अलौकिक माणसाच्या अंगी आहे, याबद्दल त्यांची खात्री पटली.

एक शेवटचा दगड टाकण्याच्या हेतूनं ते म्हणाले, “डॉक्टरसाहेब, सर्व धर्माच्या गुणावगुणांचं आपलं चिंतन पुरं झालं आणि आपल्याला वाटलं की, आमचा ख्रिश्चन धर्म समावेशक आहे, तर आमच्या धर्माची दारं आपल्याला खुली राहतील... त्या क्षणाची मी वाट बघत बसेन...”

आंबेडकर म्हणाले, “माझा निर्णय काही होवो, पण एवढ्या लांबून आपल्या धर्माची ध्वजा खांद्यावर टाकून आपण इथे आलात याबद्दल मला आपला आदर वाटतो.”

डॉ. हेन्री क्रेन यांना दुसऱ्या एका मिशनमध्ये जायचं होतं म्हणून त्यांनी आंबेडकरांचा निरोप घेतला.

* * *

डॉ. क्रेन निघून गेल्यानंतर ड्रेसरबाईंनी सुस्कारा सोडला. समोरच्या वेताच्या खुर्चीवर बसलेल्या आंबेडकरांना त्या म्हणाल्या, “आता निवांत बसा, डॉक्टरसाहेब!”

“आतापर्यंत निवांतच बसलो होतो की! म्हटलं, मलाही आमचं मिशन आहे.”

“ते मला माहीत आहे... पण आज आमच्या तावडीत तुम्ही सापडलात... मी सहजासहजी तुम्हाला जाऊ देणार नाही. डॉ. क्रेनच्या कितीतरी प्रश्नांना तुम्ही उत्तरं दिलीत... आता माझ्या एका प्रश्नाला तुम्ही उत्तर द्यायलाच हवंत, डॉक्टरसाहेब!”

“हे पहा ड्रेसरताई, प्रश्न म्हटला की मला उत्तर देण्याची स्फूर्ती झालीच म्हणून समजा! टाका तुमचा प्रश्न!”

"ती बातमी खरी का? तुम्ही म्हणे..."

"त्या फॅनीशी लग्न लावणार का, हाच ना प्रश्न? आमच्या 'विविध वृत्ता'त लंडनच्या बातमीदाराची बातमी प्रसिद्ध झालेलीच आहे."

"ती खरी आहे का?"

"समजा खरी असली तरी तुम्हाला काय?"

ड्रेसरबाई हसल्या आणि म्हणाल्या, "म्हणजे खरी आहे तर ती बातमी... तुम्हाला बधाई दिलीच पाहिजे!"

"देऊन टाका!"

"वा! त्यानिमित्त मला मेजवानी द्यायला नको का?"

"मग अडलंय कुठे? मेजवानीचा बेत करा!"

"तुमचा मुहूर्त ठरू द्या की!"

"तो कधीच ठरणार नाही!"

"म्हणजे?"

"म्हणजे काय? मी फॅनीशी लग्न थोडंच करणार आहे?"

"मग ती बातमी?"

"बातमीला काय? एवढंतेवढंही कारण पुरतं. प्रकृतिस्वास्थ्यासाठी मी काही काळ व्हिएन्ना आणि बर्लिन येथे जाऊन राहिलो होतो. त्या वेळी मी लंडनलाही जाऊन राहिलो होतो. तिथे अर्थात फॅनीच्या आणि माझ्या गाठीभेटी व्हायच्या. त्या वेळी 'विविध वृत्ता'नं ती बातमी दिली. एवढंच नव्हे, तर मी फॅनीला घेऊन अमक्या दिवशी मुंबईला येतो आहे, असंही जाहीर करून टाकलं."

"पण तुमचे फॅनीशी संबंध....."

"होते ना! पण मैत्रीचे... बोटीवरून उतरल्याबरोबर बातमीदारांनी मला हटकलं. मला एकट्याला बघून त्या बिचाऱ्यांची निराशा झाली. मी त्यांना सांगितलं की, चोरून लग्न करण्याची मला गरजच काय?"

तेही खरंच होतं. कारण रमाबाई गेल्यानंतर त्यांनी पुन्हा लग्न केलं असतं तर कुणी त्यांना नावं ठेवण्याचा प्रश्नच नव्हता.

आंबेडकर म्हणाले, "मी फॅनीशी लग्न करून ख्रिश्चन धर्म स्वीकारणार असंही काही बातमीदारांना वाटलं असेल. परंतु त्या बाबतीत परही कुणाला सापडला नाही; मग कावळा कुठून तयार होणार?"

ड्रेसरबाईंनी विचारलं, "फॅनीशी आपला पत्रव्यवहार होता ना? आपण तिला इथे एक घरही करून देणार होता ना?"

"पत्रव्यवहार तर आजही चालू आहे. तिला कुठेतरी घरही बांधून देणार होतो; कारण माझ्याबरोबर तिला अस्पृश्योद्धाराचं कार्य करण्याची इच्छा होती. पण हे सारं

जे करणार होतो ते केवळ मैत्रीपोटी! मैत्री जडली म्हणजे लग्न करावं, असं थोडंच आहे?''

"अरेरे! बिचारी नाराज झाली असेल. तुमच्याशी लग्न करण्याची तिची इच्छा होती ना?''

"ड्रेसरताई, तशी इच्छा दोन्ही बाजूंनी असावी लागते. माझ्या पत्नीपुढे मला कुणाही व्यक्तीचं कधीही महत्त्व वाटलेलं नाही. लंडनमध्ये शिकत असताना मी त्या बाबतीत तिला सारं काही समजावून सांगितलेलं आहे... पण ते ऐकल्यानंतर तिनं मैत्रीचा हात कधी मागे घेतला नाही... मी पुढेमागे एखादा माझा ग्रंथही तिला अर्पण करणार आहे. 'काँग्रेसनं दलित वर्गासाठी काय केलं?' अशा प्रकारचा ग्रंथ मी पुढेमागे लिहिणार आहे... तो ग्रंथ फॅनीलाच अर्पण करण्याचा माझा विचार आहे...''

ड्रेसरबाईंनी मुद्दामच खडा टाकून विचारलं, "पण तुम्ही जर पुढेमागे लग्न केलंत तर त्या तुमच्या बायकोला काय वाटेल?''

आंबेडकर हसून म्हणाले, "तुम्ही माझ्या लग्नाबद्दल खोदून खोदून विचारताहात... ते कशासाठी मला माहीत आहे. मी फॅनीशी लग्नं करावं ही तुमची तळमळ कशासाठी आहे, हे मी जाणतो. तिच्याशी लग्न करून मी ख्रिश्चन धर्म स्वीकारावा, हीच तुमची खरीखुरी इच्छा आहे. पण मी साऱ्यांना जे सांगतो तेच तुम्हाला सांगतो. मी कुणाशीही लग्न करू शकतो आणि कोणताही धर्म स्वीकारू शकतो... माझा मी मालक आहे. सध्या माझ्यासमोर प्रश्न आहे मुंबई विधिमंडळाच्या निवडणुका लढविण्याचा!''

ड्रेसरबाई गप्प बसल्या.

आंबेडकर तिथून बाहेर पडले.

❑

मनांची अदलाबदल

पहाटेच्या वेळी पायांतल्या वेदना असह्य झाल्या तेव्हा बाबासाहेबांनी कूस बदलला; पण वेदना मुळीच थांबल्या नाहीत. त्यांनी कूस बदलली तरी शरीर तेच होतं. दिल्लीहून ते मुंबईच्या रुग्णालयात आले होते तरीही त्यांच्या पायांतल्या वेदना थांबल्या नव्हत्या.

दिल्लीहून निघताना त्यांना तिथल्या एका नामांकित डॉक्टरांनी सांगितलं होतं, ''आमच्या या औषधानं जर आता पायांतल्या वेदना थांबल्या नाहीत, तर त्या कधीच थांबणार नाहीत. मुंबईला जाऊन त्यात काही विशेष बदल होईल, असं वाटत नाही.''

यावर डॉ. आंबेडकर म्हणाले होते, ''मुंबईला घरी गेलो म्हणजे वेदना सह्य तरी होतील... जे दुखणं बरं होणार नाही ते सहन करायला शिकायला हवं आता!''

मुंबईच्या या रुग्णालयात दाखल झाल्याबरोबर डॉ. शारदा कबीर यांनी त्यांना हसत सांगितलं होतं, ''कोणताही आजार बरा करता येत नसेल तर तो डॉक्टर कसला?''

बाबासाहेबांनीही हसत विचारलं होतं, ''तुम्ही डॉक्टर... कराल माझा आजार बरा?''

''अलबत!''

''म्हणे मला मज्जातंतूचं दुखणं जडलं आहे... ते बरं...''

''आपलं हे दुखणं केवळ शारीरिक नाही... मानसिकही आहे.''

''खरंय तुमचं म्हणणं! पण ते कशानं बरं होईल?''

''शरीराबरोबर मनही डॉक्टरांच्या ताब्यात द्यायला हवं!''

"नाही कुणी म्हटलंय?"

असं म्हणून बाबासाहेब मनापासून हसले.

मग म्हणाले, "गेले पंधरा दिवस झोप नाही!"

डॉ. शारदा कबीर म्हणाल्या, "आपली झोप उडाली. ती केवळ शारीरिक दुखण्यामुळे मुळीच नव्हे! मानसिक दुखणंही आपल्याला जडलेलं आहे. मी आता त्या दोन्ही दुखण्यांकडे बघते."

परंतु बाबासाहेबांची ती दुखणी एकदम आटोक्यात येणं शक्य नव्हतं.

देशाला स्वातंत्र्य मिळालं होतं. पण रक्त आणि अश्रू यांचे पाट वाहिले होते. सिंधू आणि गंगा या नद्यांना रक्ताचे महापूर आले होते. देशाचा स्वातंत्र्यासोहळा सुतकातच साजरा झाला होता. या सुतकी स्वातंत्र्यप्राप्तीनंतर थोड्याच दिवसांत महात्मा गांधींची निर्घृण हत्या झाली होती. त्यांनी स्वतःच म्हटल्याप्रमाणे पाकिस्तानची गाडी त्यांच्या देहावरून गेली होती. जे घडायला नको होतं ते नेमकं घडलं होतं.

या साऱ्या अप्रिय घटना विद्युतवेगानं घडल्या होत्या, आणि त्यांचा परमावधीचा परिणाम बाबासाहेबांच्या मनावर झालेला होता.

त्यांची झोप पार उडाली होती.

काल रात्री तर त्यांना गांधीजींबरोबर झालेल्या साऱ्या संघर्षांची आठवण झाली.

लंडनची गोलमेज परिषद आटोपल्यानंतर हिंदुस्थानात आल्यापासून प्रत्येक गोष्टीत गांधीजींशी त्यांचे खटके उडाले होते. हिंदुस्थान आणि पाकिस्तान कधीच एकजीव होणार नाहीत; ती दोन स्वतंत्र राष्ट्रं आहेत, असा सिद्धान्त बाबासाहेबांनी आपल्या पाकिस्तानविषयक ग्रंथात मांडला होता. उलट हिंदू-मुसलमानांचं ऐक्य घडल्याशिवाय हिंदुस्थानला स्वातंत्र्य मिळणार नाही, असं गांधीजी कानीकपाळी ओरडून सांगत होते.

अहिंसेचे गोडवे गाताना मग्रुरांना डोक्यावर चढवायचं आणि विनम्रांना लाथा मारायच्या, ही गांधीजींची नीती त्यांना मुळीच मान्य नव्हती. सैनिकांसमोर भाषण करताना त्यांनी एकदा सांगितलं होतं की, अहिंसा तत्त्वाविषयी मला प्रेम आहे; परंतु अहिंसा आणि शरणागती यात फरक आहे. शरणागतीचं, गुलामगिरीचं आणि असहायतेचं जीवन जगणं मनुष्याला शोभत नाही... तुकारामांची अहिंसा त्यांना मान्य होती. दुष्टांचं निर्दालन आणि सुष्टांचं पालन, हाही अहिंसातत्त्वाचा एक भाग आहे, असं ते मानत.

आपलं महत्त्व टिकविण्यासाठी उपवासाचं शस्त्र पुढे करून गांधीजी स्वतःची प्रतिष्ठा पणाला लावत असत, ही गोष्ट त्यांना कधीच मान्य नव्हती. आंबेडकर ध्वज समितीचे सभासद होते. त्या वेळी हिंदू महासभेच्या काही सदस्यांनी आंबेडकरांना भगवा ध्वज अर्पण केला आणि भगव्या ध्वजाचा पाठपुरावा करण्याची विनंती केली.

त्या वेळी आंबेडकर त्यांना विनोदानं म्हणाले, ''एका महाराच्या मुलाकडून घटना समितीवर भगवा ध्वज लावण्याची अपेक्षा तुम्ही करता आहात, नाही का?''

राष्ट्रध्वजाची निवड लोकशाही पद्धतीनंच होणार ही गोष्ट साऱ्यांनाच माहीत होती. एकदा लोकशाही पत्करली म्हणजे त्याच पद्धतीनं साऱ्या गोष्टी होणार हे उघड होतं.

परंतु राष्ट्रध्वजावर अशोक चक्राचा स्वीकार झाला आणि चरख्याचं चित्र त्याज्य ठरलं तेव्हा गांधीजी संतापले. म्हणाले, ''जर ध्वजाचं मूलभूत अंग बदलून खादी आणि चरखा त्यावरून लुप्त झाली तर अशा ध्वजाशी आपला काहीही संबंध राहणार नाही. अशा ध्वजाला आपण वंदनही करणार नाही.''

परंतु देशापेक्षा कोणतीही व्यक्ती मोठी नाही, असं आंबेडकरांचं स्पष्ट मत असल्यामुळे ते कधीही गांधीजींच्या समोर नमले नाहीत.

गांधी युगाबद्दलचं त्यांचं मत कुणी विचारलं तर ते म्हणत, ''गांधीयुग म्हणजे तमोयुग आहे.''

आणि त्या आपल्या मताच्या स्पष्टीकरणार्थ पुढे म्हणत, ''गांधीवाद म्हणजे दुसरं तिसरं काही नसून प्रगतीऐवजी पुच्छगतीनं मागे जाणं! गांधीवादाला आपल्या ग्रामीण जीवनाचं पुनरुज्जीवन करायचं आहे. निसर्गाकडे परत जायचं आहे. जनावरांचं जीवन जगायचं आहे. आधुनिक यंत्रयुग हा मानवाला मिळालेला शाप आहे, असं ते मानतात. भविष्यकाळाऐवजी भूतकाळाकडे जाण्याची त्यांची घोषणा आहे.''

गांधीवादापासून सावध राहण्याचा इशारा त्यांनी आपल्या अस्पृश्य अनुयायांना दिलेला होता.

तथापि गांधीजींशी अस्पृश्यतेच्या प्रश्नाच्या बाबतीत तडजोड करण्याचा त्यांनी प्रयत्न केला. त्यांना पत्र पाठवून आंबेडकरांनी कळवलं, 'जर आपल्याला राजकीय ध्येय गाठायचं असेल तर हिंदू-मुस्लिम प्रश्नाबरोबरच स्पृश्य-अस्पृश्य या प्रश्नाचाही निर्णय करायला हवा!'

आंबेडकरांच्या या प्रश्नाला गांधीजींनी उत्तर दिलं, 'दलित वर्गाचा प्रश्न हा धार्मिक आणि सामाजिक आहे... तथापि या महत्त्वाच्या प्रश्नासंबंधी आपले मतभेद आहेत.'

अस्पृश्यतानिवारणाची गांधीजींची मोहीम पूर्णपणानं अयशस्वी झालेली होती. अस्पृश्यांना मंदिरप्रवेश मिळत नव्हता. आंबेडकर जगन्नाथपुरीला गेले, तेव्हा मंदिराबाहेर उभं राहूनच त्यांना जगन्नाथाचं दर्शन घ्यावं लागलं होतं.

आणि तरीही गांधीजी सांगत होते की, अस्पृश्यतानिवारण हा धार्मिक प्रश्न आहे म्हणून!

अस्पृश्योद्धाराच्या चळवळीसंबंधी गांधीजींनी हात झटकले तरी आंबेडकरांचे अस्पृश्योद्धाराचे प्रयत्न अखंड चालूच होते. शेवटी मंदिरप्रवेशाच्या बाबतीत त्यांना

थोडंफार यश आलं. स्वातंत्र्यप्राप्तीनंतर पुढल्याच महिन्यात मुंबईच्या कॉंग्रेसच्या मंत्रिमंडळानं मंदिरप्रवेशाचा कायदा संमत केला. नाशिकचं काळ्या रामाचं देवालय, पंढरपूरचं विठ्ठल मंदिर आणि आळंदीचं ज्ञानेश्वर मंदिर अस्पृश्यांना खुलं झालं.

पुरीच्या जगन्नाथाचं दुरून दर्शन घेणाऱ्या आंबेडकरांना या घटनेचा अपरंपार आनंद झाला. गेली पंधरा वर्षं दलित समाजानं त्यासाठी झगडा केला होता, त्याचं सार्थक झालं. नव्या युगाची नांदी झडली. आगामी युगाचे वारे वाहू लागले.

परंतु या घटनेचं सारं श्रेय पदरात पडलं ते मात्र गांधी आणि कॉंग्रेस यांच्या! ते श्रेय घेताना हा प्रश्न सामाजिक आणि धार्मिक आहे या गोष्टीची गांधीजींना आठवणही झाली नाही.

त्या वेळी आंबेडकर म्हणाले, ''आत्मश्लाघा करून घेण्यात गांधीजी आणि जिना यांचा कुणी हात धरू शकणार नाही. स्वतःचं माहात्म्य आणि अधिकार वाढवणं, हेच त्यांचं सर्वस्व आहे. आपण दोषातीत आहोत, असंच त्यांना वाटतं.''

१९४२ सालच्या गांधीजींच्या 'करेंगे या मरेंगे' या चळवळीबद्दलही आंबेडकरांचं मत प्रतिकूल होतं. रानटी लोक हिंदुस्थानावर आधिपत्य स्थापण्यासाठी प्रयत्न करत असताना देशातील कायदा नि व्यवस्था ही कमजोर करणं हा शुद्ध वेडेपणा आहे, असंही त्यांनी सांगितलं होतं. ब्रिटिश लोक आता शेवटच्या खंदकात लढत आहेत. जर लोकशाहीचा विजय झाला तर हिंदुस्थानच्या स्वातंत्र्याच्या आड कुणीही येऊ शकणार नाही, असं त्यांनी निःसंदिग्ध शब्दांत सांगितलं होतं.

आणि ते खरंही ठरलं होतं.

गांधीजींचा सत्याग्रह हे अराजकतेचं व्याकरण आहे, असं ते नेहमी सांगत. सुभाषबाबूंनी देशाला स्वातंत्र्य मिळवून दिलं, गांधीजींच्या सत्याग्रहांमुळे मुळीच नव्हे, असंही सांगायला ते विसरत नसत.

यादवी युद्ध टाळण्यासाठी त्यांनी हिंदुस्थान आणि पाकिस्तान यांच्यातील लोकसंख्येची अदलाबदल करण्याचा तोडगा सुचविला होता. ते म्हणाले होते, ''यादवी युद्धं नाहीशी करण्यासाठी जशी तुर्कस्तान, ग्रीस आणि बल्गेरिया या देशांतील यच्चयावत् विधर्मीय लोकांची अदलाबदल केली तशी हिंदुस्थानातून मुसलमानांची आणि संकल्पित पाकिस्तानातून हिंदूंची अदलाबदल करावी. त्यामुळे शांतता प्रस्थापित होऊ शकेल.''

परंतु गांधीजींनी तेही मानलं नाही. आज ना उद्या हे दोन देश पुन्हा एकत्र येतील, असा भाबडा आशावाद त्यांनी उराशी बाळगला आणि सारा देश रक्तात न्हाऊन निघाला.

पुढे गांधीजींचा भ्रमनिरास झाला, पण वेळ टळून गेली होती.

राजकीय प्रांगणात गांधीजी यशस्वी ठरले नव्हते आणि अस्पृश्योद्धाराच्या

बाबतीत यशानं त्यांच्याकडे पाठ फिरवली होती. त्या प्रश्नाचं नेतृत्व केलं होतं आंबेडकरांनी!

मध्यरात्र उलटून गेली होती, तरी आंबेडकरांचा डोळ्याला डोळा लागला नव्हता. पायांतल्या वेदना असह्य झाल्या होत्या. त्यांच्या स्मृतिभांडारातून आठवणींचे शिंपले बाहेर पडत होते. काही शिंपल्यांतून मोती बाहेर पडत होते. या आठवणी संगतवार येत नव्हत्या. कालानुरूप येत नव्हत्या. एखाद्या खट्याळ मुलानं मोती विखरून टाकले म्हणजे जी अवस्था होते, तशी त्यांच्या आठवणींची अवस्था झाली होती. मधूनच त्यांच्या डोळ्यांवर झापड यायची, पण लगेच पायांतल्या वेदना जाग्या व्हायच्या. त्यांना जाग यायची. वेदनांनी ते विव्हळत राह्यचे.

घड्याळात पहाटेचे पाच ठोके पडले. समोरच्या भिंतीवर लावलेल्या भल्यामोठ्या घड्याळाकडे त्यांचं अभावितपणानं लक्ष गेलं.

त्यांच्या मनात विचार आला,'माणसाचं जीवन हे घड्याळासारखं असतं तर किती बरं झालं असतं! सेकंदाचा काटा साठ घरं चालून गेला की, मिनिटकाटा एक घर पुढे सरकतो. मिनिटकाटा साठ घरं पुढे सरकला म्हणजे एक तास होतो. असे चोवीस तास गेले म्हणजे एक दिवस पुढे ढकलतो. हे कालचक्र ठराविक वेगानं असंच सतत फिरत असतं. काल कधी थांबत नाही.'

आणि माणसाच्या जीवनाचं कालचक्र?

या विचारानं ते कूस बदलणार एवढ्यात डॉ. शारदा कबीर आल्या आणि त्यांनी विचारलं, ''काय म्हणतोय पेशंट? चांगली झोप लागली का? मी चार वाजता येऊन गेले तेव्हा तुम्ही घोरत होता.''

आंबेडकर म्हणाले, ''मी कधीच घोरत नाही. मी गुरकावतो.''

शारदा कबीर हसत म्हणाल्या, ''वाघासारखं! ते मला माहीत आहे.''

''म्हणूनच आता तुमच्यावर गुरकावणार आहे.''

''गरिबावर कुणीही गुरकावतं.''

''तुम्ही बऱ्या गरीब असाल? पण मी तुमच्यावर गुरकावून विचारणार आहे की, आम्हाला आता केव्हा बरं करणार? आता आम्हाला इथून बाहेर पडू दे की!''

''का? कंटाळा आला?''

''कंटाळा आलाय तो आजारीपणाचा! हॉस्पिटलमधल्या माणसांचा नाही!''

हे बोलताना त्यांच्या उग्र मुद्रेवर काहीसा मवाळपणा दिसला.

डॉ. शारदा कबीर आपल्याशीच काहीशा हसल्या.

आंबेडकरांनी विचारलं, ''हसायला काय झालं? माझं बोलणं हसण्यासारखं वाटलं?''

डॉ. कबीर पुन्हा हसत म्हणाल्या, ''छे! पण एका गोष्टीची आठवण झाली.

आपली उग्र मुद्रा बघून सरोजिनी नायडू आपल्याला मुसोलिनी म्हणतात.''

आंबेडकर हसले आणि म्हणाले, ''मलाही नायडूबाईंना काहीही म्हणता येईल. म्हणू का?''

''नको, नको! आपली छाती चांगली भरदार आहे आणि जीभ तिखट आहे. मला चांगलं माहीत आहे ते! आता काही न बोलता फक्त पडून राहा आणि झोप घ्या!''

''तीच तर येत नाही. म्हणूनच मी आता तुम्हाला दटावणार आहे.''

''काय म्हणून?''

''झोप येत नाही म्हणून!''

''मी इथे आपल्याबरोबर आपल्याला एक गोष्ट सांगितली होती. पेशंटनं आपलं शरीर आणि मन सर्वस्वी डॉक्टरांच्या ताब्यात द्यायला हवं! म्हणजे पेशंट ताबडतोब बरा होतो.''

आंबेडकरांनी हसून विचारलं, ''मग मी का नाही बरा होत? मी माझं शरीर आणि मन आपल्याच ताब्यात दिलेलं आहे.''

डॉ. कबीर म्हणाल्या, ''तसं वाटत नाही. नाहीतर तुम्हाला बरं वाटायलाच हवं होतं.''

मग त्यांनी आंबेडकारांना तपासलं. त्याचं टेंपरेचर घेतलं. नाडी बघितली. कपाळावर हात ठेवला. कॉटजवळच्या चार्टवर साऱ्या नोंदी केल्या.

आंबेडकरांनी विचारलं, ''कपाळावर हात ठेवून आमच्या कपाळी काय आहे ते कळलंच असेल तुम्हाला. अपयश, निराशा, दुःख, संताप....''

''यांपैकी फक्त संताप समजला. निष्कारण विचार करायचा आणि मनाचा संताप करून घ्यायचा.''

मग मात्र आंबेडकर गंभीरपणानं म्हणाले, ''रात्रभर माझे काय विचार चालले होते माहीत आहे?''

''मला आपल्या मनातले विचार कसे काय कळणार? आपण आपलं मन माझ्या स्वाधीन थोडंच केलं आहे?''

आंबेडकर मनापासून हसले. म्हणाले, ''माझं मन मी तुमच्या स्वाधीन केलं तरी माझे विचार तुम्हाला कळणार नाहीत. माझ्या विचारांचा खजिना फार खोलात दडलेला आहे. कित्येक वेळा माझे विचार समजून घेण्यासाठी माझी मलाच खोल बुडी मारावी लागते; मग तुम्हाला कुठून कळणार? माझं मन तुमच्या ताब्यात दिलं तरी!''

''मग तुम्हीच सांगा कसले विचार चालले होते ते?''

''आजवर माझा आणि गांधीजींचा जो संघर्ष झाला, त्याबद्दल माझ्या मनात

विचारांची खळबळ माजली होती. गांधीजींना राजकीय दृष्टी नव्हती म्हणून देशाचे तुकडे झाले आणि चातुर्वर्ण्यावर त्यांचा विश्वास असल्यामुळे आम्हा अस्पृश्यांचा प्रश्न जिथल्या तिथेच राहिला.''

डॉ. शारदा कबीर यांच्या मनात विचार आला, हा माणूस खरोखर फार मोठा आहे. रुग्णशय्येवर असतानाही हा आपल्या समाजाच्या उद्धाराचा विचार करतो आहे. आपल्या समाजाच्या उद्धारासाठी समर्पित असंच या माणसाचं जीवन आहे!

त्या एवढंच म्हणाल्या, ''आता कशासाठी विचार करायचा? गांधीजी या जगातून निघून गेले.''

''गांधीजींचा जो भीषण शेवट झाला तो त्याचमुळे! त्यांच्याजवळ राजकीय दृष्टी नव्हती म्हणून! अनेक वेळा उपवास करून त्यांनी आपला प्राण पणाला लावला तोही त्यामुळेच! पण त्यांच्यामुळेच मी मंत्रिमंडळात गेलो. परंतु काँग्रेसमध्ये न जाता मी माझं स्वतंत्र अस्तित्व कायम ठेवलं.''

''म्हणूनच त्यांच्याविरुद्ध तुम्हाला झगडावं लागलं.''

''मी त्यांच्याविरुद्ध झगडलो तरी त्यांचं महत्त्व मी जाणून होतो. जनमानसातली त्यांची प्रतिमा मी ओळखून होतो. माझ्या समाजातली माझीही प्रतिष्ठा ते ओळखून होते. आपापल्या तत्त्वाला चिकटून राहिलेल्या प्रत्येक माणसाला वाटतं की, आपलेच विचार बरोबर आहेत, तर्कशुद्ध आहेत. माझा तर तो अहंकार आहे. त्यांनाही तसाच अहंकार होता. अशा दोन परस्परविरोधी तत्त्वांचा तो झगडा होता; व्यक्तींचा नाही!''

''झालंच तर मग! त्यासाठी आता विचार कशासाठी करायचा? झाल्या गोष्टी परत थोड्याच येणार आहेत?''

''म्हणूनच सिंहावलोकन करायचं... पण तुम्हाला सांगू?... त्या थोर माणसाबद्दल माझ्या मनात मुळीच किल्मिष नव्हतं... उलट आदर होता. तेही माझ्या बोलण्या-वागण्याचा आदर करत. लोकांना काहीही वाटलं तरी आमच्यात वैर थोडंच होतं! मतभेद असतीलही, पण ते लोकशाहीचं लक्षणच नाही का?''

थोडा वेळ थांबून म्हणाले, ''त्यांचा असा भीषण अंत व्हायला नको होता. हिंसेनंच अहिंसा मारून टाकली... सर्वांना आपल्यापुढे नमवणारं व्यक्तिमत्त्व अस्तंगत झालं....''

पुढेही काहीतरी बोलण्याचा प्रयत्न चालला होता, पण त्यांचा आवाज खोल गेला होता.

पुन्हा त्यांची नाडी बघून डॉ. शारदा कबीर म्हणाल्या, ''तुम्ही आता बोलू नका. खरं तर मीच बोलायला नको होतं... पण हे सारं डॉक्टर म्हणून नाही बोलले... पण ते जाऊ दे... पेशंटशी मी एवढं बोलायला नको होतं...''

खरोखरच त्यांनी पेशंटशी एवढं बोलायला नको होतं. पण का कुणास ठाऊक त्यांना बोलावंसं वाटलं होतं.

मग त्या म्हणाल्या, "एक पेशंट तपासायला मी एवढा वेळ दिला.. अजून किती पेशंट्स तपासायचे आहेत... पण तुम्ही आता पडून राहा... आणि मुळीच विचार करायचा नाही... मन डॉक्टरांच्या ताब्यात द्यायचं... पुरतं!"

असं म्हणून त्या झपाझप खोलीच्या दाराशी गेल्या. आंबेडकर त्यांच्या पाठमोऱ्या आकृतीकडे बघत होते. दारातून बाहेर पडताना त्यांनी नेमकं मागे वळून बघितलं. दोघांची दृष्टादृष्ट झाली.

त्या दोन मनांची अदलाबदल झाली होती की काय कुणास ठाऊक!

घड्याळात साडेपाचचा एक ठोका पडला.

घड्याळाकडे बघून आंबेडकरांनी मंद हास्य केलं.

* * *

आंबेडकरांना जेव्हा जाग आली, तेव्हा दिवस कासराभर वर आला होता. उन्हं चांगली पडली होती.

त्यांनी डोळे उघडले तेव्हा आपण वेगळ्याच जगात आहोत, असा त्यांना भास झाला. ते होते त्याच कॉटवर झोपले होते. नेहमीप्रमाणेच गादीवर पांढरीशुभ्र चादर घातली होती. त्यांनी नेसलेली निळसर रंगाची लुंगी स्वच्छ होती. शर्टही स्वच्छ होता. सभोवतालचं वातावरणही तेच होतं... कालगणनेवर एक दिवस उलटल्याची नोंद होती, पण बाकी सारं जिथल्या तिथेच होतं. त्यांच्या प्रकृतीचा आलेख त्यांच्या बिछान्याला होता तसाच टांगलेला होता. त्यांच्या अधू दृष्टीमुळे त्या बोर्डावर केलेल्या नोंदी त्यांना मुळीच दिसत नव्हत्या. त्या बोर्डावर फक्त शाई सारवल्यासारखी वाटत होती. समोरच्या भल्या मोठ्या घड्याळाचा एकही टोल त्यांनी ऐकला नव्हता. गेले पंधरा दिवस त्यांनी त्या घड्याळानं दिलेला प्रत्येक टोल ऐकला होता. पण आता त्यांना फक्त त्याची टक् टक् ऐकू येत होती... सूर्याची किरणं त्यांना आज अधिक सोनेरी वाटत होती. रुग्णालयात वावरणाऱ्या डॉक्टरांच्या किंवा नर्सेसच्या पादत्राणांचे आवाज त्यांना रोज त्रासदायक वाटत. त्या आवाजाच्या रोखानं ते त्रासिक नजर करून बघत. त्यांची ती नजर इतकी भेदक असायची की, डॉक्टर-नर्सेसना वाटायचं की, त्यांची ही नजर पाहण्यापेक्षा त्यांच्या रुग्णशय्येजवळ येताना आपण अनवाणी आलेलं बरं!

परंतु आता पादत्राणांचे आवाज करून एक नर्स त्यांच्या बिछान्याजवळ आली तेव्हा त्यांना ते कळलंही नाही. कुणाची तरी चाहूल लागताच त्यांनी विचारलं, "कोण आहे? डॉ. कबीर?"

“नाही... मी सिस्टर आहे... डॉक्टरांना बोलावू का?”

त्यांनी होकारार्थी मान हलवली.

डॉ. शारदा कबीर लगबगीनं आल्या आणि हसत म्हणाल्या, “तीन वेळा येऊन गेले... तासातासाच्या अंतरानं! पण घोरणं फक्त ऐकू आलं.”

“खरंच का मला एवढी झोप लागली?.. पंधरा दिवस झाले, डोळ्याला डोळा लागला नव्हता. कसलं एवढं ओषध दिलंत झोपेचं?”

डॉ. कबीर म्हणाल्या, “द्यायचं तेच दिलं! पडलं का नाही लागू?”

आंबेडकरांनी मान हलवली.

“किती फ्रेश दिसताहात!”

“होय... मला दिसतंय सारं आरशात... माझा चेहरा”

“आरशात?”

“होय... या समोरच्या आरशात...”

डॉ. कबीर म्हणाल्या, “म्हटलं मी डॉक्टर आहे... पेशंटनं डॉक्टरशी असं बोलायचं नसतं!”

“वा! एवढं उत्तम औषध दिल्याबद्दल खुषी नाही व्यक्त करायची? तो कृतघ्नपणा नाही का होणार?”

“बरं आता... तुम्ही तोंड धुवा... चहा, दूध पाठवून देते...”

“पाठवून देऊ नका... घेऊन या....”

“हॉस्पिटलच्या रीतीप्रमाणे करते.”

“पण हा स्पेशल पेशंट आहे हे लक्षात ठेवा!”

डॉ. कबीर हसत निघून गेल्या.

नोकरानं आणलेला चहा आंबेडकरांनी मुकाट्यानं घेतला. चहाचा ट्रे नोकर घेऊन गेला, एवढ्यात डॉ. कबीर यांनी येऊन सांगितलं, “बाहेर कमलाकांत चित्रे या नावाचे गृहस्थ आपल्या भेटीला आले आहेत. त्यांना पाठवायचं का आत?”

आंबेडकर आनंदानं ओरडलेच, “कोण? कमलाकांत चित्रे? वा... वा! माझे जिवलग मित्र... ताबडतोब पाठवा त्यांना आत.”

डॉ. कबीर म्हणाल्या, “मी राउंडला निघाले आहे. आपल्या मित्राशी फार वेळ बोलत बसण्याचा ताण घेऊ नका...”

“ते आता मी बघतो...”

“तुम्ही नाही बघायचं ते... मी तुमची डॉक्टर... मी बघणार ते!...”

आणि जाता जाता त्या म्हणाल्या, “मी राउंड संपवून तुम्हाला तपासायला येते... आणि हे बघा, भलतं काही आपल्या मित्राला सांगत बसू नका...”

आंबेडकर आनंदून म्हणाले, “भलतं कसं सांगेन? खरं तेच सांगेन!”

कमलाकांत चित्रे आले तेव्हा आंबेडकर उठून बसले होते. उशागती त्यांची कॉट मोडून ती उंचावली होती. पाठीला उशी घेतली होती. पाय पसरले होते.

त्यांची मुद्रा आनंदी दिसत होती. झोप झाल्यानंतर माणसाची मुद्रा जशी शांत दिसते तशी त्यांची दिसत होती.

कमलाकांत चित्रे यांनी हसून विचारलं, ''प्रकृती चांगली दिसतेय... मला उगाच काळजी पडली होती... उद्या-परवा आलो असतो तरी चाललं असतं.''

आंबेडकर एकदम म्हणाले, ''प्रकृतीसाठी काही बोलावलं नव्हतं... बोलवायचं कारण काही वेगळंच होतं.''

''कुणाला काही सांगायचंय का?''

''तुम्हालाच सांगायचं आहे... बरंच... महत्त्वाचं!''

कमलाकांत चित्रे त्यांच्याकडे नुसतं बघत बसले. त्यांनी आपली खुर्ची आणखी त्यांच्या कॉटजवळ आणली.

आंबेडकरांनी त्यांच्याकडे बघितलं. शब्दांची जुळवाजुळव केली. त्यांना काय काय सांगायचं ते मनातून पक्कं केलं. मग एकदम म्हणाले, ''कमलाकांत, तुमचा सल्ला मी मानायचा ठरवलाय!''

''माझा सल्ला? तो कोणता बुवा? मला नाही आठवत...''

''पण मला आठवतोय ना. माझ्या प्रकृतीच्या या अवस्थेत माझी काळजी घेणारं कुणीतरी जवळचं माणूस हवं, अशी सूचना तुम्हीच केली होती, नाही का?''

''होय... आता मला आठवलं... मग तसं कुणी माणूस सापडलं की काय?''

''सांगतो... सारं सांगतो. म्हणूनच तुम्हाला बोलावलंय.''

काही वेळ थांबले. पायांवरचं पांघरूण उगाचच सारखं केलं. मग सांगू लागले, ''काय योगायोग पहा! या आजारीपणातच मला तसं जवळचं माणूस गवसलं!''

''वा, छानच झालं! तसं माणूस इथे भेटावं, हा खरंच योगायोग म्हणावा लागेल.''

''होय... होय. तुम्ही या डॉ. कबीर बघितल्यात ना? त्यांच्याशीच! इथे आल्यापासून माझ्या मनात ती गोष्ट होती.''

कमलाकांत चित्रे हसत म्हणाले, ''म्हणजे निद्रानाशाचा विकार तुम्हाला जडला ते बरंच झालं!''

''तसंच म्हणायला हवं! काल मी निर्णय पक्का केला आणि पंधरा दिवसांनंतर अशी गाढ झोप लागली म्हणता...''

''झोपेवरचं औषधच मिळालं!''

''होय... डॉ. कबीर तसंच म्हणाल्या... पण माझ्या या निर्णयाचा अंदाज माझ्या एका मित्राला काही दिवसांपूर्वीच लागला आणि त्यानं यशवंता आणि माझी

नियोजित वधू डॉ. कबीर यांची मनं एकमेकांविषयी कलुषित करण्याचा कसोशीनं प्रयत्न चालवला आहे... खरंच या गोष्टीचं फार वाईट वाटतं.''

चित्रे सहजगत्या म्हणाले, ''ही गोष्ट वाईट असली तरी त्याबद्दल वाईट वाटण्याचं काय कारण?... काही मित्र म्हणवणारे लोक अस्तनीतले निखारे असतातच! त्यांच्याकडे लक्ष द्यायचं नसतं... फार तर यशवंताचा विरोध मावळेपर्यंत लग्न पुढे ढकलावं म्हणजे झालं!''

''अहो, तेही बरोबर ठरणार नाही. लग्न पुढे ढकललं तर लोकात लग्नाचा नुसताच बभ्रा होईल... विरोधी लोक त्यामुळे माझी बदनामी करण्याची संधी साधून घेतील... लग्न न होता फक्त बदनामीच पदरात पडेल.''

''हो... तेही खरंच आहे. मग तुम्ही काय ठरवलंय?''

''या पंधरा एप्रिलला विवाहबद्ध व्हायचं मी ठरवलंय?''

''ठीक आहे.. तुम्ही आपला निर्धार बदलणार आहात थोडाच?''

''का बदलावा? हे लग्न करण्यात मी काही नैतिक गुन्हा करतो आहे का? आज माझी रमा असती तरी तिनं मला हे लग्न करण्याचाच सल्ला दिला असता. आमचं परस्परांवर फार प्रेम होतं... मला जे वाटायचं ते तिला पटायचं... आता तर ती या जगात नाही आणि मी सर्व दृष्टींनी हे लग्न करायला मोकळा आहे.''

''मग यशवंताचा विरोध का?''

''तसा त्याचा विरोध असायचं काहीच कारण नाही. त्याच्याबाबतीत मी पित्याचं कर्तव्य नको एवढं पार पाडलं आहे. आजवरचा हिशेब केला तर मी त्याला तीस हजार रुपये दिले आहेत. ऐंशी हजार रुपयांचं घर त्याला ठेवलंय... मुलाला आणि पुतण्याला जन्मभर निर्वाह करता येईल असा काही उद्योगधंदाही मी त्यांना काढून देणार आहे. माझ्या परिस्थितीत मी खरोखरच हे जास्त केलंय... आता माझा मी मोकळा नाही का?''

चित्रे हसून म्हणाले, ''तुमच्या निर्णयाशी मी अगदी सहमत आहे. पण मला तुम्हीच सांगितलेली तुमच्या वडिलांच्या विवाहाची गोष्ट आठवते आणि हसू येतं.''

''माझी आई गेल्यानंतर वडिलांनी जिजाबाईशी दुसरं लग्न लावलं त्या गोष्टीचीच ना? दुसऱ्या लग्नाचा निर्णय केल्यापासून मलाही त्याच गोष्टीची आठवण होतेय आणि हसू येतंय... माझ्या वडिलांनी जिजाबाईंशी लग्न लावल्यानंतर तिनं माझ्या आईचे अलंकार अंगावर चढवले तेव्हा मी ते दागिने ओरबाडून घ्यायला लागलो... तिला मारलंही! वडिलांच्या बाबतीत माझ्या मनात दुरावा निर्माण झाला होता...''

आंबेडकर काही वेळ थांबले. जणू त्यांचं मन भूतकाळात जाऊन दाखल झालं होतं. म्हणाले, ''इतका दुरावा निर्माण झाला होता की, हमाली करून पैसे मिळवायचे, मुंबईला जायचं आणि स्वतःच्या जिवावर शिक्षण करायचा मी निर्धार

केला. पण मी महार म्हणून त्या पोरवयात मला कुणी हमाली दिली नाही. शेवटी मीराआत्याच्या कनवटीचे पैसे मी रात्री चोरले. पण त्या चोरीत मला दोन पैसेच मिळाल्यामुळे मुंबईला जाण्याचा बेत राहिला. चोरी मात्र पदरात पडली. पहिली आणि शेवटचीच! पवित्र कार्यासाठी केलेली!''

चित्रे मनसोक्त हसले आणि म्हणाले, ''वडिलांच्या दुसऱ्या लग्नाबद्दल तुम्ही आकांडतांडव केलंत आणि आता यशवंताला कशाला बोल लावता?''

''अहो, तेव्हा मी पाच-सहा वर्षांचा होतो. पण पुढे मला कळून चुकलं की, माझ्या वडिलांनी आमच्या सुखासाठीच, आमच्या देखभालीसाठीच ते लग्न केलेलं होतं. तेव्हा माझे वडील धडधाकट होते.. पण आज मी असा गलितगात्र झालो आहे. मज्जातंतूंच्या दुखण्यामुळे पायांचं दुखणं जीवघेणं बनलं आहे. या दुखण्यात माझी काळजी घेणारी अशी डॉक्टरीण आमच्या समाजात मिळणं शक्य आहे का? खरं तर माझी सोय होईल, पण तिचा हा त्यागच नाही का? माझ्यासारख्या रुग्णाईताशी लग्न!''

''बरोबर आहे तुमचं!''

''बरोबर असो वा नसो... शीड नसलेली नौका कालसागरात ढकलून दिलेली आहे. जिकडे भरकटायची असेल तिकडे भरकटू दे! पण माझा हा विवाहाचा निर्णय मी बदलणार नाही. पंधरा एप्रिलला तुम्ही लग्नाला यायलाच हवं! दिल्लीला हार्डिंज ॲव्हेन्यू इथल्या निवासस्थानी साधेपणानं हा समारंभ मी उरकून घेणार आहे. तुमच्यासारख्या निवडक मित्रांनी यायलाच हवं!''

एवढ्यात शारदा कबीर आल्या आणि म्हणाल्या, ''झालं ना बोलणं?''

या त्यांच्या प्रश्नाचं उत्तर दिलं चित्र्यांनी! ते त्यांच्याकडे बघून हसत म्हणाले, ''आत्ताशी कुठे बोलणी सुरू झालीत. मित्रांना जरा आणखी बोलू दे की!''

डॉ. शारदा कबीरांनी त्यांच्या बोलण्यावरून ओळखलं की, आंबेडकरांनी आपल्या या मित्राला आपल्या लग्नसमारंभाची अक्षत दिलेली आहे. त्या हसून एवढंच म्हणाल्या, ''हे तुमचे मित्र असले तरी माझे ते पेशंट आहेत. त्यांना तपासायला हवं आता!''

आंबेडकर म्हणाले, ''मला उत्तम झोप लागलीय. माझी प्रकृती चांगलीय... बोलण्याची शक्ती आहे अंगात! अर्धा तास मला अजून यांच्याशी बोलायला दिलात तर...''

''ठीक आहे. पण फक्त अर्धाच हं!''

डॉ. कबीर हसत निघून गेल्या.

त्या निघून गेल्यानंतर चित्रे म्हणाले, ''आपल्या प्रकृतीची चिंता मिटली हे फार बरं झालं!''

''माझी प्रकृती बरी होईलही कदाचित! पण माझ्या समाजाच्या प्रकृतीचं काय?''

''त्याचीही आता काळजी करण्याचं कारण काय? आपल्या मुंबईचे मुख्यमंत्री बाळासाहेब खेर आपल्याविषयी काय म्हणतात माहीत आहे- ते जिकडेतिकडे सांगत सुटले आहेत की, आंबेडकर हे केवळ अस्पृश्य समाजाचे नेते नसून ते अखिल भारताचे एक नेते होत. भावी राज्यघटनेचे ते शिल्पकार आहेत. असं जर आहे तर आपल्या समाजाचं हित आपल्याला साधता येणार नाही का?''

''अरे, त्याचसाठी तर मी मंत्रिमंडळात गेलो आहे. मंत्रिमंडळात येण्यासाठी मला पाचारण करण्यात आलं ते विनाअट होतं म्हणूनच मी मंत्रिमंडळात प्रवेश केला. मंत्रिमंडळात जाऊन मला दलितांचं हित साधता येईल याचसाठी मी मंत्रिमंडळात गेलो.''

ते काही वेळ थांबले. मंत्रिमंडळात प्रवेश केल्याबद्दल आपण आणखी काही खुलासा करायला हवा, असं वाटून ते पुढे म्हणाले, ''मी मध्यवर्ती सरकारला जाऊन मिळालो आहे, काँग्रेस पक्षाला नव्हे!''

''असं कसं होईल?''

''का नाही होणार? काँग्रेसमध्ये गेलो तरी पाण्यात दगड जसा अभंग राहतो तसा मी राहू शकेन. कमलपत्र पाण्यात निर्लेप राहतं तसा मी राहीन... पण माझ्या सहकाऱ्यांना मात्र काँग्रेसमध्ये जाण्याचा सल्ला मी देणार नाही. ते काँग्रेसमध्ये गेले तर ढेकळाप्रमाणे विरघळून जातील. पण मी मात्र अभंग राहून माझ्या दलित समाजाचं हित साधू शकेन...''

''पण सध्या भाषिक प्रांतरचनेचा विचार चालू झालेला आहे ना? त्याबद्दल...''

''भाषिक प्रांतरचना व्हायलाच हवी. प्रत्येक प्रांताची भाषा जशी वेगळी तशी संस्कृतीही वेगळी आहे. भाषावार प्रांतरचनेमुळे सामाजिक एकसंधता निर्माण होईल आणि त्यामुळे आपली लोकशाही अधिक कार्यक्षम बनेल.''

''आणि मुंबई?''

''मुंबईचा प्रश्नच नाही. महाराष्ट्र आणि मुंबई एकमेकांवर अवलंबून आहेत. ती अविभाज्य आहेत. बायबलच्या भाषेत सांगायचं म्हणजे मुंबई आणि महाराष्ट्र यांची सांगड देवानंच घातलेली आहे. ती माणूस कशी काय तोडू शकेल?''

त्यांचं म्हणणं पटल्याप्रमाणे कमलाकांत चित्रे मनापासून हसले. म्हणाले, ''वा! दाखला तर फार समर्पक दिलात!''

''दाखल्याचं ठीक आहे. पण खरंच मुंबईचे उद्योगधंदे महाराष्ट्रातल्या कामगारांच्या श्रमांवर युरोपियन लोकांनीच सुरू केले आहेत. बरं, आपले महाराष्ट्रीयन लोक कोणत्याच दुष्ट हेतूनं पछाडलेले नाहीत. ती व्यापारी जमात नाही. त्यांना पैशाचा सोस नाही. धन हे महाराष्ट्रीय लोकांचं दैवत कधीच नव्हतं. तसं असतं तर बाहेरच्या

लोकांना त्यांनी इथे येऊ दिलं नसतं. मुंबईची आणि महाराष्ट्राची संस्कृती एक आहे. ती एकी अभंग राहिली पाहिजे.''

अर्धा तास व्हायला अजून पंधरा मिनिटांचा अवधी होता. चित्रे म्हणाले, ''आपण करणार असलेल्या घटनेच्या स्वरूपाबद्दल मला थोडं कुतूहल आहे. आपली संकल्पित घटना कशी काय आहे?''

जणू स्फुरण येऊन डॉ. बोलू लागले, ''खरं तर हा अतिशय विस्तृत असा दस्तऐवज आहे. घटना समितीच्या दृष्टीसमोर कोणतं राज्य आहे हे थोडक्यात सांगतो. अमेरिकन पद्धतीच्या राज्यकारभाराला अध्यक्षीय पद्धतीचं शासन म्हणतात. त्या अध्यक्षीय पद्धतीप्रमाणे राष्ट्राध्यक्ष हा मुख्य कार्यकारिणीचा प्रमुख असतो. आपल्या नियोजित घटनेप्रमाणे अध्यक्षांचा दर्जा इंग्लिश राज्यघटनेतील राजाप्रमाणे आहे. तो राज्याचा प्रमुख तर असतो, पण तो कार्यकारिणीचा प्रमुख नसतो. तो राष्ट्राचा प्रतिनिधी असतो; परंतु राष्ट्राचा कारभार करत नाही. आपली नियोजित राज्यघटना ही जरी दुहेरी राज्यव्यवस्थेची असली तरी सर्व हिंदुस्थानमध्ये एकच नागरिकत्व आहे. न्यायमंडळ एकच आहे. भारताची राज्यघटना आणि घटकराज्याची राज्यघटना ही एकच असून, तिच्यातून कोणालाही बाहेर पडता येणार नाही. राज्यघटनेच्या कक्षेतच दोघांनीही राहिलं पाहिजे. आपली घटना लवचिक असेल. कारण घटनेत सुधारणा करण्याची सोय करून ठेवली आहे. त्यामुळे घटनेत असलेले दोष केव्हाही दूर करता येतील.''

एवढं बोलल्यानंतर त्यांनी डोळे मिटून घेतले. त्यांना काही खास सांगायचं होतं, असं दिसलं. त्यांनी डोळे उघडले तेव्हा त्यांचे तेजस्वी डोळे लुकलुकले. म्हणाले, ''येत्या वीस नोव्हेंबरला या घटनेतील कलमांवर बरीच चर्चा होईल. घटनेतलं अकरावं कलम काय आहे, माहीत आहे? ते कलम पहिल्याप्रथम स्वीकारलं जावं असा मी अटोकाट प्रयत्न करीन. त्या अकराव्या कलमामुळे हजारो वर्षांचा अस्पृश्यतेचा कलंक धुतला जाईल. जशी राजकीय लोकशाही प्रस्थापित होईल, त्याचप्रमाणे सामाजिक लोकशाही राष्ट्रात प्रस्थापित होईल... दलित समाजाचे लोक माणूस म्हणून जगायला लागतील. माझा दलित समाज हा शेतकरी आणि कामगार यांच्या राज्यात खरा समाजवाद स्थापन करील... त्याचसाठी आजवर हा अट्टाहास केला होता. जीवनाच्या संध्याकाळी होईल का हो माझं हे स्वप्न साकार?''

एखाद्या निरागस, निष्पाप बालकानं प्रश्न विचारावा त्याप्रमाणे त्यांनी हा प्रश्न विचारला.

हे सारं ऐकताना चित्रेही भारावून गेले होते. ते एवढंच म्हणाले, ''का नाही होणार? थोर पुरुषांची स्वप्नं साकारच होत असतात.''

''पण त्यासाठी अजून खूप कष्ट उपसायला हवेत. हा तर अजून प्रारंभ आहे.

या प्रारंभाचा गोड शेवट व्हायला हवा. त्यासाठी विश्वप्रयत्न करायला नकोत का? मी तर आता जीवनाच्या संध्याकाळचे दिवस मोजतो आहे. मी किती दिवस पुरणार?''

चित्रे म्हणाले, ''देव दयाळू आहे. तो तुम्हाला शंभरीचं औक्ष देईल. पण बाबासाहेब, तुमचं हे लोकविलक्षण कार्य अपुरं राहील, असं तुम्हाला वाटतंच कसं? राष्ट्राच्या स्वातंत्र्यासाठी टिळकांनी काया झिजवली. महात्मा गांधींनी हाडाची काडं केली. देशाला स्वातंत्र्य मिळालं. देशात सामाजिक लोकशाही प्रस्थापित झाली. जोतिबा फुले, विठ्ठल रामजी शिंदे आणि आपले वडील रामजीपंत यांनी अस्पृश्योद्धाराचं केवढं कार्य केलं! गांधी-सावरकरांनीदेखील या कार्याला हातभार लावला. आपण तर सारं आयुष्य केवळ त्या कार्यासाठी वेचलंत. अशा महापुरुषांचे कष्ट वाया जातात का? का होणार नाही प्रस्थापित सामाजिक लोकशाही?''

''खरंच तो सोनियाचा दिवस उगवेल का?''

''रामजीपंतांनी काय सांगितलं होतं? तुमच्या घराण्यात एक महापुरुष जन्माला येणार आहे, असं भाकीत तुमच्याच घरातल्या संन्यासी पुरुषानं वर्तवलं होतं ना? रामजीपंतांनी तोच ध्यास घेतला होता ना? मग...''

आपल्या वडिलांच्या नावाचा उल्लेख ऐकून आंबेडकरांच्या डोळ्यांतून अश्रू सांडायला लागले.

एवढ्यात डॉ. कबीर आल्या आणि म्हणाल्या, ''हे काय? आमच्या पेशंटला रडायला काय झालं? पायांतल्या वेदना सुरू झाल्या का?''

चित्रे म्हणाले, ''हे वेगळेच अश्रू आहेत. थोड्याफार आनंदाचे, थोड्या फार जुन्यापुराण्या आठवणींचे...''

आंबेडकर म्हणाले, ''तुमच्या शास्त्रात माझे हे अश्रू बसणार नाहीत.''

''पण तुम्हाला तपासणं हे तर माझ्या शास्त्रात बसणारं आहे ना?''

खुर्चीवरून उठत चित्रे म्हणाले, ''डॉक्टर, अर्ध्या तासाच्या आधीच आमचं बोलणं आवरलंय बरं का?''

आणि आंबेडकरांचा निरोप घेताना ते म्हणाले, ''बरे होऊन लवकर इथून बाहेर पडा...''

''आज मी बराच झालो आहे. आपल्या गप्पागोष्टीतून मला खूप टॉनिक मिळालंय. बाहेर खूप कामं माझी वाट बघताहेत. बिछान्यावर पडून कसं चालेल, या दलित नेत्याला?''

डॉ. कबीर त्यांच्याकडे कौतुकानं बघत म्हणाल्या, ''अष्टौप्रहर एकच ध्यास... दलितोद्धाराचा!''

''त्या समाजात जन्म घेतलाय ना मी!''

❑

बुद्धं सरणं गच्छामि

एखाद्या लहान मुलाला विचारावं त्याप्रमाणे डॉ. सविताबाईंनी विचारलं, ''आता रडायला काय झालं एवढं? प्रकृती तर ठीक आहे ना?''

आपले अश्रू आवरून बाबासाहेब म्हणाले, ''प्रकृती ठीक आहे; पण दृष्टी अधू होत चाललीय.''

''मग त्याचं काय? डोळ्यांवर उपचार करता येतील...''

''पण दृष्टी गेली तर काय करू? संपलाच सारा कारभार! दृष्टी गेली तर वाचन बंद पडेल... जग शून्यवत होईल. जीवित अर्थशून्य होईल. मग जगून करायचंय काय? मी माझं जीवन संपवून टाकीन.''

सविताबाईंनी विचारलं, ''तुम्ही तुमचं जीवन संपवणार असाल तर माझ्याबरोबर नवीन जीवन कशाला सुरू केलंत?''

''मग काय करणार? नेपोलियनला आपला वेळ म्हणजे सारसर्वस्व वाटायचं. माझ्या दृष्टीनं वेळ म्हणजे ज्ञान आहे. ज्ञानार्जनातच माझं रंजन होतं. जे शिकवतं ते माझं रंजन करतं. मग सांग, या ज्ञानाशिवाय मी कसा राहू? दृष्टी गेली तर ज्ञान कसं संपादन करू? तूच सांग!''

सविताबाई हसत म्हणाल्या, ''तुमची खरोखरच कमाल झाली! अजून तुम्हाला डोळ्यांनी दिसतंय ना? उगाच कशाला नसत्या कल्पना चालवायच्या आणि निष्कारण रडत बसायचं. परवा आपला पीटर कुत्रा गेला तर किती ओक्साबोक्शी रडलात! तो मेल्याचं सांगायला दवाखान्यातला माणूस आला आणि आपला शोक बघून त्याला हसू आवरेना....''

''त्याच्या हसण्याचं काय सांगतेस! पीटर किती लाडका होता माझा! सकाळ

झाली म्हणजे मला 'राम राम' करायला तो हटकून यायचा. माणसं एवढी इमानी नसतात, एवढा माझा पीटर इमानी होता... तो गेला तर रडू नको तर काय करू?''

''पण एवढ्या मोठ्या माणसानं असं रडलेलं बरं नाही वाटत. एवढे तुम्ही झुंजार कार्यकर्ते...''

''भावनाप्रधान माणूसच एवढ्या झुंजारपणानं कार्य करू शकतो. म्हणूनच त्या ग्रंथांच्या विरहाच्या नुसत्या कल्पनेनं मी मघाशी रडत बसलो होतो. हे ग्रंथ आणि त्या ग्रंथातलं ज्ञान हे माझे पूर्वज होते की काय कुणास ठाऊक! अलेक्झांडरला जिंकण्यासाठी पृथ्वी अपुरी पडली. जिंकून घेण्यासाठी मला जगातलं ज्ञान अपुरं पडणार आहे. परंतु अस्पृश्योद्धाराच्या इतिहासदत्त कार्यानं माझ्या ज्ञानाचा रस्ता रोखला. ज्ञानसाधना करण्यासाठी अरण्यात जाण्याऐवजी इथेच अरण्यरुदन करत बसलो. माझ्या समाजबांधवांसाठी!''

ज्ञानाचं नाव निघताच त्यांचं रडणं कोठल्या कोठे लुप्त झालं. त्यांचे नेत्र भूतकाळाचा वेध घेऊन चमकू लागले. जणू स्वतःशीच म्हणाले, ''तुला खरं सांगू? जगातल्या या कोलाहलासाठी माझा जन्म नाही. जनसंमर्दापासून आपण दूर दूर निर्जन अरण्यात निघून जावं, ऋषिमुनींशी मनोमन संभाषण करावं, त्यांच्याशी तत्त्वचर्चा करावी आणि या विश्वाच्या बुडाशी असलेलं गुप्त, गूढ रहस्य उकलून काढावं आणि जीवनाचं सार्थक करावं, असं मला वाटतं... आजही वाटतं. पण आज मी या कोलाहलात येऊन गुरफटलोय... काय करणार? नाहीतर अरण्यात जाऊन मी मंडनमिश्राप्रमाणे त्या शुकसारिकांशी तत्त्वचर्चा केली असती. वेद स्वतः प्रमाणे आहेत का परतःप्रमाण आहेत हे त्यांना ऐकवलं असतं आणि त्यांचा प्रतिध्वनी माझ्या कानांवर पडला असता. माझं ज्ञान पक्कं झालं असतं, पण ते भाग्य माझ्या नशिबी नाही. इथे अस्पृश्योद्धाराचे पाढे पुनःपुन्हा पढतो आहे. पण एक गोष्ट लक्षात ठेव, मी या जगाचा जो निरोप घेईन तो त्यांना अखेरचं वंदन करूनच! ग्रंथ हेच माझ्या ज्ञानाचे गुरू... त्यांचा निरोप घेऊनच मी जाईन.'

सविताबाई म्हणाल्या, ''अखेरीची भाषा कशाकरिता करता? त्यासाठी का आपण एकत्र आलो आहोत? मी तुम्हाला खूप जगवणार आहे... फक्त तुम्ही माझं ऐकलं पाहिजे.''

बाबासाहेब म्हणाले, ''मी कुठे तुझ्या शब्दाबाहेर आहे?''

ती संधी साधून सविताबाई म्हणाल्या, ''वा छान! मग मी आता सांगते त्याप्रमाणे करायचं.''

बाबासाहेबांनी त्यांच्याकडे प्रश्नार्थक मुद्रेनं बघितलं.

सविताबाई म्हणाल्या, ''आज आपण दोघं सिनेमाला जायचं...''

कसला तरी धक्का बसल्याप्रमाणे करून ते म्हणाले, ‘‘आपण आता तरुण का आहोत... गद्धेपंचविशीतले?’’

‘‘तरुणांनीच सिनेमाला जावं असं थोडंच आहे? आणि तुम्ही तरुणपणी तरी कधी सिनेमाला गेला होता का?’’

‘‘गेलो होतो तर! अशिक्षित असोत, सुशिक्षित असोत, बायका या इथूनतिथून सारख्याच! रमा मला नेहमीच सिनेमाला जायचा आग्रह करायची.’’

‘‘मग मानलात का तिचा आग्रह कधी?’’

‘‘तिच्याबरोबर एकदा मी ‘अंकल टॉम’ हा चित्रपट पाहिला होता आणि दुसऱ्यांदा एकदा निरंजन पॉल यांनी तयार केलेला ‘अछूत कन्या’ हा बोलपट पाहिला होता... मला पक्कं आठवतंय...’’

सविताबाई हसत म्हणाल्या, ‘‘तुमचं रडणं आठवत असेल...’’

‘‘होय... होय. तो चित्रपट रडल्याशिवाय पाहणंच शक्य नाही.’’

‘‘तुम्हाला तरी!’’

‘‘अमेरिकेत असताना मी निग्रोंची दुःखं बघितलेली आहेत आणि इथे आमच्या अस्पृश्य समाजाची! ‘अछूत कन्या’ म्हणजे अस्पृश्य समाजानं साऱ्या मानवतेला मारलेली हाक आहे, आपली दुःखं जगाला सांगण्यासाठी फोडलेला हंबरडा आहे. मला तर बघवेनात ती दुःखं!’’

‘‘तुमचं आपलं काहीतरीच! अहो, सिनेमातलं सारं खरं का असतं?’’

‘‘ते जीवनाचं प्रतिबिंब नक्कीच असतं. स्वतः ती दुःखं भोगलेल्यांनाच दुसऱ्याची तसली दुःखं समजू शकतात. यालाच सहानुभूती म्हणतात... सहानुभव म्हणतात... समानशीलता म्हणतात. माझ्या आयुष्यातील कष्टांची कुणालाच कधी कल्पना येणार नाही.’’

‘‘पण आपल्या वयाकडे पाहिलं पाहिजे. प्रकृतीकडे पाहिलं पाहिजे.’’

‘‘वयापेक्षा प्रकृतीनंच मला रडवलं आहे. प्रकृती बिघडली म्हणजे मनही कमकुवत होतं. मी कधी वेडंवाकडं खाल्लं नाही. दारूच्या थेंबालाही स्पर्श केला नाही, पण मधुमेहानं माझं शरीर पोखरलं. रक्तदाब आणि अपेंडिसायटिस हे विकार मला जडले. माझी काम करण्याची इच्छाशक्ती अजून जबरदस्त आहे, पण शरीर काम करत नाही, याच विचारानं मला रडू येतं.’’

सविताबाई म्हणाल्या, ‘‘रडून शरीर काम करायला लागतं का? मग खुशाल रडत बसा.’’

बाबासाहेब एकदम हसायला लागले. त्यांना जुनी आठवण झाली. म्हणाले, ‘‘खरं तर मी मुळीच रडायला नकोय. लहानपणी मी रडलो तर माझी आई म्हणायची, भागूबाईसारखा रडतोस काय? मी कधी रडणार नाही, असं तिला

सांगितलं होतं. तिचा प्राण गेला तेव्हा सारं घर रडलं; पण मी रडलो नाही. माझे बाबाही मला सांगायचे, की आपली चूक असली म्हणजेच माणसानं रडावं. माझ्या मतानं मी कधीच चूक केलेली नाही. मग मी कशाला रडायला हवं? जे काय केलंय ते मी जगाच्या भल्यासाठीच केलंय.''

हे ऐकताना एखाद्याला वाटलं असतं की, हा माणूस कितीही मोठा असला तरी अहंकारी आहे, आत्मश्लाघी आहे, आपल्या ठायी असलेल्या सद्‌गुणांची अवास्तव आत्मप्रशंसा करणारा आहे!

परंतु सविताबाईंना वाटलं, 'हा याचा अहंगंड नसून सार्थ अहंकार आहे. अवास्तव विनयापेक्षा वास्तववादी अहंकार हा योग्यच म्हटला पाहिजे. अंगी अनेक सद्‌गुणांचं आगर असलेल्या एका महापुरुषाचा आत्मिक हुंकार आहे!'

जीवनात त्यांनी किती कष्ट उपसले होते! केवढी अवहेलना सहन केली होती! आपल्या पददलित समाजासाठी चिकाटीनं केवढा अखंड झगडा दिला होता! त्या समाजासाठी शून्यातून त्यांनी केवढं कार्य उभं केलं होतं!

त्यामुळे सविताबाईंना त्यांचा अहंकार नेहमीच सह्य व्हायचा, सार्थ वाटायचा. त्यांना रडू फुटलं तर वरवर त्या रागवायच्या, त्यांची समजूत घालायच्या, पण त्यांच्याविषयी त्यांना सहानुभूती वाटायची.

सविताबाई त्यांना विनोदानं म्हणाल्या, ''आज ज्ञानार्जनाचं कार्य थोडं बाजूला ठेवून आपण सिनेमाला जाऊ या का? तिथेही वेगळ्या प्रकारानं ज्ञानार्जन होईलच की!''

''तू माझ्या ज्ञानार्जनाची थट्टा करू नकोस हं! हा वसादेखील मी वडिलांकडूनच घेतलेला आहे. मी प्रथम शाळेत जायला निघालो तेव्हा त्यांनी घरच्या देवघरात मला नेलं. गणपतीच्या साक्षीनं त्यांनी माझ्या डोक्यावर हात ठेवला. म्हणाले,'खूप ज्ञान मिळवून मोठा हो... तू आपला कुलदीपक आहेस... त्रिखंडात कीर्ती गाजव...' तेव्हापासून मला वाटतंय की, मी त्यांच्या भाकेत गुंतलोय... तेव्हापासून ग्रंथांना मी गुरू बनवलंय... त्या ग्रंथांतून मधमाशीप्रमाणे मी ज्ञानाचं अमृत गोळा करतोय... अखेरच्या क्षणापर्यंत हा ज्ञानयज्ञ चालणार आहे. म्हणून हे ग्रंथ मला सगेसोयरे वाटतात, पूर्वज वाटतात. माझ्याजवळ ग्रंथ नसतील तर कुडीतून माझा प्राण निघून जाईल. जर बेलीफ माझ्या ग्रंथांवर जप्ती घेऊन आला आणि जर त्यानं माझ्या ग्रंथांना हात घातला, तर त्या बेलिफाला मी ठार करीन...''

उचंबळून आलेल्या त्या ज्ञानसागराकडे बघून सविताबाईंना अचंबा वाटला. असा थोर ज्ञानी पुरुष आपला जन्माचा जोडीदार बनला आहे, हा विचार मनात येऊन त्यांना धन्यता वाटली.

त्या म्हणाल्या, ''खरं तर ज्ञानयज्ञात आपण अखंड समिधासमर्पण चालवलं

आहे. त्या यज्ञात व्यत्यय आणणारे आम्ही अक्षरशः राक्षस आहोत. पण आपल्यासारख्या ज्ञानी पुरुषाचा आम्हालाही थोडा सहवास घ्यावासा वाटतो. पुष्पासंगे मातीही थोडीफार सुगंधित होते.''

''वा! तूही अलंकारिक बोलायला लागलीस की!''

''सहवासानं ज्ञानकणही मनाच्या फुलात जाऊन बसतात म्हटलं!''

आता मात्र बाबासाहेब मनापासून हसले आणि म्हणाले, ''ही एवढी लाडीगोडी कशाला चाललीय मला माहीत आहे... सिनेमाला जायचंय ना? बरं, शेवटच्या शोला जाऊ... कोणता सिनेमा?''

''ऑलिव्हर ट्विस्ट्... इंग्रजी चित्रपट आहे...''

बाबासाहेब हसून म्हणाले, ''मला थोडंफार इंग्रजी समजतं.''

दोघेही मनापासून हसले.

* * *

मध्यरात्री राजगृहावर थाप पडली. त्या वेळी बाबासाहेब जागे होते. शेवटचा सिनेमा-शो पाहून ते दोघे जण परतले होते. सविताबाई झोपल्या होत्या आणि बाबासाहेब वाचत बसले होते. ज्ञानयज्ञात समिधा टाकण्याचं काम चाललंच होतं.

दारावरची थाप ऐकून बाबासाहेब खुर्चीवरून उठणार, तोच त्यांच्या पायात कळ आली. ते मटकन खुर्चीवर बसले आणि त्यांनी सविताबाईंना हाक मारली.

गाढ झोपेतून त्या महाप्रयासानं जाग्या झाल्या आणि त्यांनी विचारलं, ''काय हवंय आता?''

''मला काही नकोय... दारावर थाप पडलीय... त्यांना काही हवं असलेलं दिसतंय...''

सविताबाईंनी त्रासिकपणानं विचारलं, ''या भलत्या वेळी? कुणाला काय हवंय? सकाळी या म्हणावं.''

पुन्हा दारावर थाप पडली.

बाबासाहेब म्हणाले, ''दार उघड... सकाळी येण्यासारखं काम असतं तर ते माणूस या वेळी कशाला आलं असतं? काही तरी तातडीचं काम असलं पाहिजे... आणि बेल असूनही ज्या अर्थी दारावर थाप मारलीय त्या अर्थी कुणीतरी अनाडी माणूस असला पाहिजे आणि त्याचं तातडीचं काम असलं पाहिजे... दार उघड...''

असं म्हणून बाबासाहेब उठायला लागले तोच सविताबाईंनी बाहेर जाऊन दार उघडलं.

बाबासाहेबांचं म्हणणं खरंच होतं. बाहेर आलेली एक बाई तसंच तातडीचं काम घेऊन आली होती.

त्या बाईनं बाबासाहेबांना घाबऱ्या घाबऱ्या स्वरात सांगितलं, "बाबासाहेब, माझा नवरा अत्यवस्थ आहे. गेले बारा तास मी वणवण हिंडते आहे... पण कोणत्याच हॉस्पिटलमध्ये प्रवेश मिळाला नाही. काही करा आणि आम्हाला प्रवेश मिळवून द्या... माझ्या कपाळाचं कुंकू मला मिळवून द्या."

बाबासाहेबांनी त्या बाईला सांगितलं, "तुम्ही घाबरू नका... मी सारी व्यवस्था करतो."

आत येऊन बाबासाहेब म्हणाले, "ड्रायव्हरला उठवा. या बाईच्या नवऱ्याला इस्पितळात जागा मिळत नाही म्हणजे काय? सारं जग गरिबांवर उठलंय..."

प्रकृतीच्या या अवस्थेत त्या गरीब बाईबरोबर या अशा भलत्या वेळी जाऊ नका, असं सांगण्याची त्यांना सोय नव्हती. गरिबांविषयीचा आणि आपल्या सहकाऱ्यांविषयीचा कळवळा सविताबाईंना चांगला माहीत होता. त्यांचे सहकारी बळवंतराव वऱ्हाळे यांना ऐन थंडीत बाबासाहेबांनी आपलं ऊबदार पांघरूण दिलं होतं आणि स्वतः त्या कडाक्याच्या थंडीत पाय पोटाशी घेऊन झोपले होते. सुभेदार सवादकर यांच्या शवाचं अंत्यदर्शन घेण्यासाठी स्मशानात जाऊन आपल्या सहकाऱ्याच्या निधनाबद्दल ते ढसढसा रडले होते.

अशा कितीतरी गोष्टी त्यांना आठवल्या. ते नेहमी म्हणायचे, "पददलितांच्या कोणत्याही संकटात त्यांच्या मागे खंबीरपणानं उभं राहणं हे तर माझं जीवितकार्य आहे. असं ध्येय समोर असल्यामुळेच कार्य करण्याची शक्ती आपोआपच माझ्या अंगात येते... माझं आजारीपण कुठल्याकुठे पळून जातं!"

आपलं सारं सुख पददलितांचं दुःख दूर करण्यासाठी त्यांनी अर्पण केलं होतं, ही गोष्ट सविताबाईंना अनुभवानं माहीत झाली होती. त्यामुळे त्यांच्या जाण्याला त्यांनी मुळीच विरोध केला नाही.

बाबासाहेबांची गाडी ऐन मध्यरात्री बाहेर निघाली. त्या बाईला आणि तिच्या पतीला त्या गाडीत घालून ती गाडी एका मोठ्या हॉस्पिटलसमोर येऊन उभी राहिली.

बाबासाहेबांना बघताच त्या हॉस्पिटलचे नोकर आणि ड्यूटीवरचे डॉक्टर लगबगीनं पुढे आले. ते डॉक्टर म्हणाले, "तुम्ही आता काळजी करू नका... तुमच्या या माणसावर ताबडतोब उपचार सुरू होतील.'

त्या बाईला दिलासा देऊन बाबासाहेबांची गाडी पहाटेच्या वेळी आचार्य मो. वा. दोंदे यांच्या घरासमोर जाऊन उभी राहिली.

त्यांच्या घरात प्रवेश करायच्या आतच बाबासाहेब बाहेरूनच ओरडले, "अहो दोंदे, चहा करा! झोपलात काय?"

दोंदे हसत म्हणाले, "आज तुमचा ज्ञानयज्ञ पहाटेपर्यंत चालला होता वाटतं?"

बाबासाहेबांनी आपल्या या मित्राला सारी हकिगत सांगितली. मग चहा पिता पिता म्हणाले, "या जगात गरिबांचा आणि पददलितांचा कुणी वाली नाही बघा... जवळ पैसा असेल किंवा सत्ता असेल तर माणसं झुलतात. पायाशी लोटांगण घेतात... गरिबांना लाथा मारतात..."

"'पण तुम्ही त्यांच्या लाथा बऱ्याच छाटल्यात की !"

"छे हो... अजून काहीच नाही... सिंधूतला बिंदू नाही... मला अजून त्यांच्यासाठी खूप खूप करायचं आहे..."

"पण प्रकृती सांभाळून..."

"या पददलितांच्या उपयोगी पडता येत नसेल तर प्रकृती कशासाठी सांभाळायची? काय उपयोग आहे त्या सुदृढ प्रकृतीचा? सविताबाई या डॉक्टर आणि शिवाय माझ्या पत्नी, आमचा वाद नेहमी जुंपतो..."

दोंदे हसून म्हणाले, "म्हणजे नवरा-बायकोची भांडणं सुरू झाली वाटतं?"

"भांडणं म्हणा... काही म्हणा... अर्थात नवरा-बायकोनं भांडायला हवंच! अहो, मीठ अळणी असून काय उपयोगाचं? त्या रोज रोज मला प्रकृतीबद्दल बजावतात... मी त्यांना नेहमी सांगतो की, प्रकृतीच्या नावावर गप्प बसून राह्यची माझ्या तीन तीन गुरूंची आज्ञा नाही मला!"

"तीन गुरू?"

"होय... होय... आपण ज्यांच्याकडून काही शिकतो ते आपले गुरूच नाहीत का? दत्तानं चौदा गुरू केले होते. मी तीन गुरू केले... बुद्ध, कबीर आणि आपले जोतिराव फुले. गौतम बुद्धाकडून मी मानवतावादी दृष्टिकोन घेतला, कबिराकडून विश्वाच्या बुडाशी असलेल्या ज्ञानाचा वेध घेतला आणि फुल्यांकडून सामाजिक दृष्टी मिळवली... या तिन्ही महापुरुषांनी जिवात जीव असेपर्यंत मानवतेच्या कल्याणासाठी देह झिजवला. त्यांना मी गुरू मानल्यानंतर प्रकृतीचं कारण सांगून मला घरी स्वस्थ बसता येईल का... तुम्हीच सांगा!"

दोंदे हसून म्हणाले, "मी सांगून काही उपयोग होणार आहे का?... पण ते जाऊ दे! तुम्ही आता माझ्या तावडीत सापडला आहात... मी तुम्हाला एक प्रश्न विचारतो..."

"धर्मांतराबद्दलचा ना?"

"होय... धर्मांतर तुम्ही करणारच आहात... पण कोणता धर्म?"

बाबासाहेब ठामपणानं म्हणाले, "बौद्ध धर्माकडे माझ्या मनाचा कल निश्चित झालेला आहे... कारण बौद्ध धर्माची तत्त्वं टिकाऊ आहेत आणि समानतेवर आधारलेली आहेत..."

दादासाहेबांना वाटलं, आता आपल्याला बौद्ध धर्माविषयी बरंच काही ऐकावं लागेल. पण बाबासाहेब गप्प बसले.

मग एकदम म्हणाले, "मी जे काय करीन ते आपल्यासारख्या मित्रमंडळींना सांगून सवरूनच करीन..."

"पण त्यांचा सल्ला मानणार नाही, असंच ना?"

बाबासाहेब खळखळून हसले आणि म्हणाले, "मी कधी कुणाचा सल्ला ऐकलाय का? पण असं वागण्यात माझं औद्धत्य कधीच नसतं... विचार करकरून मी एक गोष्ट निश्चित केली आहे... आपण जे करतो त्याबद्दल आपण जेवढा विचार करतो तेवढा इतर कुणीच करत नाही... म्हणून त्या प्रश्नाबद्दल इतरांची मतं सखोल नसतात... मग ती कशाला विचारात घ्यायची?..."

आणि क्षणकाल थांबून म्हणाले, "आता तुम्ही प्राथमिक शिक्षकांच्या प्रश्नाबद्दल जेवढा विचार केलाय तेवढा इतर कुणी केलाय का? मग तुम्ही इतरांची मतं कशाला विचारात घ्यायची?"

"ठीक आहे बाबासाहेब, तुम्ही आम्हाला काही ना काहीतरी सांगायला बोलावताहात हे काय कमी आहे? आमचा मानच आहे तो!"

त्यांचा निरोप घेताना बाबासाहेब हसून म्हणाले, "तुमचा तो मान मी जरूर ठेवणार आहे... त्या निमित्तानं राजगृहात मी सर्वांनाच चहाचं निमंत्रण देणार आहे."

बरोबर पंधरा दिवसांनी हॉस्पिटलमधून त्या माणसाला डिसचार्ज मिळाला, तिथून तडक ते पतीपत्नी राजगृहाच्या दारासमोर येऊन उभे राहिले. बाबासाहेबांना बघताच त्या दोघांनी त्यांच्या पायांवर अक्षरशः लोटांगण घातलं."

त्यांना उठवल्यानंतर ती बाई म्हणाली, "माझं कुंकू माझ्या बाबांनी मला परत मिळवून दिलं."

तोपर्यंत बाबासाहेबांनी त्यांना ओळखलंही नव्हतं. आपण केलेल्या सत्कृत्याचा कधी आठव ठेवू नये, या तत्त्वानं ते आजवर वागत आलेले होते. परंतु त्या बाईच्या त्या बोलण्यानं त्यांना त्या मध्यरात्रीची आठवण झाली.

त्यांनी विचारलं, "आणखी काही मदत हवीय का?"

ती बाईच म्हणाली, "आपल्यामुळे त्यांनी दव्याचा एक पैसाही घेतला नाही. आपल्यामुळेच हे झालं! देव भेटला आम्हाला!... आमच्या कातड्याचे जोडे करून आपल्या पायांत घातले तरी आपले उपकार फिटणार नाहीत बघा!... आणखी कशाला उपकाराचं ओझं करता?"

ही गरीब पददलित माणसं गरजेपेक्षा एक कणभरही कधी जास्त मागत नाहीत हा बाबासाहेबांचा आजवरचा अनुभव होता.

बाबासाहेब मनाशी म्हणाले,'यांच्यासाठी आपण खरोखरच आकाशपाताळ एक केलं पाहिजे... बुद्धाप्रमाणे!'

* * *

त्या दिवशी सकाळपासूनच बाबासाहेबांनी गर्जायला सुरुवात केली, "दुपारच्या बैठकीची व्यवस्था केलीय का? नाहीतर आयत्या वेळी उगाच गडबड नको!"

यावर कुणीच काही बोललं नाही.

एक सलगीचा नोकर चाचरत म्हणाला, "बैठक कुठे घ्यायची हे आपण सांगणार होता काल... पण..."

बाबासाहेब त्याच्यावर ओरडले, "मी सांगितलं नाही म्हणून तुम्हाला अक्कल नव्हती का.. कुठे बैठक घ्यायची त्याची?"

त्यांनी आदल्याच दिवशी साऱ्यांना बजावलं होतं, "हे पहा, बैठक कुठे घ्यायची ते मी सांगणार आहे... उगाच आपली अक्कल चालवू नका!"

मग आपल्या अभ्यासिकेत गेल्यानंतर ते ओरडले होते, "अरे, माझी इथली पुस्तकं कुठे आहेत! आणि माझे ते कागद? अरे गाढवांनो, उद्याच्या बैठकीत काय बोलायचं त्याची टिपणं केली आहेत मी त्या कागदांवर... कुठे टाकलेत ते कागद मूर्खांनो!"

हा वादळी गडगडाट झाला तेव्हा सविताबाई धावतपळत येऊन म्हणाल्या होत्या, "अहो, इथेच आहेत टेबलावर हे कागद आणि ती पुस्तकंसुद्धा! एकमेकात मिसळली आहेत कागदपत्रं आणि पुस्तकं!"

"मग तसं आधीच का नाही सांगितलंत?"

सविताबाई पुटपुटल्या, "तुम्हाला दम हवा ना!"

त्यांच्या भेदक आणि तेजस्वी डोळ्यांत एकदम हसरा भाव उमटला होता. ते म्हणाले होते, "ठीक आहे, मला हवं ते मिळालं... तुम्ही सारे जाऊ शकता."

त्यांच्या हसऱ्या नेत्रांकडे बघून सविताबाई म्हणाल्या होत्या, "ते चित्र तसंच अपुरं पडलं आहे. ते पूर्ण करा की!... थोडा विरंगुळा वाटेल..."

गडगडाटी हास्य करून ते नोकराला म्हणाले होते, "खरंच की! आण ते रंगरंगोटीचं सामान... पुरं करून टाकतो ते चित्र!"

तासाभरात त्यांनी ते चित्र पुरं केलं होतं. मग त्याच नोकराला हाक मारून विचारलं होतं, "कसं काय उतरलंय हे निसर्गचित्र?"

"अगदी हुबेहूब उतरलं आहे..."

मग खूष होऊन ते म्हणाले होते, "हां... हां! अरे मी चित्रं चांगली काढतो... पण वेळ आहे कुठे? बरं, हे चित्रं ठेवून दे पाहू! मी आता थोडी संगीताची सेवा

करतो... अरे, मनुष्य कितीही मोठा असला तरी त्याला या कलांमध्ये रस घेता आला पाहिजे... नाहीतर तो पशू समजला पाहिजे...''

ते मोठ्यांदा हसायला लागले होते. त्याच वेळी तिथे आलेल्या सविताबाईंना ते म्हणाले होते, ''लहानपणी हिटलर हा मोठा चित्रकार होता... त्याला एका चित्रकलेच्या संस्थेत प्रवेश मिळाला नाही म्हणून तो ज्यू लोकांवर संतापला होता. त्या संस्थेचा प्रमुख एक ज्यू माणूस होता. त्यानं आपल्याला प्रवेश दिला नाही, म्हणूनच हिटलरनं पुढे ज्यू लोकांवर सूड उगवला.''

सविताबाई हसत म्हणाल्या होत्या, ''म्हणूनच चित्र काढायला मी तुम्हाला विरोध करत नाही... आणि सरोजिनी नायडू तुम्हाला उगाच हिटलरचे गुरू म्हणत नाहीत... मुसोलिनी...''

यावर ते खळखळून हसले होते. हसताना त्यांचं भरदार शरीर गदगदलं होतं. त्यांनी विचारलं होतं, ''मी खरंच मुसोलिनीसारखा दिसतो का?''

मध्यम उंचीच्या त्यांच्या भव्य, भरदार शरीराकडे सविताबाईंनी निरखून बघितलं होतं. त्यांचा विशाल भालप्रदेश त्यांना मुसोलिनीच्या भालप्रदेशाप्रमाणे उत्तुंग महत्त्वाकांक्षेचा द्योतक वाटला होता. त्यांची रुंद, दणकट दिसणारी हनुवटी आणि बाकदार नाक हे मुसोलिनीप्रमाणेच आहे, असं वाटलं होतं. अखिल विश्वाला आव्हान देऊन सर्वोच्चपद प्राप्त करून घेण्याचा परमावधीचा आत्मविश्वास त्यांना प्रतीत झाला होता. सविताबाईंना वाटलं होतं, मुसोलिनीच्या ठायी असलेलं कर्तृत्व, देशभक्ती, त्याग हे गुण जरी आपल्या पतीच्या ठायी असले तरी मुसोलिनीशी या माणसाची तुलना करता येणार नाही. मुसोलिनीची महत्त्वाकांक्षा राक्षसी होती, तर आंबेडकरांची महत्त्वाकांक्षा दैवी होती. मुसोलिनीजवळ पांडित्याचा मागमूसही नव्हता, तर आंबेडकर प्रकांडपंडित होते. देशबांधवांपेक्षा व्यक्तिगत महत्त्वाकांक्षेच्या भरणपोषणासाठी मुसोलिनीनं सैतानी थैमान घातलं, तर आंबेडकरांनी विशाल मानवतेच्या दृष्टिकोनातून आपल्या कार्याचं प्रवर्तन केलं. मुसोलिनीच्या ठायी माणुसकीचा मागमूसही नव्हता, तर आंबेडकरांच्या अंतःकरणात माणुसकीचा गहिवर दाटून आला होता.

मनातल्या मनात ही तुलना करून सविताबाई त्यांना म्हणाल्या होत्या, ''माणसासारखी माणसं दिसली तरी त्यांच्या गुणात जमीन-अस्मानाचं अंतर असतं. मुसोलिनी आणि आपण म्हणजे दोन टोकं... आपल्याला मुसोलिनी म्हणायला सरोजिनीबाईंचं काय जातंय?''

आता मात्र बाबासाहेब गंभीर झाले होते. ते म्हणाले होते, ''मी कसा दिसतो हा आजचा प्रश्न नाही. उद्याची बैठक कशी करायची, हा आजचा प्रश्न आहे. कुठे बैठक घ्यायची हे मी सांगणार आहे...''

आणि आज सकाळी ते ओरडत सुटले, ''कुठे बैठक घ्यायची याची तुम्हाला अक्कल नव्हती का?''

सविताबाई शांतपणानं म्हणाल्या, ''तुम्ही काही काळजी करू नका... तुम्ही सांगा... बैठकीची सारी व्यवस्था मी करून घेते.''

ते ऐकून त्यांच्या मुद्रेवर एकदम निर्धास्तपणा उमटला. ते हसायला लागले.

* * *

त्या बैठकीला प्रारंभ झाला तेव्हा हास्याची कारंजी थुईथुई उडत होती. त्या कारंज्याच्या तुषारातून विद्वत्तेचा सूर्यप्रकाश घुसल्यामुळे त्या बैठकीत एक विलोभनीय इंद्रधनुष्य उभं राहिलं होतं. परंतु थोड्याच वेळात त्या कारंज्याचे तुषार विराम पावले आणि ते इंद्रधनुष्य लुप्त झालं.

एखाद्या सभेला प्रारंभ करावा अशा आविर्भावात दादासाहेब दोंदे म्हणाले, ''आज आपण इथे कशासाठी जमलो आहोत?...''

कुणीतरी त्यांच्यात गमतीचा सूर मिसळला, ''चहापाण्यासाठी जमलो आहोत ना?''

दोंदे म्हणाले, ''तो कार्यक्रम तर आहेच... पण आज आपण इथे प्रामुख्यानं जमलो आहोत ते या आपल्या कीर्तीच्या गौरीशंकरावर आरूढ झालेल्या मित्रांचे विचार ऐकण्यासाठी!''

बाबासाहेब म्हणाले, ''हरभऱ्याच्या झाडाप्रमाणे मला उगाच त्या गौरीशंकरावर चढवू नका...''

दोंदे गंभीरपणानं म्हणाले, ''आम्ही बापडे कोण चढवणार? पण तुमची जयंती देशभर साजरी झाली. इथल्या आपल्या जयंतीच्या सभेतच बोलताना न्यायमूर्ती छागलाच म्हणाले होते की, आपणास लाभलेले नवीन हक्क भोगताना प्रत्येक भारतीय नागरिक आंबेडकरांची कृतज्ञतेनं आठवण करील... आंबेडकर हे केवळ दलित समाजाचे नेते नसून, सर्व राष्ट्राचे ते एक नेते आहेत. ते आधुनिक मनू बनले आहेत... जगातील एक थोर घटनापंडित म्हणून आंबेडकर आता विख्यात झाले आहेत. राज्यशास्त्रावर अधिकारवाणीनं तेच फक्त बोलू शकतात... मग सांगा आता आपल्या बाबासाहेबांनी कीर्तीचं गौरीशंकर गाठलं आहे का नाही ते!''

या बोलण्यावर गमतीचं वातावरण एकदम गंभीर बनलं. बाबासाहेबांच्या विशाल नेत्रांत काहीसा कटुभाव निर्माण झालेला दिसला.

ते सांगायला लागले, ''छागला माझ्याविषयी जे काय बोलले ना... त्याचं कारण सरळ आहे. छागला आणि मी इंग्लंडमध्ये एकाच वेळी कायद्याचा अभ्यास करत होतो. आम्ही एकाच वेळी वकिलीला सुरुवात केली. सरकारी लॉ कॉलेजमध्ये

आम्ही एकाच वेळी प्राध्यापक होतो.. म्हणून छागला माझ्याविषयी गौरवानं बोलले हा त्यांच्या मनाचा मोठेपणा... पण...''

''पण ते चुकीचं काही बोलले का?''

''ते नाही चुकीचं बोलले... पण देशातले इतर लोक... मला असंख्य मानपत्रं मिळाली... मानसन्मान मिळाले. मनुस्मृती जाळली तरी आधुनिक मनू म्हणून माझा गौरव झाला. मी देशाची घटना तर बनवलीच, शिवाय हिंदू संहिताही बनवली. पण त्यात आपल्या नेत्यांनी भगदाडं पाडली... कालहरण केलं... आधुनिक लोकशाहीचं स्वरूप सांगताना मी सांगितलं की, एखाद्या अनियंत्रित राजाचे अधिकार कमी करणं हे लोकशाहीचं ध्येय नसून, लोकांचं कल्याण साधणं हे लोकशाहीचं ध्येय आहे... वॉल्टर बेजहॉट याची लोकशाहीची व्याख्या सांगितली. लोकशाही म्हणजे चर्चेच्या रूपानं मार्गदर्शन घडून चालणारं सरकार, ही त्याची व्याख्याही कथन केली. लोकशाहीच्या माझ्या व्याख्येची कल्पना देताना त्यांना सांगितलं की, ज्या सरकारी पद्धतीत लोकांच्या आर्थिक आणि सामाजिक जीवनात क्रांतिकारक स्थित्यंतरं रक्तपाताशिवाय घडवून आणण्यात येतात, ती लोकशाही! लोकशाही म्हणजे लोकांचं, लोकांकरता, लोकांनी चालवलेलं राज्य, ही लिंकननं केलेली लोकशाहीची व्याख्याही त्यांना सांगितली.''

मधेच चित्रे बोलले, ''पण आता आपण लोकशाही पत्करली आहे ना?''

बाबासाहेब तावातावानं पण मानभावीपणानं म्हणाले, ''केवळ युरोपचं अंधानुकरण करून देशात लोकशाही येत असते का? जे युरोपच्या हिताचं ठरेल ते आपल्याही हिताचं ठरेल, असं थोडंच आहे? प्रथम आपण युरोपनं केलेल्या प्रगतीची उंची गाठली पाहिजे... मग त्यांच्या लोकशाहीची भाषा करावी. आपण त्यांची लोकशाही घेतलीही असेल... पण त्या लोकशाहीची सावलीही आपल्यावर पडलेली दिसत नाही. ही लोकशाही आहे लोकांशिवाय असलेली ! आज आपले शेतकरी आणि कामगार आहेत तिथेच आहेत... अस्पृश्य बांधव अजून गावकुसाबाहेर खातेऱ्यातच पडलेले आहेत. गरीब लोक अधिक गरीब होत चालले आहेत आणि श्रीमंत भांडवलदारांची पोटं फुगत चालली आहेत... असंच जर चाललं तर पुढेमागे भारत हा कम्युनिस्ट देश बनेल, हे लक्षात ठेवा...''

''पण आपण मंत्रिमंडळात आहातच ना?... सारं जग तुम्हाला आता आधुनिक मनू म्हणून संबोधू लागलं आहे.''

''मी मंत्रिमंडळात असून-नसून सारखाच आहे... मी जे जे करतो आहे ते ते विस्कटून टाकण्याचा प्रयत्न चालला आहे... हा सगळा आटापिटा श्रेय उपटण्यासाठी चालला आहे. प्रत्येक पुढाऱ्याला वाटतं की, आपण देशापेक्षा मोठे आहोत... फार घातक प्रवृत्ती आहे ही! विभूतिपूजेनं राष्ट्र कधीच पुढे जात नसतं. एखाद्या पुढाऱ्यावर

श्रद्धा ठेवणं म्हणजे आपल्या आत्मविश्वासाला वाळवी लागणं होय... जेव्हा सारा देश आत्मविश्वासानं पेटून उठतो तेव्हाच तो देश पुढे जातो.''

आणि काही वेळ थांबून ते पुढे म्हणाले, ''प्रत्येक स्त्री-पुरुषाला आपापली बुद्धी चालविण्याची मोकळीक मिळाली म्हणजे प्रत्येक व्यक्तीला आपला खरा उत्कर्ष साधता येतो. ज्ञानाची दारं पुरुषांप्रमाणेच स्त्रियांना मोकळी ठेवण्याचा संदेश बुद्धानं दिला. इथल्या स्त्रियांना प्रतिष्ठा मिळवून देण्याची ती एक महान क्रांती होती. परंतु बौद्ध धर्माची ती लाट बाहेरच्या बाहेर थोपविण्यासाठी मनूनं स्त्रियांचं स्वातंत्र्य घरातच गाडून टाकलं. स्त्री ही स्वातंत्र्य द्यायला पात्र नाही म्हणून कंठरव केला. त्यानं स्त्रियांना समानतेचे अधिकार दिले नाहीत. भारतीय स्त्रीच्या नाशाला आणि अधोगतीला मनूची मला उपमा हवी आहे कशाला? मी तो कमीपणा समजतो.''

त्यांच्या बोलण्याची गाडी आता हव्या त्या प्रश्नाच्या कक्षेत आलेली आहे, ही गोष्ट मंडळींच्या लक्षात आली.

कमलाकांत चित्रे यांनीच त्यांना प्रश्न विचारला, ''बाबासाहेब, आपण कोणता धर्म स्वीकारणार असा या मंडळींचा प्रश्न आहे.''

बाबासाहेब हसले आणि म्हणाले, ''अहो, चित्रे, हा प्रश्न तुमचा असला तरी त्या प्रश्नाला मी उत्तर देणार आहे. त्याचसाठी तर सर्व मित्रमंडळींना बोलावलंय...''

सारी मित्रमंडळी सावरून बसली.

मग बाबासाहेब सांगायला लागले, ''माझा धर्मांतराचा निर्धार पक्का आहे...''

सहस्रबुद्धे म्हणाले, ''अस्पृश्यतानिर्मूलनाचा ठराव आता लोकसभेत झालेला आहे ना? मग...''

''हो, ठराव झालेला आहे. त्यामुळे अस्पृश्यता कागदोपत्री नाहीशी झालेली आहे हे खरं... परंतु प्रत्यक्ष व्यवहारात?''

''हजारो वर्षांची रूढी एकदम कशी काय...''

''म्हणूनच अस्पृश्यतेच्या गुन्ह्यांना कडक शासन करण्याची आज गरज आहे. पण अजून ते घडत नाही. अजून तशा तऱ्हेचे कडक निर्बंध होत नाहीत. लोकसभेतील एका हरिजन सभासदानं एका उपाहारगृहात चहा घेतला. ही गोष्ट त्या हॉटेलमालकाला कळल्यावर त्यानं तो कप पायानं लाथाडून दिला. हैदराबादेत एका हरिजन मंत्र्यानं मंदिरात जाण्याचा प्रयत्न केला, तर त्याला तंबी देण्यात आली. दिल्लीतल्या एका न्हाव्यानं हरिजन खासदाराचे केस कापण्याचं नाकारलं... माझ्या लहानपणी आमचे केस तरी न्हावी कुठे कापत होते? मंदिरात किंवा उपाहारगृहात आम्हाला प्रवेश मिळत होता का? आजही गावागावातून वेगवेगळे पाणवठे आहेत... कशासाठी मग या परकीय धर्मात राह्यचं?- लतकोडग्यासारखं, जनावरांपेक्षाही खालचा दर्जा पत्करून! मी कडवट बोलतो, मला भूतकाळ विसरता येत नाही, असं तुम्हीच

म्हणता... तुमच्या दृष्टीनं ते बरोबरही असेल, पण मी तर असं म्हणेन की, आमची दृष्टी अजून तुम्हाला आलेली नाही... येईल असंही वाटत नाही... हजारो वर्षांची ढापणं अजून तुमच्या डोळ्यांवर आहेत... काही दिवसांपूर्वी क्रॉवले यांच्या परदेशी मासिकाला मी मुलाखत दिली होती. त्या मुलाखतीत मी स्पष्ट सांगितलं होतं की, जर आपल्या भारताची समाजरचना बदलली नाही, तर सध्याची समाजव्यवस्था लवकरच कोलमडून पडेल... त्याबरोबर लोकशाहीदेखील कोसळेल आणि साम्यवादी समाजरचना इथे प्रस्थापित होईल...''

कुणीतरी शंका काढली, ''पण इथल्या धर्माचं काय?''

बाबासाहेब उसळून म्हणाले, ''धर्मावरच्या श्रद्धेनंच सारं वाटोळं केलं आहे. म्हणूनच मी गीताप्रामाण्य मानत नाही. गीता हा नीतितत्त्वाचा बेजबाबदार ग्रंथ आहे. त्यात सर्व प्रमादांची तडजोड आहे असं माझं स्पष्ट मत आहे. सारी माणसं श्रद्धेवर जगतात आणि म्हणूनच या ग्रंथाचे पाठीराखे त्या गोष्टीचा फायदा उठवतात. मनुष्याच्या जीवनात धर्माला मोठं स्थान आहे, ही गोष्ट मी मुळीच नाकारत नाही... मानवी जीवनाचं नियंत्रण करणारी एक अज्ञात शक्ती आहे, ही गोष्टदेखील मी मुळीच नाकारत नाही. प्रश्न आहे तो त्या शक्तीचा डोंबाऱ्यासारखा खेळ करून स्वतःची तुंबडी भरणाऱ्या धर्मनिष्ठांचा!...''

दादासाहेबांनी विचारलं, ''अशा गोष्टी प्रत्येक धर्मात होतातच की!''

''पण दादासाहेब, ज्यांना त्या गोष्टींची झळ पोचते, त्या लोकांनी ओरडून उठायला नको का? राहतं घर पेटलं तर उंदीरदेखील तिथून पटापट बाहेर पडतात; मग माणसांचं काय?''

''आपल्यासारख्या थोरांनी त्या धर्मात सुधारणा करायला नको का?''

''आजवर कमी का प्रयत्न केले?... मी त्या पदवीचा धर्मात्मा नाही असं म्हणा हवं तर! माझी तर आता अनुभवान्ती अशी खात्री झाली आहे की, या धर्मापायी आपलं राष्ट्र विनाशाच्या गर्तेकडे चाललेलं आहे. इथे खरा धर्मही राहिलेला नाही. आज आपल्या लोकांच्या धर्मात देवही नाही आणि नीतीही नाही. भारतीय मनुष्याच्या मनाची अवस्थाच अवनतीला जाऊन पोचलेली आहे. अशा जळत्या-पडत्या धर्ममंदिराला हात देण्याची शक्ती कुणातच उरलेली नाही... एक धर्म कोसळला तर दुसरा नवीन धर्म उभारला पाहिजे... नवी नीती निर्माण केली पाहिजे... नव्या श्रद्धा प्रस्थापित केल्या पाहिजे... जुन्या जीर्ण श्रद्धांना कशाला चिकटून राह्यचं? नसत्या गोष्टींची कोळिष्टकं माजलेल्या मंदिरात कशाला प्रवेश करायचा? जीर्ण-शीर्ण श्रद्धांची पाळंमुळं मी अंतःकरणातून उपटून टाकलेली आहेत...''

''म्हणजे आपली आता कशावरच श्रद्धा नाही का?''

एखाद्या गोष्टीचा सखोल विचार केल्यानंतर माणूस ज्याप्रमाणे बोलतो त्याप्रमाणे

ते बोलू लागले, ''असं कसं होईल? माणूस म्हटला की त्याची कुठे तरी श्रद्धा ही आलीच!''

त्यांनी नुकतीच घडलेली एक गोष्ट सांगितली.

एकदा एका नगरातून ते मोटारीनं कुठे तरी दौऱ्यावर निघाले होते. त्यांची मोटर पुलावरून घसरली आणि एका मोठ्या दगडाला अडकून नदीच्या पाण्यावर लोंबकळत राहिली. प्रसंग मोठा बाका होता. पण एका क्षणार्धात बाबासाहेबांनी मोटरीच्या खाली उडी टाकली; आणि ते पुतळ्यासारखे जमिनीवर उभे ठाकले. मनातल्या मनात त्यांनी जीव वाचविल्याबद्दल त्या अज्ञात शक्तीला धन्यवाद दिले... घरी आल्याबरोबर मुलाला आणि पुतण्याला पोटाशी धरून ते ढसढसा रडले. म्हणाले, ''नियतीचं देणं आणि अदृश्य शक्तीची कृपा म्हणून माझा प्राण वाचला.''

ही गोष्ट सांगून बाबासाहेब म्हणाले, ''आपला धर्मावर आणि देवावर विश्वास नाही अशी जो घमेंड मारील, त्याच्यावर माझा कधीच विश्वास बसणार नाही.''

आजवर त्यांनी बुद्ध धर्माचे गोडवे अनेकदा गायले होते. त्यामुळे एकानं त्यांना विचारलं, ''बुद्ध तर निरीश्वरवादी होता ना? मग....''

त्या प्रश्नातली खोच त्यांना समजली. ते म्हणाले, ''बौद्ध धर्माचं पुनरुज्जीवन करण्याचा ठाम निर्धार केल्यापासून मी सकाळ-संध्याकाळ त्याचीच प्रार्थना करतो... त्याचीच पूजा करून अदृश्य शक्तीवरील माझी श्रद्धा बुद्धभक्तीत मी विलीन केलेली आहे. बुद्धाशी मी एकरूप झालो आहे... असेना का बुद्ध निरीश्वरवादी... पण आता तो माझा देव बनला आहे...''

आजवर बाबासाहेबांच्या धर्मांतराबद्दल वेगवेगळे अंदाज व्यक्त केले जात होते. त्या संदर्भात वेगवेगळ्या धर्मांची नावं उच्चारली जात होती.

पण आता ते बुद्धधर्म स्वीकारणार हे पक्कं झालं होतं. कुठल्याही प्रकारचा संदेह उरलेला नव्हता.

त्याच वेळी बाबासाहेब जणू स्वतःशीच म्हणत होते, ''त्या क्षणाची मी वाट बघतो आहे...''

साक्षात बुद्ध त्यांच्या मुखातून ते बोलतो आहे असा भास साऱ्यांना झाला.

वेद अपौरुषेय असतीलही! पण आज बुद्ध धर्माचा नवा पौरुषेय वेद आंबेडकरांच्या रूपानं अवतरला होता.

* * *

जसजसा धर्मांतराचा तो दिवस जवळ येत चालला, तसतसा नव्या बुद्ध धर्माचा हा वेदवेत्ता अंतर्मुख बनत चालला. प्रदीर्घ अनुभवानंतर आणि प्रगाढ चिंतनानंतर जे हवं असतं ते प्राप्त झाल्यानंतर माणसाची जी शान्तदान्त अवस्था बनते ती त्यांची

झाली होती.

१४ ऑक्टोबर १९५६... धर्मांतरासाठी मुक्रर केलेला हा दिवस जवळ येत चालला. त्या दिवशी दसरा होता. बुद्धजयंतीच्या या सुमुहूर्तावर दीक्षासमारंभ नागपूरला होणार होता.

धर्मांतराचा हा मुहूर्त निश्चित झाल्यानंतर अनेक बुद्धिनिष्ठांनी त्यांच्यावर हल्ला सुरू केला. देशी-परदेशी वर्तमानपत्रांचे बातमीदार त्यांच्याकडे धावले.

'व्हॉइस ऑफ अमेरिका' या वृत्तसंस्थेनं योजलेल्या एका संवादमालिकेत 'भारतातील लोकशाहीचं भवितव्य' या विषयावर त्यांनी विचार मांडले. ते म्हणाले, ''लोकशाहीची मुळं सामाजिक संबंधात शोधायची असतात. हिंदी समाज हा जातिभेदावर अधिष्ठित आहे; आणि इथे अठरापगड जाती आहेत. इथलं मतदान आणि उमेदवारांची निवड ही जातिनिष्ठेनंच करण्यात येते. उद्योगधंद्यात उद्योगपतींचे जातभाई मोठ्या अधिकाराच्या जागा बळकावतात. मोठमोठी व्यापारी घराणी हे एकाच जातीचे संघ आहेत. धर्मादाय पद्धतीसुद्धा जातिनिष्ठ आहे. जाती संस्था ही तिरस्काराची उतरंड आहे. जात आणि वर्ग यांत फरक असा आहे की, जाती पद्धतीत जितका अलगपणा असतो, तितका वर्गपद्धतीत नसतो.''

स्वा. सावरकरांनी त्यांच्यावर जे टीकास्त्र सोडलं होतं त्याबद्दल मात्र त्यांना अपरंपार दुःख झालं. आंबेडकरांनी केलेला बौद्ध धर्माचा स्वीकार म्हणजे हिंदू धर्माच्या विशाल कक्षेतीलच विश्वासपूर्वक घेतलेली उडी आहे, असं सावरकरांचं प्रतिपादन होतं. सावरकरांच्या त्या मुद्द्याचा प्रतिवाद करताना आंबेडकर त्वेषानं म्हणाले, ''हिंदू धर्माचा ईश्वरावर भरवसा आहे; बौद्ध धर्मात ईश्वर नाही. हिंदू धर्माचा आत्म्यावर विश्वास आहे; बौद्ध धर्माच्या मते आत्मा नाही. हिंदू धर्म चातुर्वर्ण्य आणि जाती व्यवस्था मानतो. बौद्ध धर्मात चातुर्वर्ण्य आणि जातिभेद यांना थारा नाही.''

शेवटी ते उद्वेगानं म्हणाले, ''माझे लोक ही माझी मेंढरं आहेत; आणि मी त्यांचा मेढपाळ आहे. माझ्याइतका मोठा धर्मवेत्ता कुणीही नाही. माझ्या पाठीमागून तुम्ही या म्हणजे तुम्हाला हळूहळू ज्ञान मिळेल; आणि काही दिवसांनी तुम्ही सज्ञान व्हाल.''

विजयादशमीच्या मुहूर्तावर सकाळी नऊच्या सुमारास जेव्हा बाबासाहेब नागपूरच्या दीक्षाभूमीवर आले, तेव्हा तिथे जमलेल्या लक्षावधी अनुयायांना ते नवबुद्धाचे अवतार वाटले. बुद्ध धर्मात अवताराची कल्पना नाही; परंतु लोकांच्या कल्पनाविलासात त्यांना केव्हाच अवतारपद मिळून गेलं होतं. कोऱ्या करकरीत पांढऱ्याशुभ्र लांब कोटातली आणि पांढरंशुभ्र रेशमी धोतर परिधान करून येणारी त्यांची भव्यदिव्य मूर्ती लोकांनी पाहिली मात्र... लक्षावधी लोकांनी त्यांचा जयजयकार केला. त्यांच्याबरोबर

सविताबाई पांढरंशुभ्र लुगडं परिधान करून चाललेल्या होत्या. एका हातात सोटा आणि दुसरा हात रट्टूंच्या खांद्यावर अशा स्थितीत व्यासपीठाकडे चाललेली त्यांची मूर्ती बघून जयजयकाराच्या आरोळ्या वाढतच चालल्या. लक्षावधी लोकांचा तो महासागर त्यांच्या दर्शनानं उचंबळून आला.

व्यासपीठावर जाऊन त्यांनी त्या विराट महासागराला जेव्हा दर्शन दिलं, तेव्हा टाळ्यांचा जो गजर झाला, त्यानं गगन भेदून गेलं आणि या नव्या बुद्धाच्या आगमनाची घोषणा अवकाशात नेऊन पोचवली.

आता सव्वानऊ वाजले होते. व्यासपीठाच्या भोवती देशोदेशीच्या छायाचित्रकारांची आणि पत्रकारांची धावपळ उडाली होती. वार्ताहरांनी आपल्या वह्या-लेखण्या सरसावल्या होत्या.

व्यासपीठावर फारसा साजशृंगार नव्हता. जणू साध्यासुध्या बुद्धजीवनाचं ते प्रतीक होतं. व्यासपीठावर ठेवलेल्या एका टेबलावर भगवान बुद्धाची ब्राँझची एक छोटीशी मूर्ती मांडून ठेवलेली होती. त्या मूर्तीच्या दोन बाजूंना दोन वाघ होते. वातावरणात सगळीकडे धुपाचा घमघमाट सुटला होता.

व्यासपीठावर महाबोधीचे कार्यवाह देवप्रिय वालीसिंह, सारनाथचे थेरो भिक्षू सद्धातीसा, साचीचे पन्नातिसा प्रभृती मान्यवर बौद्ध धर्मोपदेशक स्थानापन्न झाले होते.

त्या विराट जनसमुदायातून जयजयकाराच्या आरोळ्या चालल्याच होत्या.

कुमारी इंदुमती वऱ्हाळ यांनी गायलेल्या मराठी गौरव गीतानंतर तो विराट समुदाय उभा राहिला. अनेकांना त्याचं कारण कळेना. छायाचित्रकारांची झुंबड उडाली.

त्या दिवशी डॉ. आंबेडकरांच्या वडिलांची पुण्यतिथी होती. त्या निमित्तानं तो लोकसमुदाय एक मिनिटभर स्तब्ध उभा राहिला.

त्या वेळी बाबासाहेबांना आपल्या पित्याची उत्कट आठवण झाली. त्यांचे डोळे पाणावले. पण लक्षावधी लोकांना त्यांच्या डोळ्यांतलं ते पाणी दिसलं नाही.

आपल्या कुलदीपकाचं हे अमोघ कर्तृत्व बघायला रामजीपंत असते तर? आपल्या संन्यासी भावाचं भाकीत सत्यात साकार झालेलं त्यांना दिसलं असतं.

त्या वेळी ऐंशी वर्षांचे वयोवृद्ध महास्थवीर चंद्रमणी आणि भगव्या कफन्या परिधान केलेले दुसरे चार भिक्कू हे पालीतून डॉ. आंबेडकरांना आणि त्यांच्या पत्नीला बुद्ध धर्माची दीक्षा देत होते. 'बुद्धं सरणं गच्छामि', 'धम्मं सरणं गच्छामि', 'संघं सरणं गच्छामि' हा सरणंत्तयं त्यांच्याकडून म्हणवून घेत होते. ते झाल्यानंतर जीवहत्या, चोरी, असत्य भाषण, अनाचार आणि मद्य यांच्यापासून अलिप्त राहण्याचं पंचशीलही त्यांच्याकडून म्हणवून घेतलं.

हा शपथविधी पालीतून पार पडल्यानंतर त्यांनी पाली भाषेतले मंत्र मराठीत म्हटले.

धर्मांतराची ही शपथ घेताना आंबेडकर बुद्धाच्या मूर्तीसमोर भक्तिभावानं मस्तक

नम्र करून उभे होते. बुद्धाच्या चरणी मस्तक ठेवून त्यांनी त्रिवार वंदन केलं. त्या मूर्तीला कमलपुष्पांचा हार घातला.

हा सारा सोहळा बघताना तो विराट समुदाय हेलावला. पददलितांच्या पायांतल्या हजारो वर्षांच्या शृंखला गळून पडल्याचा त्यांना भास झाला. हा सामुदायिक भास अलौकिक होता.

हे विधी पार पडल्यानंतर आंबेडकरांची बौद्ध धर्मात आगमन झाल्याची घोषणा करण्यात आली. त्या घोषणेबरोबर जयजयकार सुरू झाला. 'बाबासाहेब आंबेडकर की जय', 'भगवान बुद्ध की जय.' हा जयजयकार सूर्याचं तेज भेदून पल्याड गेला.

त्या वेळी सकाळचे पावणेदहा वाजले होते.

नंतर बाबासाहेबांना पुष्पहार घालण्याची एकच झुंबड उडाली.

डॉ. आंबेडकरांना आणि सविताबाईंना देवप्रिय वालीसिंह यांनी चिकणमातीची भगवान बुद्धाची प्रतिमा भेट दिली.

नंतर केलेल्या भाषणात आंबेडकर म्हणाले,'मी माझ्या जुन्या हिंदू धर्माचा त्याग करून आज पुन्हा नवा जन्म घेत आहे. माझा जुना हिंदू धर्म असमानता आणि छळणूक यांचा प्रतिनिधी होता. अवतार या कल्पनेवर माझा विश्वास नाही. बुद्ध विष्णूचा अवतार होता हे म्हणणं चूक आहे; आणि लबाडीचंसुद्धा आहे. कोणत्याही हिंदू देवदेवतेचा मी भक्त राहिलो नाही. मी श्राद्ध करणार नाही. बुद्धानं सांगितलेला अष्टमार्ग मी कसोशीनं पाळीन. बौद्ध धर्म हा खरा धर्म आहे. ज्ञान, सुमार्ग आणि करुणा या तत्त्वांप्रमाणे मी माझं आयुष्य व्यतीत करीन.'

आपण हिंदू देवदेवतांची पूजा करणार नाही असं त्यांनी म्हटलं तेव्हा त्यांचा गळा दाटून आला. कोणताही चिरसहवास हा असाच अश्रू सांडणारा असतो. हिंदू धर्माचा आज मी त्याग करत आहे, असं म्हणताना त्यांचा कंठ रडवेला झाला तो त्यामुळेच!

बावीस शपथांचा हा भाग त्यांनी मुद्दाम मराठीतून तयार केला होता. कारण त्यांच्या लाखो अनुयायांना त्या शपथा घेणं त्यामुळे सुलभ होणार होतं.

'यापुढे मी मनुष्यजातीमध्ये समानतेचा प्रसार करण्यासाठी आयुष्य व्यतीत करीन,' हे सांगितल्यानंतर ते आपल्या अनुयायांना उद्देशून म्हणाले, ''ज्यांना बौद्ध धर्माची दीक्षा घ्यायची असेल त्यांनी उभं राहावं.''

तो प्रचंड समुदाय जेव्हा उभा राहिला तेव्हा त्या जनसागराला भरती आल्याचा भास झाला.

भगवान बुद्धानं सारनाथला केलेल्या धर्मचक्रप्रवर्तनाप्रमाणे आंबेडकरांनी नागपूरला त्या प्रवर्तनाला प्रारंभ केला. त्या शपथा आणि पंचशील यांचा मोठ्या आवाजात नाद घुमला. तीन लाख अनुयायांनी बुद्ध धर्मात त्या क्षणी प्रवेश केला.

आंबेडकर म्हणाले, ''महात्मा गांधींनी तुम्हाला हरिजन असं नाव दिलं. मी आता बौद्धजन म्हणून तुमचं बारसं करतो आहे.''

त्या समुदायातून ते जेव्हा परत जायला निघाले तेव्हा तो अथांग सागर उसळून उभा राहिला. त्या सागराच्या लाटा त्यांच्यापाठोपाठ सरकू लागल्या. त्या विराट बोधी वृक्षाच्या छायेखालून डॉ. आंबेडकर नावाचा एक प्रबुद्ध धर्मचक्रप्रवर्तन करण्यासाठी क्षितिजाकडे निघाल्याचा भास होत होता.

❑❑

निर्वाणपदाच्या शांतिमंदिराकडे

हिरवळीवर गप्पागोष्टी ऐन रंगात आल्या होत्या. बुद्ध धर्माची दीक्षा घेतल्यापासून बाबासाहेबांना एकच ध्यास लागला होता. आल्यागेल्याला ते फक्त बौद्ध धर्माचीच महती कथन करत असत आणि धर्मांतराच्या वेळेची छायाचित्रं दाखवीत असत. 'हा बघ मी इथे दिसतो आहे...', 'हे वालीसिंह बघितलेस का? वृद्ध असूनही सिंहासारखे दिसताहेत बघ!' आणि 'समारंभाला माझे किती अनुयायी आले होते माहीत आहे का? पाच लाख...'

हा आकडा बदलायचा. परंतु त्या आकड्याची कक्षा तीन ते पाच या आकड्यापर्यंत फिरायची. तथापि त्यांना तसं विचारायची कुणाची छाती होती काय? त्या समारंभाचं वर्णन करताना त्यांचा उत्साह एवढा दांडगा असे की, त्यांच्या त्या उत्साहावर पाणी टाकण्याची कुणाची बिशाद व्हायची नाही.

नागपूरहून दिल्लीला आल्यापासून त्यांची प्रकृती ढासळत चालली होती. त्यांच्या प्रकृतीबाबत ऊन-सावल्यांचा खेळ चालला होता. परंतु ढासळणाऱ्या प्रकृतीची त्यांना मुळीच पर्वा नव्हती. त्यांच्या जीवनात नवं पर्व सुरू झालं होतं... त्या उत्साहाच्या भरात ते ज्याला त्याला सांगायचे, "आज मी बौद्ध धर्म स्वीकारला आहे. उद्या-परवा सारा हिंदुस्थान बौद्धधर्मीय होतो किंवा नाही ते पाहा!"

तिथे हजर असलेल्यांपैकी कुणीतरी म्हणायचं, "होणारच! आपण आता बौद्ध धर्माचे शंकराचार्य बनला आहात ना?"

त्यावर ते उद्वेगानं म्हणायचे, "याच शंकराचार्यांनी आपल्या बुद्ध धर्माची पीछेहाट केली. शंकराचार्य म्हणायचे, ब्रह्म सत्यं जगन्मिथ्या... त्यांच्या मतानं जर ब्रह्म सर्व ठिकाणी आहे आणि सर्व जग आपलं आहे, तर मग ब्राह्मण आणि

अस्पृश्य हे समान ठरत नाहीत का? पण त्यांनी आपल्या या सिद्धान्ताला सामाजिक रूप दिलं नाही. आपली मतं वेदान्ताच्या पातळीवरच ठेवली. जर त्यांनी आपला सिद्धान्त समाजाला लावला असता आणि सामाजिक समतेचा प्रचार केला असता, तर त्यांच्या मताला केवढा मान मिळाला असता! या देशात अस्पृश्यता राहिली नसती आणि आपल्यावर हा धर्मांतराचा प्रसंगच आला नसता.''

म्हणूनच खाटमांडूला भरलेल्या बौद्धभ्रातृसंघाच्या चौथ्या जागतिक परिषदेत बोलताना ते म्हणाले होते, ''बौद्ध धर्म हा जगातील सर्वांत मोठा धर्म आहे. कारण तो केवळ धर्म नसून तो एक महान सामाजिक सिद्धान्त आहे. हे जगाला जाहीर करण्यासाठी मी इथे आलो आहे.''

तिथे उपस्थित असलेल्या एखाद्या मित्राला ते सांगायचे, ''कार्ल मार्क्स याच्यापूर्वीच बुद्धानं समतेचं तत्त्वज्ञान सांगितलेलं होतं. तसा विचार केला तर त्या दोघांचं तत्त्व एकच होतं. खासगी मालमत्ता हीच साऱ्या दुःखाच्या मुळाशी आहे. त्यामुळे जगात पिळवणूक, दुःख, दारिद्र्य आणि गुलामगिरी निर्माण होते, असं मार्क्सचं मत होतं. बुद्धालाही जगातलं दुःखच नाहीसं करायचं होतं. बौद्ध वाङ्मयात दुःख या शब्दाचा अर्थच खासगी मालमत्ता असा केलेला आहे. बुद्धाच्या मतानं सर्व काही नाशवंत आहे. म्हणून मालमत्तेसाठी झगडे करण्याची गरज नाही. बुद्धानं आपल्या धर्माचा पाया देव वा आत्मा यावर उभारलेला नाही... उच्चनीचतेवर आधारलेला नाही. म्हणून बौद्ध धर्म हा खऱ्या अर्थानं लोकशाहीप्रधान धर्म आहे.''

हे सांगताना आपल्या मित्राचं आपल्या बोलण्याकडे लक्ष आहे किंवा नाही इकडे त्यांचं लक्ष नसायचं. जणू स्वगतं चालायची.

एकदा एका मित्रानं विचारलं, ''पंढरपूरच्या विठोबाबद्दल आपण काही नवा शोध लावलाय ना?''

बाबासाहेब उत्साहानं म्हणाले, ''त्यावर ग्रंथच लिहिणार आहे... अगदी सोप्या भाषेत! वारकऱ्यांना कळलं पाहिजे ना?''

''काय?''

''पंढरपूरची मूर्ती ही वस्तुतः बुद्धाची आहे...''

''काय सांगताय?''

मग आणखी स्फुरण चढून ते म्हणाले, ''खोटं का सांगतो आहे? बुद्धावरील श्रद्धेमुळे सांगत नाही तर इतिहासाच्या अभ्यासामुळे सांगतो आहे... पुराव्याशिवाय मी काहीच कधी बोलत नाही किंवा लिहीत नाही...''

''आहे पुरावा त्याला?''

''अर्थातच! या विषयावर मी एक प्रबंध लिहिणार आहे आणि तो पूर्ण झाल्यावर पुण्याच्या भारत इतिहास संशोधक मंडळापुढे मी तो विचारार्थ मांडणार

आहे. विठोबाचं पांडुरंग हे नाव कसं पडलंय ? पुंडरीक या शब्दापासून बनलं आहे ते! पुंडरीक म्हणजे कमळ. आणि कमळालाच पालीमध्ये पांडुरंग म्हणतात. याचा अर्थ पांडुरंग म्हणजे बुद्धच! बरोबर आहे ना?''

बाबासाहेबांनी हे ठासून सांगितलं तरी त्यांच्या मित्राच्या मनात ते ठसलं नाही. त्यांनी 'बरोबर आहे ना?' असा प्रश्न विचारला तरी त्या मित्राला ते बरोबर वाटलं नाही.

परंतु अभ्यासावर अधिष्ठित असलेल्या त्यांच्या प्रगाढ श्रद्धेसमोर तो मित्र काहीच बोलू शकला नाही. उलट म्हणाला, ''हे जर सिद्ध झालं तर लाखो वारकरी बुद्ध धर्माला येऊन मिळतील!''

''नक्कीच! नुसते वारकरीच काय पण सारा भारतवर्ष बौद्धधर्ममय बनून जाईल. कुणीही पंडित माझ्यासमोर येवोत, मी त्यांचा पाडाव करीन. हिंदू धर्माच्या नरकातून बाहेर पडण्याची माझी एक प्रतिज्ञा मी पुरी केली आहे. सारा देश बौद्ध बनवीन ही माझी दुसरी प्रतिज्ञा मी पुरी करीनच करीन! महाभारतात ती भीष्मप्रतिज्ञा झाली... आता ही भीमप्रतिज्ञा सार्थ झालेली तुम्ही बघाल!''

त्यांचं बोलणं किती प्रभावी वाटत होतं! त्यांच्या बोलण्यात केवढी विचारशक्ती आणि वक्तृत्व दिसत होतं! एखाद्या तर्कप्रधान न्यायाधीशाला शोभेल अशीच त्यांची शैली होती. त्यात चालत्याबोलत्या ज्ञानकोशाचा सर्वसंग्राहक अंतर्भाव होता. प्रकांडपंडिताचं विचारधन होतं. मुख्य म्हणजे आजवर अनुभवलेल्या कटू अनुभवांच्या स्मृतीची शिदोरी होती.

आजकाल ते असंच बोलत होते. मनापासून ऐकणारा असो वा नसो- त्याच्यासमोर आपल्या अनुभवांचं भांडार ते खोलून ठेवत असत.

त्या दिवशी हिरवळीवरील गप्पागोष्टी अशाच रंगात आल्या होत्या. बाबासाहेब थकलेले दिसत होते, पण उत्साहानं बोलत होते. हिरवळीवर मांडलेल्या खुर्च्यांवर बाबासाहेबांचे एक-दोन मित्र बसले होते. ते उठून गेल्यानंतर सविताबाई, त्यांचे वडील कृष्णराव कबीर, त्यांचे चिरंजीव बाळू कबीर आणि डॉ. माधवराव मालवणकर ही मंडळी येऊन बसली.

बाबासाहेबांनी सविताबाईंकडे बघून एकदम विचारलं, ''आज तारीख किती आहे?''

''का बरं?''

''एल्फिन्स्टन कॉलेजच्या प्राचार्यांचं पत्र आलंय ना? कॉलेजचा शतसांवत्सरिक उत्सव आहे. 'भारतात लोकशाही यशस्वी होण्याची शक्यता आहे काय?' या विषयावर भाषण देण्याची त्यांनी विनंती केलीय... त्यांच्या पत्राला होकारार्थी उत्तर पाठवायला हवं!''

''तुमची प्रकृती ही अशी... काही जायचं नाही!''

कृष्णरावांकडे बघून बाबासाहेब हसत म्हणाले, ''ही बघा आमच्या प्रगतीच्या मार्गातली धोंड!''

सविताबाई म्हणाल्या, ''धोंड आहे म्हणूनच बरं!... नाहीतर हे आता जगाला गवसणी घालायला निघतील!''

बाबासाहेब म्हणाले, ''खरं सांगू का तुम्हाला? बुद्ध धर्म हाच खरा लोकशाहीला पोषक आहे, असं नव्या तऱ्हेचं प्रतिपादन मी तिथे जाऊन करणार आहे... दुसरं म्हणजे राजगृहात एकदा जाऊन यायची फार इच्छा आहे... कृष्णराव, तुम्हाला माहीत असेल किंवा नसेलही! पण मी माझं राजगृह मोठ्या थाटात सजवलं आहे. घाणेरड्या वस्तीत टीचभर जागेत माझं लहानपण गेलं. दुरूनही कधी भव्य वास्तूचं दर्शन घ्यायला मिळालं नाही. रुपयांचा आवाज कधी ऐकायला मिळाला नाही. माझ्या राजगृहात मी सारा थाट उभा केला आहे. मला ग्रंथांशिवाय दुसरं कोणतंही व्यसन नाही. पण इतर श्रीमंती ऐषारामाच्या कितीतरी वस्तू मी तिथे ठेवलेल्या आहेत. दारिद्र्यामुळे, अस्पृश्यतेमुळे होणाऱ्या अपमानाच्या खाईत सारं बालपण आणि तारुण्य गेलं. लहानपणी मी पांडवांच्या राजसूय यज्ञातल्या वैभवाचं वर्णन वाचलं होतं. पांडवांना त्या वेळी आहेर म्हणून जे सोनं मिळालं त्या सुवर्ण विटांच्या भिंती उभारल्या होत्या. पांडवांच्यापेक्षा माझ्यात काय कमी आहे, असं मला वाटायचं. म्हणून नोटांच्या पुडक्यांच्या सावलीतच आपण झोप, अशी प्रतिज्ञा मी केली होती... हे सारं वैभव मी माझ्या राजगृहात उभं केलं आणि ते वैभव डोळे भरून बघायलाही ही तुमची मुलगी मला प्रतिबंध करते आहे... निदान मला तिथल्या त्या हजारो ग्रंथांचं तरी दर्शन घेऊ दे!''

हे असंच कितीतरी वेळ बोलत बसले असते. दुसऱ्याला काही बोलता येत नाही, अशीच जणू त्यांची अलीकडे समजूत झालेली होती.

ते बोलायचे थांबले याला एक वेगळंच कारण घडलं.

बाळू कबीर यांच्या हातात कॅमेरा होता. ते चटकन खुर्चीवरून उठले आणि त्यांनी बाबासाहेबांचा एक स्नॅप मारला.

त्यांचा फोटो काढल्यानंतर ते म्हणाले, ''बोलताना बाबासाहेब कसे सिंहासारखे दिसत होते.''

बाबासाहेब कळवळून म्हणाले, ''आता या सिंहाची आयाळ पार झडून गेली आहे... गवत खाणारा सिंह बनला आहे हा!''

सारी मंडळी हसायला लागली.

मग सर्व कुटुंबीयांचे बाबासाहेबांबरोबर खूप फोटो काढले गेले.

बाबासाहेब अतिशय थकल्यासारखे दिसत होते. ते हिरवळीवरील खुर्चीवरच बसून होते. काहीतरी बोलण्याचा विचार चाललाच होता.

एकदम ते म्हणाले, "या बुद्ध धर्मोपदेशकांनी आपल्या बोलण्यावागण्यात सुधारणा करायला हवी... तरच त्या धर्माचा झपाट्यानं प्रसार होईल... पण त्याचबरोबर मनुष्याच्या मनाची सुधारणा झाली पाहिजे... म्हणजे मगच एकंदर जगाची सुधारणा होऊ शकेल.. कृष्णराव, आता मला ते कार्य भराभर उरकायचं आहे... या तुमच्या मुलीनं माझी प्रकृती धडधाकट करायला हवी!"

आपल्या वडिलांकडे बघत सविताबाई म्हणाल्या, "प्रथम यांनी आपला राग आणि हट्ट सोडला पाहिजे... आणि आम्ही दिलेलं औषध श्रद्धेनं घेतलं पाहिजे... अहो, मागे एकदा एका फ्रेंच बाईनं यांच्यावर उपचार करायची इच्छा प्रदर्शित केली... झाले की हे लगेच तयार ते उपचार करून घ्यायला!... मग मी..."

बाबासाहेब मध्येच सविताबाईंना म्हणाले, "उगाच तुम्ही त्या बाईची थट्टा केलीत! जर तुमचे डॉक्टर मला गेली आठ वर्षं बरे करू शकले नाहीत, तर दुसऱ्या डॉक्टरांनी माझ्यावर का उपचार करू नयेत?... एवढे तुमचे उपचार झाले, पण माझ्या पायातली गेलेली शक्ती काही केल्या परत येत नाही ती नाहीच!"

सविताबाई म्हणाल्या, "आता आम्ही वेगळ्या पद्धतीनं उपचार करायचं ठरवलंय..."

"हवे ते उपचार करून घ्यायला मी तयार आहे... परंतु तुमची ती ब्रॅन्डी आणि बिअर औषध म्हणूनसुद्धा मी घेणार नाही... कारण मद्यापासून अलिप्त राहीन अशी मी दीक्षा समारंभाच्या वेळी शपथ घेतलेली आहे..."

"पण औषध म्हणून..."

"औषधालासुद्धा घेणार नाही... मागे एकदा औषध म्हणून घेतली... पुरे झाली!"

असं म्हणून ते हसायला लागले. त्यांच्या हसण्यात आनंदापेक्षा खिन्नताच अधिक दिसत होती.

आणखी खिन्न होऊन ते म्हणाले, "अहो, त्या चाळीस हजार रुपयांची व्यवस्था करायचीय ना?... म्हणून म्हणतो मी एकदा मुंबईला जातो."

सविताबाई ठासून म्हणाल्या, "त्यासाठी मी जाते... करते काहीतरी व्यवस्था! तुम्ही काळजी करू नका..."

क्षीण हास्य करून कृष्णरावांकडे बघत बाबासाहेब म्हणाले, "राजगृहाचा आम्ही विस्तार केला... कॉन्ट्रॅक्टरनं मुंबईच्या वरिष्ठ न्यायालयात चाळीस हजारांचा दावा लावला आहे... त्याची व्यवस्था करायला हवी..."

बराच वेळ न बोलता ते शांत राहिले... मग विमनस्क स्वरात म्हणाले, "कृष्णराव, माझ्या आयुष्यातील साऱ्या अडचणींचं मला एकच उत्तर मिळालंय... अशा तऱ्हेची माझी अवहेलना का झाली? मला आणखी मानसन्मान का मिळाले नाहीत?... कोलंबिया विद्यापीठानं माझा बहुमान करावा आणि मायदेशी त्या तऱ्हेचा

बहुमान का मिळू नये?... उत्तर एकच- तू दलित समाजात जन्मलास म्हणून! ठीक आहे... आजवर मी हे सारं सहन केलं... आता या नव्या धर्मात मानाचे संस्कारच करवून घेईन... सन्मानाचा नवा साक्षात्कार देणारा हा बुद्ध धर्म!''

डोळे मिटून ते पुटपुटायला लागले, ''बुद्धं सरणं गच्छामि...''

एवढ्यात त्यांचे वैयक्तिक कार्यवाह रट्टू येताना दिसले. त्यांना बघताच बाबासाहेबांनी विचारलं, ''काय, कुत्रा बराय ना आपला?''

''कुत्रा बराय, पण आपला म्हातारा माळी मात्र गेले तीन दिवस तापानं फणफणलाय... रडतोय सारखा!''

''रडायला काय झालं?''

''त्याला वाटतंय, या आजारात आपण मरणार आणि आपली बायको उघडी पडणार!''

''चल... त्याला पाहून यायला हवं!''

सविताबाई म्हणाल्या, ''मी पाहून येते.''

''त्याला हाच डॉक्टर पाहिजे... मीच जाऊन येतो.''

संध्याकाळ टळून गेली होती... बाबासाहेब त्या माळ्याच्या खोपटात गेले तेव्हा चांगलाच अंधार पडला होता. तिथल्या टिवलीच्या मिणमिणत्या प्रकाशात तो अंधारच उजळून दिसत होता. बाबासाहेबांच्या अधू दृष्टीमुळे त्यांना सारंच सारवल्यासारखं दिसत होतं.

त्या माळ्याचं जेव्हा रडणं त्यांच्या कानावर पडलं तेव्हा तो कुठे झोपलाय याचा त्यांना अंदाज आला.

त्या माळ्यानं हुंदके देत म्हटलं, ''मला भगवंतानंच भेट दिली म्हणायची! पण महाराज, मी आता जगेन, असं मला वाटत नाही... माझी बायको आता उघडी...''

त्याच्या तोंडातून पुढे शब्द फुटला नाही. तो हुंदका देतच राहिला होता.

त्याला धीर देताना बाबासाहेब म्हणाले, ''रडू नकोस... या जगात जो जन्माला येतो त्याला एक ना एक दिवस मरावंच लागतं. मीसुद्धा केव्हातरी मरणारच आहे की! तेव्हा धीर सोडू नकोस. मी तुला औषध पाठवतो ते घे, म्हणजे झालं!''

त्या माळ्याच्या खोपटातून बाहेर पडल्यानंतर ते रट्टूंना म्हणाले, ''बघितलंस का? या गरीब बिचाऱ्या माळ्याला मरणाची भीती वाटते आहे. मी मरणाला मुळीच भीत नाही. मरण कुणाला चुकलंय?... येऊ दे केव्हाही ते मरण! ज्या माणसाची आयुष्यातली कृतकर्मं चांगली असतात, त्याला मृत्यूचं कसलं भय? मी जगाचं चांगलंच केलंय... हेच समाधान घेऊन मी या जगातून जाईन. मला पुनर्जन्म थोडाच आहे? आपल्या बुद्ध धर्मात कुठे आहे पुनर्जन्म! एकच जन्म, एकच मरण! ते केव्हाही येवो!''

ते बोलत असताना रट्टू मन देऊन ऐकत होते.

त्यांना मृत्यूची चाहूल लागली होती की काय कुणास ठाऊक!

* * *

रट्टू जेव्हा बाबासाहेबांचे पाय चेपायला लागले तेव्हा बाबासाहेब म्हणाले, ''आधी माझ्या डोक्याला तेल चोळ म्हणजे मला आराम मिळेल.''

त्यांच्या मस्तकावर तेल टाकून रट्टूंनी चांगलं चोळलं तेव्हा त्यांना खरोखरच आराम वाटला. ते म्हणालेदेखील, ''आता किती बरं वाटतंय!''

मग त्यांनी विचारलं, ''चौदा डिसेंबरला मी विमानानं मुंबईला जाणार आहे. सारी व्यवस्था केलीय ना? समर्थांना पत्र लिहिलं का? मुंबईला राहण्यासाठी त्यांच्या भावाचा बंगला मला काही दिवस हवा आहे. त्यांना तसं स्पष्ट विचार. मुंबईला मला त्या दिवशी गेलंच पाहिजे. माझ्या हजारो अनुयायांना मला बुद्ध धर्माची दीक्षा द्यायचीय; माहीत आहे ना?''

रट्टूंनी फक्त होकारार्थी मान हलवली.

मग उठून ते सोफ्यावर बसले आणि सोफ्यावर ताल धरून गुणगुणू लागले- 'बुद्धं सरणं गच्छामि...'

हे म्हणताना त्यांनी डोळे मिटून घेतले होते. त्यांची तंद्री लागली होती.

रट्टू मनाशी म्हणाले,'हा महापुरुष खरोखरच बुद्धाशी एकरूप झालेला आहे.'

ते बाबासाहेबांकडे एकतानतेनं बघत होते, एवढ्यात बाबासाहेबांनी डोळे उघडले. म्हणाले, ''अरे ती रेकॉर्ड लाव...''

रेकॉर्ड लावल्यावर ते डोलू लागले. रेकॉर्डबरोबर म्हणू लागले. 'बुद्धं सरणं गच्छामि' च्या सुरांनी तिथलं वातावरण भरून गेलं. भारावून गेलं. बाबासाहेबही भारावून गेलेले दिसले.

रेकॉर्ड संपली तरी ते डोलतच होते. मग रट्टूंना म्हणाले, ''हे ऐकल्यावर मन किती शांत होतं! मनातले सारे रागलोभ कुठल्या कुठे पळून जातात. आपल्याजवळ राहते ती फक्त मनाची शांती! जीवनातली सारी शांती लाभल्यानंतर 'आता उरलो उपकारापुरता' असं संत तुकाराम का म्हणाले हे आता समजतं... त्या शांततेचा अनुभव मला यायला लागलाय.. आज दुपारी सविताबाई शॉपिंगला गेल्या म्हणून मी केवढा संतापलो होतो! आता वाटतंय की हा सारा संताप ऐहिकातला आहे. आपल्या मनातली शांती आपल्याला निर्वाणपदाला घेऊन जाणार आहे....''

रट्टूंना वाटलं, 'या बुद्धाची निर्वाणपदाची सिद्धता चालली आहे की काय?'

ते त्याच तंद्रीत बोलत होते, ''बुद्ध आणि कार्ल मार्क्स' या माझ्या ग्रंथाचं शेवटचं प्रकरण मी लिहून दिलंच आहे. म्हणजे बुद्धाची ती अखेरची सेवा पार

पडली. आचार्य अत्रे आणि एस. एम. जोशी यांना पत्रं लिहिली ना? माझ्या रिपब्लिकन पक्षाला त्या दोघांनी येऊन मिळावं, अशी विनंती त्यांना पत्रातून करायची आहे. त्या पक्षाद्वारा मी प्रामुख्यानं बुद्ध धर्माचाच प्रसार करण्याचं मनात योजलं आहे... ती दोन्ही पत्रं लिहून टेबलावर ठेव... मी उद्या सही करीन त्या पत्रांवर!''

हे सारं बोलताना त्यांना थोडा दम लागला. ते काही वेळ थांबले.

मग पुन्हा रट्टूंना आठवण करून देण्यासाठी म्हणाले, ''आज डिसेंबरची पाच तारीख ना? छप्पन्न साल संपत आलं की! चौदा तारखेची विमानाची तिकिटं काढायची आहेत. लक्षात आहे ना? अरे, दीक्षा द्यायचीय ना माझ्या लाखो अनुयायांना... बुद्ध धर्माची!''

रट्टू म्हणाले, ''तुम्ही काळजी करू नका... मी सारं करतो.''

''साऱ्यांनी सारं करायलाच हवं आपल्या बुद्धधर्मासाठी.''

तो विषय बदलण्यासाठी रट्टू म्हणाले, ''त्या जैन साधूंना आपण कशासाठी भेटलात? उद्या नसतं का भेटता आलं? आपली प्रकृती...''

''माझ्या प्रकृतीला काय झालंय? त्या जैन साधूंनीही माझ्या प्रकृतीबद्दल चौकशी केली. मी म्हटलं, ठीक, चलता है... अरे, प्रकृतीसाठी आजचं काम उद्यावर ढकलू नाही कधी... मृत्यू माणसाच्या दिशेनं केसाकेसानं सरकत असतो ना? मग आजचं काम उद्यावर कशाला ढकलायचं?''

त्यानंतर रट्टूंच्या खांद्यावर हात ठेवून ते स्वयंपाकघरात गेले आणि त्यांनी दोन घास भात खाल्ला.

झोपायच्या खोलीत परत येत असताना त्यांच्या उजव्या हातात सोटा होता. आणि डावा हात त्यांनी रट्टूंच्या खांद्यावर टाकला होता. चालताना 'चलो कबीर तेरा भवसागर डेरा' असं गुणगुणत ते खोलीकडे चालले होते. मध्येच ते थबकले. कपाटातल्या काही ग्रंथांना स्पर्श केला: जणू आपल्या पूर्वजांचा निरोप घेऊन हा महापुरुष भवसागराच्या पल्याड निघाला होता.

बिछान्यावर पडल्यानंतर रट्टूंना त्यांनी पाय रगडायला सांगितले. रात्रीचे सव्वाअकरा वाजले होते. आदल्या रात्रीपासून रट्टू त्यांच्या घरीच होते. तेही थकले होते. त्यांना भूक लागली होती. घरची माणसंही त्यांची वाट बघत असणार... म्हणून ते जायला निघाले. जाण्यापूर्वी त्यांनी बघितलं. बाबासाहेबांच्या डोळ्यांवार झोप होती. त्यांनी त्यांच्या टेबलावरचे दोन-तीन ग्रंथ इकडून तिकडे उचलून ठेवले. पण बाबासाहेबांना काही कळलं नाही. तेव्हा त्यांना वाटलं, ते आता चांगले झोपले आहेत.

आपली सायकल घेऊन ते बंगल्याबाहेर पडणार एवढ्यात सुदामा खानसाम्यानं हाक मारली, ''बाबासाहेब तुम्हाला बोलावताहेत!''

रट्टू परत आल्यावर बाबासाहेब त्यांना म्हणाले, ''बुद्ध आणि त्याचा धम्म या ग्रंथाचा उपोद्घात आणि प्रस्तावना रात्री पुन्हा वाचून पाहीन. टेबलावर ठेवून दे.''

रट्टू निघून गेल्यानंतर सुदाम्यानं कॉफीचा थर्मास आणि मिठाईची बशी त्यांच्या बिछान्याजवळ नेऊन ठेवली.

* * *

६ डिसेंबर १९५६. सविताबाई नेहमीप्रमाणे साडेसहा वाजता उठल्या आणि त्यांनी बाबासाहेबांकडे बघितलं. त्यांचा एक पाय उशीवर टेकलेला दिसला. नेहमीप्रमाणे त्यांनी बागकाम केलं आणि बाबासाहेबांना उठविण्यासाठी त्या बेडरूममध्ये गेल्या.

त्यांचा पाय त्या उशीवर तसाच टेकलेला होता. कॉफीचा थर्मास आणि मिठाईची बशी जिथल्या तिथेच होती.

सविताबाईंनी त्यांना उठविण्याचा प्रयत्न केला... पण अवतारसमाप्ती झाली होती. सविताबाईंचं लक्ष अभावितपणानं मिठाईच्या त्या बशीकडे गेलं. आपल्या वडिलांप्रमाणेच तोंडाला मिठाई न लावता त्यांचा हा कुलदीपक निघून गेला होता.

सविताबाईंनी फोडलेला हंबरडा त्या परिसरात घुमला.

रट्टू आल्यानंतर त्यांचे पाय रगडले. हृदयाचं चलनवलन पुन्हा सुरू करण्याचे प्रयत्न केले. छाती आणि पोट यांच्यामधला भाग रगडून काढला. त्यांच्या मुखात चमचाभर ब्रँडीही ओतली. परंतु बुद्ध धर्माची दीक्षा घेतलेल्या त्या युगपुरुषाच्या गळ्याखाली डॉक्टरांच्या त्या गंगातीर्थाचा एक थेंबुटाही उतरला नाही.

उन्मळून पडलेला विराट वटवृक्ष पुन्हा उभा थोडाच ठाकतो?

त्यांच्या स्वप्नाप्रमाणे बुद्धमय होणारं सारं दलितराष्ट्र शोकसागरात बुडून गेलं.

दादरच्या हिंदू स्मशानभूमीवर पाच-सहा लाख जनसमुदायाच्या साक्षीनं बौद्ध भिक्षूकडून त्यांच्या पार्थीव देहावर अंत्यसंस्कार करण्यात आले. परंतु त्या लाखो नेत्रांत अश्रू दाटलेले असल्यामुळे त्यांची दृष्टी झाकाळली होती. कुणीच कुणाला दिसत नव्हतं. प्रत्येकाला बाबासाहेबांच्या निर्वाणपदाचं शांतिमंदिर दिसत होतं.

१४ डिसेंबरला स्वतः बाबासाहेब आपल्या लाखो अनुयायांना बुद्ध धर्माची दीक्षा देण्यासाठी मुंबईला येणार होते. आता त्या लोकांनी त्यांच्या त्या शांतिमंदिराच्या साक्षीनं दीक्षा घेतली आणि बाबासाहेबांच्या धर्मचक्रपरिवर्तनाच्या कार्याला गती दिली.

धर्मप्रवर्तक गेला तरी त्यानं सुरू केलेलं कार्य थांबतं थोडंच? त्या महापुरुषाच्या पुण्याईचं मार्गदर्शन चालूच राहतं आणि त्या कार्याचा रथ पुढे पुढेच जात राहतो...

'बुद्धं सरणं गच्छामि' ही धून त्या अवकाशात कोंदून गेली होती.

❑